ஜி. நாகராஜன் படைப்பாக்கங்கள்

ஜி. நாகராஜன் படைப்பாக்கங்கள்

தொகுப்பாசிரியர்
ராஜமார்த்தாண்டன்

காலச்சுவடு பதிப்பகம்

அன்பார்ந்த வாசகருக்கு,

வணக்கம்.

காலச்சுவடு நூலை வாங்கியமைக்கு நன்றி.

நூலின் உள்ளடக்கம், உருவாக்கம், அட்டைப்படம் இன்ன பிற அம்சங்கள் பற்றிய உங்கள் கருத்துகளையும் ஆலோசனைகளையும் காலச்சுவடு வரவேற்கிறது. தகவல், எழுத்து, வாக்கியப் பிழைகள் தென்பட்டால் அவசியம் தெரிவித்து உதவுங்கள். நூல் தயாரிப்பில் கடும் குறைபாடு இருப்பின் மாற்றுப் பிரதி உங்களுக்குக் கிடைக்கக் காலச்சுவடு ஏற்பாடு செய்யும்.

மின்னஞ்சல்: publisher@kalachuvadu.com

காலச்சுவடு நாகர்கோவில் அலுவலகத்திற்குக் கடிதம் அனுப்பலாம்.

தங்கள்
எஸ்.ஆர். சுந்தரம் (கண்ணன்)
பதிப்பாளர் — நிர்வாக இயக்குநர்

ஜி. நாகராஜன் படைப்பாக்கங்கள் ♦ ஆசிரியர்: ஜி. நாகராஜன் ♦ தொகுப்பாசிரியர்: ராஜமார்த்தாண்டன் ♦ © என். கண்ணன் ♦ முதல் பதிப்பு: டிசம்பர் 2023, இரண்டாம் பதிப்பு: ஆகஸ்ட் 2024 ♦ வெளியீடு: காலச்சுவடு பப்ளிகேஷன்ஸ் (பி) லிட்., 669 கே. பி. சாலை, நாகர்கோவில் 629001

ji. naakaraajan paTaippaakkankaL ♦ Complete works of G. Nagarajan ♦ Author: G. Nagarajan ♦ Compliler: Rajamarthandan ♦ © N. Kannan ♦ Language: Tamil ♦ First Edition: December 2023, Second Edition: August 2024 ♦ Size: Demy 1 x 8 ♦ Paper: 18.6 kg maplitho ♦ Pages: 512

Published by Kalachuvadu Publications Pvt. Ltd., 669 K.P. Road, Nagercoil 629001, India ♦ Phone: 91-4652-278525 ♦ e-mail: publications @kalachuvadu.com ♦ Printed at Mani Offset, Chennai 600077

ISBN: 978-81-19034-62-8

08/2024/S.No. 1262, kcp 5272, 18.6 (2) ass

ஜி. நாகராஜன் படைப்புகள் முதல் பதிப்பு: 1997
ஜி. நாகராஜன் ஆக்கங்கள் முதல் பதிப்பு: 2007
மேல் விபரம் பதிப்புரையில்.

பொருளடக்கம்

பதிப்புரை	7
தொகுப்புரை	9

நாவல்கள்

நாளை மற்றுமொரு நாளே...	11
குறத்தி முடுக்கு	133

சிறுகதைகள்

அணுயுகம்	187
வெகுமதி	196
போலிஸ் உதவி	202
அங்கும் இங்கும்	207
தீராக் குறை	215
பச்சக்குதிரை	220
சுழற்சி	225
சம்பாத்தியம்	228
மிஸ் பாக்கியம்	233
பூர்வாசிரமம்	248
நடிகன்	255
வாழ்வும் எழுத்தும்	260
மயக்கம்	267
ஆண்டுகள்	278
இருளிலே!	282
அக்கினிப் பிரவேசம்	288
எங்கள் ஊர்	292
கயிற்று நுனி	299
அப்படி ஒரு காலம்! அப்படி ஒரு பிறவி!	302
யாரோ முட்டாள் சொன்ன கதை	310
நான் புரிந்த நற்செயல்கள்	337
இளிந்த சாதி	346

கிழவனின் வருகை 350
பூவும் சந்தனமும் 363
கல்லூரி முதல்வர் மிஸ் நிர்மலா 367
ஜுரம் 372
போலியும் அசலும் 386
துக்க விசாரணை 390
டெர்லின் ஷர்ட்டும் எட்டு முழ வேட்டியும் அணிந்த மனிதர் 394
மனிதன் 403
மனச்சிறை 408
இலட்சியம் 419
ஓடிய கால்கள் 427
நிமிஷக் கதைகள் 433
ஆண்மை 436
நிலவொளியிலே 447

கவிதைகள்

மாடர்ன் காதல் 455
'சுய விருந்து' 456
'அரசியல்வாதியின் மரணம்' 457

உரைநடை

கோவாபுரியின் எழுச்சி 461
இன்புளுயன்சா 465
போர்முறைப் புரட்சியும் புதிய நிலையும் 467
யாரும் கேட்டுவிட்டால் . . .? 474
பொன் மொழிகள் 477
கடிதங்கள் 479
இலக்கிய அனுபவங்கள் 482
'கண்டதும் கேட்டதும்' - ஒரு சுய விமர்சனம் 489
மௌனமும் பித்தமும் 491
பரத்தையர் பற்றி 494
சுந்தர ராமசாமிக்கு எழுதிய கடிதங்கள் 495

பின்னிணைப்பு

வாழ்க்கைக் குறிப்பு 501
நாகராஜனின் உலகம் 505
சி. மோகன் முன்னுரையின் ஒரு பகுதி 510

பதிப்புரை

'ஜி. நாகராஜன் படைப்புகள்' 1997இல் காலச்சுவடு பதிப்பக வெளியீடாக வெளிவந்தது. இதன் தொகுப்பாசிரியர் சி. மோகன். இதில் ஜி. நாகராஜன் எழுதிய 'நாளை மற்றுமொரு நாளே' (நாவல்), 'குறத்தி முடுக்கு' (குறுநாவல்), 34 சிறுகதைகள், 'நிமிஷக் கதைகள்' என்னும் தலைப்பில் 4 குட்டிக் கதைகள், 7 கட்டுரைகள் – குறிப்புகள் மற்றும் பொன்மொழிகள், வாசகர் கடிதம் ஆகியவை இடம் பெற்றிருந்தன.

இவற்றுடன் மேலும் 2 சிறுகதைகள், 3 கவிதைகள், 3 வாசகர் கடிதங்கள், 'வாசக அனுபவ'க் கட்டுரை, கடிதங்கள், ஜி. நாகராஜனின் ஆங்கிலப் படைப்புகள் ஆகியவற்றைச் சேர்த்து 'ஜி. நாகராஜன் ஆக்கங்கள்' என்னும் தொகுப்பு 2007இல் வெளியானது. இந்த நூலின் தொகுப்பாசிரியர் ராஜமார்த்தாண்டன்.

ஆங்கிலப் படைப்புகளை மட்டும் தவிர்த்த தொகுப்பாக 'ஜி. நாகராஜன் படைப்பாக்கங்கள்' தொகுப்பு தற்போது வெளியாகிறது.

முந்தைய தொகுப்புகளின் தொகுப்பாசிரியர்கள் சி. மோகன், ராஜமார்த்தாண்டன் ஆகியோரை இந்தத் தொகுப்பு வரும் தருணத்தில் நன்றியுடன் நினைவு கூர்கிறோம்.

– பதிப்பாளர்

தொகுப்புரை

காலச்சுவடு பதிப்பக வெளியீடான 'ஜி. நாகராஜன் படைப்புகள்' 1997இல் வெளிவந்தது. இதன் தொகுப்பாசிரியர் சி. மோகன். இதில், ஜி. நாகராஜன் எழுதிய 'நாளை மற்றுமொரு நாளே' (நாவல்), 'குறத்தி முடுக்கு' (குறுநாவல்), 33 சிறுகதைகள், 'நிமிஷக் கதைகள்' என்னும் தலைப்பில் 4 குட்டிக் கதைகள், 7 கட்டுரைகள் - குறிப்புகள் மற்றும் பொன்மொழிகள், வாசகர் கடிதம் ஆகியவை இடம் பெற்றிருந்தன.

இத்தொகுப்பில், முன் தொகுப்பிலுள்ளவற்றுடன் மேலும் 2 சிறுகதைகள், 3 கவிதைகள், 3 வாசகர் கடிதங்கள், 'வாசக அனுபவ'க் கட்டுரை, கடிதங்கள் மற்றும் ஜி. நாகராஜனின் ஆங்கிலப் படைப்புகள் ஆகியவை சேர்க்கப்பட்டுள்ளன.

இத்தொகுப்பில் கூடுதலாகச் சேர்க்கப்பட்ட 'ஆண்மை', 'நிலவொளியிலே' ஆகிய இரண்டு சிறுகதைகளும் தொ.மு.சி. ரகுநாதனின் கோப்புகளிலிருந்து கையெழுத்துப் பிரதிகளாகக் கிடைக்கப் பெற்றவை. இவைபற்றிய குறிப்புகள் அந்தக் கதைகளின் இறுதியில் கொடுக்கப்பட்டுள்ளன. இந்த இரு கதைகளும் காலச்சுவடு பதிப்பகம் வெளியிட்ட 'ஜி. நாகராஜன் சிறுகதைகள்' (2002) தொகுப்பிலும் இடம்பெற்றிருந்தன.

ஜி. நாகராஜன் சிறுகதை, நாவல், கட்டுரைகளுடன் கவிதைகளும் எழுதியுள்ளார். புற்றுக்குடிப் புலவர் என்ற புனைபெயரில் அவர் ஞானதரம்

இதழில் எழுதிய மூன்று கவிதைகளும் இத்தொகுப்பில் புதிதாகச் சேர்க்கப்பட்டுள்ளன.

அசோகமித்திரனின் 'இன்னும் சில நாட்கள்' சிறுகதைத் தொகுப்புக்கு ஜி. நாகராஜன் எழுதிய வாசக அனுபவக் கட்டுரையும் கசடதபற, ஞானரதம் இதழ்களுக்கு எழுதிய வாசகர் கடிதங்களும் முன்தொகுப்பில் சேர்க்கப்பட்டிருந்த கடிதத்துக் கான பின்னணித் தகவலும் இத்தொகுப்பில் இடம்பெற்றுள்ளன.

தனக்கு மிகவும் நெருங்கிய நண்பராக இருந்த சுந்தர ராமசாமிக்கு ஜி. நாகராஜன் எழுதிய 4 கடிதங்களும் புதிதாகச் சேர்க்கப்பட்டுள்ளன.

தொகுப்பாசிரியர்

நாளை மற்றுமொரு நாளே...

"God is not always in his Heaven, all is not always right with the world. It is not all bad, but it is not all good, it is not ugly, but it is not all beautiful, it is life, life, life - the only thing that matters. It is savage, cruel, kind, noble, passionate, selfish, generous, stupid, ugly, beautiful, painful, joyous - it is all those and more and it is all these that I want to know and, by God, I shall, though they crucify me for it."

THOMAS WOLFE

இது ஒரு மனிதனின் ஒருநாளைய வாழ்க்கை.
நீங்கள் துணிந்திருந்தால் செய்திருக்கக்கூடிய
சின்னத்தனங்கள்,
நிர்ப்பந்திக்கப்பட்டிருந்தால் காட்டியிருக்கக்கூடிய
துணிச்சல்,
விரும்பியிருந்தால் பெற்றிருக்கக்கூடிய
நோய்கள்,
பட்டுக்கொண்டிருந்தால் அடைந்திருக்கக்கூடிய
அவமானம்,
இவையே அவன் வாழ்க்கை.
அவனது அடுத்த நாளைப் பற்றி நாம் தெரிந்து
கொள்ள வேண்டாம். ஏனெனில் அவனுக்கும்
– நம்மில் பலருக்குப் போலவே –
நாளை மற்றுமொரு நாளே.

கோவிலில் நின்றுகொண்டிருந்தான் அவன். அவன் பார்த்துக் கொண்டிருந்த சிலையின் முகத்தில் அம்மாவின் களை தட்டிற்று. முகம் அவனைப் பார்த்து ஒரு விதமாகச் சிரித்தது; கண்களில் துளிர்த்த நீரைப் பார்த்தால் அழுவது போலவும் இருந்தது. சிலையின் மார்பிலிருந்து ஏதோ ஒன்று உருண்டு வழிந்து தரையில் பொத்தென்று விழுந்தது. ஆனால் மறுகணம் அதே ஒலி ஒரு 'கேப்' துப்பாக்கிபோல் அவன் காதுகளில் வெடித்தது. மூடிய கண்களுக்குள் ஒரு பிரகாசம். கந்தன் புரண்டு படுத்தான். மீனாவை அணைக்க வலது கையை இடதுபுறம் திருப்பினான். மீனா இல்லை. நினைவு வந்துவிட்டது. இலேசாகக் கண்களைத் திறந்து படுத்தபடியே நகர்ந்து திறந்திருந்த கதவைக் காலால் உதைத்தான். குடிசையினுள் இருந்த வெளிச்சம் குறைந்தது. பேச்சி வீட்டுக்குத்தான் மீனா போயிருக்கும். இந்தப் பேச்சி என்ன பொம்பளே? மாரிப்பய போயி மூணு வருஷத்துக்கும் மேலே ஆவுது. இட்டிலி சுட்டு வித்திட்டிருக்கு. அதிலே என்ன கெடைக்கும்? ஆமாம், பேச்சி இட்டிலி சுட்டு விற்றாள்; மீனா அவனோடு இருந்தாள்.

மீண்டும் தூக்கம் வருவதாக இல்லை. படுத்த படியே பிரயாசைப்பட்டு அரையளவுக்கு மூடி இருந்த கதவைக் காலாலே திறந்தான் கந்தன். குடிசையை ஒட்டி ஓடிய சாக்கடை ஓரம் முனிசிபல் தோட்டி தெருவைக் கூட்டிக்கொண்டிருந்தான். மணி ஏழுதான் இருக்கும். இன்னும் ரெண்டு மணி போகணும். ஒரு கையைத் தரையில் ஊன்றிக் கால்களை நீட்டியவாறே எழுந்து உட்கார முயன்றான் கந்தன். முதுகை வளைக்க முடியவில்லை; அப்படி வலி. "அம்மா" என்று பெரு மூச்சு விட்டுக்கொண்டே, முதுகை ஒரு மாதிரி நெளித்து எழுந்து உட்கார்ந்தான். கால்கள் நீட்டிக் கிடந்தன;

நாளை மற்றுமொரு நாளே...

இரண்டு கைகளும் பின்புறமாகத் தரையில் ஊன்றியிருந்தன. நேத்து அந்த வெறும் பயலுக்கு ஊத்தின முன்னூறு மில்லியை யாவது வச்சிட்டிருந்திருக்கலாம்; முளிச்ச நேரத்துலே போட்டா கொஞ்சம் தெம்பா இருக்கும். ஆமா, இது குடிக் கிறதுனாலே வர்ற வியாதியில்லே; குடியாததனாலே வர்ற வியாதி. வெறகுக் கடைக்குப் போகலாம்; ஜிஞ்சராவது கெடைக்கும். கஷ்டப்பட்டு ஒரு கையால் தலையணையைத் தூக்கிப் பார்த்தான். கை சொன்னபடி கேட்கவில்லை; தலை யணையை இலேசாகத் தள்ளிவிட்டுத் தந்தி அடிக்க ஆரம் பித்தது. மீண்டும் கையைத் தரையில் ஊன்றிக்கொண்டான். தேவைப்படாத ஒரு ஏப்பம். அதைத் தொடர்ந்து குமட்டல். குமட்டலோடு இருமல். விலா எலும்புகள் முறிவதுபோல் இருந்தது. வாயிலிருந்து ஐம்பது மில்லி கோழை வழிந்து பனி யனை நனைத்த பிறகு சிறிது நிம்மதி. சிறிது தெம்புங்கூட. வீராப்போடு ஒரு கையால் தலையணையைப் புரட்டினான். அதன் கீழ் ஒரு அழுக்கு இரண்டு ரூபாய்த்தாள் கிடந்தது. இன்னும் கா ரூபா வேணுமே! எங்காச்சும் வச்சிருக்கும். மீண்டும் அதே வீராப்போடு எழுந்து நின்றான். வேட்டி நழுவவும், அதைச் சரிப்படுத்த முயலுகையில் தடுமாறி, இடது கைக்குப் பட்ட சுவரின் மீது தாங்கிக்கொள்ள முயன்றான். பிடி நிலைக்காது கீழே சரிந்தான். “அடத்...” என்று வைதுகொண்டே, மீண்டும் சக்தி வரும் என்ற நம்பிக்கையோடு கண்களை மூடினான்.

“சாருக்கு எங்கே தங்கல்?”

“ஸ்ரீ வள்ளி லாட்ஜ்.”

“ரூம் நம்பர்?”

“பனிரெண்டு.”

எங்கிட்டோ பறந்துட்டு, எங்கிட்டோ நின்ன மாதிரி இருக்கு. கேப் துப்பாக்கி கணக்கா காதுலே வெடிக்குது. கண் கூசுது. கந்தன் கண்களைத் திறந்து பார்த்தான். காற்றில் நெளி நெளியாக உருவங்கள் அசைகின்றன. அலையலை யாகச் சுழிக்கின்றன. இப்போதெல்லாம் அவற்றைக் கண்டு அவன் பயப்பட்டுக் கண்களை மூடாமல் மட்டும் இருந்தால் அவை தாமாகக் கொஞ்ச நேரத்தில் மறைந்துவிடும்.

உதறிக்கொண்டு சுவரோரமாக எழுந்து உட்கார்ந்தான். மீண்டும் ஒரு கணத்துக்குக் கம்பி கம்பியாகச் சுழலும் அதே வடிவங்கள். எழுந்து நின்று, ஆழமாக மூச்சை இழுத்துவிட்டுத் தன்னிலையை ஸ்திரப்படுத்திக் கொண்டான். இனி கொஞ்சம்

சுலபமாக இருக்கும் என்று அவனுக்குப் பட்டது. கால்கள்தான் கொஞ்சம் நடுங்கின, கடுத்தன. மெதுவாக நடந்து, மீனா சில்லரைக் காசுகள் வைக்கும் பிறையைத் துளாவினான். ஓரிரு எலிப் புழுக்கைகள் கைக்குப்பட்டன. எரிச்சலோடு கீழே உட்கார்ந்து, மீனாவின் துருப்பிடித்த துணி வைக்கும் பெட்டியைத் திறந்தான். அழுக்குத் துணி களையும், தோய்த்து உலர்த்திய துணிகளையும் உதறி உதறி வெளியே எறிந்தான். அவ்வாறு எறியும்போது பெட்டியின் அடியிலிருந்து கரமுரவென்று ஒலி வெளிப்பட்டது. ஆவலோடு துணிகளைக் காலி செய்தான். பெட்டியின் அடியில் பெரிசும் சிறிசுமாக ஐந்தாறு காலிக் கண்ணாடிப் புட்டிகள் கிடந்தன. திடீரென்று அறை இருண்டது. பதறிப்போய் வாசற்பக்கம் திரும்பினான் கந்தன். பெட்டியின் மூடி 'கிரீச்'சென்று கத்திக் கொண்டே அவன் கைகள் மீது விழுந்தது. "என்ன மச்சான், இப்படி பயந்துட்டீங்க?" என்றாள் குடிசை வாயில் நிலையை இரண்டு கைகளாலும் பற்றி நின்றுகொண்டிருந்த மூக்கனின் மனைவி.

"இல்லே, மீனா பெட்டியே கள்ளத்தனமாத் துளாவிட் டிருக்கேன். அதுதான் வந்திரிச்சோன்னு பயம்." கந்தன் சாவதானமாக உட்கார்ந்து கொண்டான். அவன் முகத்தில் இப்போது கொஞ்சம் மலர்ச்சி. "ஏன் அங்கேயே நிக்கறே?" என்று மூக்கனின் மனைவியை உபசரித்தான்.

தலையில் பூவோடு, சற்றுப் புதிது என்று சொல்லக் கூடிய சேலை ரவிக்கையோடு, காலில் மெட்டி ஒலிக்க, மூக்கனின் மனைவி தனது முப்பத்தெட்டு ஆண்டுகளையும் பதினெட்டாக மாற்றிக்கொண்டு உள்ளே நடந்து வந்தாள். சட்டென்று குனிந்து, பாயிலிருந்து ஏதோ ஒன்றை எடுத்துக் கைக்குள் மறைத்து, இரண்டு கைகளையும் லாவண்யமாக இடுப்பில் அழுத்தி வலது காலை நொண்டுவதுபோல் வைத்து நின்றபடியே கொல்லென்று கந்தனைப் பார்த்துச் சிரித்தாள் அவள். கந்தன் அவளை ஆவலோடு பார்த்தபடியே "ரொம்ப அளகாச் சிரிக்கறயே?" என்றான். "என் அளகுச் சிரிப்புக்குத் தானே இந்த அம்பளிப்பு இல்லையா?" என்று கூறிக் கொண்டே, கையில் இருந்த ஒரு அழுக்கு இரண்டு ரூபாய்த் தாளை அவள் காட்டினாள்.

"அய்யோ, எம்பணம். இன்னைக்கு காலைக்கு அதுதான்" என்று கதறிக்கொண்டு கந்தன் அவளிடமிருந்த பணத்தைப் பிடுங்க எழுந்தான். அவள் சிரித்துக்கொண்டே அவன் மீது பணத்தை வீசியெறியவும், அது சரியாக அவன் கைகளில் விழுந்தது.

நாளை மற்றுமொரு நாளே . . .

“சரி உக்காரு, பேசுவோம்” என்றான் கந்தன்.

“ஏம் மச்சான், இப்படிக் கால் நடுங்குது?” என்று கேட்டுக் கொண்டே அவள் உட்கார்ந்தாள்.

“அது அப்படித்தான் செல சமயம். மூக்கன் என்ன சவாரிக்குப் போயிருக்கா?”

“ஆமாம், பொழுது சாஞ்சுதான் வரும்.”

“இல்லே, ஒன்னு தோணிச்சு. நேத்து ஒரு கிராக்கி, கொஞ்சம் வயசு கூடவானாலும் பரவாயில்லே, உம்னு இல்லாம சிரிச்சுப் பிடிச்சி விளையாடற பிள்ளையா இருந்தா வேணும்னான். எனக்கு ஒன் நெனைப்புத்தான் வந்திச்சு.”

“போங்க மச்சான், என்னமோ காரியமா பேசுறீங்க, எனக்குத் தெரியாதா?” என்று கூறிவிட்டு, பிறகு ஏதோ நினைவுக்கு வந்துவிட்டது போல் சிரிக்கத் தொடங்கினாள். “மச்சானோடே எப்பவும் ஒரே கூத்துத்தான்” என்பதையும் சேர்த்துக்கொண்டு, சிரித்தவண்ணமே, ஒரு கையால் தலைப் பூவைச் சரி செய்துகொள்ளப் பார்த்தாள். அவள் சிரித்த சிரிப்பில் பூவும் கலைந்து அவளது காதின் பின்னே ஏதோ வால் மாதிரி தொங்கிக்கொண்டிருந்தது.

“நீயும் அளகாத்தான் இருக்கே. இல்லாட்டி மூக்கன் கட்டியிருப்பானா?” என்றான் கந்தன்.

“அதான் அண்ணைக்கு, நீ கொரங்கு மாதிரி இருக்கே, ஒங்கிட்ட எவன் வருவான்னு சொன்னேயாக்கும்?”

“வெறிச்சிலே சொல்லியிருப்பேன்.”

“இப்ப?”

“குடிக்கலேயே.”

“குடிச்சா ஆம்புளேங்களுக்கு கௌவிகூடக் கொமரி மாதிரி தெரியும்னு சொல்வாங்க.”

“ஆமா.”

“அப்ப என்னெ மட்டும் குடிலே நீ ஏன் கொரங்குமாதிரி இருக்கேன்னே?”

“அதுவா? உண்மை என்ன தெரியுமா? மூக்கனுக்கும் எனக்கும் பத்து வருசப் பளக்கம். நான் அவனுக்குத் துரோகம் பண்ணலாமா?”

“மீனா மட்டும் என்னவாம்? அதுக்கும் கண்ணால மாயித்தானே இருக்கு?”

“ஆமாம். ஆனா நா சம்மதிக்கிறேன், அது போகுது. மூக்கன் சம்மதிப்பானா?’

கந்தனை ஒரு மாதிரியாகப் பார்த்துக்கொண்டே இலேசான புன்னகையோடு, “தெரியாமத்தானே செய்யப் போறோம்” என்றாள் அவள். இதற்கும் உடனேயே கந்தன் ஏதாவது சமாளிப்புச் சொல்லிவிடுவான் என்று அவள் எதிர்பார்த்தாள். ஆனால் கொஞ்சம் யோசனையில் இருந்து விட்டு கந்தன், “உம், நீ சொல்றதும் சரிதான். ஒனக்கும் ஆசை இருக்காதா?” என்றான்.

“ஏதோ சிரிச்சுப் பேசி விளையாடற பிள்ளையா வேணூம்னுட்டு ஒரு கிராக்கி சொல்லிச்சீன்னியே” என்று தனது வெற்றிக்கு முத்தாய்ப்புத் தேட முனைந்தாள் மூக்கனின் மனைவி.

“அந்தக் கிராக்கி எங்கேயும் ஓடிடாது. காலேலே எட்டு, ஒம்பது மணிக்கு அந்த அய்யர் சந்தக் கடைக்கிக் கறிகாய் வாங்க வருவாரு. அவரே நாளைக்கே பார்த்திடலாம்... சரி மோகனா, நான் இப்ப வெளியே போகணும். ஒரு மூணு அவுன்ஸ் ஜிஞ்சர் அடிச்சாத்தான் எதுவும் செய்ய முடியும். கைலே ரெண்டு ரூபாதான் இருக்கு. ஒரு அரை ரூபா தா, பெறகு அட்ஜஸ்டு பண்ணிக்கலாம்.”

“அது யாரு மோகனா, மச்சான்?” என்று கேட்டுவிட்டுச் சிரித்தாள் மூக்கனின் மனைவி.

“நீதான் மோகனா. மூக்கனுக்கு மட்டுந்தான் நீ இனிமே ராக்காயி; மத்தவங்களுக்கெல்லாம் நீ மோகனாதான்” என்றான் கந்தன்.

“மோகனா” என்று இழுத்துக் கூறிவிட்டு, இரண்டு கைகளாலும் முழங்கால்களைக் கட்டிக்கொண்டு, ஏதோ மறந்தது நினைவுக்கு வந்துவிட்டதுபோல் சிரிக்க ஆரம்பித்தாள் மோகனா என்ற ராக்காயி.

“ஆமா, நான் கேட்டது என்ன?” என்றான் கந்தன். சரியாக உட்கார்ந்து கொண்டு இடுப்பு முடிச்சை அவிழ்த்து, அதிலிருந்து எதையோ எடுத்து அதைக் கந்தன் கைக்குள் பெருமையோடு திணித்துவிட்டு, “என் கையிருப்பே இவ்வளவு தான்” என்றாள் ராக்காயி. கையில் திணிக்கப்பட்டது கேவலம் ஐந்து காசே என்றதைக் கண்டதும் கந்தனுக்கு அவளை அப்படியே கழுத்தை நெரித்துக் கொன்றுவிடலாமா என்றிருந்தது. அடுத்த நிமிடம் சட்டென்று திரும்பி மீனாவின் பெட்டியிலிருந்த காலிபாட்டில்களை எடுத்து மோகனாவின் முன் வைத்தான்.

"இந்தா மோகனா, இதெயெல்லாம் இந்த முக்கு ராவுத்தர் கடேலே போட்டுட்டு வா" என்றான்.

"நல்ல ஐடியாதான். மச்சானுக்கும் மூளே வேலை செய்யத்தான் செய்யுது" என்று சொல்லிக்கொண்டு, தனது கையால் கந்தனின் கன்னத்தில் செல்லமாகக் குத்திவிட்டு, சப்தம் செய்யாமல் சிரித்துக்கொண்டே, குனிந்து பாட்டில் களை முந்தானையில் சுற்றிக்கொண்டு, "இப்ப வந்திடறேன்" என்று சொல்லிக்கொண்டே நடந்தாள் ராக்காயி.

குடிசையையும் ரோட்டையும் பிரிக்கும் சாக்கடையைக் கடக்க வைக்கப்பட்டிருந்த பலகையின் மீது அவள் நடந்து செல்வதைப் பார்த்ததும் கந்தனது தொடைகள் பலமாக உதறத் தொடங்கின.

"ராக்காயி, ராக்காயி" என்று உரக்கக் கூவினான் கந்தன். அவளும் சட்டென்று ஓடிவந்து, அவனை அடிப்பவள் போலக் கையை ஓங்கி, "மோகனான்னு கூப்பிடு" என்றாள்.

"ஒண்ணு சொல்ல மறந்திட்டேன். அந்த சின்ன பாட்டிலே போட வேண்டாம். இந்த ரெண்டு ரூபாவை வச்சிக்க. மத்த பாட்டில்களே கடேலே போட்டிட்டு, அந்த பாட்டில்லே மூணு அவுன்சு ஜிஞ்சர் வாங்கிட்டு வந்திரு."

"அடியாத்தா! ஜிஞ்சர் கடைக்கெல்லாம் நான் போவ மாட்டேன்."

"நீ ஜிஞ்சர் கடைக்கெல்லாம் ஒண்ணும் போவ வேண்டாம். இந்த மொகணேலே ஒரு வெறகுக் கடை இருக்கில்லே? அங்கே போய்க்கேளு, தருவாங்க."

"யாரெக் கேக்க?"

"மணீன்னு ஒரு பொடியன் இருப்பான், அவனக் கேளு."

"அவன் இல்லாட்டி?"

"எல்லாம் இருப்பான். சீக்கிரம் போ" என்றான் கந்தன். ராக்காயி நகர்ந்தாள்.

ராக்காயி திரும்பி வரப் பதினைந்து நிமிடங்கள் ஆயிற்று. இதற்கிடையில் கந்தன் படுப்பதும் எழுந்து உட்காருவது மாக இருந்தான். தாகமாக இருப்பதுபோல் இருந்தது. ஒரு குவளை தண்ணீர் எடுத்துக் குடிக்குமுன் தலையும் கைகளும்

நடுங்கி அவனைப் படாதபாடு படுத்திவிட்டன. இடது கைப் புறத்தில் இருந்த குடிசையில் ஆளரவம் கேட்கத் தொடங் கியது. வலது கைப்புறத்தில் இருந்த குடிசையிலிருந்து இன்னும் சில நாட்களுக்கு ஆளரவமே வராது என்று கந்தனுக்குத் தெரியும்... பத்து நாட்களுக்கு முன்பு அங்கு குடியிருந்தது நாவித இளைஞன் பரமேஸ்வரனும் அவனது விதவைத் தாயார் லட்சுமியும். பரமேஸ்வரன் அக்கிரகாரம் ஒன்றின் முனையில் இருந்த ஒரு சலூனில் வேலை பார்த்து வந்தான். அந்த அக்கிரகாரத்துக்கு ஒரு தனிச்சிறப்பு உண்டு. நகரிலே இருந்த மிகப் பெரிய இறைச்சிக் கடை அக்கிரகாரத்தில்தான் இருந்தது. கடை முதலாளி பசுபதி சிறுவனாக இருந்த போது – எல்லாம் நாற்பது வருஷங்களுக்கு முன்னால் – அக்கிரகாரத்தின் வழியே ஒரு கூடையில் மீனை வைத்துக் கொண்டு கூவிச் சென்றானாம். அதற்காக அக்கிரகார வாசிகள் அவனைக் கட்டிவைத்து உதைத்தார்கள். 'இதே அக்கிரகாரத்தில் ஒரு இறைச்சிக் கடையே வைப்பேன்' என்று பையன் சூளுரைத்து, தன் சூளுரையைப் பத்து வருடங்களுக்கு முன்பாக நிறைவேற்றியும் விட்டான். இப்போது அக்கிரகாரத்தில் உள்ள மிகப் பெரிய வீடு அவனுடையதுதான். பசுபதிக்கு இரண்டு தாரங்கள். முதல் தாரத்துக்கு குழந்தைகள் இல்லை; இரண்டாவது தாரத்துக்கு மூன்று குழந்தைகள். மூத்தது பெண். சற்று அழகானவள் என்று கேள்வி. அந்தப் பெண்ணுக்கு அக்கிரகாரத்தின் கோடியில் ராணி சலூனை நடத்தி வந்த முதலாளிதான் ரோம நாசினி வாங்கித் தருவானாம். அதன் மூலம் சலூனில் வேலை பார்த்த பரமேஸ்வரனுக்கும் அவளுக்கும் தொடர்பு ஏற்பட்டது. பரமேஸ்வரன் ஓரிரண்டு ஆண்டு காலம் விஷயத்தை ரகசியமாக வைத்திருந்தான். சில சமயம் கந்தனிடம் மட்டும் அதைப் பற்றிப் பேசுவான். 'அம்பு மீக்க கதலா' என்று தொடங்கும் அவள் எழுதிய காதல் கடிதங்களைக் கந்தனிடம் வாசித்துக் காட்டுவான். சினிமாக் கதைகளில் வருவது போலவே, பசுபதி, மகளின் காதல் விவகாரத்தை உணராது, அவளுக்கு வேறு இடத்தில் திருமண ஏற்பாடுகள் செய்தார். அவளோ பரமேஸ்வரனோடு கள்ளத்தனமாக ஓடிவிடத் திட்டமிட்டாள். அவ்வளவு புத்திசாலிப் பெண் இல்லை. பிடிபட்டுக் கொண்டாள். பரமேஸ்வரனைப் போலீஸ் ஸ்டேஷனுக்கு இழுத்துச் சென்று ஒருநாள் பூராவும் அடித்து நொறுக்கினார்கள். அந்த 'அம்பட்டப் பயலை'க் கட்டிப்போடச் சொல்லிவிட்டு, கசாப்புக் கடைக்காரர் பசுபதி தம் கையாலேயே ஒரு சுத்தி யலைக் கொண்டு பரமேஸ்வரனின் இரண்டு பற்களை

முழுமையாகவும், மற்றுமொன்றைப் பாதியளவுக்கும் உடைத்தார். இரவில் பரமேஸ்வரனை அவனது குடிசையில் கொண்டுவந்து போட்டார்கள். அவன் அம்மா பயந்து எங்கேயோ ஓடிவிட்டாள். மறுநாள் காலையில் பரமேஸ்வரன் குடிசையின் குறுக்கே ஓடிய வலுவான மூங்கில் உத்திரத்தில் பிணைக்கப்பட்டிருந்த கயிற்றில் தொங்கினான். அவன் ஒன்றும் எழுதி வைத்திருக்காததால், பிரேத விசாரணையின்போது 'வயிற்றுவலி தாங்காமல் தற்கொலை' என்ற முடிவுக்கு வர கந்தன்தான் சாட்சியம் தரவேண்டி இருந்தது.

ராக்காயி வருவது கந்தனுக்குத் தெரிந்தது. சாக்கடையைக் கடக்க உதவிய 'மரப்பாலத்'தின் மீது நடந்து வந்துகொண்டிருந்தாள். அடுத்த குடிசையிலிருந்து ஒரு குழந்தையின் முனகலும், வேலாயி வீட்டைத் துப்புரவாக்கும் ஒலியும் கேட்டது. ராக்காயி வந்துவிட்டாள். அவளைப் பார்த்ததும் கந்தனுக்கு ஒரு கணம் பகீரென்றது. அவள் கைகளில் ஒன்றுமில்லை – பாட்டில்? அவள் இரண்டு கைகளையும் இடுப்பில் வைத்துக்கொண்டு, அவன் முன்பு நின்று சிரிக்க முயன்றாள். ஆனால் அவனது முகம் அவளது சிரிப்பை அடக்கியது. "என்ன வெறுங்கையோடு வர்றே?" என்று அவன் பதறினான். அவள் சிரித்துக்கொண்டே மடியில் மறைத்து வைத்திருந்த ஒரு காகித கார்க்குப் பூட்டிய பாட்டிலை எடுத்து அவன் முன்பு நீட்டினாள்.

"அதெக் கீழே வச்சிட்டு, அந்தக் கிளாசிலே கொஞ்சம் தண்ணியெடு" என்றான் கந்தன்.

அவள் நகர்ந்து சுவரோரமாக இருந்த ஒரு கிளாசை எடுத்து, பானையைச் சுரண்டி, கொஞ்சம் தண்ணீர் எடுத்து வைத்தாள்.

"சரி போ."

"மச்சான் குடிக்கறதே நா பாக்கணும்."

அவள் உட்காரப் போனாள்.

"உம் உம், நீ இங்கே இருக்கக்கூடாது" என்று அவன் கத்தினான்.

"ஏனாம்?"

"கூடாதுன்னா கூடாது" என்று கந்தன் பல்லை நெரித்தான். அவனது உடல் படபடத்து நடுங்கிற்று.

ராக்காயி பயந்துவிட்டாள்.

"என்ன இப்படி வெறி? நான் பெறவுக்கு வர்றேன்" என்று கூறிக்கொண்டே குடிசையை விட்டகன்றாள்.

நடுங்கிய கையோடு கந்தன் பாட்டிலை கிளாசில் காலி செய்தான். இலேசாக மஞ்சள் நிறத்தில் இருந்த அந்த திரவத்தைப் பார்க்கும்போது, அவனுக்கு ஒருபுறம் குமட்டல்; மறுபுறம் ஆசை, ஆவல். திரவத்தை எடுத்துக் குடிக்க கிளாசை வலது கையால் எடுக்க முயன்றான். கை உதறிற்று. இரண்டு கைகளாலும் எடுத்தான். கிளாசை உயர்த்தியபோது, இரண்டு கைகளும் உதற ஆரம்பித்தன. நடுங்கும் கிளாசிலிருந்து திரவம் தளும்பிக் கொட்டிவிடுமோ என்ற பயம் வேறு. அதை ஒரு நிலையில் நிறுத்தி, தன் தலையைக் குனிந்து, கிளாசின் விளிம்பை வாயின் இரு ஓரங்களிலும் வைத்தழுத்தி, ஒரு வெறியோடு ஒரே மடக்காகத் திரவத்தைக் காலி செய்தான். திரவத்தை விழுங்கியதும், அவன் வாயிலிருந்தும் வயிற்றி லிருந்தும் ஒரு ஏப்பம் வெடித்தது. வாயை இறுக மூடி, வாயிலிருந்த உமிழ்நீரைக் கூட்டி விழுங்கிக்கொண்டான்.

தொடர்ந்து இரண்டு சிகரெட்டுகள் புகைத்து முடித் தான் கந்தன். வேலாயி வீட்டுக் குழந்தை அழ ஆரம்பித்தது.

"அக்கா, குழந்தை என்ன அழுகுது, வயித்து வலியா என்ன?" என்று உரக்கக் கூவினான்.

"வயித்து வலி ஒண்ணுமில்லே, எல்லாம் வாய் வலிதான்" என்றாள் அடுத்த குடிசை வேலாயி.

"மச்சான் வேலைக்குப் போயிரிச்சா?"

"இல்லே, சங்கத்துக்குப் போயிருக்காரு."

"ஆமா அக்கா, முன்னெல்லாம் ராமு மச்சான் சங்கத்துக்குப் போனா சண்டை போடுவீங்களே, இப்பல்லாம் சண்டை போடறதில்லையா?"

அடுத்த குடிசையிலிருந்து பதில் இல்லை.

"என்ன அக்கா, பதில் பேச மாட்டேங்கறீங்க? சங்கம் கிங்கம் இருந்தாத்தான் சரினு படுது."

அடுத்த குடிசையிலிருந்து மீண்டும் பதில் இல்லை. வேலாயி வீட்டு வேலையில் மும்முரமாக இருந்ததாகப் பட்டது கந்தனுக்கு. எழுந்து நின்று, கைகளை முறித்துவிட்டு இன்னும் இரண்டு அவுன்சு வேண்டும் என்று நினைத்துக் கொண்டான்.

கொஞ்சம் தயக்கத்தோடே, "வேலாயி அக்கா" என்று கூவினான்.

"என்ன தம்பீ" என்று பதில் வந்தது.

"ஜீவாவை இங்கே கொஞ்சம் அனுப்பி வைங்க."

"இந்தா சீவா, சீவா எழுந்திரு. அடுத்த வீட்டுக் கந்தன் கூப்பிடுது. என்னன்னு கேட்டுட்டு வா."

சிறிது நேரத்தில் அரைகுறைத் தூக்கத்தோடு, பாவாடையும் சட்டையும் அணிந்த பத்து வயதுச் சிறுமி ஒருத்தி கந்தன் முன் வந்து நின்றாள்.

"இட்லிக்காரப் பேச்சி வீட்டு வாசல்லே மீனா அக்கா இருக்கும். நான் சொன்னேன்னுட்டுக் கூட்டியா" என்றான் கந்தன். ஜீவா இலேசாகச் சிரித்துக்கொண்டே, ராக்காயி தரையில் வைத்துவிட்டுச் சென்றிருந்த பதினைந்து காசுச் சில்லரையைப் பார்த்துக்கொண்டு நின்றது. கந்தன் ஒரு ஐந்து காசை எடுத்து அவள் கையில் திணித்தான். ஒன்றும் சொல்லாது காசை வாங்கிக்கொண்டு அசமந்தமாகக் குடிசையை விட்டகன்றது குழந்தை.

ஜீவாவுக்கு மூன்று வருடங்களுக்கு முன்பு ஒரு விபத்து ஏற்பட்டது. தெருவிலே விறகுக் கடை அருகே ஒரு லாரியின் பின்னால் நின்றுகொண்டிருந்தாள். லாரி இலேசாகப் பின்னே நகர்ந்து அவளை இடித்துத் தள்ளியது. ஜீவாவுக்கு வெளியே ஒரு காயமும் ஏற்படவில்லை. ஆனால் மயக்கமுற்றுக் கிடந்தாள். வீட்டுக்குத் தூக்கி வந்தார்கள். ஹோமியோபதி சர்ட்டிபிகேட்டோடு அலோபதி வைத்தியம் செய்யும் டாக்டர் வந்து ஊசி போட்டார். அரைமணி நேரம் வாயை இலேசாகப் பிளந்து பெருமூச்சு விட்டவாறே அசைவற்றுக் கிடந்தாள். பிறகு அசைய ஆரம்பித்தாள். கண்களைத் திறப்பதற்கு முன்னால், உதடுகளை வேகமாகத் திறப்பதும் மூடுவதுமாக இருந்தாள். அவள் ஏதோ பேசுவது போல் சிறிது நேரத்தில் ஒலியும் கேட்டது. என்ன சொல்லுகிறாள் என்று எல்லோரும் உற்றுக் கேட்டனர். அவள் வாயிலிருந்து உருப்படியான வார்த்தைகள் எதுவும் வரவில்லை. மாறாக, 'கபே, கபே' என்ற ஒலிகள் மட்டும் மாறிமாறி வந்துகொண்டிருந்தன. வேலாயியும் ராமுவும் அவளை உலுப்பினர். அவள் கண்களைத் திறந்தாள். ஆனாலும் தொடர்ந்து 'கபே, கபே' என்று உளறிக்கொண்டிருந்தாள். அவளை எழுப்பி உட்கார வைத்தனர். அவளைச் சுற்றியிருந்தவர்கள் ஒவ்வொருவரையும் பார்த்து, 'கபே, கபே' என்று சொல்லிக்கொண்டே, கைகளை

அசைத்து அவர்களிடம் பேசுவதாகப் பாவனை செய்தாள். ஒவ்வொருவரிடத்தும் இவ்வளவு நேரம்தான் பேசவேண்டும் என்ற நியதிக்குக் கட்டுப்பட்டவள்போல் சுற்றியிருந்த ஒவ்வொருவருக்கும் 'கபே, கபே'யை அளந்து கொட்டினாள். இடையிடையே சிரித்துக்கொண்டாள்.

"அடி மாரியாத்தா" என்று கத்திவிட்டு, தலையில் அடித்துக்கொண்டு வேலாயி அழுதாள். ராமு மகளை மடியில் வைத்துக்கொண்டு வலது கையால் அவளது வாயை மூடப்பார்த்தான். 'கபே, கபே' தொடர்ந்தது. ராமு சற்று பலத்தோடு அவளது வாயை மூட முயலவும், மூச்சு முட்டித் திணறுவதுபோல், தன் கையால் அவன் கையை வெறியோடு பிடுங்கி எறிந்துவிட்டு, அவனைத் திட்டுவது போல் கோபத்தோடு அவனிடத்தும் 'கபே, கபே'யை அவள் உமிழ்ந்தாள். வேலாயி, ராமு இவர்களைத் தவிர மற்றவர்களுக்கு எல்லாம் சிரிப்பு வந்துவிட்டது. சிரிப்பை அடக்கிக்கொண்டு வேடிக்கை பார்த்தனர். சிரிப்பை அடக்கிக்கொள்ள முடியாதவர்கள், 'முட்டிக்கொண்டு வரும்போது' ஒதுக்குப்புறமான இடத்துக்கு ஓடுவதுபோல், பல்லைக் கடித்துக்கொண்டோ, கையால் வாயை மூடிக்கொண்டோ, குடிசையை விட்டுப் பாய்ந்து வெளியே ஓடினர்.

ஜீவாவுக்குப் புத்தி ஸ்வாதீனம் இருக்கிறதா என்று பார்த்தார்கள். இருந்தது. எழுத்திருக்கச் சொன்னால் எழுந்திருந்தாள். ஒரு இடத்துக்குப் போகச் சொன்னால் போனாள். ஆனால் 'கபே, கபே' மட்டும் நிற்கவில்லை. எழுந்தாலும் நடந்தாலும் ஓடினாலும் குனிந்தாலும் நிமிர்ந்தாலும் 'கபே, கபே' தொடர்ந்தது. யாரைப் பார்த்தாலும் அவர் முன்பு நின்று 'கபே, கபே' கச்சேரியை நடத்தினாள். சமயத்தில் அவள் மிக வேகமாக ஏதோ பேசிக்கொண்டிருப்பது மாதிரி தான் தெரியும்; உற்றுக் கவனித்தால்தான் உளறுவது விளங்கும். குடிசையில் தனியாக அவளை அடைத்துப் போட்டுப் பார்த்தார்கள். சுவரின் முன்னால், ஜன்னலின் முன்னால், சட்டி பானைகள் முன்னால் எல்லாம் நின்றுகொண்டோ, உட்கார்ந்துகொண்டோ 'கபே, கபே' என்ற அவளது மந்திரத்தை ஓதினாள். அவள் சாப்பிடுவதைப் பார்ப்பதே வேடிக்கையாக இருந்தது. ஒவ்வொரு பிடிச் சோற்றையும், ஒன்று அல்லது இரண்டு 'கபே, கபே' சொல்லாது வாய்க்குள் அனுப்பிவிட மாட்டாள். சோறு தொண்டைக்குள் இறங்கும் ஒரு கணப் போதில் மட்டும்தான் 'கபே, கபே' கேட்காது. ஏதாவது குடிக்கும் போதும் அப்படித்தான். இரவில் படுக்கையில் படுத்தாலும் 'கபே, கபே' தொடர்ந்து ஒலித்தது.

தூக்கம் வர வர, ஒலி குறைந்துகொண்டே சென்று, நன்றாகத் தூக்கம் வந்த பிறகு மட்டும் ஒலி நின்றுவிடும். ஆனால் உறக்கத்திலும் அவளது உதடுகள் அசைந்துகொண்டே இருந்தன. அவளைப் பார்த்தால், லட்சியவெறி பிடித்த ஒரு அரசியல்வாதி, வாழ்நாள் குறைவு என்பதை உணர்ந்து, விழித்திருக்கும் நேரமெல்லாம் மக்களிடத்துத் தனது லட்சியத்தைப் பரப்பிக்கொண்டிருக்க வேண்டும் என்று தூண்டப்பட்டு, ஓய்வு ஒழிச்சல் இல்லாமல் பேசிக்கொண் டிருப்பது போல் இருந்தது.

கந்தன்தான் ஜீவாவைத் தனது வாடிக்கைக்காரர்களில் ஒருவரான ஒரு கிழட்டு டாக்டரிடம் கூட்டிச் சென்றான். டாக்டர் குழந்தையைப் பார்த்துவிட்டு, அவளது வியாதியை மூளை ஆபரேஷன் மூலம்தான் குணப்படுத்த முடியும் என்றார். சென்னையில் அவருக்குத் தெரிந்த ஒரு பெரிய டாக்டருக்கு அறிமுகக் கடிதமும் கொடுத்தார். கடிதத்தோடு ராமு, வேலாயி, ஜீவா மூவரும் சென்னைக்குச் சென்றனர். ஆபரேஷன் முடிந்து பனிரெண்டு நாட்களில் வீடு திரும்பினர். இப்போதெல்லாம் ஜீவா, 'கபே, கபே' என்று உளறுவதில்லை. அது மட்டுமல்ல, நம்மைப் போலவோ, நமது வானொலிப் பெட்டிகளைப் போலவோ எதையுமே உளறுவதில்லை.

ஜீவாவும் மீனாவும் கந்தனின் குடிசைக்கு வந்ததும் நிலையிலேயே ஒரு கணம் நின்றுவிட்டு, ஜீவா அடுத்த குடிசைக்குச் சென்றாள். மீனாவைக் கண்டதும் கந்தன், "உனக்கு எத்தனை வாட்டி சொல்றது, நான் வைக்கிற பணத்தை எடுக்காதேன்னு?" என்றான்.

"நான் எடுக்கலேயே" என்றாள் மீனா, சாவதானமாகப் பாயில் உட்கார்ந்தவாறே.

"எடுக்கலயா? பின்னே எங்கே போச்சு அந்த அஞ்சு ரூவாத் தாளு?"

"எந்த அஞ்சு ரூவாய்?"

"நேத்து ரவைக்கு உம் பெட்டிலே போட்டேனே, அதுதான்."

"அஞ்சு ரூபாய் ஏது பெட்டிலே போட்டீங்க? சட்டையைக் களட்டினப்ப, பையிலேந்து ஒரு ரெண்டு ரூவாய்தான் கீளே விளுந்திச்சு; அதை வளக்கம் போலே தலையணைக்கு அடிலே வச்சேன்" என்று கூறிக்கொண்டே, உட்கார்ந்தபடியே தலையணையை எடுத்துப் பார்த்தாள் மீனா.

"அதை எடுத்துக்கிட்டேன். நேத்தி நீ எதுவும் கொண்டாரலையா?" என்றான் கந்தன்.

"அதான் நேத்து நைட்டே நீங்க வந்ததும் சொன்னனே. ஆறரை மணிக்கு அக்கா வீட்டுக்குப் போகும்போதே சந்துக்கு எதிரா மெயின் ரோட்ல லாரி நின்னுக்கிட்டிருந்திச்சு. யாரையும் கண்டுக்காதது போல அப்படியே சுத்தி வீட்டுக்கு வந்திட்டேன்."

"இப்ப என்ன செய்யறது?"

"எதுக்கு என்ன செய்யறது?"

"பணத்துக்குத்தான்?"

“எங்கிட்டே ஒரு ரூபாயும் சில்லரையும் இருக்கு” என்றாள் மீனா, இடுப்பு முடிச்சை அவிழ்த்தவாறே. பெரிய தொகையாக இருந்திருந்தால் ஒரு பர்சில் ரவிக்கைக்குள் போட்டு வைத்திருப்பாள்.

“அது எதுக்குப் போதும்? இந்த சரகத்து ஆளுங் களுக்குத்தான் தரணும். நேத்தே ஏட்டையா பாத்துக் கேட்டார். இன்னைக்குக் காலேலே தந்துடறேனிருந்தேன்” என்றான்.

“இப்ப எவ்வளவு வேணும்?”

“அஞ்சு ரூவா போதும், சமாளிச்சிடுவேன்.”

“அதுக்கென்ன பேச்சியக்காகிட்டே வாங்கித் தரேன். நாளெக்குக் கொடுத்திட்டாப் போகுது” என்று சொல்லிக் கொண்டே எழுந்தாள் மீனா.

“எனக்குன்னு சொல்லாதே. அதுக்கு என்னெக் கண்டா அவ்வளவா பிடிக்காது.”

“உங்களையா அக்காவுக்குப் பிடிக்காது? இப்ப, நான் வரும்போதுகூட, மச்சானுக்கு சூடா நாலு இட்டிலி கொண்டு போன்னு சொல்லிச்சு.”

“அப்படியா? அப்ப இட்டிலியை வேணாக் கொண்டு வா. நான் தின்னறேன். ஆனா எனக்கூன்ட்டு சொல்லாதே” என்றான் கந்தன்.

அவன் வெளியே ரோட்டைப் பார்த்துக்கொண் டிருந்தான். இரண்டு நாய்கள் ஒன்றையொன்று முந்துவதும் பிந்துவதுமாய் ஓடி வந்தன. மூன்றாவது நாய் ஒன்று தனக்கும் அவற்றுக்கும் இடையே ஒரு குறிப்பிட்ட இடைவெளி குறை யாதவாறு பார்த்துக்கொண்டு அவற்றைத் தொடர்ந்து வந்தது. வெளியே கிளம்பயிருந்த மீனா, பெட்டியிலிருந்து வெளியே எடுத்துப் போடப்பட்டிருந்த துணிகளைப் பெட்டியினுள் வைக்கச் சென்றாள். பெட்டியருகே சென்றதும், நாலைந்து இடங்களில் இரண்டு கைகளாலும் அழுத்தி அழுத்திப் பார்த்தாள்.

“என்னங்க, காலி புட்டியெல்லாம் எங்கே?” என்றாள் மீனா.

“துணிப்பெட்டீலே காலி புட்டியெல்லாம் எதுக்கு?” என்றான் கந்தன்.

“அதெல்லாம் எங்கே வச்சீங்க?”

“சாக்கடேலே போட்டுட்டேன்.”

மீனா எழுந்து வெளியே ஓடப்போனாள்.

"இப்ப அங்கே ஒன்னும் இல்லே, தோட்டிக எடுத்திட்டுப் போயிட்டாங்க" என்றான் கந்தன்.

"அதெல்லாம் கடேலே போட்டிட்டுக் காசு சேத்து வளையல் வாங்கலாம்னு இருந்தேன்."

"என்ன வளையல்?" என்று கேட்டுவிட்டுச் சிரித்தான் கந்தன்.

"கவரிங் வளையல்" என்று கூறிவிட்டு, "சரி, நா பேச்சியக்காவே பாத்திட்டு வரேன்" என்று கூறிக்கொண்டு மீனா குடிசையை விட்டு வெளியே சென்றாள்.

"உம், இதுக்கு ஏதாவது ஏற்பாடு செய்யறதுதான் நல்லது" என்று முனகிக்கொண்டான் கந்தன்.

அது ஒரு நல்ல ஏற்பாடாக இருக்கும் என்று எண்ணித்தான் பனிரெண்டு ஆண்டுகளுக்கு முன்னர் அவன் அவளைச் சேர்த்துக் கொண்டான். இப்போதுதான் அது அவ்வளவு நல்ல ஏற்பாடாக அமையவில்லை என்பதை அவனால் புரிந்துகொள்ள முடிந்தது. அவன் அவளை முதலில் சந்தித்தது கோவிலில். அன்று வெள்ளிக்கிழமை. அவன் கோவிலுக்குள் நுழையும்போது அவள் கோவிலிலிருந்து வெளியே வந்து கொண்டிருந்தாள். அநேகமாக கோவிலில்தான் அவர்கள் சந்தித்தனர். அவளைக் கண்டதும் அவன் மனது அவளைப் பார்த்து, 'இத்தனை காலமா எங்கே இருந்தே நீ?' என்று கேட்டது. அவளும் அவனைப் பார்த்தாள். எல்லாம் ஒரு கணம்தான். அவன் கோவிலுக்குள் நடந்தான். அவள் வெளியே சென்றாள். கந்தன் பத்துப் பனிரெண்டு எட்டுக்கள் கோவிலுக்குள் நடந்திருப்பான்; சட்டென்று நின்றான். அவனது பின்புறத்தை யாரோ உற்று நோக்கிக் கொண்டிருப்பது போன்ற ஓர் உணர்வு; மல்லிகை மணம் வேறு இன்னும் மூக்கைச் சுற்றி வளைத்துக்கொண்டிருந்தது. கந்தன் திரும்பிப் பார்த்தான். அவள் அங்கு நின்றுகொண்டிருக்கவில்லை. வேகமாகக் கோவிலை விட்டு வெளியே வந்து சாலையின் இருபுறங்களையும் மாறிமாறிப் பார்த்தான். அதோ, அவள்தான் அங்கு சென்றுகொண்டிருந்தாள். அவளைப் பின்தொடர்ந்தான். அவள் ஒரு முறை திரும்பிப் பார்த்தாள். நேராக வேகமாக நடந்துகொண்டிருந்த அவள் எதிர்பாராதவிதமாய் ஒரு முறை திரும்பிப் பார்த்துவிட்டு

ஒரு சந்தினுள் திரும்பினாள். கந்தனும் அதே சந்தினுள் திரும்பினான். தெருவில் போகிற வருகிறவர்கள் எல்லாம் அவர்கள் இருவரையுமே கவனித்துக் கொண்டிருப்பது போன்றதொரு பிரமை கந்தனுக்கு ஏற்பட்டது. அவன் முன்னே சென்றுகொண்டிருந்த அவள் மீண்டும் ஒரு முறை திரும்பிப் பார்த்தாள். அவள் அவனைப் பார்த்து இலேசாகச் சிரித்தாளா? பல சந்துகளின் வழியாகச் சென்றுவிட்டு இறுதியில் ஒரு சந்தினுள் நுழையும்முன் ஒரு முறை திரும்பிப் பார்த்துக்கொண்டாள். இப்போது அவர்கள் சென்றுகொண் டிருந்த சந்தைப்பற்றி கந்தனுக்குத் தெரியும். அந்தச் சந்தில் பல வீடுகளில் போலீசுக்கு மாமூல் தருவதுண்டு.

அவள் உயரமான படிக்கட்டுகளைக் கொண்ட ஒரு வீட்டினுள் நுழைந்தாள். வீடு திறந்திருந்தது. அவன் வீட்டோர மாக வீட்டினுள் பார்த்துக்கொண்டே நடந்தான். அவள் தெருவைப் பார்த்தவண்ணம், வீட்டினுள் சற்று உட்புறமாக நின்றுகொண்டிருந்தாள். 'வாங்க' என்றது ஒரு மெல்லிய குரல். தவம் செய்துகொண்டிருந்த தெருவிளக்குகள் திடுக்கிட்டது போலக் கண்களைத் திறந்து வியந்தன. அந்த உயரமான படிகளின் மீது ஏறி உள்ளே நுழைந்தான் கந்தன்.

"உள்ளே வாங்க" என்று சொல்லிக்கொண்டே முறுவலித்தாள் அவள்.

"காசு கொண்டு வரலே" என்றான் கந்தன்.

"போய் கொண்டு வாங்க; இப்ப வீடு தெரியுமில்லையா?"

"இது யார் வீடு?"

"தெரியலே, அத்தான்தான் வாடகை தராரு."

"ஓஹோ! அத்தான் யாரு?"

"அவர் பேரு சோலை. வெத்திலக் கடே சோலை எம்பாங்க."

"அவருக்கு என்ன வெத்திலே வியாபாரமா?"

"உஹூம்" என்றுவிட்டு அவள் சிரித்தாள். "அவருக்கு வியாபாரமெல்லாம் இதுதான். ரொம்ப நேரம் வெத்திலெப் பேட்டை பிச்சையாவோட அவர் கடேலேயே உக்காந்து இருப்பாரு. அதான் அவரெ வெத்திலெக் கடே சோலை எம்பாங்க."

"நீ ஊருக்குப் புதுசா?"

"இங்கே வந்து ஒரு மாசமாவுது." உள்ளே ஒரு கதவு திறக்கும் சத்தம் கேட்டது.

"என்ன மீனா?" என்று கேட்டுக்கொண்டே, நன்றாகச் சிவப்பாகத் தடித்திருந்த ஒரு பெண் மிடுக்காக நடந்து வந்து, இருவர் அருகிலும் நின்றுகொண்டாள். ஒரு கையை இடுப்பில் மடக்கி வைத்துக்கொண்டு, "என்ன, பேசிட்டிங்களா?" என்று மீனாவைப் பார்த்துக் கேட்டாள்.

"நான் அதுக்கெல்லாம் வரலே. ஒங்க மொதலாளியெப் பார்க்கணும்; அதுக்குத்தான் வந்தேன்" என்றான் கந்தன்.

"என்ன விஷயமா?"

"எனக்குத் தெரியாது. எங்க மொதலாளி பாத்திட்டு வரச் சொன்னாரு."

"ஒங்க மொதலாளி யாரு?"

"சன் தியேட்டர் ஓனர் சிக்கையா நாயக்கர்."

"உம், நாளைக் காலேலே ஒம்பது மணிக்கு வந்தா, இந்த அடுத்த வீட்டுலே அவரெப் பார்க்கலாம்" என்று சிவப்பு சுந்தரி கூறிவிட்டு 'வா'வென்று அழைக்கும் பாவனையில் மீனாவிடம் கையை அசைத்தாள்.

"வர்றேங்க" என்று கூறிவிட்டு கந்தன் வெளியே வந்தான். அவன் படிகளில் இறங்கும்போது மீனா உரக்கச் சிரிப்பது அவன் காதுகளில் விழுந்தது.

அடுத்தநாள் காலையில் வெற்றிலைக் கடை சோலை தன் வீட்டின் கூடத்தில் பாயில் உட்கார்ந்துகொண்டு, ஒரு பத்திரிகையைப் புரட்டிக்கொண்டு இருக்கையில் கந்தன் அவர் முன் நின்று கைகூப்பி வணங்கினான். சோலை வயதானவர். ஆனாலும் கட்டுமஸ்தான உடல். கந்தன் இளைஞன். அவனுக்கும் கட்டுமஸ்தான உடல்.

"யாரப்பா நீ?" என்றார் பெரியவர்.

"எம் பேரு கந்தன். நா ஒங்ககிட்டே ஒரு விஷயம் பேசணும்" என்றான் கந்தன்.

"உட்காரப்பா" என்றார் அனுபவசாலி.

கந்தன் உட்கார்ந்தான். அவர் எதுவும் கேட்பதற்கு முன்னால், "உங்ககிட்டே இருக்கே, அந்தப் பொண்ணு மீனா, நா அதைக் கல்யாணம் கட்டிக்கணும்" என்றான் கந்தன்.

பத்திரிகையைப் பக்கத்தில் வைத்துவிட்டுக் கந்தனைக் கூர்ந்து நோக்கினார் பெரிய மனிதர்.

"எந்தப் பொண்ணு? மீனான்ட்டா சொன்னே?"

"ஆமா, அடுத்த வீட்லே இருக்கே, ஒரு மாசத்துக்கு முன்னாடிதான் ஊருக்கு வந்ததுல்லே, அதுதான்."

"என்ன தம்பி, நீ சொல்றது விளங்கலேயே! நீ யாரு? எந்த ஊரு?"

"நீங்கதானே வெத்திலெக்கடே சோலைங்கறது?" என்று கேட்டான் கந்தன்.

"ஆமா..." என்று இழுத்தார் சோலை.

"எம் பேரு கந்தன். இந்த ஊர்தான்" என்றான் கந்தன்.

"எந்தத் தெரு?"

"பழக்காரத் தெரு."

"பழக்காரத் தெருவா? அய்யா பேரு?"

"அய்யா ரொம்ப காலத்துக்கு முன்னாலே இறந்து போயிட்டாரு. அம்மா பேரு சொர்ணத்தம்மாள்."

"சொர்ணத்தம்மாளா? பேரு கேட்ட பேரு மாதிரி தெரியுதே... நீங்க வடம்போக்கித் தெரு குறுக்குச் சந்துலே குடியிருந்தீங்களா?"

"ஆமா, அங்கே ஒரு காலத்துலே குடியிருந்தோம்னுட்டு அம்மா சொல்லும். அப்ப நான் ரொம்பச் சின்னவன், வெவரம் தெரியாது. ஆனா, இப்பக்கூட எங்களுக்குக் குறுக்குச் சந்துலே ஒரு வீடு இருக்கு."

"நீ சொர்ணம் மகனா?" என்று கேட்டுவிட்டுச் சோலையார் கடகடவென்று சிரித்தார். கந்தனுக்கு ஒரு வகையில் சந்தோஷம். நபர் முற்றிலும் புதியவரல்ல.

"குறுக்குச் சந்து வீட்டே வாடகைக்கு விட்டிருக்கீங்களா?"

"ஆமா."

"என்ன வருது?"

"எழுபது ரூவா தர்றாங்க."

"வீடு கொஞ்சம் பெரிசா இருக்குமே... பெரிசுதான், ஆனா, ரொம்பப் பழசு."

"குடியிருக்கறவங்க ரொம்ப காலமா இருக்காங்க. கண்ணியமான ஆளுங்க. நாங்களும் வாடகையைக் கூட்டிக்கலே" என்றான் கந்தன்.

"உம்" என்று விட்டு, தனது கை மோதிரங்களைப் பார்த்துக்கொண்டார் செல்வந்தர்.

“நான் கேட்டது...” என்றான் கந்தன்.

“அந்த மீனாங்கற பிள்ளையைப் பாத்திருக்கையா?”

“உம்.”

“எப்ப?”

“நேத்து.”

“உடனே ‘லவ்’வாயிரிச்சாக்கும்” என்று சொல்லிவிட்டுச் சிரித்தார் சோலைப்பிள்ளை.

கந்தன் பேசாமல் இருந்தான்.

“சொர்ணம் சம்மதிக்குமா?” என்றார் சோலை.

“சம்மதிச்சிடும்” என்றான் கந்தன்.

“அம்மாவுக்கு செல்லப்பிள்ளை, உம்... சொர்ணத்துக்கு எத்தனை கொழெந்தேங்க?”

“நா மட்டுந்தான்.”

“என்ன தொழில் பாக்கறே?”

“சன் தியேட்டர்ல கேட்கீப்பரா இருக்கேன்.”

“என்ன தர்றாங்க?”

“நாளைக்கு ரெண்டு ரூவா.”

“மாதம் அறுபது கெடைக்கும், உம்.”

“வெள்ளிக்கிழமை நான் ‘ஆப்’ எடுத்துக்கிடுவேன்; கொஞ்சம் கொறெச்சலாத்தான் கெடைக்கும்.”

“ஏதாவது தொழில் பண்றதுதானே? இன்னூத்தர்கிட்டே வேலை பார்த்து முன்னுக்கு வர முடியுமா?”

“ஆமா, எனக்கும் அதான் யோசனை. டிரைவிங் கத்திட்டு இருக்கேன். நல்ல வெலையா வந்தா வீட்டே வித்திட்டு, சொந்தத்துலே கார் வாங்கி, டாக்சி அடிக்கலாம்ன்ட்டு நெனெப்பு.”

“அதுதான் நல்ல ஐடியா, வேறெங்கேயும் வெளியூர்க் கெல்லாம் போக வேண்டாம். கோவிலுக்கும் ஸ்டேஷனுக்கும் அடிச்சாலே போதும், நல்ல மிச்சமிருக்கும்” என்று சொந்தத் தொழில்காரரான சோலையார் கூறிவிட்டு, “முத்து” என்று உரக்கக் கூப்பிட்டார். ஒரு சிறுவன் வந்தான். “வெளிக்கதவெ அடைச்சிட்டு அதெக் கொண்டு வா” என்றார் சோலை. கந்தனுக்கு ஒரு கணம் நிம்மதி இல்லை. சோலை தொடர்ந்தார்.

"அந்த மீனா விவகாரம் கேட்டேயே?... இந்தா தம்பீ, நீ சொர்ணத்தம்மா மகன்தானே, எல்லாம் பிளெயின்னாவே சொல்லிடறேன். அந்தப் பிள்ளையெ ஐந்நூறு கொடுத்து வடக்கேந்து கூட்டியாந்தேன். எட்டுப் பவுனுக்கு நகை செஞ்சு போட்டிருக்கேன். எந்தக் கொளெந்தெயானாலும் சரி, கையிலே களுத்துலே போட்டதெ எடுக்கறவன் நான் இல்லை. ஓனக்குத் தெரியாது; அம்மாவெக் கேட்டுப் பாரு. சொர்ணம் ஒரு வகைலே எனக்குச் சொந்தம்தான். நீயும் நல்ல பையன் மாதிரிதான் தெரியுது. அந்தப் பிள்ளேயும் ஓனக்கு ஏத்ததுதான். தங்கமான பிள்ளை. அதிகம் கேக்கலே, ஆயிரத்து ஐந்நூறைக் கொடுத்துட்டு, பிள்ளையெக் கூட்டிட்டுப் போ. ஏதாவது கோவில்ல வச்சுத் தாலியெக் கட்டு. ஆனா, ஒண்ணுலே மட்டும் நான் கண்டிப்பா இருப்பேன். அம்மாவெக் கேட்டுக்காம ஒண்ணும் செய்யாதே. ஒரு வாட்டிக்கு ரெண்டு வாட்டி நல்லாக் கேட்டுக்க. அது பூர்ணமா சம்மதிச்சா நீ மீனாவைக் கட்டிக்கிறதுலே எனக்கு ஆட்சேபணை இல்லை."

இந்த நேரத்தில் முத்து ஒரு பாட்டிலுடனும், ஒரு கிளாசோடும் வந்து இரண்டையும் சோலை முன் வைத்தான். "இன்னொரு கிளாஸ் எடுத்திட்டு வா" என்று கூறிவிட்டுக் கந்தனைப் பார்த்து, "தம்பி சாப்பிடறது உண்டா?" என்று கேட்டார் சோலை.

"எப்போதாவது" என்றான் கந்தன்.

"அளவோடெ சாப்பிட்டா ஒண்ணும் கெடுதி இல்லே, ஒடம்புக்குக்கூட நல்லது. மூளையும் நல்லா வேலை செய்யும்" என்று சுருக்கமாகக் குடியின் சிறப்பை உணர்த்தினார் சோலை. இதற்குள் மற்றொரு கிளாசும் வந்தது.

ஒரு கிளாசில் நிறையவும், மற்றதில் பாதியளவும் ஊற்றி இரண்டாவது கிளாசை கந்தன் முன் வைத்தார் சோலை. கந்தன் அதைத் தொடவில்லை. சோலைப்பிள்ளை ஒரு சிறு காகிதப் பொட்டலத்தை அவிழ்த்து அதை இருவருக்கும் பொதுவாக வைத்தார்.

அதில் 'சூஸ்பரி' இருந்தது. சோலைப்பிள்ளை கிளாசை எடுத்துக் குடிக்க ஆரம்பிக்கவும், அவர் குடிப்பதைக் கவனித்துக் கொண்டே தன் கையில் கிளாசை எடுத்தான் கந்தன். அவர் அளவுக்கு நிதானமாகத் திரவத்தை உறிஞ்ச முடியவில்லை கந்தனால்; குமட்டிற்று. இருந்தாலும் வலுக்கட்டாயமாக கிளாசைக் காலி செய்தான். வாந்தி எடுக்கக் கூடியவன் போல அவன் சப்தமிடவும், "இந்தா, இந்தா" என்று கூறிக் கொண்டே ஒரு பிஸ்கோத்தை அவன் வாயில் திணித்தார்

சோலைப்பிள்ளை. அதைத் கடித்துத் தின்னவும் கந்தனுக்குக் குமட்டல் நின்றது. சிறிது நேரத்தில் சாராயம் வயிற்றிலே வேலை செய்வதை அவனால் உணர முடிந்தது; தலையை ஏதோ ஒன்று முன்னும் பின்னும் தள்ளிற்று.

ஒரு சிகரெட்டைப் பற்ற வைத்துக்கொண்டு சோலைப் பிள்ளை பேச்சைத் தொடர்ந்தார்.

"அந்த டாக்சி ஐடியா சொன்னயே, அது நல்ல ஐடியாத் தான். இந்தக் காலத்துலே வீட்டைக் கட்டி எவன் மாரடிக் கிறது? அதுவும் பழைய வீடு. மராமத்து செய்ய சொர்ணமக்கா கிட்டே பணம் இருக்குமோ என்னவோ. வீட்டுக்கு நல்ல பார்ட்டியா நானே பாத்துத் தர்றேன். அம்மாகிட்டேயும் சொல்லு. என்னெ ஒண்ணும் அவ்வளவு சுலபமா மறந்திருக்காது; நெனவு வச்சிருக்கும்... இப்ப அதுக்கு என்ன வயசு இருக்கும்? எனக்கே ஐம்பதாயிருச்சு; அதுக்கு அறுபது, அறுபத்திரெண்டு ஆகுமே."

"அறுபதாயிருக்கும்" என்றான் கந்தன். அவனுக்கு ஒரு மாதிரி இருந்தது. வாந்தி வந்துவிடுமோ என்ற பயம் வேறு. வந்த காரியத்தை நினைத்தான். ஒரு ஆயிரத்து ஐந்நூறு இருந்தால் மீனா அவனுக்குத்தான். அவளைக் கல்யாணம் செய்துகொண்டு, வீட்டை விற்று ஒரு டாக்சி வாங்கி விட்டால்...? கந்தன் எழுந்து நின்றான்.

"அப்ப, நான் வரட்டுங்களா?"

"கிளம்பிட்டியா? மீனாவைப் பார்க்க வேண்டாமா?"

"நேத்தே பாத்துட்டேனுங்க."

"அதெச் சொல்லலே; அதுகூட இருந்து பேசிட்டுப் போகலே?"

"நேத்தே கொஞ்ச நேரம் அதுகூடப் பேசிட்டேனுங்க."

சோலைப்பிள்ளை 'கடகட'வென்று சிரித்தார். பிறகு, "சரி போய்ட்டு வா தம்பீ. நான் சொன்னதெக் கவனமாக் கேட்டுக்கிட்டே இல்லே. அம்மாவைக் கலந்துகிட்டு ஒரு முடிவுக்கு வா. சின்னப் பிள்ளைங்க காலா காலத்துலே கல்யாணம்னு ஒண்ணைப் பண்ணிக்கிட்டு, சொந்தமா ஒரு தொழில்லே உக்காந்துகிட்டாத்தான் நல்லது" என்று முத்தாய்ப்பு வைத்தார் அனுபவசாலி.

கந்தன் மீனாவைச் சந்தித்து மூன்று நாட்களாகவில்லை, சொர்ணத்தம்மாள் மாரடைப்பால் இறந்துபோனாள்.

பேச்சியின் வீட்டிலிருந்து மீனா திரும்பி வந்தாள். நோட்டும் சில்லரையுமாகக் கந்தனிடத்து ஐந்து ரூபாயைத் தந்தாள். சில்லரையிலிருந்து முக்கால் ரூபாயை எடுத்து மீனாவிடம் கொடுத்து, "நீ போயி லாண்றிலேந்து துணியை வாங்கிட்டு, சுடு தண்ணி போட்டு வை. நான் முகத்தை வழிச்சிட்டு வர்றேன்" என்றான் கந்தன்.

"வெறகுக் கடை சண்முகம் ஒங்களெ ஒடனே வரச் சொன்னாரு" என்றாள் மீனா.

"நான் இப்ப அங்கே ஒண்ணும் போகலே" என்றான் கந்தன்.

"அஞ்சு ரூபாயையும் போலீசுக்குத் தரணும்னீங்களே; இப்ப முக்கா ரூவாயை எங்கிட்டே தந்திட்டீங்களே?"

"எங்கிட்டே ரெண்டு ரூபா இருக்கில்லே" என்று சமாளித்துக்கொண்டே, மீனாவின் கன்னத்தை இலேசாகத் தட்டிவிட்டு வெளியே நடந்தான் கந்தன். ரோட்டையும் வீட்டையும் பிரிக்கும் சாக்கடையின் மீது குறுக்காகக் கிடந்த மரப்பலகை மீது ஸ்திரமாகவே அவனால் நடக்க முடிந்தது.

கந்தன் நேராகச் சென்றது சண்முகத்தின் விறகுக் கடைக்குத்தான். விறகுக் கடை என்றால் ஓரளவுக்குத்தான் விறகுக் கடை. கூரை வேய்ந்த கடையின் முன்புறத்தில், ஒரே நீளத்துக்கு வெட்டப்பட்ட, கட்டை விரலுக்கும் சற்று அதிகமான பருமனுள்ள கழிகள் அடுக்கடுக்காகக் கட்டி வைக்கப்பட்டிருந்தன. அருகே பிளக்கப்பட்ட பெரிய விறகுக் கட்டைகளின் ஒரு குவியலும், பிளக்கப்படாத பெருங் கட்டைகளும், ஒரு தராசும் இருந்தன. கடையின் பின்புறம் சற்று விசாலமான திறந்த வெளி இருந்தது. அப்பகுதியின் முக்கியமான பாகம், ஒரு சுவராலும் இரண்டு தட்டிகளாலும் அடைக்கப்பட்டிருந்த சிறு அறை. அறையின் ஒரு மூலையில், மூடிய ஒரு பானையும் அதன்மீது ஒரு கிளாசும் இருந்தன. கந்தன் நேராக வந்தது அந்த அறைக்குத்தான். அவனைத் தொடர்ந்து காக்கி நிற அரைக்கால் சட்டையும், அளவுக்குப் பெரிதான மேல் சட்டையும் அணிந்த சிறுவன் ஒருவன் வந்தான். சிறுவனுக்குப் பத்துப் பனிரெண்டு வயதிருக்கும். சற்று மாறுகண். சிறுவன் இடுப்பிலிருந்து ஒரு பாட்டிலையும், காற்சட்டைப் பையிலிருந்து ஒரு பிளாஸ்டிக் அவுன்சு கிளாசையும் எடுத்தான். கந்தன் "மூணு" என்றான். சிறுவன் கிளாசை எடுத்து, அளந்து, ஜிஞ்சரை ஊற்றிவிட்டு, தரையில் கிடந்த அலுமினியத் தம்ளரில் தண்ணீர் எடுத்து கிளாசில் ஊற்றி, கிளாசைக் கந்தன் கையில் கொடுத்தான். ஜிஞ்சரை

ஒரே மடக்காகக் குடித்துவிட்டு, ஒரு சிகரெட்டைப் பற்ற வைத்தான் கந்தன். "சிகரெட்டே வெளிலே வச்சுக் குடிங் கண்ணே" என்றான் சிறுவன். "பரவாயில்லேடா, தம்பி" என்று கூறிக்கொண்டே, 'மருந்து'க்குப் பணமும், சிறுவனுக்குச் சில்லரையும் கொடுத்தான் கந்தன்.

"முன்னே மாதிரியே போகுதா?" என்று கேட்டான் கந்தன்.

"ஆமா, இந்த எளவைச் சாப்பிட்டவங்க வேறெ எதையும் சாப்பிட மாட்டாங்களாம். சில ஆளுங்களுக்குச் சாராயக் கடைக்குப் போக வேறெ சங்கடமா இருக்கு. இதிலே சாராயத்துலே கர்ப்பத்தடை மாத்திரை கலக்கறாங்கன்ட்டு பொரளிகூட இருக்கு" என்று விளக்கினான் சிறுவன்.

"ஒரு நாளெக்கி எத்தனை பவுண்டு போகுது?"

"மூணு, இல்லாட்டி நாலு போகும்."

கந்தன் மனதுக்குள் ஒரு சிறு கணக்குப் போட்டுப் பார்த்தான். பவுண்டு எட்டு ரூபாய்க்கு வாங்கலாம். வாடிக்கையா வாங்கினா ஏழு ரூபாய்க்குக்கூடக் கெடைக்கும். 'லூசா'வே வித்தா மூணு பவுண்டுக்கு பன்னெண்டு, இல்லாட்டி பதினஞ்சு ரூபாய் ஆயிரிச்சு. பையனுக்கு ரெண்டு ரூபா; மாமூலுக்கு ரெண்டு ரூபா; நாளெக்கு எப்படியும் பத்து மிச்சம் பாத்திறலாம். உம், அடுத்த வாரமே வீட்லே கடையைப் போட்டுற வேண்டி யதுதான். கந்தனுக்குக் கொஞ்சம் உற்சாகமாக இருந்தது.

"இதென்ன செத்த வியாபாரம்!" என்றான் சிறுவன். கந்தனுக்கு ஆச்சரியமாக இருந்தது. ஆச்சரியத்தை அடக்கிக் கொண்டு, "நீ இதெத்தானே ஊத்திக் கொடுத்திட்டிருக்கே?" என்றான்.

"அய்யோ, பெரியவரோடெ பளகின தோசத்துக்காக இந்த வேலையைப் பாத்துக்கிட்டு இருக்கேன். அதுவும் காலேலே ஏளு மணிலேந்து பத்து மணி வரைக்குந்தான். பெறகு பொளுது சாயவும் ஆறு மணிலேந்து ரவைக்குப் பத்து மணி வரெதான்."

"மத்த நேரத்துலே?"

"வெல்டிங் வேலெ பாக்கறேன்."

"எங்கே?"

"டவுன்லே ஒரு இடத்திலே."

"என்ன கெடைக்குது?"

"இப்ப நாகக் கம்பிலே கூடை வெல்டு பண்றேன். கூடைக்கு அரை ரூபாய் கெடைக்கும். நாளெக்கி பதினஞ்சு, இருபது கூடை முடிச்சிடுவேன்."

"சண்முகம் என்ன தராரு?"

"நாளெக்கி ரெண்டு ரூபா தராரு."

"மே வரும்படி?"

"ஒண்ணும் கேட்டுக்கிறதில்லே; கொடுத்தாலும் வாங்கிக் கிடறதில்லே."

கந்தன் இன்னும் ஒரு அவுன்சு வாங்கிக் குடித்துவிட்டு இடத்தை விட்டு அகன்றான்.

விறகுக் கடை இருந்த ரோட்டின் மறுபுறம், ஒரு பெரிய தாழ்வான பரப்பு இருந்தது. அப்பரப்பில் மழைக் காலத்தில் கொஞ்சம் தண்ணீர் இருக்கும். சுற்றுப்புறக் குடிசைவாசிகளுக்கு வசதியாக இப்போது அது வறண்டு கிடந்தது. பள்ளத்துக்கு அப்பால், விறகுக்கடை இருந்த ரோட்டுக்கு இணையாக, ஒரு பர்லாங்கு தூரத்தில் மற்றொரு ரோடு சென்றது. இரண்டு ரோடுகளையும் இணைக்கும் சற்று உயரமான பாதை வழியே கந்தன் நடந்தான். பாதையின் இருபுறமும் சில மரங்களும், சில பெட்டிக் கடைகளும் நின்றன. அந்தப் பாதையின் வழியே வரும்போதுதான், பின்னால் திடீரென்று ஒரு ஊதல் சத்தம் கேட்கவும் கந்தன் திரும்பிப் பார்த்தான். ஒரு சினிமாப் பாட்டைத் தனது ஊதலில் விகாரமாக வாசித்துக்கொண்டே, பலூன்கள் விற்றுக்கொண்டு ஒரு கிழவன் வந்துகொண்டிருந்தான். எத்தனை பலூன்கள்! பந்து மாதிரி! சுரைக்காய் மாதிரி! புடலங்காய் மாதிரி! பாம்பு மாதிரி! நீண்டிருந்த, வளைந்திருந்த, சுருண்டிருந்த பலூன்கள்! எல்லா வண்ணங்களிலும் பலூன்கள். 'பிளெய்'னாக இருந்த பலூன்கள் வேறு, வண்ணப் பொட்டுகளைக் கொண்ட பலூன்கள் வேறு. கிழவன் தன்னைக் கடந்து செல்லும்வரை பலூன்களைப் பார்த்துக்கொண்டு நின்றான் கந்தன்.

நாள் பூராவும் கீதா அந்த மஞ்சள் நிற பலூனை வைத்து விளையாடிக்கொண்டிருந்தாள். விளையாட்டாக இருக்கும் என்று கந்தன் அவனது சிகரெட்டு நுனியைக் கொண்டு பலூனைத் தொட்டான். பலூன் பட்டென்று வெடித்தது. அவன் வெடித்துச் சிரித்தான். ஆனால் அவளுக்கு அது

வேடிக்கையாக இல்லை. 'ஓ'வென்று அழுதாள். "நாளெ புது பலூன் வாங்கித் தர்றேன்" என்றான் அவன். அவள் "இப்பவே வாங்கித் தா" என்றாள். 'சந்திரனோடெ பலூனை வாங்கி வச்சிக்க" என்றான் அவன். "தரமாட்டேன்" என்று அடம் பிடித்தான் சந்திரன். பலூன் வாங்கக் கந்தன் வெளியே சென்றான். திரும்பி வரும்போது இரவாகிவிட்டது. ஆனால் பலூன் வாங்கிவர மறந்துவிட்டான். தள்ளாடி வீடு திரும்பினான்.

கீதா ஒரு மூலையில் சுருண்டு படுத்துக்கிடந்தாள். அங்கே மீனா கவலையோடு உட்கார்ந்திருந்தாள். "தலையே வலிக்குதே, தலையே வலிக்குதே" என்று கீதா அவ்வப்போது அலறினாள். "வாந்தி வாந்தியா எடுக்குது" என்றாள் மீனா. பரமேஸ்வரனிடமிருந்து கந்தன் மண்டையடித் தைலம் வாங்கி வந்தான். கீதா இரண்டு நாட்கள் பெருமூச்சு விட்டுக் கொண்டும் முனகிக்கொண்டும் சுருண்டு கிடந்தாள். வெளிக்குப் போகவில்லை; நீர் இறங்கவில்லை. மலச்சிக்கலுக்கு ஹோமியோபதி டாக்டர் மருந்து கொடுத்துவிட்டுச்சென்றார். மருந்தையெல்லாம் கீதா வாந்தி எடுத்தாள். ஜோசியர் சம்சாரம் வந்து குழந்தையைப் பார்த்தாள். வேப்பங்கொழுந்து, அதிமதுரம், பசு நெய் இன்னும் என்னவெல்லாமோ சேர்த்து மருந்து தயாரித்துக் கொடுத்தாள். குழந்தை மருந்தை விழுங்கி விட்டுச் சுருண்டு கிடந்தது. வெள்ளரி விதையை அரைத்து அடிவயிற்றில் பூசினார்கள். இலேசாக நீர் பிரிந்துவிட்டதாக அறிவித்தாள் ஜோசியர் மனைவி. மூன்றாம் நாள் கீதாவின் உடல் பூராவும் தடிப்புத் தடிப்பாக ஏதோ தோன்றியது. தடிப்புகள் செக்கச் சிவந்து இருந்தன. விஷக்கடி என்று தீர்மானித்தார் ஜோசியர் சிவஞானம். மந்திரித்து விபூதி போட்டுவிட்டு, வீட்டில் யாரும் லாகிரி வஸ்துகள் உபயோகிக்கக் கூடாதென்று உத்தரவிட்டார் அவர். நாள் பூராவும் குடிசைக்கு வெளியே பரமேஸ்வரனது கட்டிலைப் போட்டுக்கொண்டு அவனோடு உட்கார்ந்திருந்தான் கந்தன். "குழந்தைங்க ஆசையா ஒண்ணை வச்சிருக்கும்போது அதை நாசப்படுத்தக் கூடாது" என்றான் பரமேஸ்வரன். பலூன் பட்டென்று வெடித்ததும், தான் வெடித்துச் சிரித்ததும் கந்தனின் நினைவுக்கு வந்தது.

கீதாவின் உடலில் தோன்றிய தடிப்புகள் ஒரு நாளில் மறைந்தன. அது தனது முதல் வெற்றி என்று தெரிவித்துக் கொண்டார் ஜோசியர். ஆனால் மறுநாளே கீதாவுக்குத் தலையைப் பக்கவாட்டிலோ, மேலும் கீழுமோ திருப்ப முடியவில்லை. கைகளை அகல விரித்து மல்லாந்துகிடந்தாள். முதுகும் கழுத்தும் லேசாக வில்லைப் போல வளைய ஆரம்பித்தது. ஓரிரு தடவைகள் வலிப்பு ஏற்பட்டுக் கீதாவின்

கால்களும், கைகளும் 'குண்டக்கா மண்டக்கா'வென்று நெளித்துக்கொண்டு சென்றன. தலை வீங்கிக்கொண்டது. குழந்தையைப் பெரிய ஆஸ்பத்திரிக்கு எடுத்துச் செல்ல வேண்டும் என்றார் ஹோமியோபதி டாக்டர். கீதாவுக்குக் காது மந்தப்பட்டு, என்ன சொன்னாலும் பேந்தப் பேந்த விழித்தாள். "இதுவெல்லாம் ஒண்ணுமில்லை; குட்டிப் பனைமர மடல்காம்பை அடுப்பிலே வாட்டிச் சாறு எடுத்துக் காதுலே ஊத்தினாப் போதும்" என்றாள் ஜோசியர் மனைவி. ஆனால் கீதா வில்லாக வளையவும், முழங்கால் முட்டுகள் வீங்கிச் சிவக்கவும் கந்தனுக்கும் மீனாவுக்கும் பயம் அளவு கடந்து போயிற்று. பெரிய ஆஸ்பத்திரிக்கு கீதாவை எடுத்துச் சென்றனர். சாப்பாடே சாப்பிடாது மூன்று நாட்கள் பொரி கடலையும், தண்ணீரையும் கொண்டு வயிற்றை நிரப்பிக்கொண்டிருந்தான் சந்திரன்.

பெரிய ஆஸ்பத்திரியில் கீதாவுக்கு முதுகெலும்பில் ஊசி போட்டார்கள். "அய்யோ, அப்பா" என்று அலறிவிட்டுச் சிறிது நேரத்தில் இறந்து போனாள். பரமேஸ்வரன் மீண்டும் கந்தனிடத்து, "குழந்தைங்க ஆசையா ஒண்ணை வச்சிருக்கும் போது அதை நாசப்படுத்தக் கூடாது" என்று சொன்னான். "அப்படி இருக்குமா?" என்று கந்தன் மீனாவைக் கேட்டான். அவள் அழுதுகொண்டிருந்தாள்.

பதினைந்து நிமிடங்களில் கந்தன் மினர்வா சலூனை அடைந்தான். அழிந்து போயிருந்த அதன் போர்டில் சாக்கட்டியைக் கொண்டு 'மினர்வா சிகை எழிலூட்டும் அகம்' என்று எழுதியிருந்தார்கள். சலூனில் இரண்டு பழைய நாற்காலிகள் இருந்தன. ஒரு நாற்காலியில் உட்கார்ந்திருந்த ஒருவருக்கு முதலாளி முடி வெட்டிக் கொண்டிருந்தார். மற்றொரு நாற்காலி காலியாக இருந்தது. அதன் பின்புறத்தை இரண்டு கைகளாலும் தொட்டுக்கொண்டு, முதலாளி தொழில் செய்வதைக் கவனித்துக்கொண்டிருந்தான் ஒரு சிறுவன். கந்தன் சலூனில் நுழையவும், முதலாளி அண்ணாந்து பார்த்தார். பிறகு ஒரு கையில் சீப்பும், மறுகையில் கத்தரிக்கோலும் இருக்க இரண்டு கைகளையும் கூப்பி, கந்தனிடம் "வணக்கம், தம்பி" என்றார். சிறுவன் ஒரு துண்டைக் கொண்டு காலி நாற்காலியைத் தட்டினான். கந்தன் நாற்காலியில் உட்காரவும், நாற்காலியைச் சரி செய்வது, ஒரு துண்டைக் கந்தனின் மார்பில் போடுவது, தலையைச் சரியாக அமைத்து வைப்பது, கழுத்தைச் சுற்றிலும் மற்றொரு துணியைப் போர்த்துவது, சோப்பைக் குழைப்பது போன்ற சடங்குகள் அடுத்தடுத்து முறையே நடந்தன. சிறுவன் கந்தனின் முகத்தை வழிக்க ஆரம்பிக்கவும், கந்தன் ஓரிரு தடவைகள் சிறுவன் முகத்தை நேரிலும் கண்ணாடியிலுமாகப் பார்த்தான். சிறுவனின் கரங்கள் கந்தனின் முகத்திலும் கழுத்திலும் படும்போதும், சிறுவனின் உடல் கந்தன் கையோடு உராயும் போதும் கந்தனுக்கு ஒரு ஆணுக்குரிய ஆசை ஏற்பட்டது. சிறுவன் தொட்டும் தொடாததுமாய் வேலை செய்வதும், திடீரென்று உராய்வதும், பிறகு விலகிவிடுவதும் கந்தனது ஆசையைப் பெருக்கின.

ஒரு இளைஞன் கடைக்குள் நுழைந்து அங்கிருந்த பெஞ்ச் ஒன்றில் உட்கார்ந்துகொண்டு சுற்றுமுற்றும்

நாளை மற்றுமொரு நாளே...

பார்த்தான். சேலை முந்தானையை வாயில் கவ்விக்கொண்டு ஜம்பரைக் கழற்றும் பெண்ணின் படத்திலிருந்து, கண்ணாடி உடைந்திருந்த முருகன் படம் வரை சுவரில் மாட்டியிருந்த எல்லாப் படங்களையும் அவன் ரசனையோடு நோக்கினான். அவற்றில் ஒரு படம் இளைஞனது கவனத்தை அதிகமாக ஈர்த்ததுபோல் தெரிந்தது. அப்படத்தில் ஒரு இளம் பெண் பஞ்சு மெத்தையில் கைகளை அகல விரித்து, அவளது தலை, தலைகீழாக உள்ளதுபோல் கட்டிலின் ஒரு விளம்பிலிருந்து தொங்கிக்கொண்டிருக்க, மல்லாந்து படுத்துச் சிரித்துக்கொண்டிருந்தாள். ஓவியன் அவளது உறுப்புகளை மிகுந்த கற்பனையோடு தீட்டிவிட்டு அவளுக்கு ஒரு மஸ்லின் சேலையை அணிவித்திருந்தான். இளைஞன் அந்தப் படத்தைப் பார்த்துக் கொண்டே, "அண்ணே அந்தப் படம் எங்கே கெடெச்சுது?" என்று கடை முதலாளியைக் கேட்டான். முதலாளியின் கையில் சிக்கிக்கொண்டு, 'சிகு, சிகு, சிகு, சிகு. . .' என்று உளறிக்கொண்டிருந்த கத்திரிக்கோல் ஒரு கணம் வாய் மூடியாய் ஆயிற்று. முதலாளி இளைஞனின் பக்கம் திரும்பி, "வந்தா வெறுமனே முடியை வெட்டிக்கிட்டுப் போவியா – எங்கே கெடெச்சுது? எங்கே கெடெக்கும்னு தொணதொணக்கிறியே" என்று சினந்துகொண்டார். "இல்லே, படம் ரொம்ப நேச்சரா இருக்கு; அதான் கேட்டேன்" என்று இளைஞன் சமாளித்துக் கொண்டான்.

அடுத்தபடியாக இளைஞனின் கவனத்தைக் கவர்ந்தது பெஞ்சில் கிடந்த அன்றைய பத்திரிகை. அவன் அதை எடுத்துப் பார்க்கவும், "இன்னெக்கி ஞாயித்துக் கௌமேயில்லே?" என்றான் கந்தன்.

"ஆமாம்" என்றார் முதலாளி.

"தம்பீ, ராசிபலன் எடுத்து 'மிதுனம்' வாசித்துக் காட்டு" என்றான் கந்தன்.

"மிதுனமா அண்ணே?" என்று கூறிக்கொண்டே, இளைஞன் பத்திரிகைத் தாள்களைப் புரட்டி, ராசிபலன் பக்கத்தை எடுத்தான். மீண்டும் ஒருமுறை "மிதுனம்தானே? கேளுங் கண்ணே" என்று சொல்லிவிட்டு வாசிக்க ஆரம்பித்தான்.

"இந்த ராசிக்காரர்களுக்கு போக பலனைத் தரும் வியாழனும், தனபாக்கியபதி சுக்கிரனும் அனுகூல நிலையில் காணப்படுகிறார்கள். இத்துடன் சந்திரனின் சம்சாரத்தைக் கொண்டு (கடை முதலாளி வெடித்துச் சிரித்தார்; இளைஞன் அதைப் பொருட்படுத்தவில்லை) இவ்வாரம் பூராவும் நல்ல பலன்களாக நடந்துவரும். வரவேண்டிய பழைய பாக்கிகள்

தானாகவே வசூலாகும். இந்த நாட்களில் மனதில் உள்ள குழப்பங்கள் போய், தைரியம், உற்சாகம் இவைகளில் நல்ல நிலைமை இருக்கும். தொழிலில் நல்ல முன்னேற்றம் காணலாம். (கந்தன் தனக்குள் ரசித்துக்கொண்டான்.) புதிய முயற்சிகளையும், வியாபார ஒப்பந்தங்களையும் மேற்கொள்ளலாம். இந்த ராசிக்காரர்களுக்கு சந்திராஸ்டம தினங்கள் ஞாயிறு மாலை 6.28 முதல் திங்கள் பகல் 10.47 முடிய உண்டு." இளைஞன் பெருமூச்சு விட்டுவிட்டு, "நல்லாத்தானே சொல்லி இருக் கண்ணே?" என்றான்.

"நல்லாத்தான் சொல்லி இருக்கு; ஆனா நடக்கணுமே?" என்றான் கந்தன்.

"அதுக்கு அவங்க என்ன செய்வாங்கண்ணே? கெடுதியா ஒண்ணும் சொல்லலேயில்லே?" என்றான் இளைஞன்.

"தம்பி, என்ன செய்யுது?" என்றான் கந்தன்.

"அவன் மொகணையைப் பாத்தாத் தெரியலே? சினிமாவுலே சேரப் போறாராம்" என்றார் கடை முதலாளி.

நாவிதச் சிறுவன் கந்தனின் முகத்தை வழித்து, கழுவி, மீசையையும் சரிசெய்து, ஸ்னோ, முகத்து மாவு இவற்றைக் கொண்டு அவனுக்கு எழிலூட்டி முடித்தான். கந்தன் எழுந்து நின்று, முகத்தைக் கண்ணாடியில் பார்த்துக்கொண்டே கன்னங்களைச் சொறிந்துவிட்டு முதலாளியிடம் சில்லரையைத் தந்துவிட்டு சலூனை விட்டகன்றான்.

கந்தன், ரோட்டையும் அவனது குடிசையையும் பிரிக்கும் சாக்கடைமீது குறுக்காகப் போடப்பட்டிருந்த மரப்பலகையின் மீது நடந்து சென்றுகொண்டிருக்கையில், வேலாயியின் வீடு வெளிப்புறமாக அடைத்திருந்ததைக் கவனித்தான். ஜீவா, வீட்டின் சிறு மரப்படியில் இரண்டு கன்னங்களிலும் கைகளை வைத்துக்கொண்டு குந்தியிருந்தாள்.

"அம்மா வீட்டுலே இல்லே?" என்று கந்தன் அவளைக் கேட்டான்.

'இல்லை' என்று சொல்வது போல ஜீவா இரண்டு கைகளையும் செங்குத்தாக உயர்த்தி உருட்டினாள்.

"வீடுகளுக்கு வேலைக்குப் போயிரிச்சா?" என்றான் கந்தன்.

'ஆமா' என்பதுபோல் ஜீவா தலையை அசைத்தாள்.

குடிசைகளுக்கும் சாக்கடை விளிம்புக்கும் இடையே மூன்று அடி இருக்கும். அது நெடுகிலும் சாணமிட்டு மெழுகப்

பட்டிருந்தது. கந்தனின் வீட்டையொட்டி, இந்தக் குறுகிய பகுதியில் ஒரு மூன்றுகல் அடுப்பின் மீது சிறிய பானையில் நீர் காய்ந்துகொண்டிருந்தது. அருகே ஒரு பெரிய பானையில் அரையளவுக்குத் தண்ணீர் இருந்தது.

கந்தன் குடிசைக்குள் நுழைந்தான். மீனா தரையைப் பெருக்கிக்கொண்டிருந்தாள்.

"துணியை வாங்கிட்டு வந்தயா?" என்றான் கந்தன்.

"உம், பெட்டியுள்ளாற இருக்கு" என்று சொல்லிக்கொண்டே மீனா நிமிர்ந்து நின்றாள். "உம், கூட்டு" என்றான் கந்தன்.

அவள் மீண்டும் குனிந்து பெருக்க ஆரம்பிக்கவும், அவன் அவள் பின் சென்று, அவளைப் போலவே வளைந்து அவளைப் பின்புறத்திலிருந்து அணைத்தான்.

"உம், விடுங்க. இப்பெல்லாம் என்ன, இப்படி காலே நேரத்துலே?" கந்தன் சற்று விலகி நின்று கைகளைப் பின் புறமாகக் கட்டிக்கொண்டான்.

"அதுவும் கதவு வேறே தெறந்து கிடக்கு" என்று தொடர்ந்தாள் மீனா.

"கதவே வேணா அடச்சிடறேன்" என்று சொல்லிக் கொண்டே கந்தன் கதவை அடைத்துத் தாளிட்டான்.

"ஆனா, வெளிச்சம் இல்லாட்டி எப்படியோ இருக்கு" என்று சொல்லிக்கொண்டு, ஒரு தீக்குச்சியைக் கிழித்து இரண்டு பொடி மெழுகுவர்த்திகளைக் கண்டுபிடித்து. மற்று மொரு தீக்குச்சியைக் கிழித்து அவற்றைப் பற்றவைத்தான். ஒரு ஓரமாக நிறுத்தி வைக்கப்பட்டிருந்த அவை திருதிரு வென்று முழித்தன. ஆடைகளையும் தலைமுடியையும் சரி செய்து கொண்டிருந்த மீனா, "பட்டப் பகல்லே இது என்ன அட்டகாசம்?" என்றாள்.

"உண்மையைச் சொல்லட்டுமா? இன்னைக்குக் காலேலே நம்ம வீட்டு முன்னாலே ரெண்டு நாயிக ஒண்ணையொண்ணு விரட்டிக்கிட்டுப் போச்சி" என்று சொல்லிவிட்டுக் கந்தன் சிரித்தான்.

"ஆமா, ஒடனே நெனப்பு வந்திரிச்சாக்கும்? அன்னைக்கு ரெண்டு அணில்க, இன்னைக்கு ரெண்டு நாய்க" என்று சொல்லிக்கொண்டே, மீனா பாய் ஒன்றை எடுத்து உதறி அறையின் நடுவில் போட்டுவிட்டு அதன்மீது ஒரு தலை யணையையும் தட்டிப் போட்டாள். ஒரு மெழுகுவர்த்தி அணைந்துவிட்டது. அதைப் பற்றவைத்துக்கொண்டிருந்த

கந்தன், "அன்னைக்கு அந்த அணில்க எப்படி? நாம் எவ்வளவு பக்கல்லே போய் வேடிக்கை பார்த்தோம்; எப்படி ரெண்டும் ரொங்கிக் கிடந்திச்சு?" என்று அணில்களை வியந்தான். அவன் அவளருகே சென்று உட்காரவும் அவள் "நாமும்தான் ரொங்கிக் கிடந்திருக்கோம்" என்று சொல்லிச் சிரித்தாள். அவன் சிரிக்கவில்லை. அவளைக் கட்டியணைத்து முத்த மிட்டான். இருவரும் படுத்தனர்.

"நாய்க செய்யறது அசிங்கமில்லையா?" என்றாள் அவள்.

"அபூர்வம், ஆனா அதுகளெக் கண்டா எல்லாருக்கும் பொறாமையா இருக்கும்போல" என்றான் கந்தன்.

"யானைங்களெப் பத்திக் கேள்விப்பட்டிருக்கீங்களா?" என்று கேட்டாள் மீனா.

"ஆமா ஆமா, கேள்விப்பட்டிருக்கேன். என் சிநேகிதன் ஒருத்தன் தேயிலத் தோட்டத்திலே வேலை பார்த்தான். சுத்து வட்டாரத்திலே யானைங்க வருமாம், போகுமாம். ஒரு நாளைக்கு யானை அலர்ற சத்தம் கேட்டிச்சாம். லைன்ல உள்ளவங்க பதறிப் போயிட்டாங்க. ராவு பூராவும் அந்த யானை அலறிக்கிட்டிருந்திருக்கு. காலேலேயும் அலறல் கேட்டிட்டிருக்கவும், ஆளுங்க என்னேன்ட்டுப் போயி பார்த் திருக்காங்க. ஒரு பெண் யானை ரெண்டு தேக்கு மரத்துக்கு ஊடே சிக்கிட்டு அலறிக்கிட்டு இருந்திருக்கு. ஒரு ஆண் யானை தும்பிச்சங்கைனாலே பெண் யானையைப் போட்டு இளுத்துக்கிட்டு இருந்திரிக்கு. ஆளுங்க பக்கத்துலே போகவும் ஆண் யானை அவுங்களே வெரட்டி அடிச்சிதாம்... கொஞ்சம் தலையைத் தூக்கிக்க. முடியை எடுத்து பின்னாடி போட்டுக்க."

"அப்புறம்?" என்று கேட்டாள் மீனா.

"ஆளுங்க தூரத்திலே இருந்துகிட்டே வேடிக்கை பாத்திருக்காங்க. நாள் பூரா ஆண் யானை இளுக்கவும் பெண் யானை அலறவுமா இருந்திருக்கு."

"அய்யோ, மெள்ள" என்றாள் மீனா.

"சரி மெள்ளத்தான். கதையை முளுக்கக் கேக்கலேயே? அடுத்த நா காலேலேதான் அலறல் நின்னுதாம். லைன் ஆளுங்க என்னேன்ட்டுப் போய்ப் பார்த்திருக்காங்க. பெண் யானை செத்துக் கிடந்தது. ஆண் யானையைக் காணோம்."

"கண்றாவி" என்றாள் மீனா.

"அப்ப மறந்திடு" என்றான் கந்தன்.

"எதெ"

“யானைகளெ மறந்திடு. அணிகல்களெ நெனெச்சிக்க.”

கந்தன் மீனாவைத் தன் பக்கம் திருப்பி, முகத்தை அவளது மார்பில் புதைத்துக்கொண்டான்.

“ஆமா, ஒண்ணு கேக்கணும்ன்ட்டு தோணுது” என்றான் கந்தன்.

“என்ன ?”

“நைட்லே அக்கா வூட்டுக்குக் கண்டவனெல்லாம் வர்றானே அப்பவும் ரொங்கிக் கெடந்திருக்கயா ?”

“அக்கா வூட்டுக்குக் கண்டவங்க எல்லாம் ஒண்ணும் வரதுல்லே, ஏகதேசமா டீஷண்ட்டானவங்கதான் வருவாங்க. அதுவும் காலேஜு ஸ்டூடன்ட்ஸ் வந்தா குஷியா இருக்கும்.”

“எப்படி குஷியா இருக்கும் ?”

“அய்யோ கடிக்காதீங்க, வலிக்குது” என்று இலேசாக அலறினாள் மீனா.

“சரி, சரி கடிக்கலே, எப்படி குஷியா இருக்கும் ?” என்று திரும்பக் கேட்டான் கந்தன்.

“பஸ்ட் டிரிப்பா இருந்தா தொடறதுக்கு முன்னாடி டயர் பஞ்சர் ஆயிடும்” என்று சொல்லிவிட்டு மீனா சிரித்தாள்.

“உம்” என்றான் கந்தன்.

“பழக்கப்பட்ட பசங்க அந்த சினிமாக்காரி மாதிரி இருக்கே, இந்த சினிமாக்காரி மாதிரி இருக்கே எம்பாங்க.”

“உம்.”

“நாம ரெண்டு பேரும் எங்காச்சும் ஓடிலாம்பாங்க செலர். போன வாரம்னு நெனெக்கிறேன். ஒரு தம்பி என்ன சொல்லிச்சு தெரியுமா ?”

“உம். . . என்ன சொல்லிச்சு ?”

“என்னெப் பொம்பளேன்னுட்டு நெனைச்சிக்கிட்டு நீ ஆம்பிளே மாதிரி நடத்துக்கோனிச்சு” என்று சொல்லிவிட்டு மீனா சிரித்தாள்.

“உஹூம்.”

“ஒரு வாட்டி ஒரு பெரிய மனுசன் வந்தான். பாத்தாலே பயமா இருந்துச்சு. முரடன் மாதிரி இருந்தான். என் காலே நல்லா சோப்புப் போட்டுக் களுவிட்டு வரச் சொன்னான். அஞ்சு, பத்து நிமிஷம் என் காலே முத்தமிட்டு அளுதுக்கிட்டே

ரூமைவிட்டு வெளியே போனான். இருந்திட்டுப் போங்கன்னேன். 'பைத்தியக்காரத்தனம்'னு சொல்லிட்டுப் போயிட்டான்."

"அப்படியா?... சரி, நல்லாப் படுத்துக்க" என்றான் கந்தன், மீனாவின் முகத்தை உற்று நோக்கிக்கொண்டே.

"சமயத்திலே அந்தப் போக்கிரியெ கொன்னுப் போடுவோமானு தோணுது; ஆனா ஒன்னெத் தந்தானேனிட்டுத்தான் சும்மா இருக்கேன்" என்றான்.

"அவர் சொந்தத்திலே கார் வச்சிருக்காராமே?"

"அவனுக்கென்ன? காரும் வாங்குவான்; ஏரோப்பிளேனும் வாங்குவான். எங்கிட்டே மட்டும் பத்தாயிரம் தாப்பாப் போட்டிருப்பானே?"

"பத்தாயிரம் இருக்குமா?"

"பின்னே? பதினெட்டு, பத்தொன்பது பெர்ற வீட்டே பத்துக்கு விக்க வச்சான். வீடு வாங்கின பார்ட்டிகிட்டேந்து மூவாயிரமோ, நாலாயிரமோ வாங்கியிருக்கான். எங்கிட்டேந்து வேறே கமிஷன்ட்டு ஐந்நூறு வாங்கிக்கிட்டான்."

"நீங்க அப்போ வெவரம் தெரியாதவரு."

"அம்மாவும் போயிட்டாங்க. . ."

"சரியா இருக்கா?"

அவள் தலையை அசைத்தாள்.

"தலையணை வச்சிட்டிருக்கயா?"

"இல்லே, வேணுமா?"

"வேண்டாம், சரியாத்தான் இருக்கு."

சில நிமிடங்களுக்கு இருவரும் அவர்கள் பார்த்து ரசித்திருந்த அணில்கள் போலவே இருக்கின்றனர். இருவரிடத்தும் கட்டுப்பாடான தாள லயத்தோடு கூடிய இயக்கம். அசிங்க உணர்வே இல்லாத பரஸ்பர ஸ்பரிசங்கள். குடிசை பூராவுமே ஒரு வகையான விறைப்பு நிலவுகிறது. இருவர் உள்ளத்துள்ளும் சிறிதளவு சிந்தனையும் இல்லை. சில நிமிடங்கள் செல்கின்றன. படிப்படியாகப் பொழுது விடிவதுபோல் இருவருள்ளும் தன்னுணர்வு தலையை உயர்த்துகிறது. கொஞ்சமும் ஓசை ஏற்படுத்தாது கந்தன் எழுகிறான். மீனா கண்களை மூடிப் படுத்துக் கிடக்கிறாள். அவள் அருகே உட்கார்ந்துகொண்ட அவன் ஒரு சிகரெட்டைப் புகைக்கிறான். பிறகு மெதுவாக எழுந்திருந்து ஒரு அரை டிராயரை மட்டும் அணிந்துகொண்டு,

ஒரு சோப்புக் கட்டியையும், ஒரு துண்டையும் எடுத்துக் கொண்டு குளிக்க வெளியே வரத் தயாராகிறான். அவளிட மிருந்து ஒரு விசும்பல் கிளம்புகிறது. நின்று பார்க்கிறான். மீனாவின் மூடிய கண்களைப் பொத்துக்கொண்டு, கண்ணீர் அவள் கன்னங்களை நனைக்கிறது. விம்மல் அழுகையாக மாறுகிறது.

“என்னங்க, சந்திரனைத் தேடிக் கண்டுபிடிக்க வேண்டாங்களா?” என்று உளறுவதுபோல் அவள் கேட்கிறாள்.

“நாம் தேடாத இடமா?” என்கிறான் அவன். “நாலு வருஷமாயிரிச்சே!”

“உம்.”

“ஒங்களுக்கு சந்திரன் நெனெப்பே வரதில்லையா?”

கந்தன் பதிலளிக்காது கதவைத் திறந்துகொண்டு, வெளியே போய்ப் பல் விளக்கிக் குளிக்க ஆரம்பிக்கிறான். அவன் குளித்து முடியும்வரை ஒப்பாரி போன்ற அழுகை அவன் காதுகளில் விழுந்துகொண்டிருக்கிறது.

துவைத்து வெளுக்கப்பட்டிருந்த உள்ளாடைகளையும், சலவை செய்யப்பட்ட எட்டு முழ வேட்டியையும், சில்க் சட்டையையும் அணிந்துகொண்டு, தலையைச் சீவிவிட்டு, கந்தன் குடிசையை விட்டுக் கிளம்பத் தயாரான போது மணி ஒன்பதரை இருக்கும். மீனா ஆடைகளைச் சரி செய்து கொண்டு ஒரு ஓரமாகப் படுத்திருந்தாள். கந்தன் உறையோடு கூடிய தனது ஸ்பிரிங் கத்தியைக் கூரையில் ஒரு இடத்திலிருந்து எடுத்து இடுப்பில் சொருகவும், “அது எதுக்குங்க?” என்றாள் மீனா. “சும்மாத்தான்” என்று கூறிவிட்டுக் கந்தன் காலணியை அணிந்துகொண்டே, “வர்றேன்” என்றான்.

“மீன் வந்திச்சு, வாங்கினேன். மீன் கொளம்பு வைக்கிறேன்; மதியம் சாப்பாட்டுக்கு வந்திருங்க” என்றாள் மீனா.

“பார்க்கலாம்” என்று சொல்லிக்கொண்டே, கந்தன் வீட்டைவிட்டு வெளியே வந்தான்.

கந்தன் வீட்டிலிருந்து அரை பர்லாங்கு நடந்த பிறகே, காலுக்கு உருப்படியான ஒரு ரோடு படுகிறது. ஆங்காங்கு டீக்கடைகள், வெற்றிலை பாக்குக் கடைகளைக் காணலாம். ஆனால் இதுவெல்லாம் நகரத்தின் ஒதுக்குப்புறந்தான். இவற்றைக் கடந்து நடக்க நடக்க மக்கள் நடமாட்டம் கூடுகிறது. அடுத்தடுத்த கடைகளின் எண்ணிக்கை அதிகரிக்கிறது. ஜன

இரைச்சல் மிகுகிறது. இன்று ஜன இரைச்சல் என்றையும்விட அதிகமாக உள்ளது.

கந்தன் பெரிய மசூதிக்கு அருகே இருந்த வெற்றிலை பாக்குக் கடையருகே வந்து நின்றான். அதற்கு அருகே ஒரு டீக்கடையும் இருந்தது. சமயங்களில் கந்தன் அங்கு பத்துப் பதினைந்து நிமிடங்கள் நிற்பதுண்டு. அந்நேரத்தில் அவனுக்கு வேண்டியவர்கள் சிலர் அங்கு வருவார்கள். கடைக்கு அருகே தரையில் ஆண்களும் பெண்களுமாகப் பத்துப் பனிரெண்டு பேர் உட்கார்ந்திருந்தனர். அநேகமாக ஒவ்வொருவர் பக்கத்திலும் ஒரு அலுமினிய அல்லது பித்தளைத் தூக்கு இருந்தது. அவர்கள் பேசிக்கொண்டிருக்கவில்லை. அரைப்பாக்கு, ஒரு வெத்திலை, ஒரு கிள்ளுப் புகையிலை இவை சிலர் வாய்களில் வதைபட்டு ஒரு ஓரமாக ஒதுங்கிக் கிடந்தது. ஒருத்தியைத் தவிர எல்லோரும் சற்று வயது வந்தவர்கள். ஒரு மணி அல்லது ஒன்றரை மணி முன்னதாக வந்திருந்தால், முப்பது நாற்பது பேர் உட்கார்ந்துகொண்டும், நின்றுகொண்டும், உரக்கப் பேசிக்கொண்டும் இருப்பதைக் கண்டிருக்கலாம். அவர்கள் எல்லாம் கட்டிட வேலை செய்யும் கூலிக்காரர்கள். கட்டிடங்கள் கட்டுவோரும், காண்ட்ராக்டர்களும் அங்கு வந்து கூலிகளை வேலைக்கு அமர்த்திச் செல்வது வழக்கம்.

“குருசாமிக் கொத்தனார் வந்தாரா?” என்றான் கந்தன், கடைக்காரரிடத்து.

“குருசாமி அண்ணனா? அவர் ஏது இப்ப இங்கே வர்றார்? அவர் மச்சினன்தான் இப்ப வந்து போச்சு. பெரிய வேலை போல; இருபது, முப்பது ஆளுங்களெக் கூட்டிக் கிட்டுப் போச்சு” என்றார் கடைக்காரர். இதற்குள்ளாக எந்தவிதமான முன்னறிவிப்பும் இல்லாமல், “தேதி பத்தாகலே; வியாபாரம் மசிரு கணக்கா இருக்கு. இன்னும் கொஞ்ச நாளுலே சனங்க செத்தொளியப் போறாங்க” என்று உரக்க ஆரூடம் கூறினான் டீக்கடை சேட்டன். “அப்படித்தான் தெரியுது” என்று சேட்டனை ஆமோதித்தார் வெற்றிலை பாக்குக் கடைக்காரர்.

“இப்பொல்லாம் கசாயம் விக்கிறது இல்லையா?” என்றான் கந்தன் வெற்றிலைபாக்குக் கடைக்காரரிடத்து.

“இல்லை” என்பது போலத் தலையை அசைத்துவிட்டு, “இன்னைக்கு ஏதோ மாநாடு போல” என்று அவராகவே சொல்லிக்கொண்டார் கடைக்காரர்.

“மூளைகெட்ட சனங்க! பொளப்பப் பாத்துக்கிடுவாங்களா; அதை விட்டிட்டு, ‘அவன் வாள்க’ ‘இவன் வாள்க’ன்ட்டுத்

தொண்டத் தண்ணி வத்தக் கூச்சல் போடறாங்க” என்று எரிந்து விழுந்தான் டீக்கடை சேட்டன். தரையில் உட்கார்ந் திருந்த கூலிக்காரர்கள் ‘புளிச் புளிச்’ சென்று எச்சிலைத் துப்புவதும் கனைப்பதுமாக இருந்தனர்.

கோட்டும் வேஷ்டியும் அணிந்துகொண்டு, கையில் ஒரு குடையுடன் நடுத்தர வயது மனிதர் ஒருவர் வந்தார். அவரைக் கண்டதும் கூலிக்காரர்கள் எழுந்து நின்றனர். ஒரு கிழவனும் எழுந்து நின்றான். ஒரு பதினைந்து வயதுச் சிறுமியும் எழுந்து நின்றாள். கிழவனின் கால்கள் படபடத்தன. குடைக்காரர் எல்லார்மீதும் நோட்டமிட்ட வாறே சிறுமியையும் கிழவனையும் தள்ளி நிற்கச் சொல்லிவிட்டு, மற்றவர்களிடத்து, “சரி, வாங்க” என்றார். அவர்கள் குனிந்து அவரவர்களது தூக்குகளை எடுத்துக் கொண்டனர். ஆண்கள் தங்கள் முண்டாசுகளை அணிந்து கொண்டனர். பெண்கள் சேலையின் ஒரு பகுதியைக் கொண்டு தலையை மூடிக்கொண்டனர். இலேசாகச் சிரிப்பொலி கேட்டது. அவர்கள் பேசிக்கொண்டே குடைக்காரர் பின்னால் நடந்தனர். “ஆட்டுச் சந்தே, மாட்டுச் சந்தே மாதிரி மனுசச் சந்தேதான்!” என்றுவிட்டுச் சிரித்தான் சேட்டன். சிகரெட்டு ஒன்றைப் புகைத்துக்கொண்டே, எல்லாவற்றையும் பார்த்துக் கொண்டிருந்த கந்தன் பதினைந்து வயதுச் சிறுமியைப் பார்த்து, ஏதோ கேட்க வாயெடுத்தான். ஆனால் அவளது வயிற்றைப் பார்க்கவும் வாயை அடக்கிக்கொண்டான். நாலு அடி எடுத்து, அவள் அருகே சென்று, மெதுவான குரலில், “ஏம்பிள்ளே, இந்த அளவுக்கா விட்டிடுறது?” என்றான்.

சிறுமி திடுக்கிட்டு அவன் பக்கம் திரும்பினாள். “எனக்கு ஒண்ணும் தெரியலீங்க” என்றாள் சிறுமி.

“நான் ஒரு டாக்டரம்மா சொல்றேன், அவங்ககிட்டே போறயா?” என்றான் கந்தன்.

“எந்த அம்மா? தந்தி ஆபீசுக்குப் பக்கல்லே இருக்கே, அந்த டாக்குட்டரா?” என்றாள் சிறுமி.

“ஆமா, ஆமா, அவங்களேதான்; மேரியம்மானு பெயரு.”

“நேத்துதான் போயிருந்தேன். புருஷனைக் கூட்டியானாங்க. யாரும் வரமாட்டாங்கன்னேன். கல்யாணம் கட்டினவங்கண்ணா நூறு ரூபாய், இல்லாட்டி எரநூறு ரூபாய்னாங்க. சித்தாள்னேன். சித்தாள்னா முன்னூறு ரூபாய்னுக்கிட்டே உள்ளே போயிட்டாங்க.”

ஒரு நெல்லிக்காயைச் சுவைத்துக்கொண்டே ஏழு வயதுச் சிறுமி ஒருத்தி ஓடி வந்தாள். தரையில் மீண்டும் உட்கார்ந்து விட்ட கிழவனின் கையைப் பிடித்துக்கொண்டு, “வாங்க தாத்தா,

வூட்டுக்குப் போகலாம்" என்றாள். அவன் ஒரு கையைச் சிறுமி பிடித்திருக்க, மறு கையைத் தரையில் ஊன்றி எழுந்திருந்தான். அவன் கால்கள் நடுங்கின. அவனது அலுமினியத் தூக்கைச் சிறுமி ஒரு கையில் எடுத்துக்கொண்டாள். தூக்கு காற்றில் ஊசலாடியது. "தாத்தா, இன்னொரு கைலே ஒரு தடி வச்சிக்கோங்க" என்றார் வெற்றிலை பாக்குக் கடைக்காரர். "உம், தடியில்லாதபோதே இந்த லச்சணமா இருக்கு. இன்னும் தடியும் ஒண்ணு இங்கே கொண்டு வந்திட்டா வேறெ வெனெயே வேண்டாம்" என்றுவிட்டு, "வயசானவங்களுக்கு ஒரே நிம்மதி தான் இருக்கு" என்று திட்டவட்டமாக அறிவித்தான் டீக்கடை சேட்டன். இதற்குள்ளாக எதிர்ப்புறத்தில் ரோட்டோரமாகச் சென்றுகொண்டிருந்த முத்துச்சாமியைப் பார்த்துவிட்டான் கந்தன்.

"ஏய் முத்துச்சாமி" என்று உரக்கக் கூப்பிட்டான் கந்தன். சட்டென்று நின்ற முத்துச்சாமி, ரோட்டைக் கடந்துகொண்டே, "அண்ணே ஒங்களைத்தான் தேடிப் போறேன்" என்றான். கந்தனும் நான்கு அடி எடுத்து வைக்க அவனும் முத்துச்சாமியும் ரோட்டின் ஒரு 'நியாயமான' ஓரத்தில் ஒன்றுசேர்ந்தனர்.

"என்ன தம்பி சொகமா?" என்றான் கந்தன்.

"சொகந்தான் அண்ணே, விஷயத்தெக் கேளுங்க."

கந்தன் முத்துச்சாமியைத் தட்டிக் கொடுத்தான்.

"என்ன விஷயம்?" என்று கேட்டான் கந்தன்.

"எல்லாம் நல்ல விஷயந்தாண்ணே. அன்னைக்குச் சொல்லிக்கிட்டிருந்தேனே, அந்தக் கைம்பெண்டாட்டி, அது காலையாட்டத்துக்கு சினிமாவுக்கு வந்திருக்கு. நீங்க நெனெச்சீங்கன்னா இன்னெக்கு 'புக்' பண்ணிரலாம். இப்ப சந்தேகமில்லே அண்ணே, அதுவும் நோங்கித்தான் கிடக்கு."

"அது மட்டும் தனியாவா வந்திருக்கு?"

"ஆமா அண்ணே, அந்தக் கொளெந்தையைத் தூக்கிட்டு."

"சரி வா, இன்னைக்கு எப்படியும் முடிச்சிடலாம். ஆனா என்னை மறந்திரமாட்டியே?" என்றான் கந்தன்.

தன் தோள்பட்டையின் மீது விழுந்திருந்த கந்தனின் கையிலிருந்து விடுபடும் அளவுக்கு, கந்தனைவிட வேகமாக நடக்க விரும்புபவன்போல் நடந்தான் முத்துச்சாமி. இருவரும் சிறிது நேரம் நடக்கவும் முத்துச்சாமி பேசாதிருக்கவே, "தம்பீ, ஒனக்கு மயங்காத பொம்பளையும் இருக்குமா?" என்றான் கந்தன்.

நாளை மற்றுமொரு நாளே . . .

தனது கழுத்தின் மீது விழுந்திருந்த கந்தனின் கையை விலக்கியவாறே லேசாகச் சிரித்தான் முத்துச்சாமி.

கந்தனும் முத்துச்சாமியும் கிருஷ்ணாபுரம் சாராயக் கடைக்கு வந்தனர். கடையை ஒட்டியிருந்த வெற்றிலைபாக்குக் கடையில் முத்துச்சாமி கந்தனுக்காக ஒரு பாக்கெட் சிகரெட்டும் தீப்பெட்டியும் வாங்கினான். கடைக்காரச் சிறுவன் முத்துச் சாமி கொடுத்த ஒரு ரூபாய்த் தாளைப் பெற்றுக்கொண்டு, ஒரு காலித் தகரப் பெட்டியைச் சத்தம் ஏற்படும் வகையில் அப்படியும் இப்படியும் திருப்பிவிட்டு, "சில்லரை இல்லை; வெளியே வரும்போது பாக்கி வாங்கிக்கோங்க" என்றான்.

"டேய் தம்பி, நீ பொழச்சிக்கிடுவேடா. வெளியே வரும் போது எத்தனை பேர் நெனெப்போடு ஒங்கிட்டே சில்லரை கேட்டு வாங்கப் போறாங்க" என்று சிறுவனைப் பாராட்டினான் கந்தன்.

"அப்படி ஒண்ணும் இல்லீங்க, அண்ணே. வேணா தாளைக்கொண்டு போய்ட்டு வரும்போது சில்லரையைத் தாங்க அண்ணே" என்று சொல்லிச் சமாளித்துக்கொண்டான் சிறுவன். ஆனால் முத்துச்சாமியின் ரூபாய்த்தாள் வேறு சில தாள்களோடு ஏற்கெனவே ஒரு 'கிளிப்'பில் சேர்க்கப்பட்டு விட்டது.

"அது மார்க்கம் இல்லாதது, அபாதா; அது வரம்பில் அடங்காதது, அனந்தோகாரா; அது தங்குமிடமில்லாதது, அநிகேதா; அது எதுவுமில்லாதது, சூன்யா . . ." போன்ற சொற்கள் காதில் விழவும் கந்தன் திரும்பிப் பார்த்தான். வேறு யாருமில்லை, சாராயச் சாமியார்தான் (அவருக்கு 'டிரம்' சாமியார் என்றும் பெயர்). அவர்தான் சாராயக்கடைமுன் நின்றுகொண்டு ஒரு இளைஞனுக்கு – இளைஞனின் முகத்தில் ஏகப்பட்ட பக்தி, கலக்கம், சோகம் எல்லாம் – தத்துவம் போதித்துக்கொண்டிருந்தார். முத்துச்சாமி தன்னைக் கவனிப்பதில் சாமியாருக்கு மகிழ்ச்சி மாதிரி தெரிந்தது. ஆனால் "அது விப்பமுக்தா, அது அசுந்தசின், அது வைதாத்தான் ஹா. . ." என்று சாமியார் தொடரவும், கந்தன் பின்னால் முத்துச்சாமி சாராயக்கடைக்குள் நுழைந்தான்.

கடையில் கூட்டம் அதிகம் இருந்தது; என்றுமில்லாத கூட்டம். ஞாயிற்றுக்கிழமை என்பதாலோ என்னவோ என்று நினைத்துக்கொண்டான் கந்தன். ஆனால் ஞாயிற்றுக்கிழமை களில்கூடக் காலை நேரங்களில் இவ்வளவு கூட்டம் இருக்காது. இப்போதோ, ஒரே இரைச்சல், கூச்சல்.

"நான் சொல்கிறேன் பிரதர், என்னே எவனும் அசெச்சுக்க முடியாது."

"ஆமாம், எந்த எம்.எல்.ஏ., எம்.பி. அவனவன் தேர்தல் செலவுக் கணக்கே ஒளுங்காக் காட்டியிருக்கான்?"

"நா சந்தோசமாத்தான் இருக்கேன் தம்பி; இது மாதிரியே வண்டி கடேசி மட்டும் ஓடிட்டாப் போதும்."

"காரியம்ன்னா என் மசுத்தே வேணும்னாலும் புடுங்குவாரில்லே."

"மரகதம்னு சொல்லிச்சு. உருப்படி கலரா ஸ்டார் மாதிரி இருக்கும்."

"அண்ணே, துட்டிருந்தாத்தான் அரசியல், கிரசியல் எல்லாம்."

"அதுவும் ஒரு சொகம்டா; அனுபவிச்சாத்தான் ஒனக்குப் புரியும்."

"ஈரலா இது ஈரல்? பொடலங்கா மாதிரி இருக்கு."

"வாங்க தம்பி, வாங்க. என்னே நெனெவிருக்கா?" என்றார் சாக்கனாக் கடை முதலாளி, திருமூர்த்தி. சாக்கனாக் கடை அயிட்டங்களின் மீது நோட்டம் விட்டுக்கொண்டிருந்த கந்தன் திருமூர்த்தியைக் கண்ணெடுத்துப் பார்த்தான்.

"சோலை அண்ணாச்சி சொகமா இருக்காரா?" என்றான் கந்தன்.

"இருக்கான், இருக்கான். அவனுக்கென்ன கேடு?"

"நீங்க என்ன இப்ப அண்ணாச்சியோட கூட்டு இல்லையா?"

"கூட்டிருந்தா இங்கெயா கடையெப் போட்டுக்கிட்டு உக்காந்திருப்பேன்? ஆனா அவங்கூடக் கூட்டுச் சேர்ந்தவன் எவன்தான் உருப்பட்டான்?... அது கிடக்கட்டும் தம்பி, நீ போயி உக்காரு. ஒனக்கு வேண்டியதெ அனுப்பறேன்" என்றார் திருமூர்த்தி.

நாளை மற்றுமொரு நாளே . . .

மூன்று பேர்கள் உட்காரக்கூடிய கட்டில் ஒன்றில் ஒருவர் மட்டும் உட்கார்ந்திருந்ததைக் கண்டதும், "வாங் கண்ணே, வாங்கண்ணே அங்கே போகலாம்" என்று துரிதப்படுத்தினான் முத்துச்சாமி. இடத்தை வேறு யாரும் கைப்பற்றிக் கொண்டு விடுவாரோ என்ற ஆத்திரத்தில் கந்தனை விட்டுவிட்டு வேகமாகக் கட்டி லருகே ஓடினான் முத்துச்சாமி. கந்தன் நிதானமாக அவனைப் பின்தொடர்ந்தான். முத்துச்சாமி கட்டிலில் போய் உட்கார்ந்துகொண்டான். கந்தன் அவன் அருகில் நின்றுகொண்டு சுற்றுப்புறமிருந்த குழப்பத்தைத் துளாவி நோக்கிக்கொண்டே, "என்ன இன்னைக்கு இப்படிக் கூட்டம்?" என்றான்.

"இன்னைக்கு தெ.சோ.க. மாவட்ட மாநாடில்லே?" என்றான் முத்துச்சாமி.

"அப்படீன்னா?" என்றான் கந்தன் உட்கார்ந்தவாறே.

"தென்னக சோஷலிஸ்டுக் கட்சி" என்று மூன்று எழுத்துகளை விரித்தான் முத்துச்சாமி. "ஆமா, இன்னும் ஊரே எப்படிக் கொள்ளையடிக்கறதுண்ணு திட்டம் போட மாநாடு நடத்தறாங்க" என்றார் அதே கட்டிலில் உட்கார்ந்திருந்த மூன்றாமவர்.

"உனக்கு இந்தக் கட்சி கபடா எதுவும் உண்டா?" என்றான் கந்தன் முத்துச்சாமியிடத்து.

"நான்லாம் தீவிரவாதக் கட்சி" என்றான் முத்துச் சாமி பெருமையோடு.

மூன்றாமவர் முத்துச்சாமி பக்கம் திரும்பி, "ம. மு. க. வா?" என்றார்.

"இல்லை" என்றான் முத்துச்சாமி.

"அவர் என்ன கட்சி சொன்னாரு, மாமூல் கட்சியா?" என்றான் கந்தன். முத்துச்சாமி பதிலளிக்கும் முன்னர்

மூன்றாமவர், "இல்லல்லே, மக்கள் முற்போக்குக் கட்சி" என்று விளக்கினார்.

கடையைச் சேர்ந்த ஒரு சிறுவன் கந்தனின் முன் வந்து நின்றான். "ரெண்டு எரநூறு" என்றான் கந்தன். முத்துச்சாமி அவனிடத்து ஒரு ஐந்து ரூபாய்த் தாளை நீட்டினான். சாராயக் கடைச் சிறுவன் செல்லவும், சாக்கானாக்கடைச் சிறுவன் – ரொம்பச் சிறுவன் – சிரித்துக்கொண்டே வந்து கந்தனிடம், "என்ன சாப்பிடுறீங்க?" என்றான்.

"ரெண்டு ஈரல் கொண்டு வா" என்றான் கந்தன்.

"ஒரு ரூபா தாங்க" என்றான் சிறுவன்.

முத்துச்சாமி பையிலிருந்து ஒரு ரூபாயை எடுத்துச் சிறுவனிடம் தந்தான்.

"கந்தன் கிட்டேந்து ஒண்ணும் சில்லரை வாங்கிக்காதே, டேய் பாலு" என்று உரக்கக் கத்தினார் திருமூர்த்தி.

சிறுவன் காதுகளில் அது விழவில்லை. முத்துச்சாமி கொடுத்த ஒரு ரூபாயோடு சாக்கனாக்கடைப் பக்கம் திரும்பினான் சிறுவன்.

"ரத்தப் பொரியல் சாப்பிடுங்க; உடம்புக்கு நல்லது" என்றார் மூன்றாமவர், தன் முன்னால் இருந்த ரத்த வறுவலைச் சுவைத்துக்கொண்டே.

"அவ்வளவா டேஷ்ட்டா இல்லையே?" என்றான் முத்துச்சாமி.

"இப்படிக் கொஞ்சம் ரத்தப் பொரியலே எடுத்துக்கிட்டு, இப்படி ஒரு பச்செ மொளகாத் துண்டோடு சேத்து வாய்ல போட்டு நல்லாக் கடிச்சுத் தின்னா ரொம்ப டேஷ்ட்டா இருக்கும்" என்று விளக்கினார் மூன்றாமவர், "உஸ், புஸ்" என்றுகொண்டே. அவர் முகமும் உடம்பும் ஒரே தொப்பலாக இருந்தது.

"நீங்க கண்ட்டிராக்ட்காரரில்லே?" என்றான் முத்துச்சாமி அவரிடத்து.

"ஆமாம், ஆமாம். கண்ட்டிராக்ட்காரன்தான்" என்றார் மூன்றாமவர்.

"என்ன ரொம்ப சலிச்சுப் பேசறீங்க?" என்றான் முத்துச்சாமி.

"இந்தப் பசங்க கைலே நகரசபை போனப்பறம் சிரிச்சா பேச முடியும்?" என்றார் மூன்றாமவர், குரலைத் தாழ்த்திய

வாறே. பிறகு அவர் விளக்கிய முறையிலேயே, ஒரு பெரிய மிளகாய்த் துண்டையும், கொஞ்சம் ரத்தப் பொரியலையும் சேர்த்து வாயிலிட்டு மென்றுவிட்டு "உஸ், புஸ்" என்று சத்தம் போட்டார்.

"ரொம்ப ஒறப்போ?" என்றான் முத்துச்சாமி அனுதாபத் தோடு.

"இல்லேல்லே நுனி நாக்லே பட்டிரிச்சு" என்று விளக்கினார் கண்ட்டிராக்டர். சாராயக்கடைப் பையனும், சாக்கனாக் கடைச் சிறுவனும் ஒரே நேரத்தில் தத்தம் சரக்குகளைக் கொண்டு வந்தனர். சாக்கனாக் கடைச் சிறுவன் முத்துச் சாமியிடத்து ஒரு ரூபாய் தாளை நீட்டி, "மொதலாளி வாங்க மாட்டேங்கறாரு" என்றான்.

"கந்தா வேணுங்கறதெச் சாப்பிடு. காசு, கீசு ஒண்ணும் தரக்கூடாது தெரியுமா?" என்றிரைந்தார் திருமூர்த்தி. கண்ட்டிராக்டர் சாக்கனாக் கடைப் பையனைச் சமிக்கை செய்து தன்னருகே கூப்பிட்டு, "டேய் தம்பி, அந்த ரத்தப் பொரியல்லேந்து ரெண்டு பச்செ மொளகா எடுத்துட்டு வா" என்றுவிட்டு, சாராயக்கடைப் பையனிடத்து, "ஒரு நூறு" என்று சொல்லிவிட்டு, இடது கையால் அவனிடத்து ஒரு ரூபாய்த் தாளைக் கொடுத்தார்.

"ஏற்கனவே ரொம்ப சாப்பிட்டிருப்பீங்க போலிருக்கே?" என்றான் முத்துச்சாமி அவரிடத்து.

"அரை லிட்டர் குடிச்சாச்சு; ஒரு மசுத்தும் ஏறலே" என்றுகொண்டே அவர் ஒரு ஏப்பம் விட்டார்.

கந்தன் இருநூறைக் காலி செய்துவிட்டு, ஒரு சிகரெட்டைப் புகைத்துக்கொண்டே, ஈரலைத் தின்றுகொண்டிருந்தான். முத்துச்சாமி சாராயத்தை இன்னும் தொடவில்லை. அவனது இருநூறும் இறுதியில் கந்தனுக்குத்தான் போய்ச் சேரும் என்று அவனுக்குத் தெரியும். கண்ட்டிராக்டருக்கு நூறு வருகிறது. அதை எடுத்து 'மடக்'கென்று குடித்துவிட்டுக் கண்களை மூடிக்கொண்டே, "ஒரு மசுத்தையும் காணோம்" என்றுகொண்டே எழுகிறார். தள்ளாடி மேசையின்மீது லேசாகச் சரிந்து ஒரு காலி கிளாசை உருட்டிவிட்டு, தூக்கக் கலக்கத்தில் இருப்பது போல் நகர்ந்து, 'குபுக்'கென்று கொஞ்சம் வாந்தியெடுத்துவிட்டு, அதைப் பொருட்படுத்தாமல் மேலே செல்கிறார்.

சாராயக்கடையில் ஒரு இளம் பயில்வான் பரோட்டோ மாவைப் பிசைவதும், குத்துவதும், அணைப்பதும், அந்த மாவு உருண்டையை உடைக்க விரும்புபவன்போல் அதை

ஒரு இரும்புத் தகட்டில் 'படீர்' என்று வீசுவதுமாக இருக்கிறான். அருகே ஒரு இரும்புத் தகட்டில் வெங்காயத்தைச் சுட்டு வறுத்துக்கொண்டிருக்கிறார் திருமூர்த்தி. கடை மானேஜர் – கண்ணாடி அணிந்த இளைஞன் – யாரும் அணுக முடியாதபடி, சட்டம் போட்டு அடைக்கப்பட்டிருந்த சிறு அறையில் ஒரு உயரமான இருக்கையில் கண்ணும் கருத்துமாகச் சாராய பரிபாலனம் செய்துகொண் டிருக்கிறான். வழக்கமாகப் பெண்களுக்கென்று ஒதுக்கப்படும், ஆனால் இன்று அவசர நிலையை முன்னிட்டு இரு பாலார்க்கும் பொதுவாக்கப்பட்டு விட்ட அறையில் தோட்டிகளும் தோட்டிச்சிகளும் சில்லரைத் தகராறும் இதர தகராறும் செய்துகொண்டிருக்கின்றனர்.

மூன்றாமவர் காலி செய்துவிட்ட இடத்தில் ஒரு கருப்புக் கண்ணாடிக்காரர் வந்து உட்கார்ந்து கந்தனோடு பேச்சு கொடுக்கிறார்.

"தம்பியெ எங்கேயோ பாத்த மாதிரி இருக்கே?" என்கிறார் அவர்.

"நான் தம்பியுமில்லே அண்ணனுமில்லே, தியாகராசன்" என்கிறான் கந்தன்.

"இல்லே, மொகம் பாத்த மாதிரி இருக்கு. உங்களுக்குத் தெருவு எது?"

"பட்டமார் தெருவு."

"பட்டமார் தெருவா?"

"ஆமா, பட்டமார் தெருத்தான். இப்ப எங்கிட்டே எதுக்குப் பேச்சுக் கொடுக்கறீங்க?"

முத்துச்சாமி போதும் என்றுவிட்டான். கந்தனுக்கு மட்டும் மேலும் சாராயம் வருகிறது.

"அண்ணே, இங்கே பாருங்கண்ணே" என்கிறான் முத்துச் சாமி கந்தனிடத்து.

"எவன்டா இங்கே மானேசர்? நாங்க ரெண்டு ரூபாய்க்கு நாதியத்தாடா போயிட்டோம்? பத்து ஏக்கர் நிலம் சொந்தத்துலே இருக்குடோய். மூணு சோடி எருது இருக்கு. ஆமா, நாங்க ஒங்க கடேலே ரெண்டு ரூவாக் காசுக்குக் கடன் சொல்லிட்டுப் போக வரலே, மாநாட்டுக்கு வந்திருக்கோம் தெரியுமிலே" என்று ஒருவன் கத்துகிறான்.

"பாத்திங்களா? இத்தனை பேர் மத்தியிலும் ஒரு கச்சாராப் பண்ணாமே உக்காந்து இருக்கேங்களேன்ட்டுத் தான் ஒங்ககிட்டே வந்து உக்காந்தேன். ஒங்களுக்கு என்ன தொழிலோ?" என்கிறார் கருப்புக் கண்ணாடிக்காரர் கந்தனிடத்து.

“பல்லு உடைக்கிறது.”

முத்துச்சாமி சிரிக்கிறான்.

மாநாட்டுக்கு வந்தவன் தொடர்ந்து இரைகிறான்.

“எரநூறு தா, மதியம் வந்து காசெத் தரேனா, அந்த ஆண்டி மானேசர் சத்தம் போடுவாங்கறானே? ஏண்டா மானேசா, ஒங்க மொல்லாளி ஒனக்கு என்னடா தர்றான்? மாசம் நூத்தம்பது தர்றானாடா? எங்க வீட்டு மாடு கன்னு மேச்சலுக்குப் போய்ட்டு வந்தப்பக் கட்டிப் போடு; நாஅந்த நூத்தம்பதத் தரேன். இல்லாட்டி எங்க வீட்டுப் பொம்பளெக சேலையைத் தொவைச்சுப் போடு; எரநூறு தர்றேன்.” வீராப்போடு அவன் எழுகிறான். கடைக்காரச் சிப்பந்தி ஒருவன் அவன் அருகில் சென்று, “சும்மா உக்காருங்கண்ணே” என்றுகொண்டே, அவனது தோள்பட்டையை அழுத்துகிறான்.

“உச், என்னெத் தொட்டாக் கையெ வெட்டிடுவேன்” என்றுவிட்டு உட்காருகிறான் கலாட்டாக்காரன்.

“என்ன, கல்லுடைக்கிறீங்களா?” என்கிறார் கருப்புக் கண்ணாடிக்காரர் கந்தனிடத்து.

“ஒங்களெப் பாத்தா யாரும் அப்படிச் சொல்ல மாட்டாங்களே!” என்று தொடர்கிறார்.

“ஏன்யா, கல்லுடைக்கறவன்னா சில்க்குச் சட்டை போடக் கூடாதா?” என்கிறான் கந்தன்.

“போடலாம் போடலாம், தாராளமாப் போடலாம். ஒரு கல்யாணத்தைப் பண்ணிட்டு கொழந்தைக பெறந்த பிறகுதான் இருக்கவே இருக்கே பாடு.”

“நாங் கல்யாணம் கட்டிப் பத்து வருசமாகுது.”

“அப்பக் கொழெந்தெக?”

“ஏளுதான்.”

“ஏழு குழந்தேங்களா?”

“ஆமாம், அதுனாலேதான் என்னே ஒன் டாக்டர்கிட்டே கூட்டிட்டுப் போ. அவர் எனக்கு ஆபரேசன் செஞ்சாருன்னா அவருக்கு இருபத்தியஞ்சு ரூவா கெடைக்கும். உனக்கு அஞ்சோ பத்தோ கிடைக்கும். எனக்கு ஒரு முப்பது கெடைக்கும்; அதுலே நீயும் ஒரு பங்கு வாங்கிக்கெடலாம்” என்று கூறிக் கொண்டே கந்தன் எழுந்திருக்கிறான். கூட்ட நெருக்கடியில் சௌகரியத்துக்காக உடம்பைத் திருப்பிக் கொடுப்பதுபோல் கந்தன் உடலை அசைத்துக் கையை உயர்த்தவும், அவனது வலது முழங்கை கண்ணாடிக்காரரது முகவாய்க் கட்டையில்

'டண்' என்று விழுகிறது. "ஏன்யா நீதானே அந்தப் பள்ளிக் கூடப் பையனுக்குப் போயி ஆபரேசன் செஞ்சு வச்சது" என்று கந்தன் கேட்கவும், தொடர்ந்து கூச்சலிட்டுக் கொண்டிருந்த கலாட்டாக்காரன் ஒரு காலி கிளாசைத் தரையில் ஓங்கி வீசியெறிகிறான்.

"டே நான் யார் தெரியுமா? மலப்பட்டி ஆண்டித் தேவன் மகன் சுருளித் தேவனாக்கும்" என்றுகொண்டே, மூன்று நான்கு பேர்கள் தன்னைத் தடுத்து நிறுத்துவதை மீறிக்கொண்டு தள்ளாடியபடி வந்து கடை நடுவே நின்றுகொள்கிறான் கலாட்டாக்காரன். "நான் அந்த மானேசத்... யெக் கேக்கறேன், அவன் மாட்டேன்னு சொல்லுவானா பாப்பம்" என்று இரைகிறான் அவன்.

"கலாட்டாப் பண்ணாதே அண்ணே; பெறகு வருவோம், வா போகலாம்" என்கிறான் சமாதானப்படுத்துபவர்களில் ஒருவன்.

"அண்ணன் அருமே பெருமே அந்தப் பேப்பசங்களுக்குத் தெரியுமா?" என்கிறான் மற்றொருவன்.

"யாரய்யா அது?" என்று திருமூர்த்தி சாக்கனாக்கடையில் இருந்த இடத்தில் எழுந்து நிற்கிறார்.

"கையை விடுங்கடா" என்று இரைகிறான் சுருளித் தேவன். நாலைந்து பேர் கடையை விட்டுத் தப்பியோடக் கடையின் வாசற்புறம் விரைகின்றனர்.

சுருளித் தேவன் இடுப்பிலிருந்த உறையோடு கூடிய கத்தியொன்றை எடுத்து, இடது கையால் உறையை உருவி வீசி எறிகிறான். உறை கந்தனின் முகத்துக்கு நேரே வரவும் கந்தன் சடாரென்று தலையைக் குனிந்துகொள்கிறான். குடிகாரன் கையில் கத்தியைக் கண்டதும் இன்னும் சிலர் அலறி அடித்துக்கொண்டு ஓடுகின்றனர். முத்துச்சாமியும் பதறி எழுகிறான். வலுவாக அவன் தோள்பட்டையைப் பற்றி அவனை உட்கார வைக்கிறான் கந்தன்.

கையில் கத்தியோடு மானேஜர் அறைப் பக்கம் நடக்கிறான் சுருளித் தேவன். ஒருவன் அவன் தோள்பட்டையைப் பற்றிக் கொண்டு, "இது ஆபத்தண்ணே" என்று எச்சரிக்கிறான். "ச்சூ, மாதர்சோத்" என்று அவன் கையை உதறிவிட்டு, சுருளித் தேவன் மானேஜர் அறை முன் சென்று நிற்கிறான். மானேஜரும் இரண்டு பையன்களும் சாராய டிரம்களுக்குப் பின்னால் ஒளிந்துகொள்கின்றனர்.

"ஏண்டா மானேசா, ஓம் மொதலாளியெ எனக்குத் தெரியாதூன்ட்டா நெனெச்சே? எந்தக் காட்டுக்கள்ளன்

வந்து எந்தக்காட்டுலே ஏலம் கேக்கறதுடா? அந்தச் செட்டியப் பய பணம் தரவுந்தானேடா இந்தத் திமிரு? அடுத்த வாட்டி இங்கே எந்தப்... மவன் ஏலங் கேக்றான்ட்டுப் பாத்திடறேன்" என்று கத்திக்கொண்டு சுருளித் தேவன் மானேஜர் அறையின் மரச் சட்டக் கதவை இழுத்து அசைக்கிறான். கதவு முறிபட ஆரம்பிக்கிறது. சுருளித் தேவனுக்குப் பின்னால் பூனை போல் வந்து அவனது வலது தோள்பட்டையில், கழுத்தையொட்டித் தன் கையைக் கத்திபோல் வைத்துக்கொண்டு, ஓங்கி ஒரு வெட்டு வெட்டிவிட்டு அருகே இருந்த கல் தூணுக்குப் பின் ஒளிந்துகொள்கிறான் கந்தன். சுருளித் தேவன் கீழே விழுகிறான். கத்தியைப் பிடித்துக்கொண்டிருந்த அவன் கையைக் காலால் மிதித்துக் கொண்டு கந்தன் அவன் முகத்திலும் முதுகிலும் நான்கு குத்து விட்டு விட்டு அவனைத் தரையில் கிடக்க விடுகிறான். சுருளித் தேவனின் ஆதரவாளர்களில் ஒருவன் ஓடிவிட்டான்; மற்றொருவன் தப்பியோடத் தயாராக உள்ளவன்போல், வாசற்புறம் நின்றுகொண்டு உள்ளே என்ன நடக்கிறது என்று பார்த்துக்கொண்டிருந்தான். தரையில் கிடந்த கத்தியை எடுத்து மானேஜர்முன் வைத்தவாறே கந்தன், "தடியங்க யாரும் இல்லையா?" என்றான். "ஒருத்தன் ஏதோ மாநாட்டுக்குப் போயிட்டான்; இன்னொருத்தர் இனிமேத்தான் வருவாரு" என்றான் மானேஜர்.

ஒரு பத்து ரூபாய்த் தாளை எடுத்து மானேஜர் கந்தனிடத்து நீட்டினான். "பெறகு வாங்கிக்கிறேன்" என்றுவிட்டுக் கந்தன் நகர்ந்தான். அவன் கூடவே முத்துச்சாமியும் வெளியே வந்தான்.

"ஏன் அண்ணே, எதிராளி ஆயுதம் வச்சிருந்தா, பின்புற மாய்ப் போய்த்தான் தாக்கணும் இல்லையா?" என்றான் முத்துச்சாமி.

"எதிராளி ஆயுதம் வச்சில்லாட்டியும், முடிஞ்சா அவன் அசந்திருக்கப்பப் பின்னுக்கிருந்துதான் தாக்கணும்" என்றான் கந்தன்.

"அது கோளத்தனமில்லே?"

"உம்."

"ஏண்ணே ஒண்ணும் சொல்லாம இருக்கீங்க?"

"இல்லே, அந்தத் திருமூர்த்தியெப் பத்தி நெனெச்சுக்கிட்டிருந்தேன்."

"இப்ப எங்கே போறோம் அண்ணே?"

"இங்கே பக்கத்துலே வள்ளி லாட்ஜுக்கு."

"அங்கே என்ன?"

"ஒரு சோலி இருக்கு."

"ரொம்ப நேரம் ஆகுமா?"

கந்தன் சிரித்தான்.

"ஏண்ணே சிரிக்கறீங்க?"

"ஒன்னாளு எந்தக் கொட்டகைக்கு வந்திருக்கு?"

"பங்கஜாத் தியேட்டருக்கு."

"ஒரு மணிக்குப் பங்கஜா தியேட்டர்லே இருக்கணும் ஒனக்கு, அவ்வளவுதானே?"

"ஆமாம் அண்ணே" என்றான் முத்துச்சாமி. இருவரும் நடந்தனர்.

வள்ளி லாட்ஜை அடைந்ததும், முத்துச்சாமியைப் பத்துப் பதினைந்து நிமிடங்களுக்குப் பிறகு பனிரெண்டாம் எண் அறைக்கு வரச் சொல்லி விட்டு, கந்தன் மட்டும் லாட்ஜினுள் நுழைந்தான். மானேஜர் ஸ்தானத்தில் உட்கார்ந்திருந்த ஒரு இளைஞனிடத்து, "பனிரெண்டு கீழேதானே?" என்றான் கந்தன். "யெஸ்" என்று தலையை அசைத்துவிட்டு, கந்தன் செல்ல வேண்டிய திசையை இளைஞன் காட்டினான். அறைகள் ஒரே வரிசையில் நின்றன. பதினொன்றாம் அறை வெளியே பூட்டப்பட்டிருந்தது. பனிரெண்டில் மின்விசிறி சுழன்றுகொண்டிருந்ததைக் கந்தனால் கேட்க முடிந்தது. அந்த வரிசையில் அதுதான் கடைசி அறை. கதவைத் தட்டிக் கொண்டே, "சார்" என்றான் கந்தன். "யாரது?" என்று உள்ளேயிருந்து ஒரு குரல் கேட்டது. பிறகு கதவு திறந்தது. கதவைத் திறந்தது கைலியும் பனியனும் அணிந்திருந்த ஒரு நடுத்தர வயதுக்காரர்.

"யாரய்யா?" என்றார் அவர்.

"தெரிலே? நேத்து நைட்டு..." என்றான் கந்தன்.

"ஓ, நீயா? என்ன விஷயம்?"

"முன்னாலே உள்ளே போங்க சொல்றேன்" என்றுவிட்டு, வழியில் நின்றுகொண்டிருந்த அவரையும் தள்ளிக்கொண்டு உள்ளே போகக் கூடியவனைப்போல் ஒரு அடி எடுத்து வைத்தான் கந்தன்.

"வா, வா" என்றுகொண்டே அவனுக்கு வழிவிடும் வகையில் உள்ளே சென்று கட்டிலில் கிடந்த மெத்தை மீது உட்கார்ந்து

கொண்டார் அவர். கந்தன் அருகிலிருந்த நாற்காலியில் உட்கார்ந்துகொண்டான். அறையின் இரு கதவுகளும் நன்கு திறந்து கிடந்தன.

"என்னப்பா விஷயம் இந்நேரத்திலே" என்று கேட்டுக் கொண்டே அவர் சிரிக்க முயன்றார்.

"நம்ம பொளப்பிலே கைவச்சிட்டிங்களே" என்றான் கந்தன் வருத்தத்தோடு.

"யாரு?"

"நீங்கதான் சார்."

"நானா, அதெப்படிப்பா? நான் ஒங்கூடப் பத்து நிமிஷம் கூடப் பேசியிருக்க மாட்டேனே?"

"எங்கூடப் பத்து நிமிசம்தான் பேசினீங்க. ஆனா சரோஜாவோட நைட் பூரா பேசினீங்களே, அது போதாதா?"

"இல்லேப்பா, செகண்டு ஷோ முடியறப்ப வந்துட்டேன்."

"சொல்லிச்சு, சொல்லிச்சு. ஆனா வெவரந் தெரியாத ஒரு சின்னப் பொண்ணு மனசை இப்படிக் கெடுத்திருக்கக் கூடாதுங்க."

"நான் என்னப்பா கெடுத்தேன்?"

"சரி, சரிங்க; இப்ப ஒங்ககிட்டேப் பேசி என்ன ஆகப் போவுது? டிரஸ்ஸே மாத்திக்கிட்டுக் கிளம்புங்க" என்று சொல்லிக்கொண்டு கந்தன் எழுந்திருந்தான்.

"இப்ப எங்கப்பா போறது?"

"அந்த வீட்டுக்குத்தானுங்க. நீங்களே வந்து சரோசாகிட்டே நேர்ல சொல்லிடுங்க."

"நான் வந்து என்னத்தைச் சொல்றது?"

"உங்களுக்குப் பெண்டு பிள்ளைக இருக்கு; உங்களாலே அதெக் கல்யாணம் கட்டிக்க முடியாதுனு நீங்களே அது கிட்டேச் சொல்லிடுங்க."

"நான் ஒண்ணும் அதுகிட்டே அதெக் கல்யாணம் கட்டிக்கிடுவேன்ட்டு ஒண்ணும் சொல்லலேயே!"

"இந்தா சார், எனக்குக் கெட்ட கோபம் வரும். அந்தப் பிள்ளையை சாதாரணமா நெனெச்சிறாதீங்க. பொன் கொடுத்தாலும் பொய் சொல்லாது. அதெல்லாம் ரொம்பப் பெரிய குடும்பத்துப் பொண்ணு. ஏதோ காலக் கோளாறு.

சரி, இப்ப அதெல்லாம் எதுக்கு? குடிச்சுப்போட்டுச் சின்னப் பொண்ணுககூட இருக்கேலே வாய்க்கு வர்றதே உளர்றவன் தான் ஆம்பிளே; அதுலே ஒன்னும் தப்பில்லே. ஆனா அதுக்காக சரோ பொய் சொல்லுதூனு மட்டும் சொல்லாதீங்க.”

“அப்ப நான் வெறிச்சிலேதான் சொல்லியிருப்பேன்னு நீயே ஒத்துக்கிறே, இல்லே?”

“அது எனக்குத் தெரியாதா, சாமி? இன்னைக்குக் காலேலே அது தகராறு பண்ண ஆரம்பிக்கவே எனக்கு விஷயம் என்னன்ட்டு வெளெங்கிரிச்சு. நானும் அதுகிட்டே எடுத்துச் சொன்னேன். வரவங்க போறவங்க வாய்க்கு வந்ததெல்லாம் ஆயிரத்தெட்டு சொல்வாங்க. அதெல்லாம் நம்பிறக் கூடாதுனு. அது கேட்டாத்தானே. ‘இல்லே, இல்லே இவர் மத்தவங்க மாதிரி இல்லே; உண்மைலே அவருக்கு எம் மேலே பிரியம் ஏற்பட்டிரிச்சு. நாளெக்கே ஸ்த்தர் கல்யாணத்துக்கு ஏற்பாடு செய்யறேனிருக்காரு’னு சொல்லிப் பிடிவாதம் செய்யுது.”

கந்தன் சொல்வதை லேசா்ன புன்முறுவலோடு கேட்டுக் கொண்டிருந்த மற்றவர் வாய்விட்டுச் சிரித்தார்.

“இந்தாங்க, இது சிரிக்கற விஷயம் இல்லை” என்று கந்தன் மிரட்டினான்.

“அதுக்கு நான் என்னய்யா செய்யணும்?” என்று மற்றவர் உரக்கக் கத்தினார்.

“யோ்!, என்ன சத்தம் போடறே? ஒரு சின்னப் பொண்ணு மனசக் கெடுத்திருக்கே; எம் பொளப்புலே மண்ணெப் போட்டிருக்கே? இதுலே மிரட்ட வேறயா பாக்கறே?”

“சரிய்யா, எதுக்கு இந்த வெட்டிப் பேச்செல்லாம்? இப்ப என்ன செய்யணுங்கறீங்க?”

“இங்கே பாருங்க சார், இன்னைக்கு ஞாயித்துக்கிளமை. மணி பனிரெண்டாகப் போவுது. ஊருலே வேறே மாநாடு அது இதூனு நடக்குது. இந்நேரத்துக்குள்ளே சரோ என்ன சம்பாதிச்சிருக்கும்னு நெனெக்கிறீங்க? அம்பதுக்குக் கொறையாம இன்னைக்குக் கெடைச்சிருக்கும். ஆனா என்ன செய்திட்டிருக்கு தெரியுமா? ‘நான் அவருக்கு சத்தியம் செய்து கொடுத்திட்டேன்; யாரையும் வீட்டுக்குக் கூட்டி யாரக் கூடாது’னு லந்து பண்ணிட்டிருக்கு. நீங்க வேறே ஒண்ணும் செய்ய வேண்டாம்; வீட்டுக்கு வந்து அதுகிட்டே விஷயத்தைச் சொல்லிடுங்க, அதுபோதும்.”

“நான் சொன்னாக் கேட்டுக்குமா?”

"கேட்டுக்கிறேங்குது. அவரே வந்து எம் மொவத்துலே முளிச்சு, குடிவெறிலேதான் அப்படிச் சொன்னேன்ட்டுச் சொல்லட்டும், அது போதூங்குது."

"சரி, சாயங்காலம் ஏழு எட்டு மணிக்கு வா; ரெண்டு பேருமாப் போகலாம்."

"ஏய்ன்யா, அதுக்குள்ளாற ஊருக்கு வண்டியெப் பாத்துக் கம்பி நீட்டிடலாம்னுதானே பாக்கறே? நீல்லாம் நாயமாச் சொன்னாக் கேட்டுக்கிட மாட்டே."

"டேய், சத்தம் போடாதே. எங்கிட்டே என்ன சீட்டுப் போடவா பாக்கறே?"

"ச்சூ, மாதர் சோத்! ஏதோ பெரிய மனுஷன் மாதிரி தெரியறே, மரியாதயாப் பேசு; சீட்டு கீட்டுனே பல்லே உதித்திடுவேன்."

கந்தன் மற்றவரை நோக்கி ஒரு அடி எடுத்து வைத்தான்.

அப்போதுதான் முத்துச்சாமி அறைக்குள் நுழைந்தான்.

"என்னண்ணே தகராறு? இப்படிக் கலவரப்பட்டிருக்கே?" என்றான் கந்தனிடத்து.

"இந்த ஆளு இருக்கானே இவன், நேத்து சரோஜாவோடெ தங்கினான். பாத்தா கண்ணியமான மனுஷனாத் தெரியாறா னேன்ட்டுப் பணத்தே அது கைலேயே கொடுத்திருங்கோன் னேன். இவன் அம்பது பேசிட்டு, குடி வெறிலே இருபதுதான் பேசினேன்ட்டுத் தகராறு பண்ணிருக்கான். அவளே ஏதோ அசிங்கமாச் செய்யச் சொல்லிருக்கான்; அது மாட்டேங்கவும் அதை அடிச்சிருக்கான். அதெல்லாம் போகட்டும். சரோ வோடே செயினே வேறே காணோம். இப்பக் குடிவெறிலே எனக்கு ஒண்ணும் நெனப்பில்லேங்கிறான். வாய்யா போலீஷ் ஸ்டேஷனுக்குனா, எனக்கு டிபுட்டியெத் தெரியும், மந்திரியெத் தெரியும்னு கதை வுடறான்."

"ஆமாம் ஆமாம், இது டெர்லின் ரௌடி காலமாத்தான் போச்சு" என்று கந்தனிடம் கூறிவிட்டு முத்துச்சாமி, "சார், நீங்க போலீஸ் ஸ்டேஷனுக்குப் போயி ஒங்களுக்கு நெனெ விருக்கிறதே சொல்லுங்க; அதுதான் ஒழுங்கு" என்று மற்றவ ரிடத்துச் சொன்னான். அறைக்காரர் கந்தனையும் முத்துச் சாமியையும் மாறி மாறிப் பார்த்தார்.

திடீரென்று மின்விசிறி சுழல்வது நின்றது. கந்தன் நாற் காலியில் உட்கார்ந்துகொண்டான்; முத்துச்சாமி ஒரு வட்ட ஸ்டூலில் உட்கார்ந்துகொண்டான். யாரோ அறையை நோக்கி

வரும் சப்தம் கேட்டது. காலடி ஓசை பதினொன்றாம் எண் அறைக்கு வந்ததும், அந்த அறை திறக்கப்படும் சப்தம் கேட்டது. பிறகு மீண்டும் ஒரு காலடிச் சத்தம். அறையைக் கடந்து, அறையினுள் சாதாரணமாக நோக்கியவாறே மானேஜர் – இளைஞன் சென்றான்.

"இந்தாப்பா" என்றார் அறைக்காரர்.

"வாட் சார்?" என்று கேட்டுக்கொண்டே மானேஜர் – இளைஞன் தலையை அறைக்குள் நீட்டினான்.

"நூறு ரூபாய்க்கு சேஞ்சு இருக்கா?" என்றார் அறைக்காரர்.

"ஓ, யெஸ்" என்றான் மானேஜர்.

உடைதாங்கிச் சட்டத்தில் தொங்கிக்கொண்டிருந்த ஒரு பேன்ட்ஸ் பாக்கெட்டிலிருந்து நூறு ரூபாய்த் தாளொன்றை எடுத்து மானேஜரிடத்து நீட்டினார் அறைக்காரர். அவன் விசில் அடித்துக்கொண்டே, ஒரு கையில் ரூபாய்த் தாளோடும், மறு கையில் ஒரு சாவிக்கொத்தைச் சுழற்றிக்கொண்டும், ஓட்டமும் நடையுமாகக் கல்லாப் பெட்டியை நோக்கி நடந்தான். சிறிது நேரத்தில் அறைக்குத் திரும்பி வந்தான். "ஃபைவ் டென்ஸ் அண்டு டென் ஃபைவ்ஸ்" என்றுகொண்டே அறைக் காரரிடத்து, ஐந்து பத்து ரூபாய்த் தாள்களையும் பத்து ஐந்து ரூபாய்த் தாள்களையும் நீட்டினான்.

அதைப் பெற்றுக்கொண்டே அவர், 'சரி' என்று தலையை ஆட்டினார். அவர் 'தாங்ஸ்' சொல்வார் என்று எதிர்பார்த்த இளைஞன் அவருக்குப் பதில் தானே "தாங்ஸ்" என்றுவிட்டு, "கம்மிங் சார்" என்று சொல்லி விடையும் பெற்றுக்கொண்டு அறையை விட்டுக் குதித்துக்கொண்டு சென்றான். அறைக் காரர் கந்தனிடத்து ஐம்பது ரூபாயைக் கொடுத்தார். அதை எண்ணிப் பார்த்துப் பையில் போட்டுக்கொண்டு, "வரேன் சார். இன்னைக்கி நைட்டு இங்கேதானே இருப்பீங்க?" என்றான் கந்தன். அறைக்காரர் எப்படியும் புரிந்துகொள்ளலாம் என்ற வகையில் தலையை அசைத்தார். கந்தனும் முத்துச் சாமியும் லாட்ஜை விட்டு வெளியே வந்து பங்கஜாத் தியேட்டரை நோக்கி நடந்தனர்.

"இது தப்புல்லே அண்ணே?" என்றான் முத்துச்சாமி.

"இதுவும் தப்புத்தான்; எவளும் கைம்பெண்டாட்டிக்காரி சிக்கினா அவளே வளைச்சுப்போடப் பாக்கறதும் தப்புத்தான்."

"இல்லண்ணே, நான் அதெக் கல்யாணம் கட்டிக்கிட்டாலும் கட்டிக்கிடுவேன்."

“வண்டி வாங்கும்போது ‘ட்ரயல்’ பாப்பாங்க. அது மாதிரியா இப்போ?”

முத்துச்சாமி முதலில் சிரித்தான். பிறகு கொஞ்சம் யோசித்துவிட்டு, “இந்தச் சமுதாயத்துலே எத்தனையோ கொடுமைகள் நடக்குது” என்றான்.

“நாமும் கொஞ்சம் கொஞ்சம் கொடுமைகள் செய்யலாங்கறே, இல்லே?” என்றான் கந்தன்.

“நாமா ஒண்ணும் கொடுமைகள் செய்யலே; சமுதாய அமைப்பு நம்மை அப்படிச் செய்ய வைக்கறது.”

“உம்.”

“உதாரணமா – அண்ணே, கோவிச்சுக்காதீங்க – நீங்க செல தப்புப் பண்றீங்க இல்லே; அதுக்கெல்லாம் என்ன காரணம்?”

“கொளுப்புதான்.”

“இல்லண்ணே, ஒங்க வறுமைதான் காரணம்.”

“பணம் சம்பாதிக்க வேறே வளியில்லையா? கட்டின பெண்டாட்டியெக் கூட்டிக் கொடுக்கணுமா? இல்லாட்டி ரௌடித்தனம் பண்ணணுமா?”

“நீங்க நெனச்சா ஒங்களுக்கு வேலே கெடெச்சுடுமா? இல்லாட்டிச் சொந்தத் தொழில் பண்ண ஒங்ககிட்டப் பணமிருக்கா?”

“கொஞ்சம் இருந்தது. அதிலே கொஞ்சத்தெ ஒருத்தன் தாப்பாப்போட்டான். மற்றதெ நானே அளிச்சிட்டேன்.”

“சோலைப் பிள்ளையத்தானே சொல்றீங்க, ஒருத்தன்ட்டு.”

“ஆமாம்.”

“ஏன் அவன் ஒங்ககிட்டே தாப்பாப் போட்டான்?”

“தம்பி, என்ன ஹாஸ்தனமாக் கேக்கறே? அவனுக்குப் பணம் வேண்டிருந்திச்சு; எங்கிட்டேந்து பிடுங்கினான். மீனாவெக் கட்டிக்கணும்னு எனக்கும் ஆத்திரம் இருந்திச்சு.”

“அப்ப மனுசனே மனுசன் ஏமாத்தற சமுதாயம்தானே இது?”

“ஆமாம், ஆமாம்.”

“இந்த சமுதாய அமைப்பை மாத்தணும் அண்ணே.”

“எப்படி? நாம இந்த சமுதாய என்ன சொன்னே – அமைப்பா, அதை நாம் உண்டு பண்ணலையே! அதெ எப்படி நாம மாத்த முடியும்?”

“அது மாதிரி மாத்தம் எல்லாம் மத்த நாடுங்கள்லே நடந்திருக்கண்ணே.”

“எப்படி?”

“நம்ம மாதிரி கஷ்டப்படறவங்கள்லாம் புரட்சி செஞ்சு சமுதாய அமைப்பை மாத்திச் சொரண்டலே போக்கிருக்காங்க.”

“அப்படீன்னா?”

“எது அப்படீன்னா?”

“சுரண்டல்னு சொன்னயே அதான்.”

“அதுவா? இன்னைக்கு உணவு, துணி, இன்னும் நம்ம தேவையெல்லாம் உண்டுபண்றது யாரு? தொழிலாளிங்கதானே?”

“ஆமாம். ஆனா தொழிலாளிக்குத்தான் மொதலாளிங்க கூலி கொடுக்கறாங்களே?”

“கூலி கொடுக்கறாங்கதான். ஆனா ஒரு நூறு ரூபாய்க்குத் தொழிலாளி உற்பத்தி செய்தான்னா, அவனுக்குக் கெடைக் கிறது நாப்பது ரூவாவோ, முப்பது ரூவாவோதான். மிச்சத்தெ மொதலாளிதானே கொள்ளையடிச்சிக்கிறான்?”

“ஆனா மொதலாளிதானே பணத்தைப் போட்டான்; அவன்தானே தொழிலாளிங்ககிட்டேந்து வேலை வாங்கறான்.”

“மொதலாளிதானே மேற்பார்வை பண்றான்; தொழிலே நடத்தத் திட்டம் போடறாங்கறேன்னே, இல்லையா?”

“ஆமாம்.”

“அதுக்கு ஒரு ஆளோ, ரெண்டு ஆளோ வேணும்தான். ஆனா, ஒரு பாக்டரி எதுக்கு அவனுக்கும், அவன் பெண்டாட்டி பிள்ளை குட்டிகளுக்கும் சொந்தமா இருக்கணும்? அவனும் ஒரு சம்பளத்தெ எடுத்துக்கிட்டுப் போகட்டுமே? அப்ப மொதலாளீன்னு ஒருத்தன் இருந்திக்கிட்டுத் தொழிலாளி உழைப்பை எல்லாம் பிடுங்கித்தின்னுட்டு இருக்கமாட்ட னில்லையா?”

“அப்ப பாக்டரி யாருக்குச் சொந்தம்?”

“எல்லாருக்கும்தான், எந்தத் தனிப்பட்டவருக்கும் சொந்தமா இருக்கணுமா?”

"தம்பீ, நீ ரொம்பப் படிச்சவன் மாதிரி பேசறே. எனக்கு என்னையே மாத்திக்க முடிலே; நான் எப்படி சமுதாயத்தை மாத்த முடியும்? குடிகாரப் பய ஏதோ ஒளர்றான்னுடுவாங்க... இந்தா, இந்த ஓட்டல்லே மணியெப் பாரு."

"மணி ஒண்ணரை ஆகப் போகுது அண்ணே."

"சரி, வந்த காரியத்தெப் பார்ப்போம். கொஞ்சம் வேகமா நட."

"சொரண்டலே ஒளிச்சுத்தான் ஆகணும் அண்ணே."

"சரி சரி, போ, ஒளி. இன்னைக்குச் சொரண்டறவனே ஒளிச்சா, நாளைக்குச் சொரண்ட இன்னொருத்தன் வருவான். அவ்வளவுதான். ஆனா கூலிக்காரங்க சம்பளம் கூடக் கேட்டுக் கூட்டம் போடறாங்களே, இல்லாட்டி வேலைநிறுத்தம் செய்யறாங்களே, அது எனக்குச் சரீன்னு படுது."

"அப்ப..." என்று ஆரம்பித்தான் முத்துச்சாமி.

"இந்தா தம்பி, எனக்குப் படிப்பு கிடிப்பு ஒண்ணும் கெடையாது. பள்ளிக்கூடத்துக்குப் போனா கார்லே வண்டிலே அடிபட்டிருவேன்ட்டு எங்கம்மா என்னைப் பத்து வயசுவரை வீட்டெவிட்டே வெளியே விட்டதில்லே."

"உங்களுக்கு வாழ்க்கைலே லட்சியம் என்னண்ணே?" என்றான் முத்துச்சாமி.

"அப்படீன்னா?" என்றான் கந்தன்.

"நீங்க வாழ்க்கைலே எதைச் சாதிக்கணூம்னு திட்டம் போட்டிருக்கீங்க?"

கந்தன் சிரித்தான். "எந்தத் திட்டம் போட்டு சொர்ணத்தம்மா வயத்துலே வந்து பொறெந்தேன்?" என்றுவிட்டு மீண்டும் சிரித்தான்.

கந்தனும் முத்துச்சாமியும் தியேட்டர்முன் வந்து நின்றனர். படம் முடிய இன்னும் சில நிமிடங்கள் இருந்தன. இருவரும் தியேட்டருக்கு எதிரே இருந்த டீக்கடைக்குச் சென்று சம்சாவும் டீயும் சாப்பிட்டுவிட்டு வரவும், 'ஜன கண மன' கேட்க ஆரம்பிக்கவும் சரியாக இருந்தது. ஏற்கெனவே சினிமா ரசிகர்கள் தியேட்டருக்குள் இருந்து முண்டியடித்துக் கொண்டு வெளியே வந்துகொண்டிருந்தனர். தியேட்டருக்கு இரண்டு கேட்டுகள் இருந்தன. இரண்டுமே தெருவைப் பார்த்து இருந்ததால் இரண்டு வாசற்கதவுகளையும், எதிர்ப்புறத்தில் நின்றுகொண்டு முத்துச்சாமியால் பார்த்துக்கொள்ள முடிந்தது.

கார்களும் நடைவாசிகளும் ஜனநாயக முறையில் போட்டி போட்டுக் கொண்டு, இரைச்சல் இட்டுக்கொண்டு, முட்டி மோதிக்கொண்டு, ஒருவர் வழியை மற்றவர் மறித்துக்கொண்டு, பால் பேதங்களை மறந்து உரசிக்கொண்டு, ஏதோ தர்ம சங்கடத்திலிருந்து விடுபட்டுவிட்ட ஆறுதலோடு எல்லாரும் வெளியே பிதுங்கிக்கொண்டிருந்தார்கள். முத்துச்சாமி கண்களைத் தீட்டிக்கொண்டு பெண்கள் கேட்டையும், ஆண்கள் – பெண்கள் கேட்டையும் மாறி மாறிப் பார்த்துக்கொண்டிருந்தான். ஏதோ சலித்துப் போனவன் போல நின்றுகொண்டு கந்தன் ஒரு சிகரெட்டைப் புகைத்துக்கொண்டிருந்தான். முத்துச்சாமியின் கண்களில் எதிர்பார்ப்பும் ஏமாற்றமும் மாறிமாறித் தோன்றி மறைந்தன. திடீரென்று, “அதுதான் அண்ணே, அதுதான், அந்தக் கடைக்குப் பக்கம், அதோ அந்தப் பச்செச் சேலை கட்டிக்கிட்டுக் கைலே ஒரு கொளந்தெயோட, அதுதான் அண்ணே, அதேதான்” என்று கத்தினான்.

“கொளெந்தே தூங்கிட்டிருக்கில்லே?” என்றான் கந்தன்.

“அப்படித்தான் தெரியுது.”

“கொளெந்தேங்களுக்குத்தான் சினிமா அருமை தெரியுது” என்றான் கந்தன், சிகரெட்டை வீசியெறிந்துவிட்டு அதைக் காலால் மிதித்தவாறே.

கந்தன் விருட்டென்று கடைக்கு நடந்தான். குழந்தையைத் தோளில் சாத்திக்கொண்டிருந்த அவள் எந்தப் பக்கம் திரும்பிச் செல்வது என்று இன்னும் தீர்மானிக்காதவள்போல் நின்று கொண்டிருந்தாள்; அல்லது கூட்டம் கலையட்டும் என்று காத்துக்கொண்டிருந்திருக்கலாம். கந்தன் கடையில் பத்து பைசாவுக்கு வெற்றிலை பாக்கு வாங்கினான். கடைக்கு அருகே தரையில் பூ விற்றுக்கொண்டிருந்த ஒருத்தியிடமிருந்து இருபத் தைந்து காசுக்குப் பூ வாங்கினான். பூ விலையைப் பற்றி எல்லாம் கேட்கவில்லை. “கொடுக்கறதெக் கொடு” என்றுவிட்டு பூவைப் பூக்காரியின் கையிலிருந்து பிடுங்கிக்கொண்டான். குழந்தையைத் தூக்கிக்கொண்டிருந்த முத்துச்சாமியின் ‘ஆள்’ மெள்ள நகர ஆரம்பித்தாள். கந்தன் அவளிடத்து வேகமாகச் சென்று, “இந்தா, இதெப் பிடி” என்று வெற்றிலையையும் பூவையும் அவளது கையில் திணித்துவிட்டு, அவள் வாயைத் திறக்கும் முன், “கொளந்தெயெ இப்படித் தா” என்றுகொண்டே குழந்தையை அவள் பிடியிலிருந்து பிடுங்கித் தனது தோளில் சாத்திக்கொண்டு, “சீக்கிரம் வா பிள்ளே, நேரமாகுது. இன்னும் சோறு தின்னலே” என்று கூறிக்கொண்டே வேகமாக நடந்தான். அவள் ஒரு கணம் தயங்கிவிட்டு, அக்கம் பக்கம் பார்த்து விட்டுத் தலையைக் குனிந்துகொண்டே, அவன் பின்னால்

நடந்தாள். கூட்டம் குறைந்துவிட்ட ஒரு இடத்துக்கு வந்ததும், அவள் மெதுவாக, "எங்கே போறீங்க?" என்றாள்.

அவன் திரும்பிப் பார்க்காது, "ஏன் சிநேகிதன் ஒருத்தன் ஒம்மேலே உசிரையே வச்சிருக்கான், அவன்கிட்டே" என்றான்.

"யாரது?" என்றாள் அவள்.

"பின்னாலே வரான்" என்றான் கந்தன், மீண்டும் திரும்பிப் பாராது நடந்தவாறே.

ஓட்டமும் நடையுமாகக் கந்தனின் பின்னால் வந்து கொண்டிருந்த அவள் கள்ளத்தனமாகத் திரும்பிப் பார்த்தாள். வேக வேகமாக அவர்கள் பின்னால் வந்துகொண்டிருந்த முத்துச்சாமியைப் பார்த்துவிட்டு, "அந்த நீலச்சட்டை போட்டிட்டு வராரே அவரா?" என்று கந்தனிடத்து மெதுவாகக் கேட்டாள்.

"ஆமாம்" என்றான் கந்தன்.

"அவரைப் பாத்துருக்கேன், பக்கத்துத் தெருதான்" என்றாள் அவள்.

முத்துச்சாமியையும் அவனது 'காதலி'யையும் முத்துச் சாமியின் நண்பன் ஒருவனது அறையில் விட்டுவிட்டுக் கந்தன் ஷேக் ராவுத்தர் கடையைப்பற்றி நினைத்தான். ஒரு முறை போலீஸ் லாக்கப்பில் இருந்தபோது அவனுக்கு அங்கிருந்து தான் பரோட்டாவும் கறிக்குழம்பும் வாங்கிக் கொடுத்தார்கள். அதிலிருந்து அவனுக்கு அந்தக் கடைமீது மோகம். ஊரிலேயே அந்தக் கடையில் கிடைப்பதுபோல் வேறெங்கும் பரோட்டாவும், கறியும், ராட்டையும் கிடையாது என்பது அவன் உறுதி. அந்தக் கடையை நினைத்தாலே கந்தனுக்கு நாக்கில் நீர் ஊறும். அடிக்கடி சென்றால் சலித்துவிடும் என்று எப்போதாவது தான் செல்வான். இப்போது அவனுக்கு ஷேக் ராவுத்தர் கடைப் பண்டத்தைத் தவிர வேறெதுவும் வாய்க்குள் நுழையாது என்று பட்டது. இன்னும் கொஞ்சம் ஊத்திக்கொண்டுவிட்டு, ராவுத்தர் கடையில் ஆறு பரோட்டாவும், நாலு வறுவலும், இருந்தால் ஒரு கோழியும், மூன்று நான்கு மீன் துண்டுகளும் சுவைத்து உண்பதாகக் கற்பனை செய்துகொண்டே வேகமாக நடந்தான். கூரை வேயப்பட்ட ராவுத்தர் கடைக்கு வந்து சாப்பிட உட்கார்ந்ததும்தான் இரண்டு பரோட்டாவும் ஒரு வறுவலும்கூட உருப்படியாகத் தின்ன முடியவில்லை என்பதைக் கண்டுகொண்டான். எவ்வளவுதான் தின்றாலும், வயிறு என்று ஒன்று இருக்கிறதா இல்லையா என்று வியக்கும்

அளவுக்கு வழக்கமாகச் சிறுத்திருக்கும் அவனுடைய வயிறு சற்று முட்டி இருந்ததாக அவனுக்குப் பட்டது. வயிற்றின் வலதுபுறத்தை அழுத்திப் பார்த்தான். ஏதாவது கோளாறு இருந்தால், கட்டியாக ஒன்று வலதுகைப்புறம் படும் என்று ஹோமியோபதி டாக்டர் அவனிடத்துச் சொல்லி இருந்தார். ஒன்றும் தெரியவில்லை. சந்தேகம் வரவே, வயிற்றின் இடது புறத்தையும் அழுத்திப் பார்த்தான். ஒன்றும் உறுதியாகத் தெரியவில்லை. "உம்" என்றுவிட்டு மெல்ல நடை போட்டான். அவன் நினைவு சுப்பையா செட்டியாரைச் சுற்றி வந்தது.

செட்டியார் சாவதற்கு ஒரு மாதம் முன்னால் அவரை அநேகமாக தினமும் பார்க்கும் சந்தர்ப்பம் கந்தனுக்கு ஏற்பட்டது. மீனாவுக்கு உடல்நலம் சரியில்லாமல் இருந்தது. வறட்டு இருமல் அவள் உயிரை வாங்கியது. அவளைத் தினமும் கந்தன் முனிசிபல் ஆஸ்பத்திரிக்கு அழைத்துச் செல்வான். காலை நேரத்தில் அவளோடு ஒருமுறை வெளியே செல்வதில் அவனுக்கு அப்போதெல்லாம் குஷி. அவன் கூடச் சென்றால் முனிசிபல் ஆஸ்பத்திரி டாக்டர் மீனாவை அதிக நேரம் காக்க வைக்கமாட்டார். அதன் பின்னே ஒரு இரகசியம் உண்டு, அதிருக்கட்டும். கந்தன் மீனாவோடு ஆஸ்பத்திரிக்குச் செல்லும்போதெல்லாம் மத்திய காய்கறிச் சந்தை வழியே போவான். ஒருநாள் காய்கறிச் சந்தையைக் கடந்து செல்லும்போது பல கடைகள் அடைத்துக் கிடந்ததைக் கந்தன் பார்த்தான். அங்கங்கே கடைக்காரர், சிறுவர்கள் நின்றுகொண்டு குசுகுசுவென்று பேசிக்கொண்டிருந்தனர். என்னவென்று கந்தன் விசாரித்தான். முந்திய நாள் இரவு மருந்துக் கடையில் விஸ்கி குடித்துக்கொண்டிருக்கும்போது சுப்பையா செட்டியார் திடீரென்று, "எல்லாருக்கும் பை பை" என்றுவிட்டு இறந்து போனார் என்றார்கள். செட்டியாருடைய வயிறு நாளுக்கு நாள் வீங்கி வந்ததைக் கவனித்திருந்த மீனா, செட்டியாருடைய வயிறு பலூன் மாதிரி பட்டென்று வெடித்துச் செட்டியார் இறந்துவிட்டதாக நினைத்துக் கொண்டாள். அங்கு நின்றுகொண்டிருந்த ஓரிருவரிடத்துப் பேச்சுக்கொடுத்ததில் கந்தனுக்கு ஒரு அனுதாபமான விவரம் கிடைத்தது. செட்டியார் சாவதற்கு மூன்று நான்கு நாட்கள் முன்பிருந்தே அவர் பேசினாலோ, தும்மினாலோ, வாய்வழியே மூச்சு விட்டாலோ அல்லது வெறுமனே வாயைத் திறந்தாலோ அவருக்கு ஐந்தாறடி பக்கத்தில் யாரும் நிற்க முடியாதாம். அப்படி ஒரு பொறுக்க முடியாத

துர்நாற்றம் அவர் வாயிலிருந்து அடித்தது. செட்டியாருடைய வயிறு அழுகிப்போய்விட்டது என்றார்கள். செட்டியாருக்குப் பண வசதி நிறைய உண்டு. ஆனாலும் எந்த வைத்தியரிடத்தும் செல்லவில்லை. "பார்க்க வேண்டியதெல்லாம் பார்த்தாய் விட்டது; இனிமேல் என்ன?" என்றுவிட்டார். கந்தன், செட்டியாருடைய சாவைப் பற்றி விசாரித்துக்கொண்டிருப்பது மீனாவுக்குப் பிடிக்கவில்லை. அவள் கண்களில் நீர் துளிர்த்தது. "சரி வாங்க" என்று கந்தனை அவசரப்படுத்தினாள்.

சுப்பையா செட்டியார் பிரபல மொத்தக் காய்கறி வியாபாரியாக இருந்தவர். மஞ்சுமலை வட்டாரத்தில் காய்கறி பயிர் செய்த எல்லாக் குடியானவர்களுக்கும் அட்வான்ஸ் கொடுத்து, நகரில் இங்கிலீஷ் காய்கறிகளின் விற்பனையைத் தனது ஏகபோக உரிமையாக்கிக்கொண்டிருந்தார். இங்கிலீஷ் காய்கறிகளில் உள்ள சத்தை மக்களுக்கு விளக்க, சந்தையில் நான்கு பிரசங்கிகளை நியமித்தார். அவர்களது பிரசங்கங் களைக் கேட்டுவிட்டுக் கடைக்காரர்கள்கூட சிறு சிறு போஷாக்குப் பிரசங்கங்கள் நிகழ்த்துவது உண்டு. "இந்த முள்ளங்கியை எடுத்துக் கிட்டுப் போங்க சார்; அதுலே நிறைய பாதரசம் இருக்கு" என்பான் ஒருவன். "அந்தப் பச்சைக் கோசுலே நிறைய சுண்ணாம்பு இருக்கு; எலும்புக்கு நல்லது" என்பான் மற்றொருவன். கடைக்காரர்களுக்குக் கற்பனை வளர வளர, பீட்ரூட்டில் அலுமினியமும், காலிஃபிளவரில் கொஞ்சம் தங்கமும் தட்டுப் பட ஆரம்பித்தன. பொதுவாக நாட்டுக் காய்கறிகள் மாற்றாந் தாய்ப் பராமரிப்புப் பெற்றாலும், அவற்றுள் வாழைக்காய் மட்டும் விதிவிலக்காய் இருந்தது. (வாழைக்காயில் வெள்ளி இருப்பதாகச் சொல்லலாமா என்று செட்டியார், மருந்துக் கடை முதலாளியைக் கேட்டபோது, முதலாளி கந்தகம் இருப்பதாகச் சொன்னால் நன்றாக இருக்கும் என்றார்.) இதற்கு மக்கள் வாழைக்காய் வாங்குவதைத் தடுக்க முடியாது என்பது மட்டும் காரணமாக இருந்திருக்க முடியாது. நகரைச் சுற்றி வாழைத் தோட்டம் போட்டிருந்தவர்களுக்குச் செட்டியாரின் அட்வான்சு சென்றிருந்ததும் காரணமாக இருந்திருக்கலாம். ஒரு காலத்தில் வெளியூர் ராவுத்தர் ஒருவர் ஊருக்குச் சற்றுத் தொலைவிலிருந்து பெரிய பெரிய வாழைக்காய்களைத் தருவிக்க ஆரம்பித்தார். செட்டியாரின் வாழைக்காய் வியாபாரம் படுத்துவிடும் போல் இருந்தது. செட்டியார் தன்னிடம் அட்வான்சு வாங்கியிருந்த வாழைச் சாகுபடியாளர்களிடத்துப் போய் விரசினார். கிணறுகளை ஆழப்படுத்தி, பம்பு செட்டு வைத்து தண்ணீர் இறைத்தால் பெரிய வாழைக்காய்கள் கிடைக்கும் என்றார்கள், அவர்களில் சிலர். அதுபோதும் செட்டியாருக்கு. சந்தையில் தனது பிரச்சார இயந்திரத்தை

முடுக்கிவிட்டார். பெரிய வாழைக்காய்கள், பம்பு செட்டு வாழைக்காய் என்றும், சிறிய வாழைக்காய்கள் கமலை வாழைக்காய் என்றும், பம்பு செட்டு வாழைக்காயில் மின்சாரம் பாய்ந்து அதில் உள்ள சத்து எல்லாம் அழிந்துவிடுவதாகவும், கமலை வாழைக்காயில்தான் சத்தும் ருசியும் அதிகம் என்பது போன்றதொரு பேச்சும் சந்தையில் அடிபடத் தொடங்கியது. இதற்குள் ராவுத்தர் ஒரு விபத்தில் இறந்துபோனார். அவருக்குப் பின் தலையெடுத்த அவர் மகன் சையதுக்கு வாழைக்காய் வியாபாரம் ரசமானதாகப்படவில்லை. தகப்பனாருக்கு வர வேண்டிய பணத்தை ரூபாய்க்குப் பாதி, முக்கால் என்று வசூலித்து, சினிமாப் படம் எடுக்கச் சென்னைக்குச் சென்று விட்டான்.

செட்டியாருக்கு இங்கிலீஷ் காய்கறிகளில் மட்டும் மோகம் இல்லை, பொதுவாக இங்கிலீஷ் பழக்கவழக்கங்கள் என்றாலே பிடிக்கும். அவற்றில் முக்கியமானவை இரண்டு: (1) சிகரெட் பிடித்தல் (2) விஸ்கி அல்லது பிராந்தி குடித்தல். பொதுவாக இங்கிலீஷ்காரர்களுக்கு பிராந்தியைவிட விஸ்கி தான் பிடிக்கும் என்று ஒருநாள் மருந்துக்கடைக்காரர் சொல்லவும் (அன்று கடையில் பிராந்தி ஸ்டாக் இல்லை) பிராந்தியைக் கூடிய மட்டிலும் தவிர்த்தார். அவருக்கு ஒரு இங்கிலீஷ்காரியை 'லவ்' பண்ண வேண்டும் என்ற ஆசையும்கூட. அவர் விருப்பத்துக்கு இடந்தரக்கூடிய இங்கிலீஷ்காரி யாரும் நகரில் இல்லாததால், ரயில்வே காலனிக்கு அருகே குடியிருந்த ஐரீன் என்னும் ஆங்கிலோ இந்தியப் 'பொம்பளை' ஒருத்தியைத் தரகர் அந்தோணியின் உதவியோடு சேர்த்துக்கொண்டார். காலனியில் இருந்த ஆங்கிலோ இந்திய இளைஞர்கள், கல்யாணத்துக்கு முன்னால் தங்களது ஆண்மையைச் சோதித்துக்கொள்ள அவள் பெரிதும் உதவி வந்தாள். உலகம் காலனியில் அடங்கிவிடவில்லை என்பதை உணர்ந்த ஐரீன் தலைமுடியைப் 'பாப்' என்றும் சொல்ல முடியாதபடி, இல்லை நீண்ட முடி என்றும் சொல்ல முடியாதபடி, ஒருவகையாக வளர்த்துக்கொண்டிருந்தாள். வீட்டில் இருக்கும்போதுதான் ஆங்கிலோ – இந்தியக் கோலத்தில் இருப்பாள்; வெளியே செல்லும்போது, முடியைக் கொண்டை போட்டுக்கொண்டு, சேலையும் சோளியும் அணிந்துகொண்டு இந்தியக் கோலத்துக்கு மாறிவிடுவாள். மிகவும் பிரயாசைப்பட்டு நன்றாகத் தமிழ் பேசக் கற்றுக்கொண்டிருந்தாள்.

செட்டியார் ஐரீனுக்கு மாதம் வீட்டு வாடகைக்கு அறுபது ரூபாயும், சாப்பாடு உடை இவற்றுக்கு நூற்றிருபதும், 'இன்டியன்' ஜின் (சாராயம்) அலவன்சு நூறும், இது தவிர வருடம் ஒருமுறை,

கிறிஸ்துமஸ், புத்தாண்டு, ஈஸ்டர் பரிசுகள் ரூபாய் நூற்றுக்குக் குறையாமல் தரவேண்டும் என்றும், இவற்றுக்குப் பிரதியாக, ஞாயிற்றுக்கிழமைகள் தவிர மற்ற நாட்களில், செட்டியார் இரவு எட்டு மணியிலிருந்து காலை எட்டு மணி வரை ஐரீன் வீட்டில் தங்கலாம் என்றும் ஏற்பாடாகியது. வேறு சில சில்லறை நிபந்தனைகளும் இருந்தன. செட்டியார் பகல் நேரங்களில் ஐரீனைத் தொந்தரவு செய்யக்கூடாது, ஐரீனுக்கு உடல் நலம் சரியில்லை என்றால் செட்டியார் வைத்தியச் செலவை ஏற்றுக்கொள்வதோடு அக்காலங்களில் தன் வீட்டிலேயே படுத்துறங்குவது, குறைந்தபட்சம் ஐந்து வருடங்களுக்காவது இரண்டு தரப்பாரும் உடன்படிக்கையை நிறைவேற்ற வேண்டும் என்பன போன்றவை அவை. வாய் மூலமான உடன்படிக்கைதான் என்றாலும் உடன்படிக்கையின் ஷரத்துகளுக்கு மூன்று காபிகள் தயாரிக்கப்பட்டு ஒன்று செட்டியார் கையிலும், இரண்டாவது ஐரீன் கையிலும், மூன்றாவது அந்தோணி கையிலுமாக இருந்தன. வேறொரு சிறு நிபந்தனையும் சேர்த்துக்கொள்ளவேண்டும் என்று செட்டியார் அந்தோணியிடத்துச் சொல்லவும், “என்ன மேன், என்னை உங்க நாட்டுப் பொம்பளேங்க மாதிரி நெனச்சிட்டியா?” என்று எரிந்து விழுந்தாள் ஐரீன். ஐரீனோடு பழகுவதன் மூலம் இங்கிலீஷ் கற்றுக்கொண்டு தானும் ‘தஸ்புஸ்’னு பேசலாம் என்று எதிர்பார்த்த செட்டியார், உண்மையில் சில நண்பர்களிடத்துத் தான் ஒரு இங்கிலீஷ்காரியிடத்து ‘ஆங்கில டிவிஷன்’ வைத்திருப் பதாகக் கூறி வந்தார். ஆனால் ஐரீனோ, செட்டியாரிடத்து இங்கிலீஷ் பேசினாலே இங்கிலீஷின் புனிதத் தன்மை கெட்டுவிடும் என்று நினைத்தவளாய், அவரைத் திட்டுவதற்கு மட்டும்தான் இங்கிலீஷைப் பயன்படுத்தினாள். அவள் ஆரம்பத்தில் செட்டியாரை அழைக்கப் பயன்படுத்திய சொல் ‘*Bugger*’ என்பது. கோபத்திலும் சந்தோஷத்திலும் அவரை அந்தச் சொல்லாலே அழைத்ததால், அது கெட்ட வார்த்தையா இல்லையா என்று செட்டியாருக்கு விளங்க வில்லை. ஒருநாள் இரவு செட்டியார் அவளை லேசாகக் கொஞ்சிவிட்டு, சீக்கிரமே வாயைப் பிளந்துகொண்டு தூங்க ஆரம்பிக்கவும், அவள் கோபத்தோடு அவரைக் கன்னத்தில் குத்தி எழுப்பி, அவரிடத்து, “என்ன மேன், எங்கே போய் ‘பக்கர்’ வேலை செய்திட்டு வந்தே?” என்று கேட்கவும் செட்டியாருக்குச் சந்தேகம் வந்தது. அடுத்த நாள் கொஞ்சம் இங்கிலீஷ் தெரிந்த ஒருவனிடத்து அந்தச் சொல்லுக்குப் பொருள் கேட்டார். ‘பெக்கர் என்றால் பிச்சைக்காரன்’ என்று அவன் சொன்னான். செட்டியாருக்குக் கோபம் பொத்துக் கொண்டு வந்தது. ஐரீனோடு சண்டைக்குக் கிளம்பினார்.

“நான் உனக்கு என்ன பிச்சைக்காரனா?” என்று வெகுண்டு எழுந்தார். ஐரீன் சிரித்துவிட்டு ‘பெக்கர்’ வேறு ‘பக்கர்’ வேறு என்று விளக்கினாள். ‘பக்கர்’ என்றால் என்னவென்று செட்டியார் கேட்கவும், “சரியான ஆம்பிளேன்டு அர்த்தம்” என்றாள் ஐரீன். இருந்தாலும் செட்டியாருக்குச் சந்தேகம் தீரவில்லை. அடுத்தமுறை அவர் அவருடைய வக்கீல் வீட்டுக்குச் சென்றிருந்தபோது, அந்தச் சொல்லுக்குப் பொருள் கேட்டதோடு, அது ஒரு வசைச் சொல்லாக இருந்தால் அந்தச் சொல்லை வைத்தே நோட்டீசில் எதிர்க்கட்சிக்காரரைத் திட்டலாம் என யோசனையும் கொடுத்தார். வக்கீல் சிரித்துவிட்டு, அச்சொல்லின் பொருளைச் செட்டியாருக்குக் காதோடு காதாகக் கூறினார். வக்கீலின் விளக்கத்தைக் கேட்ட செட்டியாருக்கு ‘பக்கர்’ என்பது ஒரு வசைச் சொல்லாகவே படவில்லை. உண்மையில் ஐரீன் அந்தச் சொல்லை விட்டு விட்டு, அவரை ‘பாஸ்டர்டு’ என்று அழைக்க ஆரம்பித்த போது, அவருக்குக் கொஞ்சம் ஏமாற்றமாகவே இருந்தது.

ஐரீன் தன் வசைச் சொல்லை மாற்றிக்கொள்ளப் பொருத்தமான தூண்டுதல் இல்லாமலில்லை. செட்டியாரோடு ஒரு மாதம் பழகவும் அவருடைய சொத்து, சுகம், வருமானம் இவை பற்றிச் சரியான கணக்கு அவளுக்குத் தெரிய வந்தது. தன்னை ஏமாற்றிவிட்ட அந்தோணியை ‘பக்கர்’ என்றும், செட்டியாரை ‘பாஸ்டர்டு’ என்றும் மாறி மாறித் திட்டினாள். ஒருநாள் அவள் செட்டியாரிடத்து,‘மிஸ் ஐரீனுக்கு நரம்புக் கோளாறு ஏற்பட்டதால், அவளது உடல் நிலை மிகவும் மோசமாக உள்ளது; அவளுக்கு ஒரு மாத காலம் பூரண ஓய்வு தேவை’ என்று ஒரு ஓய்வு பெற்ற ரயில்வே டாக்டரிட மிருந்து பெற்ற சர்டிஃபிகேட்டைக் காட்டிவிட்டு, டாக்டர், அவள் ‘இன்டியன் ஜின்’ சாப்பிடக் கூடாது; விஸ்கி அல்லது பிராந்திதான் சாப்பிட வேண்டும் என்றும், பன்றிக் கறியோ மாட்டுக் கறியோ சாப்பிடக்கூடாது என்றும், சுத்தமான ஆட்டுக்கறியும் தினமும் இரண்டு வேளை கோழி சூப்பும் தவறாது சாப்பிட்டு வர வேண்டும் என்றும், நிறையக் கனிவகைகளும் பாலும் சேர்த்துக்கொள்ள வேண்டும் என்றும் கூறியிருப்பதாகச் செட்டியாரிடத்துத் தெரிவித்தாள். செட்டியார் அவள் சொல்வதை நம்ப மறுக்கவும், அவள் டாக்டரை வீட்டுக்குத் தருவித்தாள். மிகவும் பழசாகிவிட்ட டாக்டர் உடையில் வந்த அந்தக் கிழம், ஐரீன் கூறியதை எல்லாம் ஊர்ஜிதப்படுத்தியதோடு, அவளது நரம்புக் கோளாறுக்கு அவளது ‘பாரமூர்’ காரணமாக இருக்கலாம் என்றும், பேஷன்ட்டு பிழைக்க வேண்டுமென்றால் அவளை ஒரு ஆரோக்கிய வாசஸ்தலத்தில் கொண்டு போய் வைக்க

வேண்டும் என்றும், அவளுக்கு அந்த அழுக்கடைந்த ஆடைகளும் மெத்தையும் ஆகாதென்றும், எல்லாவற்றுக்கும் மேலாக அவளுக்கு மன நிம்மதி மிக மிக அவசியம் என்றும் சிபாரிசு செய்தார்.

செட்டியாருக்கு ஐரீனின் சூழ்ச்சி புரியாமலில்லை. அவளை 'கட்' பண்ணிவிடுவதென்று முடிவு செய்தார். இரண்டு நாட்கள் ஐரீன் வீட்டுப்பக்கம் தலை காட்டாது இருந்தார். ஆனால் மூன்றாம் நாள் காலையில் அவருக்கு முன்னதாகக் காய்கறிச் சந்தைக்கு வந்துவிட்டாள் ஐரீன். செட்டியார் வரவும், 'யூ பாஸ்டர்டு,' 'பக்கர்', 'யூ ரேப் ஆப் யுவர் மதர்', 'யூ ஃபக்கிங் ரோக்', 'மங்க்கி பேஸ்டு ஸ்கவுன்ரல்' போன்ற, அவர் இரண்டு நாட்களாகக் கேளாத சொற்களை, ஐரீன் அத்தனை பேர் முன்னிலையிலும் செட்டியார்மீது பொழிந்து விட்டு, இடையிடையே அவரைத் திட்டிக்கொண்டே, கூடியிருந்தவர்களிடத்து நியாயம் கேட்டாள். நாலு பேர் முன்னிலையில் ஒரு பெண்ணிடமிருந்து வசவு வாங்குவதே மானக்கேடு, – அதுவும் இங்கிலீஷ் வசவு வேறே! செட்டியார் அவளை அவசர அவசரமாக அருகே இருந்த மருந்துக் கடைக்குக் கூட்டிச் சென்று, கடை முதலாளியின் முன்னிலையில் சமரசம் பேச முயன்றார். ஐந்து வருஷக் கான்ட்டிராக்ட்டுப் படி ரூபாய் பதினைந்தாயிரம் செட்டியார் கொடுத்தால் 'கட்' பண்ணிவிட முடியும் என்றாள் ஐரீன். செட்டியார் மூவாயிரம் தரத் தயாராக இருந்தார். அடுத்த நாள் ஒரு பொது நபரை வைத்து விவகாரத்தை முடித்துக்கொள்வதென்று இருவரும் முடிவு செய்தனர். (அந்தோணி ஜெயிலில் இருந்ததால், அநேகமாக சமரசப் பேச்சு வார்த்தைகளில் தன்னால் கலந்துகொள்ள முடியாதென்று தனக்குச் செய்தி அனுப்பி இருப்பதாக ஐரீன் தெரிவித்தாள்.) கடையைவிட்டு வெளியே செல்லுமுன்னர், கடை முதலாளியைக் கேட்டு செட்டியார் கணக்கில் ஒரு பாட்டில் விஸ்கி வாங்கிக் கொண்டாள் ஐரீன். செட்டியார் எதிர்ப்புத் தெரிவித்தார். "அதெல்லாம் மெடிக்கல் எக்ஸ்பென்ஸ், யூ ப்ளடி ஃபூல்" என்று கூறிவிட்டாள் ஐரீன்.

சமரசம் செய்து வைக்கச் செட்டியார் பொறுக்கி எடுத்தவன் தான் கந்தன். காலையிலேயே ஆள்விட்டு அவனைச் சந்தைக் கடைக்குக் கூட்டிவரச் செய்தார். அவனை மருந்துக் கடைக்கு அழைத்துச்சென்று தகராறை விளக்கினார். அவனை உற்சாகப் படுத்த விஸ்கி வாங்கிக் கொடுத்தார். எப்படியும் மூவாயிரத்துக்குள் முடித்துக் கொடுப்பதாகக் கந்தன் சொன்னான். இருவரும் ஒரு டாக்சியில் ஐரீன் வீட்டுக்குச் சென்றனர்.

ஜரீன் தன்னை மட்டுமல்லாமல் அவர்கள் உட்கார்ந்து பேச வேண்டிய அறையையும் அமர்க்களப்படுத்தி வைத்திருந்தாள். கையில்லாத பளபளப்பான ஒரு கவுன் அணிந்து, முடியைப் 'பாப்' செய்த மாதிரி வைத்துக்கொண்டு, ரௌஜ்ஜூம் லிப்ஸ்டிக்கும் தீட்டி, ஆங்கிலப் படங்களில் வரும் 'ஃபேஷன் கேர்ல்' மாதிரி காட்சியளித்தாள். டாக்சி வீட்டுக்கு வெளியே நிற்கவும், வீட்டுத் திண்ணைக்கு வந்து இருவரையும் நாணத்தோடு சிரித்தபடியே, கைகூப்பி வணக்கம் சொல்லி வரவேற்றாள். செட்டியாருக்கு ஒரு கணம் சபலம்தான். உம், இதெல்லாம் நடிப்பு என்று அடுத்த கணம் புத்தி வந்தது. மூவரும் உள்ளே சென்றனர். வந்தவர்களை உள்ளே உட்காரச் சொல்லிவிட்டு, "மிஸ்டர் செட்டியார், இவரை எனக்கு அறிமுகப்படுத்த வில்லையே?" என்றாள். "இவர் என் ஃபெரண்டு, கந்தன். பெரிய பிசினெஸ் மேன். கொஞ்சம் முரடர்" என்றார் செட்டியார்.

"அப்படியா? குட் டு சீ யூ. நான் ஜரீன்" என்றுகொண்டே ஜரீன் கந்தன் முன்னால் வலக்கையை நீட்டினாள். கந்தன் அவளது 'லோ – கட்' கவுனின் நடுப்பாகத்தைப் பார்த்துக் கொண்டிருந்தான். அதைப் புரிந்து கொண்ட ஜரீன் சற்றுக் குனிந்து, தன் கையால் கந்தனின் கையைப் பிடித்துக் கை குலுக்குவதுபோல் வருடினாள்.

"உண்மையில் ஆம்பிளேன்னா கொஞ்சம் முரடாகத்தான் இருக்கணும். புவர் செட்டியாருக்கு முரடாகவே இருக்கத் தெரியாது" என்று சிரித்துக்கொண்டே கூறியபடி, ஜரீன் தன் நாற்காலிக்குச் சென்று அமர்ந்தாள். செட்டியார் முழித்தார்.

"ஸ்டெல்லா, ஸ்டெல்லா" என்று ஜரீன் அழைக்கவும், ஒரு பத்து வயதுச் சிறுமி வந்து நின்றாள்.

"டீ ஃபார் தி ஜெண்டில்மென் அண்டு விஸ்கி ஃபார் மீ" என்றாள் ஜரீன் சிறுமியிடத்து.

பிறகு செட்டியாரிடத்துத் திரும்பி, "மிஸ்டர் செட்டியார், உங்க ஃப்ரென்டே எனக்கு ரொம்பவும் பிடிச்சிடும் போல இருக்கு; ஜென்டில்மேனுக்கு ஜென்டில்மேன், முரடருக்கு முரடர்னு இருப்பார் மாதிரி இருக்கு" என்றாள்.

வைத்த கண் வாங்காமல் அவளையே பார்த்துக்கொண் டிருந்தான் கந்தன்.

ஜரீன், கந்தன் பக்கம் திரும்பி, "மிஸ்டர் கந்தன், உங்களுக்குத்தான் தொந்தரவு. அன்னெசசரி ட்ரபுல். எனக்கு மிஸ்டர் செட்டியாரோடே ஃபிரெண்ட்லியா இருக்கணும்னுதான்

ஆசை. ஆனால் மிஸ்டர் செட்டியாருக்கு என் உசிரேவிட அவர் காசுதான் பெரிசு" என்று வருத்தம் அடைந்தவள் போல் சொன்னாள். உள்ளே போயிருந்த சிறுமி ஒரு தட்டில் இரண்டு கோப்பை டீ, ஒரு பாட்டில் விஸ்கி, ஒரு கிளாஸ், ஒரு சோடா கொண்டு வந்து, 'டீப்பாயில்' வைத்துவிட்டு, டீ கோப்பைகளை எடுத்துக் கந்தனுக்கும் செட்டியாருக்கும் கொடுத்தாள்.

"நான் டீ, காஃபி எதுவும் சாப்பிடக் கூடாது; விஸ்கிதான் சாப்பிடனும்னு டாக்டர் சொல்லியிருக்கிறார். எங்க 'பிளட்டு'க்கு அதுதான் ஒத்துக்குது" என்று கந்தனைப் பார்த்துச் சொல்லிக் கொண்டே விஸ்கி பாட்டிலைத் திறந்தாள் ஐரீன். கந்தனுக்கு ஆத்திரம் தாங்கவில்லை. "எனக்கும் விஸ்கியே கொடுத்திடுங்க" என்று கூறிவிடலாமா என்று தோன்றியது.

பிறகு விவகாரம் பேச ஆரம்பித்தனர். ஐரீன் ஒரு ஃபைலை எடுத்துப் புரட்டி, அதில் ஒரு குறிப்பிட்ட தாளிலிருந்து அவளும் செட்டியாரும் செய்துகொண்ட உடன்படிக்கையின்படி ஷரத்துகளை ஒவ்வொன்றாகப் படித்துக் காட்டினாள். ஒவ்வொரு ஷரத்தை வாசித்த பிறகும் செட்டியாரைப் பார்த்து, "சரிதானே, மிஸ்டர் செட்டியார்" என்று கேட்டுக்கொண்டாள். செட்டியாருக்குத் தலையை ஆட்டுவதைத் தவிர வேறு வழியில்லை. ஷரத்துகளை வாசித்துக் காட்டிய பிறகு, ஐரீன் அதே ஃபைலிலிருந்த ஒரு மெடிக்கல் சர்டிஃபிகேட்டை எடுத்துக் காட்டினாள். அதன் கீழேயிருந்த கையெழுத்தை நன்கு கவனித்துக்கொள்ளும்படி கந்தனிடத்துக் கூறிவிட்டு, மற்றொரு கடிதத்தை எடுத்து வாசித்தாள். அது ஆங்கிலத்தில் இருந்தது. மொழிபெயர்ப்பையும் தந்துகொண்டே அதை வாசித்தாள். அதில் டாக்டர் அவருடைய பேஷன்ட்டான மிஸ் ஐரீன் உயிர் பிழைக்க வேண்டுமானால் என்னென்ன சிகிச்சைகள் செய்யப்பட வேண்டும், என்ன முன்னெச்சரிக்கைகள் பின்பற்றப்பட வேண்டும் என்றெல்லாம் குறிப்பிட்டிருந்தார். அந்தக் கடிதத்தின் அடியிலிருந்த கையெழுத்தும் மெடிக்கல் சர்ட்டிஃபிகேட்டின் அடியிலிருந்த கையெழுத்தும் ஒன்று தானா என்று சரி பார்த்துக்கொள்ளுமாறு கந்தனை வேண்டிக் கொண்டு, அவன் அருகே சென்று, அவன் முன் குனிந்து ஃபைலை நீட்டினாள். கட்டுப்பாடற்ற நிலையில் இருந்த கந்தன் எங்கேயோ பார்த்தான். செட்டியார் வாயைத் திறக்கவில்லை. ரௌடி போல் ஐரீன் நடந்துகொள்வாள் என்று அவர் எதிர்பார்த்திருந்தார். அவளோ சாந்த ஸ்வரூபியாக விளங்கினாள். ஐரீனைக் கோபப்படுத்த வேண்டும் என்ற நோக்கோடு, "ஒரு முக்கியமான நிபந்தனையை நீங்க மறந்திட்டீங்க" என்று ஆரம்பித்தார் செட்டியார்.

“ஆமாம் ஆமாம், மறந்துட்டேன் மிஸ்டர் செட்டியார். ஒப்பந்தத்தைத் தயாரிக்கும்போதே இன்னுமொரு நிபந்தனையைச் சேர்த்துக்கனும்னீங்க. எனக்கு அப்போ அது அவசியமென்ட்டு தெரியலே. பிறகு ஓங்க நாட்டுப் பெண்களைப் பத்தி – கொஞ்சம் மன்னிக்கனும் – தெரிஞ்ச பெறகுதான், மிஸ்டர் செட்டியார் அப்படி ஒரு நிபந்தனையைப் போடுவது நியாயம் தான்னு புரிஞ்சிக்கிட்டேன்” என்றாள் ஐரீன்.

“அது என்ன நிபந்தனை” என்றான் கந்தன்.

“கொஞ்சம் சொல்ல வெட்கமா இருக்கு” என்றாள் ஐரீன், நாணிச் சிரித்தவாறு.

“பரவாயில்லை சொல்லுங்க” என்றான் கந்தன்.

“அதாவது இந்த காண்ட்ராக்ட் காலத்திலே எனக்கு மிஸ்டர் செட்டியாரைத் தவிர வேறொரு ‘லவ்வர்’ இருக்கக் கூடாது. சரிதானே, மிஸ்டர் செட்டியார்.”

“ஆனா, நீங்க. . .”

“உம், முடியுங்க மிஸ்டர் செட்டியார்.”

“நீங்க பகல் நேரத்துலே நான் உங்க வீட்டுக்கு வரக் கூடாதுனீங்களே.”

“ஆமாம், அது ஒரு கன்டிஷன்தானே?”

“ஆனா?”

“ஆனா? உம், சொல்லுங்க மிஸ்டர் செட்டியார், உங்க மனசில் இருக்கிறதெ சொல்லுங்க.”

சிறிது நேரம் முழித்துவிட்டுச் செட்டியார், “பகல் நேரங் களில் நீங்க எனக்கு விசுவாசமா இருந்தீங்கன்னு என்னால் நம்ப முடியவில்லை” என்றார். ஐரீனின் கண்களில் நீர் துளிர்த்தது. “எங்க நாட்டுக்காரர் ஒருத்தர் ஒரு பெண்கிட்டே இப்படிப் பேசியிருந்தா, அது ஷூவைக் கழத்தி அவர்மேலே வீசியிருக்கும். ஆனா உங்க நாட்டு வழக்கம் வேறெ; எங்க நாட்டு வழக்கம் வேறெ. என்ன செய்யறது? ஆனா நான் தப்புப் பண்ணியிருந்ததா நீங்க ப்ரூஃப் காட்டினீங்கனா, எனக்கு நீங்க ஒண்ணும தர வேண்டாம்; நான் உங்களுக்கு ஐயாயிரம் ருபிஸ் டாமேஜா தர்றேன். என்ன சரிதானா, மிஸ்டர் கந்தன்?”

மூவரும் சிறிது நேரம் பேசவில்லை. பிறகு ஐரீன் பேசினாள்.

“எனக்கு மிஸ்டர் கந்தனை இப்பத்தான் தெரியும். நீங்க ரெண்டு பேரும் ரொம்ப நாளாப் பழகினவங்க. அவர் ஒரு

பெரிய பிசினெஸ் மேன். அவர் ஒரு ஜென்ட்டில்மேனாகவும் எனக்குத் தெரியுது. நான் கான்ட்ராக்ட்டுப்படி பதினைந்தாயிரம் கேட்கிறேன். மிஸ்டர் செட்டியார் மூவாயிரம் தரத் தயாரா இருக்கார். மிஸ்டர் கந்தன், உங்களுக்கு நியாயமாப் படற அமௌன்ட்டே சொல்லுங்க. மிஸ்டர் கந்தன் சொல்றபடி நான் நடந்துக்கிறேன்."

"எனக்கும் சம்மதம்" என்றார் செட்டியார். இருவரும் கந்தனைப் பார்த்தனர்.

செட்டியார் ஐரீனுக்கு ஐயாயிரம் ரூபாய் தந்துவிட்டு, உடன்படிக்கையை ரத்து செய்துகொள்ள வேண்டியது என்று கந்தன் தீர்ப்பளித்தான். செட்டியார் மூவாயிரம் ரூபாய் கொண்டு வந்திருந்தார். அதை அவர் ஐரீன் கையில் கொடுத்து விட்டு, மீதி இரண்டாயிரம் ரூபாய்க்கு பிராமிசரி நோட்டு ஒன்று எழுதிக் கொடுத்தார். தொடர்ந்து மூவரும் நண்பர்களாக இருக்கவேண்டும் என்பதற்காக ஐரீன், செட்டியாருக்கும் கந்தனுக்கும் விஸ்கி ஊற்றிக் கொடுத்தாள்.

கந்தனுக்கு அசதியாக இருந்தது. எங்காவது சென்று படுத்துறங்கலாம் போல் இருந்தது. ராவுத்தர் கடையிலிருந்து சற்றுத் தொலைவிலேயே ஒரு குதிரை வண்டி நின்றுகொண்டிருந்தது. அதன் அருகே வந்து நின்றான் கந்தன். வண்டியின் வெளிப்புறத்தில் ஒரு போஸ்டர் ஒட்டியிருந்தது.

> *பொறுத்தது போதும்! பொங்கி எழுவோம்!*
> *கண்ணகியின் ஆவேசம், நக்கீரனின் உறுதி,*
> *புறநானூற்றுத் தாயின் மான உணர்வு*
> *அத்தனையும் பெற்றுக் களம் புகுவோம்!*
> *விற்பனை வரியிலிருந்து விதிவிலக்குக் காண*
> *போர்க்கொடி உயர்த்துவோம்!!!*
>
> இவண்
>
> கார்கோட்டை வெற்றிலை பாக்கு அங்காடியினர்.

போஸ்டரைக் கந்தன் படித்துக்கொண்டிருக்கையில், ஒரு கையில் ஒரு பீடிக்கட்டை இடுப்பில் சொருகிக்கொண்டு, மறு கையில் பற்ற வைத்த ஒரு பீடியோடு வண்டிக்காரக் குப்பு, கந்தன் பின் நின்றுகொண்டு, "அது எதுக்கூன்னு பாத்திட்

டிருக்கையா? அந்த நோட்டீசை வண்டிலே ஒட்டினா, இந்தக் கடைக்காரப் பசங்ககிட்டே ஒரு பீடி, ரெண்டு பீடி ஓசி வாங்க முடியுது" என்றான்.

"ஒன் வண்டீன்னு தெரிஞ்சுதான் நின்னேன். கருப்புக்குக் கால் எப்படி இருக்கு?" என்று கேட்டான் கந்தன், குதிரையின் முன் வலது காலைப் பார்த்தவாறே.

"பரவாயில்லே, இப்ப சுமாரா ஓடறான். அந்த மாட்டு டாக்டர்கிட்டே கொண்டு போயிருக்கக் கூடாது. குதிரைப் பக்கம் போகவே பயப்பட்டாரு; என்ன வைத்தியத்தைச் செஞ்சிருப்பாரு?"

"சரி, என்னே தேவி லாட்ஜ் வரை கொண்டுபோய் விடு" என்றான் கந்தன்.

"ஏறிக்க, வண்டிக்குள்ளாற டிரைவர் கருப்பையா உக்காந்து இருக்கான். கதெ பேசிட்டே போவலாம்."

"மொதலியார் வீட்டுக் கருப்பையாவா?"

"அவன்தான். நேத்து அவன் கோர்ட்டிலே சாட்சி சொன்ன தெல்லாம் பேப்பர்லே வந்திருக்காம். அதெப் படிச்சிகிட் டிருக்கான்."

கந்தன் பின்புறமாகவும், குப்பு முன்புறமாகவும் வண்டிக்குள் ஏறிக்கொண்டனர். கையில் ஒரு பத்திரிகையுடன் உட்கார்ந் திருந்த கருப்பையா சற்று நகர்ந்து உட்கார்ந்துகொண்டு, "வாங்கண்ணே, வாங்க" என்று கந்தனை வரவேற்றான். குப்பு வண்டியை முடுக்கிவிட்டான். நொண்டிக் குதிரை சற்று மெதுவாக ஓடியது.

"பத்திரிகைலே என்ன போட்டிருக்கு தம்பி?" என்று கேட்டான் கந்தன்.

"நம்ப மொதலாளி வீட்டு வளக்கு விவரம் வந்திருக்கு."

"ஒரக்கப் படி தம்பி, நானும் கேட்டுக்கறேன்."

"தொவக்கத்துலேந்து படிக்கட்டுமா?"

"உம்."

கருப்பையா பத்திரிகையை நன்றாக மடித்துக்கொண்டு உற்சாகத்தோடு படிக்க ஆரம்பித்தான்.

"கார்கோட்டை நகரத்துப் பிரபல சுகஜீவியான சிவானந்தம் (61) தனது ஒரே மகனான சிவராஜனை(9) விஷமிட்டுக் கொன்ற தாக, சிவானந்த முதலியார்மீது வழக்குத் தொடரப்பட்டு,

அவ்வழக்கு கார்கோட்டை செஷன்ஸ் கோர்ட்டு நீதிபதி கனம் எஸ். ராமசாமி அய்யங்கார் முன்னிலையில் நடை பெற்று வருவது 'செய்திப்புயல்' வாசகர்கள் அறிந்ததே. நேற்று (சனிக்கிழமை) முதல் சாட்சியாக அரசாங்கத் தரப்பு சாட்சி எண் 3 விசாரிக்கப்பட இருந்தார். ஆனால் சீக்கிரமே கோர்ட்டுக்கு வந்திருந்த அரசாங்கத் தரப்பு சாட்சி 5 ஆன சிவில் அசிஸ்டென்ட் சர்ஜன் டாக்டர் வேதமுத்து, எம்.ஆர்.சி.பி. தன்னை முதலில் விசாரிக்கும்படி கோரவும், நீதிபதி அதற்கு அனுமதி அளித்தார். (அரசாங்கத் தரப்பு சாட்சி 3 ஆன டிரைவர் கருப்பையா சில காலம் 'செய்திப் புயல்' அலுவலகத்தில் வேலை பார்த்தவர் என்பது இங்கு குறிப்பிடத்தக்கது. பக்கத்தில் இருப்பது டிரைவர் கருப்பையாவும் அவரது மனைவியும் அவர்களது திருமணத்தின்போது 'செய்திப்புயல்' மானேஜர் திரு. தாமசுடன் எடுத்துக்கொண்ட படம்)."

கருப்பையா படிப்பதை நிறுத்திவிட்டுப் படத்தைக் கந்தனிடம் காட்டினான். படத்தைப் பார்த்துவிட்டு, "ஆமா, அந்த மானேஜர் எதுக்கு அப்படித் திருட்டு முழி முழிக்கிறார்? உம், படி" என்றான் கந்தன். குப்பு, தெருவில் அவனை முந்திக் கொண்டிருந்த சைக்கிள் ரிக்ஷாக்காரனைத் திட்டிவிட்டு, தன் கையிலிருந்த கயிற்றைச் சுழற்றிக்கொண்டே "அய், அய்" என்று 'கருப்பு'வுக்கு உற்சாகம் அளித்துக்கொண்டிருந்தான். கருப்பையா தொடர்ந்து படிக்கலானான்.

"சிவானந்த முதலியார் தலையைக் கீழே கவிழ்த்துக் கொண்டு குற்றவாளிக் கூண்டில் நின்றுகொண்டிருந்தார். டாக்டர் வேதமுத்து கூண்டுக்கு அருகே இருந்த நாற்காலி முன்பு நின்றுகொண்டு, சத்தியப் பிரமாணம் செய்துவிட்டு நாற்காலியில் உட்கார்ந்துகொண்டார். விசாரணை ஆரம்பிக்க இருக்கவும், அரசாங்கத் தரப்பு சாட்சி 1 ஆன வேதவல்லியும், அ.சா.2 ஆன சந்திரசேகர முதலியாரும் கோர்ட்டு அறையை விட்டு வெளியேறினர். (வேதவல்லி – வயது 28 – சிவானந்த முதலியாரின் மூன்றாவது தாரம் என்பதும், சந்திரசேகர முதலியார்(35) வேதவல்லியின் மூத்த சகோதரர் என்பதும் வாசகர்கள் அறிந்ததே. வேதவல்லி நீலநிறப் பட்டுப் புடவையும், மஞ்சள்நிறச் சோளியும் அணிந்து, முடியைப் பிரிமணைக் கொண்டையாகப் போட்டிருந்தார்)."

"சந்திரசேகர முதலியார் வேட்டி கட்டியிருந்தார்னு போடலையா?" என்று கேட்டான் கந்தன்.

"உஹூம்" என்றுவிட்டுக் கருப்பையா தொடர்ந்து படித்தான்.

"முதலில் டாக்டர் வேதமுத்துவை அரசாங்கத் தரப்பு வக்கீல் திரு.கே. சீனிவாசன் விசாரணை செய்தார்.

அ.வ : டாக்டர், உங்களுக்கு எத்தனை வருஷ சர்வீஸ்?

டா : பதினெட்டு வருடங்கள்.

அ.வ : உங்களை நீங்கள் எதிலாவது 'ஸ்பெஷலிஸ்டு' எனக் கருதிக்கொள்ள முடியுமா?

டா : ஆமாம், டாக்சிகாலஜியில். அதாவது விஷம் சம்பந்தப்பட்ட மருத்துவப் பிரிவில்.

அ.வ : அதற்கு ஏதாவது ஆதாரம் உண்டா?

டா : உண்டு. ஐந்து ஆண்டுகளுக்கு முன்பு ஒரு குறிப்பிட்ட கம்பெனி தயாரித்த செயற்கை நூலிழையில் சருமநோய் ஏற்படுத்தக்கூடிய ஒரு வகை விஷச்சத்து கலந்துவிடுகிறதா என்று ஆராய அரசாங்கம் நியமித்த ஒருநபர் குழுவாக நான் பணியாற்றினேன். தேவைப்பட்டால் நியமன உத்தரவைச் சமர்ப்பிக்க முடியும்.

நீதிபதி : அவசியமில்லை.

அ.வ : (நீதிபதியிடத்து) கனம் கோர்ட்டார் அவர்களே, டாக்டர் அவர்களது மருத்துவ அறிக்கையும், பிரேதப் பரிசோதனை அறிக்கையும் எக்ஸிபிட்டுகள் எண் 3, எண் 4 ஆகக் கோர்ட்டிலே சமர்ப்பிக்கப்பட்டுள்ளதால், அவற்றில் உள்ளதை விட்டுவிட்டு, வேறு சில அம்சங்களில் மட்டும் டாக்டரை விசாரிக்க அனுமதி கோருகிறேன்.

நீதி : (டாக்டரிடத்து) நீங்கள் சமர்ப்பித்துள்ள அறிக்கை களில் ஏதாவது திருத்தங்கள் செய்ய விரும்புகிறீர்களா?

டா : (நீதிபதியிடத்து) இல்லை, யுவர் ஆனர்.

நீதி : (அ.வ.யிடத்து) நீங்கள் மேலே சொல்லலாம்.

அ.வ : (டாக்டரிடத்து) கடந்த மார்ச்சு மாதம் பத்தொன்பதாம் தேதி சுமார் ஒரு மணிக்கு உங்களிடம் கொண்டுவரப்பட்ட சிவராஜின் மரணத்துக்கு என்ன காரணம் என்று நினைத்தீர்?

டா : சிறுவனின் முகமும், கழுத்தும், கைகளும் நீலம் பாரித்து இருந்தன. கண்கள் விரிந்து இருந்தன. உதடுகளில் நுரை கக்கியிருந்தது. வலிப்பு ஏற்பட்ட நிலையில் என் முன் கிடத்தப்பட்டான். இவை சாதாரணமாக பொட்டாசியம் சையனைடு வயிற்றுக்குள் செல்வதால் ஏற்படும் அறிகுறிகள்.

நாளை மற்றுமொரு நாளே . . .

எனவே சையனைடு பாய்சனிங்காக இருக்கலாம் என்று நினைத்தேன்.

அ.வ : உங்கள் யூகம் சரியா என்று பார்க்க என்ன செய்தீர்கள்?

டா : உடனே ஜில்லா மாஜிஸ்டிரேட்டுக்கும் போலீஸ் சூப்பரன்டன்ட்டுக்கும் தகவல் கொடுத்துவிட்டு...

நீதி : அதெல்லாம் தேவையில்லை டாக்டர்.

டா : எஸ், யுவர் அனர். ஐந்து சாட்சிகளின் முன்பாக சிறுவனின் வயிற்றிலிருந்து 'வாஷ்' எடுத்து, அதில் ஒரு பகுதியை அரசாங்க பிரதான கெமிஸ்டுக்கு அனுப்பவும், மற்ற பகுதியை நான் ஆராயவும் வைத்துக்கொண்டேன். எனது ஆராய்வின்படி சிறுவனின் வயிற்றில் அதிகமான அளவுக்கு ஹைட்ரோசயனிக் அமிலமும், சிறிதளவு பொட்டாசியம் சையனைடும் இருந்தது தெரிந்தது.

அ.வ: இவற்றுள் எது விஷத் தன்மை கொண்டது?

டா : இரண்டுமேதான்.

அ.வ: அப்படியானால் இறந்தவர் இரண்டையுமே உட்கொண்டிருக்க வேண்டுமா டாக்டர்?

டா : அவசியமில்லை. பொட்டாசியம் சையனைடை உட்கொண்டாலே போதும். அது வயிற்றிலுள்ள ஒரு வகை அமிலத்தோடு செயல்பட்டு ஹைட்ரோசயனிக் அமிலம் ஏற்பட்டுவிடும்.

அ.வ : பொட்டாசியம் சையனைடு எந்த நிறத்தில் இருக்கும்?

டா : 'ஷுகர்' மாதிரி வெண்மையாக இருக்கும்.

அ.வ : அதைச் சாதாரண உணவுப் பொருள்களோடு கலந்தால் உணவுப் பொருளில் எதாவது நிற மாற்றம் ஏற்படுமா?

நீதி: (அ.வ.யிடத்துச் சிரித்துக்கொண்டே) இதெல்லாம் தேவையில்லை.

அ.வ : யெஸ், யுவர் ஆனர். (டாக்டரிடத்து) குறைந்தது எவ்வளவு வயிற்றுக்குள் சென்றால் பொட்டாசியம் சையனைடு சாவை ஏற்படுத்தும்?

டா : வயது வந்த திடகாத்திரமானவர்களாக இருந்தால் 160 மில்லி கிராம் சையனைடிலேயே சாவு ஏற்பட்டுவிடும். சிறுவர்களுக்கு இதைவிடக் குறைந்த 'டோசே' போதும்.

அ.வ: நீங்கள் குறிப்பிடும் இந்த அளவை ஒருவர் தனது இரண்டு விரல்களுக்குள் ஒளித்து வைத்துக்கொள்ள முடியுமா?

டா : முடியும்.

அ.வ: இந்த விஷம் வயிற்றுக்குள் சென்றால் எவ்வளவு நேரத்தில் சாவு ஏற்படலாம்.

டா : சில செகண்டுகளில், சில நிமிடங்களில், சில மணி நேரத்தில் சாவு ஏற்படலாம். விஷத்தின் அளவையும் 'பேஷன்டி'ன் உடல் நிலையையும் பொருத்தது.

அ.வ : டாக்டர், குற்றவாளிக் கூண்டில் இருக்கும் எதிரியை உங்களுக்கு எத்தனை வருடங்களாகத் தெரியும்?

டா : மூன்று வருடங்களாகத் தெரியும்.

அ.வ: இந்த மூன்றாண்டு காலத்தில் அவர் வைத்திய சம்பந்தமான யோசனை ஏதாவது உங்களிடம் கேட்டதுண்டா?

டா : (நீதிபதியிடத்து) கனம் கோர்ட்டார் அவர்களே, இந்தக் கேள்விக்கு நான் பதில் தருவது அவசியந்தானா?

நீதி : (அ.வ.யிடத்து) நீங்கள் டாக்டரைக் கேட்கும் கேள்வி இவ்வழக்கு சம்பந்தப்பட்டதுதானா?

அ.வ : ஆம், யுவர் ஆனர்.

நீதி : (டாக்டரிடத்து) டாக்டர், வழக்கு என்ன என்பது உங்களுக்குத் தெரியும்; வழக்கு சம்பந்தப்பட்ட எந்தக் கேள்விக்கும் இந்தக் கோர்ட்டில் நீங்கள் பதிலளிக்கக் கடமைப்பட்டிருக்கிறீர்கள்.

டா : எஸ், யுவர் ஆனர். ஒரு வருடத்துக்கு முன்னர் இந்த வழக்கில் எதிரியாக உள்ளவர், என்னிடத்து வந்து ஒருவனுடைய ரத்தத்தையும், அவனுடைய தகப்பன் என்று சொல்லப்படும் வேறொருவருடைய ரத்தத்தையும் பரிசோதித்து, உண்மையிலேயே அவர்கள் தகப்பன், மகன் என்று உறுதிப் படுத்த முடியுமா என்று கேட்டார்.

அ.வ : நீங்கள் என்ன சொன்னீர்கள்?

டா : இந்த இருவருடைய ரத்தத்தை மட்டும் வைத்துக் கொண்டு, ஒரு முடிவுக்கு வர முடியாதென்றும், தாயினுடைய ரத்தத்தையும் சேர்த்துப் பரிசோதித்தால், சில சமயங்களில் – சில சமயங்களில் மட்டும் – ஒரு குறிப்பிட்ட நபர் ஒரு குறிப்பிட்டவனுக்குத் தகப்பனாராக இருக்க முடியாதென்ற முடிவுக்கு மட்டும் வர முடியும் என்றேன்.

அ.வ : பிறகு என்ன நடந்தது?

நாளை மற்றுமொரு நாளே...

டா : ஒரு வாரத்துக்குப் பிறகு முதலியார் அவர்கள் அதாவது எதிரி, ஒரு பெண்ணோடு – அவள் ஒரு நர்ஸாக இருக்கலாம் என்று எனக்குப் பட்டது – என்னிடத்து வந்து மூன்று சாம்பிள் ரத்தம் கொடுத்தார். எதிரி என்னிடத்துத் தந்த மூன்று சாம்பிளில் ஒன்று ஒரு சிறுவனுடையதென்றும், இரண்டாவது அவனுடைய தாயினுடையதென்றும், மூன்றாவது சிறுவனுடைய தகப்பனாராகக் கருதப்படக் கூடியவருடைய தென்றும் கூறி, உண்மையிலேயே மூன்றாவது நபர் சிறுவனுடைய தகப்பனாராக இருக்க முடியுமா என்று பார்த்துத் தரச் சொன்னார்.

அ. வ: நீங்கள் என்ன செய்தீர்கள்?

டா : நான் எதிரியிடத்து சில சமயங்களில்தான் உறுதி யான முடிவுக்கு வர இயலுமென்றும், குறிப்பிட்ட ரத்தத்தைக் கொண்டவர் சிறுவனுக்குத் தகப்பனாராக இருக்க முடியும் என்று ஆராய்ச்சி தெரிவித்தாலும், அவர்தான் தகப்பனார், வேறொருவர் தகப்பனாக இருக்க முடியாது என்ற முடிவுக்கு வர முடியாதென்றும் எச்சரித்துவிட்டு, மூன்று சாம்பிளையும் பரிசோதனை செய்தேன்.''

அடைத்துக் கிடந்த ஒரு ரயில்கேட்டின் முன் குதிரை வண்டி வந்து நின்றது. கருப்பையாவும் கொஞ்சம் 'ரெஸ்ட்' எடுத்துக்கொள்ள விரும்பினான்.

"நீ அந்த வீட்டிலே வேலே பாக்கறயே ஒனக்கு என்ன தெரியும்?" என்று கேட்டான் கந்தன், கருப்பையாவிடத்து.

"ஆமாம் கருப்பையா, பெரிய மொதலாளிங்க வீட்டுலே வேலை பாக்கற டிரைவர்ங்கல்லாம் மொதலாளி அம்மாவெ ... பாத்துடுவாங்க எங்கறாங்களே, அதெல்லாம் நெசமா?" என்று ஊடே கேட்டான் குப்பு.

"அண்ணே அண்ணே, இந்த வில்லங்கத்துலே எல்லாம் என்னை மாட்டிவிட்டிராதே குப்பண்ணே; வேதவல்லி அம்மா எங்கிட்டே கொஞ்சம் ஸ்பெசலா பிரியமாத்தான் நடந்துக்கும். ஆனா, இதெல்லாம் வெளியே சொல்லிக்கிட் டிருந்தா ஆபத்தாத்தான் முடியும்."

"ஆமாம், மொதலியார் செய்திருப்பாரா?" என்று கேட்டான் கந்தன்.

"ஒண்ணும் சொல்லிக்கிட முடியாது. இந்த மூணாங் கண்ணாலம் செய்துக்கிட்டதிலிருந்தே, அவர் ஒரு மாதிரியா மாறிட்டதாகத்தான் பேசிக்கிட்டாங்க. கண்ணாலத்துக்கு

முன்னாடி ஏதோ டாக்டர்கிட்டே போயி அவருக்குக் கொளந்தே பொறக்க முடியுமானுட்டு சோதிச்சுக்கிட்டாரு எம்பாங்க. சிவராசுகிட்டே ஆரம்பத்துலே ரொம்பப் பிரியமாத்தான் இருந்தாரு. எவனோ படுகாலிப்பய அவரு காதுலே ஏதோ தொடர்ந்து ஓதிட்டிருந்திருக்கான். கொஞ்சமா மாறினாரு. சிவராசை செல சமயம் கொஞ்சுகொஞ்சுன்னு கொஞ்சுவாரு; சமயத்துலே பளீர்பளீர்னு அடிச்சிடுவாரு. நானே கண்ணாலே கண்டிருக்கேன்."

ரயில் கேட் திறந்தது. சுற்றிலும் இருந்த இரைச்சல் அதிகப்பட்டது. அத்தனை இரைச்சலுக்கும் மேலே குப்புவின் 'ஹே'யும் கெட்ட வார்த்தைகளும் கம்பீரமாகவே ஒலித்தன. கருப்பையா பேசுவதை நிறுத்திக்கொண்டான். கந்தன் வெளியே இருந்த நெரிசலைக் கவனித்துக் கொண்டிருந்ததுபோல் தெரிந்தது.

ஒங்களுக்குச் சந்திரன் நெனெப்பே வரதில்லையா? வராமல் இருக்குமா, வரத்தான் செய்யுது. ரெண்டு முறுக்கு வாங்கி வந்தால்கூட, பெரியது எது என்று பார்த்துவிட்டு அதை எடுத்துக்கொள்கிறான் சந்திரன்; சிறியதைத்தான் கீதாவுக்குத் தருகிறான். அவன் சுயநலத்தில்தான் எத்தனை அழகு? சுயநலத்தை மறைக்க முயன்றால்தான் அது அசட்டுத் தனமாகவோ, விகாரமாகவோ தோன்றுகிறது. இல்லா விட்டால், அதில் உதயசந்திரனின் தற்புகழ்ச்சியைக் காண முடிகிறது. சந்திரன் எல்லாப் பிள்ளைகளோடும் சண்டை போடுகிறான். அவர்களை அடிக்கிறான்; அவர்களால் அடிக்கப்படுகிறான். ஒருநாள் மூக்கில் ஒரு காயம்; மறுநாள் முழங்காலில் ஒரு காயம். ஒரு சமயம் கீழ் உதட்டில் காயத்தோடு சட்டை பூரா ரத்தம் தோய்ந்திருக்க வீடு வந்து சேர்ந்தான்.

"அய்யோ" என்று மீனா அலறினாள். "நான் ஒரு கல்லே வீசிப் போட்டேன். அது முருகேசனோட பல்லை ஒடச்சது. அவன் அக்கா மரகதம் பிளேடை வச்சு என் ஒதட்டை அறுத்திடிச்சு" என்று சுருக்கமாக விளக்கினான் சந்திரன். மீனா, மரகதத்தின் அம்மாவோடு சண்டைக்குச் சென்று, 'தேவிடியாச் சிறுக்கி' என்ற பட்டத்தை வாங்கிக் கட்டிக் கொண்டாள். மீனாவும் சும்மா விடவில்லை.

"பொம்பளேன்னு பொறந்துட்டாலே தேவடியாச் சிறுக்கிதான்; ஒருத்தனோட படுத்தா என்ன, பத்துப் பேர்க கிட்டே படுத்தா என்ன, எல்லாம் ஒண்ணுதான்" என்று பொழிந்துவிட்டு வந்தாள். சாப்பிடும் போதுதான் "அய்யோ உதடு எரியுதே" என்று அலறினான் சந்திரன். "உப்புக் காரம்

பட்டா உதட்டுப் புண்ணுக்கு நல்லது” என்றான் கந்தன். கந்தன் சொன்னது சரிதான். சீக்கிரமே சந்திரனின் உதட்டுப் புண் ஆறியது.

சந்திரனைப் பள்ளிக்கூடத்துக்கு அனுப்பி வைத்தாள் மீனா. நிறையக் கெட்ட வார்த்தைகளைக் கற்றுக்கொண்டு வந்தான். இனிமேலும் கற்றுக்கொள்ளக் கெட்ட வார்த்தைகள் பள்ளிக்கூடத்தில் கிடைக்கவில்லை என்பதை அறிந்ததும், பள்ளிக்கூடத்துக்குப் போவதை நிறுத்திக்கொண்டான். தெருவோரம் மீன் விற்றுக்கொண்டிருந்த ஆயிசா பீபிக்கு உதவியாகச் சில காலம் அவளோடு இருந்தான். அவள்தான் அவனைக் கெடுத்துவிட்டதாக மீனாவுக்கு எண்ணம். ஆயிசா பீபி சந்திரனுக்குச் சிறு வயதிலேயே பெரிய விஷயங்களைச் சொல்லித் தந்துவிட்டாளோ என்று கந்தனுக்குச் சந்தேகம். சந்திரன், வீட்டுக்கு வராமலேயே பல நாட்கள் ஆயிசா பீபியின் வீட்டிலேயே தங்கிவிடுவான். சந்திரனுக்கு ஆயிசா பீபியே சாப்பாடும் துணியும் கொடுக்க ஆரம்பித்தாள். மீனா வழக்கம் போலச் சண்டைக்குப் போனாள். ‘தேவடியாச் சிறுக்கி’ என்ற பட்டத்தையே மீண்டும் வாங்கிக் கட்டிக் கொண்டு வீடு வந்து சேர்ந்தாள். கந்தன் எதைப் பற்றியும் கவலைப்படுவதாகத் தெரியவில்லை. அவ்வப்போது கீதாவோடு கொஞ்சுவான்; மீனாவோடு விளையாடுவான். மீனா எதுவும் சொன்னால், “நாலு காசு சம்பாரிச்சாப் போதும், எல்லாம் சரியாகிவிடும்” என்று சொல்லிவிட்டு, “குடிக்கக் காசு இருக்கா?” என்று மீனாவிடம் கேட்பான்.

ஆயிசா பீபி கருப்பாக அழகாக இருப்பாள். அவள் முலைகளைப் பார்த்ததும் கந்தனே அசந்துவிட்டான் ஒரு சமயம். ஆனால் கந்தனின் சாமர்த்தியம் அவளிடம் பலிக்க வில்லை. ‘குவாரி’ கான்ட்டிராக்ட்டு எடுத்திருந்த முத்துக் கோனார் அவளிடம் ஒவ்வொரு நாளும் எக்கச் சக்கமாக மீன் வாங்கிப் பார்த்தார். ஊருக்கு வெளியே ஒரு தென்னந் தோப்பும், தென்னந் தோப்பில் தனக்கென்று ஒரு சிறு வீடும் இருப்பதாகவும் ஆயிசா பீபியிடத்துத் தெரிவித்துப் பார்த்தார். தென்னந் தோப்பிலோ, அங்கு இருந்த முத்துக்கோனாரின் வீட்டிலோ ஆயிசா அக்கறை காட்டவில்லை. முத்துக்கோனார் அவர் தம்பியை வைத்துப் போட்டி மீன் கடை போட்டார். ஆயிசா மீன் வியாபாரத்தை நிறுத்திவிட்டு முத்துக்கோனாரின் தென்னந் தோப்புக்குச் சென்று வர ஆரம்பித்தாள். சில வாரங்களில் ஆயிசா பீபி வீட்டைக் காலி செய்துவிட்டு எங்கேயோ சென்றாள். சந்திரன் சில நாட்கள் வீட்டிலேயே தங்கியிருந்துவிட்டு, ஒரு நாள் ஒன்றுமில்லாததற்குக் கந்தனிடம் செம்மையாக உதை வாங்கிவிட்டு வீட்டைவிட்டு ஓடினான்.

குடித்து விட்டுத் தூங்கிக்கொண்டிருந்த கந்தனின் மீது ஒரு பானையை வீசியெறிந்து, பானையை உடைத்து நொறுக்கி விட்டு ஓடியவன்தான், பிறகு வீட்டுப்புறமே தலை காட்டவில்லை.

ஒருவாறாக இரைச்சல் தணிந்ததும், வண்டி சற்று அமைதியான தெருப் பக்கம் திரும்பவும் கருப்பையா பத்திரிகையை உயர்த்திப் படித்தான்.

"போதும் தம்பி, இந்தக் கோர்ட்டு விவகாரமெல்லாம் யாருக்கு வேண்டிருக்கு?" என்றான் கந்தன். கடுமையான வெய்யில். கந்தனுக்கு வியர்த்துக் கொட்டியது.

"ஆமா, இப்ப என்னமோ சொல்லிட்டிருந்தியே?" என்றான் கந்தன், கருப்பையாவிடத்து.

"அந்த வேதவல்லி அம்மாவெப் பத்தி என்னவோ உளறிட்டிருந்தான்" என்றான் குப்பு. மூவரில் அவன் ஒருவன் தான் வெயிலால் பாதிக்கப்படாதவன் போல் தெரிந்தான்.

"அண்ணே, யாருக்கும் சொல்லாதீங்க; இந்தக் கேசு பத்தி ஒரு முக்கியமான வெஷயம் எனக்குத் தெரியும்" என்றான் கருப்பையா.

"என்ன வேதவல்லியும் சந்திரசேகர மொதலியும் 'டபார் டபார்'ன்ட்டா?" என்றான் குப்பு.

"அண்ணனும் தங்கச்சியுமா?" என்று கேட்டான் கந்தன்.

"அப்படியும் ஒரு பேச்சு உண்டு அண்ணே; ஆனா நா அதெப்பத்தி இப்ப சொல்ல வரலே."

"பின்னே எதைப் பத்தி?" என்றான் கந்தன்.

"சிவராசுவுக்கு மூச்சுத் திணறவும், குத்திப்புடுங்கவும், அவனெ அணைச்சி எடுத்துக்கிட்டு டாக்டர்கிட்டே கொண்டு போக முதலியார் ஓடினாரு. ஆனா உள்ளுக்கிருந்த வேதவல்லி அம்மா மட்டும், என்ன ஆயிரிச்சு, அய்யோ என்ன ஆயிரிச்சுன்னு கதறிக்கிட்டே கொளந்தெக்குக் கடுக அரைச்சுக் கொடுங்க, கடுக அரைச்சுக் கொடுங்கோன்ட்டு அலறிக்கிட்டே மூர்ச்சையா விளுந்திரிச்சு."

"நீ போயி அம்மாவே உசுப்பினே இல்லே?" என்றான் குப்பு.

"போ அண்ணே, உனக்குப் பாயின்ட்டே புரியலே" என்றுவிட்டு, கருப்பையா தாழ்ந்த குரலில் ரகசியம் போலப் பேச ஆரம்பித்தான்.

"ஏன் அண்ணே, எதுக்கு கடுகே அரைச்சுக் கொடுப் பாங்க? வாந்தி வரத்தானே? வெசம் கிசம் தின்னுட்டா, வாந்தி வரச் செய்யத்தானே கடுகே அரைச்சுக் கொடுப்பாங்க?" என்றான் கருப்பையா.

"அப்ப அந்தப் பயன் வெசெத்தத்தான் தின்னுட்டான்னு வேதவல்லிக்குத் தெரிஞ்சிருக்கணும்ங்கறே, இல்லே" என்றான் கந்தன்.

"அதான் அண்ணே. ஆனா மொதலாளிகூட அதெக் கவனிக்கலெ, நானும் அதெல்லாம் போலீசுக்குச் சொல்லிக்கலே."

"ஆமாம், வெட்டி வேலெ" என்றான் கந்தன்.

"மொதலாளி வாக்குமூலம் என்ன தெரியுமாண்ணே? சமயக்காரப் பொண்ணு அவர் தட்டுலே கறியை வைக்கவும், சிவராசு எனக்குத்தான் மொதெல்லேன்னு கத்திச்சாம். மொதலாளி அவர் தட்டுலேந்து எடுத்துக் கறியை சிவராசு தட்டுலே வச்சாராம். அந்தக் கறிலேதான் வெசம் இருந்திருக்கு."

"போட்ட கறியெப் பூராவும் சிவராசு தின்னிரிச்சா?"

"இல்லண்ணே. மீதிக் கறியையும் பரிசோதனைக்கு அனுப்பினாங்களாம். அதுலே துளிகூட இந்த சையனைடு வெசம் இல்லையாம்."

"டாக்டர்கிட்டே அந்தப் பையனே யாரெல்லாம் கூட்டிக் கிட்டுப் போனது?"

"நானும் மொதலாளியும் மட்டுந்தான்."

"அப்ப வீட்லே யாரெல்லாம் இருந்தாங்க?" என்று தொடர்ந்தான் கந்தன்.

"வேதவல்லி அம்மா, சந்திரசேகர மொதலி, சமயக்காரப் பொண்ணு இவுங்கதான் இருந்தாங்க. அந்தச் சமயக்காரப் பொண்ணே ஒரு நா விட்டு ஒரு நா ஸ்டேசனுக்குக் கொண்டு போயி போலீசுக்காரங்க விசாரிக்கிறாங்க. அதுதான் போலீசுக்கு ஒரு முக்கிய சாட்சியாத் தெரியுது. அது வாயெத் தெறந்தா எல்லாம் வெளெங்கிப் போயிடும்."

"ஆமாம், ஆமாம் எல்லாம் வெளங்கிப் போயிடும்; இப்ப இறங்கிக்கோங்க" என்று சொல்லிக்கொண்டே குப்பு வண்டியைத் தெருவோரமாக நிறுத்தினான்.

"அண்ணே இங்கே பக்கந்தானே; என்னே வீட்லே கொண்டு விட்டிருங்கண்ணே" என்றான் கருப்பையா.

"சரி, வந்து தொலே" என்றான் குப்பு. கந்தன் ஒரு இரண்டு ரூபாயைக் குப்பு கையில் திணித்துவிட்டு, "வரேன் குப்பு; வரேன் தம்பி" என்று சொல்லிக்கொண்டே வண்டியை விட்டிறங்கி தேவி லாட்ஜுக்குள் நுழைந்தான்.

தேவி லாட்ஜ் இப்போது இருக்கும் இடம் ஒரு கோவிலுக்குச் சொந்தமானது. முன்பு அங்கே இரண்டு வீடுகள் இருந்தன. வீடுகளிலிருந்து வந்த வாடகைப் பணம் கோவில் பணிக்குச் செலவிடப்பட்டது. சுப்பு நாயுடுதான் அந்த வீடுகளை இருபது வருட 'லீசு'க்கு எடுத்து, வீடுகளை இடித்துவிட்டு தேவி லாட்ஜைக் கட்டினார். 'லீஸ்' காலம் முடிந்ததும் லாட்ஜுக் கட்டிடம் கோவிலுக்கே சொந்தமாகிவிடும். சுப்பு நாயுடு மிகவும் கறாரான பேர்வழி. முதல் பத்து வருடங்கள் வரை லாட்ஜை மிகவும் 'டீசன்ட்'டாகவே வைத்திருந்தார். நாளா வட்டத்தில் சுற்று வட்டாரத்தில் புதுப்புது லாட்ஜுகள் 'பாத்ரூம்' இணைந்த அறைகளோடும், 'லிப்ட்டு'களோடும் முளைக்க ஆரம்பிக்கவும், நாயுடு தனது கொள்கைகளைத் தளர்த்திக்கொண்டார். "பிசினெஸ்ல எல்லாம் கொஞ்சம் நெளிவு சுளிவு வேண்டும்" என்று அடிக்கடி தன் மானேஜரிடத்துச் சொல்வதோடு, தான் அதிகம் லாட்ஜுப் பக்கம் வருவதையும் நிறுத்திக்கொண்டார். அதன் விளைவாக இப்போது தேவி லாட்ஜ், பள்ளி நிர்வாகி – ஆசிரியை, கிராமப்புற டாக்டர் – நர்ஸ், சமுதாய அபிவிருத்தி அதிகாரி – சமூக சேவகி ஆகிய ஜோடிகளில் சிலவற்றுக்கு நம்பகமான புகலிடமாக இருப்பதோடு, எந்தக் குறிப்பிட்ட ஆடவரோடும் தங்களை வாழ்க்கை பூராவும் பிணைத்துக்கொள்ள விரும்பாத சில பெண்களுக்குத் தங்குமிடமாகவும் உள்ளது. தேவி லாட்ஜின் புதுக் கீர்த்தியைப் பற்றிக் கேள்விப்பட்ட கோவில் டிரஸ்டி ஆத்திரத்தோடும் ஆவேசத்தோடும் வந்து சுப்பு நாயுடுவோடு தகராறு பண்ணினார். இருவரையும் சமாதானப்படுத்தி வைப்பதில் கந்தனுக்குப் பெரும் பங்கு கிடைத்தது. கோவில் டிரஸ்டிக்கு, அவர் கார்கோட்டைக்கு வரும்போதெல்லாம் தேவி லாட்ஜில் 'சகல வசதிகளோடு' எத்தனை நாட்கள் வேண்டுமானாலும், எந்த அறையில் வேண்டுமானாலும், யாரோடும் இலவசமாகத் தங்கும் சலுகை அளிக்கப்பட்டது. "பிசினெஸ்ல கொஞ்சம் நெளிவு சுளிவு வேண்டியிருக்கு" என்று இளித்தார் நாயுடு. "பிசினெஸ்ல என்ன கோவில் காரியங்களில்கூட கொஞ்சம் நீக்குபோக்கு வேண்டியிருக்கு. நாமென்ன அரசியல்வாதிகளா, கொள்கேன்னு வம்பா இருக்க?" என்றார் டிரஸ்டி, ஒன்றும் தெரியாமலோ எல்லாமே தெரிந்தோ.

கந்தன் லாட்ஜுக்குள் நுழையவும், மானேஜர் "வாங்க" எனக் கூறிக் கந்தனை வரவேற்றார். "எந்த ரூம் காலியா இருக்கு?" என்று கேட்டான் கந்தன். மானேஜர் அறை நிலவரப் பலகையைப் பார்த்துவிட்டு, "கீழே நாலு காலி இருக்கு" என்றார். கந்தன் ஒரு மணி நேரம் அல்லது இரண்டு மணி நேரம் ஏதாவது ஒரு அறையில் படுத்துவிட்டுச் செல்வது வழக்கமாதலால், மானேஜர் அவனிடத்து நான்காம் எண் அறைச் சாவியைக் கொடுத்தார். சற்றுத் தூரம் நடந்து பிறகு ஒரே வரிசையில் இருந்த பத்து அறைகளுக்கு இட்டுச் செல்லும் பாதையின் பக்கம் வளைந்தான் கந்தன். அறைகள் வெளியே பூட்டப்பட்டோ, உட்புறமாக அடைக்கப்பட்டோ இருந்தன. கந்தன் நான்காம் எண் அறையைத் திறந்துகொண்டிருக்கும் போது, அடுத்த அறை வாயிலில் நின்றுகொண்டிருந்த ஒரு நடுத்தர வயதுக்காரர் அந்த வரிசையில் இருந்த கடைசி அறையின் வெளிப்படியில் உட்கார்ந்துகொண்டிருந்த ஒரு பெண்ணைப் பார்த்துக்கொண்டிருந்தார். அவளும் அவரையே பார்த்துக்கொண்டிருப்பதுபோல் இருந்தது. கந்தன் தன்னறைக் கதவைத் திறக்கும் சத்தம் காதில் படவும், நடுத்தர வயதுக் காரர் கந்தன் பக்கம் திரும்பினார். பிறகு தன்னறைக்குள் சென்று கதவுகளைத் 'தடால்' என்று அடைத்துக்கொண்டார். கந்தன் தன்னறையை உட்புறமாகத் தாளிட்டுக்கொண்டு, வேட்டியையும் சட்டையையும் களைந்துவிட்டு, கத்தியை உறையோடு தலையணைக்கு அடியில் ஒளித்து வைத்தான். பிறகு மின்விசிறியைத் தட்டி விட்டுவிட்டு, மெத்தைக் கட்டிலில் விழுந்தான். தூக்கம் வரும்போல் இருந்தது. ஆனால் அடுத்த அறைக் கதவு 'படால்' என்று திறக்கப்படும் சத்தம் கேட்டது. இரண்டு, மூன்று நிமிடங்கள் கழித்து, மீண்டும் கதவு 'தடால்' என்று அடைக்கப்படும் சத்தம். இவ்வாறே தொடர்ந்து இரண்டு, மூன்று நிமிடங்களுக்கு மாறி மாறி 'தடாலோ படாலோ' கேட்டுக்கொண்டிருந்தது. இந்த ஒலி நாடகம் சுமார் பதினைந்து நிமிடங்களுக்கு நடந்துவிட்டு ஒருவாறாக ஓய்ந்தது. கந்தன் அரைத் தூக்கத்தில் இருந்தான். வானத்தில் பறப்பது போன்ற தொரு கனவு. இல்லை, வானளவுக்கு உயர்ந்துள்ள மலைச் சிகரங்களின் மேல் தாவித் தாவிச் செல்கிறான். ஒரு மிக உயர்ந்த சிகரத்துக்கு வந்துவிட்டான். கண்ணுக்கெதிரே மலை மலையாக மணற் குவியல்கள். கந்தன் அடுத்த மணல் மலைக்குத் தாவுகிறான். மணல் மலையைக் காணோம். ஒரு பாதாளத்தில் விழுந்துகொண்டிருப்பது போன்ற ஒரு உணர்வு. விழித்துக்கொள்கிறான். அடுத்த அறைக் கதவை யாரோ வெளியிலிருந்து மெதுவாகத் தட்டிக்கொண்டிருப்பது கேட்கிறது. அடுத்த அறையிலிருந்தோ ஒரு சத்தமும் இல்லை. வெளியே தட்டுவது சற்றுப் பலப்படுகிறது. தொடர்ந்து ஒரு பெண்

குரல், “இந்தாங்க கதவெத் தெறங்க, யாருமில்லை” என்கிறது. அடுத்த அறைக் கதவை மெதுவாகத் தட்டும் ஓசையும், ‘இந்தாங்க, இந்தாங்க’ என்ற சொற்களும் கந்தனின் காதுகளில் சிறிது நேரம் விழுகின்றன; பிறகு ஓய்ந்து போகின்றன. ஒரு பெண் நடந்து செல்வது போல் காலடிச் சத்தம். சிறிது நேரம் கழித்து அடுத்த அறைக்கதவு ‘படால்’ என்று திறக்கிறது.

கந்தன் மீண்டும் அரைத் தூக்கத்தில் விழுகிறான். சில சில்லரைக் கனவுகள் தோன்றி மறைகின்றன. அவன் ஒரு கடையில் சிகரெட்டு வாங்கிவிட்டுக் கடன் சொல்கிறான். சந்திரனைத் தற்செயலாகத் தெருவில் பார்ப்பதுபோல் தெரிகிறது. கந்தன் அவனிடத்துப் பேசவோ, அவனை வீட்டுக்கு அழைத்து வர எண்ணுவதாகவோ தெரியவில்லை. சிகரெட்டை வாங்கி விட்டுக் கடையிலிருந்து திரும்புகிறான். எதிரே மோகனா என்ற ராக்காயி நின்றுகொண்டு அழுவதுபோல் இருக்கிறது. காட்சிகள் படிப்படியாக மறைகின்றன. அரைகுறைத் தூக்கம். ஏதோ கொஞ்சம் நினைவு. முத்துச்சாமியும் அவன் ‘காதலி’யும் ஒருவரை யொருவர் இறுகக் கட்டி அயர்ந்து தூங்கிக்கொண் டிருக்கின்றனர். சோலைப் பிள்ளையும், மீனாவும் . . . கந்தன் திடுக்கிட்டு எழுகிறான். அடுத்த அறைக் கதவு திறக்கும் ஓசை கேட்கிறது. அங்கிருந்து சுண்ணாம்பு வாடை வெளிப்படுவதாகக் கந்தன் நினைத்துக்கொள்கிறான். அடுத்த அறை நடுத்தர வயதுக் காரர் ‘பாத்ரூம்’ பக்கம் நடந்து செல்வதாகக் கந்தனுக்குப் படுகிறது. அரைகுறைத் தூக்கத்தில் கந்தன் தலையணைக்குக் கீழே கத்தி இருக்கிறதா என்று பார்த்துக் கொள்கிறான். மீண்டும் தூக்கம். மீண்டும் சில்லரைக் கனவுகள்.

சுமார் நாலரை மணிக்குக் கந்தன் விழித்து எழுந்து உட்கார்ந்தான். வெளியே இருந்து இரைச்சல் வந்துகொண் டிருந்தது. தொண்டையைக் கிழித்துக்கொண்டு, மூன்று நான்கு பேர்கள் காரசாரமாக விவாதித்துக்கொண்டிருந்தனர். கந்தன் அறைக் கதவுகளைத் திறக்கவும், லாட்ஜு சிறுவன் ஒருவன் வந்து, “காப்பி வேணுமா சார்?” என்றான். “ஒரு பாட்டில் எடுத்துக்கிட்டுப் போய் எரநூறு மில்லி சாராயம் வாங்கிட்டு வா” என்று சொல்லிக்கொண்டே கந்தன் சிறுவனிடத்து ஒரு ஐந்து ரூபாய்த் தாளை நீட்டினான். சிறுவனுக்குக் கந்தனைத் தெரியும்; ஒன்றும் கூறாமல் பணத்தை வாங்கிக் கொண்டு அகன்றான். கந்தன் சிறுவனை மீண்டும் கூப்பிட்டு, “மொதல்லே மானேஜர்கிட்டே நாங் கேட்டேன்னு சொல்லி ஒரு சோப்புக்கட்டி, ஒரு சீப்பு, மொகம் தொடைக்க ஒரு துண்டு வாங்கியாந்து கொடுத்துரு” என்றான். சிறுவன் அவற்றைக் கொண்டு வரவும், தனது அறையை அடைத்துப் பூட்டிக்கொண்டு, முகம், கை, கால்களைக் கழுவ லாட்ஜின்

பின்புறம் சென்றான். பத்தாம் எண் அறை வாயிலில் இன்னும் அந்தச் சிறுமி உட்கார்ந்திருந்தாள். அவனைப் பார்த்ததும் இலேசாகச் சிரித்தாள். கந்தன் குளியலறையிலிருந்து தன் அறைக்குத் திரும்பியதும் வேட்டி சட்டையை அணிந்துகொண்டு, கத்தியையும் இடுப்பில் சொருகிக்கொண்டு, தலையைச் சீவிவிட்டுக்கொண்டு வெளியே வந்தான். மானேஜர் இருந்த பகுதியிலிருந்து வந்த இரைச்சலின் ஆக்ரோஷம் படிப்படியாக உயர்ந்துகொண்டே சென்றது. கந்தனும் வேடிக்கை பார்க்கச் சென்றான்.

மானேஜர் ஸ்தானத்துக்கு எதிரே இரண்டு சோபாக்கள் போடப்பட்டிருந்தன. அவற்றில் ஒன்றில் அரைகுறையாய் உட்கார்ந்திருந்த, டெர்லின் பான்ட்டும், ஸ்லாக்கும், கண்ணாடியும் அணிந்திருந்த ஒரு இளைஞன் அவன் முன்னால் உட்கார்ந் திருந்த சற்று வயது வந்த ஒரு ஜிப்பாக்காரரிடத்துக் கையை நீட்டி நீட்டிப் பேசிக்கொண்டிருந்தான். அவன் முகத்தில் தோன்றிய படபடப்பையும் ஆவேசத்தையும் காணும் போது, அவன் எங்கேயோ அனுபவித்த அவமானங்களுக்கு வேறெங்கேயோ அர்த்தமற்ற நிவாரணம் தேடிக்கொண் டிருப்பதுபோல் இருந்தது. மற்றொரு இளைஞன் பரட்டைத் தலையோடு அவர்களிடமிருந்து சற்று விலகி உட்கார்ந்திருந் தான். மூவரையும் மாறி மாறிப் பார்த்துக்கொண்டு தன் இருக்கையில் உட்கார்ந்திருந்தார் மானேஜர். கந்தனும் வந்து ஒரு ஓரமாக உட்கார்ந்துகொண்டான்.

“தொழிலாளி வர்க்கத்தை யாராலும் அடக்கி ஒடுக்க முடியாது. ஹிட்லர் அடக்கிப் பார்த்தான், முடியலே. முசோலினி பார்த்தான், முடியலே. சர்ச்சில் பார்த்தான், முடியலே” என்று அடுக்கிக்கொண்டு போனான் கண்ணாடிக்கார இளைஞன்.

“ஆனா, ஸ்டாலின் பார்த்தான், முடிஞ்சது” என்றான் பரட்டைத் தலையன் சிரித்துக்கொண்டே. மற்ற இருவரும் அவன் சொன்னதைக் கேட்கவில்லை.

“நாங்களும் சமதர்ம சமுதாயத்தை அமைக்கத்தான் பாடுபடறோம்” என்றார் ஜிப்பாக்காரர். ஏதோ சமதர்ம சமுதாயத்துக்குப் பாடுபடாதவர் வாழத் தகுதியற்றவர் என்ற குற்ற உணர்வு மிகுந்தவர்போல.

“ஆமாம் ஆமாம், தொழிலாளி போனஸ் கேட்டா குண்டாந்தடியைக் காட்டறது, தேர்தல் வந்தா மொதலாளி கிட்டே போயி பல்லெக் காட்டறது, இதுதானே ஒங்க சமதர்மம்?” என்று எரிந்து விழுந்தான் கண்ணாடிக்காரன்.

“ஆமா கேக்கிறேன், மொதலாளி இல்லாம தொழிலாளி எப்படி வந்தானாம்?” என்று ஒரு பாயின்ட்டை உதிர்த்தார்

மானேஜர். ஜிப்பாக்காரரோ, டெர்லின் இளைஞனோ அவர் பாயின்ட்டைக் கேட்டதாகத் தெரியவில்லை.

"நாங்க படிப்படியாக ஜனநாயக மொறைலே சமதர்மம் கொண்டு வரணுங்கறோம்; நீங்க கத்தி, கபடா வச்சிக்கிட்டு ரத்தம் சிந்தி சமதர்மம் கொண்டுவரப் பாக்கறீங்க" என்றார் ஜிப்பாக்காரர். இதைக் கேட்டதும் கண்ணாடிக்கார இளைஞனுக்குக் கோபம் பொத்துக்கொண்டு வந்தது. உண்மை யிலேயே கத்தி, கபடா இல்லாமல் ஒரு சமதர்மப் புரட்சி வெற்றிபெற்றுவிட்டதாக நினைத்துக்கொண்டு ஏமாற்ற வெறியில் துள்ளி எழுந்தான். ஆவேசத்தோடு எழுந்து நின்று விரலைத் துப்பாக்கி போல ஜிப்பாக்காரர் முகத்துக்கு நேரே நீட்டி, "நீங்க எங்க தலைவர் போன மாசம் கொடுத்த அறிக்கையைப் படிச்சீங்களா?" என்று அதிர்ந்தான் – சண்டித்தனம் செய்யும் வழிப்போக்கனிடத்து ஒரு கொள்ளைக்காரன் அதிர்வதுபோல்.

ஜிப்பாக்காரர் மிரண்டு போனார். இளைஞன் குறிப்பிட்ட அறிக்கையைப் படித்திராதது ஒரு தேசத் துரோகக் குற்றம் என்று உணர்ந்தவர் போல், "ஆமாமாம், வாசிச்சேன்" என்று புளுகினார். "அந்த அறிக்கைலே எங்க தலைவர் என்ன சொல்லி இருக்கார்?" என்று மிடுக்காக உறுதியாகக் கேட்டான் இளைஞன். ஜிப்பாக்காரர் முழித்தார்.

"தலைவரது அறிக்கையைப் படிக்காதது முதற் குற்றம்; அதைப் படித்ததாகப் புளுகியது இரண்டாவது குற்றம். இந்த இரண்டு குற்றங்களுக்கும் உமக்கு என்ன தண்டனை தகும்?" என்று கேட்கும் தோரணையில் இளைஞன் ஜிப்பாக் காரரைப் பார்த்து அவர்மீது வெறுப்பை உமிழ்ந்தான்.

"உங்க தலைவர் அறிக்கைலே என்ன சொல்லி இருக்காரு?" என்றார் ஜிப்பாக்காரர் பணிவோடு.

"அப்பப் படிக்கலேன்ட்டு ஒத்துக்கோங்க" என்றான் இளைஞன் வெற்றித் திமிரோடு. 'எங்கெ தலைவர் விட்ட அறிக்கையைப் படிக்காத நீயும் ஒரு மனிதனா' என்று கேட்கும் முறையில் இளைஞன் ஜிப்பாக்காரரை ஏளனத்தோடு நோக்கி னான். ஜிப்பாக்காரரும் அவன் உள்ளத்தை உணர்ந்தவர்போல வெட்கித் தலை குனிந்தார்.

"எந்த எளவெல்லாமோ படிக்கிறோம்; எதை ஞாபகத்துலே வச்சுக்கிறது?" என்று ஜிப்பாக்காரருக்காகச் சமாளித்தார் மானேஜர்.

"என்ன சொன்னீங்க?" என்று கண்ணாடிக்கார இளைஞன் மானேஜர் பக்கம் திரும்பினான். "இல்லே, படிக்கறதெல்லாம் நினைவுலே இருக்குதான்னேன்" என்றார் மானேஜர் சற்று

பயந்தவாறே. "கண்டதெப் படிக்கிறோம்; அதெப் பத்தி இப்பப் பேச்சில்லே. எங்க தலைவர் அறிக்கையைப் பத்தி இப்ப நான் கேட்டேன்" என்றான் இளைஞன் ஆணித்தரமாக.

"அது சரி, ஒங்க தலைவர் என்ன சொல்லியிருக்காரு?" என்றான் பரட்டைத் தலையன்.

இளைஞன் பல்லைக் கடித்துக்கொண்டு, "பலாத்காரம் இல்லாமே அமைதியான முறைலே மக்களைத் திரட்டி இந்த நாட்டிலே சோஷலிசத்தைக் கொண்டுவர முடியூம்ன்ட்டு எங்க தலைவர் கடந்த மாத பதினெட்டாம் தேதி அறிக்கையிலே மட்டுமில்லே, அதுக்கு முன்னும் பின்னும் பல தடவை சொல்லியிருக்காரு" என்று சொல்லி முடித்தான். அவனுக்கு மேல்மூச்சு, கீழ்மூச்சு வாங்கியது.

"இதையும் அமைதியாகவே சொல்றது; எதுக்கு இத்தனை பதட்டம்?" என்றான் பரட்டைத் தலையன்.

ஜிப்பாக்காரர் வாய்மூடியாக இருந்தார். அவருக்குப் பதிலாக மானேஜர், "நாங்கதான் இந்த நாட்டுலே சோஷலிசத்தைக் கொண்டு வந்திட்டிருக்கோமே; நீங்க வேறே எதுக்கு?" என்றார்.

ஜிப்பாக்காரரது அமைதி இளைஞனைச் சங்கடப்படுத்தியது. தான் வரம்பு மீறிக் கத்திவிட்டோமோ என்ற பயம் வந்தது. அமைதியாக சோஷலிசத்தைக் கொண்டுவர முடியும் என்பதை ஆத்திரத்தில் கத்துவது பொருத்தமாக இருக்காது என்பதை உணர்ந்தவன்போல இளைஞன் தனது போர்த் தந்திரத்தை மாற்றிக்கொண்டு பேச ஆரம்பித்தான்.

"உங்க கட்சிலே உங்க மாதிரி சோஷலிசத்துலே உண்மையான நம்பிக்கை வச்சிருக்கிற சாதாரண ஊழியர் இல்லேன்னு நாங்க சொல்லலே" என்று இளைஞன் கூறவும், ஜிப்பாக்காரர் ஒரு கணம் தனக்குச் சேராத சட்டையை யாரோ மாட்டி விட்டதுபோல் விழித்தார். அடுத்த வினாடி 'ஜனநாயகத்துலே இதெல்லாம் சகஜம்' என்றுணர்ந்தவர் போல் சமாளித்துக் கொண்டார்.

"ஆனா உங்க கட்சித் தலைமையின் சிண்டைத்தான் முதலாளிக வசம்மா பிடிச்சிட்டிருக்காங்களே?" என்று இளைஞன் மாற்றுக் கட்சித் தலைமைக்கு அனுதாபப்பட்டான்.

"சிண்டுக்கும் சோஷலிசத்துக்கும் என்ன சம்பந்தம்?" என்று கேட்டார் மானேஜர்.

"எப்படீன்னு கேளுங்க" என்று கூறிக்கொண்டே ஜிப்பாக்காரரின் அருகிலேயே உட்கார்ந்துகொண்டான் இளைஞன்.

"ஆமா, எப்படி?" என்றார் மானேஜர்.

"சாதாரண மக்கள் அன்றாடம் பயன்படுத்தற பண்டம், சீனியெ எடுத்துக்கோங்க" என்று ஆரம்பித்த இளைஞன் ஒரு கணம் திகைத்தான்.

பிறகு தொடர்ந்தான். "இன்னிக்கு சீனி என்ன வெலேலே விக்குது? மூணு ரூபாய்." 'மூணு ரூபாய்' என்பதைக் கேட்டதும் அனைவரும் அசந்துவிடுவார்கள் என்று எதிர்பார்த்திருந்தான் போலும் இளைஞன். யாரும் மயங்கி விழாதிருக்கவே, "இன்னிக்கு ஒரு கிலோ சீனி விற்பது மூணு ரூபாய்" என்று ஒவ்வொரு வார்த்தையையும் தனித் தனியே அழுத்தி அழுத்திக் கூறினான். "ஆனா போன வருஷம் இதே சீனியை என்ன வெலெக்கு வாங்கிட்டிருந்தோம்" என்று அடுத்துக் கேட்டான். இளைஞன் பேசுவதெல்லாம் அரசியல் மாதிரியே படவில்லை போலவும், ஆனால் வேறு வழி இல்லையே என்று இளைஞனது கத்தல் களை எல்லாம் சகித்துக்கொண்டிருந்தது போலவும் ஜிப்பாக் காரர் உட்கார்ந்திருந்தார். அவர் உள்ளத்தை அறிந்தவராய் மானேஜர், "ஆமா, சமதர்மத்துக்கும் சீனிக்கும் என்ன சம்பந்தம்?" என்றார்.

மானேஜர் கேள்வியைப் பொருட்படுத்தாது இளைஞன் தொடர்ந்து பேசிக்கொண்டிருந்தான்.

"போன வருஷம் கிலோ இரண்டரை ரூபாய்க்கு வித்த சீனி இன்னிக்கு கிலோ மூணு ரூபாய். இந்த வெலெ ஏத்தத்துக்குக் காரணம் என்ன? உற்பத்தி கொறெஞ்சுடுத்தா? இல்லையே. அரசாங்கப் புள்ளி விவரக் கணக்குப்படியே உற்பத்தி எட்டு சதவீதம் உயர்ந்திருக்கு. கரும்பு வெலெ கூடிறிச்சா? இல்லையே. தொழிலாளிக்கு அதிகக் கூலி கொடுத்து உற்பத்திச் செலவு கூடிறிச்சா? இல்லையே. சீனியை வெளி நாடுகளுக்கு ஏற்றுமதி செய்ய ஆரம்பிச்சுட்டோமோ? இல்லையே" என்று இளைஞன் கேள்விகளையும் 'இல்லை' பதில்களையும் அடுக்கிக்கொண்டே போனான்.

"சனங்க கைலே பணம் பெருத்துப் போச்சு; என்ன வெலெ சொன்னாலும் சீனி வாங்கறேன்கறாங்க. தோட்டி லேந்து தொண்டைமான் வரை நாளைக்கு எட்டுத்தரம் டீயும் காபியும் குடிக்கணுங்கறாங்க. ஏன் சீனி வெலெ உயராது?" என்றார் மானேஜர்.

"அதெல்லாம் காரணமில்லே; அடுத்த வருஷம் தேர்தல் வருது" என்றான் இளைஞன். "அப்ப தேர்தல் வர வேண்டாங் கறியா?" என்றான் பரட்டைத் தலையன். கண்ணாடிக்காரன்

பரட்டைத் தலையனைப் புறக்கணித்துவிட்டுப் பேச்சைத் தொடர்ந்தான்.

"ஒரு கிலோ சீனி தயாரிக்க ஒரு ரூபா நாப்பது காசு ஆகுது. விக்கறது கிலோ மூணு ரூபாய்னு. ஒரு கிலோ சீனிலே மொதலாளிக்கு மிச்சம் ஒரு ரூபா அறுபது காசு. நம்மூர் ரெட்டியார் ஷுகர் மில்லுலே நாளைக்கு முன்னூறு டன் கரும்பு பிழியறாங்க. ஒருடன் கரும்பிலே தாராளமா எழுபது கிலோ சீனி தேறும். கணக்குப் பார்த்துக்கோங்க. கிலோவுக்கு அரை ரூபாய் கூடினாலும், ரெட்டியாருக்கு ஆறு மாசத்துலே கெடெக்கிற உபரி லாபமட்டும் இருபது லட்சத்துக்கும் அதிகமா இருக்கும். இதுலே ஒரு பங்கை வாங்கிட்டுத்தான் ஒங்க கட்சி தேர்தல்லே ஜெயிக்க முடியிது" என்று விளக்கி முடித்தான் இளைஞன்.

"என்னங்க தம்பி உளர்றீங்க? நம்ம அரசாங்கம் ஒண்ணும் அப்படி ஏமாளி அரசாங்கம் இல்லை. ஒரு லிமிட்டுக்கு மேலே போனா, நூறு ரூபாய் வருமானத்துக்கு அரசாங்கம் தொண்ணூற்றொன்பது ரூபாய் வருமான வரியா வாங்கிடறது, தெரியுமா? வருஷா வருஷம் இன்கம்டாக்ஸ் ஆபீசுக்குப் போற எனக்குத் தெரியுமா; இல்லாட்டி கட்சித் தலைவர் அறிக்கயப் படிச்சிட்டுப் பேத்தற உனக்குத் தெரியுமா?" என்றார் மானேஜர்.

இதற்குள்ளாக வெளியே சென்றிருந்த லாட்ஜ் சிறுவன் திரும்பி வரவும், அவனோடு தன்னறைக்கு வந்தான் கந்தன். அறையிலிருந்த ஒரு கிளாசை எடுத்து அதில் இரண்டு தடவை ஊற்றி பாட்டிலைக் காலி செய்துவிட்டு ஒரு சிகரெட்டைப் பற்ற வைத்தான். வெளியே சென்றிருந்த ஐந்தாம் எண் அறைக்காரர் திரும்பி வந்துகொண்டிருந்தார். கடைசி அறையை நோக்கியவாறே தன்னறைக்குச் சென்றார்.

கந்தனுக்கு மீனா ஒருமுறை அவனிடத்துக் கூறியது நினைவு வந்தது. சிலருக்கு ஆசை ஏற்படுமாம்; ஆனால் தீர்த்துக்கொள்ள முடியாதாம். சோலைப்பிள்ளைக்குக்கூட அதே வியாதி என்று மீனா கூறியதும் நினைவுக்கு வந்தது. ஆரம்பத்திலே ஒரு பொலி காளையெ வச்சிகிட்டுக் காலே நேரத்துலே மைதானத்துலே நின்னுக்கிட்டு நாளைக்கு நாலும் அஞ்சும் சம்பாதிச்சவன்; இன்னைக்கு என்னடான்னா, வீடு என்ன, நெலம் என்ன, கார் என்னன்ட்டு இருக்கான்! கந்தன் சிகரெட்டைத் தூக்கி எறிந்துவிட்டு, அறையைப் பூட்டிக்கொண்டு வெளியே வந்தான். வெளியே ஜிப்பாக்காரரும் மானேஜரும் மட்டும்தான் இருந்தனர்; மற்ற இருவரும் சென்றுவிட்டனர். சாவியை மானேஜரிடம் கொடுத்துவிட்டுத் தெருவில் இறங்கினான் கந்தன். எதிராக ஒரு சைக்கிள்

ரிக்ஷா வந்தது. ரிக்ஷாவை நிறுத்தி அதில் ஏறிக்கொண்டு, "ஷெனாய் நகர்" என்றான் கந்தன். ரிக்ஷாக்காரன் வண்டியைத் திருப்பினான்.

தரகர் அந்தோணி ஷெனாய் நகரில்தான் குடியிருந்தார். வீடு, குடிமனை, நிலம், கார், ஆண்கள், பெண்கள், இன்னும் எதை எல்லாம் வாங்கி விற்கலாமோ அல்லது வாடகைக்கோ குத்தகைக்கோ அமர்த்திக் கொள்ளலாமோ, எல்லாமே அவரது தரகுத் தொழிலுக்கு உட்பட்டவைதான். ஒரு முறை வீணை கற்றுக்கொள்வது வசதியான குடும்பங்களில் தொற்று நோய் போலப் பரவியபோது, இது பொப்பிலி வீணை, அது திருவனந்தபுர வீணை; இந்த வீணையில் பஞ்சமம் 'ஏ ஒன்'. அது ஏகாண்ட வீணை; ஆனால், மரம் பலா இல்லை என்றெல்லாம்கூடப் பேசக் கற்றுக்கொண்டார். இருந்தாலும், கல்யாணமே செய்துகொள்வதில்லை என்று நாற்பத்தைந்து வயதுவரை வீறாப்பாக இருந்துவிட்டுப் பிறகு சபலத்துக்கு ஆளாகும் ஆண்மகன்கள், இரண்டாங் கல்யாணத்துக்கு இடந்தராத வயதில் மனைவிகளை இழந்துவிட்ட அரைக் கிழங்கள், முழுக் கிழங்கள், இன்னும் 'ஒன்று' போதாதென்று நப்பாசைப்படும் அதீத ஆண்கள் ஆகியோர்க்கு விவாக பந்தமில்லாத வாழ்க்கைத் துணைகள் அமர்த்தித் தருவதுதான் அவரது பிரதான தொழிலாக இருந்தது. சில பணக்கார, நடுத்தர விதவைகளுக்கும் அவர் தொழில் முறையில் உதவிய தாகப் பேச்சு உண்டு. ஒரு கல்லூரி மாணவி கருச்சிதைவு செய்துகொள்ள அவர் உதவினார். மாணவி இறந்துபோனாள். அதன் விளைவாக அந்தோணி மீது வழக்குத் தொடரப்பட்டு, இரண்டு வருடக் கடுங்காவல் தண்டனையை அனுபவித்து வெளியே வந்தார். அதன் பிறகுதான் தரகர் அந்தோணி தனது அமெரிக்க சித்தாந்தத்தை மாற்றிக்கொண்டார்: சமுதாயத்தி லுள்ள ஒரு தேவையைப் புரிந்துகொண்டு, அதனைப் பூர்த்தி செய்வதன் மூலமே பொருளீட்ட முடியும் என்பது உண்மையே ஆயினும், கண்ணுக்குப் படுகிற எந்தத் தேவையையும் பூர்த்தி செய்ய முற்படுவது ஆபத்தில் கொண்டுவிடலாம் என்று அவர் புரிந்துகொண்டதே அம்மாற்றம்.

பல தொழில்களில் கவனத்தைச் சிதறடிக்காது, ஒரு குறிப்பிட்ட தரகுத் தொழிலிலேயே அந்தோணி முழுக் கவனத்தையும் செலுத்த வேண்டும் என்று அந்தோணியின் நண்பர்கள் சிலர் அந்தோணிக்கு அறிவுரை செய்தனர். அந்தோணி இவ்வறிவுரையை ஏற்றுக்கொள்ள மறுத்தார்.

பலதரப்பட்ட தொழில்களில் ஈடுபடுவதன் மூலந்தான் பலதரப் பட்ட மனிதர்களோடும் தொடர்பு கிடைக்கும் என்பது அந்தோணியின் வாதம். எடுத்துக்காட்டாக, ஒருமுறை அந்தோணி ஒரு பேராசிரியருக்கு வீடு கட்ட ஒரு இடம் முடித்து வைத்தார். பேராசிரியரின் நட்பு கிடைத்தது. அதைப் பயன்படுத்தி ஒரு எஞ்ஜினியரின் மகளுக்குப் பல்கலைக்கழகத் தேர்வில் அதிக மார்க்குகள் வாங்கிக் கொடுத்தார். எஞ்ஜினியரின் சிநேகம் ஏற்பட்டது. எஞ்ஜினியரின் உதவியால் நகரின் பிரபல சிமென்ட் வியாபாரியின் தொடர்பு கிடைத்தது. சிமென்ட் வியாபாரியின் பழைய காரை சோலைப்பிள்ளைக்கு முடித்து வைத்தார். பிறகு சோலைப்பிள்ளையின் 'குழந்தைகளில்' ஒன்றை ஒரு அரசாங்க அதிகாரிக்கு ஏற்பாடு செய்தார். அவ்வதிகாரியின் உதவியினால் ஒரு மருந்துக் கடைக்காரருக்கு 'ஸ்பிரிட் லைசென்ஸ்' வாங்கிக் கொடுக்க முடிந்தது. மருந்துக் கடைக் காரரை வைத்துக்கொண்டு நகர 'டிரக் இன்ஸ்பெக்டரு'டைய நட்பினைப் பெற்றார். 'டிரக் இன்ஸ்பெக்டருக்கும் நகர மருந்துக் கடைக்காரர்களுக்கும் இடையே தொடர்ந்து தரகு வேலை பார்த்ததனால், எல்லா மருந்துக் கடைக்காரர்களையும் வளைத்துக்கொள்ளமுடிந்தது. அவர்களை வைத்துக்கொண்டு டாக்டர்கள், டாக்டர்கள் மூலம் வைத்தியக் கல்லூரித் தேர்வு களில் வெற்றிகள், சில சமயங்களில் வைத்தியக் கல்லூரியில் இடங்கள் என்று தரகர் அந்தோணியின் தொழில் வளர்ச்சியும் வியாபகமும் அடைந்தது. பிறகு இந்தத் தொழில்களிலெல்லாம் மக்களால் தேர்ந்தெடுக்கப்பட்ட பிரதிநிதிகள், கட்சி பேத மின்றி, தரகு வேலை புரிய ஆரம்பிக்கவும்தான், அந்தோணி அநேகமாக ஓய்வுபெற வேண்டும் என்ற முடிவுக்கு வந்தார். இப்போது அவருக்கு ஷெனாய் நகரில் ஒரு வீடு இருக்கிறது. ஒரு மகன் இஞ்ஜினியர்; வடக்கே ரயில்வேயில் வேலை பார்க்கிறான். மற்றொருவன் டாக்டருக்குப் படிப்பதாகச் சொல்லுகிறான். அவரது மகளை ஒரு ரைஸ்மில் முதலாளி அவருக்கு ரூபாய் இருபதாயிரம் கொடுத்து முறையாகக் கல்யாணம் செய்துகொண்டுள்ளார். (அவளும் பி.எஸ்சி. வரை படித்தவள்.) ரைஸ்மில் முதலாளியின் ஒரு கார் அநேகமாக எப்போதும் தரகர் அந்தோணியின் வீட்டு வாசலில்தான் நிற்கிறது.

ஐம்பத்தைந்து வயதாகிவிட்ட அந்தோணியிடத்துக் கந்தனுக்கு மதிப்பு உண்டு. அந்தோணியும் அவரது பழைய நண்பர்களில் உருப்படியானவர்களை இன்னும் மறந்துவிடாது, அவ்வப்போது அவர்களுக்குச் சிறுசிறு உதவிகள், பெரும் பெரும் ஆலோசனைகள் இவற்றைத் தருவதுண்டு. பொதுவாக ஆறுதலும் உலக ஞானமும் வேண்டுமளவுக்குத் தருவார்.

வீட்டை விற்பதில் சோலைப்பிள்ளையால் ஏமாற்றப்பட்டு விட்ட கந்தன் அந்தக் காலத்திலேயே தரகர் அந்தோணியிடம் தான் சென்றான். சோலைப்பிள்ளையினுடைய காலையோ கையையோ வாங்கிவிடப் போவதாக அவரிடத்து ஆத்திரத்தில் பேசினான். அந்தோணி அவனுக்குச் சமாதானம் சொன்னார்.

“தம்பி, ஏமாத்தறவங்களும் ஏமார்றவங்களும் இருக்கிறது தான் உலகத்தின் தன்மை; அதன் அழகூன்ட்டுக்கூட எனக்குப் படுது. எல்லோரும் நேர்மையா நடந்துகிட்டா, வாழ்க்கைலே போட்டியோ முன்னேற்றமோ இருக்காது; வாழ்க்கையே ‘சப்’னு இருக்கும். என்னைப் பொருத்தவரை, யாரையாவது கவுக்க, எதைப் பத்தியாவது சூழ்ச்சி செய்யும்போதுதான் எனக்கு உசிரோட இருப்பதாகவே தெரியிது. இல்லாட்டி ஏதோ தலையாட்டி பொம்மை மாதிரி இருப்பதுபோல்தான் இருக்கு. சூழ்ச்சி செய்யற தெறமெதான் மனுஷனே மனுஷனாக்குது; அதுதான் மனிதருக்கும் மிருகங்களுக்கும் உள்ள பெரிய வித்தியாசம். சூழ்ச்சி செய்யத் தெரியாதவன் வாத்தியாராவோ குமாஸ்தாவாவோ வாழ்நாள் பூரா இருக்கவேண்டியதுதான். அவன் பெரிய வக்கீலாவோ, டாக்டராவோ, வியாபாரியாவோ, அரசியல்வாதியாவோ, போர் வீரனாவோ வர முடியாது. மந்தரம் கிந்தரம்னு பேசறாங்க. மந்தரமும் கெடையாது; மாயமும் கெடையாது. தந்தரந்தான் மந்தரம். யுத்த தந்தரம்னு தானே சொல்றோம்? யுத்த மந்தரம்னா சொல்றோம். இது நா ஒண்ணும் புதுசாக் கண்டுபிடிச்ச உண்மை இல்லை. இந்த உண்மை, மெய்யாச் சொல்லப்போனா, பைபிள் காலத்துக்கும் முன்னதான உண்மை. பைபிள்லேந்து ஒரு உதாரணம் மட்டும் சொல்றேன். கடவுள் சாத்தானெ பரலோகத்திலேந்து விரட்டி யடிச்சிடுறாரு. சாத்தானுக்குப் படுகோபம். எப்படியும் கடவுள் மீது வஞ்சம் தீத்துக்கணூம்னு துடிக்கிறான். ஆனா கடவுளோட மோத இவனுக்கு சக்தி இல்லை. சாத்தான் இங்கே என்ன செய்யறான் தெரியுமா? ஒரு சூழ்ச்சி பண்ணறான். ஒரு சூழ்ச்சி பண்ணி ஏவாளை ஏமாத்தி, ஏவாளையும் ஆதாமையும் கடவுளே சொர்க்கத்து லேந்து விரட்டியடிக்குமாறு செய்யறான். தோல்வி யாருக்கு, கடவுளுக்கா சாத்தானுக்கா? கடவுளுக்குத்தான். இது எங்க மதத்தில் ஒரு முக்கியமான பாடம்னு நெனெக்கிறேன். ஏன், ராமன் பெரிய வீரன்தான். ஆனா சூழ்ச்சி செஞ்சி தானே வாலியைக் கொல்ல முடியுது? ஆசைகாட்டிக் கூடப் பொறந்தவங்களெப் பிரிச்சு, வீபிஷணனைத் தம்பக்கம் இழுத்துக்கிட்டுத்தானே இராவணனைக் கொன்னு சீதையை மீட்டாரு? கண்ணன் கதையைத்தான் எடுத்துக்கோயேன். தர்மனை ஜெயிக்க வைக்கத்தான் கண்ணன் எத்தனை சூழ்ச்சிக

செய்யறாரு! பைபிளைப் படிக்கிறோம், ராமாயணத்தைப் படிக்கிறோம், பாரதத்தைப் படிக்கிறோம்; ஆனா இந்த விஷயங்களை எல்லாம் நாம புரிஞ்சுக்கறதே இல்லை" என்று சொல்லித் தரகர் அந்தோணி வருத்தப்பட்டுக்கொண்டார்.

"அதெல்லாம் சரி, ஆனா நம்மெ ஒருத்தன் ஏமாத்தும் போது..." என்று ஆத்திரத்தோடு ஏதோ சொல்ல வாயெடுத்தான் கந்தன்.

"பொறு தம்பி. என்னெப் பொருத்தமட்டிலே, என்னை ஒருவன் ஒருவளிலே ஏமாத்தினா, அதே வளிலே வேறு யாரெ நான் ஏமாத்த முடியும்னுதான் யோசிப்பேன். என்னை ஏமாத்தினவன் கையெக்காலே வாங்கிடலாமான்னு யோசிக்கவே மாட்டேன். இந்தக் கத்தியையும் கபடாவையும் தூக்கறது எந்தப் பிரச்சினையையும் தீக்காதூனு யேசு நாதர்லேந்து காந்தி வரை சொல்லியிருக்காங்க. நீ அவன் கையெக்காலே வாங்கறே; அவன் ஆள் வச்சு ஒன் தலையை வாங்கிப்புடறான். அப்புறம் என்ன பிரயோசனம்? ஒன்னே ஒருத்தன் ஏமாத்தினா அவன் ஒனக்கு ஒரு தந்திரம் கத்துக்கொடுத்தான்னு வச்சிக்க. அவன் ஒரு வகைலே ஒனக்குக் குரு. அதை மட்டும் மறந்திராதே" என்று ஒரு குட்டிப் பிரசங்கம் செய்து கந்தனை சமாதானப்படுத்த முயன்றார் அந்தோணி. அவர் எப்போதும் அப்படித்தான். குட்டிப் பிரசங்கங்கள் செய்வதில் சமர்த்தர். இன்டர்மீடியட் வரை வேறு படித்தவர். சமயங்களில் ஆளுக் கேற்றாற்போல ஆங்கில மேற்கோள்கள் காட்டுவார் – அதாவது ஆங்கிலமே தெரியாதவர்களிடத்து. அவரது பிரசங்கத்தினால் சமாதானம் அடையாத கந்தன், "இருந்தாலும் நம்ம பணத்தெ ஒருத்தன் தாப்பாப் போட்டான்கும்போது சும்மா இருந்தா மானங்கெட்ட பொளெப்பில்லையா?" என்று தொடர்ந்தான்.

"எதெத் தாப்பாப் போட்டான்? பணத்தத்தானே? பணமே ஒரு மானங்கெட்ட விஷயந்தானே?" என்றார் அந்தோணி.

"எப்படி?" என்றான் கந்தன்.

"சொல்றதெக் கேளு. நான் பள்ளிலே படிக்கும்போது – அப்ப எஸ்.எஸ்.எல்.சி. படிச்சிட்டிருந்தேன் – ஒரு நா கிரவுண்டிலே விளையாடிட்டிருந்தோம். சாயங்காலம் அஞ்சு, அஞ்சரை மணிதான் இருக்கும்; இன்னும் பொளுது சாயலை. ஒரு பணக்கார வீட்டுப் பையன் – சோமு நாடார் மகன்ட்டு நெனெக்கிறேன் – எவன் இந்த மோனேலேந்து அந்த மோனே வரைக்கும் பிறந்த மேனியா ஓடறானோ, அவனுக்குப் பத்து ரூபாய் தருவேன்னான். நாங்க எல்லோருமே தடிப் பசங்க. சோமு நாடார் மகன் சொன்னதைக் கேட்டு எல்லாரும்

சிரிச்சாங்க. ஒரு சிலர் யோசிச்சாங்க. ஆனா நா சிரிக்கவும் இல்லை; யோசிக்கவும் இல்லை. 'ரெண்டு தரம் ஓடினா, இருபது ரூபாய் தருவயா'ன்ட்டு மட்டும் சோமு நாடார் மகனேக் கேட்டேன். முடியாதூன்னான். சரி, கெடெச்சது லாபம்ன்ட்டு, அவன் எப்படிச் சொன்னானோ அப்படியே ஓடிட்டு, நிறுத்தி நிதானமா வேட்டியையும் சட்டையையும் போட்டுக்கிட்டு, சோமு நாடார் மகன்கிட்டேந்து பத்து ரூபாயை ஜெயிச்சேன். மத்தப் பசங்க எல்லாம் யாரெக் கேலி பண்ணினாங்கன்னு நெனெச்சே? என்னை இல்லை; சோமு நாடார் மகனெத்தான். தோத்தவன் அவன்தானே? புத்தருக்கு ஞானோதயம் வந்த மாதிரி எனக்கும் அப்பதான் ஞானம் ஏற்பட்டது" என்றார் அந்தோணி.

"என்ன ஞானம்?" என்றான் கந்தன்.

"இந்தப் பணமே ஒரு மானங்கெட்ட விஷயம்ங்கற ஞானம்தான்."

கந்தனுக்கு எதோ சமாதானம் ஏற்பட்டதாகப் பட்டது.

கந்தன் சைக்கிள் ரிக்ஷாவில் தரகர் அந்தோணியின் வீட்டு முன் வந்திறங்கினான். வாயிற்படியை மறைத்துக்கொண்டிருந்த காரைக் கடந்து வீட்டினுள் நுழைந்தான். "சார்" என்று குரல் கொடுத்தான். ஒரு வேலைக்காரச் சிறுமி வெளியே வந்து, "யாரது?" என்றாள்.

"அய்யா இருக்காரா?" என்றான் கந்தன்.

"உங்க பேரென்ன?" என்றாள் சிறுமி.

"கந்தன்ட்டு சொல்லு."

"அய்யா டிப்பன் சாப்பிடறாரு; இப்படி வந்து உக்காருங்க" என்றாள் சிறுமி. கந்தன் நடுவறையில் இருந்த இரண்டு சோபாக்களில் ஒன்றில் உட்கார்ந்துகொண்டான். சிறுமி மின்விசிறியைத் தட்டிவிட்டு உள்ளே சென்றாள். கந்தன் சுற்றுமுற்றும் பார்த்தான். சுவரில், பெரிய சைஸ்ஸில் ரைஸ்மில் முதலாளியும் அந்தோணியின் மகளும் மணக் கோலத்தில் இருந்த படம் ஒன்றும், யேசுநாதர், புத்தர், காந்தி மூவர் உருவங்களையும் கொண்ட ஒரு காலண்டரும் காணப்பட்டன.

சிறிது நேரத்தில் அந்தோணி அறையினுள் நுழைந்தார். நல்ல கருப்பு. நல்ல உயரம். வழுக்கைத் தலை. தங்க பிரேம் மூக்குக் கண்ணாடியும், வெள்ளை பனியனும், வெள்ளை வேட்டியும் அணிந்திருந்தார். உடையில் ஒரு பொட்டு அழுக்கு இல்லை. அவரைக் கண்டதும், கந்தன் எழுந்து நின்று வணக்கம் சொன்னான்.

“கந்தனா? உட்கார் தம்பி” என்றுகொண்டே, அந்தோணி எதிர் சோபாவில் அமர்ந்துகொண்டார்.

“காபி சாப்பிடறயா?”

“இல்லீங்க, இப்பத்தான் சாப்பிட்டு வந்தேன்.’ ‘

“மீனா எப்படி இருக்கு?”

“இருக்கு. அது விஷயமாத்தான் ஓங்களெப் பாத்திட்டுப் போகலாம்னு வந்தேன்.”

“ஏதாவது விவகாரம்னா மட்டுந்தான் அந்தோணி சார்கிட்டே வருவே; நல்ல நெலெலெ இருக்கும்போது ஒரு வாட்டி இந்தப்புறம் தலை காட்ட மாட்டே” என்றுவிட்டு இலேசாகச் சிரித்தார் அந்தோணி.

“அப்படி ஒண்ணுமில்லே சார். இருந்தாலும் நீங்க சொல்றதிலும் உண்மை இருக்கத்தான் செய்யுது; ஒரு ஒதவி வேணூம்ன்ட்டுதான் ஒருத்தர்கிட்டே போறோம்.”

“அப்படி இருக்கக்கூடாது தம்பி. யார் ஒதவி எப்போ தேவைப்படும்னு சொல்ல முடியாது. அவனா அவன் ஒரு அற்பப்பயல், அவன் ஒதவி நமக்கு எப்பத் தேவைப்படப் போகுதுனு ஒருத்தனெப் பத்தி நெனெச்சிருப்போம்; ஆனா ஒரு நேரத்துலே அதே ஆளோடெ ஒதவி தேவைப்படும். அப்பத்தான் நமக்குப் புத்தி வரும். அதுனாலேதான் யாரையும் ஒருபோதும் அசட்டை செய்திடக் கூடாது” என்று உபதேசம் செய்யத் தொடங்கினார் அந்தோணி.

“நான் ஒங்களே அசட்டை செய்யலேயே?” என்றான் கந்தன்.

“நீ என்னெ அசட்டை செய்திட்டேன்னா நா இப்ப சொன்னேன்? பொதுவா உலகப் போக்கப் பத்திதான் சொல்லிட்டுருந்தேன்... சரி, இப்ப என்ன விஷயம்?” என்றார் அந்தோணி.

“அதான் சொன்னேனே, மீனா விஷயமா.”

“மீனாவுக்கு இப்ப என்ன?”

“நல்லாத்தான் இருக்கு. எனக்குத்தான் ஒடம்புக்கு முன்னே மாதிரி இல்லே. மீனாவே ஒரு நல்ல இடமாப் பாத்து ஒரு ஏற்பாடெப் பண்ணிட்டா எனக்கு கொஞ்சம் நிம்மதியா இருக்கும்” என்றான் கந்தன்.

“போடா, பைத்தியக்காரா. மீனா தங்கமான பொண்ணு; அது இல்லாட்டி நீ இன்னும் குட்டிச்சுவராப் போவே.”

“நான் எப்படியும் போறேன். அது எங்காச்சிம் நல்லா இருந்தாப் போதும்.”

“என்ன கந்தா, நீ என்ன எல்லாம் மின்னக் காலம் மாதிரி இருக்கூன்னா நெனெச்சிட்டிருக்கே? அயோக்கியத் தனம் பெருத்துப் போச்சு; வாய்ச் சுத்தங்கறது மருந்துக்குக் கூடக் காண முடியறதில்லே. உதாரணமாப் பார், போன வருஷம் அந்தச் சம்பகத்தெ இரும்புக்கடை சுந்தரபாண்டிய னுக்கு நான்தான் முடிச்சு வச்சேன். இத்தனைக்கும் முடிக் கறதுக்கு முன்னாலே, சுந்தரபாண்டியோடெ சம்சாரத்தெக் கலந்து பேசினேன். அவுங்களே, ‘எனக்கு ஆஸ்த்துமா; என்னாலே எம் வீட்டுக்காரருக்குச் சந்தோஷமில்லே; அவர் பிரியப்படி நீங்களே அவருக்கு ஒரு நல்ல ஏற்பாடா செய்துவைங்க’னிச்சு. நானும் செய்து வைத்தேன். ஆனா ஒரு வருஷமாகலே, அந்த அம்மாவும் அதோட கூடப் பொறந்தவங்களுமாச் சேந்து சம்பகத்தெக் குளோஸ் பண்ணிட்டாங்களே! இன்னிவரைக்கும் போலீசுக்கு ஒரு துப்புக் கெடெக்கலயாம்.”

“ஆமாம், அந்தோணி சார். வில்லங்கம், சங்காத்தம் எதுவும் இல்லாத எடமாத்தான் பாக்கணும்” என்றான் கந்தன்.

“நீ என்ன புரிஞ்சிக்காம பேசறே? வில்லங்கம், சங்காத்தம் இல்லாத இடம் கெடெக்கறதுதானே அபூர்வமா இருக்கு இந்தக் காலத்திலே?”

“நீங்க பாத்தா முடியாதா, சார்?”

“சம்பகத்துக்கு நான்தான் பாத்தேன்; விளங்கலேயே!”

“அதுக்கென்ன சார். நூத்துலே ஒண்ணு அப்படியும் போயிடும்.”

“நூத்துலே ஒண்ணா? நூத்துலே தொண்ணூறுன்னு சொல்லு... சமயத்துலே நம்ம ஆளே சேம் சைடுலேயே ஃபவுல் பண்ணிடுது.”

“எப்படி?” என்றான் கந்தன்.

“ஒனுக்கு தெரியுமோ தெரியாதோ, வில்லியம்ஸ் ரோட்டுலே கோகிலான்ட்டு ஒரு பொண்ணு இருந்திச்சு. பாத்தா ரொம்ப ஒளுங்காத்தான் தெரிஞ்சது. தலையெடுத்து ஒரு ஆம்பிளேயெப் பாக்காது. அதெ பூதமய்யா ஓட்டல் மானேஜருக்கு முடிச்சு வச்சேன். மானேஜர் நல்ல கலர்; மன்மதன் மாதிரி இருப்பான். இந்தக் களுதே என்னடான்னா அவன் கூட ராணி மாதிரி இருக்கிறதெ விட்டிட்டு, ஓட்டல்ல தண்ணி எடுத்த ஒரு நாயர் பையனோடெ ஓடிரிச்சு. அய்யன் எனக்கு ஆயிரம் ரூவா தந்திருந்தான்; வீட்டுக்கு வந்து என் சம்சாரம் முன்னாடி கூச்சப் போட்டு எம் மானத்தெ வாங்கினான்.”

“மீனா அப்படியெல்லாம் இல்லே. நாம ஒண்ணெச் சொன்னோம்னா அது நாம போட்ட கோட்டே உசிரு போனாலும் தாண்டாதில்லே” என்றான் கந்தன்.

“நம்ம கன்ட்ரோல்லே இருக்கற வரைக்கும்தானே நாம போட்ட கோட்டெத் தாண்டாது? நம்ம கன்ட்ரோலெ விட்டுப் போயிட்டா?” என்றுவிட்டு அந்தோணி சிரித்தார்.

“இல்லீங்க அந்தோணி சார், மீனாவெ ஒங்களுக்குத் தெரியாது. நான் எல்லாத்தையும் அதுகிட்டே வெளக்கமாச் சொல்லி, அதோட முழு சம்மதத்தையும் வாங்கிட்டா, அது கொடுத்த வாக்கெ மீறாது.”

“நீ வெளக்கமாவே சொல்லிடுவே; அதுவும் வாக்குக் கொடுத்துடும். ஆனா...” என்றிழுத்தார் அந்தோணி.

“ஆமாம் ஒங்களுக்கு என்ன ஆயிரிச்சு?” என்றான் கந்தன்.

“வயசா?”

கந்தன் சிரித்தான்.

“வயசைக் கேக்கலே. எப்போதும் ‘அது அப்படி ஆயிடும்; இது இப்படி ஆயிடும்னு யோசனெ பண்ணிட்டிருக்கக் கூடாது. துணிஞ்சு ஒரு கார்யத்துலே இறங்கணும்’பீங்களே. இப்ப மட்டும் தொளவக்கணை யோசனை ஆரம்பிச்சிட்டீங்களே!” என்றான் கந்தன்.

“ஆமாம், ஆமாம். அதுவும் வயசு சம்பந்தப்பட்ட விஷயந்தான். எம் மக கல்யாணத்துக்குப் பிறகு நான் கொஞ்சம் ஜாக்கிரதையாத்தான் இருக்க வேண்டிருக்கு. உனக்கு அந்த அம்பிகா கேசு தெரியுமில்லே?”

“இப்ப ஏதோ சினிமாவிலே நடிக்குதாமே, அந்தப் பிள்ளே தானே. ஆமாம் ஆமாம், இப்பத்தான் நெனெப்புக்கு வருது. உங்க பாடு ரொம்ப மோசமாய் போயிருக்கும்னு சொல்லிட்டாங்க.”

“மோசமாவா, தற்கொலை பண்ணிட்டிருப்பேன். மகராசன் நல்ல நேரத்துலே வந்து ஒதவினான்” என்றுவிட்டு, “அதுனாலேதான் இந்த மாதிரி சங்காத்தங்களே இனிமே வச்சுக்கிறதில்லைனு முடிவுக்கு வந்திருக்கேன்” என்றார் அந்தோணி.

இந்த நேரத்தில் வீட்டுக்காரச் சிறுமி ஒரு தைல பாட்டிலோடு வந்து அந்தோணியிடத்து, “அம்மா காத்திட்டிருக்காங்க” என்று அறிவித்தாள். அந்தோணி எழுந்திருந்து தைல பாட்டிலைச்

சிறுமியிடத்திருந்து வாங்கிக்கொண்டு, "சரி கந்தா, சேஃபா ஏதாவது இடம் கெடச்சா மீனாவுக்குப் பாக்கறேன். நீ மீனாவெ ஒரு டாக்டர்கிட்டே காட்டி, கம்ப்பீளீட்டா டெஸ்ட் பண்ணி, அதுக்கு டானிக் கீனிக் வாங்கிக் குடு. புஷ்டியாச் சாப்பிடச் சொல்லு. காய், கறி, பால், தயிர், முட்டை, மீன் நிறையச் சேக்கச் சொல்லு. வெளியே அதிகம் போகச் சொல்லாதே. இன்னும் ரெண்டு மூணு மாசத்துலே ஒனக்குச் சொல்லி அனுப்பறேன். நீ அப்ப வந்தாப் போதும்" என்று கூறிவிட்டு, "பிறகு சந்திக்கலாம்" என்றார் அந்தோணி. கந்தன் எழுந்து அவரிடமிருந்து விடை பெற்றுக்கொண்டான்.

கந்தனுக்கு ஏமாற்றமாக இருந்தது. தரகர் அந்தோணி இவ்வளவு நைசாகத் தப்பித்துக்கொள்வார் என்று அவன் எதிர்பார்க்கவில்லை. 'அந்தோணி சாரும் மாறிட்டார்' என்று தனக்குள் சொல்லிக்கொண்டான். அவன் ஷெனாய் நகருக்கு இதற்கு முன்னால் வந்தது இரண்டு மூன்று ஆண்டு களுக்கு முன்பு. இப்போது நகரம் மிகவும் விஸ்தாரம் அடைந் திருந்தது. எங்கு பார்த்தாலும் புதுப்புது வீடுகள்; எல்லாமே மாடி வீடுகள். ஷெனாய் நகரில் முதல் முதலாகக் கட்டப் பட்ட ஓரிரு வீடுகள் மட்டும் ஒளியிழந்து, பள்ளிச் சிறுமிகள் மத்தியில் நிற்கும் பிச்சைக்காரக் குழந்தைகள் போலத் தென் பட்டன. எங்கு பார்த்தாலும் வளர்ச்சி; எங்கு பார்த்தாலும் மாறுதல். ஆனால் தன் வாழ்க்கையில் மட்டும் மாறுதலே இல்லை போல் அவனுக்குப்பட்டது.

எல்லாரும் அவனை விட்டுவிட்டு எங்கேயோ சென்று கொண்டிருந்தனர். அவர்களுக்கு எல்லாம் எங்கு செல்ல வேண்டும், எப்படிச் செல்ல வேண்டும் என்று தெரிந்திருந்தது. அவனுக்கு மட்டும் தெரியவில்லை. மீனாவுக்கும் தெரியவில்லை. திருவிழாக் கோலாகலத்தில் எல்லாரும் உற்சாகத்தோடு அங்கு மிங்கும் சென்றுகொண்டிருந்தனர். கந்தனும் மீனாவும் மட்டும் எங்கு போவது, எதைப் பார்ப்பது, எதை வாங்குவது, எப்படி வாங்குவது ஒன்றும் அறியாமல் தெருவோரம் தனித்து உட்கார்ந்திருந்தனர். அவனுக்கும் அவளுக்கும் இருந்த தெல்லாம் 'இன்று' மட்டுந்தான்; 'நாளை'கூடப் பிடிபடவில்லை. 'நாளை திங்கக்கெழமை' என்று அர்த்தமில்லாமல் நினைத்துக் கொண்டான் கந்தன். தேதி? தேதியை யார் கண்டது? நாயுடு வாடகைக்கு வந்தால் தேதி ஆறு; அவ்வளவுதான்.

ஷெனாய் நகர் வீடுகளின் காம்பவுண்டுகளுக்குள் சிறுவரும் சிறுமியரும் பந்தோ, பாண்டியோ, ஓடிப்பிடித்தோ விளையாடிக் கொண்டிருக்கின்றனர். இருட்டாகிற நேரம்; ஆனால் இன்னும் முற்றிலும் இருட்டாகவில்லை. வீடுகளிலெல்லாம் விளக்கு சற்றே அசட்டுப் பிரகாசத்தோடு எரிகின்றன. மேடு பள்ளங்களோ,

கோணல் மாணல்களோ இல்லாது நேராகச் செல்லும் சாலைகள் வழியேயும், குறுக்குச் சாலைகள் வழியேயும் கந்தன் நடக்கிறான். அவ்வப்போது ஓரோர் பர்லாங்கு தூரத்தில் வந்து நிற்கும் சிட்டி பஸ்ஸிலிருந்து வேலைக்கோ, வேறெங்கோ சென்றுவிட்டுத் திரும்புபவர்கள் இறங்குகின்றனர் – ஆடவரும் பெண்டிரும், யுவர்களும் யுவதிகளும், சிறுவரும் சிறுமியரும். முகங்களில் சற்றே உடற்களைப்பு; ஆனால் அதை விஞ்சி நிற்கும் மனக் களிப்பு. சிரித்துப் பேசி விடைபெற்றுக் கொள்கின்றனர். அவ்வப்போது ஒரு கார் விரைந்து கந்தனைக் கடந்து செல்கிறது. சாலையோரம் இருக்கும் மின்விளக்குகள் சொல்லி வைத்தாற்போல ஒரே நேரத்தில் கண்களைத் திறந்து நீல ஒளியைப் பொழியத் தொடங்குகின்றன. வரிசையாக நிற்கும் வேப்பமரங்கள் அவ்வப்போது முன்னறிவிப்பு இல்லாமல் சலசலத்து ஓய்கின்றன. சந்தோஷமும், எந்தவிதத் தீங்கும் சம்பவிக்காது என்ற உறுதியும் பழக்கப்பட்டுவிட்டதால், அவற்றைப் பெரிதுபடுத்தாது இனி வருவது இப்போதுள்ளதைக் காட்டிலும் சிறப்பாகவே இருக்கும் என்ற நம்பிக்கையில் ஊறிப் போயிருக்கும் ஷெனாய் நகரவாசிகள் தத்தம் வீடுகளுக்குள்ளேயே உலகம் முழுமையும் கண்டுகொண்டிருக்கும் நேரத்தில் அவர்கள் நடுவே, ஒரு வேற்று நாட்டவன்போல் கந்தன் நடந்து செல்கிறான். நடையில் வேகமோ நோக்கமோ இருப்பதாகத் தெரியவில்லை. அவனைப் பொருத்தமட்டில் இன்னும் கொஞ்ச நாட்கள்தாம். ஆனால் அவனுக்குப் பிறகும் அவர்கள் எல்லாம் இன்னும் பெரிய வீடுகளைக் கட்டிக்கொண்டு அவற்றில் வசிப்பார்கள்; அவற்றில் இன்னும் பிரகாசமான விளக்குகள் எரியும். அவ்விளக்குகளின் ஒளியில் இன்னும் இன்னும் மகிழ்ச்சி நிறைந்த குழந்தைகள் விளையாடுவார்கள். கந்தன் சுற்றுமுற்றும் பார்த்தான். வெளியுலகம் இருட்டிவிட்டதால், வீடுகளுக்குள் எரிந்த விளக்குகள் மிகவும் பிரகாசம் நிறைந்து தோன்றின. வீடுகளை ஒட்டியிருந்த சிறு சிறு தோட்டங்களில் மட்டும் ஆங்காங்கே பசுங் கருந்திட்டுகள் தென்பட்டன. வீடுகளுக்கு உள்ளே ஆர்ப்பாட்டமோ, பரபரப்போ இல்லாமல் திட்டமிட்ட முறையில் மன நிறைவோடு அன்றாட வாழ்க்கையைச் சுவைத்துக்கொண்டிருந்த மனிதர்கள். அவ்வீடுகளைப் பார்த்துக்கொண்டே நடந்தான் கந்தன். ஒரு நாய் அவனைப் பார்த்துக் குரல் கொடுத்தது; ஒரு காகம் அவன் தலையையொட்டித் தாழ்வாகப் பறந்து சென்றது. டவுனுக்கு இட்டுச் செல்லும் ஒரு குறுக்குப் பாதையை நோக்கிக் கந்தன் சென்றுகொண்டிருந்தான். ஷெனாய் நகரம் முடிவடைகிறது. ஷெனாய் நகரோடு 'ஒன்றுவிட்ட' உறவு கொண்டாடும் சில எளிய வீடுகளைக் கடந்தபின் சிவலிங்கபுரம் தொடங்குகிறது. மனித வாடை

மூக்கைத் தட்ட ஆரம்பிக்கிறது. கூடவே கொஞ்சம் இரைச்சல்; கொஞ்சம் இருள். அந்த இருளில் ஒரு சிவப்பு விளக்கு 'இதுதான் சாராயக்கடை, எண்–13, சிவலிங்கபுரம்' என்று அறிவிக்கும் பலகை ஒன்றை எடுத்துக் காட்டுகிறது.

கடையில் கூட்டம் அதிகம் இல்லை. கந்தன் உட்கார்ந்ததும் அவனுக்கு எதிரே சுவரில் பெரிய எழுத்துகளில் எழுதியிருந்த வாசகத்தைப் படித்தான்: 'அளவுக்கு மிஞ்சினால் அமிழ்தும் நஞ்சு – தெ.சோ.க., சிவலிங்கபுரம் கிளை'. அந்தக் கடைக்குக் கந்தன் வருவது அது முதல் தடவை அல்ல. அவனுக்குக் கடை மானேஜரைக்கூட ஓரளவு தெரியும். அவர் ஒரு இளைஞர்; சற்றுப் படித்தவர். கடையைத் திறந்தபோது மிகுந்த உற்சாகத் தோடு சுவரில் பெரியதாக 'மசூதியில் வீணடித்த நேரத்தைச் சாராயக் கடையில் சரிக்கட்டுவோமாக' என்று எழுதிப்போடச் செய்தது கந்தனுக்குத் தெரியும். அந்த வாசகம் அவனுக்கும் பிடித்திருந்தது. பல தடவை சாராயக்கடைக்குள் நுழையும் போது அவன் அந்த வாசகத்தைத் தனக்குள் சொல்லிக் கொண்டதுண்டு. ஆனால் அந்த வாசகம் எழுதப்பட்ட பத்து நாட்களுக்குள் ஒருநாள், சிவலிங்கபுரத்திலிருந்து ஆறு மைல் தொலைவிலிருந்த ஆதம்சாபுரத்திலிருந்து சில இளைஞர்கள் சாணிச் சட்டிகளோடு வந்து சாணித் தண்ணீரை வாசகத்தின் மீது வீசினார்கள். மானேஜர் அந்த இளைஞர்களிடம் சென்று, அந்த வாசகத்தைச் சொன்னதே ஒரு முகமதியக் கவிஞன்தான் என்று விளக்கவும், மீதியிருந்த சாணித் தண்ணீரை அவர்கள் மானேஜர் மீது காலி செய்துவிட்டு, கல்லாப் பெட்டியையும் கொள்ளையடித்துச் சென்றனர். அதற்குப் பின்தான் தெ.சோ.க. வின் சிவலிங்கபுரத்துக் கிளை தனக்கு மக்களின் வளமான வாழ்க்கையில் இருந்த அக்கறையை வெளிப்படுத்திக்கொள்ள, 'அளவுக்கு மிஞ்சினால் அமிழ்தும் நஞ்சு' என்ற வாசகத்தைச் சாராயக் கடையின் சுவரில் எழுதி வைத்தது. கந்தனுக்கு என்னவோ இப்புதிய வாசகம் கொஞ்சமும் பிடிக்கவில்லை; அளவோடு குடிப்பவர்களைக் கண்டால் கந்தனுக்குச் சற்று எரிச்சல்தான் ஏற்படும். மளமளவென்று குடித்துவிட்டுக் கடையை விட்டு வெளியே வந்தான் கந்தன். தரகர் அந்தோணியின் நினைவு வந்தது. 'பெண்டாட்டிக்குத் தைலம் தடவிக் குளுப்பாட்டிவிடார்ற அவசரம்!' என்று தனக்குள் சொல்லிக்கொண்டான். அவன் அந்தோணியின் 'மனைவி'யைப் பார்த்து இருக்கிறான். மலையாளத்துப் பெண். நல்ல கலர், நல்ல ஃபிகர். அந்தோணியின் மகள் அவருக்குப் பிறக்கவில்லை என்பதுதான் பொதுவான நம்பிக்கை. மில் முதலாளிக்கு அவளைப் பேசும்போது, அந்தோணியே அந்த அளவுக்கு ஒத்துக்கொண்டதோடு, அவள் ஒரு நம்பூதிரிக்குப் பிறந்ததாகச்

சொன்னதாகவும் சிலர் சொன்னார்கள். 'இந்தப் பணமே ஒரு மானங்கெட்ட விஷயந்தானே?' என்ற எப்போதோ கேட்ட வார்த்தைகள் கந்தன் நினைவுக்கு வந்தன.

சிவலிங்கபுரத்தைக் கடந்து டவுனுக்கு இட்டுச் செல்லும் குறுக்குப் பாதைக்குக் கந்தன் வந்தான். ரோட்டின் ஒருபுறம் ஊருணி இருந்தது. இப்போது அதில் அதிகம் நீர் இல்லை; இருந்த நீர்ப்பரப்பையும் அல்லியும் ஆம்பலும் மறைத்து இருந்தன. தெரு விளக்குகளில் சிலவற்றில் பல்புகள் இல்லை; இருந்தவையும் அதிகப் பிரகாசத்தோடு எரியவில்லை. ஊரின் ஒதுக்குப்புற மாதலால், பல ஆண்டுகள் ஆகியும் மின்சாரக் கம்பிகள் மாற்றப்படாததால், விளக்குகள் வெண்மையான ஒளிக்குப் பதிலாகச் செம்மையான ஒளியையே தந்தன. அந்தப் பகுதியி லிருந்த நூற்பு ஆலை ஒன்று பதினைந்து ஆண்டுகளுக்கு முன்னர் அடைக்கப்பட்டதிலிருந்து அந்தப் பகுதியே கேள்வி கேட்பாரற்றுப் போய்விட்டது. ஆளரவமற்றுப் போன நூற்பு மில் கட்டிடம்தான் அந்தப் பகுதியையே கட்டியாளும் துர் தேவதைபோல, சாலையிலிருந்து சற்றுத் தொலைவில் கருவேல மரங்கள் சூழ, மழையையும், காற்றையும், வெயிலையும், இருளையும் சுமந்து நின்றது. ஒரு காலத்தில் அக் கட்டிடம் கள்ளச்சாராயக் கிடங்காக இருந்ததாகவும், ஊரில் நடந்த ஓரிரு கொலைகள் அங்குதான் திட்டமிடப்பட்டதாகவும் சொல்வார்கள். கந்தன் கடந்து வந்த 'ரயில்வே கிராசிங்'கிலிருந்து சுமார் ஒன்றரை பர்லாங்கு தூரத்திற்கு வீடுகளோ கட்டிடங்களோ கிடையாது. சாலையின் ஒருபுறத்தில் மட்டும் வரிசையாகப் புளிய மரங்களும் பூவரசு மரங்களும் நின்றன. டவுன் எல்லையை அணுகுவதற்கு முன்னால் தென்படுவது வலது கைப்புறத்தில் ஒரு சிறு வீடும், வீட்டுத் திண்ணையின் ஒரு பகுதியில் இருந்த சிறு வெற்றிலை பாக்குக் கடையும். கடைக்கு எதிரே ஒரு 'ஓர்க்ஷாப்.' ஞாயிற்றுக் கிழமையாதலால் 'ஓர்க் ஷாப்' அடைத்துக் கிடந்தது. 'ஓர்க்ஷாப்'பிலிருந்து இன்னும் இரண்டு பர்லாங்குகள் சென்ற பின்தான் டவுன் ஆரம்பமாகிறது. இவ்விடைவெளியில் இன்னும் கட்டிடங்கள் தலை தூக்க வில்லை. மேற்சொன்ன வெற்றிலைபாக்குக் கடையில் ஒரு மண்ணெண்ணெய் விளக்கு எரிந்துகொண்டிருந்தது. கந்தன் கடைக்குப் பதினைந்து இருபதடி தூரத்தில் வந்துகொண் டிருந்தபோது, வழக்கமாகக் கடையில் உட்கார்ந்திருக்கும் அன்னக்கிளி கடையைவிட்டு வெளியே வந்து கடையருகே நின்றுகொண்டு டவுனுக்குச் செல்லும் திசையில் எதையோ பார்த்துக்கொண்டிருப்பதைக் கந்தன் கண்டான். ஒருமுறை அவளிடம் தீப்பெட்டி வாங்கிய போது அவள் தீப்பெட்டியைக் கந்தன் கையில் கொடுத்தபடியே, அவன் உள்ளங்கையைச்

சுரண்டியதை நினைத்துக்கொண்டு, கந்தன் பின்புறமிருந்து அன்னக்கிளியை அணுகிக்கொண்டிருந்தான். கைகளை உதறிக் கொண்டே சற்றுத் தொலைவில் எதையோ நோக்கிக்கொண் டிருந்த அன்னக்கிளியைக் கந்தன் அணுகவும் அவள் பதறிப் போய், "அடியாத்தே!" என்று கத்திக்கொண்டு ஒருபுறம் ஓட முயன்றாள். கந்தன் அவளது கையை இறுகப் பற்றி, "என்ன ஓட்டம்?" என்று கடிந்தான். கந்தனைப் பார்த்த அன்னக்கிளி சற்று நிதானம் அடைந்தவளாய், "அங்கே பாருங்கையா, அங்கே பாருங்க, அந்த ரெண்டு பேரும் அந்த ஆளே கும்கும்னு குத்திக்கிட்டு இளுத்திட்டிருக்காங்க" என்று குழறினாள்.

அன்னக்கிளி குறிப்பிட்ட திசையில் கந்தன் நோக்கினான். சற்றுத் தொலைவில், சாலையின் ஒரு ஓரமாக மூன்று உருவங்கள் தள்ளாடிக்கொண்டு நின்றதை அவனால் பார்க்க முடிந்தது. ஒரு கணம் யோசித்துவிட்டுப் பிறகு நிதானமாக உருவங்களை நோக்கி நடந்தான் கந்தன். உருவங்களுக்குப் பத்துப் பதினைந்து அடி தூரத்திற்கு வந்தவுடன், அரைகுறை இருட்டில் இரண்டு பேர் ஒரு மூன்றாவது நபரை அடித்துக் கொண்டும், குத்திக்கொண்டும், இழுத்துக்கொண்டும் இருந்ததைக் கண்டான். மூன்றாவது நபர் நன்றாகக் குடித்த நிலையில், தனது முழுப் பளுவையும் கொண்டு மற்ற இருவரின் இழுப்பைச் சமாளித்துக்கொண்டிருந்ததாகப் பட்டது. இருவரில் ஒருவன் ஒரு கையில் கத்தி போன்று ஒன்று வைத்திருந்தான். கந்தனுக்குத் திடீரென்று உடல் சிலிர்த்தது; வாய் இறுக மூடியது; கண்கள் விரிந்தன. இழுபட்டுக் கொண்டிருந்த மூன்றாம் நபர் சோலைப் பிள்ளை! ஒரு தாவு தாவி மூவர் மத்தியிலும் குதித்தான் கந்தன். சோலைப்பிள்ளையைத் தாக்கிக்கொண்டிருந்தவர்களில் ஒருவனைக் கையாலும், மற்றவனைக் காலாலும் எட்டி அடித்தான். அவர்களில் ஒருவன் கத்தியை ஓங்கவே, கந்தன் சோலைப்பிளையையே தனக்குப் பாதுகாப்பாக அமைத்துக் கொண்டு, அவரைப் பின்புறமாக அணைத்துக்கொண்டான். திடீரென்று "அய்யோ" என்ற அலறல் கேட்டதும், கந்தன் சரக்கென்று சோலைப்பிள்ளையைத் தன்னணைப்பிலிருந்து விடுவித்தான். "அய்யோ, அம்மா" என்று கத்தினான் இருவரில் ஒருவன். அவன் முன்னங்கையிலும் சட்டையிலும் ரத்தம் பாய்ந்திருந்தது. அது வழிந்து அவன் கையிலிருந்த கத்தி நுனியிலும் தென்பட்டது. "கொலை! கொலை! சோலைப் பிள்ளையை அந்த ஆளுங்க கொன்னுப் போட்டாங்க" என்று உரக்கக் கூவினான் கந்தன். தொலைவில் இருந்துகொண்டே இந்தக் காட்சியை எல்லாம் பார்த்துக்கொண்டு நின்ற அன்னக்கிளி, "கொலெ! கொலெ!" என்று கத்திக்கொண்டே ஓட்டமெடுத்தாள். சோலைப்பிள்ளையைத் தாக்கிய இருவரும்

ஊருணிக்குள் குதித்துத் தலைதெறிக்க ஓடினர். கந்தன் அருகே இருந்த பூவரசு மரத்துக்குப் பக்கம் சென்று, கையிலிருந்த ஸ்பிரிங் கத்தியையும் இடுப்பிலிருந்த உறையையும் பூவரசு மரப் பொந்தினுள் போட்டுவிட்டு, வேக வேகமாகக் கடை வெளிச்சத்துக்கு வந்தான். அவனது வேட்டி சட்டைகளின் முன்புறத்தை நன்றாக வெளிச்சத்தில் துருவித் துருவிப் பார்த்துக்கொண்டான். பிறகு அன்னக்கிளி ஓடிய திசையில் திரும்பிப் பார்த்தான். அவள் சிறிது தூரம் ஓடிவிட்டு, கடைப் பக்கம் பார்த்தவளாய் நின்றுகொண்டிருப்பது போல் கந்தனுக்குத் தெரிந்தது. "கொலெகாரப் பசங்க ஓடிட்டாங்க. நீ இந்தப் பொறம் வந்திடு, ஆத்தா" என்று உரக்கக் கத்தினான் கந்தன்.

தொலைவில் தரையில் கிடந்த உருவத்தைப் பார்த்தவாறே தயங்கித் தயங்கிக் கடையருகே வந்து, கந்தனுக்குப் பின்னால் நின்றுகொண்டு "உசிரு போயிரிச்சா?" என்று நடுங்கியவண்ணம் கேட்டாள் அன்னக்கிளி.

"அப்படித்தான் தெரியுது" என்றான் கந்தன், ஒரு சிகரெட்டைப் பற்றவைத்தவாறே.

"இப்ப என்ன செய்யறது?" என்றாள் அன்னக்கிளி.

"போலீசுக்குத் தகவல் சொல்லியனுப்பணும்" என்று கந்தன் சொல்லிக் கொண்டிருக்கும்போது ரோட்டில் சைக்கிள் வெளிச்சம் ஒன்று பெரியதாகிக்கொண்டே அவர்களை நோக்கி வந்தது. கந்தன் நடுரோட்டில் நின்றுகொண்டு சைக்கிளை நிறுத்தினான். சைக்கிளில் வந்த இளைஞன் பதறிப்போய், "என்ன? என்னைய்யா?" என்று இளைத்தான்.

"அங்கே பாரு, அந்த ஆளே ரெண்டு பேருக இப்பத்தான் குத்திக் கொன்னுட்டுப் போறாங்க. பிள்ளையார் கோவில் ஸ்டேஷனுக்குப் போயி ஒடனே தகவல் சொல்லிவிட்டு வா" என்றான் கந்தன்.

"கொலையா? எங்கே?" என்று கேட்டான் இளைஞன்.

"அதோ அங்கேதான். நீ வேகமாப்போயி, பக்கல்லே தானே இருக்கு, பிள்ளையார் கோயில் ஸ்டேஷனிலே சொல்லிட்டு வா."

"அய்யோ, எனக்கு எந்தப் போலீஸ் ஸ்டேஷனும் தெரியாது; நா போகமாட்டேன்."

"ஏன்?"

"நா ஊருக்குப் புதுசு."

"ஏந் தம்பி டூப்பு விடறே? ஊருக்குப் புதுசா இருக்கவுந் தானே இந்நேரத்துலே இந்த ரோட்டுப் பக்கம் சைக்கிள்லே

வர்றே? உம், பாவம் ஒரு பக்கம் பளியொரு பக்கம்னு போயிறக் கூடாது. கொலெ சின்ன விஷயம் இல்லே. ஒடனே போயிப் போலீசிலே தகவல் கொடுத்திரு." கந்தன் இளைஞனை முறைத்துப் பார்த்தான்.

"என்ன கண்றாவி இதூங்க. நான் அவசரமா ஒரு எடத்துக்குப் போக வேண்டிருக்கு" என்று முணுமுணுத்துக் கொண்டே, இளைஞன் வந்த பக்கமே சைக்கிளைத் திருப்பினான். இளைஞன் சைக்கிளில் ஏறுவதற்கு முன் கந்தன் அவன் பெயர், விலாசம் இவற்றை விசாரித்துக் கொண்டான்.

"எனக்குக் கையும் காலும் பதறுதுங்க; ரெண்டு கை நெறெய, ஆதரவா, எதாச்சிம் கட்டிப் பிடிச்சுக்கிட்டா தேவலே போல இருக்கு" என்றாள் அன்னக்கிளி.

அடுத்தடுத்த மரங்களை இருளிலிருந்து கிழித்துக் கண்ணுக்குக் காட்டிக்கொண்டே விரைவில் விலகிப் போய்க் கொண்டிருந்த சைக்கிள் வெளிச்சத்தைக் கவனித்துக்கொண்டும் புகைத்துக்கொண்டும் இருந்த கந்தன், "புருஷன் எங்கே போயிருக்காரு?" என்றான்.

"பக்கத்து ஊரு போயிருக்காரு; வர்ற நேரம்தான்" என்றாள் அன்னக்கிளி.

"பின்னே என்ன, கொஞ்ச நேரம் பொறுத்துக்க" என்றான் கந்தன். அன்னக்கிளி சிரித்தாள். பிறகு, "நாம கோட்டுக்குப் போக வேண்டியிருக்குமா?" என்று கேட்டாள்.

"என்ன வேடிக்கையா? நாமதான் போலீசுக்கு முக்கிய சாட்சியா இருப்போம்."

"இங்கேயே ரோட்டுல நின்னுக்கிட்டிருந்தா? வாங்க வீட்டுக்குள்ளாற போயிக் குந்திக்கலாம்."

"பொணத்தெப் பாத்துக்கிட வேணாமா?"

"நீங்க அதெ நல்லாப் பாத்திங்களா? எப்படி இருக்கு?"

"நீயே பக்கல்ல போயிப் பாத்திட்டு வா."

"அடியாத்தே நா மாட்டேன். அப்பொறம் தூக்கம் வராது. இன்னும் சொல்றாங்க, இந்த மாதிரி செத்தவங்க பொணத்தெக் கண்டுக்கிட்டா, அதோட ஆவி வந்து நம்மச் சுத்திக்கிட்டு சுத்திக்கிட்டு வருமாம்."

"எதுக்கு?"

"என்னெக் குத்தும்போது நீ பாத்திக்கிட்டுத்தானே இருந்தேன்னு கேட்டுக்கிட்டு இமிசை பண்ணுமாம்...

ஆமாண்ணே, சுடுகாட்டுலே வச்செரிக்கிறப்ப இந்த மாதிரி பெணங்களோட நெஞ்சு வேகாதாமே, அப்படியா அண்ணே?"

"ஆமாம், வேகாதும்பாங்க. சரி, இப்ப போலீசு வந்து என்ன நடந்திச்சூன்னு கேட்டா என்ன சொல்லுவே?"

"கண்டுக்கிட்டதெ சொல்லுவேன்."

"கடசிலே நாம போயி அவுங்களெப் பிரிச்சுவிட அவங்க மத்திலே விளுந்ததே எல்லாம் சொல்லிட்டிருக்காதே. நம்மத் தேவையில்லாம விசாரிச்சுத் தொந்தரை பண்ணுவாங்க. நாம அவுங்க கிட்டே போவறதுக்கு முன்னமே அவுங்க ரெண்டு பேரும், அந்த ஆளெக் குத்திச் சாகடிச்சிட்டு ஓடிட்டாங்கன்னே ரெண்டு பேரும் சொல்லுவோம்."

"ஆமா ஆமா, நீங்க எதுக்கு இந்த வில்லங்குத்துலே மாட்டிக்கணும்?... அப்ப, இந்தக் கேசு முடியற மட்டும் நாம ரெண்டு பேரும் சந்திச்சுக்கிட்டு இருப்பம் இல்லீங்களா?"

"ஆமாம்."

"உங்க பேரு என்ன? என்ன செய்யறீங்க?"

"எம் பேரு கந்தன். வீடு, நெலம் தரகு வேலை பாக்கறேன். திருவிளா டயத்துலே வெளியூர்லேந்து வார்றவங்களுக்கு ஊரே, கோவிலே சுத்திக் காட்டுவேன்."

"நல்ல சம்பாத்தியங்களா?"

"ஏதோ வண்டி ஓடுது."

"என்னெத் தெரியூங்களா ஒங்களுக்கு?"

"அன்னக்கிளிதானே ஒம் பெயரு?"

"ஆமாம், ஆமாம்! உங்களுக்கு எப்படீங்க எம் பெயரு தெரியுது?"

"இந்த ஒர்க்சாப்பு இருக்கில்லே, அதுலே என் சேத்தாளி ஒருத்தன் வேலெ பார்த்தான்; அவன் ஒன்னெப் பத்திச் சொல்லியிருக்கான்."

"யாரது?"

"பாண்டுரங்கன்னு பேரு."

"ஓ, செவத்திருக்குமே, அந்த நாயுடு வீட்டுத் தம்பியா?"

"அவனேதான்."

"அது ரொம்ப சொவாபமான தம்பீங்க. ஆனா இந்த ஒர்க்சாப்புலே வேலே பாக்கற மத்தப் பசங்க எல்லாம் படுக்காளிப் பசங்க" என்றுகொண்டே, கலைந்து போயிருந்த

தனது கொண்டையை முற்றாக அவிழ்த்துவிட்டு இரண்டு கைகளாலும் அதைப் பின்புறமாகச் சொடுக்கி விட்டு மீண்டும் முடியை அள்ளிச் சொருகினாள் அன்னக்கிளி.

இந்த நேரத்தில் கந்தன் வந்த அதே திசையிலிருந்து வந்த ஒரு மனிதர், "அன்னம், என்ன இது கடெயெ விட்டிட்டு நட்டுக்கு ரோட்டிலே நின்னுக்கிட்டு இருக்கே?" என்று கேட்டார். அவரைத் திரும்பிப் பார்த்த அன்னக்கிளி, "மச்சான் மச்சான், அங்கே பாரு, அங்கே பாருங்க, ஒரு ஆளே ரெண்டு பேருங்க குத்திக் கொலெ பண்ணிட்டு ஓடிட்டாங்க."

"கொலையா?" என்றார் அன்னக்கிளியின் மச்சான்.

"ஆமாம்" என்றனர் கந்தனும் அன்னக்கிளியும்.

ஏதோ அடித்துப்போட்ட பாம்பைப் பார்க்கச் செல்வது போல், அன்னக்கிளியின் மச்சான் அவள் காட்டிய இடத்தை நோக்கி நடந்தார்.

"அய்ய, நீங்க அங்கிட்டுப் போவாதீங்க" என்று அலறினாள் அன்னக்கிளி. பிணத்தருகே சென்று அதை உற்றுநோக்கிவிட்டுத் திரும்பினார் அன்னக்கிளியின் மச்சான். பிறகு வீட்டுக்குள் சென்று ஒரு டார்ச்சு லைட்டை எடுத்து வந்தார். பிணத்தருகே சென்று, டார்ச் லைட்டு வெளிச்சத்தில் பிணத்தைப் பார்த்தார். பிணம் குப்புறக் கிடந்தாலும், தலை பக்கவாட்டாகத் திரும்பி இருந்தது. ஒரு கன்னம் தரையில் அழுந்தி, நாக்கின் ஒரு சிறு பகுதி பற்களுக்கிடையே துருத்திக்கொண்டு, கண்கள் வெறித்து நோக்கக் கிடந்தது அப்பிணம். இரண்டு கைகளும் வயிற்றை அழுத்திப் பிடித்துக்கொண்டு, குளிரில் சுருண்டு கிடக்கும் ஒரு குழந்தையைப் போலவும், யார் காலடியிலோ விழுந்து உயிருக்கு மன்றாடிக்கொண்டிருப்பது போன்றும் அது கிடந்தது. கண்கள் வெறித்திருந்தாலும், நாக்கின் ஒரு சிறு பகுதி பற்களுக்கிடையே துருத்திக்கொண்டிருந்தாலும், அந்தப் பிணத்தைப் பார்த்தால் பயமோ பீதியோ ஏற்படாது, இரக்கமே ஏற்படும் வகையில் கிடந்தது அது. அன்னக்கிளியின் மச்சானின் பின்னால் வந்து பிணத்தை நோக்கிய கந்தனுக்கு 'திக்'கென்றது.

"வெத்திலப்பேட்டை பிச்சையா மாதிரினா தெரியுது!" என்றார் அன்னக்கிளியின் மச்சான் தேவைப்படாத சலிப்புடன்.

கந்தன் மனதில் வெட்கம் வெடித்தது.

"நீங்க ரெண்டு பேரும் நேர்லே பாத்தீங்களா?" என்றார் அன்னக்கிளியின் மச்சான்.

"ஆமாம்" என்றாள் அன்னக்கிளி.

"அப்ப நீ எங்கிருந்தே?"

"இங்கிட்டுத்தான்."

"அவரு?"

"அவரும் இங்கிட்டுத்தான்."

"இங்கிட்டுத்தான்னா, நடு ரோட்டுலேயா?"

"ஆமாம், ரோட்டுலெதான். அவரு அப்பத்தான் இப்படி வந்துக்கிட்டிருந்தாரு."

இருவர் பேசிக்கொள்ளும்போதும் அவ்விருவரையும் மாறி மாறிப் பார்த்தான் கந்தன். அன்னக்கிளியின் மச்சான் கந்தன் பக்கம் திரும்பி, "நீங்க யாரு?" என்றார்.

"அவர் பேரு கந்தன்" என்றாள் அன்னக்கிளி.

"டவுன்லே 'திருவாளத்தான் கந்தன்'ம்பாங்களே, அது நீங்கதானா?" என்று தொடர்ந்தான் அன்னக்கிளியின் மச்சான்.

"அது நானில்லீங்க; வேறொரு ஆளு" என்று சிரித்துக் கொண்டே சொன்னான் கந்தன்.

அதுதான் கந்தன் தானாகவே வாதிட்ட முதல் போலீசுக் கேசு. பொன்னுச்சாமி ஏட்டையா ஒன்றாவது சாட்சியாக, கந்தன் செய்த குற்றத்தைத் தான் நேரிலேயே கண்டதாகவும், அவனை உடனேயே ஸ்டேஷனுக்கு அழைத்துச் சென்றதாகவும் வாக்குமூலம் கொடுத்தார். கந்தன் அவரைக் குறுக்கு விசாரணை செய்ய ஆரம்பித்தான்.

"வக்கீல் யாரும் வச்சிக்கலயா?" என்று மீண்டும் கந்தனைக் கேட்டார் மாஜிஸ்டிரேட்.

"இதென்ன கேசுங்க எசமான், வக்கீல் வைக்க? அன்னைக்குக் கூட ஏட்டையா என்ன சொன்னார் தெரியுங்களா? 'தம்பி, நீ ஒண்ணும் பயப்படாதே. வருசம் முடியுதேன்ட்டு ரெக்கார்டுக்குத்தான் இப்படி ஒரு கேசு. குத்தத்தெ ஒத்துக்கிட்டேனா, நான் எசமான்கிட்டே சொல்லி இருபது, முப்பது ரூவா பைனோடெ விட்டுறச் சொல்லிட றேன்'ட்டுனா சொன்னாருங்க எசமான்" என்று கந்தன் கூறவும், மாஜிஸ்டிரேட் சிரித்துவிட்டார். அவர் சிரித்தது உறுதியானதும் சில வக்கீல்கள் சிரித்தனர். வக்கீல்கள் சிரித்ததைக் கேட்டதும் கோர்ட்டில் சுற்றியிருந்த இதரரும் சிரித்துக்கொண்டே, ஒருவரையொருவர் என்னவென்று கேட்டுக்கொண்டனர். ஒருமுறை கோர்ட்டில் இருந்த

கூட்டத்தைத் தற்செயலாகப் பார்ப்பதுபோல் சுற்றிப் பார்த்து விட்டு, சற்றுச் சிரித்த முகத்துடனேயே, கந்தன் பக்கம் திரும்பினார் மாஜிஸ்டிரேட். பொன்னுச்சாமி ஏட்டையா முகத்தைச் சுளித்துக்கொண்டார்.

குறுக்கு விசாரணையின்போது பொன்னுச்சாமி ஏட்டையாவைக் கந்தன் கேட்ட முதல் கேள்வி, "ஏட்டையா ஓங்களெப் பொடியன் பொன்னுச்சாமீன்ட்டு எல்லாரும் கூப்பிடறதுண்டா?" என்பதுதான். கேள்வியைக் கேட்டதும் கண்களை அகல விரித்துக் கந்தனைப் பார்த்துவிட்டு மாஜிஸ்டிரேட் பக்கம் திரும்பினார் ஏட்டையா.

"என்ன கேட்டே?" என்றபடி, கந்தனுக்கு நேரே தலையை நீட்டினார் மாஜிஸ்டிரேட்.

"ஏட்டையா பொன்னுச்சாமிக்குப் பொடியன் பொன்னுச் சாமீன்ட்டு ஊர்ல ஒரு பெயர் உண்டில்லேன்ட்டுக் கேட்டேன்" என்றான் கந்தன்.

"என்ன, பொடியன் பொன்னுச்சாமியா?" என்று சிரித்துக்கொண்டே கேட்டார் மாஜிஸ்டிரேட். அடுத்த கணம் குரலை மாற்றிக்கொண்டு, "இந்தாப்பா, ஏட்டையாவுக்கு வீட்லேயும் ஊருலேயும் ஆயிரத்தெட்டுப் பட்டப் பெயர் இருக்கும். அதுக்கும் கேசுக்கும் என்ன சம்பந்தம்?" என்றார்.

"சம்பந்தம் இருக்குங்க" என்றான் கந்தன்.

"என்ன சம்பந்தம்?" என்றார் மாஜிஸ்டிரேட்.

கந்தன் சிறிது நேரம் மௌனமாக இருந்துவிட்டு, "எனக்கும் ஏட்டையாவுக்கும் முன்விரோதம் உண்டுங்க" என்றான்.

"அது சரி, இப்ப ஒம்மேலே உள்ள குத்தத்துக்கு என்ன சொல்லறே? பதினெட்டாம் தேதி ஞாயித்துக்கிழமை அன்னிக்கு, சாயந்திரம் அஞ்சு, ஆறு மணிக்கெல்லாம் நீ பொருட்காட்சித் திடல்லதானே இருந்தே?" என்றார் மாஜிஸ்டிரேட்.

"ஏட்டையா சொல்றது முளுப் பொய்யுங்க. அவர் ஞாயித்துக்கிளமை சாயங்காலம் பொருட்காட்சித் திடலுக்குப் போயிருந்தாரூங்கறாரு; ஆனா, அதெக்கூட என்னாலே நம்ப முடியலீங்க."

"ஏன்" என்று கேட்டார் மாஜிஸ்டிரேட்.

"ஞாயித்துக்கிளமை சாயங்காலம்னா, சிட்டி கிளப்புலே பெரிய பெரிய செட்டுக சேருங்க..." என்று கந்தன் ஆரம்பிக்க வும், "இந்தக் கதெயெல்லாம் இங்கே அளக்காதே" என்று குறுக்கிட்டார் மாஜிஸ்டிரேட்.

"கதை அளக்கலீங்க எசமான். எனக்கும் ஏட்டையாவுக்கும் முன்விரோதம் உண்டுங்க; அந்தக் கோபத்துலேதான்..." என்று இழுத்தான் கந்தன்.

"அப்ப ஏட்டையா சொன்னதெல்லாம் நீ மறுக்கறே, இல்லையா?" என்றார் மாஜிஸ்டிரேட்.

ஏட்டையா இலேசாகக் கனைத்துக்கொண்டார்.

"ஆமாங்க எசமான், அவர் சொல்றதெல்லாம் பச்சைப் புளுகூங்க" என்றான் கந்தன்.

"அப்ப என்ன நடந்திச்சி?"

"என்னிக்கு எசமான்?"

"ஞாயிற்றுக்கிழமை பதினெட்டாம் தேதி அன்னிக்கு."

"ஞாயித்துக்கிளமை ஒண்ணும் நடக்கலீங்க. வெள்ளிக் கிளமைதான் நானும் ஏட்டையாவும் சந்திச்சுக்கிட்டதே."

அதற்குள் ஏட்டையா மாஜிஸ்டிரேட்டிடம், "ஞாயித்துக் கிழமே நடந்தது பத்திதான் கேசு. அதெப்பத்தி எதுவும் எதிரி கேக்கறதுன்னா கேக்கட்டும்" என்றார்.

"உம், சரி" என்று சற்றுக் கடுமையோடு கூறிவிட்டு, கந்தன் பக்கம் திரும்பி, "வெள்ளிக்கிழமை நடந்ததுக்கும் இந்தக் கேசுக்கும் என்ன சம்பந்தம்?" என்றார் மாஜிஸ்டிரேட்.

அதற்குள்ளே ஏட்டையா, "எசமான் எதிரியெப்பத்தி ஒங்களுக்குத் தெரியாதுங்க. அவுனுக்கு டவுன்ல அவ்வளவா நல்ல பெயர் கெடெயாதுங்க. இந்தக் கேசு சம்பந்தப்பட்டதே மட்டும் ஏதாச்சியும் சொல்லணும்னா சொல்லச் சொல்லுங்க" என்றார் கொஞ்சம் கண்டிப்புடனே.

ஏற்பட்ட எரிச்சலை மறைக்காதவராய், "நீ என்னப்பா சொல்றே இப்ப?" என்றார் மாஜிஸ்டிரேட் கந்தனிடத்து.

"நான் ஏட்டையாவெ ரெண்டு மூணு கேள்வி கேக்கணுங்க, அவ்வளவுதான்" என்றான் கந்தன்.

"சரி, சுருக்கமா சட்னு கேளு" என்றார் மாஜிஸ்டிரேட்.

கந்தன் ஏட்டையா பக்கம் திரும்பி, அதே கேள்வியைத் திரும்பக் கேட்டான்: "உங்களைப் பொடியன் பொன்னுச் சாமீன்ட்டு எல்லாரும் சொல்றதுண்டா?"

"எனக்குத் தெரிஞ்சு யாரும் என்னை அப்படிச் சொன்ன தில்லே" என்றார் ஏட்டையா.

"அப்ப ஒங்களுக்குத் தெரியாமே எல்லாரும் சொல்லிட்டிருக்கலாம் இல்லையா?" என்றான் கந்தன், சிரிக்காது.

ஏட்டையா முழித்தார்.

வந்த சிரிப்பை அடக்கிக்கொண்டு, "உம், அடுத்த கேள்வி" என்று கடித்துத் துப்பினார் மாஜிஸ்டிரேட்.

இரண்டு வக்கீல்கள் 'பக்'கென்று சிரித்தனர். மற்றொரு வக்கீல் இருமிக்கொண்டார்.

"இந்தா, இங்கே திருவாளத்தான் மாதிரி நடந்துக்கக் கூடாது, தெரியுமா? நியாயமான கேள்வியை நியாயமாக் கேளு" என்றுவிட்டு, பொருத்தமான அளவுக்குச் சிரித்துக் கொண்டார் மாஜிஸ்டிரேட். வக்கீல்கள் சிறிது பேசிக் கொண்டனர். ஒரு வக்கீல் உட்கார்ந்தபடியே கந்தனைப் பார்த்து, "அனாவசியமா கோர்ட்டாரைப் பகைச்சுக்காதே" என்று கந்தனுக்கு அறிவுரை தருவதுபோல் எச்சரித்தார். வேகமாகவே அந்தத் திசையிலிருந்து முகத்தைக் கந்தன் பக்கம் திருப்பி, "உம்" என்று உத்தரவிட்டார் மாஜிஸ்டிரேட்.

கந்தன் ஏட்டையா பக்கம் திரும்பிக் கேட்டான்: "போன வெள்ளிக்கும் முந்தின வெள்ளிக்கௌமை, சொமார் ஆறு ஏளு மணிக்குச் சாயந்தரம் நீங்க இஸ்மாயில்புரத்திலிருக்கிற பாலர் விடுதிக்குப் பக்கல்லே இருக்கே சவுரிமுத்து டீக்கடை, அந்தக் கடெக்கு வந்தீங்களா?"

"எதாச்சியும் சோலியாப் போயிருக்கலாம். நெனெப்பில்லே" என்றார் ஏட்டையா.

கந்தன் தொடர்ந்தான். "ஏட்டையா டியூட்டி பாக்கறது தெப்பக்குளம் ஸ்டேஷன்ல. குடியிருப்பு வஸ்தாதுபேட்டை போலீசு லைன்ல. பாலர் விடுதி இருக்கிறதோ, டவுனுக்கும் இன்னொரு கோடீல இஸ்மாயில்புரத்துலே. அவ்வளவு தூரம் தள்ளி பாலர் விடுதிக்குப் போனீங்கனா, என்ன காரியமா அங்கே போனீங்கனூ கூடவா நெனெவில்லே" என்று கேட்டான் கந்தன்.

ஒரு கிழட்டு வக்கீல் வாய்விட்டுச் சிரித்தார். மாஜிஸ்டிரேட் கந்தன் பக்கம் முழுக் கவனத்தோடு திரும்பினார்.

"ஏதாவது கேசு விஷயமாப் போயிருப்பேன்" என்றார் ஏட்டையா.

"அது என்ன கேசூன்னு நெனெவிருக்குங்களா?" என்றான் கந்தன்.

ஏட்டையா மாஜிஸ்டிரேட்டிடம் திரும்பி, "போலீஸ் உத்தியோகஸ்தர்கிட்டே மரியாதையாக் கேள்வி கேட்கச் சொல்லுங்க, எசமான்" என்று முறையிட்டார்.

“உண்டு, இல்லை, சொல்ல முடியாது, சொல்லத் தேவையில்லைனு நீங்க ஸ்ட்ரெயிட்டா பதில் சொல்ல வேண்டியது தானே?” என்றார் மாஜிஸ்டிரேட்.

“அவன் அவனோடெ திருவாளத்தான்தனமெல்லாம் இங்கே காட்டிட்டிருக்கான்” என்று தொடர்ந்து ஏட்டையா குறை சொன்னார்.

“அதெப் பாத்துக்கத்தான் நான் இங்கே இருக்கேனே! டோன்ட் யு ஒர்ரி அபவுட் இட். உம், ப்ரொசீட்” என்றார் மாஜிஸ்டிரேட்.

“அதெல்லாம் சரிங்க எசமான். எதிரி எப்படிப்பட்டவன், உண்மைலே என்ன தொளில் பாக்கறான்ட்டு எல்லாம் உங்களுக்குத் தெரியாதுங்க” என்றார் ஏட்டையா.

“எல்லார் பொளெப்பும், அப்படியோ இப்படியோ பிடுங்கித்தின்ன...” என்று கந்தன் ஆரம்பித்தான்.

அப்போது ஒரு கான்ஸ்டபிள் மாஜிஸ்டிரேட் முன் வந்து நின்று, ஏக தடபுடலோடு சலாம் செய்துவிட்டு, நேராக மாஜிஸ்டிரேட்டின் காதருகே சென்றான். இருவரும் ஒரு நிமிடம் காதோடு வாயாக இரகசியம் பேசினர். கான்ஸ்டபிள் மீண்டும் ஆர்ப்பாட்டத்தோடு, தனது தலையீடு வெற்றிகண்டு விட்டதுபோல் ‘கரமுர’வென்று இரைச்சலை எழுப்பிக்கொண்டு சலாம் செய்துவிட்டு நடந்தான்.

மாஜிஸ்டிரேட் உடனே கந்தன் பக்கம் திரும்பி, “இந்தா, இது கோர்ட்டு, தெரியுமில்லே. இங்கே கோர்ட்டுலே நடந்துக்கிறாப் போல நடந்துக்கணும். ஒங்க தெரு, சந்துகள்ள நடந்துக்கிறாப் போலெல்லாம் நடந்துக்கக் கூடாது” என்று கந்தனை எச்சரித்தார்.

கந்தன் முகத்தில் ஒரு ‘படபடப்பு’த் தோன்றியது. மறுகணமே அவன், “சரிங்க எசமான்” என்றான் சுருக்கமாக.

“உம், இன்னும் எதுவும் கேக்கணுமா?” என்றார் மாஜிஸ்டிரேட்.

கிழட்டு வக்கீல் தனக்குள் சிரித்துக்கொண்டே, தன் நாற்காலியிலிருந்து எழுந்து வெளியே சென்றார்.

“எனக்குத் தெரிஞ்சதே நான் சொல்லிடறேன், எசமான். அது உண்டா இல்லையான்ட்டு ஏட்டையா சொல்லட்டும்” என்றான் கந்தன்.

“உம், சரி சொல்லு” என்றார் மாஜிஸ்டிரேட், கூட்டத்தை விலக்கிக்கொண்டு வெளியே சென்றுகொண்டிருந்த கிழட்டு வக்கீலைப் பார்த்தபடியே.

"இந்தப் பாலர் விடுதி சொன்னேனே" என்று கந்தன் ஆரம்பித்து, "அதனோட மானேசர் எனக்கு ரொம்ப வேண்டியவரு. அவரு ஒரு நா 'இப்படி பொடியன் பொன்னுச் சாமீன்ட்டு ஒரு ஏட்டு இருக்காரே, அவரு ஏதாவது காரணம் சொல்லிக்கிட்டு, விடுதிலேந்து பசங்களே ஸ்டேஷனுக்கூனு அடிக்கடி இளுத்துக்கிட்டுப் போறாரு. பெரிய வம்பாப் போச்சு. பாவம், இஷ்டம் இல்லாத பொடியன்களெப் போட்டுக் கஷ்டப்படுத்திகிட்டு! நீதான் கந்தா, ஒரு நா அந்த ஏட்டையாவெ என்னன்ட்டுக் கேளு'ன்ட்டு சொன்னாரு. அதான் நான் அந்த வெள்ளிக்கௌமை பாலர் விடுதிக்குப் போனேன்" என்று சொல்லிக்கொண்டு போகவும், "எசமான், கேசே விட்டிட்டு என்னத்தெல்லாமோ உளர்றான்" என்று கூச்ச லிட்டார் ஏட்டையா.

"அட, உங்கக் கேசெத்தான் முளுப்பொய்யீனுட்டேனே!" என்றான் கந்தன்.

"அப்ப, எதுக்கு இப்பப் பேசிட்டிருக்கே?" என்றார் ஏட்டையா.

கந்தன் ஏட்டையா பக்கம் திரும்பவும், "கோர்ட்டெப் பாத்துப் பேசு" என்று மாஜிஸ்டிரேட் கந்தனுக்குச் சொன்னார். கந்தன் அவர் பக்கம் திரும்பி, "எனக்கும் ஏட்டையாவுக்கும் ஒருவாட்டி தகராறு வந்து எங்களுக்குள்ளே விரோதம் உண்டுங்க. அதெத்தான் நான் சொல்றது" என்றான்.

"உம், சுருக்கமாகச் சொல்லு. என்ன தகராறு?" என்று முனகினார் மாஜிஸ்டிரேட்.

"நான் இதெ அப்ஜெக்ட் பண்ணறேன், எசமான்" என்றார் ஏட்டையா.

"அப்ப எதிரிக்கும் உங்களுக்கும் முன்விரோதம் உண்டூனு ஒத்துக்கோங்க. எதிரியை விவரம் எல்லாம் தர வேண்டானுடறேன்" என்றார் மாஜிஸ்டிரேட் சிறிது கோபத்தோடு.

"அதெப்பிடீங்க? போலீசுக்காரன் 'பப்ளிக்'கிலே யாருக்குத்தான் நல்லவங்க?" என்று கேட்டார் ஏட்டையா.

அதற்குள் கந்தன், "ஏட்டையா சொல்றது நியாயந் தானுங்க. பப்ளிக் யாரும் போலீஸ்காரங்களெ நல்லவங்கனு மதிக்கறது இல்லீங்கதான். ஆனா, எனக்கும் ஏட்டையாவுக்கும் ஒரு குறிப்பிட்ட காரியத்துலே தகராறு வந்ததுங்க" என்றான்.

"இதுக்கு என்ன சொல்றிங்க?" என்றார் மாஜிஸ்டிரேட் ஏட்டையாவிடத்து.

“அப்புறம் ஒங்க பிரியம், எசமான்” என்றார் ஏட்டையா.

“உம், நீ சொல்லப்பா” என்றார் மாஜிஸ்டிரேட் கந்தனிடத்து.

“அன்னைக்குங்க எசமான், ஏட்டையா இஸ்மாயில் புரத்துக்கு வந்திருந்தாரு. அவரு பாலர் விடுதிக் கேட்டுக்குப் பக்கல்லே...” என்று கந்தன் சொல்லிக்கொண்டிருக்கும்போதே வேடிக்கை பார்க்கும் கூட்டம் இரண்டு புறங்களில் நெரியும் சப்தமும், பூட்சுக் கால்கள் ஏற்படுத்தும் நரநரவென்ற சப்தமும் ஒருங்கே ஒலித்தன. சுருக்கமாக, ஆனால் புறக்கணிக்க முடியாத வகையில் மாஜிஸ்டிரேட்டுக்கு சலாம் செய்துவிட்டு ஒரு நாற்காலியில் உட்கார்ந்தார் உள்ளே பிரவேசித்த போலீஸ் இன்ஸ்பெக்டர்.

“உம், அப்புறம்?” என்றார் மாஜிஸ்டிரேட் கந்தனைப் பார்த்து, சற்றுத் திடமான குரலில்.

“ஏட்டையா அவுங்க, பாலர் விடுதிக்குப் பக்கல்லே ஒரு டீக்கடைகிட்டே, பாலர் விடுதி மானேசர் ரங்கசாமியோடே ஒரக்கப் பேசிட்டிருந்தாரு. சீனிவாசங்கற அந்தத் தம்பியும் அங்கே நின்னிட்டிருந்தது. நான் அங்கே போகவும்...” என்று கந்தன் சொல்லிக்கொண்டிருந்தபோதே, “ஒன் மினிட், யுவர் ஆனர்” என்று சொல்லிக்கொண்டே இன்ஸ்பெக்டர் எழுந்திருந்தார்.

“யெஸ்” என்று அவரைப் பார்த்துத் தலையசைத்தார் மாஜிஸ்டிரேட்.

“சம்பவம் நடந்தது ஞாயிற்றுக்கிழமை பதினெட்டாம் தேதி, எக்சிபிஷன் கிரெளன்டுலே. இவன் வேறெ எதையோ பத்தினா சொல்லிட்டிருக்கான்?” என்று கேட்டார் இன்ஸ்பெக்டர். உடனே, மாஜிஸ்டிரேட், “உம், அய்யா கேக்கராரு இல்லே? பதில் சொல்லு” என்று கந்தனை அதட்டினார்.

கந்தன், “ஏட்டையாவுக்கும் எனக்கும் ஒருவாட்டி முன் விரோதம் ஏற்பட்டிச்சு. அதெப்பத்திச் சொல்லிக்கிட்டு இருக்கேன்” என்றான்.

இன்ஸ்பெக்டர் மாஜிஸ்டிரேட்டைப் பார்த்து, “யுவர் ஆனர், இவன்லாம் ‘பாட் கேரக்டர்.’ டிப்பார்ட்டுமென்ட்டோட இவங்களுக்கு எல்லாம் எப்பவும் தகராறுதான். இதெல்லாம் நீங்க தீர டீடெய்ல்டா விசாரிச்சிட்டிருக்கணும்னு அவசியம் இல்லை” என்று கூறிவிட்டு உட்கார்ந்தார்.

“யெஸ் யு ஆர் கொய்ட் ரைட்” என்று கூறிவிட்டு மாஜிஸ்டிரேட் கந்தனைப் பார்த்து, “என்னப்பா உன்னைப்

பத்தி இன்ஸ்பெக்டர் சொல்றதெக் கேட்டே இல்லே? இப்ப என்ன சொல்லறே?" என்றார்.

கந்தன் ஒரு நிமிடம் யோசித்தான்.

பிறகு, "எசமான் சொல்றதும் சரிதானுங்க. நாங்களும் தப்புப் பண்ணறோம்; அவங்களும் தப்புப் பண்றாங்க. இதுலே யாரு மொதல்லேன்ட்டு யாருங்க சொல்றது? குத்தெத்தெ ஒத்துக்கிறேங்க எசமான். ஏட்டையா சொன்னபடி ஏதாச்சிம் சின்ன ஃபைனா போட்டுவிடுங்க" என்று சிரித்துக்கொண்டே கந்தன் சொல்லவும் கோர்ட்டில் வேறு சிலரும், ஏதோ சங்கடம் தீர்ந்த நிலையில் சிரித்தனர்.

ஒரு ஜீப்பு வரும் ஒலியும், கண்ணைப் பறிக்கும் அதன் விளக்கொளியும் எல்லாப் பேச்சையும் நிறுத்தியது. மூவரும் கடையருகே போய் நின்று கொண்டனர். ஜீப்பின் வெளிச்சத்தைக் கொண்டு, ஜீப்பில் இருந்தவர்கள் பிணத்தைப் பார்க்க முடிந்ததால், பிணத்துக்கு சுமார் இருபதடி தூரத்தில் ஜீப்பு நின்றது. ஜீப்பிலிருந்து இரண்டு போலீஸ்காரர்கள் துப்பாக்கி யோடு இறங்கினர். அவர்களைத் தொடர்ந்து ஒரு ஏட்டையா வும், ஒரு சப் – இன்ஸ்பெக்டரும், இறுதியில் அவர்களை அழைத்து வந்த இளைஞனும் இறங்கினர். போலீஸ்காரர் இருவரும் பிணத்துக்குக் காவல் நிற்பது போல் அதன் அருகே விறைப்பாக நின்றுகொண்டனர். ஏட்டையா தனது தொப்பியை அகற்றி, அதை இடதுகையில் தாங்கிக்கொண்டு, வலது கையால் தலையை வரட்டு வரட்டு என்று சொறிந்துகொண்டார். சற்றுப் பருமனாகக் கறுத்திருந்த சப் – இன்ஸ்பெக்டர் அந்த வட்டாரத்தை ஒரு நோட்டம் விட்டுவிட்டு, கடையோரம் இருந்த மூவருக்கும், "இப்படி வந்து நில்லுங்க" எனக் கட்டளையிட்டார். மூவரும் சப் – இன்ஸ்பெக்டர் பின்னால் வந்து நின்றுகொண்டனர்.

"வேலுச்சாமியா, என்ன அந்தத் தம்பி பேரென்ன, அவன் எங்கே?" என்று இரைச்சலிட்டார் சப் – இன்ஸ்பெக்டர். ஜீப்பு ஓரம் பதுங்கியிருந்த வேலுச்சாமி மெதுவாக வந்து சப் – இன்ஸ்பெகடர் பின்னே நின்றுகொண்டான். சப் – இன்ஸ்பெக்டர் பிணத்தருகே சென்று பிணத்தைத் தொட்டுப் பார்த்தார். "கதெ முடிஞ்சு போச்சுங்க, எஜமான்" என்றார் ஏட்டையா, அரைகுறையாய்க் கொட்டாவி விட்டுக்கொண்டே.

"ஏட்டையா பொசிஷனக் குறிச்சிக்கோங்க" என்றார் சப் – இன்ஸ்பெக்டர்.

"கவனிச்சிக்கிட்டேங்க எஜமான். சிவலிங்கபுரம் ரோடு, கொஞ்சம் மேக்கே திரும்பி, சுமார் வடமேக்கா, கடைக்கு இருபது கஜ தூரத்திலே" என்று தொடர்ந்தார் ஏட்டையா. "யார் கடைன்னு கேட்டீங்களா?" என்றார் சப் – இன்ஸ்பெக்டர்.

"செவலிங்கபுரம் சுப்பு மூப்பனார் மகன் மருத மூப்பனார் கடைங்க" என்றார் அன்னக்கிளியின் மச்சான்.

"உம், சுப்பு மூப்பனார் மகன் மருத மூப்பனார் கடைலேந்து இருபது கஜ தூரத்திலே" என்று கூறிக்கொண்டே ஒரு குறிப்புப் புத்தகத்தையும், பென்சிலையும் எடுத்துக்கொண்டு எழுத ஆரம்பித்தார் ஏட்டையா. பிறகு சட்டென்று திரும்பி, மருத மூப்பனாரிடத்து, "எஜமானுக்கு ஒரு சேர், கட்டில் எதாச்சிம் கொண்டு வா" என்றார்.

மருத மூப்பனார் பாய்ந்து சென்று வீட்டுக்குள்ளிருந்து ஒரு கட்டிலை எடுத்து வந்தார்.

"இந்தா தேர்ட்டி நைன், சட்டி கொண்டு வந்திருக்கே இல்லே? ரத்த சாம்பிள் எடுத்துக்க. நைன்ட்டி சிக்ஸ், நீ பாடியெ சோதனை போடு" என்று இரு போலீஸ்காரர்களுக்கும் உத்தர விட்டார் சப் –இன்ஸ்பெக்டர். தேர்ட்டி நைன் ஜீப்புக்குச் சென்று ஒரு கலயத்தையும், ரத்தத்தை மண்ணோடு சுரண்டி எடுக்க ஒரு கத்தியையும் எடுத்து வந்தான். நைன்ட்டி சிக்ஸ் இலேசாகப் பிணத்தைப் புரட்டிப் போட்டான்.

பிணத்தின் வெறித்த கண்களைப் பார்த்ததும், "ஆத்தாடி" என்று கூச்சலிட்டாள் அன்னக்கிளி.

கந்தன் முகத்தை வேறு பக்கம் திருப்பிக்கொண்டான்.

"யாரு தெரியுமா?" என்று சப் – இன்ஸ்பெக்டர் தன் பின்னாலிருந்த நால்வரையும் கேட்டார். "வெத்திலப்பேட்டை பிச்சையா மாதிரி தெரியுது" என்றார் மருத மூப்பனார்.

கந்தனும் அன்னக்கிளியும் பேசாதிருந்தனர்.

"உங்களுக்குத் தெரியுமா?" என்று அவர்களைக் கேட்டார் ஏட்டையா.

"வெத்திலப்பேட்டை வியாபாரி பிச்சையா மாதிரிதான் தெரியுது, ஆனா..." என்றிழுத்தான் கந்தன்.

"ஆனா என்ன?" என்றார் ஏட்டையா.

"ஒண்ணுமில்லே" என்றான் கந்தன். அவனைப் பார்த்துத் திடுக்கிட்ட பொன்னுச்சாமி ஏட்டையா முகத்தை வேறுபுறம் திருப்பிக் கொண்டார்.

“ஆனான்ட்டு இளுத்தியே?” என்றார் சப் – இன்ஸ்பெக்டர்.

“நான் அந்தப் பிச்சையாவெ ஒரு வாட்டியோ, ரெண்டு வாட்டியோதான் பாத்திருப்பேன்; உறுதியாச் சொல்லிக்கிட முடியாதூன்னேன்” என்றான் கந்தன்.

“அந்தப் பிச்சையா வீடு தெரியுமா?” என்று சப் – இன்ஸ்பெக்டர் மூப்பனாரைக் கேட்டார். மூப்பனார் பதில் சொல்வதற்கு முன்னால், “பேட்டைலே போயி விசாரிச்சாத் தெரியும்” என்றார் ஏட்டையா.

“டிரைவர்” என்று கூப்பிட்டார் சப் – இன்ஸ்பெக்டர்.

“டிரைவர்தானே? அவன் வந்ததும் ஊருணிப் பக்கம் இறங்கிப்போனான்; இப்ப வந்திருவான்” என்று ஏட்டையா சொல்லிக்கொண்டிருக்கும்போதே, தனது அரை காக்கி டிராயரையும் முரட்டு பனியனையும் சரி செய்துகொண்டே டிரைவர் வேகமாக வந்து சப் – இன்ஸ்பெக்டர் முன்பு சலாம் போட்டு நின்றான். ஏட்டையா ஜீப்புக்குச் சென்று அதில் எரிந்துகொண்டிருந்த ஒரு பெட்ரோமாக்ஸ் விளக்கை எடுத்து வந்தார். மருத மூப்பனாரும் வீட்டுக்குள் சென்று ஒரு மண்ணெண்ணெய் விளக்கை எடுத்து வந்தார். ஏட்டையா மீண்டும் ஜீப்புக்குச் சென்று சில குறிப்புப் புத்தகங்கள் மற்றும் சில காகிதங்களை எடுத்து வந்தார்.

தோட்டி நைன் ரத்தம் உறைந்த மண்ணைச் சுரண்டிக் கொண்டிருந்தான். நைன்ட்டி சிக்ஸ் பிணத்தின் தலையிலிருந்து ஆரம்பித்து அதன் பல்வேறு பாகங்களையும் இலேசாக அழுத்திச் சோதனை போட ஆரம்பித்தான். சப் – இன்ஸ்பெக்டர் டிரைவருக்கு உத்தரவு போட்டுக்கொண்டிருந்தார். “வெத்திலெப் பேட்டைக்குப் போயி பிச்சையாங்கறவர் வீட்டே விசாரிச்சு, வீட்லேந்து இங்கே ஒரு ஆளே அனுப்பச் சொல்லு. ஆம்பிள ஆளாவே பாத்துக் கூட்டியா” என்றுவிட்டு ஏதோ நினைவுக்கு வந்தவராய், “அப்படியே வரும்போது அந்த மணிப் பயலே இளுத்திட்டு வா” என்றார் சப் – இன்ஸ்பெக்டர்.

“சரிங்க எசமான்” என்றுவிட்டு, சலாம் செய்துகொண்டே ஏட்டையாவைப் பார்த்தான் டிரைவர்.

“மணிதானே? ஒண்ணு அந்தக் கிளப்புலே இருப்பான்; இல்லாட்டி நர்சம்மா வீட்லே இருப்பான். இளுத்திட்டு வா” என்றார் ஏட்டையா.

டிரைவர் ஜீப்புக்குச் சென்று, அதில் ஏறி உட்கார்ந்து கொண்டு ஜீப்பைத் திருப்பிப் பறந்தான். பெட்ரோமாக்ஸ் விளக்கும், மண்ணெண்ணெய் விளக்கும் எரிந்துகொண்

டிருந்தாலும் ஒரு கணத்துக்கு இலேசான இருள் கவிந்துவிட்டது போல் இருந்தது.

"என்ன குறிச்சிக்கிறீங்களா, ஏட்டையா?" என்றான் நைன்ட்டி சிக்ஸ்.

"உம்" என்றுவிட்டு எழுத ஆரம்பித்தார் ஏட்டையா.

சப்–இன்ஸ்பெக்டர் கட்டிலில் உட்கார்ந்துகொண்டு, ஒரு சிகரெட்டைப் புகைத்தவண்ணம் நைன்ட்டி சிக்ஸ் எடுத்துக் காட்டிய பொருட்களைக் கவனித்துக்கொண்டிருந்தார்.

"வெள்ளை வேட்டி, நாலு நாலரை முழம், வெள்ளைச் சட்டை, அரைக்கை சட்டை, உள்ளே கருப்பு பனியன், உள்டிராயர் இல்லே, இடுப்புலே தோல் பெல்ட், பெல்டுலே ஒரு பை, சட்டைலே ஒரு பை" என்று தொடர்ந்தான் நைன்ட்டி சிக்ஸ்.

"அந்தச் சட்டையையும் பெல்டையும் அவித்திரு" என்றார் சப்–இன்ஸ்பெக்டர். இரண்டு போலீஸ்காரர்களும் ஒருகணம் திகைத்தனர். இரத்தம் அநேகமாக உறைந்துவிட்ட நிலையில், சட்டையையும் பனியனையும் உடலிலிருந்து பிய்த்து எடுக்கத்தான் வேண்டி வரும். இருவரும் ஏட்டையாவை நோக்கினர்.

"எஜமான், அந்த வம்பெல்லாம் நமக்கு எதுக்கு? உள்ள படியே 'போஸ்ட்மார்ட்ட'த்துக்கு அனுப்பிடுவோம்" என்றார் ஏட்டையா.

"அதுவும் சர்தான்" என்றார் சப்–இன்ஸ்பெக்டர்.

"பாடிலே உள்ளத மட்டும் பாத்துச் சொல்லுங்க" என்றார் ஏட்டையா.

"என்ன எளுதியிருக்கீங்க?" என்றான் நைன்ட்டி சிக்ஸ்.

"இடுப்புலே தோல் பெல்ட்; பெல்டுலே ஒரு பை. . . மேக்கொண்டு உம்..." என்றார் ஏட்டையா.

"சட்டைப் பைலே ஒரு இரும்புச் சாவி இருக்கு" என்று தொடர்ந்தான் தேர்ட்டி நைன்.

"மேலுக்கு ஒரு காகிதப் பொட்டலம்" என்றுகொண்டே நைன்ட்டி சிக்ஸ், ஒரு பொட்டலத்தைப் பிரித்து, "பொட்டலத்துலே துன்னூரு, குங்குமம், தொளசி இலே, ஒரு பத்து ரூவாத் தாளு, ஒரு ரெண்டு ரூவாத் தாளு, ஏளு காசு" என்று சொல்லி நிறுத்தினான்.

"பெல்ட்டுப் பைலே ஒண்ணு, ரெண்டு, மூணு, நாலு நூறு ரூவாத் தாளு ஒரு சீட்டுக்கட்டுப் பெட்டி" என்று தேர்ட்டி

நைன் தொடரவும், "பெட்டியெத் தெறந்து பாரு" என்றார் ஏட்டையா.

பெட்டியைத் திறந்த தேர்ட்டி நைன், பெட்டிக்குள் இருந்து சீட்டுக்கட்டின் அளவுக்கும் சற்றுச் சிறிதான அளவில் இருந்த சில கார்டுகளை எடுத்து ஒவ்வொன்றாகப் பார்க்கிறான். பிறகு சிரித்துக்கொண்டே, "இந்தாங்க எஜமான்" என்று அவற்றை சப் – இன்ஸ்பெக்டரிடத்து நீட்டுகிறான். சப் – இன்ஸ்பெக்டருக்குப் பின்புறம் நின்றுகொண்டிருக்கும் கந்தன், வேலுச்சாமி, மருத மூப்பனார், அன்னக்கிளி ஆகிய நால்வரும் ஆவலோடு குனிந்து சப் – இன்ஸ்பெக்டர் கையிலிருந்த படங்களைப் பார்க்கின்றனர்.

"அம்மோவ், இதென்ன படம்?" என்றுவிட்டுப் பயங்கர மாகச் சிரிக்கிறாள் அன்னக்கிளி.

"ஷட் அப்" என்று கத்திக்கொண்டு பின்புறம் திரும்புகிறார் சப் – இன்ஸ்பெக்டர். பிறகு சாவதானமாகக் கையிலிருக்கும் படங்களை ஒவ்வொன்றாக ஆராய்கிறார். சப் – இன்ஸ்பெக்டர் போட்ட சத்தத்தில் அன்னக்கிளியும், மருத மூப்பனாரும், வேலுச்சாமியும் சற்றுப் பின்நகர்ந்துவிட்டனர். கந்தன், ஏட்டையா, சப் – இன்ஸ்பெக்டர் மூவருந்தான் எல்லாப் படங்களையும் பார்க்கின்றனர்.

"இதெல்லாம் என்ன ஏட்டையா?" என்று அறியாத் தன்மையோடு கேட்கிறார் சப்–இன்ஸ்பெக்டர்.

"இதெல்லாம் பெரிய பிசினெஸ்ங்க; படம் அஞ்சு, பத்தூனு போகுங்க" என்கிறார் ஏட்டையா.

"இதெல்லாம் என்ன செய்யறது?"

"கோர்ட்டுலே ஒண்ணும் புரொடியூஸ் பண்ண வேண்டாம்; ஸ்டேஷனுக்கு வேணாக் கொண்டு போகலாம்" என்கிறார் ஏட்டையா. சப் – இன்ஸ்பெக்டர் படங்களைப் பார்த்துவிட்டு, அவற்றைப் பெட்டியில் போட்டு பெட்டியை ஏட்டையாவிடம் நீட்டுகிறார். பிறகு பின்புறம் திரும்பிப் பார்க்கிறார். கந்தனும் ஏட்டையாவும் அவர்பின் நின்று கொண்டிருக்கின்றனர். ஏட்டையா கனைக்கிறார். அன்னக்கிளியும், மருத மூப்பனாரும், வேலுச்சாமியும் முன்னால் நகருகின்றனர்.

அன்னக்கிளியைப் பார்த்ததும், "விசாரணைப்ப இப்படியாக் கூச்சல் போடறது?" என்று கண்டிக்கிறார் சப் – இன்ஸ்பெக்டர்.

அன்னக்கிளி நாணிக்கோணி சிரிக்கிறாள். ஏட்டையா மீண்டும் கனைக்கிறார்.

“உம் உம், ஆயுதம் எதுவும் இருக்கா பார்” என்றார் சப் –இன்ஸ்பெக்டர், தன்னினைவு வந்தவராய். அப்போது தான் அவரையும், அவரது கோஷ்டியையும் சுற்றிப் பத்துப் பனிரெண்டு பேர்கள் கொண்ட சிறு கூட்டம் கூடிவிட்டதைக் கவனித்தார். அவரது பார்வையைப் பார்த்துவிட்ட தேர்ட்டி நைன் பாய்ந்தெழுந்து தனது தடியை ஓங்கிக் கூட்டத்தை விரட்டினான். கூட்டம் சிதறிச் சற்று விலகித் தூரத்தில் போய் நின்றுகொண்டது. ஒரு ஜீப்பு வரும் ஒலியும் ஒளியும் எல்லார் கவனத்தையும் ஈர்த்தது. ஜீப்பின் டிரைவர் முன்பு போலவே அதை நிறுத்திவிட்டு, சப் – இன்ஸ்பெக்டர்முன் வந்து சலாம் போட்டு நின்றான். ஜீப்பிலிருந்து மற்றும் இருவரும் ஒரு போலீஸ்காரரும் இறங்கினர். “என்னைய்யா, இப்படி நேரம் கழிச்சா வர்றது” என்று சப் – இன்ஸ்பெக்டர், வந்த போலீஸ்காரரை விரட்டினார். சப் – இன்ஸ்பெக்டருக்கு சலாம் இட்டவாறே அவன் ஏதோ முணுமுணுத்தான். பிறகு பையிலிருந்து ஒரு லென்சையும், டார்ச்சு லைட்டையும் எடுத்துப் பிணத்தினருகே சென்று கைரேகை, மயிர், நூல் பிசிறு இவற்றுக்குப் பிரேதத்தைப் பரிசோதனை செய்ய ஆரம்பித்தான்.

“அதுலே ஒரு எளவும் கெடெக்காது; பொணெத்தே பொரட்டிப் போட்டு என்னவெல்லாமோ செய்தாச்சு” என்றார் ஏட்டையா. ஜீப்பிலிருந்து இறங்கிய மணி சப் – இன்ஸ்பெக்டர் முன் நின்று வணங்கினான். ஜீப்பிலிருந்து இறங்கிய மற்ற நபர் பிணத்தின் அருகே சென்று பிணத்தை உற்று நோக்கினார். “எஜமான், பிச்சையா வூட்டுலே எல்லாரும் வெளியூர் போயிருக்காங்க. இந்த ஆளு பிச்சையாவுக்கு சொந்தம்னாரு; இவரெக் கூட்டியாந்தேன்” என்று கூறிக்கொண்டு பிணத்தைக் கூர்ந்து கவனித்துக்கொண்டிருந்த நபரைச் சுட்டினான் டிரைவர். பிணத்தைக் கூர்ந்து நோக்கிவிட்டு, “வெத்திலப் பேட்டை பிச்சையாவேதான்” என்று அந்த நபர் உறுதி சொன்னார்.

வேடிக்கை பார்க்கும் கூட்டம் சற்று அதிகரித்தது. ஆனால் கூட்டத்தினர் ஒரு வரம்பு கடந்து வராதபடி போலீசாரால் பார்த்துக்கொள்ள முடிந்தது. கூட்டத்தினரும் ஒரு கொலைக்குத் தரவேண்டிய மரியாதையைச் செலுத்தி அமைதியாகவே இருந்தனர். “ஒரே குத்து!”, “வவுத்துலே சரியான குத்து!”, “ஆத்தாடி! எவ்வோளவு ரத்தம்!” போன்ற சிறு சிறு முணு முணுப்புகளே வெளிவந்தன.

சப் – இன்ஸ்பெக்டர் பிரேத விசாரணை செய்ய ஆரம்பித்தார். ஐந்து பஞ்சாயத்தார் தேர்ந்தெடுக்கப்பட்டனர். அவர்களில் மருத மூப்பனாரும் ஒருவர். இறந்துபோனவரைக்

கடைசியில் உயிரோடு கண்டவர்களாகவும், கொலையை நேரில் பார்த்தவர்களாகவும் கந்தனும் அன்னக்கிளியும் தனித்தனி வாக்குமூலங்கள் கொடுத்தனர். கொலை செய்தவர்களைத் தங்களுக்கு இதற்குமுன் தெரியாதென்றும், ஆனால் மறுமுறை பார்த்தால் அடையாளம் கண்டுகொள்ள முடியும் என்றும் இருவரும் அபிப்பிராயப்படுவதாகவும் குறித்துக்கொள்ளப் பட்டது. இறந்து போனவர் கத்திக் குத்தின் காரணமாக மாண்டிருக்கலாம் என்று அபிப்பிராயப்படுவதாகப் பஞ்சாயத்தார் இறுதியில் கையெழுத்திட்டனர். இரவு பதினொரு மணி அளவில் எல்லாச் சடங்குகளும் முடிவடைந்தன. பிரேதத்தை ஒரு வண்டியில் போட்டு, அதை ஆஸ்பத்திரிக்குக் கொண்டு செல்லும் பொறுப்பு போலீசாரிடம் விடப்பட்டது.

கந்தனையும் அன்னக்கிளியையும் ஜீப்புக்குள் ஏறிக் கொள்ளுமாறு ஏட்டையா உத்தரவிட்டார். "அய்யோ, நா எதுக்கு?" என்று அலறினாள் அன்னக்கிளி. "ஒண்ணுமில்லே, காலேலே வீட்டுக்கு வந்திடலாம்" என்றார் சப் – இன்ஸ்பெக்டர். கந்தனும், மணியும், ஏட்டையாவும் ஜீப்பின் பின்புறத்தில் உட்கார்ந்துகொண்டனர். சப் –இன்ஸ்பெக்டர் டிரைவருக்கு அருகே உட்கார்ந்துகொண்டு அன்னக்கிளியைத் தன் பக்கத்தில் உட்காரச் சொன்னார். மருத மூப்பனார், தானும் ஸ்டேஷனுக்கு வரவேண்டும் என்றார். "நீங்க காலேலே வரலாம்" என்று விட்டார் ஏட்டையா. ஜீப்புக்குள் ஏற அன்னக்கிளி தயங்கினாள். சப்–இன்ஸ்பெக்டர் அவர் கையை நீட்டவும், அவளும் 'களுக்' என்று சிரித்துவிட்டு ஜீப்புக்குள் ஏறிக்கொண்டாள். ஜீப்பை 'ஸ்டார்ட்' பண்ணுவதற்கு முன்னால், ஜீப்பின் உள் விளக்கை அணைத்தான் டிரைவர். அன்னக்கிளியின் 'ச்சு' என்ற வக்கரிப்பும், வளையல் ஒலியும், அவற்றைத் தொடர்ந்து ஏட்டையாவின் கனைப்பும் கேட்க இரைச்சல் இட்டுக்கொண்டு டவுனை நோக்கித் திரும்பியது ஜீப்பு.

கந்தன் அவன் குடிசைக்குச் சற்றுத் தொலைவில் வந்து கொண்டிருப்பது போலிருக்கிறது. தெருவோரம் குறைவான கடைகளும் வீடுகளுமே தென்படுகின்றன. தெருவிலே ஜன நடமாட்டம் கிஞ்சித்தும் இல்லை. அசட்டுத்தனமாக மின் விளக்குகள் அங்கொன்றும் இங்கொன்றுமாக எரிந்துகொண் டிருக்கின்றன. ஒரு விளக்கு திடீரென்று அணைகிறது; மற்றொன்று திடீரென்று புதிய பிரகாசத்தோடு எரிகிறது. கந்தனின் கண்கள் உறுத்துகின்றன. பிச்சையா அவனைப் பார்த்துச் சிரித்துவிட்டு ஓடிந்து விழுகிறான். . .

“கத்தி எதுக்குங்க?” என்கிறாள் மீனா.

“யாரும் சேட்டை பண்ணினா?”

“ஒங்ககிட்டே யாரும் எதுக்குச் சேட்டை பண்ணனும்?” என்கிறாள் மீனா.

“அது என் தலையெழுத்து.”

“ஒங்க தலையெழுத்தில்லே; ஒங்க பயம்” என்கிறாள் மீனா. . .

பக்கத்துச் சேரி தீப்பற்றி எரிகிறது. குய்யோ முறையோ என்று மனித உயிர்கள் கூச்சலிடுகின்றன. ஆனால் அவற்றில் பனிரெண்டுக்குமட்டும் விரைவில் கூச்சலிடும் உரிமை மறுக்கப்படுகிறது. அந்தப் பனிரெண்டும் தீயணைக்கும் படையினரால் குளிப்பாட்டப்பெற்று – பெரிசுகளும் சிறிசுகளுமாக – வரிசையாகத் தரையில் கிடத்தப்பட்டுள்ளன. வீணாக நகரசபைக்கு ஏன் கெட்ட பெயர் என்று மூன்று உயிர்களையே விபத்துக் குடித்துவிட்டதாகப் பத்திரிகைகள் அறிவிக்கின்றன.

“அந்தப் பனிரெண்டு பேருமே சாகவில்லை; அவுங்க எல்லாருமே வாக்காளர் பட்டியல்ல இருக்காங்க; எப்படியும் அடுத்த தேர்தல்லே ஓட்டுப் போட வந்திடுவாங்க. வாழ்க முதலாளித்துவ ஜனநாயகம்!” என்கிறான் கந்தனிடத்து ராமு அண்ணன். . .

கந்தன் ஒரு வாத்தைப்போல நடந்துகொண்டிருக்கிறான். அவனே ஒரு பெரிய வாத்தாகிவிட்டது போன்ற உணர்வு. சுத்திச் சுத்தி வருகிறான். வீட்டை நோக்கித்தான் நடந்துகொண்டிருக்கிறான்; ஆனால் வீடுதான் அவனைவிட்டு விலகிச் சென்ற வண்ணமே உள்ளது. ஒரு குழந்தையின் அழுகுரல் காதில் படுகிறது. கந்தன் எழுந்து நின்று சுற்றுமுற்றும் பார்க்கிறான். தற்செயலாக வானில் அவன் பார்வை விழுகிறது. கொட்டிக் கிடக்கும் ஒளிக் குவியல்கள் அவனை மெய்சிலிர்க்க வைக்கின்றன. அவையெல்லாம் என்ன, ஏன் என்று ஒருபோதும் அவன் கேட்டதில்லை. அவற்றின் மத்தியில் பறந்து செல்ல வேண்டும் என்று அவன் குழந்தைத்தனமாக ஆசைப்பட்டதுண்டு. இப்போது அந்த ஆசையில்லை. அவற்றைப் பார்க்கவே சற்று பயமேற்படுகிறது. அவை அவனை நோக்கி விரட்டி வருவது போல் இருக்கிறது. கந்தன் ஓடப் பார்க்கிறான். குப்புறச் சரிந்து ஒரு இருண்ட பாதாளத்துக்குள் விழுந்து கொண்டிருக்கிறான். . .

புரண்டு படுப்பது போன்றதொரு உணர்வு. மீண்டும் ஒரு குழந்தையின் அழுகுரல்.

“என்ன பாப்பா? யாரு நீ?”

“உம் உம், எங்க அம்மா, எங்க அம்மா...”

“உங்க வீடு எங்கே?”

“பள்ளிக்கூடத்துக்குப் பக்கல்லே; உம் உம், எங்க அம்மா, எங்க அம்மா...”

“எந்தப் பள்ளிக்கூடம்?”

“எங்க வீட்டுக்குப் பக்கல்லே எங்க ஊர்ப் பள்ளிக்கூடம். உம் உம், எங்க...”

“ஒங்க ஊரு எது?”

“உம், எங்க ஊரு, எங்க ஊரு...”

“ஒன் அம்மா பேரு என்ன?”

“எங்க அம்மா, உம், எங்க அம்மா...” கந்தன் குழந்தையை எடுத்துத் தோளில் சாத்திக்கொண்டு நடக்கிறான். குழந்தை திமிறுகிறது. கந்தனின் கழுத்தைக் கடித்துக்கொண்டே, இரண்டு கைகளாலும் கந்தனின் முகத்தைப் பிறாண்டுகிறது. தன் கால்களைக் கொண்டு, கந்தனின் வயிற்றில் ‘மங்கு மங்கு’ என்று போடுகிறது. சோலைப்பிள்ளை எதிர்ப்படுகிறார். ஒரு பொலிகாளையை இழுத்துக்கொண்டே கந்தனைப் பார்த்துச் சிரிக்கிறார். தன்னை லாக்கப்பில் அடைத்தது கந்தனுக்கு நினைவு வருகிறது. அன்னக்கிளி போலீஸ் ஸ்டேஷனில் ஒரு மூலையில் உட்கார்ந்திருக்கிறாள். மணி சப் – இன்ஸ்பெக்டருக்குப் பிராந்தியும் பிரியாணியும், அன்னக்கிளிக்கு பிரியாணி மட்டும் வாங்கி வருகிறான். சோலைப்பிள்ளை பொலிகாளை யோடு ஸ்டேஷனுக்குள் வந்து லாக்கப்புக்குள் எட்டிப் பார்க்கிறார்...

கந்தனின் வீடு. கந்தன் குழந்தையை மீனாவுக்கு அருகே படுக்க வைக்கிறான். அழுது தூங்கிவிட்டது; இருந்தாலும் தூக்கக் கலக்கத்தில், “உம், எங்க அம்மா” என்று முனகுகிறது.

கந்தன் குடிசையை விட்டு வெளியே வந்து, இருளோடு இருளாய்க் கலந்தான். ஜன்னி கண்டதுபோல் இருள் குளிர்ந் திருந்தது. மேலும் அது கரடுமுரடான கற்களும், முள்புதர் களும் நிறைந்திருந்தது. அது ஒரு பிண வாடையையும் கொண் டிருந்ததாகக் கந்தனுக்குப் பட்டது. ‘இன்னுங் கொஞ்சம் தூரந்தான்’ என்று நினைத்துக்கொண்டே, நடந்த கந்தன் திடீரென்று நின்றான். அந்தப் பூவரசு மரம், அவன் காலைத் தட்டிற்று. புயல் அதன் கழுத்தைத் திருகி அதைத் தரையில்

வீசியெறிந்து விட்டது போலிருந்தது. ஒரு விகாரமான ஆனால் சாதுவான மிருகம் போல் அது தன் அத்தனை கைகளையும் கொண்டு பூமியைப் பற்றிக் கிடந்தது. அதன் வேரிலிருந்து தொடங்கிப் படிப்படியாக அடிமரம் முழுவதையும் தடவிக் கொண்டிருந்தான் கந்தன். மரத்தின் கொப்புகள் அவனுக்குப் பெரும் இடைஞ்சலாக இருந்தன. வெகு தொலைவிலே பூமியினுள் புதைந்தது போன்று கிடந்தது அவன் கத்தி. அது வைரம்போல இருட்டில் ஜ்வலித்தது. யார் கண்ணுக்கும் எளிதில் பட்டுவிடும்! கந்தன் திடுக்கிட்டுத் திரும்பிப் பார்த்தான். அவன் முதுகில் தன் கைகளை வைத்துக் குனிந்து தரையை உற்று நோக்கிக்கொண்டிருந்தார் மருத மூப்பனார். அவர் கைகளை உதறிவிட்டு எழுந்தான் கந்தன்...

ஒரு சிகரெட்டு புகைக்க எண்ணிக் கந்தன் சட்டைப் பையைத் துளாவினான். பை வள்ளிசாகக் காலியாக இருந்தது. படுத்தபடியே இரண்டு கைகளாலும் தரையைத் துளாவினான். கைகளுக்கு எதுவும் சிக்கவில்லை. சற்று எழுந்து நேர் எதிராகப் பார்த்தான். 'லாக்கப்' அறையின் கம்பிகள் கண்களுக்குத் தென்பட்டன. 'லாக்கப்' அறையை ஒட்டியிருந்த சுவரின் மேல்விளம்பில் சிறிது ஒளி அரைகுறைத் தூக்கத்தில் இருந்தது. யாரோ குறட்டை விடும் சத்தம் கேட்டது. தான் போலீஸ் ஜீப்பில் ஏறிய நேரத்திலிருந்து 'லாக்கப்'புக்குள் அனுப்பப் பட்டது வரை நடந்த நிகழ்ச்சிகளை ஒவ்வொன்றாக நினைவுக்குக் கொண்டுவரக் கந்தன் முயன்றான்.

குறத்தி முடுக்கு

என் வருத்தம்

நாட்டில் நடப்பதைச் சொல்லியிருக்கிறேன். இதில் உங்களுக்குப் பிடிக்காதது இருந்தால் "இப்படியெல்லாம் ஏன் நடக்கிறது?" என்று வேண்டுமானால் கேளுங்கள்; "இதையெல்லாம் ஏன் எழுத வேண்டும்?" என்று கேட்டுத் தப்பித்துக்கொள்ளப் பார்க்காதீர்கள். உண்மையைச் சொல்வதென்றால் முழுமையுந்தான் சொல்லியாக வேண்டும். நான் விரும்பும் அளவுக்குச் சொல்ல முடியவில்லையே என்பதுதான் என் வருத்தம்.

குறத்தி முடுக்கின் வீடுகள்தோறும் பெண்கள் நின்று கொண்டிருக்கின்றனர். தெருவில் விளக்கொளி மங்கலாக உள்ளது. காரணம் பல மின்சார விளக்கு களின் பல்புகள் உடைந்திருப்பதே. சிறிது பேச்சொலி மட்டும் கேட்கிறது. தெருவில் அதிகப்படியான நட மாட்டம் இல்லை. அடுத்த, பக்கத்து தெருக்களிலெல்லாம் அதிகப்படியான வெளிச்சம்; அதிகப்படியான மனித நடமாட்டம்.

ஒரு வாலிபன் தெருவின் இருபுறங்களையும் பார்த்தவண்ணம் வேகமாக நடந்து வருகிறான். வீட்டு வாயிற்படிகளில் நிற்கும் பெண்கள் அவனைக் கண்டதும் அசைந்துகொடுக்கின்றனர்; இலேசாக ஏதோ முணுமுணுக் கின்றனர்; மெல்லச் சிரித்து அவனை உற்று நோக்கு கின்றனர். வாலிபன் குறத்தி முடுக்கைக் கடந்து வெளியே வருகிறான். ஒரு வெற்றிலை பாக்குக் கடைக்குச் சென்று சிகரெட்டு வாங்கிப் பற்றவைத்துக்கொள்கிறான். மீண்டும் குறத்தி முடுக்கினுள் பிரவேசிக்கிறான். இப்போது அவன் வீதியின் நடுவில் நடந்து வரவில்லை; ஒரு ஓரமாக வருகிறான். ஒரு வீட்டை அடைந்ததும் வாயிற் படியில் தயங்கி நிற்கிறான். வாயிற்படியில் உட்கார்ந்திருக்கும் சிறுமி, எழுந்து உள்ளே சென்று, அவனையும் உள்ளே வருமாறு சமிக்ஞை செய்கிறாள். அவன் உள்ளே நுழை கிறான். கதவு தாளிடப்படுகிறது.

அறையினுள் மங்கலான விளக்கு. ஒரு பாய் விரித்துக் கிடக்கிறது. சுவரோரமாகக் கட்டப்பட்டிருக்கும் கயிற்றில் சில சேலைகளும் ஜம்பர்களும் தொங்குகின்றன. சுவரில் அங்குமிங்குமாக சில சினிமாப் படங்கள் கத்தரித்து ஒட்டப்பட்டிருக்கின்றன.

"என்ன கேக்கிறே?"

"அஞ்சு ரூபாய் தா."

"உம் . . . ஒரு ரூபாய் தரேன்."

"ஒரு ரூபாய்க்கு வரத்துக்கு இங்கு ஒருத்தரும் இல்லை; அதற்கு கொஞ்ச காலம் கழிச்சு வாங்க." அவள் கதவருகே செல்கிறாள். அவனும் செல்கிறான், அவளைவிட வேகமாக. அவன் இருட்டில் தடுமாறுகிறான்.

"சரி, மூணு ரூபாய் தா."

"உம், ஒரு ரூபாய்க்கு மேலே கிடையாது; நீ ஒழுங்கா நடந்துகிட்டா கூட எட்டணா தருவேன்."

அவள் சேலையைத் திருத்திக்கொள்ளும் பாவனையில் அவளது மார்பகத்தைக் காட்டுகிறாள். அவன் அவளை ஏற இறங்கப்பார்க்கிறான்.

"சரி, இரண்டு ரூபாய் வச்சுக்க."

"சரி எடுங்க!" என்கிறாள்.

"வா, முடிச்சிட்டுத் தரேன்" என்று கூறிக்கொண்டே அவன் அவளது முதுகின் மேல் கையை வைக்கிறான்.

"சு, இங்கே ஒண்ணும் தகராறு பண்ணாதீங்க. முன்னாலே ரூபாயை எடுங்க."

அவன் இரண்டு ரூபாயை எடுத்து அவள் கையில் தருகிறான். அதை அவள் வாங்கி, நிறுத்தி நிதானமாக அவளது இடுப்பில் முடிந்து கொள்கிறாள். அவன் அவளது அழகை ரசித்தவண்ணம் நிற்கிறான். அவள் பாயைச் சரிப் படுத்திவிட்டு, தலைமயிரை விலக்கி, பாயில் படுத்துக் கொண்டு ஜம்பர் முடிச்சை அவிழ்த்துவிடுகிறாள். அவன் அவளருகே உட்கார்ந்துகொண்டு, அவளது உதடுகளிலும், கன்னத்திலும், கழுத்திலும் முத்துகிறான். அவன் முத்திய ஒவ்வொரு இடத்தையும் அவள் துடைத்துக்கொள்கிறாள்.

"உன் பெயரென்ன?"

"மரகதம்."

"வயசு?"

"பதினாறு."

"நீ இங்கே வந்து எவ்வளவு காலமாச்சு?"

"ஒரு மாசமா."

"உம், பொய் சொல்றே."

அவளது வலது கை அவனது வயிற்றுக்கு அருகே செல்கிறது. அவன் அவளது கையைத் தடுத்து நிறுத்துகிறான். அவளது முகம் மாறுகிறது.

“உம், சீக்கிரம். நேரமாகுது.”

“என்ன நேரமாகுது? இப்பத்தானே வந்தேன்.”

அவன் அசட்டுச் சிரிப்புடன் அவளை முத்த முயலுகிறான். அவள் வெடுக்கென்று முகத்தைத் திருப்பிக்கொள்கிறாள். அவளை முறைத்துப் பார்த்துக்கொண்டே அவன் எழுந்து வருகிறான்.

ஐந்து நிமிடங்கள் ஆகின்றன. அவள் அவனைப் பார்த்து புன்முறுவல் பூக்கிறாள். அரை மனதோடு அவன் சிரிக்கிறான். இருவரும் எழுந்து ஜலசுத்தி செய்துகொள்கின்றனர். அவள் ஆடையைச் சரிசெய்து கொள்கிறாள்.

“காப்பிக்கு எதுவும் தாங்க.”

“உம் உம், கதவைத் திற” என்று சொல்லிக்கொண்டே, அவன் அவள் கன்னத்தைத் தட்டுகிறான். அவள் கதவைத் திறக்கிறாள். அவன் வெளியேறுகிறான். அடுத்த வீட்டு வாசலிலே நின்றுகொண்டிருக்கும் ஒரு ‘பெரிசு’ பெருமூச்சு விடுகிறது. மரகதம் அதிர்ஷ்டக்காரி; அவள் ‘பொடிசு.’

குறத்தி முடுக்குக்கு அடுத்து ஒரு பெரிய தெரு. அங்கு டீக்கடையில் நான் உட்கார்ந்திருந்தேன். மூன்றாவது சிகரெட்டை பற்றவைத்துக்கொண்டே மற்றுமொரு கப் டீக்கு உத்தரவிட்டேன். செர்வர் “ஒரு கப் ஸ்ட்ராங் டீ” என பறையறிவித்தான். டீக்கடை கிராமபோன், அடுத்த கடை, எதிர்த்த கடை கிராமபோன்களோடு போட்டி போட்டுக்கொண்டு அலறிக் கொண்டிருந்தது. எனக்கு எதிரே உட்கார்ந்திருந்த கூட்டம் ஒன்று, ஒரு கப் டீயைக் குடித்துவிட்டு, இரைச்சலும் நகைப்பும் போட்டுக்கொண்டு ஓட்டமாக விட்டுக் கிளம்பியது. கடிகாரத்தைப் பார்த்தேன். மணி இரண்டரை. இன்னும் சிறிது நேரத்தில் இரண்டாவது காட்சி முடிவடைந்து அவிழ்த்து விடப்பட்ட மந்தை சிறிது சிறிதாகச் சின்னாபின்னமாகச் சிதறி தொழுவங் களிலே அடைந்துவிடும். ஓட்டல் கிராமபோன்கள் சர்க்கஸ் விளையாடிக் களைத்த சிறுமிகளைப் போல, தொண்டை கனத்து, தலை கவிழ்த்து சிறிது நேர ஓய்வுக்குள் ஆழ்ந்துவிடும்.

ஓட்டல் வேலையாட்கள் பாத்திரம் கழுவும் சத்தத்தைத் தவிர வேறொரு சத்தம் இருக்காது. பகட்டான மெர்குரி விளக்கு மட்டும் எரிந்துகொண்டிருக்கும்.

ஓட்டல் முதலாளி ஒரு பத்திரிகையை அவர் முன் விரித்துப் பிடித்து வாசித்துக்கொண்டிருந்தார். என் பார்வை பத்திரிகையின் மீது விழுந்தது. நான் இரண்டு தினங்களுக்கு முன் அனுப்பிய செய்தியின் தலைப்பு என் கண்களிலே பட்டது. 'குழந்தை பெற்றால் தாயின் அழகு குறையுமா?' என்ற கேள்வியே அந்தத் தலைப்பு. நான் அனுப்பிய செய்திக்கு காரியாலயத்தில் இருந்த ஆசிரியர் கொடுத்திருந்த தலைப்பை வாசிக்கவும் எனக்குச் சிரிப்பு வந்தது. எங்கள் பத்திரிகை தமிழ்நாட்டில் பிரபலமான ஒரு பத்திரிகை. தமிழ்நாட்டில் மெத்தப் படித்த வரும், சிறிது படித்தவரும், படிக்கமட்டும் தெரிந்தவரும், எல்லாருமே அதை வாங்கியோ வாங்காமலோ வாசித்தனர். முதலிரண்டு சாரார் மட்டும் அதைக் குறை கூறிக்கொண்டே வாசித்தனர். எங்கள் பத்திரிகை மட்டரகச் செய்திகளைப் பிரசுரிக்கிறது என்பது அவர்கள் குற்றச்சாட்டு. ஆனால் எங்கள் பத்திரிகையின் ஆசிரியர் இந்தக் குற்றச்சாட்டைப் பொருட்படுத்தவில்லை. "தெருக்கோடியில் இட்டிலி விற்கும் பாட்டிக்கும் எனது பத்திரிகையில் செய்தி இருக்க வேண்டும்" என்று அவர் பெருமையுடன் கூறிக்கொள்வார். நானும் அவர் கொள்கையை ஏற்றுக்கொண்டவனே. ஐ. நா. சபையில் க்யூபா பற்றி அமெரிக்கப் பிரதிநிதி ஆற்றிய சொற்பொழிவைப் பத்தி பத்தியாக ஏன் ஒரு தமிழ்ப் பத்திரிகை வெளியிட வேண்டும்? கிரிக்கெட் என்றால் என்னவென்று தெரியாத நாட்டில் எந்த டெஸ்ட் பந்தயத்துக்கு யார் நடுவர் என்ற செய்தியைத் தெரிவிக்க என்ன அவசியம்? புற்றுநோயை அறியாத நாட்டில், அந்நோயை அறிந்திருந்தாலும் அதன் நிவாரணத்தைப் பற்றிக் கவலைப்படாத நாட்டில் புற்றுநோய்க்கு புதிய சிகிச்சைமுறை கண்டுபிடிக்கப்பட்டதற்கு ஏன் முக்கியத்துவம் தர வேண்டும்? எங்கள் பத்திரிகை தமிழில் வெளிவருவது; தமிழ்நாட்டு மக்களுக்காகவே வெளியிடப்படுவது. எனவே தமிழ்நாட்டின் செய்திகளுக்குத்தானே முதலிடம் தரவேண்டும்! இதுதான் எங்கள் பத்திரிகை ஆசிரியரின் கொள்கை; எனது கொள்கை யுங்கூட. இந்தக் கொள்கையின் விளைவாக எங்கள் பத்திரிகையின் தமிழ்நாட்டு நிருபர்களுக்கு ஓய்வு ஒழிச்சலில்லாத வேலை. தூக்கு, சாவு, குத்துவெட்டு, ஆண் – பெண் ஓடிவிடுவது, ஜிஞ்சரினால் மரணம், கையைப் பிடித்து இழுத்தது, ஜம்பர் காணாமற் போனது, அலங்காரம் கலைந்தது, கிழவன்–குமரி கல்யாணம் இத்தனை செய்திகளையும் திரட்டித் தருவது எங்கள் பத்திரிகை நிருபர்களின் வேலை.

நான் இந்த வேலையைத் திறம்படச் செய்தேன் என்றுதான் சொல்ல வேண்டும். எனக்கு இந்த வேலை பிடித்ததா இல்லையா என்று கேட்காதீர்கள். எந்த வேலையைப் பற்றியும் அந்தக் கேள்வியைக் கேட்காத அளவுக்குத்தான் ஒருவன் அந்த வேலையை நன்கு செய்யமுடியும். மேலும் சுதந்திரம் வந்துவிட்ட காலம். தேச பக்தர்கள் சிறை வாழ்க்கையையும், அகிம்சா போராட்டங்களையும் மறந்துவிட்டு தத்தம் தொழில்களில் ஈடுபட்டிருந்தனர். ஒவ்வொரு இந்தியனும் தனது தொழிலைத் திறம்படச் செய்வதிலேயே முழுக் கவனத்தையும் செலுத்தவேண்டும் என்று தலைவர்கள் போதித்து வந்தனர். நானும் காலத்துக்கு ஏற்றவாறு மாறியிருந்தேன். நண்பன் ஒருவனுக்கு இரவலாகக் கொடுத்திருந்த 'பாரதி பாடல்க'ளைக் கூடத் திரும்பக் கேட்க மறந்துவிட்டேன். போலீசிடத்தும், அரசாங்க அதிகாரிகளிடத்தும், எனது தகப்பனாரிடத்தும் எனக்கிருந்த வெறுப்பெல்லாம் படிப்படியாக மறைந்துவிட்டது. சிகரெட்டு, பாப்ளின் ஷர்ட்டு, அழகிய மோட்டார் கார்கள் இவையெல்லாம் என் மோகத்துக்கு இலக்காயின. சிரித்துப் பேசுவதில் அவமானப்பட வேண்டியது ஒன்றுமில்லை என உணர்ந்தேன். இவற்றுக்கெல்லாம் மேலாக மற்றொரு மாற்றம். மக்கள் கூட்டத்தைத் தேச பக்தர்கள், தேசத் துரோகிகள் என்ற இரண்டே வகுப்பாகப் பிரிக்காமல், ஒவ்வொரு ஆணும் பெண்ணும் ஒரு ரகம் என்று ஒத்துக்கொண்டேன். யாரையும் நல்லவன் – கெட்டவன், உலோபி–தாராளக்காரன், பெரிய புத்திக்காரன்– சிறிய புத்திக்காரன், யோக்கிய– அயோக்கியன் என்ற முறையில் பார்க்காது, அவனது தேவைகள் என்ன, அவற்றை நான் எந்த முறையில் பூர்த்தி செய்து அவனிடத்திலிருந்து என்ன பிரதி உபகாரத்தை எதிர்பார்க்க முடியும் என்ற முறையில் சிந்திக்கலானேன். இத்தகைய மனப்பான்மை ஒன்றை நான் புதிய கண்டுபிடிப்பாகவே கருதினேன். மனிதர்களைப் பற்றிய கண்ணோட்டம் மாறும்போது வாழ்க்கையைப் பற்றிய கண்ணோட்டமே மாறுகிறது. வாழ்க்கையில் பல பிரச்சனைகளைப் புதிய ஒளியில் கண்டு புதிய தீர்வுகளுக்கு வந்தேன். உதாரணமாக, குடும்ப வாழ்க்கையைப்பற்றி – நான் மணமாகாத நிலையில் –சற்றுப் புதிய கண்ணோட்டத்துக்கு வந்திருந்தேன். காதல் தூண்டி ஏற்படும் நிலையாகவோ, காதல் நிலைநிறுத்தி வைத்திருக்கும் நிலையாகவோ என்னால் குடும்ப வாழ்க்கையைப் பார்க்க முடியவில்லை. காதல் என்பதன் உள்ளர்த்தமே எனக்கு வேறுவிதமாகப் பட்டது.

ஆணுக்குப் பெண் தேவை; பெண்ணுக்கு ஆண் தேவை. இதை என்னால் புரிந்துகொள்ள முடிந்தது. ஒரு ஆணும், ஒரு பெண்ணும் தங்கள் வாழ்நாள் முழுவதும் இணைந்து

வாழச் சம்மதிப்பது – இதையும் என்னால் புரிந்துகொள்ள முடிந்தது. இது லட்சிய அமைப்பு என்று சொல்லமுடியா விட்டாலும், குழந்தை வளர்ப்பு என்ற தொல்லைக்கு வேறொரு தீர்வு இருக்கமுடியாது. குழந்தை வளர்ப்புத் தொல்லை இல்லாதிருந்தாலும், ஒரு ஆணும் ஒரு பெண்ணும் கூடி வாழ்வதில் பல அனுகூலங்கள் உள்ளன. என் நண்பன் ஒருவன் கூறியது போல, தினம் தினம் சைக்கிள் ஒன்றை வாடகைக்கு எடுப்பதைவிட, முடியுமென்றால் ஒரு சைக்கிளை வாங்கிவிடுவதுதான் சிறந்தது. இதில் பல வசதிகள் உண்டு. இந்த வசதிகளை நாம் எந்த அளவுக்கு உணர்ந்திருக்கிறோம் என்பதற்கு எடுத்துக்காட்டுதான், நாம் ஒரு குறிப்பிட்ட ஆண் பெண் சேர்க்கையை ஒரு தெய்வீக நிகழ்ச்சியாக, காதலின் மகத்தான வெளிப்பாடாகக் கருதுவதெல்லாம். இதைப் புரிந்துகொள்ளாது காதலுக்கு மணவாழ்க்கையின் அனுகூலங்களுக்கும் அப்பாற்பட்ட ஒரு அர்த்தத்தைக் கற்பிப்பது என்னால் புரிந்துகொள்ள முடியாத விஷயம். என்னைப் பொறுத்தமட்டில் என் காமத்தை நான் விலை மாதர்களிடத்துத் தீர்த்துக்கொள்ள முடியும்வரை திருமணத்தைப் பற்றி நினைக்க மாட்டேன். குடும்ப வாழ்க்கையின் சௌகரியங்கள் எல்லாம் எனக்கு வேண்டாம்; காதல் என்ற பைத்தியமெல்லாம் எனக்கில்லை. மற்றவர்கள் என்ன வேண்டுமானாலும் நினைத்துக் கொள்ளட்டும்; பிதற்றட்டும். என்னுடைய உணர்வுதான் மனிதனுக்கு இயற்கையான உணர்வு. அந்த இயற்கை உணர்வோடுதான் நான் அன்று வெளிக்கிளம்பி இருந்தேன். ஓட்டலில் காத்துக் கிடந்தேன்.

நான் எதிர்பார்த்துக் கிடந்த ஆசாமி வந்து சேர்ந்தான். ஒரு கப் டீ குடித்தான். இருவருமாக வெளியேறினோம். எங்கள் இருவருக்கும் இடையில் அதிகம் பேச்சு இல்லை. என்னை ஒரு புதிய 'சரக்கி'டம் கொண்டுசெல்வதாக வாக்குறுதி கொடுத்திருந்தான். இருவரும் குறத்தி முடுக்கின் வழியாகச் சென்றோம். தெருவில் அதிகம் சந்தடி இல்லை. மணி மூன்றாகி விட்டதல்லவா? ஓரிரண்டு வீடுகள் மட்டும் திறந்திருந்தன. அவ்வீடுகளின் வாயிற்படிகளில் அரைத் தூக்கத்தில் பெண்ணின் பெருமையைப் பறை சாற்றிக் கொண்டு ஒரு சில பூங்கொடிகள் நின்றுகொண்டிருந்தன. இரவு ஏழு அல்லது எட்டு மணிக்கு வந்திருந்தால் தெருவே வேறு முறையில் காட்சியளித்திருக்கும். மல்லிகையும், செம்பங்கியும், குட்டிகுராவும், குளவுமாவும், வானவில்லின் வர்ணஜாலங்களும், சிரிப்பும், நகைப்பும், வாயடியும், வசைப்பாட்டும் என் முன்னால் துள்ளி விளையாடியிருக்கும் என்று நினைத்துக்கொண்டேன். பொடிசுகளும் பெரிசுகளும்

நிற்கும் நிலையிலே, பார்க்கும் பார்வையிலே, 'வா, வா' என்று பிசாசின் குரலில் வரவழைப்புக் கொடுத்து நிற்கும். நல்ல வேளையாக குறத்தி முடுக்கினுள் நான் தனியாக நுழையவில்லை! என்னை முடுக்கினுள் இட்டுச் சென்றவன் யார் என்பதை அறிந்துகொண்ட வனிதையர்கள் என்னைப் பொறாமையுடன் பார்த்தனர். எனக்குக் காவலுக்கு மட்டும் ஆள் இல்லாதிருந்தால் என்னை ஆளுக்கு ஒரு புறமாகப் பிய்த்துக்கொண்டே போயிருப்பார்கள்.

"சரி, நீ போய் வெளியே நில்லு" என்று அவள் உத்திர விட்டாள். என்னுடன் வந்த ஆசாமி ஒன்றும் கூறாமல் வெளியேறினான். அவள் கதவைத் தாளிட்டுவிட்டு, "இப்படி வாங்க" என்று கூறிக்கொண்டே, உள்ளுக்கு அழைத்துச் சென்று, என்னை ஒரு பழைய நாற்காலியில் அமர வைத்து விட்டு, அடுத்த அறைக்குச் சென்றாள். நான் இருந்த அறையைச் சுற்றுமுற்றும் நோக்கினேன். நான் வேறு எங்கும் பார்த்ததை விட சுத்தமான அறைதான். சுவரில் சிவன் – பார்வதி நடனக் காட்சிப் படம் ஒன்றும், ராமர் – சீதை படம் ஒன்றும் பக்கம் பக்கமாக மாட்டப்பட்டிருந்தன. படங்களுக்குக் கீழே தரையில் ஒரு அணைந்த குத்துவிளக்கு.

"இரண்டு நாளா தொடர்ந்து சினிமா போயிட்டிருந்தேன்" என்று கூறிக்கொண்டே, முகத்திலிருந்த வியர்வையை முந்தானையில் துடைத்த வண்ணம் அவள் வந்து என் முன்பிருந்த ஒரு பழைய பிரம்பு நாற்காலியில் உட்கார்ந்து கொண்டாள்.

"உன் பெயரென்ன?" என்று கேட்டுக்கொண்டே, நான் எனது நாற்காலியை அவளருகில் நகர்த்திப் போட்டுக் கொண்டேன்.

"தங்கம். உண்மைப் பெயர் லட்சுமி. இங்கு வந்த பிறகு மாற்றிக் கொண்டேன்" என்றாள். நான் என்னுள் சிரித்துக் கொண்டேன். இந்த விளக்கம் எல்லாம் எதற்கு?

"நீ இங்கே எவ்வளவு காலமா இருக்கே?"

"இங்கே வந்து அஞ்சு வருஷமாகிறது. எங்க சொந்த ஊர் மதுரை. உங்களுக்கு ஊரு இந்த ஊரா? அப்படித் தெரியலேயே?" என்றாள்.

நான் எந்த ஊரா இருந்தால் இவளுக்கு என்ன என்று நினைத்துக்கொண்டே, "நான் அடிக்கடி இந்தப்புறம் வரேனே, உன்னைப் பார்த்ததில்லையே?" என்றேன்.

"நான் உங்களை இரண்டு மூணு தரம் பார்த்திருக்கேனே. மைனர் மாதிரி ஜோராப் போவீங்களே" என்றாள் அவள்.

ஏது புது தினுசா இருக்கு என்று நினைத்துக்கொண்டே, அவள் கழுத்தில் கை வைத்து கன்னத்தில் முத்தமிட்டேன்.

"நீங்க படிச்சவர்தானே, உதட்டில் முத்தக் கூடாது என்று சொல்கிறார்களே, அது ஏன்?" என்று அவள் கேட்டாள். எனக்கு மீண்டும் சிரிப்பு வந்தது.

"ஏன்? யார் சொன்னது?" என்று கேட்டுக்கொண்டே, அவளை நிறுத்திவைத்து, நானும் நின்றுகொண்டு, கட்டியணைத்து உதடுகளில் முத்தினேன். அவள் இலேசாகப் பெருமூச்செறிந்து என் கண்களை உற்று நோக்கினாள்.

"என்ன பாக்கறே?" என்றேன்.

"நீங்க தங்கமானவரு" என்றாள்.

'உஹூம், அதுக்குள்ளாற கண்டுபிடிச்சிட்டியே?"

"ஆமாம், அப்படித்தான். அதுக்குள்ளாற கண்டு பிடிச்சிட்டேன்" என்று கூறிவிட்டு, படுக்கையை விரித்து, தட்டித் தலையணையைப் போட்டுக்கொண்டிருந்தாள். நான் சற்று சங்கோசத்தோடு அவளையே பார்த்து நின்றேன். அவள் படுக்கையைச் சரிப்படுத்தவும் நான் அதில் சென்று அமர்ந்தேன். அவளும் அமர்ந்துகொண்டு என் தலையை அவளது மடியில் வைத்து என்னைப் படுக்க வைத்தாள். ஏது புது விதமான உபசாரமாக இருக்கிறதே, எதுவும் பத்து பதினஞ்சு எதிர்பார்க்கிறாளா என்ன என்று எனக்குள் நினைத்துக்கொண்டே, அவள் மடியில் படுத்த வண்ணமே அவளது மார்பகத்தை வருடினேன். அவள் அதைக் கவனியாது, என் முடியைக் கோதியவண்ணம், "ஏன் முடியை இவ்வளவு நீளமா வச்சிருக்கீங்க?" என்றாள். அவள் கேள்விக்குப் பதிலளிக்க வேண்டும் என்று எனக்குத் தோன்றவில்லை. யாரும் என்னைத் தாஜா செய்வது எனக்குப் பிடிக்காது. அவளது மார்பகத்திலிருந்து என் கையை எடுத்து பையில் பர்ஸ் பத்திரமாக இருக்கிறதா என்று பார்த்துக் கொண்டேன். அதை அவள் கவனித்தாள். ஆனாலும் கவனியாது போல, என் முகத்தில் முத்திவிட்டு, மெள்ள என்னை அவள் மடியிலிருந்து எழுப்பி மல்லாந்து படுத்துக்கொண்டாள்.

மணி நான்குக்கு அவள் எனக்குக் கதவைத் திறந்துவிட்டு, வாசற் படியில் நின்றுகொண்டு, "சந்தோஷம்தானே?" என்று சிரித்துக்கொண்டே கேட்டாள். எனக்கு என்ன சொல்வது என்று புரியவில்லை. சங்கோசப்பட்டவாறே, தலையை அசைத்துக் கொண்டு படிகளில் இறங்கி நடந்தேன். நான் நான்கு அடி நடந்ததும் பின்புறம் அவள் கதவை அடைக்கும் சப்தம்

கேட்டது. எண்ணினாற்போல மூன்று ரூபாய் கொடுத்ததற்குப் பதில் கூடக் கொஞ்சம் கொடுத்திருக்கலாம். அவள் என்ன எதிர்பார்த்தாளோ? அவள் இந்தத் தடவை அதிகம் எதிர் பார்த்திருந்தால் அடுத்தமுறை அவளிடம் சென்றால் அதிக மரியாதை எதிர்பார்க்க முடியாது. அதனால் என்ன? எடுத்த எடுப்பில் அடுத்த தடவை கொஞ்சம் அதிகமாகக் கொடுத்து விட்டால் ஒழுங்காக நடந்துகொள்கிறாள் என்று எனக்குள் சிந்தித்துக்கொண்டே குறத்தி முடுக்கை விட்டு வெளியேறி வந்தேன். ஆசாமி எனக்காகக் காத்துக்கொண்டிருந்தான். அவன் கையில் எட்டணாவைத் திணித்துவிட்டு, வேகமாக எனது அறையை நோக்கி நடந்தேன்.

மணி மத்தியானம் மூன்று இருக்கும். குறத்தி முடுக்கில் மரகதத்தின் வீடு. மரகதமும் எதிர்த்த வீட்டு செண்பகமும் தாயமாடிக் கொண்டிருக்கின்றனர். இருவர் முகங்களும் கறுத்துச் சுருங்கி இருக்கின்றன. மரகதம், முகத்திற்கு ஒரே அழகாக இருக்கட்டும் என்று கண்களில் மையை அப்பிக் கொண்டிருக்கிறாள். மை, அவளது கண்கள் குழி விழுந்து இருப்பதை மறைக்கவில்லை. இருவரும் சாதாரண உடையில், தலை மயிரை இஷ்டம்போல் அள்ளிச்சொருகி, ஆளுக்கு ஒரு புறமாக கால்களை நீட்டிக்கொண்டு, உட்கார்ந்து விளையாடிக்கொண்டிருக்கின்றனர். செண்பகம் கர்ப்பவதி யாகையால் பக்க வாட்டாகச் சாய்ந்து படுத்திருக்கிறாள். ஒரு இளைஞன் வீட்டினுள் நுழைந்து அவர்கள் இருவரையும் பார்த்துச் சிரித்துவிட்டு, அவர்கள் பக்கத்தில் உட்காருகிறான்.

“வா தம்பி, வா. மரகதம் உன்னைப் பற்றித்தான் ஏதோ சொல்லிக்கிட்டிருந்தா” என்று செண்பகம் பெரிய மனுஷி பாவனையில் கூறுகிறாள்.

“அக்கா, வயத்தை இப்படி ஏன் வளத்துக்கிட்டுப் போறே? வட்டத் தெரு வைத்தியர்கிட்டே போறதுதானே? எவ்வளவு உண்டாயிருந்தாலும் கரைச்சிடுவாரே!” என்று சிரித்துக் கொண்டே இளைஞன் கூறுகிறான்.

“ஏண்டா, தம்பி! உன் சோலியைப் பார்த்துக்கினு இருக்க மாட்டே?” என்று கூறிவிட்டு செண்பகம் ஆட்டத்தைக் கவனிக்கிறாள்.

“அக்காவுக்கு ஒரு பெண் குழந்தை வேணுமாம்” என்று மரகதம் விளக்குகிறாள். இளைஞன் மரகதத்தைப் பார்த்துக்

கண் சிமிட்டுகிறான். மரகதம் மீண்டும் ஆட்டத்தைக் கவனிக்கிறாள். சிறிது நேரத்தில், "அக்கா, போதுமக்கா ஆட்டம். எனக்குக் கொஞ்சம் சோலி இருக்கு" என்று கூறிக்கொண்டே கைகளை நீட்டி சோம்பல் முறித்தவண்ணம் மரகதம் தரையில் சாய்கிறாள். பிறகு கைகளைச் சுழற்றியவண்ணம் தாயக் காய்களைக் கலைக்கிறாள். "இந்தா, உனக்கு விளையாடணும்னா மட்டும் நான் இங்கே வரணும். ராணியம்மா நிறுத்தச் சொல்லிட்டா நிறுத்திரணும், இல்லையா? இனிமே விளையாடக் கூப்பிடு சொல்றேன்" என்று கூறிக்கொண்டே, செண்பகம் சிரமப்பட்டு எழுந்திருக்கிறாள். மரகதமும் இளைஞனும் எழுந்து அறையில் சுவரோரமாகக் கிடக்கும் கட்டில் ஒன்றில் அமர்ந்துகொள்கின்றனர். செண்பகம், "வரேன்டி, மரகதம்" என்று கூறிக்கொண்டே, ஆடியசைந்தபடி இறங்குகிறாள்.

"மரகதம், முதல்லே எனக்கு ஒரு ரூபாய் தா. இன்னிக்கு சினிமா போகணும்" என்று இளைஞன் சொல்கிறான்.

"ஆமாம், எப்ப பார்த்தாலும் பணம், பணம். எங்கிட்டே ஒரு தம்பிடி இல்லை" என்று கூறிவிட்டு மரகதம் இளைஞனின் முகத்தைப் பார்க்கிறாள். இளைஞன் ஏமாற்றம் அடைந்த சிறு குழந்தையைப் போல அவளைப் பார்க்கிறான்.

"கோவப்படாதே, ராசா. ஆறு ஆறரை மணிக்கு வா. இல்லாட்டி உன் வாலை அனுப்பு; கொடுத்து விடறேன்" என்று சொல்லிக்கொண்டே, மரகதம் இளைஞனின் கன்னங்களை இரு கைகளாலும் பற்றி, அவனது உதடுகளில் முத்துகிறாள். பிறகு அவனது முகத்தைத் தனது மார்பகத்தில் வைத்து அணைத்து ஆட்டுகிறாள். அவள் கண்களில் நீர் ததும்புகிறது. இளைஞன் தனது இரு கைகளையும் அவளது இடுப்பில் போட்டு, எதுவும் காசு கிடைக்குமா என்று துளாவுகிறான்.

"நான் சொன்னா உனக்கு நம்பிக்கை இல்லை?" என்று கேட்டுக்கொண்டே, மரகதம் மேலும் அவனது முகத்தைத் தன் மார்பகத்தில் வைத்து அழுத்துகிறாள். இந்த நேரத்தில் சுமார் நாற்பது வயதான ஒரு ஆசாமி வீட்டின் பின்புறத்திலிருந்து அவர்கள் இருக்கும் அறைக்குள் பிரவேசிக்கிறான். ஆசாமி வந்ததும் காதலர்கள் ஒருவரை விட்டு ஒருவர் பிரிகின்றனர். மரகதம் எழுந்து நிற்கிறாள். ஆசாமி உட்கார்ந்திருக்கும் இளைஞனை முறைத்துப் பார்க்கிறான். இளைஞன் சிரிக்கிறான்; ஆசாமி சிரிக்கவில்லை. ஆசாமி இளைஞனை நோக்கி மெல்ல நடந்து வருகிறான். அவன் முகத்தில்

கடுகடுப்பு தென்படுகிறது. தக்க சமயம் பார்த்து இளைஞன் தாவிக் குதித்து, வீட்டைவிட்டு ஓடி, நடுத் தெருவில் நின்று கொண்டு திரும்பிப் பார்க்கிறான். ஆசாமி ஓங்கிய கையுடன் வாசலருகே ஓடி படிகளின் மீது குதித்து, தொடர்ந்து ஓடுவதாக பாவனை செய்கிறான். இளைஞன் கொஞ்சம் ஓடிவிட்டு, சிரித்துக்கொண்டே திரும்பிப் பார்த்தவண்ணம் நடை போடுகிறான்.

“இந்தா மரகதம், அவன் சாகவாசத்தை விட்டிரு, சீக்குக் காரப் பயல்” என்று ஆசாமி எச்சரிக்கிறான். மரகதம் அவனைக் கவனியாது, தலை மயிரைச் சரிப்படுத்திய வண்ணம் நிற்கிறாள்.

“அத்தான் இன்னைக்கு சினிமாவுக்கு . . .” என்று மரகதம் இழுக்கிறாள்.

“சரி, போய்த் தொலை. ஆனா சினிமாவுக்கு போயிட்டு வந்து வாசப்படிலே தூங்கிட்டு கிடந்தே, உம் கொன்னுப் போடுவேன், கொன்னு” என்று ஆசாமி எரிந்து விழுகிறான்.

ஆசாமி துண்டைப் போட்டுக்கொண்டு வெளிக் கிளம்பு கிறான். ஏதோ பாட்டை முணுமுணுத்துக்கொண்டிருந்த மரகதம், “அத்தான் சில்லரை கொடுத்துட்டுப் போங்க” என்கிறாள். ஆசாமி எட்டணாக் காசை அவள் கையிலே தருகிறான்.

“இன்னும் எட்டணாத் தாங்க; ஏதாச்சிம் வாங்கித் தின்னனும்” என்கிறாள் மரகதம்.

“என்னத்தை வாங்கித் தின்னனும், உங்க ஆத்தாகிட்டே இருக்கச்சே ஏதாச்சிம் வாங்கித் தின்னுக்கிட்டா இருந்தே” என்று முணுமுணுத்துக்கொண்டே, ஆசாமி அவள் கையில் நாலணாக் காசை வீசியெறிந்துவிட்டு வெளிக்கிளம்புகிறான். பத்து நிமிஷம் ஆகிறது. இளைஞன் மீண்டும் வருகிறான். அவளிடமிருந்து பனிரெண்டாணாவையும் பெற்றுக்கொண்டு திரும்பி ஓட எத்தனிக்கிறான். அவள் அவனை அணைத்து முத்தமிடுகிறாள். இளைஞன் ஒருவாறாக விடுதலை அடைந்து வெளியே ஓடி மறைகிறான்.

எனது பட்டியலில் நான் தங்கத்தையும் சேர்த்துக் கொண்டேன். அவள் நடத்தை எனக்குப் பிடித்து இருந்தது. ஏன் குறத்தி முடுக்கில் இருந்த எல்லாப் பெண்களும் தங்கத்தைப்

போலவே நடந்துகொள்ளக் கூடாது? உம், தொழில் தெரியாத அபலைகள்! யார் கண்டது. தங்கத்தைப் போன்ற ஒரு சிலருக்குத்தான் அதிகக் காம உணர்ச்சி உண்டு போலும்! அவர்கள்தான் சோர்வில்லாமல் தொழிலில் ஈடுபட முடிகிறது. தங்கம் சிறந்த தொழில்காரி என்பதில் சந்தேகமில்லை. இருந்தாலும், நான் எழுந்திருப்பதற்கு முன்னால் அவளிடம், "போதுமா?" என்று கேட்டது, அவள் குறும்புத்தனமாக, "போதாது" என்று கூறித் தலையை ஆட்டியது, இறுதியில், "நீங்க பெரிய ஆளுங்க" என்று சர்டிபிகேட் கொடுத்தது – இவையெல்லாம் எனக்கு சாதாரணமாகத் தென்படவில்லை. என்னிடம் நடந்து கொண்டது போலவேதான் தங்கம் மற்றவர்களிடமும் நடந்துகொள்வாள் என்று நம்பவேண்டும் என்று தோன்றியது. அதே நேரத்தில் தங்கம் என்னிடம் மட்டும் ஏதோ விசேட முறையில் நடந்துகொண்டாள் என்று நம்ப வேண்டும் என்றும் விரும்பினேன். கூழுக்கும் ஆசை, மீசைக்கும் ஆசை.

அடுத்த முறை நான் தங்கத்திடம் சென்றபோது, வெகுநாள் பழகியவளைப் போல் அவள் முகமலர்ச்சியோடு என்னை வரவேற்றாள். நானும் வழக்கமான பதட்டம் இல்லாமல் சகஜமாக என்னிஷ்டப்படி அவளிடம் நடந்துகொண்டேன். அவளும் சகஜமாக அவள் இஷ்டப்படி நடந்துகொண்டாள். அவள் எப்போதும் எனக்கும் ஒரு படி மேலே போகத் தயாராக இருந்தாள். நான் உரத்துச் சிரிக்கவும் அவள் இன்னும் உரத்துச் சிரித்தாள். நான் காதல் நாடகத்தில் கதாநாயகனாக விளையாட்டு பாவனையில் பேசவும், அவளும் கதாநாயகி பாவனையில் கேலியோடு பேசினாள். அவளது விம்மிப் புடைத்த தனங்கள், மெல்லிய இடை, அழகாக இரு பகுதிகளாகப் பிரிந்த முதுகு, வாழைத்தண்டு போன்ற கழுத்து, மலர்ந்த ஆனால் ஊசி போன்ற கண்கள் – இவற்றில் சிறிதும் கட்டுப்பாடோ, தட்டுத் தடங்கலோ இல்லாமல் லயித்தேன். அவள் சிறிதும் அசிங்கிய உணர்ச்சி என்னிலோ, அவளிடத்தோ வெளித்தோன்றாத வகையில் எதிலும் ஈடுபட்டாள்; என்னையும் ஈடுபடுத்தினாள். அவள் எனக்குப் பால் இன்பத்தின் வற்றாத ஊற்றாகப் பட்டாள். நான் அவளிடத்து இரவு மூன்று மணிக்குப் பிறகே செல்வேன். ஆதலால் எனக்கு அவளது 'அத்தானின்' கெடுபிடித் தொல்லை கிடையாது. அன்று வீட்டின் புழக்கடையில் இருந்த துணி துவைக்கும் கல்லில் உட்கார்ந்துகொண்டு வெகுநேரம் பேசிக்கொண்டிருந்தோம். பட்டப்பகல் போல சந்திரன் பிரகாசித்துக்கொண்டிருந்தான். குளிர்ந்த மெல்லிய அதிகாலைக் காற்று எங்களைப் பரவசத்தில் ஆழ்த்தியது. மெல்ல மெல்ல சேவலின் கொக்கரக்கோவும், குருவிகளின்

கிசுமிசுப்பும், ஆடு மாடுகளின் மணியோசையும் நரநரப்பும், மனித நடமாட்டத்தின் சரசரப்பும் எங்கள் கனவிலே நுழைந்தன.

அன்று காலையில் அறைக்கு வந்ததும் ஒரு மணி நேரம் தூங்கியிருப்பேன். பாடிக்கொண்டே குளிர்ந்த தண்ணீரில் வேண்டுமளவுக்குக் குளித்தேன். காலைப் பலகாரங்களைப் புதிய பசியோடு தின்றுவிட்டு, சிகரெட்டைப் புகைத்துக் கொண்டிருந்த நேரத்தில், வாழ்க்கைக்கே புதிய அர்த்தம் கண்டுகொண்டதுபோல் இருந்தது. 'எல்லாம் உடலைப்பற்றிய விஷயம்' என்று எனக்கு நானே கூறிக்கொண்டு, எனது அன்றாட வேலைகளில் கவனம் செலுத்த ஆரம்பித்தேன்.

குறத்தி முடுக்கில் ஒரு சாதாரண நிகழ்ச்சி. இரவு ஒன்பது மணி இருக்கும். நாற்பது வயதான ஒருவன் தெருவின் வழியே வந்துகொண்டிருக்கிறான். தள்ளாடும் நடை. எதிரே வேட்டியும் துண்டும் அணிந்த ஒருவன் அவனைச் சந்திக்கிறான். சற்று இருவரும் நின்று பேசுகின்றனர்.

"ஏது இப்படி?"

"யாரு? நீயா? ஒரு சோலியா வந்தேன்."

"வீட்டிலே எல்லோரும் சுகமா?"

"சுகம்தான். அவ பொறந்த வூட்டுக்குப் போயிருக்கா, வேறு ஒண்ணும் விசேடமில்லையே?"

"இல்லை. நான் அப்ப வரட்டுங்களா?"

"உம், செய்."

நாற்பது வயதானவன் நடையைத் தொடருகிறான். நின்று நிதானமாக ஒவ்வொரு வீட்டையும் பார்த்துச் செல்கிறான். ஒரு வீட்டிற்குள் நுழைகிறான். அவன் நுழையவும், வாசற்படியில் நின்றுகொண்டிருந்த செண்பகமும் மீனாட்சியும் வீட்டுக்குள் செல்கின்றனர். கதவு தாளிடப்படுகிறது. உள்ளே படுத்திருந்த சற்று வயதான செல்லம் வந்தவனை வரவேற்கிறாள். வந்தவன் சரக்குகள் இரண்டையும் உற்று நோக்கிவிட்டு, செண்பகத்திடம், "சரி, நீ வா" என்று கையை நீட்டி அழைக்கிறான்.

"என்ன தருவீங்க?" என்று செல்லம் கேட்கிறாள்.

"என்னத்தைத் தரது? வழக்கமானதுதான்" என்று மனிதன் அலட்சியமாகப் பதில் கூறிவிட்டு, மடியிலிருந்து

ஒரு ரூபாய்த் தாளை எடுத்து செல்லத்திடம் நீட்டுகிறான். செல்லம் அவனை முறைத்துப் பார்க்கிறாள். “இந்தா கலாட்டா கிலாட்டா பண்ணாமே மரியாதையா இருந்துட்டுப் போகணும், தெரியுதா?” என்று செல்லம் எச்சரிக்கிறாள். “அதெல்லாம் ஒண்ணும் பயப்படாதே. கலாட்டாப் பண்ற காலமெல்லாம் எப்பவோ போச்சு” என்று கூறிக்கொண்டே மனிதன் செண்பகத்தைத் தனி அறைக்கு அழைத்துச் செல்கிறான். கதவு சாத்தப்படுகிறது.

“இந்தா மீனாட்சி, அய்யாச்சாமியைக் கடையிலே சித்த இருக்கச் சொல்லு; எங்கேயும் போயிடப் போறான்” என்று செல்லம் உத்திரவிடுகிறாள். ஏதோ பாட்டை முணு முணுத்துக்கொண்டே, மீனாட்சி படியில் இறங்குகிறாள். பக்கத்து அறையிலிருந்து கெட்ட வாடை குப்குப் என்று வருகிறது.

உள் அறையில் ஒரு சிறிய நாடகம். “நீங்க நல்லா இருப்பீங்க, வயத்திலே கொளந்தை இருக்கு, பதவானமா இருங்க” என்கிறது ஒரு பெண் குரல். மனிதன் பெருமூச்சு விடுகிறான்; முக்குகிறான். “சிறுக்கி முண்டை! கண்ணைப் பாரு, கண்ணை. மூக்கைப் பாரு மூக்கை...” இன்னும் எழுதக்கூடாத வார்த்தைகள். அவன் கை வலி, கால் வலி, மன வலி எல்லாவற்றுக்கும் ஐந்து நிமிடங்களில் நிவாரணம் காண முயலுகிறான். அவன் உடலை வளைத்து, கால்களையும் கைகளையும் திருக்கி கழுத்தை நீட்டி தன் அயர்வைப் போக்கிக் கொள்ளத் திண்டாடுகிறான். அவன் முகத்தில் ஒரு பெண்ணின் பிரசவ வேதனை தாண்டவமாடுகிறது. அவள் அசையாது கண்களை மூடி, பற்களை நெரித்துக் கிடக்கிறாள். அவளது நெஞ்சு ஒரு அடி உயர்ந்து தாழ்கிறது. சிறிது நேரத்தில் அவன் வந்த வழியைப் பார்த்துக்கொண்டு போய்விடுகிறான். இனி அவனுக்கு நல்ல தூக்கம் வரும்.

செண்பகத்துக்கு தூக்கம் வரவில்லை. ஆனால் அரை மயக்கத்தில் கிடக்கிறாள். அவள் முகத்தில் வியர்வை வழிந்தோடு கிறது. பெருமூச்சு விடுகிறாள். வயிற்றுவலி தாங்காமல் பல்லை நெரிக்கிறாள். அவள் கண்களிலிருந்து நீர் கொட்டுகிறது. செல்லம் அறையில் நுழையும்போது அவள் தனது ஆடை களையும் சரிப்படுத்திக் கொள்ளாமல் கிடக்கிறாள். உதவிக்கு ஆட்கள் வருகின்றனர். செண்பகம் மாடியில் இருக்கும் இருட்டறைக்குக் கொண்டு செல்லப்பட்டு, அங்கு கிடத்தப் படுகிறாள். ஒரு விளக்கு மினுக்மினுக்கென்று எரிந்துகொண் டிருக்கிறது. அவளுக்கு முதலில் சோடாவும், பிறகு பலகாரமும் காப்பியும் கொடுக்கப்படுகின்றன. செல்லத்தின் முகத்தில் கலக்கம் தோன்றுகிறது. அவள் அதை அடக்கிக்கொண்டு,

“அந்த மூதி சொன்னபடி கேட்டாத்தானே! கொளந்தை வேணுமாம் கொளந்தை! ராசத்துக்கு கொளந்தை இருக்கேன்னா அவளுக்கு வச்சுச் சோறு போட ஆளிருக்கு” என்று இரைந்து கூறி மீனாட்சிக்கு எச்சரிக்கை செய்யும் பாவனையில் பேசுகிறாள். ஆழ்ந்த சிந்தனையில் இருப்பதுபோல மீனாட்சி நின்றுகொண்டிருக்கிறாள்.

எனக்கு தங்கத்திடம் ஆசை ஏற்படவில்லை. ஆனால் நான் வேறு எந்தப் பெண்ணிடமும் பெற்றிராத, பெற முடியாத இன்பத்தை அவள் எனக்குக் கொடுத்தாள். நான் அந்த இன்பத்தைத் தொடர்ந்து நிலை பெற்றிருக்க வைக்கவும், இன்னும் அதிகப்படுத்தவும் முயன்றேன். அதே நேரத்தில் அதிலிருந்து விடுபடவும் துடித்தேன். எனக்கு அவளிடத்து ஆசை ஏற்பட்டு இருந்தாலோ நானும் அவளும் மணக்க விரும்பியிருந்தாலோ, மண முயற்சியும், அதில் ஏற்படும் தடங்கல்களும், தடங்கல்களை எதிர்த்த போராட்டமும் எங்கள் ஆசையைப் பத்து மடங்கு பெரிதாக்கியிருக்கும். ஆனால் அதற்கெல்லாம் இடமில்லை. அவள் எனக்கே உரியவள் என்ற பிரமையைச் சிறிது காலமாவது அனுபவிக்க என் உள்ளம் துடித்தது. அவள் எதுவும் கேட்டால் உடனே வாங்கித் தருவேன். ஆனால் அவள் எதுவும் கேட்பதுதான் அபூர்வம். “ஆண்களைப் பெண்கள் கெடுப்பதே அப்படித்தான்” என்று அதற்கு விளக்கம் கூறுவாள். அவளது அத்தானைச் சரிக்கட்டி இரண்டு மூன்று இரவுகள் தொடர்ந்து அவளோடு கழித்தேன். என் கையிலிருந்த பணத்தைச் செலவழித்து அவளது வீட்டின் உட்தோற்றத்தையே மாற்றியமைத்தேன். அவளது உள்ளத்தைத் துருவித்துருவி ஆராய்ந்து, அதில் ஒரு மூலையில் அவள் ஒளித்து வைத்திருந்த வெறுப்புணர்ச்சியைக் கண்டுபிடித்து அதன் மூலம் எனது விடுதலையைப் பெற்று விட முடியாதா என்று தவித்தேன். அவளுக்கு என்மேல் ஆசையில்லை, என் பணத்தின் மீதுதான் என்று நிரூபிக்கப் பல சோதனைகள் நடத்தினேன். என் பரிசோதனைகள் தோற்றன. “அனாவசியமாகப் பணத்தை வீசியெறியாதிங்க. நான் சொல்வதைச் சொல்லிவிட்டேன். பிறகு ஒங்க பாடு” என்று என்னைத் தடை செய்யாமலும், அதே நேரத்தில் ஊக்குவிக்காமலும் பேசினாள்.

“நீ வாழ்க்கையிலே என்னதான் எதிர்பாக்கறே?” என்று ஒருநாள் பொறுமையற்றுக் கேட்டேன்.

"ஒண்ணுமில்லை" என்றாள்.

"ஒண்ணுமே இல்லையா?"

"உஹூம்... ஆனா ஒண்ணு இருக்கு."

"அது என்ன?"

"சொன்னா உங்களுக்குப் புரியுங்களா?"

எனக்குச் சிரிப்பு வந்தது. இவள் சொல்வது எனக்குப் புரியாதா?

"புரியும், புரியும். சொல்லு" என்றேன்.

"நடந்தது நடக்காம இருந்திருக்கணுங்க?"

"இனிமே நடக்காம இருக்கணுங்கறீயா?"

"இல்லே இல்லே, நடக்காம இருந்திருக்கணும்."

"நடந்தது இனிமே நடக்காம இருந்திருக்கணுங்கறே, இல்லையா?" எனக் கூறிவிட்டு நான் சிரித்தேன். அவளும் சிரித்தாள். அவளது சென்ற கால வாழ்க்கையைப் பற்றி அவள் எனக்குக் கூறியதை எல்லாம் நினைத்துப் பார்த்தேன்.

தங்கத்துக்குக் கல்யாணமாகி இருந்தது. அவள் கணவன் நடராஜன் ஒரு தினுசான பேர்வழி. முதலில் எங்கோ ஒரு ஆபீஸில் வேலை பார்த்துக்கொண்டிருந்தான். ஆபீஸ் பணத்தைக் கையாடல் செய்ததற்காக வேலையிலிருந்து நீக்கப்பட்டான். அதற்குப் பிறகு எந்த வேலையும் பார்க்காமல் முதலில்லா வியாபாரங்கள் ஆரம்பித்தான். அவனது முதலில்லா வியாபாரங்களில் ஓரிரண்டைப்பற்றி எனக்குத் தங்கம் விரிவாகச் சொன்னாள்.

ஒரு சமயம் நடராஜன் பித்தளையில் ஒரு சங்கிலியைச் செய்துகொண்டான். அதற்கு நன்றாக மெருகு ஏற்றி, சங்கிலியின் மதிப்பு ரூபாய் இருநூற்றைம்பது எனக் காட்டும் ஒரு பழைய நகைக்கடை பில் ஒன்றையும் சம்பாதித்துக்கொண்டான். சங்கிலியையும் பில்லையும் ஒரு வண்ணக் காகிதத்தில் சுற்றிக்கொண்டு, இரவு மூன்று மணிக்கு நகைப் பொட்டலத்தோடு மதுரையில் ஒரு பிரதான தெருவுக்குச் சென்றான். பொட்டலத்தை தெரு நடுவில் போட்டு விட்டு பக்கத்தில் அடைத்துக் கிடந்த ஒரு கடையில் உட்கார்ந்து கொண்டான். ஒரு மணி நேரம் கழித்து, அவசர அவசரமாக ரயிலடிக்கோ, பஸ் ஸ்டாண்டுக்கோ சென்றுகொண்டிருந்த ஒரு மனிதர் தெரு வழியாக வந்தார். அவர் பொட்டலத்துக்கு அருகே

வரவும், நடராஜன் அவர் அருகே ஓடி பீடி பற்றவைக்க நெருப்பு கேட்டான். மனிதர் நெருப்புப் பெட்டியை அவன் கையில் கொடுத்து நின்றுகொண்டிருக்கும்போது, அவரது கண்கள் பொட்டலத்தில் விழுந்தது. இயற்கையாகவே பொட்டலத்தை எடுத்தார். "என்ன அது?" என்று கேட்டுக் கொண்டே, நடராஜன் மனிதரை இன்னும் நெருங்கினான். மனிதர் பொட்டலத்தைத் திறந்தார். உள்ளே பளபளவென்று மின்னும் சங்கிலி. கூடவே பில். சங்கிலியின் விலை இருநூற்று நாற்பத்திரெண்டு ரூபாய்! இருவரும் ஒருவரையொருவர் பார்த்துக்கொண்டனர்.

"நீங்க அதிர்ஷ்டக்காரருங்க" என்றான் நடராஜன்.

"எனக்கு என்ன அதிர்ஷ்டம்? காணாமப்போட்டவர் அதிர்ஷ்டக்காரருன்னு சொல்லுங்க" என்றார் மனிதர்.

"அவரைத் தெரியாட்டி?"

"போலீசிலே கொடுத்து காணாமப் போட்டவர் கையிலே சேர்த்துடனும்" என்றார் மனிதர்.

"அப்படியா? அப்ப நீங்களும் அதிர்ஷ்டக்காரரில்லை; காணாமப் போட்டவரும் அதிர்ஷ்டக்காரரில்லை. ஏதோ போலீசுக்காரருக்கு அதிர்ஷ்டம் அடிக்கும்" என்றான் நடராஜன் நக்கலாக. பிறகு மனிதர் முகத்தை உற்று நோக்கிவிட்டு, "இங்கே பாருங்க, நம்ம புள்ளை குட்டிங்க நல்லா கஷ்டப்படுது, நம்ம கையிலே பாதி சங்கிலியை நொடிச்சுத்தாங்க. பத்து நாளைக்குக் கவலைப்படாமே கஞ்சி சாப்பிடுறேன்" என்று யோசனை சொன்னான் நடராஜன்.

மனிதர் நடராஜனின் யோசனைக்கு ஆமோதிப்பு தராமலேயே, "ஆமாம், இதை எப்படி ஒடிக்கிறது?" என்றார்.

இந்த நேரத்தில் தூரத்தில் யாரோ வருவது மாதிரி தெரிந்ததும் இருவரும் பேசிக்கொண்டே நடையைக் கட்டினர்.

"நீங்க இப்ப எங்கே போகணும்?" என்றான் நடராஜன்.

"ரயிலடிக்கு."

"உடனே போகணுமா?"

"ஆமா, ரயில் வர நேரமாச்சு."

"அடுத்த வண்டிக்குப் போங்களேன். சங்கிலியை ஏன் ஒடிக்கணும்? ஏழு மணி சுமாருக்கு நான் உங்களுக்கு ஒரு இடத்திலே நூறு ரூபாய் வாங்கித் தரேன். சாமானத்தை நம்ம கையிலே கொடுத்திடுங்க" என்றான் நடராஜன்.

குறத்தி முடுக்கு

"நான் இங்கே காத்திருக்க முடியாது. அவசரமாப் போகணும். ஒண்ணு வேணா செய். என் கூட ரயிலடிக்கு வா. எங்கிட்டே எழுபது, எண்பது இருக்கும், அதைத் தரேன், வாங்கிட்டுப் போ. சங்கிலி கண்டெடுத்தவர் கையிலேயே இருக்கட்டும்" என்று மனிதர் யோசனை சொன்னார். நடராஜன் இஷ்டமில்லாது சம்மதித்தான். இருவரும் ரயிலடிக்குச் சென்றனர். அதிக தாவா செய்து நடராஜன் எண்பத்தைந்து ரூபாய் பெற்றுக்கொண்டு வந்து சேர்ந்தான்.

மற்றொரு சமயம் ஒரு பெரிய மனிதரை நடராஜன் வீட்டுக்குக் கூட்டி வந்தான். இருவரும் வீட்டில் உட்கார்ந்து சிறிது நேரம் பேசினர். பிறகு நடராஜன் தங்கத்தைக் கூப்பிட்டு, "தங்கம் இன்னிக்கு ராத்திரி வீட்டுக்கு வரமாட்டேன். அண்ணாச்சிதான் வருவார்; கவனிச்சிக்க" என்று கூறிவிட்டு கண்ணைச் சிமிட்டினான். இருவரும் வெளிக் கிளம்பினர். இரவு ஒன்பது மணிக்குப் பெரிய மனிதர் வீடு தேடி வந்தார். தங்கம் அவருக்குச் சோறு போட்டு மரியாதை செய்தாள். பெரிய மனிதருக்கு மனைவி கிடையாது. என்றோ ஒரு நாள் தங்கத்தைப் பார்த்ததிலிருந்து ஆசைகொண்டுவிட்டார். விசாரித்து இன்னார் மனைவி என்று தெரிந்துகொண்டு ஆள் வைத்து நடராஜனையே அணுகிவிட்டார். நடராஜனும் அவர் பிரியம் போலவே நடக்கச் சம்மதித்து இருந்தான். பெரிய மனிதருக்குக் குஷி. தங்கத்தோடு சரசம் புரிந்துகொண் டிருந்தார். இரவு மணி பனிரெண்டு இருக்கும். நடராஜன் கதவைத் தட்டினான். தங்கம் கதவைத் திறந்தாள். நடராஜன் பார்வையும் நடையும் தங்கத்தையே திடுக்கிட வைத்தன. அவன் நேராகப் பெரிய மனிதரிடத்துச் சென்று கையில் பளபளவென்று கத்தியைக் காட்டி, "ஏண்டா பெரிய மனுசா, உனக்குக் கொஞ்சி விளையாட எம் பெண்டாட்டிதானாடா கிடைச்சா? உங்க வீடுகளிலே நான் இப்படி வந்து செய்யலாமா, சொல்லு. மரியாதையா ஒரு பச்சை நோட்டத் தள்ளாட்டி, இந்த ஊர்லே தலை காட்ட முடியாது" என்று இரைந்தான். பெரிய மனிதர் நடுங்கிவிட்டார். அடுத்த நாளே பச்சை நோட்டைத் தள்ள ஒத்துக்கொண்டார். நடராஜனை ஏமாற்ற முடியாது; அவன் உதவிக்கும் சாட்சிக்கும் இரண்டு பேர்களைக் கூட்டி வந்திருந்தான்.

தங்கம் நடராஜனைப் பற்றிய கதைகளைக் கூறும்போது எனக்குச் சற்று வெறுப்பாக இருக்கும். நடராஜன் செய்தது தப்பு, அயோக்கியத்தனம் என்றெல்லாம் சொல்வேன். "யாருதான் அயோக்கியத்தனம் பண்ணலே" அல்லது, "அவர் தப்பில்லே" அல்லது, "அவரு எனக்கென்னவோ நல்லவருதான்" என்று

கூறி மழுப்புவாள். இன்னும் சில சமயங்களில், "இந்தப் பணத்தாசை இருக்கே, ரெம்பப் பொல்லாதது" என்பாள்.

ஒரு தரம், "உனக்குப் பணத்தாசை உண்டா?" என்றேன்.

"நிறைய இருந்திச்சு. அதுக்குத்தான் இப்ப நிறைய அனுபவிக்கிறேன்" என்றாள்.

"நடராஜன் இப்ப எங்கே?" என்று ஒருமுறை கேட்டேன்.

"எங்கேயோ இருக்காரு. உம், நீங்க சந்தோஷமா இருக்கணும்னு வந்திருக்கீங்க. என் கதையெல்லாம் சொல்லி உங்களை ஏன் சங்கடப்படுத்தணும்? நல்ல பெண்ணாப் பாத்து கல்யாணம் செய்துகிட்டு சொகமா இருங்க. நாங்க எல்லாம் கழுதைங்க" என்று கண்களின் விளிம்பில் நீர் கட்ட எங்கோ பார்த்துக்கொண்டு சொன்னாள்.

மாலை ஐந்து மணி. கோர்ட்டில் செண்பகத்துக்கும் மீனாட்சிக்கும் அபராதத் தொகையைக் கட்டிவிட்டு அச்சுதன் அவர்கள் இருவரையும் செல்லத்தின் வீட்டில் கொண்டுவந்து விடுகிறான். கருச் சிதைவுக்குப் பின் செண்பகத்தின் உடல் சருகுபோல் உலர்ந்துவிட்டது. மீனாட்சி சேலையின் முந்தானையைக்கொண்டு தலையை மூடியவண்ணம் தலைகுனிந்து நிற்கிறாள். அச்சுதன் செல்லத்தின் வீட்டுப் படிகளேறி உட்புகவும், இருவரும் பின் தொடருகின்றனர். அவர்களை வரவேற்கக் காத்திருக்கும் செல்லம், மீனாட்சியைக் கண்டதும் தூக்கிவாரிப் போட்டுக் கத்துகிறாள்.

"என்னடி இது?"

"வாயைப் பொத்திக்கிட்டுச் சும்மா இருந்தால்தானே. போலீசுக்காரங்க எல்லாம் மொதலாளிக கைக்கூலிங்க, அது இதுன்ட்டு நேத்து லாக்கப்புலே கூச்சல் போட்டதாம். மொட்டை அடிச்சி விட்டுட்டாங்க" என்று அச்சுதன் விளக்குகிறான்.

"அட மூதிகளா! ரெண்டு பேரும் என்னை நடுத்தெருவிலே நிறுத்தணும்னு திட்டம் போட்டிருக்கீங்களா?" என்று கேட்டுக் கொண்டே செல்லம் மீனாட்சியின் கன்னத்தைக் கிள்ளி விட்டு, அவளது தலையிலே மங்கு மங்கு என்று போடுகிறாள். மீனாட்சி ஆடாமல், அசையாமல் தலை குனிந்து நிற்கிறாள். பிறகு செல்லத்தையும், அவள் வசவுகளையும், அடி உதை

களையும் பொருட்படுத்தாது, பக்கத்து அறைக்குள் சென்று ஒரு கண்ணாடியை எடுத்து, அதில் தன் முகத்தைப் பார்த்துக் கொள்கிறாள். கண்ணாடியைப் பார்த்துச் சிரித்துக்கொண்டே ஏதோ பேசுகிறாள். கண்ணாடியை ஒரு முறை முத்திவிட்டு, அதை வைக்க வேண்டிய இடத்தில் வைக்கிறாள். அவள் நடத்தையைப் பார்த்ததும் செல்லம் அதிர்ச்சியுறுகிறாள்.

"என்னடி புத்தி மாறாட்டம் வந்திரிச்சா?" என்று கத்துகிறாள்.

செல்லத்தின் வார்த்தைகள் காதில் விழாதது போல, மீனாட்சி அறையின் நடுவில் ஒரு பாயை விரித்துவிட்டு அதில் உட்கார்ந்துகொண்டு ஜம்பர் பொத்தான்களைக் கழற்றுகிறாள்.

"என்னடி நாடகமா நடிக்கிறே?" என்று கூறிக்கொண்டே செல்லம் அவள் அருகே சென்று, கையைப் பிடித்து இழுத்து நிற்க வைத்து, அவள் கன்னத்தில் மாறிமாறி, பளீர் பளீர் என்று அறைகிறாள். மீனாட்சி இலேசாகச் சிணுங்கி அழுகிறாள்.

"அக்கா, அதை அடிக்காதே. புத்தி மாறிட்டாப்லதான் தெரியுது. நான் தூக்கமாத்திரை வாங்கி வரேன். அதைக் கொடுத்து அதைத் தூங்கப்போடு" என்கிறான் அச்சுதன். செல்லம் குய்யோ முறையோ என்று கூச்சலிடுகிறாள். மீனாட்சி அறையின் ஒரு மூலையில் உட்கார்ந்துகொண்டு தன் விரல்களை எண்ணிக்கொண்டிருக்கிறாள். செண்பகம் கைகளால் தலையில் அடித்துக்கொண்டு, உடைகளை மாற்றிக்கொள்ள ஆயத்தமாகிறாள்.

நான் ஒரு வார காலமாக ஊரிலில்லை. ஊருக்கு வந்ததும் தங்கத்தைப் பார்க்க விரும்பினேன். அவள், அவளது சென்றகால வாழ்க்கையைப் பற்றிக் கூறியதெல்லாம் என் மனதை விட்டு அகன்றுவிட்டது. இப்போது அவள் என் பாலுணர்வின் பிரதிபலிப்பு உருவாகவே என் மனக்கண் முன் வந்து நின்றாள். அவள் முந்தானையால் முகத்தைத் துடைத்துக்கொண்டே, "ராசாவுக்கு சந்தோசம்தானே?" என்று கேட்கும் காட்சி எனக்குத் தோன்றவும் சிரித்துக் கொண்டேன். அன்று காலையிலேயே அவளைப் பற்றி நினைக்க ஆரம்பித்து விட்டேன். 'சே! ஏதோ இரத்தக் கொதிப்பைத் தணித்துக் கொள்வதற்காக அங்கு செல்கிறோம்; இந்த மனக் கோளாறு களுக்கு எல்லாம் இடம் கொடுக்கலாமா?' என்று என்னை நானே கடிந்துகொண்டேன். என்றாலும் வழக்கத்துக்கு

மாறாக இரவு ஒன்பது மணிக்கே தங்கத்தின் வீட்டு வாசலில் வந்து நின்றேன். அப்போதுதான் ஒருவன் தங்கத்தின் வீட்டிலிருந்து வெளியே வந்தான். எனக்குச் சங்கடமாக இருந்தது. தலையை வேறுபுறம் திருப்பிக்கொண்டேன். தங்கம் வாசலில் வந்து நின்றுகொண்டு சிரித்தபடியே, "உள்ளே வாங்க" என்றாள். ரேழிவரை சென்றேன். திரும்பிவிடலாம் போலிருந்தது. தங்கம் கதவை அரைகுறையாக அடைத்தாள்.

"என்ன ஒரு மாதிரியா இருக்கீங்க? வந்தவரு என்னைப் பார்க்க வரலே; அத்தானைப் பார்க்க. அத்தான் இல்லேன்ட்டு சொல்லி அனுப்பிவிட்டேன்" என்று சொல்லிக்கொண்டே, மெதுவாக அரைகுறையாய்ச் சாத்தப்பட்டிருந்த வெளிக் கதவை முற்றும் சாத்தினாள். ரேழியில் விளக்கு ஒன்றுமில்லை; கூடத்து மின்விளக்கு ஒளி மங்கலாக ரேழியை நிறைத்தது. "பாத்தீங்களா? மறந்துட்டேன். உங்களுக்கூன்ட்டு அபூர்வமா ஒரு சிகரெட் வச்சிருக்கேன். அது இங்கெல்லாம் கிடைக் காதாம்" என்று கூறிக்கொண்டே, கூடத்திற்குள் ஓடிவிட்டு சிறிது நேரத்தில் ஒரு சிகரெட்டோடு வந்தாள். சிகரெட்டை என் வாயில் வைத்து, அதைப் பெண்களுக்கே உரிய முறையில் தீக்குச்சி கிழித்துப் பற்றவைத்தாள். கட்டிலில் என்னருகே உட்கார்ந்துகொண்டு, "ராசாவை ஒரு வாரமா ஏது காணலே?" என்று கொஞ்ச ஆரம்பித்தாள். அன்று அவள் தலையில் மல்லிகை வைத்திருந்தாள். அதன் மணம் என்னை மயக்கவே, கனவு உலகத்திலிருந்து விடுபட்டவன் போல, சிந்தனையை உதறித் தள்ளிவிட்டு அவளைக் கட்டியணைத்தேன்.

"ராசாவுக்கு சந்தோசம் வந்திரிச்சு" என்று கூறிக்கொண்டே, அவள் என் பிடியிலிருந்து விடுபட்டு, "இங்கே வாங்க" என்று சொல்லிக்கொண்டே கூடத்துக்குள் ஓடினாள். நானும் தொடர்ந்தேன். கூடத்து விளக்கை அணைத்தாள். ஒரு கணம் இருட்டு. மறுகணம் மற்றொரு ஸ்விச்சை அழுத்தும் சப்தம். அறையில் மீண்டும் ஒளி வந்தது. மெர்குரி குழலிலிருந்து ஒழுகிய நீல ஒளி. அறையைச் சுற்றுமுற்றும் பார்த்தேன். வெள்ளையடித்து மிகவும் சுத்தமாக இருந்தது. சுவரிலே வரிசையாகப் புதுப்படங்கள். ஒரு பெரிய கட்டில் வேறு. ஊதுவத்தி நறுமணம் அறையை நிரப்பியது.

"அத்தான் ரேடியோகூட வாங்கப்போறாரு" என்றாள் தங்கம்.

"எல்லாம் உன் சம்பாத்தியம்தானே?" என்றேன்.

"அப்படி ஒண்ணுமில்லே. நான் என்ன சம்பாரிச்சுக் கொடுத்துடறேன். இந்த வீட்லதான் லட்சுமி இருக்காம், அத்தானுக்கு."

"இந்த லட்சுமியா?" என்று கேட்டுக்கொண்டே, கட்டிலில் உட்கார்ந்துகொண்டு அவளது கைகளைப் பிடித்து இழுத்தேன்.

"ஆமாம், உங்க அத்தான் எப்படிப்பட்டவரு? நான் அவர்கூட சரியாகப் பழகலையே!" என்றேன்.

"பாவம், நல்ல மனுசரு."

"அவர் பொளெப்பே உன் சம்பாத்தியம்தானா?"

"உஹூம், இல்லை. இது தவிர அவருக்கு இரண்டு வீடு இருக்கு. ஒரு வீட்டுலே இரண்டு பிள்ளை; இன்னொண்ணிலே மூணு இருக்கு."

"இங்கே நீ மட்டுந்தானா?"

"உம்."

"அது ஏன்?"

"அத்தானுக்கு எம்மேலே பிரியம். சரி, இதெ விடுங்க. வேறெ ஏதானும் பேசுங்க" என்றாள் வெடுக்கென்று.

"கோவமா?" என்றேன்.

உரிமையோடு என் மடிமீது சாய்ந்துகொண்டு, கையில் ஏதோ நூலையோ, நாரையோ ஒரு விரலில் இழுத்துச் சுற்றியவண்ணம், "இப்ப எல்லாம் நீங்க துப்பு துலக்கற மாதிரி கேள்வி கேக்கிறீங்க" என்று குற்றம் சாட்டினாள்.

"நான் ஒன்று கேட்கலாமா?" என்றேன்.

"ஊம், என்ன?" என்றாள்.

"நான் ஒரு வீடு எடுக்கிறேன். நீ என் கூடவே வந்திரு."

"எத்தனை நாளைக்கு?"

"மூன்று மாதமோ, ஆறு மாதமோ பிரியப்படி."

என்மீது சாய்ந்துகொண்டிருந்தவள் எழுந்து உட்கார்ந்து சிரித்தாள்.

"என்ன சிரிப்பு?" என்றேன்.

"இல்லே, எப்போதுமே நாம ரெண்டு பேரும் சேந்திருப்போம்ன்ட்டு சொல்லிடுவீங்களோன்னு பயந்தேன்."

"நீ அதற்குத் தயார்தான் என்றால் நானும் தயார்தான்" என்று சற்றுத் தடுமாற்றத்தோடு சொன்னேன்.

"உண்மையாகவா?" என்றாள்.

"ஆமாம், உண்மையாக."

"சத்தியமா?"

"எனக்கு சத்தியம் செய்து தரதிலே நம்பிக்கை இல்லை."

"சத்தியம் செய்து கொடுத்தாத்தான் என்ன? எனக்குத் தான் ஏற்கெனவே ஒரு புருஷன் இருக்காரே?"

"ஆமாம் ஆமாம், உனக்குப் புருஷன் இருக்கிறதுனாலே தான் நீ இங்கே குறத்தி முடுக்கிலே இருந்துட்டிருக்கே, இல்லே?"

"குறத்தி முடுக்கிலே இருந்தா, அதனாலே தாலியறுந்தவ ளாயிடுமா?" என்றாள்.

"சீக்கழுதை! என்னைவிடத் துட்டுக்காரன், எவனாவது இளிச்சவாயன் சிக்குவான்ட்டு பாத்திட்டிருக்கே. அவ்வளவு தானே?"

அவள் பதில் பேசவில்லை.

நான் கட்டிலிலிருந்து எழுந்தேன். தரையை உற்று நோக்கிக் கொண்டிருப்பதுபோல் உட்கார்ந்திருந்த அவள், ஒன்றும் சொல்லாமல், எனது விலாவைச் சுற்றி கைகளை வீசி என்னைக் கட்டி இழுத்தாள். நான் உதறினேன். நான் திமிறிக்கொண்டிருக்கவும், அவள் மீறி, என்னைக் கெட்டியாக அணைத்து – எத்தனை இரும்புப்பிடி – எனது உதடுகளில் முத்தினாள். நான் செயலற்று அவள் கண்களை நோக்கினேன். அவள் ஒருமுறை சிரித்துவிட்டு, மறுமுறை என் தலையை அவளது கழுத்தோடு அணைத்துக்கொண்டாள். அவள் கன்னத்தோடு என் கன்னம் உராய்ந்தபோது அவளது வெப்பமான கண்ணீர் என்னைக் குளிரச்செய்து, எனது உடலை ஒரு குலுக்குக் குலுக்கியது. அவளது இரு கன்னங் களிலும் மாறி மாறி முத்தினேன். என் உதடுகள் உணர்ந்த உப்புச் சுவையை அவை இன்னும் மறந்துவிடவில்லை.

"உங்களுக்கு என்ன வயசாகுது?" என்றாள்.

"இருபத்தி மூணு. உனக்கு?"

"இருபதிருக்கும்."

"முகத்தைக் கழுவிக்கிட்டு மேக்கப் பண்ணிட்டு வா" என்றேன்.

"நீங்களும்தான்" என்றாள்.

"அத்தான் பதினொரு மணிக்கு வருவாரு. பத்து பதினஞ்சு, என்ன இருக்கோ குடுத்திருங்க. நைட் பூரா இருந்திட்டுப்

போகலாம்" என்று முகத்தைக் கழுவிக்கொண்டே யோசனை சொன்னாள்.

"சரி" என்றேன்.

காலை நான்கு மணி இருக்கும். மின்சார விளக்குகள் அணைக்கப்பட்டுவிட்டதால் நல்ல இருட்டு. எல்லா வீடுகளும் மூடிக்கிடக்கின்றன – செல்லத்தின் வீட்டைத் தவிர. செல்லம் மட்டும் வாயிற்படியில் உட்கார்ந்திருக்கிறாள். திடீரென்று முகத்தையும் உடலையும் உள்ளிழுத்துக் கொண்டு, தன் முந்தானையைக் காற்றில் பறக்க விடுகிறாள். முந்தானை கொடியைப் போல் காற்றில் படபடவென்று அடிக்கிறது. வேறொன்றும் இல்லை; அது அவள் அழைப்பு கொடுக்கும் முறை. அவள் முகத்தாலோ, கண்களாலோ, கட்டுக்குலையாத உடல் அமைப்பாலோ அழைப்பு கொடுத்த காலம் மலையேறி விட்டது. யாருக்கு அந்த அழைப்பு? என்ன கேள்வி? அவன் தான் வீட்டின்முன் வந்து நின்றுவிட்டானே! இதோ வீட்டுக்குள் நுழைந்துவிட்டான்.

முதல் அறையில் ஒரு ஓரத்தில் இரு உருவங்கள் படுத்து உறங்குகின்றன. வந்த மனிதன் செல்லத்தை வெறித்துப் பார்க்கிறான். அவளுக்கு வயது நாற்பதுக்கும் மேலிருக்கும். அவன் வெறுப்போடு, "யார் இருக்கா, நீதானா?" என்கிறான்.

"பொடிசுகள் தூங்கிரிச்சு; இனிமே ஒண்ணும் எழுப்ப முடியாது" என்கிறாள் செல்லம் கண்டிப்புடன். வந்த மனிதன் தயங்குகிறான். அவனது தயக்கத்தைக் கண்டதும், செல்லம் நளினமாகச் சிரிக்க முயன்றுகொண்டே, "பொடிசுகளுக்கு என்ன தெரியும்? இன்னைக்கு என்கூட இருந்துட்டுப் போங்க" என்று சொல்லி நிறுத்திவிட்டுப் பிறகு, சிறிதே வெட்கத்தோடு, "உங்க பிரியம்போல நடந்துக்கிறேன்" என்கிறாள். வந்த மனிதன் சற்று சிந்திக்கிறான்.

மற்ற விஷயங்கள் பேசி முடிவு செய்யப்படுகின்றன. வந்தவனுக்கு சந்தோஷம்தான். எல்லாம் அவன் இஷ்டம் போலவே. இருவரும் அடுத்த அறைக்குச் செல்கின்றனர். கதவு அடைக்கப்படுகிறது. அரை மணி நேரத்துக்குமேல் ஆகிவிட்டது. சற்று அபூர்வமான விஷயம்தான். உள்ளிருந்து இருவர் பேசிக்கொள்வதும் வெளியே கேட்கிறது.

"எங்கிட்டே ஒண்ணும் சோடை இருந்தது கிடையாது. இந்த இரண்டும்தான் கடைசிக் காலத்திலே இப்படி வாச்சிருக்கு.

ஒண்ணுக்கு ஒரு வாரமா வயித்தில் என்னவோ வலியாம்; எழுந்திருக்கவே முடியலே. இன்னொண்ணுக்கு என்னவோ பைத்தியம் மாதிரி இருக்கு; வந்தவங்களை எல்லாம் விரட்டி அடிச்சிடறது" என்கிறது பெண் குரல். ஆண் குரல் ஒன்றும் பேசவில்லை. பெண் குரல் தொடர்கிறது. "நீங்க என்னைக்கு சொன்னாலும் ரெடிதான். நாளையே வரணும்னாலும் வந்திடறேன்."

கதவு திறக்கிறது. அவன் வெளியே வருகிறான். அவனுக்குப் பரம திருப்தி. அவன் வீட்டை விட்டிறங்கும் சமயம், "நாளை நேரத்தோடே வந்திடுங்க" என்கிறாள் அவள். அவன் தனக்குள் சிரித்துக்கொள்கிறான். "வச்சிருக்கிறதானாலும் இதுமாதிரி ஒண்ணைத்தான் தேடிப் பிடிக்கணும்" என்று அவன் முனகிக்கொள்கிறான்.

தங்கத்தோடு எனக்குப் பழக்கம் ஏற்பட்டு இரண்டு மாத காலமாகி இருக்கும்.

சில நாட்களாக ஊரில் இல்லை. இரவு ஒன்பது மணிக்குத் திரும்பி வந்தேன். அன்றிரவே தங்கத்தைச் சந்திக்கவேண்டும் போலிருந்தது. உடுப்பை மாற்றிக்கொண்டு அழகுபடுத்திக் கொண்டு குறத்தி முடுக்குக்குள் நுழைந்தேன். தங்கத்தின் வீடு அடைத்துக் கிடந்தது. பல முறைகள் கதவைத் தட்டினேன். கதவு திறக்கவில்லை. யாரும் உள்ளே இருந்து பதில் கொடுக்கவு மில்லை. அடுத்த வீட்டில் தெருவோரமாக இருந்த ஜன்னல் திறந்தது. "யாரது?" என்றது ஒரு பெண் குரல்.

"தங்கம் வீட்டிலே இருக்குதா?" என்றேன்.

ஜன்னல் வழியே அந்தப் பெண் என்னை உற்று நோக்கி விட்டு, "நீங்கதானா? தங்கம் வீட்டில் இல்லை" என்றாள்.

"எங்கே போயிருக்கு? சினிமாவுக்கா?" என்று கேட்டேன்.

"பாடம் படிக்க வாத்தியார்கிட்டே போயிருக்கு."

எனக்குப் புரியவில்லை.

"என்ன பாடம்?" என்று கேட்டேன்,

"ஓகோ, உங்களுக்கு அது தெரியாதா? போலீஸ் சார்ஜ் பண்ணி ஸ்டேஷனுக்குக் கூட்டிட்டுப் போயிருக்காங்க; ஏழெட்டுப் பிள்ளைகளுக்கு இன்னைக்கு நல்ல பாடம்" என்று கூறிவிட்டுச் சிரித்தாள்.

என்ன செய்வதென்று புரியாமல் நின்றேன். அடுத்த வீட்டுக் கதவு திறந்தது. அதுவரை என்னுடன் பேசிக்கொண்டிருந்த பெண் கதவருகே அவளது சேலையை அலங்கோலமாகப் போட்டுக்கொண்டு நின்றாள். "நாளைக்கு வந்தால் தங்கத்தைப் பார்க்கலாம்" என்று கூறிவிட்டு அவளாகவே, "என்ன நாளை வரச் சவுகரியப்படாதோ?" என்று கேட்டாள்.

நான் கடந்த இரண்டு மாதங்களாக தங்கத்தைத் தவிர யாரிடமும் சென்றதில்லை. வேறு யாரிடமும் செல்ல வேண்டும் என்று தோன்றியதும் கிடையாது. என்றாலும் அன்று அந்தப் பெண்ணினிடத்தே எனது காமத்தைத் தணித்துக்கொள்ள முடிவு செய்தேன். அதன் மூலம் தங்கத்துக்கும் வேறொரு பெண்ணுக்கும் வேற்றுமை இல்லை என்று நிரூபித்துக் கொள்ளவும் முடிந்தால், தங்கம் இல்லை என்றால் எனக்குத் தவிப்பு என்ற நிலை ஏற்படாதல்லவா?

அவளும் அவளால் இயன்ற மட்டும் முயன்றாள். இருந்தும் என்ன? ஒரு நாள் பொறுத்துக்கொள்ள முடியாத எனது ஆசை வெறிக்கு வெட்கப்பட்டு, அதிருப்தியோடும் மனக்கிலேசத்தோடும் வெளியே வந்தேன்.

அடுத்த நாள் இரவு தங்கத்தின் வீட்டுக்குச் சென்றேன்.

"என்ன பத்தா, பதினெஞ்சா?" என்ற கேள்வியோடு பேச்சை ஆரம்பித்தேன்.

"அப்படின்னா?" என்றாள் அவள்.

"கோர்ட்டிலே அபராதம் எவ்வளவு கட்டினே? பத்தா, பதினெஞ்சா?" என்று விளக்கினேன்.

"ஆமாம், பத்தையும் பதினெஞ்சையும் கட்டிட்டு வர, நாங்க ஒண்ணும் அவ்வளவு மட்டமில்லை" என்றாள் தங்கம். இந்தப் பதிலை நான் எதிர்பார்க்கவில்லை.

"ஆமாம் ஆமாம், என்ன கெட்டிடும்? இத்தனை நாளா அபராதத்தைக் கட்டாமத்தான் இருந்தியாக்கும்?" என்றேன்.

"இத்தனை நாளாகக் கட்டினா எப்போதும் கட்டிட்டே இருக்கணுமோ? அத்தான்கிட்டே கண்டிப்பாச் சொல்லிட்டேன். இந்தத் தரம் கேசை நடத்திப் பாத்துடறது என்று" என்றாள் தங்கம்.

"ஏய், எதுக்கு இந்த வீராப்பு எல்லாம்? வீண் செலவுதான். அந்தப் பயலுகள் ஆயிரம் சாட்சிகளைக் கொண்டுவந்து நீ யாருன்னு நிருபிச்சுடுவாங்க, தெரியுமா?" என்றேன் நான்.

“நான் யாராம்? இந்தப் பயலுகளுக்கு விட்டுக் கொடுத்தா தலைக்கு மேலே ஏறுவானுக. உங்களுக்கு மான அவமான மில்லாமே இருக்கும். நான் மான அவமானப்பட்டவ” என்று ஆத்திரத்தோடு தங்கம் சரமாரி பொழிந்தாள். நான் சிரித்துக்கொண்டே அவளது ஆத்திரத்தைப் பொறுத்துக் கொண்டேன். ஆனால் என் உள்ளத்தின் எங்கோ ஒரு மூலையில் அவளது வார்த்தைகள் சுருக்கென்று தைத்தன. நான் வாதத்தை வளர்க்க விரும்பவில்லை. “சரி, நல்ல வக்கீலாகப் பார்த்து கேசை ஜோரா நடத்திடலாம்” என்று மழுப்பிக்கொண்டே, அவளது அருகே சென்று அவளை அணைத்து முத்தினேன். அவள் கண்கள் கலங்கி இருந்தன. அவள் முகத்தை ஒரு புறமாகத் திருப்பி, மூக்கை ஓங்கிச் சிந்தினாள்.

பிறகு பல விஷயங்கள் பற்றிப் பேசினோம். எனது தாகம் தணிந்தது. நான் விடைபெற்றுச் செல்லும் சமயம், தங்கம், “அது என்னங்க அப்படிச் சொல்லிட்டீங்க?” என்றாள். எனக்குத் தர்மசங்கடமாக இருந்தது.

“இந்தா தங்கம், உன் சாகசத்தை எங்கிட்டே காட்டாதே. இவ்வளவு ரோஷமுள்ளவளா இருந்தா இப்படி ஏன் பட்டப் பகலிலே தொழில் நடத்திட்டிருக்கே?” என்று கடுமையான குரலில் கேட்டேன்.

“தொழில் யார்தான் செய்யலே? அதுக்காகத் தெருவிலே போற வரவனே எல்லாம் வலியக் கூப்பிட்டதாகச் சொன்னா?” என்றாள் தங்கம். தங்கம் கூறியது உண்மைதான். விபசார வழக்கை போலீசார் உருவாக்குவது அந்த முறையில்தான். விபசாரம் செய்வது குற்றமில்லை போலும்; விபசாரத்துக்கு அழைப்பதுதான் குற்றம்.

“அடடே, இதை வச்சிட்டா இவ்வளவு அலட்டிக்கிறே! இந்த மாதிரிக் கேசில் எல்லாம் அப்படித்தான் குற்றத்தை ருசிப்பிப்பாங்க” என்று நான் விளக்கினேன்.

“அதனாலேதான் ஒரு கை பார்க்கணும்ங்கிறேன்” என்றாள் தங்கம்.

நான் யோசித்தேன். தங்கம் உணர்ச்சிவசப்பட்டுப் பேசினாள். உணர்ச்சிவசப்பட்டு ஒரு காரியத்தில் ஈடுபடுவது புத்தி சாலித்தனமாக இருக்காது. ஆனால் மனிதன் உணர்ச்சிக்குக் கட்டுப்படாது புத்திசாலித்தனத்துக்குத்தான் கட்டுப்பட்டு நடக்கவேண்டும் என்றிருக்கிறதா? ரோஷத்திலோ கோபத்திலோ ஒரு காரியத்தைச் செய்ய வேண்டும் என்று தோன்றினால்,

அப்படியே செய்து விடுகிறது; பிறகு அதன் பலாபலன்களை அனுபவித்துக் கொள்கிறது! இதிலென்ன?

"சபாஷ் தங்கம். உன் யோசனை அபாரம்" என்றேன்.

"அப்ப நீங்க எனக்கு வந்து சாட்சி சொல்லுவீங்களா?" என்றாள் தங்கம்.

"நானா? எதற்கு? நான் என்ன சாட்சி சொல்ல முடியும்?" என்று சொல்லித் தங்கத்தின் மடமைக்காகச் சிரித்தேன்.

"நீங்க கோர்ட்லே நான் உங்ககிட்டேதான் இருக்கேன்; என்னை நீங்கதான் வச்சிக் காப்பாத்தறதாகச் சாட்சி சொல்லணும்" என்றாள் தங்கம்.

எனக்கு ஒன்றும் புரியவில்லை. சிறிது அதிர்ச்சி ஏற்பட்டது; கொஞ்சம் கோபமும். 'என்ன எதிர்பார்க்கிறாள்?' என்று எண்ணினேன். மறுகணம் அவளை நான் என்கூடவே வந்து இருக்கவேண்டும் என்று கேட்டுக்கொண்டது என் நினைவுக்கு வந்தது. அதற்குத் துணிந்தவன் ஏன் இதற்குத் துணியக்கூடாது? நான் தங்கத்தைப் பார்த்தேன். ஒன்றுமறியாத குழந்தையைப் போல் அவள் எனக்குத் தோன்றினாள். அவள் ஒரு அனாதை; நானும் ஒரு அனாதை. தங்களது கொள்கையாலும் நடத்தையாலும் சமுதாயத்திலிருந்து தங்களைத் தாங்களே பகிஷ்கரித்துக் கொண்டவர்களில் நானும் ஒருவன்; அவளும் ஒருத்தி. நாங்கள் தனிப்பிறவிகள். எங்குமே அந்நியர்கள். நான் தங்கத்தின் அருகே சென்றேன். இரு கைகளாலும் அவளைத் தழுவிக் கண்களை மூடினேன். என் கண்களில் நீர் உகுந்தது. நான் எனக்காகவும் அவளுக்காகவும் சிந்திய கண்ணீர்! சிறிதும் காம உணர்ச்சி இல்லாமல் நான் பருவம் வந்த ஒரு பெண்ணைக் கட்டித் தழுவியது அதுதான் முதல் தடவை. ஒரு குழந்தையைக் கட்டித் தழுவுவது போலிருந்தது. குறத்தி முடுக்கை விட்டு நாங்கள் இருவரும் ஒருவர்மேல் ஒருவர் சாய்ந்துகொண்டு, மெள்ளத் தள்ளாடித் தள்ளாடிச் செல்வது போன்றதொரு பிரமை!

"தங்கம் சரி, நான் உனக்காகச் சாட்சி சொல்கிறேன். ஆனா இந்தக் கேசு முடிந்ததும், நாம ரெண்டு பேரும் எங்காவது போயிடணும். நான் யாரும் அரிச்சந்திரன் இல்லை. ஆனாலும் சாகிறமட்டும் நாம ரெண்டு பெரும் பிரியாம இருக்க முடியும் என்றுதான் நம்புகிறேன்" என்று தங்கத்திடம் கூறினேன். வாக்குறுதியைக் கொடுத்ததும் என் நெஞ்சம் திடுக்கிட்டது. என்னிலே எனக்கு நம்பிக்கை கிடையாது. எனது வாக்குறுதிகளே என்னை அச்சுறுத்தும். நான் எனது

வாக்குறுதியைக் காப்பாற்ற முடியுமா? எது எப்படி இருந்தால் என்ன? வாக்குறுதியைக் கொடுத்த நேரத்தில் என் உள்ளத்தில் தூய்மையைத் தவிர வேறொன்றும் இல்லை. அப்படியே நான் ஒரு நாள் அவளை விட்டுப் பிரியவேண்டும் என்ற நிலை வந்தால் அவள் நடுத்தெருவில் நிர்க்கதியாக நிற்காதவாறாவது பார்த்துக்கொள்வேன். "அடுத்த வியாழக்கிழமை வாய்தா" என்று கூறிவிட்டு தங்கம் என்னைத் தழுவி முத்தினாள்.

வியாழக்கிழமை பிரதிவாதியின் டிபென்சு சாட்சியாக சாட்சிக் கூண்டில் ஏறிப் பிரமாணம் எடுத்துக்கொண்டேன். எங்கள் வக்கீலின் விசாரணைக்குப் பிறகு, என்னை சப்-இன்ஸ்பெக்டர் குறுக்கு விசாரணை செய்தார்.

கேள்வி : உங்கள் பெயர்?

பதில் : . . . . . .

கேள்வி : வயது?

பதில் : இருபத்திமூன்று.

கேள்வி : ஊர்?

பதில் : மதுரை.

கேள்வி : இந்த ஊர்லே எத்தனை வருஷமா இருக்கீங்க?

பதில் : சுமார் ஒரு வருஷம்.

கேள்வி : உங்கள் தொழில்?

பதில் : பத்திரிகை நிருபர்.

கேள்வி : பத்திரிகையின் பெயர்?

பதில் : . . . . . .

கேள்வி : இந்தப் பத்திரிகை மட்டரகச் செய்திகளைத் தரும் பத்திரிகை என்று கருதப்படுகிறது, இல்லையா?

பதில்: இல்லை. இதுவரை அரசாங்கம் பத்திரிகைமீது எந்தவித நடவடிக்கையும் எடுத்ததில்லை.

உடனே இன்ஸ்பெக்டர் எங்கள் பத்திரிகையிலிருந்து வெட்டியெடுக்கப்பட்ட சில பகுதிகளை மாஜிஸ்டிரேட் முன்னிலையில் வைத்தார்.

கேள்வி : தங்கத்தை உங்களுக்கு எவ்வளவு காலமாகத் தெரியும்?

பதில் : இங்கு வந்ததிலிருந்து.

கேள்வி : தங்கம் எப்படிப் பிழைக்கிறாள்?

பதில் : நான் பண உதவி செய்கிறேன்.

கேள்வி : நீங்கள் எவ்வளவு காலமாகப் பண உதவி செய்கிறீர்கள்?

பதில் : சென்ற ஆறுமாத காலமாக.

கேள்வி : அதற்கு முன் தங்கம் எப்படிப் பிழைத்தாள்?

பதில் : எனக்குத் தெரியாது. வேறு யாரும் உதவியிருக்கலாம்.

கேள்வி : தங்கத்துக்கு நீங்கள் பண உதவி செய்யக் காரணம்?

பதில் : நான் தங்கத்தை மணக்கப் போகிறேன்.

கேள்வி : இத்தனை நாட்களாகத் தங்கத்தை மணக்காததற்குக் காரணம்?

பதில் : கல்யாணத்தை நினைத்த நினைப்பிலே முடித்து விட முடியாது.

இன்ஸ்பெக்டர் சிறிது நேரம் சிந்தித்தார். "அவ்வளவு தானா?" என்று மாஜிஸ்டிரேட் கேட்டார். "இன்னும் இரண்டே கேள்விகள்" என்று கூறிவிட்டு, இன்ஸ்பெக்டர் குறுக்கு விசாரணையைத் தொடர்ந்தார்.

கேள்வி : சம்பவம் நடந்ததாகச் சொல்லப்படும் இரவு நீங்கள் தங்கத்தை சினிமாவுக்குக் கூட்டிச் சென்றதாகச் சொல்லுகிறீர்களே, உங்கள் இருவரையும் அன்று சினிமாக் கொட்டகையில் யாரும் பார்த்தார்களா?

பதில்: பலர் கண்டிருக்கலாம். யார் என்று சொல்ல முடியாது.

கேள்வி : குறத்தி முடுக்கில் உங்களுக்கு வேறு யாருடன் பழக்கம்?

பதில்: வேறு யாருடனும் பழக்கம் கிடையாது.

கேள்வி : உங்களுக்குத் தங்கத்தின் கெட்ட நடத்தையின் மூலம் வருமானம் கிடைக்கிறதென்றும், அதற்குப் பதிலாக நீங்கள் தங்கத்துக்கு ஆண் துணையாக இருக்கிறீர்கள் என்றும் சொல்கிறேன்.

பதில் : அப்படி இல்லை.

சாட்சிக் கூண்டிலிருந்து இறங்கி, மாஜிஸ்திரேட் முன்னிலையில் தங்கத்திடமிருந்து விடை பெற்றுக்கொண்டு, கோர்ட்டை விட்டு வெளியேறி வந்தேன்.

அன்றிரவு என்னால் தங்கத்தின் வீட்டுக்குச் செல்ல முடியவில்லை. நண்பன் ஒருவன் அறையில் படுத்துறங்க வேண்டியிருந்தது. தூக்கம் வரவில்லை. உடனடியாக தங்கத்தைக் கல்யாணம் செய்துகொண்டு ஊரை விட்டே சென்றுவிட வேண்டும் என்ற ஆசை என்னை வருத்தியது. முதன்முறையாக, தங்கம் வேறொரு ஆணோடு படுத்திருக்கும் எண்ணம் என் மனதில் வேதனையையும் பொறாமையையும் கிளப்பியது. கல்யாணம் செய்துகொள்வதில் ஒரு சிறு தகராறு இருந்தது. தங்கத்தின் 'அத்தான்' சம்மதிக்கமாட்டான். ஆனால் போலீசின் உதவியைக் கொண்டு அவனைச் சமாளித்துவிடலாம்.

"என்ன சார், அந்தப் பொண்ணப் போய்க் கல்யாணம் செய்துக்கணுங்கறீங்க?" என்கிறார் இன்ஸ்பெக்டர்.

"தங்கமான பொண்ணு சார்" என்கிறேன்.

"தங்கமானது சரிதான். கெட்டுப் போனதில்லையா?" என்கிறார் இன்ஸ்பெக்டர்.

"நானும் கெட்டுப்போனவன்தான் சார்" என்கிறேன்.

"என்ன அந்தப் பொண்ணு மேலே உங்களுக்குக் காதலா?" என்கிறார் இன்ஸ்பெக்டர்.

காதலாம் காதல்! அய்யோ, எனக்கு அந்தச் சொல்லே வேண்டாம். அழகான சொல்லை அர்த்தமற்றதாக ஆக்கி விட்டார்கள். எனக்குத் தங்கத்திடம் காதல் இல்லை; ஆசை தான். உங்களது காதல் வசதிக்கும் அந்தஸ்துக்கும் அடங்கி யிருக்கும்வரை நான் அதை அண்டவிட மாட்டேன். காதலாம் காதல்! அதெல்லாம் வாழ்க்கையையே நிராகரிக்கும் திறன் உள்ளவர்களுக்குத்தானே? நானோ சாமானியன். வாழ்க்கையில் பட்ட கடன்கள் பல. இவற்றுக்கெல்லாம் பிரதியாக உலகத்துக்கு ஏதாவது உருப்படியாகச் செய்ய வேண்டும் என்ற தெளிவில்லாத கனவு போன்றதொரு எண்ணத்தைத் தவிர எனக்கு வாழ்க்கையில் குறிக்கோள் கிடையாது.

உடனடித் தேவைகளும், சுயநலமும், காரணமில்லாத மன உளைச்சலும் என்னை அந்தக் கனவு எண்ணம் என்ன வென்றுகூடப் புரிந்துகொள்ள விடாதவாறு தடுத்து வந்தன. யார் கண்டது? வாழ்க்கைத் துணை கிடைத்த பிறகு நான் மாறலாம். என் இருதயத்தில் வெட்கத்தையும் வேதனையையும் நிரப்பிவந்த சுயநலம் பறந்தோடி, எனது வாழ்க்கைக்கு அதன் தேவைகளுக்கும் அப்பாற்பட்டதான புதியதொரு அர்த்தத்தை நான் கண்டாலும் காணலாம். தங்கத்தைப் பற்றி நினைத்தேன்.

அவளைத் தோளிலே சுமந்துகொண்டு, ஒரு மேட்டிலே ஏறிச்செல்வது போன்றதொரு மனப் பிராந்தி.

பிற்பகல் மணி மூன்று. மரகதம் தனியாக அவள் வீட்டில் இருக்கிறாள். அவளைப் பார்த்தால் இப்போதுதான் தூங்கி யெழுந்தவள் போல் தோன்றுகிறது. அதோடு விழித்துக் கொண்டதில் ஏமாற்றம் அடைந்தவளாகவும் தெரிகிறது. படுத்தபடியே புரளுகிறாள். என்ன என்னவோ சிந்திக்கிறாள் போலும். என்ன சிந்திக்கிறாள், யாருக்குத் தெரியும்? சிறிது நேரத்தில் அவன் வருகிறான். அவளது காதலன். அவன் முப்பத்திரண்டு பற்களையும் காட்டிச் சிரிக்கிறான். அவள் அவனை ஒருமுறை பார்த்துவிட்டு மீண்டும் தலையைக் கீழே கவிழ்த்துக்கொள்கிறாள்.

"என்ன கோபமா?" அவன் அவளருகே உட்காருகிறான். அவள் பதில் பேசவில்லை. அவன், அவள் முதுகில் கை போடுகிறான். அவள் தன் கையால் அவன் கையை எடுத்து விலக்கிவிட்டு நகர்ந்து உட்காருகிறாள். அவன் மீண்டும் அவனது முப்பத்திரண்டு பற்களையும் காட்டிக்கொண்டு அவளை நெருங்குகிறான். அவள் தலையைக் கீழே போட்டுக் கொள்கிறாள்.

"எப்போ ஊமை ஆனே?"

அவள் பதில் பேசவில்லை. பிறகு சற்றுக் கோபத்தோடு, "அந்தச் சங்கிலியைத் திருப்பிட்டியா? அத்தான் ரொம்பக் கோவப்படறாரு. அது எனக்கு நாளைக்கே வேணும்" என்கிறாள்.

"உம், அப்படிச் சொல்லு. அதானே கோவம்" என்று கூறிக்கொண்டே, அவன் பையிலிருந்து ஒரு காகிதப் பொட்டலத்தை எடுத்து விரிக்கிறான். அதனுள் ஒரு சங்கிலி. பளபளவென்று மின்னுகிறது. அவள் அதைக் கையில் வாங்கிக்கொண்டு, உடனே கழுத்தில் அணிந்துகொள்கிறாள்.

"இனிமே கோவமில்லையே?"

"இனி உனக்கும் எனக்கும் சம்பந்தமில்லை. வந்த வழியைப் பாத்துக்கிட்டுப் போ."

"எது வந்த வழி? இதுவா?" என்று அவன் விரலை அவள் நெஞ்சுக்கு நேர் சுட்டுகிறான்.

அவனை அடிக்க அவள் கையை வீசுகிறாள். அவன் தாவிக் குதித்து எழுந்து நிற்கிறான்.

“சரி, ராணி அம்மா சுவாதீனத்திலே இல்லே போலிருக்கு, ஏதோ அருந்திருக்காங்க. நாளை வந்து பாத்துக்கிறேன்” என்று கூறிக்கொண்டே வீட்டைவிட்டு வெளியே செல்கிறான்.

நேரம் கழிந்துகொண்டே இருக்கிறது. அவள் செயலற்றுக் கிடக்கிறாள். சொல்ல முடியாத மனக்கசப்பை அவள் முகம் தெரிவிக்கிறது. சலிப்பு ஏற்படுகிறது. சற்றே நிலைகொள்ளாமல் புரளுகிறாள். படுத்தபடியே, முகத்தைக் கைகளில் புதைத்துக் கொண்டு இலேசாக அழுகிறாள். அழுகை பெருத்த விம்மலாக மாறுகிறது. விம்மல் ஓய்கிறது. மூக்கை உறிஞ்சிக்கொண்டு உமிழ்நீரைக் கூட்டி விழுங்குகிறாள். முனகல் ஒப்பாரியாக மாறுகிறது. அவளது ஒப்பாரி உயர்ந்து, தாழ்ந்து, நீட்டி நெளிந்து, அவளது உள்ளத்தில் தைத்திருக்கும் முட்களை ஒவ்வொன்றாக எடுக்கிறது. அவளது ஒப்பாரியில் பெண் குலத்தின் தவிப்பும் கொதிப்பும் மாறிமாறி இழையோடுகின்றன என்பார்கள் கதையாசிரியர்கள்.

மரகதத்தின் ‘அத்தான்’ உள்ளே நுழைகிறான்.

“ஏங் களுதை! என்ன ஒப்பாரி வேண்டிக்கிடக்கு? எளுந்து மொவத்தைக் கழுவிக்கிட்டு வெளியே நில்லு. இப்பத்தான் நாலு மணிக்கே லாந்த ஆரம்பிச்சிடறாங்களே!”

அவள் எழுந்திருக்கிறாள். அவன் கண்கள் அவள் கழுத்தில் மின்னும் சங்கிலியில் விழுகின்றன.

“ஒருமட்டா அந்தத் தடிப்பய அதெத் திருப்பிட்டா னாக்கும்” என்று கூறிக்கொண்டே, அவளது சங்கிலியைத் தொட்டுப் பார்க்கிறான். பிறகு சடக்கென்று அவளைச் சங்கிலியைக் கழற்றச் சொல்கிறான். அதைக் கையில் வாங்கிப் பார்க்கவும் அவன் முகம் மாறுகிறது.

“ஏம் பிள்ளை, உனக்கு மூளை இருக்கா? பித்தளைச் சங்கிலியானா திருப்பிக் கொடுத்திருக்கான். அந்தக் காலிக் களுதையே சும்மா விடறேனா, பாரு. நம்மகிட்டவா அவன் சாமர்த்தியத்தைக் காட்டறான்! வெறும்பய” என்று கோபத் தோடு கத்துகிறான். மரகதம் ஒன்றும் புரியாது விழிக்கிறாள். இது அவள் கண்ட காதல்; அவன் அவள் பொறுக்கியெடுத்த காதலன்!

திருமணம் ஒரு விசித்திரமான விஷயம். திருமணம்தான் தங்கள் காதலின் குறிக்கோள் என்று சொல்லாத காதலர்கள்

இல்லை. "நாம் ஒருவரையொருவர் நேசிக்கிறோம்; அதுவே போதும். இதற்கும் மேலாகக் கல்யாணம் என்று ஒன்று வேண்டாம்" என்று சொன்ன காதலர்கள் இல்லை. உண்மை தான், கள்ளக் காதலர்கள் உள்ளனர். அவர்கள் கல்யாணத்தைப் பற்றி நினைப்பதில்லை. காரணம் கல்யாணம் அசாத்தியமாகி விட்டதாலே. (ஒருவேளை கல்யாணம் சாத்தியமாக இருந்தால் அவர்கள் ஒருவரையொருவர் காதலிப்பார்களோ என்னவோ!) எப்படியிருந்தாலும் திருமணத்தின் மூலம்தான் தங்கள் காதலை உறுதிப்படுத்திக்கொள்ள முடியும், நிலைபெற்று வைத்திருக்க முடியும் என்பதுதான் காதலர்களின் பல்லவி. காரணம், பொறாமை இல்லாத காதல் இருந்ததில்லை; இருக்கப்போவதுமில்லை. திருமணம் ஒருத்தியை அவளை நேசிக்கும் ஒருவனுக்காக மற்றவரிடமிருந்து பாதுகாக்கிறது. இப்பாதுகாப்பை எல்லாப் பெண்களும் விரும்புகின்றனர். எல்லா ஆண்களும் விரும்புகின்றனர். நான் தங்கத்தை என்னுடனேயே இருக்குமாறும் சாகும்வரை எனக்குத் துரோகம் இழைக்காமல் இருக்குமாறும் கேட்டுக் கொள்ளலாம். அவளும் சம்மதித்துவிடலாம். ஆனால் அவள் உடன் படிக்கையின்படி நடந்துகொள்வாள் என்பதற்கு என்ன உத்தரவாதம் இருக்கிறது? அல்லது நான்தான் உடன் படிக்கையை மதித்து நடப்பேன் என்பதற்கு என்ன உறுதி இருக்கிறது? திருமணத்தினால் ஓரளவு இவ்வுறுதி, உத்தர வாதம் ஏற்படும் என்று நம்புகிறோம். இந்த நம்பிக்கைக்குப் பகுத்தறிவுபூர்வமான காரணம் இல்லாவிட்டாலும், நூற்றாண்டுக் காலமாக நிலவி வந்துள்ள ஒரு சமுதாய சம்பிரதாயத்துக்கு இவ்வுறுதியை ஏற்படுத்தும் சக்தி உள்ளது. சமுதாயம் தன் னுடைய நலனுக்காகவே தனி மனிதன் மீது சுமத்தும் கட்டுப்பாடுகளில் திருமணமும் ஒன்று. இதைக் காதலில் தோன்றச் செய்து, காதலில் நிலைபெற்றிருப்பதாக ஆக்கும் அளவுக்கு மனிதன் ஒரு கட்டுப்பாட்டினைத் தன்னுடைய சுதந்திரமான ஒரு இச்சையின் மறுபுறமாக மாற்ற முடியும்... என்ற எண்ணங்களோடு, முதல்முறையாக காலை நேரத்தில் தங்கத்தின் வீட்டை வந்தடைந்தேன்.

தங்கம் உறங்கிக்கொண்டிருந்தாள். அவளை எழுப்பினேன். அவள் ஆடியசைந்து வந்து, முகத்தைத் துடைத்துக்கொண்டே, வழக்கமான புன்முறுவலைக் கொடுத்தாள். "ஏது இந்த நேரத்தில்? அபூர்வமாக இருக்கே!"

"என்ன அபூர்வம்? உன்னோடு முக்கியமான ஒரு விஷயம் பேச வந்திருக்கிறேன்."

"உஹூம், என்ன விஷயம்? பேசத்தானா?"

"பேசவேதான். இங்கே பாரு. நான் நேற்று சாட்சி சொன்னது எப்படி?"

"அபாரம். வக்கீல் சொன்னபடியே சொல்லிட்டீங்களே!"

"கேசு எப்படியானாலும் ஆகட்டும். அதெப்பத்தி நீ கவலைப்படாதே. நம்ப கல்யாணத்தை எப்ப வச்சிக்கலாம்?"

"கல்யாணமா? நல்ல முடிவு பண்ணினீங்க."

"ஏய், நீ என்ன சொன்னே? நான் சாட்சி சொன்னா கல்யாணம் செய்துக்குவேன்ட்டு சொல்லலே?"

"அதை எப்பச் சொன்னேன்?" தங்கம் சிரித்தாள்.

"பொய் சொல்லாதே. அன்னைக்கு என்ன சொன்னே?"

"என்ன சொன்னேன்? ஒண்ணும் சொல்லலே." தங்கம் மீண்டும் சிரித்தாள்.

"அது சரி, அன்னைக்கு என்ன சொன்னையோ சொல்லலையோ, இப்ப என்ன சொல்றே?"

"எனக்கு ஒரு கல்யாணம் போதும்; இரண்டாம் கல்யாணம் வேண்டாங்கறேன்" என்று கூறிக்கொண்டே, என்னை அணைத்து முத்தமிட்டாள். எனக்குக் கோபம் வந்தது. என்றாலும் கோபத்தை அடக்கிக்கொண்டு, "இந்தா உன்னைக் கல்யாணம் செய்துக்கலாம்னுதானே நான் அந்த அவமானத்தைச் சகித்துக் கொண்டேன்."

"எந்த அவமானத்தை?"

"உனக்காகச் சாட்சி சொல்ற அவமானத்தெ."

"அது உங்களுக்கு அவமானமா இருந்திச்சோ? அப்படின்னா உங்களைச் சாட்சி சொல்லணும்னு கேட்டிருக்கமாட்டேனே" என்று கூறிவிட்டு, எனது முதுகில் வைத்திருந்த அவளது கையை எடுத்து விட்டு, கட்டில் படுக்கையில் மல்லாந்து சாய்ந்து, வெற்றிடத்தை வெறித்துப் பார்த்தாள்.

"அப்பா, தெரிஞ்சேதான் என்னைக் கோர்ட்டிலே பொய் சொல்லவச்சயா?"

"காலிப்பய சேதுவெ நான் வான்ட்டு கூப்பிட்டேனாங்களே அது மாத்திரம் பொய்யில்லையோ?"

"உஹூம்" என்றேன்.

கட்டிலை விட்டு எழுந்திருந்தேன். அவளிடத்தே விடை பெற்றுக்கொள்ளும் பாவனையில் தயங்கிவிட்டு வெளியே

வந்தேன். வெட்கம் பிடுங்கித் தின்றது. வெட்கம் வெறுப்பாக மாறியது. “இனி உன் முகத்தில் விழிக்கப் போவதில்லை” என்று சொல்லிவிடலாம் போலிருந்தது. சொல்லத் துணிவு இல்லை. அவள், பால் இன்பத்தின் வற்றாத ஊற்று. மூன்று நாட்களோ, ஒரு வாரமோ, ஒரு மாதமோ கழித்து நான் மீண்டும் அவளுக்காக ஏங்குவேன். அவளிடத்துச் செல்ல வேண்டிவரும். அவள் என்னை ஏமாற்றியது சிறியதொரு நிகழ்ச்சி; அவள் எனக்கு அளித்த இன்பம் பெரியதொரு நினைவு. அவளை ஒரு இன்பப் பொருளாக மட்டும் பார்க்கத் தவறிய என்னுடைய பேதமைக்கு வருந்தினேன். காதல் ஒரு வில்லங்கம், ஒரு வியாதி. காமந்தான் ஆணுக்கு அழகு. காமத்தை வைத்தே ஒரு ஆண் ஒரு பெண்ணை வெல்ல முயல வேண்டும். மற்ற எந்த சக்தியின் உதவியை நாடுவதும் ஆண்மைக் குறைவு, தோல்வி. நான் தங்கத்தை வெறுத் தொதுக்கினேன், மறக்கவில்லை. அவள் என் உள்ளத்தின் ஒரு மூலையில் மல்லாந்து படுத்துக்கொண்டு, என்னைக் கேலி செய்து சிரித்துக்கொண்டிருந்தாள்.

மூன்று நாட்களுக்குப் பிறகு, தங்கம் ஊரை விட்டு ஓடிவிட்ட செய்தியை அவளது ‘அத்தானே’ எனக்குத் தெரி வித்தான். அவனுக்கு என்மேல் சந்தேகம். ஆகவே என் இருப்பிடத்தை விசாரித்து அங்கு வந்து சேர்ந்தான். என்னை என் அறையில் கண்டதில் அவனது சந்தேகம் ஓரளவு மறைந்தது. எனது பேச்சின்மூலம் எஞ்சிய சந்தேகத்தையும் போக்கினேன்.

“ராசிக்காரி, ராசிக்காரின்ட்டு செல்லம் கொடுத்தேன். அவ எனக்கே துரோகம் செய்திட்டா” என்று அங்கலாய்த்துக் கொண்டான். “நானூறு ரூபாய் நகையும் போச்சு” என்று வேறு பரிதவித்துக்கொண்டான்.

“அவ எப்படி உங்ககிட்ட வந்து சேர்ந்தா?” என்றேன்.

“அஞ்சு வருசத்துக்கு முன்னே ஒருத்தன், மதுரைக் காரனாம், நூறு ரூபாய் வாங்கிட்டு அவளை எங்கிட்டே விட்டுட்டுப்போனான். அப்ப சின்னப்பொண்ணு; இன்னும் அளகா இருக்கும். ஒரு வாரத்துக்கு முன்னாடி கூட அவன் இந்தப்பக்கம் லாந்திக்கிட்டிருந்ததாக ஒரு நெனெப்பு. அவன் தானான்ட்டு உறுதியாத் தெரியலே” என்று ‘அத்தான்’ பேசிக் கொண்டே போனான். ‘அத்தானு’க்கு ஒரு காப்பி வாங்கிக் கொடுத்து வழியனுப்பி வைத்தேன்.

“ஏதானும் தகவல் கிடைச்சா சொல்லுங்க. அதுக்கு ஏதாச்சியும் நல்லது செய்யனும்ன்ட்டுதான் எனக்கும் நெனெப்பு” என்றான்.

"சரி" என்று தலையை ஆட்டினேன்.

எனக்கு திருநெல்வேலியில் இருக்க இஷ்டமில்லை. என்னை மதுரைக்கு மாற்றச் சொல்லி எனது பத்திரிகை ஆசிரியருக்கு எழுதினேன். அதற்குப் பல காரணங்கள் கொடுத்தேன். அவற்றில் எது உண்மையானது என்று என்னால் சொல்ல முடியாது. இறுதியில் உத்தரவு வந்தது. நான் மதுரைக்கு மாற்றப்பட்டிருந்தேன். ஆனால் நான் திருநெல்வேலியை விட்டுக் கிளம்புமுன் எனக்கு ஒரு வேலை தரப்பட்டிருந்தது. நான் திருவனந்தபுரம் சென்று அங்கு வேறொரு ஏஜெண்டையும் நிருபரையும் நியமித்துவிட்டு வரவேண்டியது. எனக்கு மிகவும் சந்தோஷம். திருநெல்வேலியில் இருந்த எல்லா வேலைகளையும் முடித்துக்கொண்டு திருவனந்த புரம் சென்றேன். முடியுமானால் அங்கிருந்து நேராக மதுரைக்குச் செல்வது என் திட்டம். திருவனந்தபுரத்தில்தான் நான் தங்கத்தை இறுதியாகச் சந்தித்தேன்.

திருவனந்தபுரத்தில் சாலையில் ஒரு குழாயடியில் நான் தங்கத்தைப் பார்த்தேன். குழாயடியில் வழக்கம்போல பெண் களின் ஏகபோக ஆட்சி நடந்துகொண்டிருந்தது. ஒரே ஒரு ஓட்டல் வேலையாள் மட்டும் தன் ஆணுயர்வை நிலைநாட்ட படாத பாடு பட்டுக்கொண்டிருந்தான். வளையல் குலுங்கும் சப்தமும், குடங்களை ஏற்றியிறக்கும் சந்தடியும், பெண்களின் வாயடியும் குழாயடியை நிரப்பிநின்றன. நான் குழாயடியை நோக்கியவாறே நடந்துகொண்டிருந்தேன். தங்கத்தின் பின் புறத்தைப் பார்த்ததும் அடையாளம் கண்டுகொண்டேன். நான் நின்றேன். அவளது பானையைக் குழாய்க்கு நேராக வைக்க அவள் திரும்பியபோது அவளது முகம் என் கண்களில் பட்டது. முகத்தில் என்றுமுள்ள அதே பூரிப்பு. நான் குழாயடியை நெருங்குமுன்னர் அவள் என்னைப் பார்த்தாள்.

"வாங்க, வாங்க! ஏது சாமிக்கு இந்தப்புறம் விஜயம்?"

"உன்னைக் கண்டுபிடிக்க முடியாதுன்னு நினைச்சிட்டே, இல்லே?"

"ஏன் என்னைக் கண்டுபிடிக்க முடியாது? நான் யாருக்கும் சொல்லிக்காமே கொள்ளிக்காமெ ஓடிவந்திட்டேனா?" தங்கத்தின் பார்வை என்னிடமிருந்து சுற்றி இருந்த பெண் களிடம் சென்றது.

"சுகந்தானா?" என்றேன்.

குறத்தி முடுக்கு

"நல்ல சுகம். வீட்டுக்கு வாங்க பேசிக்கலாம்" என்றாள்.

நான் சிகரெட்டு வாங்க எதிர்த்த கடைக்குச் சென்றேன். பிறகு, தங்கம் பானையை இடையில் தாங்கியவண்ணம் இருவரும் நடந்தோம். தங்கம் தலையைக் கீழே கவிழ்த்தியும் இடையிடையே சரக்கென்று தலையை உயர்த்தி என்னைப் பார்த்துச் சிரித்த வண்ணமும் வந்தாள். தங்கம் சற்று மாறி யிருந்தாள். அவளது கழுத்தின் பின்புறத்தில் எடுப்பாக ஒரு மஞ்சள்கயிறு நின்றது. புதுக்கயிறு.

"இங்கு யாருடன் இருக்கிறாய்?"

"எம் புருஷனோட."

"எந்தப் புருஷன்?"

"அதான் நான் ஒருதரம் சொல்லலே, அவரோடதான்; வீட்டுக்கு வாங்க விவரமாப் பேசலாம்."

சிறு குடிசை. முதலில் திண்ணை. பிறகு ஒரு அறை. அந்த அறைதான் படுக்கையறை, அடுக்களை எல்லாம். தரை சுத்தமாகச் சாணத்தைக் கொண்டு மெழுகப்பட்டிருந்தது. வீடு பூராவும் இலேசாக சாண நாற்றம் வீசிக்கொண்டிருந்தது. வீட்டின் முன்புறத்தில் கை, கால்கள் கழுவி சிறிது சகதியாக இருந்தது. சகதிக்கு மத்தியில் ஒரு பாறாங்கல். பாறாங் கல்லுக்கருகே ஒரு துருப்பிடித்த தகரத்தொட்டி. வீட்டைச் சுற்றிலும் பல திக்குகளில் பார்த்துக்கொண்டிருந்த பல குடிசைகள்.

இருவரும் குடிசைக்குள் நுழைந்தோம். அவள் என்னைத் திண்ணையில் இருக்கச் சொல்லிவிட்டு மீண்டும் குழாயடிக்குச் சென்றாள்.

"ஆறு மணிக்குத் தண்ணி நின்னிடும்" என்று அவள் விளக்கினாள். நான் திண்ணையில் உட்கார்ந்திருக்கவும், அவள் நாலைந்து தடவைகள் குழாயடிக்குச் சென்று திரும்பினாள். ஒவ்வொரு தடவையும் என்னைக் கடந்து செல்லும்போது, என்னிடத்து ஏதாவது கேட்டுவிட்டுச் சென்றாள்.

"என்ன சோலியா வந்தீங்க?"

"எப்ப திரும்பறீங்க?"

"வந்த காரியம் முடிஞ்சதா?"

"ஏன் மதுரைக்குப் போகப் போறீங்க?" – போன்ற கேள்விகள்.

தண்ணீர் எடுத்து முடிந்தானது. அவள் அடுக்களைக்குச் சென்றாள். என்னையும் அங்கு வந்திருந்து பேசுமாறு கேட்டுக் கொண்டாள். நானும் இசைந்தேன். அவள் அடுப்பில் புகை மண்டலத்தைக் கிளப்பி விட்டுவிட்டு, “புகை சங்கடமா இருக்கு இல்லே?” என்றாள்.

“பரவாயில்லை” என்றேன்.

“அவரெப் பாத்தீங்களா?”

“யாரெ?”

“என் அத்தானைத்தான்.”

“ஆமாம். நம்ம ரூமுக்கே வந்துட்டாரு. நீ துரோகம் செய்து ஓடிட்டேனாரு.”

“உம், நல்ல மனுஷன்.”

தங்கம் அடுப்பை ஊதினாள். அடுப்பு எரியாதிருக்கவே, ஒரு சிறு பாட்டிலை அடுப்பின் மேல் கவிழ்த்தாள். அடுப்பு லபக்கென்று பற்றி எறிந்தது. தங்கம் ஒரு சிறு மண்ணெண்ணெய் விளக்கை ஏற்றி வைத்தாள்; அது அழுது வடிந்தது. விளக்கு வெளிச்சம் அறை எவ்வளவு சிறியதென்று எடுத்துக்காட்டியது. தங்கம் வேலை செய்வதில் மும்முரமாக இருந்துகொண்டே என்னோடு பேசினாள். நான் பேசியவாறே அறையைச் சுற்றுமுற்றும் நோக்கினேன். குறத்தி முடுக்கில் நான் அவளைச் சந்தித்துவந்த அறை என் நினைவுக்கு வந்தது. அதன் பிரகாச மான விளக்கு, ஊதுவத்தி வாசனை, அணைந்த குத்துவிளக்கு, படங்கள், வண்ணாத்திப் பூச்சிகளைப் போல் வண்ண விசித்திரங்கள் நிறைந்த துணிமணிகளைத் தாங்கிய கயிறு – எல்லாம் என் ஞாபகத்துக்கு வந்தன. இங்கு வேறு மாதிரியாக இருந்தது. புகை மண்டிக் கப்பிக் கிடந்த சுவர். முழ நீளத்துக்கு ஒரு கழி. கழியில் சில அழுக்கடைந்த துணிகள். தரையில் சுற்றுப் புறத்துக் கருமையை எடுத்து எடுத்துக் காட்டும் அடுப்பு. அடுப்பின் வெளிச்சத்தில் ஏற்பட்ட தங்கத்தின் நிழல் சுவரில் பந்து போலக் குதித்தது. தங்கம் கண்களைத் துடைத்துக்கொண்டு, “இன்னைக்கு நம்ம வீட்டிலே சாப்பிடறீங்களா?” என்றாள்.

“ஆமாம், சந்தேகமில்லாம.”

“ஓட்டல் சாப்பாடு மாதிரி இருக்காது.”

“பரவாயில்லை. அது தெரிஞ்சும்தானே ஒருதரம் உங் கையாலே ஆக்கிச் சாப்பிடணும் என்று சொன்னேன். ஞாபகமிருக்கா?”

"இருக்கு இருக்கு, நல்லா இருக்கு" தங்கம் சிரித்தாள்.

"அதெல்லாம் சரி. நான் கேட்ட கேள்விக்குப் பதிலில்லையே. நீ யாருகூட இங்கே வந்தே?"

"அவர் கூடத்தான்."

"யாரு, நடராஜனா? உன் வீட்டுக்குப் பெரிய மனுஷனைக் கூட்டியாந்த புண்ணியவாளன்தானே?"

"அவரேதான்."

"அவர்கூட ஏன் இங்கே வந்திருக்கே? மதுரை போறது தானே?"

"போகலே."

"போகலேன்னா? ஏன் போகலே?"

"அவருமேலே ஒரு கேசு இருக்கு. பெரிய தப்புப் பண்ணிட்டாரு. அதனாலேதான் என்னை திருநெல்வேலியில் விட்டிட்டு அவர் தலைமறைவா ஓடினாரு."

"பெரிய தப்பூன்னா?"

"பெரிய தப்பூன்னாத் தெரியாதா? பெரிய தப்புதான். இப்ப எதுக்கு அதெல்லாம் கிளப்புறீங்க?"

தங்கம் பேச்சை நிறுத்திவிட்டு, கொதிக்கும் சோற்றுப் பானையிலிருந்து ஒரு சோறு எடுத்துப் பதம் பார்த்தாள். அவள் என்னைக் கவனியாது, அடுப்பிலே கவனம் செலுத்தும் போது அவளோடு ஏதாவது வம்பு செய்ய வேண்டும் போலிருந்தது. அவள் ஆரம்பத்தில் என்னிடத்து கிளப்பி விட்டிருந்த காம உணர்ச்சி தலை காட்டியது. ஆனாலோ அவளது பார்வையும், பேச்சும், சிரிப்பும் அழகு குறையா திருந்தாலும் எனக்குத் துணிச்சலைக் கொடுக்கும் முறையில் இல்லை.

"உன் புருஷன் இங்கே என்ன செய்கிறார்?"

"மூட்டை தூக்குறார்."

"மூட்டை தூக்கி என்ன கிடைக்கும்?"

"கிடைக்கிறதுதான்."

தங்கம் வேலையை முடித்துக்கொண்டு என் முன்னிலையில் சேலையையும் ஐம்பரையும் சரிப்படுத்திக்கொண்டாள். என்னை வெளித் திண்ணையில் வந்து உட்காரச் சொல்லி விட்டு, ஒரு தகரக் குவளையில் தண்ணீர் எடுத்து முகத்தைக்

கழுவிக்கொண்டாள். பிறகு உடைந்து பாதியாய்க் கிடந்த ஒரு கண்ணாடியை எடுத்து, அழகு பார்த்துக்கொண்டாள். கண்களின் கீழ் இமைகளைத் தாழ்த்தி, கண்களின் பிரகாசத்தைச் சரிப்படுத்திக் கொள்வதுபோல் பாவனை செய்தாள். குங்குமத்தைக் கொண்டு, நெற்றியிலே பெரிதாகப் பொட்டு ஒன்று இட்டுக்கொண்டு, கையாலேயே தலை மயிரைச் சரி செய்துகொண்டு, பின்புறம் அழகாக அள்ளிச் சொருகிக் கொண்டாள்.

"ரொம்பக் கஷ்டம் போலிருக்கு, ஏதாவது செலவுக்கு வேண்டுமா?" என்றேன் அலட்சியமாக. அவள் நான் கூறியதைக் கேளாதது போல, "இருங்க" என்று சொல்லிவிட்டு உள்ளே சென்று, சுவரில் ஒரு படத்தில் மாட்டியிருந்த ஒரு சரடுப் பூவை எடுத்து, கொண்டையில் திணித்தவாறே என்முன் வந்து நின்றாள்.

"என்ன சொன்னீங்க?" என்றாள்.

"இங்கே ரொம்பக் கஷ்டப்படறே போலிருக்கே?" என்றேன்.

"உம், என்ன கஷ்டம்! கஷ்டம் எங்கேயுந்தான் இருக்கு. அவரு நாளைக்கு மூணு நாலு சம்பாதிக்கராரு. அவருடைய பழைய சிநேகிதனாம், ஒரு பாவிப்பய, சோம்பேறி. அவரைப் பயமுறுத்திப் பயமுறுத்திப் பணத்தெப் பிடுங்கிட்டிருக்கான். ராத்திரி சோறு கொட்டிக்க அவனும் வந்திருவான்."

தங்கம் தரையில் உட்கார்ந்திருந்தாள். நான் ஒடுக்கமான மேடையில் கால்களைத் தொங்கவிட்டுக்கொண்டு உட்கார்ந் திருந்தேன். வெளியில் நோக்கினேன். இருட்டு, அலை அலையாகக் கவிந்துகொண்டிருந்தது. தூரத்தில் வானத்தின் அடிவானத்தை ஒட்டி மங்கிய பிரகாசம் தென்னை மரங்களுக்கு இடையே தென்பட்டது. மேற்குப் பார்த்த வீடு.

"உங்க கல்யாணம் எப்ப? இல்லாட்டி ஆயிடுச்சா?" என்றாள் தங்கம்.

"இன்னும் ஆகலே, ஆகறதுன்னா உனக்குத் தெரியாமயா போயிடும்?"

"ஆமாம், ஆமாம். எங்கிட்டே முதல்லே சொல்லிட்டுத் தானே செய்திப்பீங்க!"

"என்ன அப்படிச் சொல்லிட்டே? உன்னையே கட்டிக்க நான் தயாரா இல்லை? இப்பத்தான் உன் கழுத்திலே தாலியேறிடுத்தே" என்றேன். தங்கம் சிரித்தாள்.

“என்ன சிரிப்பு?” என்றேன்.

“நாங்கூட தாலியை அடியோடு மறந்திட்டேன். இங்கே வந்து மூணு நாலு நாளுக்குப் பெறவுதான் எனக்கு இது உதிச்சிது. பிறகுதான் தாலி கட்டிக்கிட்டேன்.”

“தாலி கட்டினவருமா மறந்துட்டாரு?”

“அவரு எங்கே எனக்குத் தாலி கட்டினாரு? அந்தப் புண்ணியவதி நானில்லே, வேறொருத்தி.”

“அப்ப, நடராஜன் உனக்குத் தாலி கட்டின புருஷன் இல்லையா?”

‘இல்லை. ஒரு வகைலே எனக்கு இன்னும் கல்யாணமே ஆகலேங்க” என்று கூறிவிட்டு அவள் பெருமூச்செறிந்தாள்.

“ஆமாம், அன்னைக்கு உங்கதையைச் சொல்றப்போ நடராஜன்தானே உம் புருஷன்ட்டு சொன்னே?”

“யாருங்க புருஷன்? நாம அப்படி நெனச்சிக்கிடறவரு தான்.”

“அப்ப நடராஜனுக்கு வேறே பெண்டாட்டி இருக்கா?”

“ஊம், பெண்டாட்டி பிள்ளைகுட்டிங்க எல்லாம் உண்டு.”

“அப்ப அவரு ஏன் அவங்களெ விட்டிட்டு . . .”

“என்னமோ, அவர் செஞ்ச பாவம்; நான் செஞ்ச புண்ணியம் . . . இல்லே பாவமோ?”

“நடராஜனை உனக்கு எப்படிப் பழக்கம்?”

“பழக்கமா? நான்னா அவருக்கு உசிருங்க. அவரு என் அக்கா புருஷனோடெ தம்பி. அப்பா அம்மா இறந்ததும் அக்கா வீட்டுக்குப் போனேன். அங்கேதான் இவரு பழக்கம் ஏற்பட்டது. நான் என்னவோ அவருக்குப் பெரிசாத் தெரிஞ்சேன். அவருக்குப் பெண்டாட்டி பிள்ளை குட்டிங்க இருந்ததுனாலே என்னைக் கல்யாணம் செய்துக்காமே வச்சிக்கிறேனாரு. அக்கா சம்மதிக்கலே. எனக்கு இவருமேலே ரொம்ப பிரியம். அக்கா வீட்டை விட்டு வந்து இவருகூட இருந்தேன். எனக்காகத் தனி வீடு பிடிச்சு நல்லா வச்சிருந்தாரு. பாவம், கொளந்தை மாதிரி. நான் என்ன கேட்டாலும் வாங்கித்தந்திருவாரு. நான் அப்பெல்லாம் இப்பமாதிரி இல்லே. ரொம்ப ஆசைக்காரி. அது வேணும் இது வேணும்பேன். ஒவ்வொண்ணையும் வாங்கித்தருவாரு. எனக்காகத்தான் அவர் ஆபீசிலே பணம் களவாடி மாட்டிக்கிட்டாருன்னு நெனெக்கிறேன். எனக்குப்

பிறவுதான் புத்தி வந்தது. நல்ல புத்தி முன்னாலே இருந்திருந்தா, எல்லாம் வேறே மாதிரி இருந்திருக்கும்."

தங்கம் பேச்சை நிறுத்தினாள். இருவரும் பேசாதிருந்தோம். தலையை உயர்த்தி சுற்றும் முற்றும் பார்த்தேன். இருவரும் இருளில் மாட்டிக்கொண்டுவிட்டது போன்ற ஓர் உணர்ச்சி.

"இங்கே பாத்தீங்களா, இந்தத் தழும்பை?" என்று ஆரம்பித்தாள். வலது கைக் கணுவில் இருந்த ஒரு தழும்பை இடது கையால் சுட்டிக் காட்டினாள்.

"உம், பாத்திருக்கேன்" என்றேன்.

"அவரெ எப்படியும் அவரோட பெண்டாட்டி பிள்ளை குட்டிகள்கிட்ட சேர்த்துரணும்னு பாக்கறேன். வேறெ எதுவும் செய்யறேங்கிறாரு; அது மட்டும் மாட்டேங்கிறாரு. ஆமாம். இன்னைக்கு அது நடக்கிற காரியமாத் தெரியலே."

"அந்தத் தழும்பைப் பத்திச் சொன்னயே அது என்ன?" என்றேன்.

"வேலை போன பெறகு ரொம்பக் கஷ்டப்பட்டாரு. எங்கையிலேயும் தம்பிடி இல்லை. தனியா என்னை ஒரு வீட்டிலே வச்சிருக்காரு. இரண்டு நாளா சோறில்லை. அவருக்கு உடம்புக்கு நேரில்லை; அவர் வீட்டிலே படுத்த படுக்கையாக் கிடக்குறாரு. அவரெப் பார்க்கலாம்னு போனேன். நான் ரெண்டு நாளா சாப்பிடலேங்கிறதெக் கேட்டதும் அவர் சம்சாரத்தெ எனக்குச் சோறு போடச் சொன்னாரு. அது மாட்டேனிருச்சு. 'நீ போய் சும்மாத் தின்னு; உனக்கில்லாத உரிமையா இந்த வீட்லே'னாரு. நான் அடுக்களைக்குப் போகவும் அவர் சம்சாரமும் கொளெந்தெ குட்டிகளும் என்னெ மறிச்சாங்க. நான் மீறி உள்ளே போனேன். அவுங்க என்னைக் கீழே பிடிச்சுத் தள்ளினாங்க. நான் அப்படியே கையை நீட்டி சோத்துப் பானையைத் தொட்டேன். ஒரு கொளெந்தெ அடுப்பிலேந்து எரிந்த கொள்ளிக்கட்டையை வச்சு எங்கையைச் சுட்டது. நான் 'ஓ'ன்ட்டு அலறினேன். அவர் தள்ளாடி, தள்ளாடி ஓடியாந்தாரு. பெஞ்சாதி புள்ளை குட்டிங்களை அடிச்சு நொறுக்கினாரு, வெறகுக்கட்டையைக் கொண்டே. பாவம், அவர் சம்சாரத்தைப் போடுபோடுன்னு போட்டாரு" என்று கூறிக்கொண்டே வந்தவள், "ஐயோ, நான் பெரிய பாவிங்க, பெரிய பாவி" என்று சொல்லி, தலையில் அடித்துக்கொண்டு அழ ஆரம்பித்தாள்.

"இப்ப அழுது என்ன செய்யறது" என்று சொல்லி அவளைச் சமாதானப்படுத்த முயன்றேன். அவள் கஷ்டப்பட்டு அழுவதை

நிறுத்தினாள். அழுகையை நிறுத்தியதால் பெருமூச்சு நெஞ்சை முட்டிக்கொண்டு வந்தது. நான் அவளைப் பார்த்துக்கொண்டிருக்கும்போதே, அந்த இருட்டில், அவள் விவரித்த நாடகம் என் கண்முன் நடந்துகொண்டே இருந்தது.

வீட்டுக்காரன் உடம்பு சுகமில்லாமல் படுத்திருக்கிறான். அடுக்களையில் கலவரம். மனைவியும் சக்களத்தியும் ஒருத்தி முடியை ஒருத்தி பிடித்துக்கொண்டு மல்லுக்கட்டி நிற்கின்றனர். குழந்தைகள் குய்யோ முறையோ என்று கத்துகின்றன. அவன் தள்ளாடி நடந்து வருகிறான். வெறிகொண்டவனைப் போல் விறகுக்கட்டையை எடுத்து பெஞ்சாதியையும் பிள்ளை குட்டிகளையும் போடு போடு என்று போடுகிறான். கொள்ளிக்கட்டை சுட்டு தங்கம் அலறிக்கொண்டிருக்கிறாள்... வாழ்க்கைக்குத்தான் எவ்வளவு அழகான பொருள்! கடவுள் தான் எவ்வளவு பெருமைப்படுவார்!!

தங்கம் கண்களைத் துடைத்துக்கொண்டு வெளிப்புறம் பார்த்தாள். இருட்டு இலேசாகக் கலைந்திருந்தது. குடிசையை விட்டு வெளியே வந்து நின்றேன். கிழக்கே உதய சந்திரன் தோன்ற, குடிசைகளின் மத்தியில் மங்கிய ஒளி நிலவியது. ஒரு குடிசைமுன் சில குழந்தைகள் நிலவொளியில் விளையாடிக் கொண்டிருந்தன. மற்றொரு குடிசையிலிருந்து ஒரு குழந்தை சிணுசிணுக்கும் ஒலியும், தொடர்ந்து அதனைச் சமாதானம் செய்யும் தாயின் ஒலியும் வந்தன. ஒவ்வொரு குடிசையிலும் ஒரு விளக்கு ஏற்றப்பட்டு மினுக்மினுக் என்று எரிந்தது. வீடுகளுக்கு ஆண்கள் திரும்பி வந்துகொண்டிருந்தனர். சற்றுத் தொலைவில் நான் செல்ல வேண்டிய நகரப்பகுதி மின் விளக்குகளின் பிரகாசத்தில் என்னை வரவேற்று நின்றது. நடுவானிலும் மேல்வானிலும் கரிய மேகங்கள்.

"உங்களுக்கு நேரமாகலே?" என்றாள் தங்கம்.

"ஆமாம், நேரமாச்சு. அடுத்த தரம் வரும்போது பார்க்கிறேன்" என்றேன்.

"இன்னொரு தரம் வருவீங்களா?"

"ஆமாம், இன்னும் ஒரு மாதத்திலே வரலாம்" என்று பொய் சொன்னேன்.

"ஆமாம், இதுக்கு என்ன செய்யறதுங்க?" என்றாள்.

"எதுக்கு?" என்றேன்.

"இப்படி ஒரு குடும்பத்தைப் பாழ்படுத்திட்டேனே."

“என்ன செய்யறது?” என்று கேள்வியையே நான் திரும்பக் கேட்டுவிட்டு, “வரட்டுமா?” என்றேன். குடிசையின் வாயிலில் நின்றுகொண்டு அவள், “சரிங்க” என்றாள்.

குறத்தி முடுக்குக்கு முழுப்பெயர் வள்ளிக்குறத்தி முடுக்கு என்கிறார்கள். இந்த வள்ளிக்குறத்தி முடுக்கில் ஒரு தேவயானை தஞ்சம் புகுவாள் என்று யாரும் எதிர்பார்க்க முடியுமா? குறத்தி முடுக்கில் உள்ள நாலைந்து பெரிய வீடுகள் ஒன்றில் அவள் இருக்கிறாள். பதினைந்து வயதுதான் இருக்கும். எப்போதும் வெண்மையான சில்க் பாவாடையும், வெண்மை யான சில்க் ஜம்பரும்தான் அணிந்திருப்பாள். அவள் மேலாக்கு அணிந்து யாரும் பார்த்ததில்லை. தலையை அழகாகக் கொண்டை போட்டுக்கொண்டு, தலைநிறைய வளைவாகப் பூ வைத்துக்கொண்டு, வீட்டு வாசலில் நிற்கிறாள். தொழில் நேரம். அவளது அத்தான் தெருக்கோடியில் ஒரு கடையருகே நின்றுகொண்டிருக்கிறான். அரைமணி நேரத்துக்கொரு தரம் தனித்தோ, ஆளுடனோ வீட்டுக்கு வந்து போவான். அவ்வளவு பெரிய வீட்டில் தேவயானை தனித்து இருக்கிறாள். ஓணத்துக்குப் பிறந்த ஊர் போயிருக்கும் சரசா இன்னும் திரும்பி வரவில்லை.

இப்போதுதான் அத்தான் வந்து போனான். அடுத்து வருவதற்கு இன்னும் அரைமணி நேரம் ஆகும். தேவயானை வாசற் கதவைச் சாத்திக்கொண்டு, மேலே மாடிக்குச் செல்கிறாள். மாடியறை மிகவும் வசதியானது. கட்டில், மெத்தை, மெர்க்குரி விளக்கு, சுவரிலே வரிசையாக சினிமா நட்சத்திரங்களின் படங்கள் முதலியன. தேவயானைக்கு வேண்டிய ஒன்று மட்டும் அங்கு இல்லை. இரண்டு நாட்களுக்கு முன்புதான் கஷ்டப் பட்டு கள்ளத்தனமாக அதைக் கொண்டுவந்து மெத்தைக்கு அடியில் ஒளித்து வைத்திருந்தாள். இப்போது கதவை அடைத்து விட்டு, அதை மெள்ள வெளியே எடுக்கிறாள். நீளமான அரை இஞ்சு மணிக் கயிறு – புதுக்கயிறு. அவள் வெளியூரிலிருந்து வரும்போதுதான், அவளது அம்மா படுக்கை கட்டுவதற்காகக் கொடுத்தது. கயிற்றை எடுத்து அழகு பார்த்துவிட்டு மேலே காரைக் கூரையைப் பார்க்கிறாள். உத்திரத்தில் ஒரு இருமபு வளையம் தொங்கிக்கொண்டிருக்கிறது. மெர்க்குரி விளக்கின் மேற்பாதி வளைந்த தகட்டினால் மறைக்கப்பட்டிருப்பதால் வளையம் அவளது கண்களுக்குச் சரியாகத் தெரியவில்லை. வளையம் உயரத்தில் இருக்கிறது. எப்படி எட்டுவது? கட்டிலை வளையத்துக்கு நேர்கீழாக இழுத்துப்போட்டு, அதன்மீது

நின்றுகொண்டு எட்டுமா என்று பார்க்கிறாள். இப்போதும் எட்டவில்லை. பிறகு அவசர அவசரமாகக் கீழே சென்று துணி உலர்த்தப் பயன்படும் கழியொன்றைக் கொண்டு வருகிறாள். கட்டிலின் மீது நின்றுகொண்டு, கழியின் ஒரு நுனியில் கயிற்றைக் கட்டி, வளையத்துக்குள் செலுத்த முடியுமா பார்க்கிறாள். கதவைச் சாத்தவில்லை; நினைவு வருகிறது. கழியையும் கயிற்றையும் கட்டிலிலே போட்டுவிட்டு ஓடிக் கதவை அடைத்துவிட்டு வருகிறாள். மீண்டும் கழியைக்கொண்டு, கயிற்றை வளையத்தின் உள்ளே செலுத்தும் முயற்சியில் ஈடுபடுகிறாள். பாவம், படாதபாடு படுகிறாள். முகத்தில் வியர்வை அரும்பி, நெற்றி வியர்வை ஜவ்வாதுப் பொட்டைக் கரைத்து வழிகிறது. இந்நேரத்தில் கீழே கதவு தட்டும் சத்தம் கேட்கிறது. அவசர அவசரமாக, கழியையும் கயிற்றையும் சுவரோரமாகப் போட்டுவிட்டு, கட்டிலையும் இருந்த இடத்தில் தள்ளிவிட்டு, கதவைத் திறந்துகொண்டு, கீழே ஓடி வெளிக் கதவைத் திறக்கிறாள்.

அத்தானும் ஒரு மைனரும் உள்ளே நுழைகின்றனர்.

“யாரும் இருக்காங்களா?” என்கிறான் அத்தான் மெதுவான குரலில். “இல்லை” என்கிறாள் தேவயானை.

“அப்ப கதவை ஏன் அடைச்சிருந்தே?” என்கிறான் அத்தான். மைனர் பக்கத்தில் இல்லாதிருந்தால் மூதி, கழுதை, பேக்கழுதை என்ற பட்டங்கள் கிடைத்திருக்கும்.

“போலீசு வேன் வரமாதிரி இருந்துச்சு. இப்பத்தான் அடைச்சிட்டு மேலே போனேன்” என்கிறாள்.

“உம், நான் கா மணியாக் காத்திருக்கேன். சரி, மேலே கூட்டிப் போ.”

மைனரும் தேவயானையும் மேலறைக்குச் செல்கின்றனர். காரியம் முடிந்ததும் மைனர் கீழே செல்கிறான். தேவயானையும் உடைகளைச் சரி செய்துகொண்டு, மீண்டுமொருமுறை மேக்கப் செய்து கொண்டு, மைனரையும் அத்தானையும் வழியனுப்புகிறாள். அவர்கள் செல்லவும் பத்து நிமிடங்களிலே, மீண்டும் கீழ்க்கதவை அடைத்துக்கொண்டு மேலறைக்கு வருகிறாள்.

மாடியறையின் கதவை அடைத்துக்கொண்டு கயிற்றையும், கழியையும் வெளியே எடுக்கிறாள். கயிற்றின் ஒரு நுனியை இரும்பு வளையத்தில் எப்படி இறுக்கமாகக் கட்டுவது என்பது தான் அவளது பிரச்சனை. ஒரு யோசனை தோன்றுகிறது. வேகமாகக் கீழே சென்று, அரையடி நீளமான இரும்பு

ஆணியொன்றைக் கொண்டு வருகிறாள். ஆணியின் நடுவில் கயிற்றின் ஒரு நுனியை இறுகக் கட்டுகிறாள். அவள் இழுத்த இழுப்பில் கயிறு கையை அறுத்துவிடுகிறது. வலி பொறுக்காமல் அதில் எச்சிலைத் துப்பிவிட்டுக் கையை உதறுகிறாள். பிறகு கட்டிலை நகர்த்திப் போட்டு, கழியின் உதவியால் ஆணியை இரும்பு வளையத்துக்குள் செலுத்திவிடுகிறாள். கட்டிலிலிருந்து இறங்கி இரும்பு வளையத்துக்கு நேர் கீழாக நின்றுகொண்டு, கயிற்றை இழுக்கிறாள். ஆணி வளையத்தைக் குறுக்காக அழுத்திக் கொண்டிருப்பதால் கயிறு பலமாக இருக்கிறது. கயிறு நீளமான கயிறு. இரும்பு வளையத்திலிருந்து தரைவரை எட்டுகிறது. மீண்டும் கீழே ஓடிச் சென்று ஒரு கத்தியை எடுத்து வருகிறாள். கதவை அடைத்துக்கொண்டு கட்டிலின் மீது நின்றுகொண்டு, கயிறு தரையிலிருந்து சுமார் ஏழடி உயரத்தில் இருக்குமாறு கயிற்றைத் துண்டுபண்ணுகிறாள். கட்டிலில் நின்றுகொண்டே, கயிற்றின் கீழ் நுனியில் அவள் தலை உள்ளே புகும் அளவுக்கு ஒரு வளையம் செய்து, ஓர் சுருக்கு முடிச்சுப் போடுகிறாள். சுருக்கு முடிச்சு சரியாக விழவில்லை. அவளுக்குப் பழக்கம் இல்லை. ஒருவாறாகச் சுருக்கு முடிச்சைப் போட்டுவிட்டு, அது சரியாக இயங்குகிறதா என்று பார்த்துக்கொள்கிறாள். பிறகு கட்டிலிலிருந்து இறங்கிக் கட்டிலைச் சற்று இழுத்துப் போட்டுக்கொள்கிறாள். கட்டிலில் நின்றுகொண்டு, கயிற்று வளையத்துக்குள் தலையைச் செலுத்தப் பார்க்கிறாள். கயிறு எட்டவில்லை. இறங்கிக் கட்டிலைச் சற்றுத் தள்ளிப் போட்டுக்கொண்டு இப்போது முயலுகிறாள். இப்போது தலை நுழைகிறது. ஆனால் கட்டிலின் விளிம்பு அநேகமாக இரும்பு வளையத்துக்கு நேர் கீழே இருக்கிறது. தொங்கும்போது காலைத் தட்டினாலும் தட்டி விடலாம். மறுமுறை கட்டிலிலிருந்து இறங்கிக் கட்டிலைச் சற்று நகர்த்திவிட்டுக் கட்டிலின்மீது ஏறி நின்றுகொள்கிறாள். கீழே கதவு தட்டும் சத்தம் கேட்கிறது. அறைக் கதவின் திசையில் நோக்குகிறாள். அவசர அவசரமாக தலையை வளையத்துக்குள் நுழைக்கிறாள். இலேசாகத் தலையைச் சாய்க்கிறாள். முடிச்சு இறங்குவது போல் தெரிகிறது. கீழே கதவு தட்டப்படுகிறது. "முருகா" என்று முனகிக்கொண்டு இரு கைகளையும் கூப்ப முயலுகிறாள் கைகள் நடுங்குகின்றன; ஒன்று சேர மறுக்கின்றன. கீழே கதவைத் தட்டும் சத்தம் பலப்படுகிறது. கண்களை மூடிக்கொண்டு எட்டிக் குதிக்கிறாள். கழுத்தை இறுக்க வேண்டிய கயிறு, அவளது முகவாய்க் கட்டையைத் தொட்டுவிட்டு, அவளைக் கேலி செய்து ஆடுகிறது. அவள் மல்லாந்து தரையில் விழுகிறாள். தலையின் பின்புறம் கட்டிலின் விளிம்பில் அடிபட்டு, காலை நீட்டி உட்கார்ந்

குறத்தி முடுக்கு

திருக்கும் பாவனையில் அவள் கிடக்கிறாள். தலையிலும் ஆசனத்திலும் நல்ல அடி. கீழே கதவு இடிபட ஆரம்பித்து விட்டது. கயிறு ஆடுவதால், ஆணி இரும்பு வளையத்தில் உராய்ந்து ஈனக்குரலில் சிணுங்குகிறது.

திருவனந்தபுரத்தில் ஒரு ஓட்டலில் ரூம் எடுத்திருந்தேன். இரவு பத்து மணிக்குமேல் மழை பெய்யும் போலிருந்தது. சினிமாவுக்குச் செல்லும் எண்ணத்தைக் கைவிட்டுவிட்டு, விளக்கை அணைத்துவிட்டுப் படுக்கையில் படுத்தேன். தங்கம் நினைவு வந்தது. அவள் மடியில் நான் படுத்திருப்பதாகவும், அவள் என் முடியைக் கோதி விட்டுக்கொண்டே, என்னோடு சிரித்துப் பேசுவதாகவும் நினைத்துக்கொண்டேன். அவளைக் கட்டியணைப்பதாக பாவனை செய்தேன். ஏமாந்து தலை யணையைக் கட்டிக்கொண்டு முத்தமிட்டேன். தங்கம் சிரித்தாள். முகத்தை உயர்த்திப் பார்த்தேன். தங்கம் கட்டிலின் அருகே நின்றுகொண்டிருந்தாள். "உன்னை வாழ்க்கை எவ்வளவு குரூரமாக நடத்திவிட்டது! எங்கிருந்து உனக்கு இத்தனை புதுமை, இத்தனை மென்மை, இத்தனை வழுவழுப்பு, குளு குளுப்பு எல்லாம் எங்கிருந்து வருகின்றன?" எனக் கேட்டேன். வயிற்று வலியைப் பொறுத்துக்கொள்ள முடியாதது போல் குனிந்துகொண்டு, விழுந்து விழுந்து சிரித்தாள். என்னைப் பார்த்து மீண்டும் மீண்டும் சிரித்தாள். தரையிலே படுத்துக் கொண்டு, என்னை அழைப்பது போல் கண்ணைச் சிமிட்டினாள். நான் எழுந்திருப்பதாக பாவனை செய்யவும், புரண்டோடி இருட்டிலே மறைந்தாள். 'தங்கம்' என்று மெதுவாகக் கூப்பிட்டேன். 'தூங்குங்கள்' எனக் கூறிக்கொண்டு, என்னருகே வந்து நின்று என் கண்ணிமைகளை மூடினாள். பெருமூச்சு விட்டுக்கொண்டே தூங்க முயன்றேன். கைகளையும் கால்களையும் சுருக்கிக் கொண்டு பக்க வாட்டாகப் படுத்துப் பார்த்தேன். இடதுபுறம் திரும்பிப் படுத்தேன். வலதுபுறம் திரும்பிப் படுத்தேன். கைகளைக் கட்டிக்கொண்டு, கால்களை விறைப்பாக நீட்டிக் குப்புறப் படுத்துப் பார்த்தேன். எழுந்து உட்கார்ந்து புகை பிடித்தேன். 'இது அபூர்வமான சிகரெட்டு; இங்கெல்லாம் கிடைக்காது' என்று தங்கம் சொன்னாள். தீப்பெட்டியை எடுத்து ஒரு நெருப்புக் குச்சியைக் கிழித்து என் சிகரெட்டைப் பற்றவைக்க என் அருகே வந்தாள். தீக்குச்சி வெளிச்சத்தில் அவள் முகம் பளிச்சிட்டது. பயத்தோடு, பெண்களுக்கே உரிய பாவனையில் எரியும் தீக்குச்சியைப் பிடித்துக்கொண்டிருந்தாள். அவள் முகத்தில் லேசாக வியர்வை படிந்திருந்தது. 'வேர்வையைத்

துடைத்துக்கொள்' என்றேன். 'பரவாயில்லை, இந்த வேர்வை நல்ல வேர்வை' என்று சொல்லிக்கொண்டே, அவளது வேர்வை படிந்த கன்னத்தை என் கன்னத்தில் உராய்ந்தாள். ஆமாம், அவளது வேர்வை நல்ல வேர்வைதான். அதன் மணம் அவளது தலையிலிருந்த மல்லிகை மணத்தோடு கலந்து ரம்மியமாக இருந்தது. அவளைக் கட்டியணைத்து அவளது கழுத்திலே முத்தமிட்டுக்கொண்டே இருக்க வேண்டும் என்று எனக்குக் கொள்ளை ஆசை! அதிலும் கழுத்தின் பின்புறத்தில் கழுத்து முடிந்து, கூந்தல் தோன்ற ஆரம்பிக்கும் இடத்தில்! அங்கே முத்திக்கொண்டே இருக்கக் கூடாதா என்று எனக்கு இருந்தது. தங்கம் பேசாமலிருந்தாள். என் மடியில் உட்கார்ந்திருந்தாள். நான் அவளைக் கட்டியணைத்து, பின்புறத்திலிருந்து என் முகத்தை அவளது கழுத்துக்கும் கீழே எவ்வளவு தூரம் கொண்டு செல்லமுடியும் என்று பார்த்துக்கொண்டிருக்கிறேன். அவள் குறுகுறுத்துச் சிரிக்கிறாள். அவள் சிரித்துச் சுருங்கி முற்றிலும் என்னிடமே அடங்கிவிடத் தவிக்கிறாள். எனது வலது கையிலிருக்கும் சிகரெட்டின் அனல் இடது கையில் படுகிறது. சிகரெட்டை அணைத்து வீசியெறிகிறேன். தூக்கம் வரவில்லை. எழுந்து விளக்கைப் போட்டு, சட்டையை அணிந்துகொள்கிறேன். இருளில் காணாமல் போய்விட்ட ஒரு குடிசையில் நடராஜனின் அரவணைப்பில் நிம்மதியாக உறங்கிக் கொண்டிருக்கும் தங்கத்தின் நினைவு என் நெஞ்சைப் பிளக்கிறது. அறையின் கதவுகளைத் திறந்துகொண்டு வெளியே வருகிறேன். எனக்கு நேர் எதிரே வானத்தின் கருமையை ஒரு மின்னல் சாடி மறைக்கிறது. வானவெளியில் வெகு தொலைவில் நேர்ந்த ஒரு மின் பரிமாற்றம். இடிச் சத்தம் இன்னும் கேட்கவில்லை. வாடைக் காற்று என் உடலை ஒரு குலுக்குக் குலுக்குகிறது. நன்றாக அடித்து மழை பெய்ய வேண்டும் என்று நினைத்துக்கொள்கிறேன்.

சிறுகதைகள்

கண்டதும் கேட்டதும்

"ஒரு காட்டுலே ஒரு சிங்கமாம்; அதுக்கு மேலே சொன்னா அசிங்கமாம்" என்கிறான் கண்ணன்.

"ஒரு ஊருலே ஒரு நரி; அதோட சரி" என்கிறாள் ஆனந்தி.

அணுயுகம்

1

டாக்டர் பியூஜிடா ஒரு சிந்தனையாளன்.

2

டாக்டர் பியூஜிடாவுக்கு அன்று இரவு வேலை. எல்லா வார்டுகளையும் மூன்று முறைகள் சுற்றி வந்தார். வழக்கம் போல ஒவ்வொரு நோயாளியையும் தனியாகக் கவனித் தார் – ஒரே ஒரு நோயாளியைத் தவிர. ஆனால் அவர் மனம் அன்று வேலையில் இல்லை. இது அவருக்குப் புதிய அனுபவம். அவர் இதுவரை மனத்தை எங்கேயோ விட்டு விட்டு வேலையைச் செய்ததே கிடையாது. அன்று அவர் மனத்தை உறுத்திக்கொண்டிருந்ததும் ஒரு புதிய விஷயம். தனது மனைவி மாருவாவைப் பற்றி ஊரார் பேசிக்கொள்வதைக் காதில் போட்டுக்கொள்ளாமல் அவரால் எப்படித் தப்பிக்க முடியும்? "அந்தஸ்துக்கு மேல் கணவன் கிடைத்துவிட்டான் அல்லவா? அவளால் எப்படி சும்மா இருக்க முடியும்?... அவள் எப்படியும் போகட்டும். ஊரில் இருக்கும் சின்னஞ்சிறு வாலிபர் களை எல்லாம் அவள் எதற்குக் கெடுக்க வேண்டும்?" என்று அரைகுறையாக அவர் காதுகளில் விழுந்த வார்த்தைகளை டாக்டரால் எப்படி மறக்க முடியும்?

டாக்டர் பியூஜிடா தனது ஆபீஸ் அறையில் உட் கார்ந்தவாறே சிந்தித்துக்கொண்டிருந்தார்... மணி பனிரெண்டு இருக்கும். டாக்டருக்கு நல்ல காற்றும் திறந்த வெளியும் என்றால் உயிர். ஆகவே தனது அறையில், மற்ற அறைகளில் இருந்ததைவிட பெரிய சன்னல்களை வைக்க ஏற்பாடு செய்திருந்தார். சன்னல்கள்

எல்லாம், திரை விலக்கப்பட்டு திறந்திருந்தன. குளிர்ந்த காற்று, ஆஸ்பத்திரியைச் சுற்றி இருந்த தோட்டத்தை நிரப்பி இருந்த பப்பளிமாஸ் பழத்தின் நறுமணத்தை அள்ளிக்கொண்டு வந்து அறைக்குள் நிரப்பிக்கொண்டிருந்தது. வெளியே நல்ல இருட்டு. தூரத்தில் மட்டும் ஒரு புறத்தில், இரண்டு மைல் தூரத்திலிருந்த கிராமத்தில் மின்சார விளக்குகள், விட்டு விட்டுப் பிரகாசித்துக்கொண்டிருந்தன. அங்கிருந்து, மேற்கே ஒரு மைல் தூரத்தில்தான் டாக்டரின் கிராமம். ஆஸ்பத்திரியி லிருந்துகொண்டு, டாக்டரால் அதன் மின்சார விளக்குகளைக் காண முடியவில்லை. இடையில் ஒரு குன்று; குன்றைத் தாண்டி ஒரு சிறு ஓடை; ஓடைக்கு அப்புறம் அவர் பிறந்து, வளர்ந்து, படித்துப் பெண்ணெடுத்த அவருடைய சொந்தக் கிராமம் – கோபா.

டாக்டரின் கண்கள் குன்றைத் தாண்டி கோபா கிராமத் திலேயே மிகவும் அழகானது என்று கருதப்பட்ட அவருடைய சிறிய வீட்டுக்குள் என்ன நடந்துகொண்டிருக்கிறது என்று கண்டறிய வீணே முயற்சித்தன. மாருவா என்ன செய்துகொண் டிருப்பாள்? படுத்து உறங்கி இருப்பாளா? அல்லது?... சே! இந்தக் குன்று ஏன் அங்கு இருக்க வேண்டும்? அது மட்டும் அங்கு இல்லாவிட்டால், ஆபீஸ் அறையிலிருந்தபடியே தன் சொந்தக் கிராமத்தில் மினுக்மினுக்கென்று எரியும் விளக்குகளையாவது பார்த்துக்கொண்டிருக்கலாமே. மாரு வாவுக்கும் கணவன் வெகு தொலைவில் இருக்கிறான் என்ற எண்ணமாவது ஏற்படாமலா இருக்கும்?... டாக்டர் சிரித்துக் கொண்டார். அந்தக் குன்று மட்டும் அங்கில்லாவிட்டால், இன்று நிலைமை எவ்வளவோ மாறியிருக்கும்! அவர் அந்நேரத்தில் அங்கு உட்கார்ந்து கொண்டிருக்கமாட்டார்; மாருவாவும் வீட்டில் தூங்கிக் கொண்டிருக்கமாட்டாள். அல்லது வேறு எதுவும் செய்து கொண்டிருக்கமாட்டாள். அந்த வீடும் அந்தக் கிராமத்தில் இருக்காது. அந்தக் கிராமமும், அங்கு நீட்டிநெளிந்து படுத்துக் கிடக்காது. பழைய கோபாவின் சரித்திரமே 1945 ஆகஸ்டு ஒன்பதாம் தேதியோடு முற்றுப் பெற்றிருக்கும்! யார் கண்டது? எல்லாமே பழைய முறையில் இல்லாது, புதுமுறையில் நன்றாக இருந்திருக்கும். டாக்டருக்குக் கவலையில்லாமல் போயிருக்கும்!

3

பியூஜிடா கஷ்டப்பட்டுப் படித்து முன்னேறியவர். அவருக்கு வயது பதினைந்தாக இருக்கும்போதே வாழ்க்கையின் கஷ்ட நஷ்டங்களை எல்லாம் பார்த்துவிட்டவர். சுகம், பணம், பதவி,

புகழ் – இவற்றுக்கு மனிதர் நடத்தும் அடிதடிப் போராட்டம் அவரது பால்ய உள்ளத்தைச் சம்மட்டி கொண்டு அடித்து, அவரது மனத்தை வாழ்க்கையின் சாமான்ய லட்சியங்களி லிருந்து விடுவித்து, வைத்திய ஆராய்ச்சியில் ஈடுபட வைத்தது. டாக்டராக இருந்துகொண்டு வைத்திய ஆராய்ச்சிகள் நடத்த வேண்டும் என்பதுதான் அவரது பால்யக் கனவு. கல்லூரிப் படிப்பை முடித்துக் கொண்டதுதான் தாமதம்; அவர் கட்டாய ராணுவ சேவைக்கு அழைக்கப்பட்டார். அவர் ராணுவத்தில் சேர்ந்து ஒரு வருடம் ஆகவில்லை; அணுகுண்டு வெடித்தது. யுத்தம் நின்றது. பிறகு ஐந்து வருடங்களுக்குப் பியூஜிடாவுக்கு ஓய்வு ஒழிச்சல் இல்லாத வேலை. தன் சொந்த நகரமாகிய நாகசாகிக்கே திரும்பி வந்தார். பிணக்குவியல்களின் மத்தியிலே வனாந்தரமாகத் தரை மட்டமாகக் கிடந்த நாகசாகியைப் பார்க்கும்போது, அவருக்கு அவரது சொந்த வாழ்க்கை, அதன் லட்சியம் எல்லாம் அர்த்தமற்றுப் போயின. நாகசாகிக்கு அவர் திரும்பிவந்த ஒரே மாத காலத்தில் உள்ள உணர்ச்சிகள் எல்லாம் அற்றுப்போய், அவர் ஒரு வைத்திய யந்திரமாக மாறினார்.

ஐந்து ஆண்டுகள் கழிந்தன. அவரது உள்ளத்தில் மெதுவாக உணர்ச்சிகள் ஊசலாட ஆரம்பித்தன. அவரைத் தனிமை வாட்டியது. வாழ்க்கையில் எதையோ தவற விட்டுவிட்டோம் என்ற ஏக்கம் அவர் மனத்தில் குடிகொண்டது.

அவருக்கு ஒரு வீடு வேண்டும்; ஒரு மனைவி வேண்டும். அவரது வாழ்க்கை குறைபட்டு இருந்தது. அவரது வாழ்க்கையில் மற்றொரு ஜீவன் இடம்பெற வேண்டும். எத்தகைய பெண்ணை மணம் செய்துகொள்வது என்பது பற்றி பியூஜிடா அதிக நேரம் சிந்தனையை வீணாக்க வேண்டியதில்லை. நகர்ப்புறத்து மக்கள் என்றாலே பியூஜிடாவுக்கு பயம். அவர்கள் அன்றாட வாழ்க்கையில் சர்வ சாதாரணமாகக் கையாளும் சிறு பொய், நடிப்பு, புன்முறுவல், அந்தஸ்து கொண்டாடுவது போன்ற எளிய தந்திரங்கள்கூட அவருக்குப் பயங்கர ஆயுதங்களாகத் தென்பட்டன. அவர்களது சாமானிய இன்ப வேட்கைகூட அவருக்குக் கட்டுக்கடங்காத வெறியாகத் தோன்றியது. ஆகவே அப்பழுக்கில்லாத கிராமத்துப் பெண் மாருவா அவரிடத்துச் சிகிச்சைக்கு வரவும், டாக்டர் அவளிடத்தில் மனத்தைப் பறிகொடுத்ததில் ஆச்சரியமில்லை. ஆஸ்பத்திரியி லுள்ள மற்ற நோயாளிகள் எல்லாம் ரொட்டிக்கும், பாலுக்கும், பழத்திற்கும் ஆஸ்பத்திரி வேலையாட்களுக்கு லஞ்சம் கொடுத்த நிலைமையில் மாருவா மட்டுமே எல்லாவற்றையும் மிச்சம் பண்ணி, எந்தவித நன்றியறிதலும் எதிர்பாராமல், தனக்கு

அண்டையிலிருக்கும் நோயாளிகளுக்குக் கொடுத்து உதவினாள். மற்றவர்கள் எல்லாம் வாழ்க்கையில் அது வேண்டும் இது வேண்டும் என்று துடியாகத் துடித்துக்கொண்டிருக்கும் நிலையில், அவளுக்கு வெறுமனே வாழ்வதே பெரும் மகிழ்ச்சியைக் கொடுத்ததாக டாக்டர் கண்டார்.

தான் விரும்பினால் மாருவா தன்னை மணக்கச் சம்மதித்துவிடுவாள் என்பது பற்றி டாக்டருக்கு சந்தேகம் இல்லை. ஏன், அதை ஒரு பெரும் அதிர்ஷ்டமாகவே கருதுவாள். ஆனால் அவர் போடும் ஒரு நிபந்தனைக்கு அவள் சம்மதிப்பாளா? பியூஜிடா மாருவாவோடு நெருங்கிப் பழகினார். மாருவாவுக்குத் தனி அறை வசதி செய்து கொடுத்தார். ஒருநாள் விளையாட்டுப் போக்கில் மாருவாவின் சிவந்த கன்னத்தைக் கிள்ளியவாறே, “நீ என்னைக் கல்யாணம் செய்துகொள்வாயா?” என்றும் கேட்டார். மாருவா, முகத்தில் ஆச்சரியமோ திகைப்போ காட்டிக்கொள்ளாமல் விரிந்த முகத்தோடு, சிரித்து தலையை அசைத்தாள். “ஆனால் மற்றொரு முக்கிய விஷயம் இருக்கிறது; அதை நாளைதான் உன்னிடம் சொல்லுவேன்” என்றார் டாக்டர் கொஞ்சலாக. மாருவாவும் அதை உடனே தெரிந்துகொள்ள வேண்டும் என்ற ஆசையை அடக்கிக்கொண்டு தலையை அசைத்தாள்.

அடுத்த நாள் மாருவாவுக்கு அருகே பியூஜிடா உட்கார்ந்து கொண்டார். மாருவா மரியாதைக்காக எழுந்திருக்க முயன்றாள். பியூஜிடா அவளைப் படுக்கையிலேயே இருத்தி வைத்துவிட்டு பேச்சை ஆரம்பித்தார்.

“ஐந்தாறு ஆண்டுகளுக்கு முன்னால், நாகசாகியிலே குண்டு விழுந்ததே ஞாபகமிருக்கா?” என்று டாக்டர் நிதானமாகக் கேட்டார்.

“ஞாபகமிருக்காவா?” என்று மாருவா வியப்போடு கேட்டாள். அவள் முகத்தில் கண நேரம் அச்சமும் சோகமும் தோன்றி மறைந்தன.

“என்ன முட்டாள்தனமான கேள்வி, பார்... உம்... சரி... வேறு எதையும் நினைத்துக்கொள்ளாதே... அந்தக் குண்டு இருக்கிறதே அது மிகவும் பயங்கரமான குண்டு... அதன் விளைவு இன்னும் நம்மை விட்டபாடில்லை...” என்று பியுஜிடா பேச்சைத் தொடர்ந்தார்.

“ஆமாம், ஆமாம், யமாகுச்சிக்குக் கையும், காலும் இல்லாமே குழந்தை பிறந்தது... இசாமு மனைவிக்கு ஊமைக் குழந்தை பிறந்தது... எங்கவூர் சோஜிரோ அண்ணன் மனைவிக்கு

என்னமோ மாதிரி குழந்தை பிறந்தது . . .” என்று மாருவா, நிறுத்தி நிதானமாக, நினைவுறுத்திக்கொண்டே அடுக்கிக் கொண்டு போனாள்.

“ஆமாம். அதனாலேதான் சொல்றேன். நாம் கல்யாணம் செய்துகொண்டால், நமக்குக் குழந்தையே பிறக்கக்கூடாது . . .” என்று டாக்டர் பியூஜிடா சிந்தனையோடு சொன்னார்.

“குழந்தை பிறக்கக்கூடாதா? . . . அதெப்படி?” – மாருவா குறும்புத்தனமாகச் சிரித்தாள்.

“அதுக்கெல்லாம் வழி இருக்கு. அதையெல்லாம் என்கிட்டே விட்டிரு நான் பார்த்துக்கிறேன். நீ மட்டும் நான் சொல்றபடிதான் நடக்கணும். உன் இஷ்டப்படி எதையும் செய்துவிடக் கூடாது. தெரியுமா?”

மாருவா தலையை அசைத்தாள். ஆனால் அவளுக்கு எத்தனையோ சந்தேகங்கள். டாக்டர் எல்லா சந்தேகங்களையும் நீக்கினார் – குறிப்பாக ஒன்றை. மாருவா திருமணத்திற்கு இசைந்தாள்.

4

கல்யாணம் நடந்து ஐந்து ஆண்டுகள் ஓடிவிட்டன.

5

இரண்டு மாதங்களாக மாருவாவின் நடத்தையை பியூஜிடா வினால் புரிந்துகொள்ள முடியவில்லை. மாருவாவுக்குப் புதுப்புது சிநேகிதர்கள் ஏற்பட்டார்கள். இரவு நேரங்களிலும் பகல் நேரங்களிலிலும் டாக்டர் வீட்டில் இல்லாத சமயம் மூன்று நான்கு வாலிபர்கள் மாருவாவோடு வீட்டில் இருந்து கொண்டே இருப்பார்கள். வீட்டிலே தான் இல்லாத நேரத்தில் குடியும் கும்மாளமும் நடப்பதாக பியூஜிடாவுக்கு வதந்தி எட்டியது. ஆனால் பியூஜிடா வீட்டுக்கு வந்துவிட்டால், வீடு வழக்கம் போலதானிருக்கும். வீட்டிலே வேலையாள் கிடையாது. பியூஜிடாவும் மாருவாவும்தான். மாருவா எப்போதும் போலவே பியூஜிடாவோடு பேசிச் சிரித்துப் பழகினாள். அவள் அன்பு எந்த அளவும் குறைந்திருந்ததாகப் பியூஜிடாவுக்குப் படவில்லை. உண் மையிலே முன்னைவிட அதிக அன்போடும் பரிவோடும் அவள் கணவனுக்குப் பணிவிடை செய்தாள். இரவு நேரங்களில் மாருவா அவரைக் கட்டி அணைக்கும்போது அவளது ஸ்பரிசத்தில் புதிய இன்பத்தைக் கண்டார். அப்படியானால், தான் வீட்டில்

இல்லாத நேரத்தில் மாருவா ஏன் ஊர் சிரிக்கும்படி நடந்து கொள்ள வேண்டும்? ஏன் அவள் ஊரிலுள்ள வாலிபர்களை எல்லாம் அழைத்துக் கும்மாளம் போட வேண்டும்? பியூஜிடா வுக்கு மாரு வாவோடு வெளிப்படையாக விஷயத்தைப் பேசி, சந்தேகத்தை நிவர்த்தி செய்துகொள்ளத் துணிச்சல் இல்லை. மாருவாவின் குழந்தை உள்ளம் புண்பட்டுவிடும்.

6

இரவு மணி ஒன்றிருக்கும். பியூஜிடா நர்சைக் கூப்பிட்டார். தனக்கு உடல் சரி இல்லை என்று நர்சிடம் கூறிவிட்டு, ஆஸ்பத்திரியை நர்சின் பொறுப்பிலேயே விட்டுவிட்டு வீட்டுக்கு விரைந்தார். தான் வீட்டுக்கு வந்துகொண்டிருப்பதாக, ஒரு சிறுவனை முன்னே ஓடி, மாருவாவுக்குத் தெரிவிக்கச் செய்தார். வீட்டிலே விளக்கு எரிந்துகொண்டிருந்தது. மாருவா மட்டும் சோபாவிலே களைத்து உட்கார்ந்திருந்தாள். வீட்டிலே வேறு யாரும் இல்லை.

"இன்னும் தூங்கலே?" என்று பியூஜிடா சாதாரணமாகக் கேட்டார்.

"இல்லை" என்றாள் மாருவா எழுந்து நின்றவாறே.

பியூஜிடா உடைகளை மாற்றிக்கொண்டு, நேராகப் படுக்கை அறைக்குச் சென்றார். அங்கிருந்து கர்ப்பத்தடைப் பெட்டியை வெளிக்கொண்டுவந்து, உள்ளிருக்கும் சாமான்களை ஒவ்வொன்றாக சன்னலின் வெளியே வீசி எறிந்தார்.

"அதை எல்லாம் ஏன் வெளியே போடறீங்க?" என்றாள் மாருவா.

பியூஜிடா பதில் பேசாமல் தலையைக் குனிந்து, சிரித்துக் கொண்டே பெட்டியைக் காலி செய்தார். பெட்டி காலி யானதும், அதைக் காலால் எட்டி உதைத்துவிட்டு, மாருவாவைக் கட்டிக்கொண்டு அணைத்து முத்தமிட்டார்.

"மாருவா, இந்தக் கர்ப்பத்தடை எல்லாம் எதற்கு?... நான் உன்னை ஒரு தாயாக்கப் போகிறேன்" என்றார் டாக்டர் பெருமிதத்தோடு. மாருவாவின் கண்களில் மகிழ்ச்சியால் நீர் நிறைந்தது.

7

மாருவாவுக்கு வாழ்க்கையே புதிய பொருள் கொண்டது. கருத்தரித்து ஆறு மாதங்கள்கூட ஆகவில்லை. பிறக்கப் போகும் குழந்தைக்கு டஜன் கணக்கில் சட்டைகளும் குல்லாய்களும் மாருவா தைத்துவிட்டாள் – ஒரு வருடக்

குழந்தை, இரண்டு வருடக் குழந்தை எல்லாவற்றுக்கும் அளவெடுத்து.

இப்போது டாக்டர் வீட்டில் இல்லாத சமயம் அவர் வீட்டுக்கு யாரும் வாலிபர்கள் வருவதில்லை. மாருவா மாலை நேரமானதும் தனது சிநேகிதிகள் வீடு ஒன்று தவறாமல் படியேறி இறங்கினாள். குழந்தை ஆணா பெண்ணா? என்ன பெயரிடுவது? – என்ற கேள்விகளை அலசி அலசிப் பேசியும் அவள் உள்ளம் அலுக்கவில்லை. இரண்டு மூன்று தினங்களுக்கு ஒரு முறை நாகசாகி சென்று வருவாள். ஏதாவது விளையாட்டுச் சாமான்கள் வாங்கி வந்து, வீட்டிலே ஒரு அறையையே விளையாட்டுச் சாமான்களால் நிரப்பினாள்.

வைத்தியத் தொழிலை விட்டுவிட்டு, விளையாட்டுச் சாமான்கள் கடை வைக்கப் போவதாக, பியூஜிடா நண்பர் களிடம் சொல்லிச் சொல்லிச் சிரிப்பார். கர்ப்பத்தாய் பராமரிப்பிலே, பியூஜிடா பத்து பாகங்களைக் கொண்ட புத்தகம் எழுதும் அளவுக்கு அறிவும் அனுபவமும் அடைந்தார்.

8

ஏழாவது மாதத்திலேயே பியூஜிடா மாருவாவை நாகசாகியில் உள்ள ஒரு மருத்துவ விடுதியில் சேர்த்தார். முன் தயாரிப்பாக மூன்று மாதங்கள் 'லீவு' எடுத்துக்கொண்டார். ஒருநாள் மாலை மாருவாவுக்குத் தாங்க முடியாத வயிற்றுவலி! உடல் எல்லாம் வியர்த்து நீரோடியது. அவள் அரை மயக்கத்திலே படுக்கையில் கிடந்தாள். ஒரு மணி நேரம் சிரமப்பட்டு வைத்தியர்கள் அவள் வயிற்றுக்குள் இருந்துகொண்டு, வெளி॥ுலகத்திற்கு வரத் தவித்துக்கொண்டிருந்த ஜீவனை வெளியே எடுத்தனர். ஆனால் அது வெளிவரும்போது ஜீவனற்ற உடல் உருவமற்ற பிண்டமாக இருந்தது. டாக்டர் பியூஜிடா தரையில் உட்கார்ந்து கொண்டு மாருவாவின் கட்டிலில் தலையை வைத்துக்கொண்டு விம்மி விம்மி அழுதார். மயக்கம் தெளிந்து கண் விழித்த மாருவா, தான் ஏழு மாதங்கள் சுமந்து பெற்றெடுத்த மாமிசப் பிண்டத்தைக் கண்டதும், 'கீச்' என்று பயங்கரமாகக் கத்தினாள். அன்றிரவு முழுவதும் அவள் வாயிலெடுத்தவண்ணமும் 'ஓ'வென்று அலறியவண்ணமும் இருந்தாள்.

9

ஆறு மாதங்கள் கடந்தன. அன்று டாக்டர் பியூஜிடாவுக்கு இரவு வேலை. எல்லா வார்டுகளையும் மூன்று முறைகள் சுற்றி வந்தார். வழக்கம் போல ஒவ்வொரு நோயாளியையும் தனியாகக் கவனித்தார் – ஒரே ஒரு நோயாளியைத் தவிர.

மணி பனிரெண்டு இருக்கும். வெப்பக் காற்று திறந்த ஜன்னல் களின் வழியாக அடித்துக்கொண்டிருந்தது. நர்சு டாக்டரின் அறைக்குள் நுழைந்தாள். தலையை மேஜையில் வைத்துப் படுத்திருந்த டாக்டர், ஆளரவம் கேட்டதும் தலையை உயர்த்திப் பார்த்தார்.

“அந்த நோயாளியை நாளை காலையில் அமெரிக்க அணு வியாதி ஆராய்ச்சி சாலைக்கு எடுத்துச் செல்லுகிறார்களாம். அதன் டைரக்டர் அரசாங்கத்திடமிருந்து அனுமதி வாங்கி இருக்கிறாராம். தகவல் கொடுத்துவிட்டிருக்கிறார்கள்” என்றாள் நர்சு.

“சபாஷ்! உம். இரண்டு நாட்களிலே உன் பெயர் பத்திரிகைகளில் அடிபடும். பத்து வருடங்களுக்கு முன்னால் வெடித்த அணுகுண்டினால் பாதிக்கப்பட்ட ஒரு நோயாளி நேற்று மாலை உயிர் துறந்தாள். அவளை மூன்று மாதங்களாகக் காத்து வந்தது திருமதி ஷிபாடா என்னும் நர்சு ... எப்படி செய்தி?” என்றார் பியூஜிடா ஏளனமாகச் சிரித்துக்கொண்டே.

ஷிபாடாவுக்கு மனம் ‘திக்’கென்றது. பியூஜிடா இதற்கு முன் இப்படி பேசியதே கிடையாது; சிரித்ததும் கிடையாது. ஷிபாடா டாக்டரை உற்று நோக்கினாள். டாக்டர் நாற்காலியை விட்டுத் தள்ளாடி எழுந்து வந்து ஷிபாடாவின் முதுகின்மேல் கையைப் போட்டார்.

“என்ன புது தினுசாக இருக்கிறதே என்று பார்க்கிறாயா?” என்று கேட்டுக்கொண்டே பியூஜிடா தனது இரு கரங்களையும் கொண்டு ஷிபாடாவை அணைத்து அவளது கன்னத்தருகே தனது உதடுகளைக் கொண்டு போனார். ஷிபாடா வெடுக் கென்று அவரது பிடியிலிருந்து விலகி அகன்று சென்றாள்.

டாக்டர் கோரமாகச் சிரித்தார். “உம் ... பழைய பழக்கம் போகவில்லை? ... இல்லே? ... என்னருமை ஷிபாடா, இது அணுயுகம்! பத்தாம்பசலிக் கருத்துகள் எல்லாம் இந்த யுகத்துக்கு உதவாது. ஆண்களைக் குஷிப்படுத்துவதுதான் பெண்களது ஒரே வேலை... இனி பத்து மாதம் சுமக்க வேண்டாம்; பிள்ளை பெற வேண்டாம்; வளர்க்க வேண்டாம். குழந்தைகள் வேணுமென்றால் ஆயிரக்கணக்கிலே நம்ம ‘லேபரேட்டரி’யில் உண்டாக்கிவிடலாம். அதைப் பற்றிக் கவலைப்படாதே ... என்னைக் குஷிப்படுத்த நீ; உன்னைக் குஷிப்படுத்த நான் ... நமக்கு வேறு வேலை கிடையாது. உம் சும்மா பக்கமா வா ... குழந்தையே இல்லாதபோது

புருஷன் யாரு? தகப்பன் யாரு? ஹி... ஹி... ஹி... என் மனைவி எவ்வளவு முன்னேறிவிட்டாள் தெரியுமா? என் வீட்டுக்குப் போ... போய்ப் பாரு. நாலைந்து காலிகள் இருப்பாங்க... அவள் அவளது கடமையைச் செய்கிறாள்!" டாக்டர் தடுமாறினார். அவர் வாயிலிருந்து சாராய வாடை 'குப்'பென்று அடித்தது. அவர் உடைகள் எல்லாம் வியர்வையில் நனைந்திருந்தன; அவரது விழிகள் கண்ணின் ஒரு மூலையில் சொருகிக் கிடந்தன. மேஜையையும் நாற்காலிகளையும் உதறித் தள்ளிக்கொண்டு டாக்டர் ஷிபாடாவை நோக்கி விழுந்தடித்து நடந்தார். ஷிபாடா எட்டிப் பாய்ந்து அறையை விட்டுத் தலைதெறிக்க ஓடினாள்.

ஜனசக்தி, ஜூன் 1957

வெகுமதி

“வீட்டைப் பத்திரமா பார்த்துக்கோ. பூட்டிப் போட்டு அங்கே இங்கேன்னு போயிடாதே. ஏழு மணிக்கெல்லாம் கிளப்பிலிருந்து சாப்பாட்டைக் கொண்டு வந்திட்டு பிறகு வீட்டைவிட்டு நகராதே. ஐயாகிட்டயும் சொல்லியிருக்கேன் – பத்து மணிக்குப் பிறகு ஸ்டேஷனிலே உட்கார்ந்திருக்கக் கூடாதுன்னு” என்று இன்ஸ்பெக்டர் அம்மாள் கந்தனுக்குக் கடைசி உத்தரவைப் போட்டுவிட்டு, இன்னும் சில மணி நேரத்திற்கு சகபிரயாணியாக இருக்கப்போகும் வைர அட்டிகை அம்மாளுக்கு, கணவனும் தன்னிடமிருந்து உத்தரவுகளை வாங்கும் நிலையில்தான் இருந்தார் என்பதை இலேசாகக் காட்டிக்கொண்டாள். தனக்கு பேச்சுத் துணை இன்ஸ்பெக்டர் அம்மாள்தான் என்று முடிவு செய்துவிட்ட வைர அட்டிகை அம்மாளும், “ஆமாங்க வீட்டிலே வேலைக்காரர்களையும் வீட்டுக் காரரையும் மாத்திரம் விட்டுவிட்டு ஊர்களுக்குப் போவதென்றாலே வயிற்றிலே நெருப்பைக் கட்டிக்கிற மாதிரிதான்” என்று ஆமோதிப்புக் கூறும் பாவனையில் வீட்டிலே பிள்ளைகுட்டிகள் உண்டா என்ற கேள்வியைக் கேளாமல் கேட்டாள். இன்ஸ்பெக்டர் அம்மாளுக்குப் பிள்ளைகுட்டிகளைப் பற்றி சிந்தனை இருந்திருந்தால் அல்லவா அவளுக்கு வைர அட்டிகை அம்மாளின் பேச்சு போர்த்தந்திரம் புரிந்திருக்கும்? அவள் வழக்க மான பேச்சைத் தொடர்ந்தாள். “இப்பத் தேவலையே! எங்க வீட்டுக்காரர் ஊருக்கு வரதுக்கு முந்தி ஊர் ஊராவா இருந்துச்சு. உம் . . . தினம் ஒரு கொலை . . . ஒரு களவு . . .”

ரயில் இரைச்சலிட்டுக் கிளம்பியது. ஒருவர் பேசி முடிந்த வுடன்தான் மற்றவர் பேச வேண்டும்; அதுவரை கேட்டுக்கொண் டிருப்பதாக பாவனை செய்ய வேண்டும் எனும் முறைகூட தவறி பேச்சு மும்முரப்பட்டது. அம்மாளை ரயிலேற்றிவிட்டு திரும்பிய கந்தன் வீட்டைப் பூட்டிக்கொண்டு டிபன் கேரியர் சகிதம் கிளப்புக்குக் கிளம்பினான்.

இன்ஸ்பெக்டர் வீட்டுப் பின்புறத்துச் சுவர் அவ்வளவு உயரமானதல்ல. அதில் ஏறி நடப்பது பக்கத்து வீட்டுச் சிறுவர்கள் கற்கும் ஆரம்ப வித்தைகளில் ஒன்று. சுவரை அடுத்திருந்த கரிசல் நிலம் நல்லதங்காள் படத்திலோ, கோவலன் படத்திலோ இடம்பெற வேண்டிய காட்சிகளில் ஒன்று. நெரிஞ்சி முள்ளும் சரளையும் ஏராளம். சோளக் காட்டுக்குக் காவல் இருப்பவர்கள் உட்கார ஏற்படுத்திக்கொண்ட சாணி மெழுகிய திட்டு மட்டுமே 'பாலைவனச் சோலை' போலிருந்தது. இரவு ஏழு மணிக்குப் பிறகு சோளக் காட்டிலே ஓரிரு நரிகளும் பதுங்கித் திரியும் கள்ளர்களும் தவிர யாரும் சஞ்சரிக்க மாட்டார்கள். சோளக் காட்டின் மறுபுறத்திலிருந்த மேட்டிலே மாலை ஆறு மணியானதும் வீடு திரும்பும் யோக்கியதை உடைய சிலர் மட்டுமே உலாவுவது வழக்கம். காலை நேரங்களில் மேட்டை அடுத்திருந்த தூர்ந்துபோன வாய்க்கால் ஒன்று ஊரின் சுகாதாரத்துக்குப் பாதுகாப்பாக விளங்கியது. இந்தத் திருப்பணியில் இன்னும் சற்றுத் தொலைவி லிருந்த பனங்காட்டுக்கும் பங்கு இல்லாமல் போகவில்லை. ஊர் சுகாதாரத்துக்கு ஓரளவு பாடுபட்ட பனங்காடும் தூர்ந்து போன வாய்க்காலும் முரட்டுத்தனமான அபேதவாதப் பணிக்குத் தளமாக விளங்கின. ஊர்த் திருடர்கள் கூடிப் பிரிவது அங்குதான்.

ஒரே பாய்ச்சலில் கந்தன் கரிசல் நிலத்தைக் கடந்து விட்டான். சரளையும் முட்களும் கால்களைக் காயப்படுத்தி விட்டதைக்கூடப் பொருட்படுத்தாமல் சோளக் காட்டினுள் நுழைவதற்கு முன்பு சற்று நிதானித்தான். வரப்பு ஓரம் நின்றுகொண்டு தன்முன் மண்டிக்கிடந்த இருளிலிருந்து ஓரிரண்டு ஒளிக்கதிர்களை இழுத்துச் சுருக்கிக் கண்களுக்குள் செலுத்துவது போன்று கண்களைச் சுறுக்கி தொலைவில் உற்று நோக்கினான். காட்டின் நடுவே வரப்போடு இரு உருவங்கள் ஓடிக்கொண்டிருப்பதுபோல் அவனுக்குத் தெரிந்தது. தாமதிக்கவில்லை. இணையாகச் சென்ற ஒரு வரப்பின் வழியே தலையையும் உடலையும் சோளப் பயிரில் மறைத்து ஓடினான். இடையிடையே தலையை உயர்த்தி அடுத்த வரப்பில் ஓடிக்கொண்டிருந்த உருவங்களின் தலைகளைக் கண்களால்

தொடர முயற்சித்தான். சோளப் பயிரினூடே நரி ஒன்று துள்ளிக்குதித்து அரவம் ஏற்படுத்தி ஓடியது. வரப்பின் எல்லையை அடைந்தவுடன் எதிர்பார்த்த இடத்தில் உருவங் களைக் காண முயற்சித்தான். உருவங்கள் அங்கு இல்லை. எங்கே ஓடிவிட்டார்கள்? யாரோ தொடர்ந்து விரட்டி வருவது அவர்களுக்குத் தெரிந்துவிட்டதா, என்ன? கந்தனின் மனம் 'திக்கு திக்கு' என்று அடித்தது. களைப்பும் கால்வலியும் திடீரென்று உணர்வைத் தாக்கின. 'எசமானியம்மா ஊரை விட்டுப்போன அன்னைக்கே இது நடப்பதா? சேச்சே! என்ன தொல்லை! எப்படியும் அந்தக் கள்ளப் பயல்களைப் பிடித்துவிடணும்... என்மீது என்ன தப்பு? சாப்பாடு எடுத்து வரதுக்குள் இந்தப் பயல்கள் திட்டம்போட்டு இவ்வளவு சாமர்த்தியமா வீட்டுக்குள்ளே நுழைந்து களவாடிடுவாங்க என்று யார் கண்டது?... சரி. தப்பு என்மீது உண்டோ இல்லையோ, இன்னைக்கு இந்தப் பயல்களை சும்மா விடறது இல்லை... ஒரு கை பார்த்து விடணும்... சும்மாவா, ஆயிரம் ரூபாய் நகை இல்லையா? அம்மாவுக்குத் தெரிஞ்சா அவங்க உசிரே போயிடும்... அம்மா கொஞ்சம் வாயாடிதான்... இருந்தாலும் நல்ல மனசுதான்.' ரயிலடியில் அம்மா அடித்துக் கொண்ட பெருமை அவன் நினைவுக்கு வந்தது. இந்த எண்ணங்கள் அவன் மனத்தில் தோன்றி மறையும் நேரத்தில் எல்லாம் அவனது கண்கள் தன்முன் மண்டிக்கிடந்த இருளைத் 'துருதுரு'வென்று துழாவின.

அதோ, அங்கே! இரு உருவங்களும் சோளக் காட்டை அடுத்த மேட்டில் நின்றுகொண்டிருந்தன. யாரும் தொடர்ந்து கொண்டிருந்தார்களோ என்று சோளக் காட்டைச் சல்லடை போட்டுச் சலித்துக்கொண்டிருந்தன போலும் அவர்களது கண்கள். கந்தன் பதுங்கினான்; பெருமூச்சைக் கட்டுப் படுத்தினான்; உடல் 'பட பட'வென்று அடித்தது. 'யாரும் உதவிக்கு அனுப்பப்பட்டிருப்பார்களா?' கந்தன் திரும்பி நோக்கினான். தொலைவில் ஊரின் மங்கலான ஒளியைத் தவிர வேறெந்த ஒளியும் அவன் கண்களுக்குத் தென்பட வில்லை. 'யாரும் உதவிக்கு வந்தால்தான் என்ன? டார்ச்சு லைட்டுகளும் இரைச்சலும் கள்ளர்களை உஷார்படுத்திவிடுமே தவிர, வேறொரு உபயோகம் இருக்காது.'

இரு உருவங்களும் மேட்டிலிருந்து தூர்ந்துபோன வாய்க்காலுக்குள் இறங்கின. கந்தன் தொடர்ந்து சென்றான். நிமிர்ந்து நடக்க அவனுக்கு அச்சம். மண்டியிட்டும் ஊர்ந்தும் மேட்டிலிருந்து இறங்கினான். அவனது கண்கள் வேட்டை நாய் போல உருவங்களைக் கவ்வித் தொடர்ந்தன. 'எவ்வளவு

தூரம் இவர்களைத் தொடர்வது? இவர்கள் எங்கு போகிறார்கள்? ... இருவரும் பிரிந்துவிட்டால்? அதுவும் நல்லதுதான் ... பிரியாமல் சென்றுகொண்டே இருந்தால் ... உம், சமயம் பார்த்து மேலே விழ வேண்டியதுதான் ... இருவரும் ஆயுதங்கள் வைத்திருப் பார்கள் ... இருந்தாலென்ன? ஒரு கை பார்த்து விடுவது.'

கந்தனின் தோள்கள் உயர்ந்து விம்மின. அவனது தொடை, கால் தசைகள் இறுகி முறுக்கேறின. மண்டியிட்டவாக்கிலேயே நாலைந்து பெரிய கற்களைப் பொறுக்கி மடியில் கட்டிக் கொண்டான். வலது கையில் சற்றுக் கூர்மையான ஒரு கல். கத்திபோலப் பயன்படும்.

உருவங்கள் பனங்காட்டில் பிரவேசித்தவுடன், மரங்களோடு மரங்களாய் மறைந்து போயின. இனியும் விலகி இருந்து கொண்டு அவர்களைக் கவனிக்க முடியாதென்று கந்தனுக்குத் தோன்றியது. ஒரே பாய்ச்சலாக ஓடி ஒரு மரத்தின் பின்னே நின்றுகொண்டு, மரங்களுக்கு இடையே இருந்த இருள் வெளியை, தனது கூரிய பார்வையால் அலசினான். அவன் நினைத்தது சரிதான். இரு உருவங்களும் சற்றுநேரம் நின்று கொண்டிருந்துவிட்டுப் பிரிந்தன. ஒரு உருவம் காட்டினுள் தொடர்ந்து சென்றது; மற்றது காட்டுக்குள் இருந்து வெளியே வந்துகொண்டிருந்தது. கந்தன் அசையாமல் மரமோடு மரமாக நின்றான். உருவம் அவனருகே வந்தது; மூச்சுச் சத்தம் கேட்டு நின்றது; நிதானித்தது; அடுத்த கணம் திரும்பிவிட்டது. கந்தன் கையிலிருந்த கல்லை ஓங்கிக்கொண்டு அவ்வுருவத்தைப் பின்புறத்திலிருந்து தாக்கினான். உருவத்துக்கு மண்டையில் ஒரு பலத்த அடி; அடித்த நிமிடம் கந்தன் தன் பலமெல்லாம் சேர்த்து அவ்வுருவத்தை ஒரு மரத்தோடு மரமாக அறைந்தான். ஒரே அலறல். உருவத்தின் தோளிலிருந்து ஏதோ ஒரு மூட்டை உருவி விழுந்து ஒரு பள்ளத்தில் ஓடி ஒளிந்தது. கந்தனுக்குப் பின்னால் 'திடுதிடு'வென்ற சப்தத்தோடு மற்றொரு உருவம் ஓடி வந்து கந்தனை இழுத்து வாரிவிட்டது. அவன் முகத்திலும் கழுத்திலும் மட மடவென்று குத்துகள் விழுந்தன. வயிற்றிலே ஒரு உதை. கந்தன் ஒரு மரத்தோடு மோதினான். இரண்டாவது உருவம் அவனை இழுத்து மீண்டும் முதுகிலே குத்திக் காலால் உதைத்தது. கநதன் தடுமாறி அநேகமாக பிரக்ஞை இழந்து பள்ளத்தில் விழுந்தான். அடுத்த கணம் அவனுக்கு ஒரு புதிய தெம்பு ஏற்பட்டது. தரையில் விழுந்த அவனது நெஞ்சை ஒரு மூட்டை அழுத்தியது. மூட்டைக்குள் இருந்த வளையல் களும் சங்கிலிகளும் அவன் நெஞ்சோடு நெஞ்சு பேசின. மூட்டையை இரு கைகளாலும் பற்றிக்கொண்டு கந்தன் தலைதெறிக்க ஓடினான். மேடு பள்ளங்கள், கற்கள், முட்புதர்,

பாம்பு வளை எல்லாவற்றையும் தாண்டி ஓடினான். சரமாரியாகக் கற்களை வீசிக்கொண்டு இரு உருவங்கள் அவனை விரட்டின. கந்தன் அவனாலேயே கட்டுப்படுத்த முடியாத வேகத்தில் ஓடி மறைந்தான்.

இன்ஸ்பெக்டரும் இரண்டு கான்ஸ்டபிள்களும் வீட்டில் இருந்தனர். கந்தன் நகைகளோடு வீடு திரும்பியபோது மணி பத்து. அவனைப் பார்த்தால் பேயாட்டம் ஆடினவனைப் போலிருந்தது. நகைப் பொட்டலத்தை இன்ஸ்பெக்டர் முன்பு வைத்தான்.

"அந்தத் திருட்டுப் பயல்கள் எங்கே?"

"பயலுங்க ஓடிட்டாங்க."

"ஒன் சிக்ஸ்டி எய்ட், ஒன்னைன்ட்டி செவன் – நீங்க இரண்டு பேரும் இவனை லாக்கப்லே கொண்டுபோய் வைங்க!"

"என்னங்க எசமான்!"

"என்னங்கடா தடிப்பயலுக மாதிரி நிக்கிறீங்க? இவனை லாக்கப்லே தள்ளுங்க."

"என்ன அநியாயமிதுங்க எசமான்?" என்று கந்தன் அலறினான். அவன் கன்னத்தில் 'சுளீர்' என்று ஒரு அறை விழுந்தது. கந்தன் தலையைக் கீழே போட்டுக்கொண்டான். அழுகையை அடக்கிக்கொண்டு வேதனைப்பட்டான். மூவரும் வெளியே கிளம்பினர்.

"உன் அதிர்ஷ்டம் இவ்வளவுதான்..." என்று ஒன் சிக்ஸ்டி எய்ட் அனுதாபப்பட்டான்.

"இதென்னங்க அநியாயமா இருக்கு? நான்தான் பொருளைக் கொண்டுவந்துவிட்டேனே?"

"ஏம்ப்பா, மத்தவங்க வீடுகளிலே களவு போனா, பொருள் கிடைச்சா போதும். இன்ஸ்பெக்டர் ஐயா வீட்லே களவு போனா பொருளைக் கைப்பத்தறதைவிட, ஆளைப் பிடிக்கிறது தானே முக்கியம்?... அப்பா! ஒரு மணிநேரத்திலே தெருப் பூராவும் என்னவெல்லாம் பேசிக்கிட்டாங்க தெரியுமா?... ஆள் கிடைக்காட்டா ஐயா மானம் என்னவாவறது?" என்று ஒன் னைன்டி செவன் விளக்கினான்.

"இல்லாட்டி எசமானி அம்மாதான் லேடிஸ் கிளப்பிலே வாய் கிழிய புருசன் பெருமையைப் பேச முடியுமா?"

என்று ஒன் சிக்ஸ்டி எய்ட் விளக்கத்திற்கு முத்தாய்ப்பு வைத்தான்.

இன்ஸ்பெக்டர் வீட்டில் ஆயிரம் ரூபாய் பெறுமான நகைகளைத் திருடிய குற்றத்திற்காக கந்தனுக்கு இரண்டு ஆண்டுகள் சிறைவாசம் விதிக்கப்பட்டது.

ஜனசக்தி, ஜனவரி 1958

போலிஸ் உதவி

வழக்கம்போல் முனியம்மாள்மீது வசைமாரி பொழிந்து கொண்டே சோற்றை நான்கு கவளம் வாயில் வீசியெறிந்து வீறாப்புக்காக ஒரு பிடி சோற்றை அரை மனத்தோடு இலையில் வைத்துவிட்டு எழுந்தான் கான்ஸ்டபிள் சடையாண்டி. அவன் கை கழுவ வாசலுக்கு வருவதை உணர்ந்ததும், திண்ணையில் படுத்திருந்த சின்னையா பாயை இழுத்துச் சுருட்டி எழுந்து உட்கார எத்தனித்தார். கை கழுவிவிட்டு சடையாண்டி வீட்டுக்கு முன்னிருந்த துவைகல்லில் உட்கார்ந்ததுதான் தாமதம், சின்னையா சாவதானமாக எழுந்து வந்து படிக்கல்லில் உட்கார்ந்து கொண்டார். ஒரு சுருட்டைப் பற்றவைத்த சடையாண்டி தன் வாயிலிருந்து வந்த புகைமண்டலத்தை வீணாக்க விரும்பாதவன்போல் அதை வானத்துச் சந்திரனை நோக்கி ஊதிக் கிளப்பி மீதியை மறைக்க முயன்றான். மெயின் ரோட்டுக்கு ஒருபுறம் தாழ்ந்திருந்த பள்ளத்தில் மண்டியிட்டுக் கிடந்த இருபது வீடுகளிலும் அரவம் அடங்கிவிட்டது. தொலைவில் ஓரிரு சிறுமிகள் தொட்டுப்பிடித்து விளையாடிக் கொண்டிருந்தனர். ஒரு வீட்டுத் திண்ணையில் மட்டும் சிறுவிளக்கின் அருகே ஒரு சிறுவன், “இவள் என் தாயார். இவள் என்னைப் பாலூட்டித் தாலாட்டி வளர்த்தாள்...” என்று கம்பீரமாக இரைந்துகொண்டிருந்தான்.

சடையாண்டியைப் பொறுத்தமட்டிலும் அவனை எந்தத் தாயும் பாலூட்டித் தாலாட்டி வளர்க்கவில்லை. அவன் தாயார் கர்ப்பவதியாக இருக்கும்போதே, தகப்பனார் பாம்பு கடித்து இறந்தார். தாயின் கருப்பையில் இருக்கும்போதே தகப்பனை ‘விழுங்கிவிட்டு’ ஜனித்ததும்

தாயையும் ‘விழுங்கிவிட்ட’தாக அவனை அவன் சின்னம்மாள் ஏசியபோதெல்லாம் அவன் வருத்தமே பட்டதில்லை. (உண்மையில் ஏதோ இருவர்களை “விழுங்கிவிட்டது” அவன் பெருமைப்பட வேண்டியதொரு விஷயமாகப் பட்டதும் உண்டு!) காரணம் வேறொன்றும் இல்லை. சின்னையாவின் அளவு கடந்த அன்புதான். சடையாண்டி வீட்டைவிட்டு ஓடிவந்து போலீஸில் சேர்ந்தபோதுதான் சின்னையாவுக்கு எவ்வளவு வருத்தம்! ஆனால் வருத்தம் எத்தனை நாட்களுக்கு நீடிக்கும்? அவருக்கு அவர் கவலைகள்; அவனுக்கு அவன் கவலைகள். சடையாண்டி போலிஸில் சேர்ந்து பதினேழு வருடங்களுக்கு சின்னையாவைப் பற்றி நினைத்ததே கிடையாது. பிறந்து வளர்ந்த கிராமத்தைப் பற்றியும் சிந்தித்தது கிடையாது. (கிராமத்தில்தான் அவனுக்கு ஒன்றும் இல்லையே!) சின்னையாவும் சடையாண்டியைப் பற்றி நினைத்திருப்பாரோ என்னவோ? மனைவியையும் பறிகொடுத்து, காடு கரை கையைவிட்டுப் போன பிறகுதான் சின்னையாவுக்கு சடையாண்டியைப் பற்றிய நினைவு வந்தது. ஒருவாறாகத் தட்டுத்தடுமாறி சடையாண்டி இருக்கும் இடத்தைத் தெரிந்து கொண்டு, இறுதிநாட்களை அவனோடு கழித்துவிட்டு மண்டையைப் போடத் திட்டமிட்டிருந்தார். சின்னையா சடையாண்டி வீட்டுக்கு வந்து மூன்று மாத காலமாகிவிட்டது. வீட்டிலே பெரிய மனிதர் ஒருவர் இருப்பதிலே சடையாண்டிக்கு மிகுந்த சந்தோஷம்; அதுவும் அவனுக்குப் பதினைந்து வருடங் களுக்குத் தாயும் தகப்பனுமாக இருந்த சின்னையா தன் வீட்டில் இருப்பதிலே மிகவும் சந்தோஷம். எந்தவிதமான நிர்பந்தத்தின் விளைவாகவும் அமையாத ஒருவகை அன்பை அவனும் அந்தக் காலத்தில்தான் அனுபவித்திருந்தான் என்று நினைவுறுத்திக்கொள்வது அவனுக்கு எவ்வளவு ஆறுதலைக் கொடுத்தது!

சடையாண்டி பெருமூச்சு ஒன்றை அடக்க முயன்றான். சுருட்டுப் புகை தொண்டையினுள் செல்ல, பலத்து இரு முறைகள் இருமினான்.

“ஏன் தம்பி! உன் வீட்டிலே விருந்துக்கு வந்திருக்கேன்னா நெனைச்சே?... டேசன்லே இல்லாட்டி கோட்லே பங்கா இளுக்கக்கூட ஒரு கிளவன் வேணாமா?... ஏதாச்சும் வேலை ஒண்ணு பாத்துத் தருவாயா? சும்மா மாப்ளே மாதிரி என்னை வீட்டிலே வச்சிருந்தா கட்டுப்படியாகுமா?” என்று சின்னையா ஆரம்பித்தார். சடையாண்டி எதிர்பார்த்த பேச்சுதான். வேலையைப் பற்றிய ஞானோதயம் என்னமோ சின்னையாவுக்குப் பதினைந்து நாட்களாகத்தான்.

“இந்தா சின்னையா, வேலைன்னா கண்ட கண்ட வேலையெல்லாமா செய்யறது? நல்ல சம்பளமா, நல்ல வேலையாப் பாக்க வேணாமா?” என்று சடையாண்டி வானத்தை அண்ணாந்து நோக்கியவாறே கூறினான்.

“தம்பி, வேலைல்லே நல்ல வேலை கெட்ட வேலையின்னு உண்டா? போலிசு வேலை பாக்கற உனக்கு உன் முதலாளி மார்க கிட்ட சொல்லி ஒரு வேலை பார்த்துத் தரதா கயிட்டம்?”

“இதில்லே என்ன கயிட்டம் சின்னையா? அந்தப் பயலுக முன்னெல்லாம் போயி பல்லைக் காட்டனமேன்னுதான் ரோசனை பண்ணுறேன்.”

“என்ன எளப்பமாம்? காடுகரை போன பிறவுக்கு எங்காச்சும் வேலை செய்துதானே பொளைக்கணும்!”

சடையாண்டி சுருட்டை வீசியெறிந்துவிட்டு எழுந்து நின்றான்.

“ரவைக்கு இன்னும் டூட்டிக்குப் போகணுமா?”

‘இல்லே சின்னையா. உடம்பெல்லாம் ஒரே உளச்சல். கொஞ்சம் மருந்து வாங்கியாந்திருக்கேன். குடிச்சிட்டு தூங்கணும்.”

சடையாண்டி முகத்தைத் திருப்பி சின்னையாவைப் பார்த்துச் சிரித்தான். சின்னையா புரிந்துகொண்டார். அவருக்கும் கொஞ்சம் சபலம்தான்.

“என்னடா, கமகமனு மூக்கை துளைக்கிதுன்னு நானும் றோசனை பண்ணினேன்” என்று சின்னையா அசட்டுச் சிரிப்புடன் இழுத்தார். இருவரும் திண்ணையில் மறைவாக அமர்ந்தனர். ஒரு கிளாசு உள்ளே போனதுதான் தாமதம். சடையாண்டி உடம்பு உளைச்சலுக்காகக் கொஞ்சம் சாப்பிட்டானா என்று கேட்கக்கூட சின்னையாவுக்கு உணர்வில்லை. சடையாண்டி அவருக்குத் திருப்தியாக ‘லோடு’ ஏற்றினான்.

சின்னையா தள்ளாடித் தள்ளாடி வீட்டைவிட்டு வெளியே வந்தார். குழந்தையைப் போலச் சிரமப்பட்டு குனிந்து தரையில் கிடந்த வைக்கோல் தடி ஒன்றை எடுத்துக் கொண்டு, அசுரப் பிரயத்தனம் செய்து முதுகை நிமிர்த்தி நின்று, தலையைக் கீழே போட்டவாறே நடக்க ஆரம்பித்தார். அடுத்த வீட்டு வாசற்படியை அடைந்ததும் வீட்டை ஏற இறங்கப் பார்த்தார். “ஏம் பிள்ளே! மச்சான் காட்டுக்கு

போயிட்டானா?" என்று உரக்கக் கத்தினார். சிறிது நேரம் கழித்து "உம் ... கழுதைங்களுக்கு காது என்ன அடைச்சிடுத்தா?" என்று முனகிக்கொண்டு, "ஏம், பிள்ளே! உன்னைத்தானே. மச்சான் காட்டுக்குப் போயிடுச்சா?" என்று உரக்கக் கேட்டுக் கொண்டே அடுத்த வீட்டுப் படிக்கட்டில் கால் வைத்தார்.

தன் வீட்டு வாசற்படியில் உட்கார்ந்து எல்லாவற்றையும் வேடிக்கை பார்த்துக்கொண்டிருந்த சடையாண்டி நிதானமாக, "ஏன் சின்னையா, இந்த சத்தம் போடுறே? அவங்க காட்டுக்குப் போயாச்சின்னு சொல்றாங்களே உன் காது என்ன செவிடா?" என்று விஷமச் சிரிப்புடன் கூறினான். "உம் ..." என்று இழுத்துக் கொண்டே, சின்னையா சடையாண்டி இருந்த திசையை நோக்கினார். "போயிட்டானா?... உம் ... காதுதான் மந்த மாயிடுச்சி" என்று கூறிக்கொண்டே சின்னையா தட்டுத் தடுமாறி ரோட்டுப் பக்கம் நடந்தார். சிறிது நேரத்தில் அபசுரமான குரலில் தெம்மாங்குப் பாட்டு ஒன்று நிலவி யிருந்த அமைதியைத் தாறுமாறாகக் குலைத்தது. சடையாண்டி பாயை இழுத்து விரித்துத் திண்ணையில் படுத்துக்கொண்டான்.

தெம்மாங்கு கொலையுண்டு அலறுவதைக் கேட்ட முனியம்மாள் வீட்டினுள்ளிருந்து வெளியே வந்தாள். ரோட்டில் கையைத் தட்டிக்கொண்டு, குதியாட்டத்தோடு தெம்மாங்கை உளறிக்கொண்டிருந்த சின்னையாவைப் பார்த்து அவள் அதிர்ச்சியுற்றாள்.

"என்னங்க? சின்னையாவைப் பாருங்க ரோட்டிலே குதியாட்டம் போடறதை. உங்க ஆளுங்க யாரும் பார்த்து டேசனுக்கு இழுத்துகிட்டு போயிடப் போறானுக. நீங்க என்ன இப்படிப் படுத்துட்டிங்க? விசக்கினு போயி இழுத்தாருங்க."

"சின்னையாவைப் பத்தி நீ ஏன் கவலைப்படறே? அவருக்கு நாளலேந்து நல்ல சோறு கிடைக்கும். வார்டர் எனக்கு ரொம்ப வேண்டியவன். எல்லாம் அவங்கிட்ட சொல்லி இருக்கேன்."

"நல்ல சோறா? அது எங்கே? ... வார்டரா? அது யாரு?"

"செயில்லதான், முனி, செயில்லதான். மூணு மாசத்துக்கு சின்னையாவுக்குக் கவலை இல்லை ... எந்தப் பக்கம் போயிட்டிருக்காரு? வடக்கேதானே?"

"ஆமாம், கடைக்குப் பக்கத்திலே போயிருக்காரு. யாரும் பார்த்துடப் போறாங்க. சட்னுபோயி இழுத்தாருங்க."

"நீ சும்மா இரு முனி. ஏன் இந்தக் கத்துக்கத்தறே? நான்தான் கடைப்பக்கம் ஆள் போட்டிருக்கேன் என்று சொல்றேனே. குருசாமியும், பாண்டியும் மரியாதையா

சின்னையாவை டேசனுக்குக் கொண்டு போயிடுவாங்க... இந்த உதவிகூடவா செய்ய மாட்டானுக?"

முனியம்மாளுக்கு விஷயம் புரிந்தது. சின்னையாவுக்கு மூணு மாசத்துக்கு செயில்லே சடையாண்டி சாப்பாட்டுக்கு ஏற்பாடு பண்ணிட்டான்!

"ஏனுங்க உங்களுக்கு இப்படிப் புத்தி போச்சு? நம்ப சாப்பிடற கூளோ கஞ்சியோ அவரும் சாப்பிடறாரு. சோத்துக்கு விதியில்லைன்னு செயில்லையா தள்ளணும்?" – முனியம்மாளின் வார்த்தைகளில் விவரிக்க முடியாத சங்கடம் தொனித்தது.

"சேச்சே! சின்னையாவுக்கு நம்ம சாப்பிடற கூளும் கஞ்சியும் போதுமா? நல்லா சாப்பிட்டு பளக்கப்பட்டவரு" என்று கூறிக்கொண்டே, சடையாண்டி எழுந்து நின்று சுவரிலே மாட்டியிருந்த சட்டையை எடுத்து அணிந்துகொண்டான். சின்னையாவின் தெம்மாங்குப் பாட்டு சட்டென்று நின்றது. முனியம்மாள் ஒன்றும் புரியாமல் சடையாண்டியை நோக்கினாள். சடையாண்டி கீழே குனிந்துகொண்டு, "இன்னும் மூணு மாசத்துக்கு வேலைக்கு லாயக்கில்லைன்னு டாக்டர் சொல்லியிருக்காரு. உடம்பிலே ஏதோ கோளாறாம். நாளை ஆஸ்பித்திரிக்குப் போறேன். மூணு மாசத்துக்கு அரைச் சம்பளம்தான் கிடைக்கும். கொஞ்சம் கயிட்டமாகத்தான் இருக்கும்" என்று தழுதழுத்த குரலில் முனகினான். நான்கு மாதங்களுக்கு முன்னால் முனியம்மாளுக்கு எட்டாவது குழந்தையாக அவதரித்திருந்த கிருஷ்ணன் தொட்டிலிலிருந்து சிணுங்கி தனது வயிற்றுக் கொடுமையைத் தாய்க்கு நினைவுறுத்தினான். சற்று நேரத்திற்கு முன்னால் கேட்ட சின்னையாவின் தெம்மாங்குப் பாட்டும், கிருஷ்ணனின் சிணுங்கலும் முனியம்மாளின் காதுகளில் ஒரே மாதிரிதான் ஒலித்தன.

***ஜனசக்தி*, மே 1958**

அங்கும் இங்கும்

முகக் கண்ணாடியை எடுத்துக்கொண்டு ஜன்னல் அருகே சென்றாள் கமலம். சிவப்புச் சாந்தைக் குச்சியில் எடுத்து அழகாக, நெற்றியில் பொட்டு இட்டுக்கொண்டாள். பொட்டு என்றால் வெறும் பொட்டு அல்ல; சீட்டுக் கட்டில் உள்ள 'ஆட்டி'னைப் போன்றது. குச்சியை பாட்டிலில் வைத்துவிட்டு முகத்தைக் கண்ணாடிக்கு நெருங்கக் கொண்டுசென்று வலதுகைச் சுண்டுவிரலால் 'ஆட்டினி'ன் ஓரங்களைச் சரிப்படுத்திக்கொண்டாள். 'ஆட்டினி'ன் கீழ் நுனியை ஊசி முனையைப்போல் கூர்மையாக்கினாள். அந்தச் சிவப்பு 'ஆட்டினை'ப் பார்க்கும்போதெல்லாம் அவளுக்கென்னமோ இருதயத்தின் நினைவு வரும்; இப்போதும் வந்தது. தனது அழகைக் கண்ணாடியில் உற்று நோக்கிக்கொண்டாள். அவளது மார்பகம் இலேசாக எழும்பித் தாழ்ந்தது.

"இந்தா வேலாயி, முதுகிலே பிடி சீவக்காயே வைத்து அழுத்தித் தேய்... ரெண்டு செம்பு பச்சத் தண்ணியெ இதிலே ஊத்து. தண்ணியெ என்ன இப்படி கொதிக்க வச்சிட்டே? நான் என்ன தலை முளுகணுமா, இல்லாட்டி வெந்து வேக்காடாகணுமா?"

"ஆமாம், நீங்க வெந்து போவணும்னுதான் தண்ணியை அப்படி வச்சேன்" என்று கூறிக்கொண்டே வேலாயி இரண்டு செம்பு பச்சைத் தண்ணீரை அண்டா வெந் நீரில் ஊற்றினாள். தண்ணீரைத் தண்ணீரிலே ஊற்றும் போது ஏற்பட்ட சத்தத்தை ரசித்தவாறு, தலையிலும் முகத்திலும் சீயக்காய்க் அப்பியிருந்ததால் கண்களை

மூடிக்கொண்டே முதுகில் வேலாயியின் கரங்கள் விழுவதை எதிர்பார்த்திருப்பதுபோல் உட்கார்ந்திருந்தான் வீராசாமி. வேலாயி சீயக்காயை கையில் எடுத்து முதுகில் வைத்துத் தேய்க்க ஆரம்பிக்கவும், வீராசாமியின் முதுகு வளைந்து கொடுத்தது. இந்தப்புறமும் அந்தப்புறமும் நெளிந்து அசைந்து வேலாயியின் கைகளை முதுகின் ஒவ்வொரு மூலை முடுக்குக்கும் கொண்டு செல்ல முயற்சித்தது அவன் முதுகு. முதுகை எண்ணெய் போக நன்றாகத் தேய்த்துவிட்டு, இரண்டு தடவைகள் மேலிருந்து கீழ்வரை நீவிவிட்டுவிட்டு கைகளைக் கழுவ அகன்றாள் வேலாயி.

"நல்லாத்தான் தேயேன், ஏன் ஓடறே?" என்று செல்லமாகக் கண்டித்தான் வீராசாமி.

"நல்லாத்தான் தேச்சிருக்கேன்" என்று கூறிக்கொண்டே மீண்டும் கரங்களை வீராசாமியின் முதுகில் வைத்துத் தேய்க்க ஆரம்பித்தாள் வேலாயி.

"என்ன, சிரங்குக்குச் சொரிஞ்சு கொடுத்த மாதிரி தடவுறே? அழுத்தித் தேய் பிள்ளே" என்று கூறிக்கொண்டே வீராசாமி வலது கையைப் பின்புறமாக வளைத்து வேலாயியின் கணுக்காலைத் தனது முதுகோடு அழுத்தும் பாவனையில் இழுத்தான்.

"என்ன விளையாடுறீங்க? கொஞ்ச சோலியா கிடக்கு? இன்னும் பருத்தி ஆட்டி வைக்கலே, மாடு கன்னு வார நேரம்" என்று சொல்லிக்கொண்டே, வேலாயி முதுகிலிருந்து கிளம்பி கழுத்து, கையிடுக்கு, மார்பகம் எல்லாம் அணைத்துத் தேய்க்க ஆரம்பித்தாள்.

"என்ன சுகமா இருக்கு தெரியுமா பிள்ளே?" என்று கண்களை மூடிக்கொண்டு, தானும் வேலாயியோடு உடம்பைத் தேய்த்துக் கழுவுவதில் ஒத்துழைப்பதாக பாவனை செய்து கொண்டிருந்த தனது கைகளை, தொடைகளில் சும்மா கிடத்தி விட்டு, இலேசாக வேலாயி இருந்த பக்கம் திரும்பினான் வீராசாமி.

"இருக்கும் இருக்கும், சொகமாத்தானிருக்கும், நான் பதினாறு வயசுக் கொமரியில்லே?" என்று வேலாயி தனது கர்வத்தை அடக்கிக்கொண்டு பேசினாள்.

"இல்லாட்டி, என்னவாக்கும்? எழுவது வயசு கிளவியாயிட்டியா?" என்று கேட்டுக்கொண்டே வீராசாமி தாயின்

மடியில் பாலுண்ணும் குழந்தையைப் போல அயர்ந்து உட்கார்ந்திருந்தான்.

வீராசாமி – வேலாயி இவர்களின் தாம்பத்ய வாழ்க்கையைக் கமலம் கவனிப்பது இது முதல் தடவை அல்ல. அவள் வீட்டு மாடி ஜன்னலின் வழியே அவர்கள் வீட்டின் முற்றத்தில் நடக்கும் அத்தனையும் பார்க்கலாம். போதாததற்கு கணவன் மனைவி இருவருமே சரியான 'லவுட்ஸ்பீக்கர்'கள்தான். கமலத்துக்கும் அவள் கணவன் பார்த்தசாரதிக்கும்கூட, சமயங்களில் கீழே வீராசாமியும் வேலாயியும் போடும் இரைச்சல் சங்கடமாக இருக்கும். அதுவும் அவர்கள் தாம்பத்ய முறை கொண்டாடிப் பேச ஆரம்பித்துவிட்டாலோ கேட்கவே வேண்டாம். "என்னடா 'அம்மா, அம்மா' என்று உருகுறீங்க இன்னைக்கு? உங்களுக்கு என்னடா தெரியும்? அந்தக் காலத்திலேனா கிருஷ்ணக்கோனார் மவ வேலாயியை பார்த்திருக்கணும். கோயில் வீட்டு வேலாயினாலே ஊர்லெ உள்ள பசங்களெல்லாம் பேயாட்டம் ஆடுவாங்கடா" என்று ஆரம்பித்து, ஒருநாள் வீராசாமி தான் வேலாயியைக் காதலித்துத் தாலிகட்டிய கதையையெல்லாம் தன் மக்கள்கிட்டே வாய்ப்பந்தல் போட்டதை, கமலமும் அவளது கணவனும் விழுந்து விழுந்து சிரித்துக்கொண்டே கேட்டனர். வீராசாமிக்கு அறுபதுக்குமேல் வயதானாலும், சரியான ஆள்தான் என்று கமலம் நினைத்துக் கொள்வாள். நன்றாக நரைத்துப்போன மயிர். ஆனால் தலையில் சொட்டு வழுக்கை இல்லை. அதே நிறத்தில் தென்னம்நார் 'பிரஷ்' போன்ற மீசை. செக்கச் சிவந்த சிறு கண்கள், வலுவான தாடை. பற்களில் முன்னே இரண்டு நறுவசாகக் காலி; ஆனால் பேச்சிலே துளிக்கோளாறு கிடையாது. கழுத்திலும் கையிலும் விம்மிப் புடைத்த இரத்த நாளங்கள். உடம்பிலே எலும்பும் தசையும்தான்; ஒரு அவுன்சுக்குக்கூட அனாவசிய ஊளைச்சதை எடுத்துவிட முடியாது. வேலாயி வீராசாமிக்கு நேர்மாறானவள். ஒருமுறை பார்த்தால் மறுமுறை அவளைப் பார்க்க வேண்டுமென்றே தோணாது. வத்தல் சரீரம். எலும்புக் கூட்டில் தோலைக் கொண்டு போர்த்திய அளவுக்குத்தான் மார்பகம்; கண்கள் மாதிரி இரு கரும்புள்ளிகள். ஆனால் பிள்ளைகள் என்னவோ 'அம்மா, அம்மா' என்று உயிரை விடுவார்கள்; கமலம் அதைக் கவனித்திருக்கிறாள். வேலாயி ஒரு நிமிடம் சும்மா இருக்கமாட்டாள். வீராசாமியும் அப்படித்தான். வேலாயி என்ன செய்துகொண்டிருந்தாலும், அவனுக்கு அவளோடு வாய் கொடுத்துக்கொண்டே இருக்க வேண்டும். அவனுக்கு என்னவோ அவள் என்றால் அப்படி; அதுவும் அந்த வயதில்!

பாவம், கமலத்துக்கு ஒன்றும் புரியாது. ‘என்ன ஜன்மங்கள், ஏதோ குருட்டுத்தனமான பாசம்’ என்று எண்ணிக்கொள்வாள்.

கீழே கதவு தட்டும் சப்தம் கேட்டது. ஆடியசைந்து இறங்கிச் சென்றாள் கமலம். முன்றானையை ஆயிரம் தடவை சரிப் படுத்திக்கொண்டாள். கதவைத் திறந்ததும் உணர்ச்சியற்ற முகத்தோடு பார்த்தசாரதி உள்ளே நுழைந்தான். உணர்ச்சி தான் இல்லையே தவிர ஆழ்ந்த சிந்தனை பிரதிபலித்தது. ‘குளித்து பவுடர் போட்டுக்கொண்ட கால்மணி நேரத்துக்குத் தான் முகத்தைப் பார்க்க சகிக்கிறது’ என்று நினைத்துக் கொண்டே, கமலம் கணவன் முகத்தில் வடிந்த எண்ணெயைத் தனது கைக்குட்டையால் துடைத்தாள். பார்த்தசாரதி கதவு சாத்தப்பட்டிருக்கிறதா என்பதைக் கவனித்துக்கொண்டே அவளை அணைத்து முத்தமிட்டான்.

“வாங்க, காப்பி சாப்பிடுங்க முதல்லே” என்று கூறிக் கொண்டு உள்ளே நடந்தாள் கமலம். பார்த்தசாரதி உடுப்பு களை மாற்றிக்கொண்டு பின்தொடர்ந்தான். இருவரும் ரேடியோ அருகே அமர்ந்துகொண்டனர். பார்த்தசாரதி காபியை அருந்திக்கொண்டு, ரேடியோ பெட்டியை நோக்கியவாறு சிந்தனையில் ஆழ்ந்தவன்போல் காணப்பட்டான்.

“என்ன யோசிக்கிறீங்க?” என்று பேச்சை ஆரம்பித்தாள் கமலம்.

“உம்” என்று சிந்தனையைக் கலைத்துவிட்டு, கமலத்தின் முகத்தின் மீது கண்களைத் திருப்பினான் பார்த்தசாரதி.

“நீயென்ன சினிமாவுக்கு வரமாட்டங்கிறே. வாக்கிங் போகலாம்னா அதுவும் பிடிக்கலேங்கிறே. அல்லது ‘பிரெண்ட்ஸ்’ வீடுகளுக்குச் செல்லலாம் என்றால் அதற்கும் இஷ்டமில்லை. உனக்கு என்னதான் வேணும்னு எனக்குத் தெரியலியே?” என்று பேசினான் பார்த்தசாரதி.

“எனக்கு என்னங்க வேணும்? ஒண்ணும் வேணாம்” என்று தலையைக் குனிந்துகொண்டு பதிலளித்தாள் கமலம். பிறகு சிறிது நேரம் கழித்து, “நான் ஸ்கூல்லே படிக்கிறபோது கூட சொல்றதுண்டு; எனக்கு கிராமசேவை செய்ய ஆசைன்னு” என்று கமலம் சம்பந்தா சம்பந்தமில்லாமல் பேசினாள்.

கிராமசேவையா? பார்த்தசாரதிக்கு நம்ப முடியவில்லை. காலையிலே ஒரு டிரஸ்; மாலையிலே ஒரு டிரஸ். ஆயிரம் தடவை இடையே அழகு பண்ணிக்கொள்ளும் ஒரு

பெண்ணுக்குக் கிராமசேவையில் ஆர்வம் இருக்க முடியுமா? பார்த்தசாரதிக்கு நம்ப முடியவில்லை.

"அதுக்கென்ன, எல்லோரும் ஒரு வயதிலே அப்படித் தான் நினைப்பதுண்டு – சேவை, தியாகம் அது இதுன்னு" என்று கூறிவிட்டு, தனது நாற்காலியை நகர்த்தி கமலத்தின் அருகே சென்று அவளை ஒரு கையால் கட்டி அணைத்தான். கமலம் பதில் பேசாது நாற்காலியின் கைப்பிடியில் கிடந்த பார்த்தசாரதியின் மற்றொரு கையில் சாய்ந்தாள். பார்த்த சாரதி சிறிது நேரத்தில் கமலத்தை அணைத்திருந்த கையை எடுத்து அவளது தலைமயிரை வருடினான். ஒரு வருடத்துக்கு முன்பு அவர்களின் திருமணத்தின்போது, பார்த்தசாரதியின் பித்துக்குளி நண்பன் திருப்பதி – சினிமாக் கம்பெனிகளைக் கதை, வசனச் சரக்கோடு முற்றுகையிட்டுக்கொண்டிருந்தவன் – அவளைப் பற்றி எழுதிய வார்த்தைகள் அவள் நினைவுக்கு வந்தன. பார்த்தசாரதிக்குத் தெரியாது; அந்தக் கடிதத்தைத் தன் பெட்டிக்குள் வைத்துக்கொண்டு, அடிக்கடி எடுத்து வாசிப்பாள் கமலம். '... அவள் சந்தனக்கட்டை போன்ற பளபளப்பான மேனியாள். செக்கச் சிவந்த முகம். எட்டிய தெல்லாம் அள்ளிப்பருகும் தீராப் பசியேறிய கண்கள். வானொலி நிலையத்திலிருந்து பெய்யும் மின் அலைகளைப் போன்று, உள்ளத்தில் பொதிந்து கிடக்கும் மகிழ்ச்சிப் புனலை முறுவல்களாக அலைத்தனுப்பும் அதரங்கள். அவள் காலடியில் அமர்ந்து, கைகளை அகல விரித்து காதற் பிச்சை கேட்டு, கண்ணீர் உகுத்தாற் போதும் – ஆயிரமாயிரம் பிறவிகளில் நிறைவேறாத கோடி கோடி ஆசைகள் உள்ளத்தில் சுமத்திய பளுவனைத்தும் நொடிப் பொழுதில் காற்றுப்போல மறைந்துவிடும். அவள் வாழ்வுக்கு வாழ்வு; உயிருக்கு உயிர். ஜீவியத்தின் மூலகாரணம் தெரியாது கலங்கித் தவிக்கும் மனித அறிவின் கொந்தளிப்புக்கு நிலையான சாந்தியளிக்கும் சஞ்சீவி...' கமலத்துக்கு அது முழுவதும் நெட்டுரு. அவளுக்குத் தெரியும் திருப்பதி எதையும் கற்பனையில் எழுதிவிடவில்லை; அவளைப் பார்த்த மாத்திரத்தில் அவனுக்கு ஏற்பட்ட உண்மையான உணர்ச்சிகளைத்தான் எழுதிவிட்டான். ஒருவேளை பார்த்தசாரதிக்கும் அத்தகைய உணர்ச்சிகள் இருக்கலாம். யார் கண்டது? தெரிவிக்க முடியாமல் தவித்தானோ என்னவோ?

சாப்பாட்டை முடித்துக்கொண்டு தன் அறைக்குச் சென்றான் பார்த்தசாரதி. அவன் ஒரு கல்லூரி ஆசிரியர்; போதாதற்குப் பெரிய புத்தகப் புழு. இரவு பனிரெண்டுக்கு முன் தூங்கமுடியாத துரதிர்ஷ்டப் பிறவி. கமலம் மாடியறைக்குச்

சென்றுவிட்டாள். அவளுக்கும் அன்று தூக்கம் வரவில்லை. மணி பத்துதான் ஆகியிருந்தது. வெளியே நிலவு பால்போல் காய்ந்துகொண்டிருந்தது. ஊர் அடங்காவிட்டாலும், அவர்கள் வாழ்ந்த பகுதி அடங்கிவிட்டது. வீராசாமியின் டைகர் மட்டும் ஒரு பர்லாங்கு தூரத்தில் வருவோர் போவோரை நோக்கிக் குரல் கொடுத்து, அவர்களது யோக்யதாம்சத்தைப் பரீட்சித்துக் கொண்டிருந்தது. கமலம் ஜன்னலின் அருகே நின்றுகொண்டே வெளியே பார்த்துக்கொண்டிருந்தாள்.

"ஏம் புள்ளே நல்ல நாளாப் பாத்து கோவாலுக்கு ஒன் சின்னையா பேத்தியைக் கேட்டு வாரதுதானே? பய ஒரு மாதிரி திரிய ஆரம்பிச்சுடுவான்" என்று வீராசாமி பிரச்சனையைக் கிளப்பினான்.

"அவனுக்கென்ன கண்ணாலத்துக்கு அவசோரம்? வயசுப் பிள்ளைக சினிமா நாடகம்னு அலையாதாக்கும்" என்று வேலாயி பதிலளித்தாள். வீராசாமி வீட்டின் முற்றத்தில் ஒரு கயிற்றுக் கட்டிலில் படுத்திருந்தான். அவன் காலருகே உட்கார்ந்து கொண்டு, கால்களைப் பிடித்து விட்டுக்கொண்டிருந்தாள் வேலாயி.

"அவன் சினிமா, நாடகம்னு அலைஞ்சாத் தேவலையே. வேறெதுவும் சங்காத்தத்திலே மாட்டிக்கிடக் கூடாதேன்னு தான் சங்கடப்படுறேன்" என்று விளக்கினான் வீராசாமி.

"ஒண்ணும் சங்கடப்படாதீங்க. உங்க பிள்ளைங்க ஒண்ணும் உங்களுக்குக் குறைஞ்சிடாது" என்று சமாதானப் படுத்தினாள் வேலாயி.

"வயசும் ஆயிடிச்சில்லே?" என்று இழுத்தான் வீராசாமி.

"என்ன ஆயிடிச்சாம்? நீங்க என்னைக் கட்டிக்கிறப்ப ஆன வயசு ஆயிடிச்சாக்கும்?" என்று பதிலளித்தாள் வேலாயி.

"அதுக்கென்ன பிள்ளை செய்றது? உனக்காக நான் அஞ்சு வருஷமா காத்துக்கிடந்தேனில்லா? எத்தனை எத்தனை பேர் மகளைக் கட்டிக்க, மகளைக் கட்டிக்கன்னு வந்தாங்க. நான்தானே கிருஷ்ணக்கோனார் மவ மொவத்திலே முழிச்ச கண்ணா இல்லையாண்டு விரதம் கிடந்தேன்" என்று பழங் காலக் கதையை ஆரம்பித்தான் வீராசாமி.

வேலாயி காலடிப் பக்கத்திலிருந்து உட்கார்ந்தவாறே தலைப்பக்கம் நகர்ந்து வந்து, தன் இரு கைகளையும் கொண்டு வீராசாமியின் கைகளையும் மார்பையும் பிடித்துவிட ஆரம்பித்தாள். சிறிது நேரத்தில் அவளது முகம் அப்படியே

வீராசாமியின் நெஞ்சில் சாய்ந்தது. கைகள் ஓய்ந்தன. இருவரும் தூங்கினர்.

இதைக் கவனித்துக்கொண்டிருந்த கமலத்துக்கு உடம்பெல்லாம் புல்லரித்தது. வீராசாமியின் உருவமும் வேலாயியின் உருவமும் அவளது கண்கள் முன்பு பளிச்சென்று வந்து நின்றன. பாவம், சருகுபோல் காய்ந்துபோன உடலும், சவம் போல உணர்ச்சியற்ற முகமும் கொண்ட வேலாயியிடத்து அவளால் அனுதாபப்படாமல் இருக்க முடியவில்லை. அனுதாபம் மட்டுமில்லை; பொறாமையும்கூட. அவனுக்கு என்ன அவள்மீது அப்படி பாசம். அவளுக்குப் புரியவில்லை. ஆனால் வேலாயியின் கண்களில் ஏக்கம் இல்லை; அது மட்டும் கமலத்துக்குப் புரிந்தது.

"விநோதமான தம்பதிகள் இல்லையா?" என்ற வார்த்தைகள் கமலத்தின் காதுகளில் விழுந்தன. அவளுக்குத் தூக்கிவாரிப் போட்டது. திரும்பினாள்.

பார்த்தசாரதி வெகு அருகே அவளுக்குப் பின்புறம் நின்று கொண்டிருந்தான். கமலம் திகைப்பைச் சமாளித்துக்கொண்டாள்.

"யாரைச் சொல்லுகிறீர்கள்?" என்று கேட்டாள்.

"அவர்களைத்தான் – அந்த வீராசாமியும் வேலாயியும்." கமலம் பதிலளிக்கவில்லை.

"அதிர்ஷ்டசாலிகள்" என்று தொடர்ந்தான் பார்த்தசாரதி.

"ஆமாம்" என்று பதிலளித்தாள் கமலம்.

"ஆனால் இருவரில் ஒருவர் மற்றவரைவிட அதிக அதிர்ஷ்டசாலி" என்று கூறிவிட்டு ஒரு கேள்வியைப் போட்டான் பார்த்தசாரதி – "அது யார் தெரியுமா?"

"அவள்தான் வேலாயி" என்றாள் கமலம் சட்டென்று.

"இல்லை, இல்லை. தான்தான் அதிக அதிர்ஷ்டசாலி என்று நினைக்கிறான் வீராசாமி. அந்த வேலாயி எந்தக் காலத்திலாவது பார்க்கப் பரவாயில்லை என்றாவது இருந்திருக்கும் என்று நினைக்கிறாயா?" என்று கேட்டுவிட்டு கமலத்தை உற்று நோக்கினான் பார்த்தசாரதி.

கமலம் சிரித்தாள். "என்ன பாசமோ தெரியவில்லை. அது பாசமோ பிரமையோ, அதுதான் யாருக்குத் தெரியும்?"

"யார் கண்டது? ஒருவேளை பாசம், பிரமை எல்லாமே ஒண்ணுதானோ என்னமோ!" என்றான் பார்த்தசாரதி.

அங்கும் இங்கும்

"இந்த ஆராய்ச்சியெல்லாம் இருக்கட்டும்; வாசக்கதவை தாளிட்டீங்களா?" என்று கேட்டாள் கமலம்.

"உம்" என்று தலையை அசைத்தான் பார்த்தசாரதி. கமலம் லேசாகப் பெருமூச்சு விட்டதைக் கவனிக்காமலில்லை.

சரஸ்வதி, ஏப்ரல் 1959

தீராக் குறை

ஏழு நாட்களாகப் பேச்சு மூச்சில்லை; கண்கள் மூடிய படியே அசைவற்றுக் கிடந்தார் சோமுப்பிள்ளை. சாப்பாடு இறங்கவில்லை; பிறகு தண்ணீர்கூட இறங்கவில்லை. வேளா வேளைக்குப் பலவந்தமாக ஆரஞ்சு நீரும் குளுகோசும் கொடுத்தார்கள். அன்றிரவு அதைக் கூட உட்கொள்ள முடியாமல் வாந்தியெடுத்துவிட்டார். டாக்டர் கொஞ்சம் குளுகோஸ் இன்ஜெக்ஷன் செய்துவிட்டுச் சென்றார். யாரும் என்ன, எப்படி என்று கேட்கவில்லை. வீட்டிலிருந்து தந்திகள் பறந்தவண்ண மிருந்தன. ஒவ்வொருவராக மூட்டை முடிச்சுகளோடு வந்திறங்கினர். இரண்டு மூன்று தினங்களுக்கு முன்பு அமைதி நிலவியிருந்த வீட்டில் படிப்படியாக இரைச்சல் வளர்ந்தது.

சோமுப்பிள்ளை கட்டிலில் கிடந்தார். அவரது நெஞ்சு வேகமாக எழும்பித் தாழ்ந்தது. உடலில் வேறு அசைவு இல்லை. கட்டிலின் அருகே ஒரு நாற்காலியில் அவரது கடைசிப் புதல்வன் கணபதி அப்பாவைக் கவனித்துக் கொண்டும், புத்தகம் ஒன்றை வாசித்துக் கொண்டும் இருந்தான். அப்பா அவ்வப்போது முனங்குவார். "என்னப்பா வேணும்?" என்று கேட்டு விட்டுப் பதிலுக்குக் காத்திருப்பான். பதில் ஒன்றுமகிடைக்காது. மீண்டும் புத்தகத்தில் கவனத்தைச் செலுத்துவான். உத்தரத்திலிருந்து தொங்கிக்கொண்டிருந்த விளக்கு அழுது, புகைந்து, எரிந்துகொண்டிருந்தது.

அடுக்களையில் ஒரே அமர்க்களம். சாப்பிட்டு முடித்தவர்கள், சாப்பிட உட்கார்ந்தவர்கள், சாப்பிட்டுக்

கொண்டிருந்தவர்கள் அனைவருமாகச் சேர்ந்து இரைந்து கொண்டிருந்தார்கள். தனக்கு உதவிக்கு வர யத்தனித்த தனது முதல் மாட்டுப்பெண்ணைப் பலவந்தமாக உட்கார வைத்துவிட்டு, பார்வதி அம்மாள் பரிமாறுவதில் முனைந் திருந்தாள். ஒவ்வொரு இலையையும் கவனித்து அவரவர் களுக்கு வேண்டியதை வழக்கம்போல் அள்ளி அள்ளிப் போட்டாள்.

"ஏன் இப்படி இலையிலே வந்து கொட்டறே? வேணு மான்னு கேட்டுப் போடக்கூடாதா?" என்று கடிந்துகொண்டான் மூன்றாவது மகன் முத்து. அவனுக்கு அப்படிக் கேட்க உரிமை உண்டு. முன்சீபு கோர்ட்டிலே பாடுபட்டு அவன் சம்பாதிக்கும் பணமும் சேர்ந்ததுதான் வீட்டு வருமானம். அவனுக்குக் கல்யாணமாகவில்லை. அது அவனுக்குப் பெருங்குறை. அத்தை மகள் அவனுக்குக் காத்திருந்தாள். ஆனால் அவன் அத்தை மகளைக் கட்டுவதில் அப்பாவுக்கு இஷ்டமில்லை. அத்தை குடும்பம் மிகவும் எளிய குடும்பம். வேறு எங்காவது நாலு காசு கிடைக்கும் இடத்தில் முத்துவுக்கு முடித்து வைக்க வேண்டும் என்பது அப்பாவின் விருப்பம். அப்படித்தான் மீனாவின் கல்யாணத்துக்குப் பணம் பார்க்க முடியும். இந்த ஏற்பாட்டில் முத்துவுக்கு இஷ்டமில்லை. அவனை வைத்து அவன் அப்பா ஏன் சம்பாதிக்க வேண்டும்? பார்வதி அம்மாளுக்கு முத்துவின் எரிச்சலின் மூலகாரணம் தெரியும். அவன் எவ்வளவு கோபப்பட்டுப் பேசினாலும் அவள் பதில் பேசமாட்டாள். பார்வதி அம்மாளின் நிர்விசாரம் முத்துவுக்கு ஆத்திரத்தை மூட்டியது.

"இந்த நாதியற்ற வீட்டிலே எல்லாமே இப்படித்தான்! சிக்கனம் என்பது மருந்துக்குக்கூடக் கிடையாது!" என்று தொடர்ந்தான்.

"சர்த்தாண்டா பெரிய மனுஷன், வாயை மூடிக்கிட்டுச் சாப்பிடு" என்று அதட்டினான் மூத்தவன் சங்கரன்.

"ஆமாம், உனக்கென்ன இந்த வீட்டைப் பற்றிக் கவலை! உம்பாடு ஆயிடிச்சு. இன்னைக்கு அப்பா சாகக்கிடக்கவும் தானே இந்தப்புறம் தலை காட்டியிருக்கே. இல்லாட்டி எங்கே தொத்திக்கிடுவாங்களோன்னு ஒதுங்கி இருக்கமாட்டே?" என்று முத்து ரோஷத்தோடு பேசினான்.

"என்னடா, வாய் ரொம்ப நீளுது! யாரடா ஒட்டாமெ ஒதுங்கியிருந்தது? நான் பணம் அனுப்பாமத்தான் நீ படிச்சுக் கிளிச்சியாக்கும்! எட்டாவதிலே நாலு தரம், ஒன்பதாவதிலே மூணு தரம்னு!"

“ஆமாம் நான் மக்குத்தான். உன்னைப்போல் முதல் தரத்திலே பாஸ் பண்ணவும் இல்லை; காலேஜிலே படிக்கிறேன்னு அப்பாகிட்டே ஆயிரமாயிரமாகக் கேட்டு வதைக்கவுமில்லே.”

“முத்தண்ணனுக்கு செலவழிச்சதிலே பாதி செலவு செய்திருந்தாலும் நான் எஸ். எல். சி. பாஸ் செய்து டிரெயினிங் போயிருப்பேன். அப்பாவுக்கு அக்கறையெல்லாம் மகங்க பேரிலேதானே? பிள்ளைங்களுக்கு என்ன செய்தாரு?” என்று தனது அங்கலாய்ப்பை ஆரம்பித்தாள் மீனா.

“ஆமாம், ஆமாம், பிள்ளைங்ககிட்டே அக்கறை இல்லாமல் தான் ஒவ்வொருத்திக்கும் ஐயாயிரம் செலவழித்து இரண்டு பெண்களுக்குக் கல்யாணம் செய்து கொடுத்தாராக்கும்!” என்று முதல் முறையாகப் பேசினான் இரண்டாவது மகன் நடராசன்.

“யாருக்கு ஐயாயிரம் செலவழிச்சது?” என்று சீறி யெழுந்தாள், குழந்தைக்குப் பால் கொடுத்துக்கொண்டிருந்த பங்கஜம். “தலைப்பிள்ளை, தலைப்பிள்ளையின்னு தலையிலே வச்சுக் கூத்தாடி லட்சுமிக்குத்தானே விழுந்து விழுந்து செய்தார்! பணக்கார இடத்திலே கல்யாணம் ஆயிடுச்சீன்னு இன்னைக்கு இந்த வீட்டுப்புறம் காலெடுத்து வைக்கிறது அவளுக்கு ஏளனமாத் தெரியுது! மூணு தந்தியடிச்சாய் விட்டது; இடிச்சு வச்ச புளிமாதிரி உட்காந்துகிட்டு ஊரை விட்டு கிளம்புவேனா என்கிறா பாரு!” என்று தனக்கும் அக்காளுக்கும் உள்ள பண்பாட்டு வேற்றுமையை உதிர்த்தாள் பங்கஜம்.

“என்னமோ பேசிக்கிட்டிருக்கும்போது எங்கேயோ போறயே? லட்சுமிக்குச் செஞ்சாரு செஞ்சாருன்னா, உனக்கு மட்டும் அப்பா செய்யலயா என்ன?” என்று ஆரம்பித்தான் நடராசன்.

“ஆமாம், செஞ்சாரு. ஒரு முரடன் கையிலே என்னைப் பிடிச்சுக் கொடுத்துட்டாரில்லே!” என்று அழாதகுறையாகப் பதிலளித்தாள் பங்கஜம்.

“உனக்குக் கெட்டிக்காரத்தனம் இல்லை; அதுக்கு யாரென்ன பண்ண முடியும்? உன் மாப்பிள்ளை கொஞ்சம் நாகரிகப் பேர்வழி. அவருக்கு ஒத்தாப்லே நடக்காமே, நீ எடுத்ததுக்கெல்லாம் சிடுசிடுன்னு பேசறது, இல்லே கண்ணைக் கசக்கிட்டு அழறது என்றிருந்தா அதுக்காக மாப்பிள்ளையை முரடன்னா சொல்றது?” என்று விவரித்தான் சங்கரன்.

"எங்கப்பா என்னைப் படிக்கவைக்காமே பட்டிக்காடா ஆக்கிட்டாரு; பெறகு எதுக்கு நாகரிகக் குடும்பத்திலே கட்டிக் கொடுக்கணுமோ?" என்று சாகசம் புரிய ஆரம்பித்தாள் பங்கஜம்.

"உங்களுக்கென்ன, உங்கபாடெல்லாம் முடிஞ்சிடுத்து; நானும், கணபதியும்தான் நடுத்தெருவிலே நிற்கணும்" என்று அழ ஆரம்பித்தாள் மீனா.

"யார் நடுத்தெருவிலே நிற்கப் போறா? கிறுக்கு மாதிரி பேசாதே" என்று கண்டித்தான் நடராசன்.

"ஆமாம், வேலைவெட்டி பாக்காமே அரசியல், அது இதுன்னு ஊர் சுத்திட்டிருந்தா தம்பி தங்கை நடுத்தெருவிலே நிக்காமத்தானிருப்பாங்க!" என்று நடராசனைத் தாக்கினான் முத்து.

"சர்த்தாண்டா, நிறுத்து. போ, பெரிய வேலை பாத்துட்டே நீ, வேலை!" என்று சுருக்கமாகத் தற்காத்துக்கொண்டான் நடராசன்.

"உனக்கு அதுக்கும் வழியில்லையே?" என்று நிமிர்ந்து பேசினான் முத்து.

"அவனைச் சொல்லிக் குற்றமில்லே; எல்லாம் அப்பா கொடுத்த செல்லம். குழந்தை குட்டிகளைக் கட்டுப்பாடா வளத்தால்தானே?" என்று குற்றத்தை எல்லாம் வேறு பக்கம் திருப்பிவிட்டான் சங்கரன்.

"ஆமாம். கொஞ்சமாவது முன்யோசனை, நிதானம் கிடையாது. கையிலே நாலு காசு கிடைச்சா குதியாய்க் குதிக்கிறது; இல்லாட்டி வெட்கம் மானமில்லாமே, அங்கேயும் இங்கேயும் கடனை வாங்கறது" என்று கூறி அண்ணனை ஆமோதித்தாள் மீனா.

சாப்பாடு முடிந்தது. பார்வதி அம்மாள் அவரவர்களுக்குப் படுக்கை, தலையணை எடுத்துக் கொடுத்துப் படுக்கும் இடமும் காட்டிக் கொடுத்தாள். மகன் வயிற்றுப் பேரனுக்கும், மகள் வயிற்றுப் பேத்திக்கும் தொட்டில் கட்டினாள். மாட்டுப்பெண் பிரயாண அசதியைப் பற்றிப் பேச ஆரம்பிக்கும் முன், அவளைப் படுக்கச்செல்ல உத்தரவிட்டாள். பங்கஜம் மட்டும் அடுக்களையில் உட்கார்ந்துகொண்டே தன் மாப்பிள்ளையின் கொடுமைகளை யெல்லாம் விவரித்துக்கொண்டிருக்க, பார்வதி அம்மாள் பாத்திர பண்டங்களைக் கழுவி அடுக்களையைச் சுத்தம் செய்தாள். வேலை முடிய மணி ஒன்றாயிற்று. பிறகு கணவன்

படுத்திருந்த கட்டிலினருகே வந்தாள். நாற்காலியில் படுத் துறங்கிவிட்ட கணபதியை எழுப்பி, படுக்கைக்கு அனுப்பி விட்டு நாற்காலியில் அமர்ந்துகொண்டாள்.

காலை மணி ஐந்து இருக்கும். சோமுப்பிள்ளை இலேசாகக் கண்களைத் திறந்தார்.

"கொஞ்சம் குளூகோஸ் சாப்பிடுறீங்களா?" என்று கேட்டாள் பார்வதி. சோமுப்பிள்ளைக்குப் பதிலளிக்க ஆசை. கஷ்டப்பட்டு, கஷ்டப்பட்டுக் கண்களை மூடித் திறந்தார். உதடுகள் இலேசாக அசைந்தன. ஏதோ சொல்ல முயல்கிறார் என்று புரிந்துகொண்டாள் பார்வதி. சோமுப்பிள்ளையின் வாயிலிருந்து வார்த்தைகள் உளறிக் கிளம்பின. அவரது கண்களில் தோன்றிய கண நேரப் பிரகாசம் பார்வதிக்கு நம்பிக்கை கொடுத்தது. "என்ன, என்ன?" என்று கேட்டுக் கொண்டே, முகத்தைக் கணவனின் முகத்தருகே கொண்டு சென்றாள்.

"எல்லாம் நேத்து நடந்த மாதிரியிருக்கு. சந்தனக்கலர் சேலையும், கறுப்பு ரவிக்கையும், தலை நிறைய பூவுமா, மகாலெக்ஷிமி மாதிரி என் வீட்டுக்கு வந்தே . . . நீ வலாட்டி நான் இவ்வளவு காலம் இருந்திருக்கவே மாட்டேன் . . . எல்லாம் கனவுபோலப் போயிருச்சு. . . ஒனக்கு நான் ஒண்ணுமே செய்யலே . . . இன்னைக்கும் நிலாதரவா நிறுத்திட்டு . . ." என்று அலங்கோலமாய் வார்த்தைகள் வெளிவந்தன.

"கண்டபடி ஒண்ணும் பேசாதீங்க; எனக்குத்தான் நீங்க எல்லாம் செய்தீங்க" என்று பார்வதி கண்களில் நீர் பொங்க, துக்கம் நெஞ்சை அடைக்க ஆறுதல் கூறினாள். சோமுப் பிள்ளை மேலும் பேசினார். அவரது வார்த்தைகள் பார்வதிக்குப் புரியவில்லை. இறுதியில் பெரிய ஏப்பம் போல அவரது வாயிலிருந்து தொனி மட்டும் கேட்டது. "ஐயோ, என்னமோ போலிருக்கே!" என்று அலறினாள் பார்வதி. திமுதிமுவென்று எல்லாரும் ஓடிவந்து கட்டிலைச் சூழ்ந்துகொண்டனர். சோமுப் பிள்ளையின் கழுத்து ஒடிந்து விழுவதுபோல ஒருபுறமாகச் சாய்ந்தது.

சரஸ்வதி

பச்சக்குதிரை

ராஜுவுக்குத் துக்கம் பீறிட்டு வந்தது; சாகலாம் போலிருந்தது.

'பெரிய சண்டியரு! இவர் எதைக் கேட்டாலும் கொடுத்துடணும்; இல்லாட்டி மாட்ட வைப்பாராம், மாட்ட!'

ராஜுவுக்குக் கோபமெல்லாம் செல்லத்துரைமீது.

'எருமைமாடு மாதிரி இருந்துக்கிட்டு இவன் எதுக்கு நாலாம் கிளாசிலே இருக்கணும்? அன்னைக்கு மாணிக்கம் வாத்தியார்கூட, 'டே தடியா! அய்யாகிட்டச் சொல்லி ஏதாச்சும் கடைலே கிடைலே வைக்கச் சொல்லு' என்கலே! இந்த மாணிக்கம் வாத்தியான்! அவன் ஒரு மண்டைக் கனம். மாணிக்கம், கீணிக்கம், சாணிக்கம், பூணிக்கம் . . .'

மாணிக்கம் வாத்தியார் திருகிய காதை ராஜு இலேசாகத் தொட்டுக் கொண்டான். இட்டிலியைத் தொட்ட மாதிரி இருந்தது. 'இன்னைக்கு தின்ன என்னவோ?. . . இருட்டிடுச்சு. ஒருமிக்க சோத்தைத் தின்னுட்டு படுத்துடவேண்டியதுதான். ஐயோ, காதெ யாரும் பாக்காம இருக்கணுமே.' ராஜு மீண்டும் காதைத் தொட்டுக்கொண்டான். துக்கம் நெஞ்சை அடைத்தது. 'அம்மா பாத்தா 'ஓ'ன்னு அலறிடுவா. ஊர்லே இல்லே, நல்ல வேளை. அப்பா வரத்துக்குள்ளே தூங்கிடணும் . . . போடா, ராஜு போ, உனக்குத் தூக்கம் வேறயா கெட்டிருக்கு. காலையிலே போலீசுகாரன் வரும்போதல்ல தெரியும்.'

'இந்த வீட்டிலே ராஜு என்கிற செட்டிமார் பையன் ஒருத்தன் இருக்கானா?' அய்யய்யோ, போலீசுக்காரன் வந்திட்டானே! மூஞ்சியைப் பாரு, குரங்குமாதிரி. 'ஆமாம் இந்த வீடுதான். என்ன விஷயம்?' என்று கேட்டுக்கொண்டு வாசலில் நிற்கிறார் அப்பா. ராஜு கதவருகே ஒளிந்து கொண்டு நிற்கிறான். 'அந்தப் பையனே டேஷனுக்குக் கூட்டிப் போகணும். யாரோ ஒரு பையன் கையை ஒடிச்சிட்டான்' என்கிறான் போலீஸ்காரன். 'எங்க வீட்டு ராஜுவா? அவன் அப்படியெல்லாம் கையை ஒடிக்க மாட்டானே! பாவம், ரொம்ப சாது' என்கிறார் அப்பா. போலீஸ்காரன் விட்டால் தானே! 'ஒடிக்கமாட்டானா? அவுங்க மாணிக்கம் வாத்தியாரே பாத்தாராம். இவன்தான் ஒடிச்சானாம். பச்சக்குதிரை விளையாடுறப்போ, குனிஞ்சிருந்த உங்க ராஜுதான் அந்த சோமுவைக் காலை வாரிவிட்டுக் கையை ஒடிச்சிருக்கான்... செல்லத்துரைங்கிற பையன்கூடச் சொன்னான்.' 'பொய்யப் பாரு பொய்யை! நான் ஒண்ணும் காலை வாரி விடலேப்பா. அந்தச் செல்லத்துரைக்கு பென்சில் தரலையாம், பொய் சொல்றான். மாணிக்கம் வாத்தியாரும் கூடச் சேர்ந்துக் கிட்டாரு' என்று கத்திக்கொண்டு ராஜு அப்பாவின் முன் வருகிறான். 'திருட்டுப்பயலே, நீதானா?' என்று கூறிக்கொண்டு போலீஸ்காரன் ராஜுவை எட்டிப் பிடிக்கிறான். ராஜு ஓடுகிறான். போலீஸ்காரன் விரட்டுகிறான். அப்பா போலீஸ் காரனைத் தடுக்கப் பார்க்கிறார். அப்பா கைமீது போலீஸ் காரன் ஒரு போடு போடுகிறான். ராஜுவைத் தரதரவென்று இழுக்கிறான். அப்பா பின்னால் ஓடிவருகிறார். 'பத்து வயசுக் குழந்தை அய்யா, அவனை விட்டிடுங்க. நான் வேணா அந்தக் கையொடிஞ்ச பையனுக்கு நிறையப் பணம் தரேன். அவனை விட்டிடுங்க அய்யா!' என்று கெஞ்சுகிறார் அப்பா. போலீஸ்காரனுக்கு நெஞ்சு கல். 'கையை ஒடிச்சிருக்கான். பத்து வயசுக் குழந்தையாம்' என்று இரைகிறான். பல்லைக் கடித்துக்கொண்டு ராஜுவை இழுத்துச் செல்கிறான். 'இந்த ஒரு தரம் விட்டிடுங்கையா; இனிமே ஒடிக்கமாட்டேன். யார் கையையும் ஒடிக்கமாட்டேன்' என்று அழுகிறான் ராஜு...

ராஜுவின் கண்களிலிருந்து பொலபொலவென்று கண்ணீர் வடிந்தது. வாய் உலர்ந்தது, வாயைத் திறக்க முடியவில்லை. நாக்கு வாயோடு வாயாய் ஒட்டிக்கொண்டது. தொண்டையில் ஏதோ உருண்டை மாதிரி நின்றது. 'நான் காலை வாரிவிடலேப்பா. எல்லாம் இந்த செல்லத்துரையாலே. எத்தனை பொய் சொல்றான்! அவன் சொல்றதை வச்சிக்

கிட்டு இந்த மாணிக்கம் வாத்தியார் போலீசிலே பிடிச்சுத் தருவாராம், அப்பா.'

பாவம் அந்தச் சோமு! அவன் கையொடிஞ்சு போச்சு! 'கையொடிஞ்சிருச்சே! வீட்டிலே கொன்னுப்புடுவாங்களே'ன்னு கத்தினான். 'சோமு, சோமு எம்மேலே கோவப்படாதே. நான் ஒண்ணும் உன்னைக் காலை வாரிவிடலே, நீ கையை வச்சு முதுகிலே அழுத்தினபோது இலேசாகக் குனிஞ்சேன், சோமு.' சோமுவை பியூன் ஹென்றி தூக்கினபோதுதான் எப்படி அலறினான் அவன்! அய்யோ பாவம். 'நான் வேணும்னு ஒண்ணும் செய்யலே சோமு. என்னை மட்டும் சும்மா விட்டாங்களா? இங்கே பார்! மாணிக்கம் வாத்தியார் காதெ எப்படிக் கிள்ளியிருக்காரு பாரு. இங்கே பார். தலைலே மங்கு மங்குன்னு குட்டினாரு. என் கன்னத்தைப் பாரு. பளீர் பளீர்ன்னு அடிச்சிருக்காரு. எல்லாரும் எம்மேலே விழுந்து என்னைக் கீழே தள்ளி மிதிச்சாங்க சோமு. என்னைப் போலீசிலே வேறே பிடிச்சித் தரப்போறாங்களாம் சோமு. அந்தச் செல்லத்துரை சொல்றான். 'சோமுவைத்தான் ஆஸ்பத்திரிக்குக் கொண்டுபோயிட்டாங்களே! பாவம், இனிமே என்ன செய்வான்? பள்ளிக்கூடத்துக்கு வரமுடியாது. கையொடிஞ்சவனைக் கடையிலே வச்சிக்க மாட்டாங்க; பாவம், சோமு நொண்டிப் பிச்சைக்காரனா ஆக வேண்டியது தான். 'அய்யா, சாமி! கொஞ்சம் தர்மம் போடுங்களேன். அந்த செட்டிப்பய ராஜு என் கையை ஒடிச்சிட்டானே.' இந்த அப்பா ஒண்ணு. அவனுக்கு ஏதாச்சியும் தாங்களேன்னா, 'அவன் கையொடிஞ்சா நாம் என்ன செய்யறது?'ன்னுடுவார். 'இல்லேப்பா நான்தான் பாவம் அவன் கையை ஒடிச்சேன்.' 'நீதான் ஒடிச்சயா? போ, அவனோடே நீயும் போ . . .'

ராஜு நந்தவனத்துக்கு வந்தான். தொட்டியிலிருந்த தண்ணீரைக் கொண்டு முகத்தைக் கழுவினான், அங்கு சீப்பு, கண்ணாடி வைத்திருந்தார்கள். தலையைச் சீவிக் கொண்டான். சட்டையையும், டிராயரையும் சரிப்படுத்திக் கொண்டான். கழுவிய முகத்தில் கண்ணீர் மீண்டும் முத்துப் போல் உருண்டு விழுந்தது. துடைத்துக்கொண்டான். வீடு சேர்ந்ததும் யாருடனும் பேசவில்லை. வேலைக்காரி சோறு போட்டாள். சாப்பிட்டான். நேராகக் கட்டிலுக்குச் சென்று குப்புற விழுந்தான். அலைக்கழிந்த மனம் அமைதியை நாடியது.

இரண்டு மணி வெயில் மண்டையைப் பிளந்தது. ராஜுவும் அவர்களும் வேலாங்குளம் கண்மாயை நோக்கிச் சென்று கொண்டிருந்தனர். அவர்களில் வேலுச்சாமி ஒருவன்; தர்ம

ராஜன் ஒருவன். மூன்றாவது யாரோ, ராஜுவுக்கே தெரியாது. நிழலுக்காக, ரோட்டிலே நடக்காது, ரோட்டோரமாக இருந்த மேட்டிலே நடந்து சென்றனர். ஒவ்வொருவராகச் சட்டையைக் கழற்றி முண்டாசாகக் கட்டிக்கொண்டனர். சற்று தூரத்தில் இருந்த தண்டவாளத்தின்மீது புகைவண்டி ஒன்று சென்றது. வண்டியைக் கண்டதும் அவர்கள் நின்று அதைப் பார்த்துக் கூச்சலிட ஆரம்பித்தனர்; கண்டபடித் திட்டினர், ரெயிலில் போகிறவர்களை. வேலுச்சாமி மடித்துக் கட்டியிருந்த வேட்டியைத் தூக்கி வண்டியைப் பார்த்துக் கூத்தாடினான். ராஜுவுக்குக் கூச்சலிடவும் கூத்தாடவும் மனமில்லை. 'இதெல்லாம் என்ன?' என்று உள்ளூர அலுத்துக் கொண்டான்.

கண்மாயில் ஏகக் கலாட்டா. நாலு பேர்களும் தண்ணீரிலே குதியாட்டம் போட்டனர். வேலுச்சாமி மட்டும் ஒரு கோவணம் கட்டியிருந்தான்; மற்றவர்கள் பிறந்த மேனியில் இருந்தனர். நாலு பேர்களுக்கும் கையும் காலும் வெளிறிப் போய் கனத்துவிட்டது. கண்கள் சிவந்து நீரைக் கக்கின. தலையில் கல்லைக் கட்டி அழுத்துவது போலிருந்தது. போதாததற்கு வயிறு நிறைய தண்ணீர். ஒவ்வொருவராக வேலுச்சாமியைத் தவிர மற்ற மூவரும் கரைக்கு வந்து சேர்ந்தனர். அரைகுறை நீச்சலடித்து சுற்றி வந்தான் வேலுச்சாமி. அவ்வப்போது கால்களையோ கைகளையோ தரையில் ஊன்றிக்கொண்டான். சுற்றிச் சுற்றி வந்தவன் சற்று விலகிச் சென்றுவிட்டான். கால்கள் தரையை எட்டவில்லை; ஆழத்துக்குப் போய்விட்டான். தத்தளித்துத் தத்தளித்துத் தலையை மேலே தூக்கினான். உரக்கச் சத்தமிட முயன்றான். தண்ணீர் அலை அலையாக வாய்க்குள் புகுந்தது. ஓரே உளறல் மட்டும் கேட்டது. தரையிலிருந்து இதைப் பார்த்துக்கொண்டிருந்தவர் களுக்குத் 'திக்'கென்றது. தர்மராஜன் நிலைகுலையாது நின்றான்; ஒருவன் 'அய்யோ, அப்பா' என்று கத்திக்கொண்டு ஓட்டமெடுத்தான். ராஜு மட்டும் சரசரவென்று தண்ணீருக்குள் நடந்தான். வேலுச்சாமியை எட்டிப் பிடித்தான். இருவரும் தண்ணீரில் மல்லுக்கட்டினர். அவன் இவனை இழுத்தான்; இவன் அவனை இழுத்தான். ராஜுவுக்கு மூச்சு முட்டியது.

பாவம், ராஜு செத்துவிட்டான். ராஜுவின் வீட்டு முன்பு கூட்டம். மாணிக்கம் வாத்தியார்கூட வந்திருந்தார். 'நல்ல பையன், ரொம்ப சாது' என்று அனுதாபப்பட்டார். 'அந்த வேலுச்சாமிக்காகத்தான் ராஜு செத்துப் போனானாம்' என்றார் யாரோ ஒருவர். எல்லாரும் ஆமோதிக்கும் பாவனையில் தலையை அசைத்துவிட்டு ராஜுவின் சாவுக்காக வருந்தினர்.

அந்தக் கூட்டத்திலே நின்று கொண்டிருந்த ராஜுவும் வருத்தத்தோடு தலையை அசைத்தான்.

"தம்பி, எழுந்திரு. உங்க பெரியய்யா மகன் வந்திருக்காரு" என்று வேலைக்காரி கூறியதும் ராஜு எழுந்து உட்கார்ந்தான். 'செத்ததெல்லாம் கனவுதான்! உம், அந்த சோமுக்கு கை யொடிஞ்சதும் கனவாயிருக்கக் கூடாதா?' ராஜு வெளியே நடந்து வந்தான். பெரியப்பா மகன் நடராசன் இரண்டு சகாக்களோடு நின்றுகொண்டிருந்தான். "என்ன தம்பி, செல்லத்துரை நேத்து சேட்டை பண்ணினானாமே? உடனே எங்கிட்டே ஏன் சொல்லலே? பெரிய சண்டியருன்னு நினைச்சிட்டிருக்காம்போலே, இன்னைக்கில்லே அவனுக்கு தெரியப் போவுது!" என்று நடராஜன் ஆரம்பித்தான். "இல்லே, அண்ணே, நான் சோமு கையை ஒடிச்சிட்டேங்கிறாங்க" என்று ராஜு இழுத்தான். "கையொடியரவரு ஏன் விளையாட வந்தாராம்?" என்று கேட்டுவிட்டு, நடராஜன், "தம்பி, நீ தின்னுட்டு வா. இன்னைக்குப் பள்ளிக்கூடத்திலே வச்சு சாத்தற சாத்திலே, அவரு சண்டியத்தனமெல்லாம் பறக்கணும் ஆமா" என்று கூறிக்கொண்டே ராஜுவிடம் விடை பெற்றுக் கொண்டு, சகாக்களின் தோள்களில் கைகளை வைத்தவாறே நகர்ந்தான் நடராஜன். ராஜு துள்ளிக் குதித்து வீட்டுக்குள் ஓடினான்.

'கையொடியரவரு ஏன் பச்சக்குதிரை தாண்டனுமாம்?' என்று சொல்லிக்கொண்டே பல்லை விளக்கினான். உடனே நேராக அடுப்பங்கரைக்குள் நுழைந்தான். "தம்பி வெந்நீர் ஊத்திவச்சிருக்கேன். குளிச்சிட்டு வந்திரு. இல்லாட்டி ஐயா கோவிப்பாரு" என்றாள் வேலைக்காரி. "குளிக்கவும் மாட்டேன்; ஒண்ணும் மாட்டேன். நான் ஓடனே போகணும். இப்ப இட்டிலியை வைக்கிறயா, இல்லையா?" என்று அதட்டினான் ராஜு.

"உன் அதட்டலும் மிரட்டலும் இங்கே வச்சுக்காதே; மருவாதையாய் போய் குளி" என்று கண்டிப்புடன் பேசினாள் வேலைக்காரி.

"என்னை யாருன்னு நினைச்சே! இங்கே பார், நான் இன்ஸ்பெக்டராக்கும்" என்று சொல்லிக்கொண்டே கையிலிருந்த தோல் பெல்ட்டால் வேலைக்காரிக்கு ஓங்கி ஒரு அடி கொடுத்தான் ராஜு.

சரஸ்வதி, மே 1959

சுழற்சி

குடை ராட்டினம் சுற்றிக்கொண்டிருந்தது.

திருவிழா முடிந்து மூன்று நாட்களாகிவிட்டன. திருவிழாக் காசெல்லாம் தீர்ந்துவிட்டது. ராட்டினத்தில் ஏறிச் சுற்றுகிறவர்களைவிடச் சுற்றி நின்று வேடிக்கை பார்ப்பவர்கள்தான் அதிகம்.

ராட்டினத்தைச் சுற்றியபடியே பாயி கோவில் வாசலை நோக்கினான். ஒருத்தியும், வேறு மூன்று பெண்களும் அப்போதுதான் கோவில் வாசலைக் கடந்து வெளியே வந்தனர். குட்டைக் கத்தரிக்காய்மாதிரி இருந்தாலும், தசையும் பசையுமாய் இருந்தாள். அளந்து வெட்டி எடுத்து வைத்த மாதிரி அங்கே அங்கே, அப்படி அப்படி சதை இருந்தது. பாயிக்கு எங்கோ உடலில் சுண்டிவிட்டது போலிருந்தது. நேற்று அவன் போயிருந்த அவள் மட்டும் என்ன மட்டமா? அவளும் இவளைப் போல் உருட்டி திரட்டி எடுத்தாற்போலத்தான் இருந்தாள்! இருந்தும் அவனுக்கு என்ன? அவள் நடித்த நடிப்பும், செய்த பாசாங்கும் ஐந்து நிமிடங்களிலே அவனை வீட்டை விட்டே விரட்டின. கதவை அடைத்துக்கொண்டு அவளைத் தொட்டதுதான் தாமதம், அவள் கதவை நோக்கியவாறே, "யாரது?" என்று கேட்டாள். யாரோ கதவைத் தட்டுவது போலிருந்ததாம்! அவன் ஒன்றும் கேட்கவில்லை; ஆனால் அந்த ஒரு கணத்தில் பாதி உயிர் அவனிடமிருந்து வடிந்துவிட்டது. அவனுக் கென்ன அனுபவமில்லையா? அவனும் சமாளித்துப் பார்த்தான். யாரோ ஒரு நடிகை போல இருப்பதாகச் சொல்லி அவளைப் புகழ்ந்து பார்த்தான். "ஊம்ம்ம் ..."

என்று அவள் இழுத்துவிட்டு "சரி, சீக்கிரம் முடியுங்க" என்று கூறிவிட்டாள். சரியான கள்ளி! அந்தக் கழுதைங்களோடு யார் போட்டியிட முடியும்! தொழிலே அதுதானே, ஏமாற்ற முடியுமா?... பாயிக்கு வெட்கம் பிடுங்கித் தின்றது. ஐந்து நிமிடங்களுக்கு நரம்புகளைக் கசக்கிப்போட அவன் எதற்கு இரண்டு ரூபாயும் மூன்று ரூபாயும் வீசியெறிய வேண்டும்? அதைவிட வேறெதுவும் செய்யலாமே. இனிமேல் இந்தப் பைத்தியக்காரத்தனம் கூடாது; எல்லாவற்றையும் நிறுத்திவிட வேண்டும் . . .

குடை ராட்டினம் சுற்றியது. சுப்பன் வேடிக்கை பார்த்துக் கொண்டு நின்றான். கையிலே அரையணாக்காசு கிடந்தது. "என்ன பாயி நாளையோட முடிஞ்சுதா?" என்று கேட்டான் ஒருவன். "உம்" என்று தலையசைத்தான் பாயி. முந்தின நாளுங்கூட அப்படித்தான் சொல்லியிருந்தான் ... சுப்பனுக்குத் தலை சுற்றுவது போலிருந்தது. சுழலும் ராட்டினத்தைக் கவனித்துக்கொண்டிருந்த கண்களை வேறு பக்கம் திருப்பினான். நினைவு மறையவில்லை. மற்றவர்கள் மட்டும் என்ன? அவர்களுக்கு மட்டும் ஏன் தலை சுற்றவில்லை? அவர்களுக்கு மட்டும் ஏன் வாந்தி வரவில்லை. ராட்டினத்தில் ஏறி உட்கார்ந்தால், அவனுக்கு மட்டும் வயிற்றைப் புரட்டுவானேன்? முந்திய நாள் வாந்தியெடுத்ததுகூட அவனுக்குப் பெரிதாகத் தோன்றவில்லை; இரண்டு, மூன்று பேர்கள் அவனைச் சூழ்ந்துகொண்டு வேடிக்கை பார்த்ததுதான் அவனுக்குச் சங்கடமாக இருந்தது. வாந்தி எடுத்ததில் பாதி சட்டைமீது வேறு விழுந்துவிட்டது. வீட்டுக்குச் சென்று, சட்டையை நனைத்துக் கழுவும் வரை அவன் என்ன பாடு பட்டு விட்டான்! காலையில் உலர்ந்த சட்டையில்கூட வயிற்றைக் குமட்டும் நாற்றம். அப்பப்பா ... சுப்பன் மீண்டும் ராட்டினத்தைப் பார்த்தான். மாடு மீதும், ஆடு மீதும், குதிரை மீதும் உட்கார்ந்துகொண்டு மற்றவர்கள் குதியாட்டம் போட்டனர்; பாடினர்; சீட்டியடித்தனர்; "ஊய்" என்று கத்தினர். ஒரு கையை வெளியே நீட்டிக் காற்றை அணைத்தனர்; முன்னும் பின்னும் ஆடினர்; நிலை கொள்ளாது தவித்தனர். சுப்பனுக்கு மீண்டும் தலை சுற்றியது; வயிற்றைப் புரட்டியது; மண்டை வலித்தது. ராட்டினம் நின்றது. ஏறியவர்கள் இறங்கினர்; புதிதாக மற்றவர்கள் ஏறினர். சுப்பன் பையிலிருந்த அரையணாக்காசை பைக்கு வெளியே தொட்டவண்ணம் நின்றான். யார் யார் ஏறுகிறார்கள் என்று கவனித்தான். இறங்கினவர்களது முகங்களைப் பார்த்தான். அவர்கள் வாயிலிருந்து வரும் ஒவ்வொரு சொல்லையும் கவனித்தான். ராட்டினம் மீண்டும் சுழல ஆரம்பிக்க இன்னும் ஒரு செகண்டு

இருக்கும். அவனை அறியாது அவனது கால்கள் நகர்ந்தன. பாயியிடம் அரையணாவைக் கொடுத்துவிட்டு, நாற்காலி ஒன்றில் ஏறி உட்கார்ந்துகொண்டான். கிர் கிர் என்று ராட்டினம் சுழல ஆரம்பித்தது; வேகம் படிப்படியாகக் கூடியது . . .

பாயிக்கு அவளைப் பற்றிய சிந்தனை மீண்டும் வந்தது. அவள் மாதிரி அவ்வளவு அழகாக இருக்க வேண்டும் என்று கூட அவன் விரும்பவில்லை. சுமாராக இருந்தால்போதும்; அவனைக் கால் மணிநேரம் பேச அனுமதித்துவிட்டால் போதும். முகத்தைச் சுளிக்காமல், அவசரப்படுத்தாமல் அவன் சொல்வதைக் கேட்டால் போதும். அவளது மார்பகத்தில் கண்களை மூடிக்கொண்டு ஐந்து நிமிடங்களுக்குத் தலையைச் சாய்க்க அனுமதித்தால் போதும். அவளாக ஒருமுறை அன்போடு அவன் முதுகில் வருடினால் போதும். "இந்தா, அதற்காக நான் வரவில்லை. உன்னோடு இருந்ததே போதும்; வருகிறேன்" என்று கூறி, உதடுகளில் முத்திவிட்டு வந்துவிடுவான். சொக்கிய கண்களோடு அவள் அவனைப் பார்ப்பாள்; அவளது கன்னத்தைக் கிள்ளிவிட்டு அவன் வந்துவிடுவான்! பாயி பெருமூச்சு விட்டான். அங்கே நடக்கிற காரியமா இதெல்லாம்! "காதலா வேணுூங்கிறீங்க?" என்று ஒரு சிறுக்கி ஒரு தரம் கேலிச் சிரிப்பு சிரித்தாள். அதிலே அவுகளுக்கு என்ன நஷ்டமாம்?

ராட்டினம் நின்றது. சுப்பன் கீழே இறங்கினான். தரை கிராம போன் தட்டு மாதிரி சுழன்றது. தள்ளாடித் தள்ளாடி நடந்து, ஒதுக்குப்புறமாகச் சென்று தலையைக் கைகளால் பிடித்துக்கொண்டு உட்கார்ந்தான் சுப்பன். வயிற்றிலிருந்து குபுக் குபுக் என்று சோறும் நீரும் விசையோடு வெளியே வாரி விழுந்தன.

பாயி வழக்கம்போல அப்துல்லாவைக் கூப்பிட்டு ராட்டினத்தைப் பார்த்துகொள்ளச் சொன்னான். முண்டாசை அவிழ்த்து உதறித் துண்டைத் தோளில் போட்டுக்கொண்டான். சட்டையையும் தலை மயிரையும் சரி செய்துகொண்டான். மூன்று ரூபாய் சில்லறையை மட்டும் பையில் போட்டுக் கொண்டு, பெட்டியை இழுத்து மூடினான். கால்கள் 'தெரு'வை நோக்கி விரைந்தன. மனமும் குழம்பிக் குழம்பிப் பின் தொடர்ந்தது. அதிருப்தியும், வெட்கமும், மனக் கிலேசமும் நிரம்பத்தான் திரும்பி வருவான். இருந்தாலும், அவனும் சுப்பனைப் போல ராட்டினத்தில் ஏறிச் சுற்றத்தான் வேண்டும்.

***சரஸ்வதி*, செப். 1959**

சம்பாத்தியம்

பிளாட்பாரத்தில் நின்றுகொண்டு இருந்தேன். எதற்கு? ஒரு சமயம் பார்த்தால் சைக்கிள் ரிக்ஷாவுக்கு என்று தெரியும்; மற்றொரு சமயம் 'ஏதோ' என்று. சைக்கிள் ரிக்ஷா இடைத்தட்டு விஷயம். டாக்சிக்கும் கீழே; நடைக்கும் மேலே. கிழவன் ரிக்ஷாவை ஓட்டி வந்தான். அவனுக்கு என்னைத் தெரியும். மெள்ள ஓட்டி வந்தான். என்னை முறைத்துப் பார்த்தான்; தேவடியாள் பாவனையில் முகஜாடை செய்தான். எனக்குக் கிழவனைப் பிடிக்காது. அதுவும் தேவடியாள் பாவனையில் முகஜாடை செய்பவனை முற்றிலும் பிடிக்காது. முகத்தை மறுபுறம் திருப்பிக்கொண்டேன். என்னைப் பார்த்தவண்ணமே கிழவன் ரிக்ஷாவை ஓட்டிச் சென்றான். மெதுவாக முகத்தைக் கடுகடு என்று வைத்துக்கொண்டு நான் வேறு புறம் நோக்கினேன். கிழவனைப் பற்றி எனக்கு ஒரு சந்தேகம். அவன் ஒரு மாஜி நகர சுத்தித் தொழிலாளி. அவனைக் கண்டால் எனக்குப் பிடிக்கவே பிடிக்காது. நல்லவேளை! மற்றொரு ரிக்ஷா நான் நோக்கியிருந்த திசையிலிருந்து வந்தது. ரிக்ஷா என்னருகில் வந்ததும், மதிப்பாக விரலை உயர்த்தி சமிக்ஞை செய்தேன். ரிக்ஷாக்காரன் சிறுவன். என் சமிக்ஞையைப் புரிந்து கொள்ளாது போய்விடுவானோ என்று எனக்குப் பயம். பிறகு "ஏய், ரிக்ஷா" என்று கூப்பிடுவது யார்? நல்ல வேளை! அவன் புரிந்துகொண்டான். ஆனால் பல்லை இளித்து "சவாரி இருக்கு" என்று மன்னிப்புக் கோரும் வகையில் கூறினான். ரிக்ஷாவின் வேகத்தைக்கூடக் குறைக்கவில்லை. நானும் பல்லை இளித்து, 'போ'வென்று சமிக்ஞை செய்தேன். அவன் சென்ற திசையை நோக்கி

னேன். அடப் பாவி, இன்னும் அந்தக் கிழம் போகவில்லையா! கிழவன் ரிக்ஷாவை அரைக்கால் வட்ட அளவுக்குத் திருப்பி என்னையே நோக்கிக்கொண்டிருந்தான். சிறிது நேரத்தில் பருந்துபோல என்மீது பாய்ந்துவிடுவான். ‘சைக்கிள் ரிக்ஷா தேவைதான், ஆனால் உன் ரிக்ஷாவில் போகப் பிரியமில்லை’ என்று அவனிடம் எப்படிச் சொல்வது? ஆனால் கிழவன் என்மீது பாயுமுன், மற்றொரு காலி ரிக்ஷா வந்தது. தாவி ஏறி உட்கார்ந்துகொண்டேன். அப்பாடா! அந்த மாஜி நகர சுத்தித் தொழிலாளியின் ரிக்ஷாவில் செல்லும் துர்பாக்கியம் எனக்கு ஏற்படவில்லை

கிழவன் பாவமில்லையா? பாவந்தான். நானில்லாவிட்டால் கிழவனுக்குச் சவாரிக்காரர்களே இல்லாமல் போய்விடுமா?

“வண்டியைப் பாத்து ஓட்டமாட்டே? ரெவ்ட், லைட்டு தெரியாதவனெல்லாம் வண்டியைத் தூக்கிட்டு கிளம்பிட் டானுங்க” என்று இரைந்தான் கிழவன். கிழவனுக்கு அவனது காக்கிச் சட்டையைப் பற்றி அவ்வளவு பெருமை! குதிரை வண்டிக்காரர்கள் என்றாலே அவனுக்கு எளக்காரந்தான்.

“என்ன தாத்தா வெறசரே?” என்றான் வண்டிக்காரன் சாவதானமாக.

“மருதை ரோட்டிலே ரிக்ஷா பிடிக்க லாயக்கில்ல; போலிசுக் காரனெல்லாம் தூங்குறானுங்க” என்று சவாரிக்காரருக்கு விளக்கினான் கிழவன்.

“ஏன் இந்த சத்தம் போடறே? மணியை அடிக்க வேண்டியது தானே” என்றார் சவாரிக்காரர்.

“ஏ புள்ளே, ரோட்லே பாத்துப் பூராயாயென்ன?” என்று இரைந்தான் கிழவன். “கண்ணால ஊருகோலமா இது?” என்று ‘புள்ளெ’யெப் பார்த்துக் கேட்டான் கிழவன். அசட்டுச் சிரிப்போடு. ‘புள்ளே’ விலகிச்சென்றாள்.

“வெலகு, வெலகு, வெலகு...” என்று சப்தமிட்டான் கிழவன். சவாரிக்காரருக்குச் சங்கடமாக இருந்தது. ரிக்ஷா ஒரு முனையில் வளைந்து சென்றுகொண்டிருந்தது.

“ஏய கிழவா, மணியை அடி, வாரூ வாரூ என்று ஏன் கத்தறே” என்றார் சவாரிக்காரர்.

“ஏ தம்பி, ஒருபக்கமா போவெயா என்ன?” என்று சாலைப் பரிபாலனம் புரிந்தான் கிழவன்.

“இங்கேதான் நிறுத்து” என்றார் சவாரிக்காரர். கிழவன் ரிக்ஷாவை நிறுத்தினான். சில்லைறையைக் கொடுத்துவிட்டு,

தான் செல்ல வேண்டிய இடத்துக்குப் பத்துகஜ தூரம் வந்த வழியில் நடந்து சென்றார்.

கிழவனுடைய வண்டிக்குச் சொந்தக்காரர் ஒரு போலிசுக் காரர். இரவு மணி ஒன்பது ஆனதும் அவரிடம் கிழவன் ரிக்ஷாவை ஒப்படைத்தான்.

"என்னடா கிழவா, இரண்டரையை நீட்டறே? வேறே ஆள் பார்க்க வேண்டியதுதான்."

"சாமி சத்தியமாச் சொல்றேன், நாலே முக்கால்தானுங்க கிடைச்சது" என்றான் கிழவன்.

"அரை ரூபாய் எங்கேடா?"

"நாளைக்குக் கழிச்சுக்கங்க."

"பளைய ஆறரை அணா எங்கேடா?"

"அதையும் சேத்துக்கங்க சாமி."

"திருட்டுப்பயலே!" என்று கூறிக்கொண்டே போலிசுக் காரர் அவன் கையிலிருந்து பத்தரையணாவைப் பிடுங்கிக் கொண்டார்.

"என் உசிரெ எடுத்திடுங்க" என்று கெஞ்சினான் கிழவன். அந்தச் சமயம் யாரோ வந்தார்; போலிசுக்காரரோடு பேச்சுக் கொடுத்தார். கிழவன் நிற்பதை போலிசுக்காரர் மறந்தார். கிழவன் இடத்தை விட்டு நகர்ந்தான்.

கிழவன் கையில் ஒன்றேகால் ரூபாய் இருந்தது. இன்னும் முக்கால் ரூபாய் இல்லாவிட்டால் வீட்டிலே காலெடுத்து வைக்க முடியாது. முத்துசாமிப் பிள்ளையின் வீட்டின் முன் வந்து நின்றான். முத்துசாமிப் பிள்ளையின் சம்சாரம் நெருங்கி வந்து உற்று நோக்கினாள். எடுப்பான தோற்றம்; தலை நிறையப் பூ; பல்லிரண்டு வெளியே எட்டிக் குதித்து மூடிய வாயை எடுத்துக்காட்டியது.

"கந்தசாமி வந்தானா?" என்று கேட்டான் கிழவன்.

"அது யாரது?" என்று கேட்டாள் அவள். கிழவன் விலகி நின்றுகொண்டான். அவள் வீட்டுக்குள் சென்றாள்.

பத்து நிமிடங்களுக்கு ஒருமுறை ஒரு ரிக்ஷா வந்தது. வீட்டின் முன்பு நின்றது. முத்துசாமிப் பிள்ளையின் சம்சாரம் கஞ்சாப் பொட்டலத்தைக் கொடுத்துவிட்டு, காசை வாங்கி உள்ளேயிருந்த கிழவி கையில் கொடுத்தவண்ணமாக இருந்தாள். "யாரது கிளவனா? ஏய் கிளவா, நேத்து ஒன் வீட்டு வளியா

வந்தேன். ஒம் வப்பாட்டி என்னைக் கண்ணடிச்சுக் கூப்பிட்டாடா” என்று வம்பு பண்ணினான் ஒரு ரிக்ஷாக் காரன்.

“அது அவன் வப்பாட்டி இல்லையாம், மகளாம்” என்று நையாண்டி செய்தான் மற்றொருவன்.

“கொளுப்பப் பாரு, கொளுப்பெ! சும்மா போக முடியலே, நச்சுப் போடுவேன் நச்சு” என்று வீறாப்பு பேசினான் கிழவன்.

“டே, கிழவன் நச்சுப்போடுவானாம் நச்சு” என்று கூறிக் கொண்டே வண்டியை இழுத்தான் முதல் ரிக்ஷாக்காரன்.

“பின்னே, கிழவன் சும்மாவா?” என்று கூறிக்கொண்டே, கஞ்சாப் பொட்டலத்தை வாங்கி இடுப்பில் சொருகிக்கொண்டு, சைக்கிளில் ஏறினான் இரண்டாமவன்.

“சும்மா போகமுடியலே, களுதைக்குப் பெறந்தவனுங்க” என்று முனகினான் கிழவன்.

இறுதியில் கந்துவட்டி கந்தசாமி வந்தான். “தம்பி, ஒரு முக்கால் ரூபா வேணும்; நாளெக்கு ஒரு ரூபாவாத் தாறேன்” என்று கெஞ்சினான் கிழவன்.

“முத்து, இருளாண்டி, சின்னப்பன் யாரும் இன்னும் வரலையே?” என்று கேட்டான் கந்தசாமி.

“அது என்னவோ? முத்து மட்டும் இப்பத்தான் போறான்” என்றான் கிழவன்.

“திருட்டுப்பய ஓடிட்டானா?” என்று சொல்லிக்கொண்டே, மின்சார விளக்கருகே வண்டியை ஓட்டிச் சென்று நிறுத்தினான் கந்தசாமி. வேட்டிக்குள் கட்டியிருந்த நிஜாரிலிருந்து ஒரு பர்சை எடுத்து, முக்கால் ரூபாயைக் கிழவனிடம் கொடுத்தான். “கல்யாணி எப்படி இருக்கு?” என்று கேட்டுக்கொண்டான்.

“இருக்கு” என்று சொல்லிவிட்டு நடந்தான் கிழவன்.

கல்யாணி கையில் இரண்டு ரூபாயைக் கொடுத்தான் கிழவன். இளம்பெண் அழகாக இருந்தாள். சோம்பேறி என்பது கிழவனின் நடைச் சத்தம் காதில் படும்வரை படுத்துக்கிடந்ததி லிருந்து தெரிந்தது. அந்தக் குடிசைக்கே விளக்கேற்றி வைத்தாற் போல் இருந்தாள். அழுக்கடைந்த பாய். அதன்மேல் மெழுகு சேலைத் தலையணை என்று சொல்லுமளவுக்கு எண்ணெய்ப் பசை ஏறிய தலையணை. இரண்டு ரூபாயை வாங்கிக் கொண்டாள். வழக்கம்போல கிழவனின் முண்டாசு, காக்கிச் சட்டை, இடுப்பு வேஷ்டி அத்தனையும் பரிசோதனை செய்தாள்.

பனிரெண்டு வயதுச் சிறுமி ஒருத்தி குடிசைக்குள் வந்தாள். கல்யாணி அவளிடத்து இரண்டு ரூபாயைத் தந்தாள்.

“ஜிஞ்சர் இல்லையாம். இப்போதான் போயிட்டு வந்தேன். கோலாதான் இருக்காம்” என்றாள் சிறுமி.

“அவுன்சு எப்படி?” என்றாள் கல்யாணி.

‘ஏளணாவாம்.”

“சரி, மூணு வாங்கிக்க. வளக்கம்போல மற்றது வாங்கிக்க.”

சிறுமி நகர்ந்தாள்.

கல்யாணி பாயில் அமர்ந்தாள். கிழவனும் பாயில் உட்கார்ந்தான். கிழவனைக் கவனியாது கல்யாணி பாட்டு ஒன்றை முனகினாள். கிழவன் ஏதோ சொன்னான். கல்யாணி அதைக் கேட்கவில்லை. அவள் பாடிக்கொண்டிருந்தாள். கிழவன் அவள் அருகே நகர்ந்தான். அவள் மேலாக்கைச் சரியாக இழுத்துப் போர்த்திக்கொண்டாள். கிழவன் காத்திருந்தான்.

சிறுமி வந்தாள். ஒரு பாட்டில், இரண்டு முறுக்கு, ஒரு பொட்டலம், சில்லறை இவற்றைத் தரையில் வைத்துவிட்டு, ஓரணாக்காசை மட்டும் எடுத்துக்கொண்டு வெளியே சென்றாள். கிழவன் ஒரு இனாமல் டம்ளரை எடுத்து, அரையளவுக்குத் தண்ணீரை ஊற்றி, அதில் பாட்டிலைக் காலி பண்ணினான். டம்ளரைக் கல்யாணி யிடத்து நீட்டினான். கல்யாணி இடது கையில் முறுக்கு ஒன்றை எடுத்துக்கொண்டு, வலது கையில் டம்ளரை வாங்கிக் குடித்தாள்.

பத்து நிமிடங்கள் சென்றன. கல்யாணி கிழவனைக் கட்டித் தழுவினாள்; கிழவன் அவள் மடியில் விழுந்தான். இருவரும் நாயும் நாய்க்குட்டியும் போலப் புரண்டு விளையாடினர். அவள் ஓயாமல் சிரித்தாள்; அவனும் ஓயாமல் சிரித்தான். குடிசை அவர்கள் கலகலப்பை வேடிக்கை பார்த்தது.

இரும்புத்திரை

மிஸ் பாக்கியம்

"செல்லதுரை, செல்லதுரை" என்று இரண்டு தடவை கூப்பிட்டாள் மிஸ் பாக்கியம். உடனே செல்லத்துரை உள்ளே நுழைந்தான்.

"கூப்பிட்டீங்களா, அம்மா?"

"என்ன செய்திட்டிருக்கே?"

"டிப்பன் செட்டை கழுவி வச்சேன்; சாப்பாடு எடுக்க மெஸ்ஸுக்குப் போகணும். மணி என்னங்கம்மா?"

மிஸ் பாக்கியம் கைக்கடிகாரத்தைப் பார்த்தாள். மணி ஆறரை.

"கீழே அவங்கள்ளாம் வந்திட்டாங்களா?" என்று கேட்டாள் மிஸ் பாக்கியம்.

"சினிமாவுக்குப் போயிருக்காங்கம்மா."

"ஓ, சனிக்கிழமையோ?"

"நீங்க ஏம்மா இப்ப எங்கேயும் போறதில்லே?"

"போயிப் போயி அலுத்துப் போச்சு... நீ இங்கே வந்து எத்தனை வருஷமாச்சு?"

"ரெண்டு, மூணு வருஷமிருக்குங்க."

"நீ வரதுக்கு நாலு வருஷத்துக்கு முந்தியே நான் இங்கே வந்திட்டேன். மொத்தம் ஏழு வருஷமாச்சு."

மிஸ் பாக்கியம் கல்லூரியில் ஆங்கில ஆசிரியை. நாற்காலியை விட்டெழுந்து சன்னல் அருகே சென்று நின்றாள். அந்தி மயங்கிக்கொண்டிருந்தது. வெளியே

தெரிந்த வனாந்தரம் மட்டுமல்ல, அதைப் பல கூறாக்கிய ரஸ்தாக் களும்கூட ஜனநடமாட்டம் அற்று விளங்கியது. தொலைவிலே தெரிவது ஒரு மெயின் ரோடு. அப்போது தான் அதன் ஓர நெடுகிலும் இருந்த மின்விளக்குகள் பட்டென்று கண்களைத் திறந்து, ஒளிவிட்டு நின்றன. மிஸ் பாக்கியத்தின் நினைவரங்கில் ஒரு திரை விலகியது.

பாளையங்கோட்டை – திருச்செந்தூர் ரோட்டுக்கருகே இருந்த அவளுடைய அக்காள் அமிர்தம் வீட்டுக்குச் சென்றிருந்தாள். அந்த வீட்டுக்கும் அடுத்த வீட்டுக்கும் ஒரே காம்பவுண்டு. இரண்டு வீடுகளும் ஜோடியாக ஊருக்குச் சற்று வெளியே இருந்தன. மூன்று புறங்களில் வெகு தொலைவுக்கு வனாந்தரம். அதற்கப்பால் நெருங்கிக் கிடந்த சிறு சிறு வீடுகள். கல்லூரியில் முதலாண்டு படித்துக்கொண்டிருந்த பாக்கியம் கோடை விடுமுறைக்கு அக்காள் வீட்டுக்கு வந்திருந்தாள்.

"பாக்கியமா? கடிதத்திலே வரதாக ஏன் சொல்லலே? தனியாகவா வந்திருக்கே? அப்பா எப்படி இருக்காரு?" என்று வரவேற்றார் அத்தான்.

"அப்பாவுக்கு ரொம்ப முடியல; அத்தை வீட்டுக்குப் போயிருக்காரு. என்னை மட்டும் இங்கே அனுப்பி வச்சாரு" என்றாள் பாக்கியம்.

அமிர்தம் உள்ளே வேலையாக இருந்தாள்.

"அமிர்தம், அமிர்தம்! இங்கே பாரு யாரு வந்திருக்கிறதென்று!" என்று கத்தினார் அத்தான். அத்தானுக்கு அக்காள் என்றால் உயிர். அக்கா வந்தாள். வந்ததும் பாக்கியம் அவளிடத்து, "அக்கா, அக்கா, பசங்க எங்கே?" என்றாள்.

"அவங்க சித்தப்பா வீட்டுக்குப் போயிருக்காங்க" என்று அமிர்தம் கூறிக்கொண்டிருக்கும்போதே, அத்தான் கடகட வென்று சிரிக்கத் தொடங்கினார். சிரித்துக்கொண்டே, "அமிர்தம், உன் தங்கைகிட்டே அவள் எழுதின கடிதத்தைக் காட்டு" என்றார்.

"சரிதான். நீங்க சும்மா இருங்க, ஏதோ அவசரத்திலே எழுதிட்டா."

"என்ன அக்கா, என்ன எழுதிட்டேன்?"

"ஒண்ணுமில்லே, நீ பேசாமயிரு. சித்தே உக்காரு. காப்பி தரேன். அவருக்கு ஆபீசுக்கு நேரமாயிரிச்சு. அப்பா எப்படி இருக்காரு?" அமிர்தம் உள்ளே சென்றாள்.

“என்ன அத்தான் எழுதியிருந்தேன்?”

“உங்க அக்காவையே கேளு” என்றார் அத்தான் சிரித்துக் கொண்டே. உடுப்புகளைச் சரிப்படுத்திக்கொண்டு, கண்ணாடி முன் நின்று தலையைச் சீவிக்கொண்டிருந்தார். அத்தான் அழகுதான்; அக்கா அதிர்ஷ்டக்காரி!

“அக்கா சொல்லாது. நீங்கதான் சொல்லுங்க, அத்தான்” என்று கெஞ்சினாள் பாக்கியம்.

“அதுவா? சொல்லட்டுமா? அக்காகிட்ட சொல்லக் கூடாது. கடிதத்திலே கடைசிலே, ‘அத்தானுக்கு எனது வணக்கம்; பசங்களுக்கு எனது முத்தங்கள்’ என்று எழுதுவதற்குப் பதிலா, ‘அத்தானுக்கு எனது முத்தங்கள், பசங்களுக்கு வணக்கம்’னு எழுதியிருந்தே.” அத்தான் மீண்டும் சிரிக்கத் தொடங்கினார்.

“இதை வந்து உங்ககிட்டே சொல்லிட்டாளாக்கும்” என்று கூறிக்கொண்டே பாக்கியம் உள்ளே சென்றாள்.

மிஸ் பாக்கியம் திரும்பிப் பார்த்தாள். செல்லத்துரை அங்கு இல்லை. அறை இருட்டாக இருந்தது. விளக்கைப் போட்டுவிட்டு மீண்டும் நாற்காலியில் வந்து உட்கார்ந்தாள். ஷேக்ஸ்பியரின் ‘ஒதெல்லோ’ நாடகத்தில் வரும் கதாநாயகி டெஸ்டிமோனாவின் குணத்தைப் பற்றி அவள் அரை குறையாய் எழுதியிருந்த கட்டுரை ஒன்று மேஜைமீது கிடந்தது. மேலும் எழுத வேண்டிய கருத்துகளை ஒன்று திரட்டிய மிஸ் பாக்கியத்துக்கு எழுத ஓடவில்லை. நாற் காலியிலிருந்து எழுந்து மீண்டும் செல்லத்துரையைக் கூப்பிட்டுவிட்டுக் கட்டிலில் சென்று படுத்தாள். ஒரு நிமிடம் காத்துப் பார்த்தாள். செல்லத்துரை வருவதாக இல்லை. மெஸ்ஸுக்குச் சென்றிருக்க வேண்டும் என்று நினைத்து, கட்டிலில் புரண்டு மல்லாந்து படுத்துக்கொண்டாள்.

மீண்டும் அக்காளின் வீடு. மாலை நேரம். அத்தான், அக்காள், குழந்தைகள் எல்லோரும் வெளியே சென்றிருந்தனர். அவள் மட்டும் தனியே இருந்தாள். தாகூரின் நாவல் ஒன்றைப் படித்துக்கொண்டிருந்தாள். அடுத்த வீட்டு சாமுவேல் உள்ளே வந்தார். அத்தானின் வயதிருக்கும். மிகவும் குள்ளமானவர். கன்னங்கரேலென்று இருந்தார். உடலுக்குப் பெரிய தலை. காதிலும் புறங்கைகளிலும் ஏகப்பட்ட மயிர். அவருக்குக் குழந்தைகள் கிடையாது. மனைவி பிறந்த வீட்டுக்குச் சென் றிருந்தாள். இரண்டு மாதங்களாகியும் திரும்பி வரவில்லை. அத்தானும் அவரும் நெருங்கிய நண்பர்கள்.

“நீ ஏன் அவங்ககூட பள்ளிக்கூட ஆண்டு விழாவுக்குப் போகலே?”

"எனக்கு அங்கே யாரைத் தெரியும்? ஆந்தை மாதிரி எல்லாரையும் விழிச்சிப் பாத்திட்டிருக்க என்னாலே முடியாது."

"என்ன படிச்சிட்டிருக்கே?" என்று கேட்டுக்கொண்டே சாமுவேல் ஒரு நாற்காலியில் அமர்ந்தார்.

"தி ஷிப்ரெக்" என்று கூறிவிட்டு, புத்தகத்தை அவரிடம் நீட்டினாள். புத்தகத்தை வாங்கியவர் ஒரு முறை புத்தகத்தின் தலைப்பைப் பார்த்துவிட்டு, அதை மூடி தன்னருகே வைத்துக்கொண்டார்.

"கொஞ்சம் தண்ணி கொண்டு வா; தாகமா இருக்கு" என்றார். பாக்கியம் எழுந்து உள்ளே சென்றாள். அவள் தண்ணீரை எடுத்துக்கொண்டு மீண்டும் வரும்போது சாமுவேல் எழுந்து நின்றுகொண்டிருந்தார். தண்ணீரை வாங்கிப் பாதி யளவு குடித்திருக்கும் நிலையில், பாக்கியம் சற்று நகர்ந்தாள். கிளாசைச் சட்டென்று நாற்காலியில் வைத்துவிட்டு, பாக்கியத்தை இரு கைகளாலும் கட்டிப் பிடித்து உதடுகளில் முத்தினார். பாக்கியம் அவரைக் கட்டித் தழுவினாள். சாமுவேல் கட்டியணைத்துத் தூக்கிச் சென்று கட்டிலில் கிடத்தினார். சிறிது நேரம் கழித்து பாக்கியம், "பயமா இருக்கே?" என்றாள். "பயமென்ன பயம்" என்றார் சாமுவேல். "இங்கேய இருங்க, என்னை விட்டுப் போகாதீங்க" என்றாள் பாக்கியம். அவளது கைகளும் கால்களும் சாமுவேலைக் கட்டிப் பிணைத்திருந்தன.

மிஸ் பாக்கியம் சட்டென்று எழுந்து உட்கார்ந்தாள். கைக் கடிகாரத்தைப் பார்த்தாள். மணி ஏழரை. "செல்லதுரை, செல்லதுரை" என்று இரண்டு தடவை கூப்பிட்டாள். செல்லத் துரை வந்து சேர்ந்தான்.

"மெஸ்ஸுக்குப் போயிட்டு வந்திட்டியா?"

"உம், இப்பதான் வந்தேன். ஏங்க கூப்பிட்டீங்க?"

"கீழே அவுங்க வந்திட்டாங்களா?"

"அவுங்க சினிமாவுக்குப் போயிருக்காங்க, நான் சொல்லலே?"

"இப்படி இந்த ஸ்டூலிலே உட்காரு."

"இல்லீங்க, இருக்கட்டும்."

"பரவாயில்லை, உட்காரு."

"இல்லீங்கம்மா."

"சர்தானப்பா, உட்காரு, நானே சொல்லும்போது."

மிஸ் பாக்கியம் எழுந்து செல்லத்துரையின் கைகளைப் பிடித்து இழுத்து, ஸ்டூலிலே உட்கார வைத்துவிட்டு கட்டிலில் படுத்தாள். செல்லத்துரையின் பார்வை ஆடை அலங்கோல மாகக் கிடந்த அவளது மார்பகத்தில் விழுந்தது.

"நீ என்ன படிச்சிருக்கே?" என்று மிஸ் பாக்கியம் பேச்சைத் தொடர்ந்தாள்.

"மூணாப்பு."

"மேல்கொண்டு ஏன் படிக்கலே?"

"வீட்டிலே வசதியில்லே."

"அய்யா என்ன செய்யறாரு?"

"மில்லிலே வேலை பாக்கறாரு."

"அவருக்கென்ன வயசாகுது?"

"தெரியாது."

"ரொம்ப வயசானவரா?"

"இல்லே."

"உனக்கு அண்ணன் தம்பி இல்லே?"

"அண்ணன் ஒருத்தரும் மூணு தம்பிகளும் இருக்காங்க."

"அண்ணன் என்ன செய்றாரு?"

"சும்மாத்தான் இருக்காரு."

"உங்க அப்பாவையாவது அண்ணனையாவது ஒருநாள் கூட்டி வா. உன் படிப்பு விஷயமாப் பேசணும்."

"சரிங்க அம்மா."

"எங்கே, உங் கையைக் காட்டு; படிப்பிருக்கா பார்க்கலாம்."

செல்லத்துரை கையை நீட்டினான். அவள் அவன் கையைப் பிடித்து இழுத்து ஊன்றிக் கவனிப்பது போன்று முகத்தை அருகே கொண்டுசென்றாள். காற்று சல சலவென்று அடித்தது. சன்னல் கதவு லேசாக அசைந்து கொடுத்தது. செல்லத்துரையினுடைய கையை உதறிவிட்டு, மிஸ் பாக்கியம் எழுந்து உட்கார்ந்தாள். இருதயம் படபடவென்று அடித்தது. செல்லத்துரை திருதிருவென்று விழித்தான்.

"என்னங்க அம்மா?"

"ஒண்ணுமில்லை."

"இல்லே, எனக்குப் படிப்பு இருக்கா?"

"படிப்பா? படிப்பெல்லாம் அவ்வளவுதான். சரி கீழே போயிரு, பிறகு கூப்பிடறேன்."

செல்லத்துரை வெளியே சென்றான்.

அறையில் தனியே இருந்த மிஸ் பாக்கியம் எதையோ நினைத்துப் பயந்தாள். செல்லத்துரையின் கையைப் பிடித்து இழுத்தது அவளுக்கு ஒரு கனவுபோல இருந்தது... அவள் கனவுகள் அதிகம் காண்பாள். அவளது கனவுகள் நடப்பதைப் போலவே உண்மையாக இருக்கும். கனவுகளை இலகுவில் மறந்துவிடமாட்டாள். ஒருசமயம் அவள் ஒரு மலைமீது ஏறிக் கொண்டிருந்தாள். சறுக்கி விழுந்தாள். ஒரு பூந்தோட்டத்தில் விழுந்தாள். தோட்டக்காரி – குட்டையாக உருண்டு திரண்டு இருந்தாள். அவளை அடித்து தோட்டத்தை விட்டு விரட்டினாள். அவள் வேகமாக ஓடினாள். சேலை மூங்கில் கேட்டிலே மாட்டிக்கொண்டது. அவள் தொடர்ந்து ஓட யத்தனித்தாள். முடியவில்லை... மற்றொரு சமயம் ஒரு காட்டுக் குதிரை அவளை விரட்டு விரட்டென்று விரட்டியது. அவள் ஓடினாள். ஆனால் அவளைக் குதிரை எட்டிப்பிடித்து, அவள்மீது தொப்பென்று விழுந்தது... ஒரு தரம் ஒரு கனவிலே அவள் குளித்துக்கொண்டிருந்தாள். சோப்புக் கட்டி கீழே விழுவது போலிருந்தது. அவள் கவனிக்கவில்லை. பிறகு காலில் ஏதோ தட்டியது. சோப்பென்று நினைத்துக் குனிந்து பார்த்தாள். அவளது கால் ஒரு குழந்தையின் வயிற்றை மிதித்து அழுத்திக் கொண்டிருந்தது. அப்போது, "குழந்தை செத்துவிட்டதே!" என்று அலறினாள். ஒவ்வொரு கனவுக்குப் பிறகும், தூக்கி வாரிப் போடப்பட்டதுபோல் எழுந்திருப்பாள். பிறகு தூக்கமே வராது. ஏதாவது சேஷ்டைகள் செய்து தன்னைத்தானே ஆயாசப்படுத்திக்கொண்டு உறங்குவாள். இப்போதும் அவளுக்கு அதே உணர்ச்சி ஏற்பட்டது.

மிஸ் பாக்கியம் கட்டிலிலிருந்து எழுந்து வந்து மேஜை யருகே நாற்காலியில் அமர்ந்துகொண்டாள். கட்டுரையைத் தொடர்ந்து எழுத முயன்றாள். மனம் அதில் செல்லவில்லை. யாரோ அறைக்குள் நுழைவது போல் அவளுக்குப் பட்டது. தலையை உயர்த்திப் பார்த்தாள். எழுபது வயது நிரம்பிய அவளது அப்பா உள்ளே நுழைவது போன்ற பிரமை! அவளுக்கு விவரம் தெரிந்ததிலிருந்து அவளுடைய அப்பா ஒரு நோயாளி. அப்போதெல்லாம் அவருக்கு அவள்மீது மிகவும் பிரியம். அவளுக்கும் அவர் மீது பிரியம். ஐந்து வயதிலேயே

தாயை இழந்துவிட்ட அவள், அத்தனை அன்பையும் அவளது அப்பாவிடமிருந்தும், அவளுக்கு ஆறு வயது மூத்த அக்காவிடமிருந்துமே பெற்றாள். அப்பா ஒரு பள்ளி ஆசிரியர். மிகவும் கஷ்டப்பட்டு அவளைப் படிக்க வைத்தார். பதினொன்று வயதிலிருந்தே அவளுக்கு ஹாஸ்டல் வாழ்க்கை. வீட்டைப் பற்றி அதிகம் தெரியாது. படிப்பை முடித்துக்கொண்டு ஒரு வேலையில் இருந்து அப்பாவைச் சந்தோஷமாக வைத்திருக்க வேண்டுமென்பது அவளது ஆரம்பகால ஆசை. பிறகு அது மறைந்து பல்வேறு ஆசைகளுக்கு இடம் கொடுத்தது. அவள் அப்பாவுக்குப் பணம் அனுப்பிவந்தாள். ஆனால் அன்பு அனுதாபம் என்பதெல்லாம் பழங்காலத்துக் கதைகளாகி விட்டன.

பத்து வருடங்களுக்கு முன்பு அவள் சென்னையில் ஒரு கல்லூரியில் வேலை பார்த்துக்கொண்டிருந்தாள். அப்போது வயது இருபத்தைந்து. ஒரு நாள் சனிக்கிழமை மாலை, அப்பா ஹாஸ்டலுக்கு வந்தார். தனது நண்பரின் மகன் அவளைப் பார்க்க விரும்புவதாகக் கூறினார். பீச்சுக்கு அவரைக் கூட்டி வரச் சொல்லிவிட்டு, அவளும் சிறிது நேரத்தில் பீச்சுக்குச் சென்றாள்.

“இவர்தான் எனது நண்பரின் மகன், மிஸ்டர் செல்லத் துரை” என்று அப்பா அறிமுகப்படுத்தி வைத்தார்.

மிஸ் பாக்கியம் கையெடுத்து வணங்கினாள். வந்திருந்த வாலிபர் மிஸ் பாக்கியத்தை ஏறயிறங்க நோக்கினார். மிஸ் பாக்கியத்துக்குப் பிடிக்கவில்லை.

“நீங்கள் இந்தக் கல்லூரியில் எத்தனை வருடங்களாக வேலை பார்க்கிறீர்கள்?” என்று கேட்டார் வாலிபர்.

மிஸ் பாக்கியம் பதிலளிக்கவில்லை. அவளுக்காக அப்பா பதிலளித்தார்.

“எனக்குச் சற்று வேலையிருக்கு, வரட்டுமா?” என்றாள் மிஸ் பாக்கியம் அப்பாவிடம். வாலிபர் தலையை ஆட்டினார். அடுத்த நாள் காலையில் அப்பா மீண்டும் ஹாஸ்டலுக்கு வந்தார்.

“அப்பா, இங்கே பாருங்க. உங்களுக்கு வீடுனு ஒண்ணு வேணும் என்பதற்காக என்னைக் கேட்காமல் பத்திரிகைகளில் விளம்பரப்படுத்தி, எவனெவனையோ கூட்டிவந்து காட்டிக் கொண்டிருக்காதீங்க” என்றாள்.

“எனக்காக ஒண்ணுமில்லேம்மா. நீ இன்னும் எத்தனை நாள் இப்படி இருப்பே?”

“அதைப்பற்றி நீங்க கவலைப்பட வேண்டாம்; அதெல்லாம் நான் பாத்துக்கிறேன்.” அப்பா சற்றுநேரம் பேசவில்லை.

“சரி, வேறொரு விஷயம். அக்கா பணங்கேட்டு எழுதியிருந்தாளாமே? ஏதாவது அனுப்பினாலென்ன?”

“நான் என்ன செய்யறது? என் சம்பளத்திலே எத்தனை பேருக்குத்தான் அனுப்புவேன்?”

“என்னம்மா இப்படிப் பேசறே? உம்மேலே அவள் எவ்வளவு பிரியமா இருந்தா? நீ படிச்சு முன்னுக்கு வரதிலே அவளுக்கு எத்தனை பெருமை!”

“அதனாலேதான் நான் முன்னுக்கு வந்தேனாக்கும்?”

“வேலைக்கு வந்து மூணு வருஷமாச்சே, ஒரு தரமாவது அவளைப் போய் பாக்கவேணாமா?”

“எனக்குப் பிடிக்கலேன்னா விடுங்கப்பா. ஏதாவது பணம் வேணா அனுப்பிவைக்கிறேன்.”

“பாவம், அத்தானோட வேலையும் போயி எதையெதையோ செய்துகிட்டு, அவர் எவ்வளவு கஷ்டப்படறார் தெரியுமா?”

“கஷ்டம், கஷ்டம்! என்னைச் சும்மா விடமாட்டீர்களா?”

“சரி வரேம்மா” என்று கூறிவிட்டு அப்பா வெளியே சென்றார்.

மிஸ் பாக்கியத்தின் கண்களிலே நீர் துளிர்த்தது. கண்களைத் துடைத்துக்கொண்டு எழுத ஆரம்பித்தாள். ‘மூர்ச் சாதியினனே! உனக்கு கண்கள் இருந்தால் அவளை நன்றாகப் பார். அவள் என்னைக் காட்டி கொடுத்து விட்டாள்; நாளை உன்னையும் காட்டிக் கொடுக்கலாம்’ என்று ஆத்திரத்தில் பிரபான்ஷியோ கொடுக்கும் சாப மொழிகளை மேற்கோள் காட்டி எழுதிக்கொண்டிருந்தாள். ‘தகப்பனைத் தவிக்க வைத்த பிடிவாதம் பிறகு கணவனையும் தவிக்க வைக்கிறது’ என்று தனது வியாக்யானத்தை எழுதினாள். ஆனால் அவள் எண்ணம் அக்காள் அமிர்தத்தின் மீது சென்றது. அத்தான் ஒரு முட்டாள்; வேலையைக் காப்பாற்றிக்கொள்ள முடியவில்லை. அமிர்தத்துக்கு அவருடைய கையாலாகாத்தனம் கண்ணில் படவில்லை. அவரைத் தெய்வம் என்று கொண்டாடிக்கொண்டிருந்தாள். வீட்டிலே ஆறு குழந்தைகள். அந்த பாபுதான் அப்போது எவ்வளவு சுட்டிப் பயலாக இருந்தான்! இப்போது பதினான்கு வயது நிரம்பிய பிறகு வெட்கம் மானம் சிறிதுமில்லாமல் அவளிடம் சினிமா பார்க்க வேண்டும் என்று எட்டணாக்

காசு கேட்டான். அவள் சென்னையிலிருந்து திருவனந்த புரத்துக்குச் சென்று கொண்டிருந்தபோது, திருநெல்வேலி ஜங்ஷனில் அவளைச் சந்தித்தான். அவளைப் பார்க்க வரவில்லை; எட்டணாக் காசு கேட்டு வாங்கிக்கொள்ள வந்திருந்தான். அவள் முதல் வகுப்பு வண்டியில் உட்கார்ந் திருந்ததுகூட அவனுக்குப் பொறாமையாக இருந்திருக்கும். அவன் முன்னிலையில் வீட்டிலே அவளை ஏசியிருப்பார்கள். நன்றி கெட்டவள் என்று சொல்லாமல் சொல்லியிருப்பார்கள். மிஸ் பாக்கியம் எழுதுவதை நிறுத்திவிட்டு, அறையை விட்டு வெளியே வந்து பால்கனிச் சுவரைப் பிடித்துக்கொண்டு நின்றாள்.

இருட்டோடு இருட்டாக மறைந்திருந்த செடி கொடி களும், ஆங்காங்கு தெரிந்த வெண்மையான விடுதிக் கட்டிடங் களும், வரிசை வரிசையாகத் தோன்றிய அறை வாயில்களும், கண்கள்போல் தெரிந்த சன்னல்களும், அவற்றின் வழியே ஒழுகிய மின்விளக்கொளியும், மெல்ல அடித்த காற்றும், காற்றில் சிதைக்கப்பட்ட ஒலித் துணுக்கு களும் அவளது தனிமையை மிகைப்படுத்திக் காட்டின. உலகத்தில் யாருக்கு அவளைப் பற்றிக் கவலை? ஒவ்வொருவருக்கும் அவரவர் பாடுதான். அவளுக்கு இருந்த ஒரே சிநேகிதி சாரதா. அவளும் அங்கு அப்போதில்லை. இருக்க முடியாது. மிஸ் பாக்கியத்தின் நினைவரங்கில் மீண்டும் ஒரு திரை விலகியது.

“கடைசியாக அத்தை மகனுக்கு உன்னைக் கலியாணம் செய்து கொடுக்கத்தான் உன் அப்பா உன்னை இவ்வளவு வருஷமா படிக்க வச்சாராக்கும்?” என்று மிஸ் பாக்கியம் சாரதாவைக் கேட்டாள்.

“முறை மாப்பிள்ளை என்றால் படிக்காதவள் என்றாலும் கல்யாணம் செய்துகொண்டுவிடுவாராக்கும்” என்று சாரதா பதிலுக்குக் கேட்டாள்.

“என்ன ‘ராக்கும்’? மெய்யாச் சொல்லு, உனக்கு உண்மையிலே அவர்மேலே பிரியம் உண்டா?”

“என்ன பைத்தியக்காரத்தனமான கேள்வி! பிரியம் இல்லாமே கல்யாணம் செய்திக்கிடுவாங்களாக்கும்?”

“வயது வந்த பிறகும் நீ அவரோடே பழகியிருக்கேயா?”

“வயது வந்த பிறகென்ன, அதற்கு முன்னுலுந்தான் பழக்கம்.”

“அதெப்படி, சின்ன வயதிலிருந்தே பழக்கம் உள்ளவங்க, ஒருத்தரையொருத்தர் கல்யாணம் செய்துகொள்ள எப்படிச்

சம்மதிக்கிறாங்க? கல்யாணம்னா புத்தம் புதிய வாழ்க்கை ஆரம்பமாக வேண்டாமா? கூடக்கூட பழங்காலத்தையும் இழுத்துக்கிட்டா, புது வாழ்க்கைங்கிறதே இல்லாமனா போயிடும்?"

"வாழ்க்கைங்கிறதெல்லாம் ஒண்ணுதான். இதிலே புதுசு பழசு என்ன?"

"உன் சென்ற காலம் உனக்குப் பளுவாயில்லை?"

"வழக்கம்போல உளற ஆரம்பிச்சிட்டயே! உன் புது வாழ்க்கை என்னைக்கு ஆரம்பமாகப் போகுது?"

"எல்லாம் சீக்கிரமே ஆரம்பமாகிவிடும். யார் கண்டது, உன் கலியாணத்துக்கு முன்னால்கூட என் கல்யாணம் நடந்துவிடும்!"

"சபாஷ்! அப்படியா, இந்தக் கழுத்தழகிக்கு ஒரு திடீர்க் காதலன் கிடைச்சிட்டானாக்கும்!"

"பாத்தியா, பாத்தியா! கிண்டல் செய்ய ஆரம்பிச் சுட்டியே!"

"உண்மையிலே சொல்றேன், உன் கழுத்திலே முத்தணும் போல எனக்கு எத்தனை தரம் தோணியிருக்கு தெரியுமா?"

"முகம் முத்தமிட லாயக்கில்லேன்னு சொல்றேயாக்கும்? நானென்ன உன்னைப் போல சிவப்பழகியா?"

"இந்தக் கருப்பழகியை என்ன செய்கிறேன் பார்" என்று சொல்லிக்கொண்டு, சாரதா, மிஸ் பாக்கியத்தின் தோள் பட்டைகளைக் கைகளால் பிடித்துக்கொண்டு, அவளது கழுத்திலே முத்தினாள்.

சாரதாவுக்குத் திருமணமாகியவுடன் அவள் வேலையை ராஜினமா செய்தாள். கல்யாணமான பெண்கள் அக்கல்லூரியில் வேலை பார்க்க முடியாது. நான்கு ஆண்டுகளுக்குப் பின், மிஸ் பாக்கியம் சாரதாவின் வீட்டுக்குச் சென்றிருந்தாள்.

"உன் கணவருக்கு என்னை அறிமுகப்படுத்து" என்றாள் மிஸ் பாக்கியம்.

"ஆகட்டும். இப்போ அவர் மாடியிலே வேலையாக இருக்கார். அறிமுகப்படுத்தி வைத்தாலும் அவர் உன்கூட சரியாகப் பேச மாட்டார். நீதான் வருத்தப்படுவே."

"பொதுவா எப்படிப்பட்டவர்?"

"எப்படிப்பட்டவர்னா?"

“இல்லே அவருக்கு என்ன பிடிக்கும், என்ன பிடிக்காது, குணம் எப்படி என்று கேட்கிறேன்.”

“அவர் உண்டு, அவர் வேலையுண்டு என்றிருப்பார்; வேறு என்ன சொல்ல?” ஒரு நாளாவது வீட்டிலே சாரதா தங்கச் சொல்லுவாள் என்று மிஸ் பாக்கியம் எதிர்பார்த்தாள். ஒரு மணி நேரத்துக்குள், “கிளம்பட்டுமா?” என்று மிஸ் பாக்கியம் கேட்டபோது, சாரதா, “சரி, இன்னொரு தரம் சந்திக்கலாம்” என்று சொல்லி வழியனுப்பும் நேரத்தில், சாரதா மிஸ் பாக்கியத்தின் கையைப் பார்த்துவிட்டு, “ஏது கையிலே பெரிய வைர மோதிரமாப் போட்டிருக்கே” என்றாள்.

“அதுவா? அது என் என்கேஜ்மென்ட் ரிங்” என்றாள் மிஸ் பாக்கியம் சிரித்துக்கொண்டே.

“நீயுந்தான் நான்கு வருஷமா என்கேஜ்மென்ட் ஸ்டேஜ்ஜிலேயே இருக்கே!” என்றாள் சாரதா சிரிக்காமல்.

மிஸ் பாக்கியம் இப்போது மோதிரத்தைப் பார்த்துக் கொண்டாள். ஐந்து வருடங்களாகிவிட்டன. விளையாட்டுக்கு ‘என்கேஜ்மென்ட் ரிங்’ என்று சொல்லப்போக, அவளது சிநேகிதிகள், “மிஸ் பாக்கியத்துக்கு வெட்டிங்கைவிட என்கேஜ் மென்டில்தான் விருப்பம் அதிகம்” என்று சொல்லிக் கேலி செய்யும் நிலைக்கு வந்துவிட்டது.

பால்கனியை விட்டு உள்ளே வந்து கண்ணாடிமுன் நின்றாள் மிஸ் பாக்கியம். இப்போது அவள் கழுத்து சாரதா புகழ்ந்து முத்தமிட்டபோது இருந்த நிலையில் இல்லை. பருத்துக் கொழுத்து இருந்தது. கழுத்து மட்டுமல்ல, உடல் பூராவும். ஒருநாள் அவள் டாக்டரிடம் சென்று பருமனைக் குறைக்க வழியுண்டா என்று கேட்டாள். டாக்டர், “வாழ்க்கையில் திருப்தியும் சந்தோஷமும் இருந்தால் உடல் பருக்கத்தான் செய்யும். கொஞ்சம் கவலைப்படுங்க, எல்லாம் சரியாகிவிடும்” என்றார். பருமனைக் குறைக்க மிஸ் பாக்கியம் எத்தனையோ முறைகளைக் கையாண்டு பார்த்தாள். பருமன் குறையவில்லை; கூடியது. வயது ஆகஆக தின்பதைக் குறைக்க வேண்டும் என்பார்கள். ஆனால் அவளுக்கோ தின்பது அதிகமாகிக்கொண்டே சென்றது. அவள் என்ன செய்ய முடியும்? நினைத்ததை வாங்கித் தின்ன முடியும் என்ற திருப்தியே வாழ்க்கையில் பெருந் திருப்தியாக இருக்கும் போது, தின்பதை எப்படிக் குறைக்க முடியும்? விதவிதமாகத் தின்ன வேண்டுமென்ற ஆசை; விதவிதமாக செல்லத்துரை மூலம் தருவிப்பாள். அப்படித் தின்னும்போதெல்லாம்,

அவளுக்கு அவளிடமே இரக்கமும் அனுதாபமும் ஏற்படும். தனியே அறையில் உட்கார்ந்து சாப்பிடும்போது ஒரு சமயம் அழுதுவிட்டாள்.

"செல்லதுரை, செல்லதுரை" என்று கூப்பிட்டாள். செல்லத்துரை வந்தான். "எனக்கு இன்று பசியில்லை; சோத்தை எடுத்துக்கிட்டுப் போயிடு. பிறகு வேண்டுமென்றால் சொல்கிறேன்" என்றாள். செல்லத்துரை டிபன் செட்டை எடுத்துக் கொண்டு வெளியே கிளம்பினான்.

"இந்த பாரு, அப்படியே க்வீன்ஸ் ஹாஸ்டலிலே, இருபத்து மூணாம் நம்பர் ரூமிலே ரங்கநாயகின்னுட்டு ஸ்டூடன்ட் இருக்கா. நான் உடனே பார்க்கணும்னு சொன்னேன் என்று சொல்லி வரச் சொல்லு" என்றாள்.

"சரிங்கம்மா" என்று சொல்லிவிட்டு நடந்தான் செல்லத்துரை.

ரங்கநாயகி பணக்கார வீட்டுப் பெண். அழகி. கெட்டிக்காரி. படிப்பாகட்டும், விளையாட்டாகட்டும், பாட்டாகட்டும், நடிப்பாகட்டும் எல்லாவற்றிலும் ஒரே உற்சாகம்; ஊக்கம். நறுக்குத் தெறித்தாற்போலப் பேசுவாள். சிறிதும் சங்கோசமின்றி வகுப்பில் எழுந்து நின்று சந்தேகங்கள் கேட்பாள். மற்ற மாணவிகளுக்கு அவளிடத்து மதிப்பும், நட்பும், பாராட்டும் உண்டு. அவளைக் காணும்போதெல்லாம், 'வாழ்க்கைக்கே அவள் ஒரு புதிய அர்த்தத்தைக் காட்டுகிறாள்' என்று நினைத்துக்கொள்வாள் மிஸ் பாக்கியம்.

ரங்கநாயகி அறையினுள் நுழையும்போது மிஸ் பாக்கியம் கட்டிலில் படுத்திருந்தாள். அருகே ஒரு ஸ்டூல் கிடந்தது.

"கூப்பிட்டீங்களா, மிஸ்? உடம்புக்கு எதுவுமா? படுத்திருக்கீங்க?"

"உடம்புக்கு ஒண்ணுமில்லே. ஆறு மணியிலிருந்து எழுதிக் கொண்டிருந்தேன், களைப்பா இருந்திச்சு; சற்றுப் படுத்தேன்" என்று கூறிக்கொண்டே எழுந்து உட்கார்ந்தாள் மிஸ் பாக்கியம். ரங்கநாயகி அருகில் வந்து நின்றாள்.

"சிட்டவுன் பிளீஸ்" என்றாள் மிஸ் பாக்கியம். ரங்கநாயகி ஸ்டூலிலே உட்கார்ந்தாள்.

"நேற்று வகுப்பு முடிந்தவுடனே ஏதோ சந்தேகம்ன்ட்டு கேட்டே இல்லே?"

"ஆமாம், ஷேக்ஸ்பியரில் இரண்டு அடிகள் புரியவில்லை; பிறகு 'வெரிட்டி'யைப் பார்த்தேன். இப்ப புரிஞ்சிரிச்சு."

“குட். நல்லா படிச்சிட்டு வரயா?”

“படிக்கத்தானே இங்கே வந்திருக்கோம் மிஸ்?”

“தொடர்ந்து எழுதிட்டிருந்தது, லேசா தலையைக்கூட வலிக்குது.”

“ரெஸ்ட் எடுத்துக்குங்க, மிஸ். நீங்க என்ன எப்ப பார்த்தாலும் ஒர்க் பண்ணிட்டிருப்பீங்க போலிருக்கே? வெளியே போறதே யில்லையா?”

“வெளியே போறது வரது எல்லாம் நிறுத்தி இரண்டு வருஷமாச்சு, எங்கே போவது?”

ரங்கநாயகி பேசாதிருந்தாள். பிறகு சிறிது நேரம் கழித்து, “ஏன் மிஸ் உங்களுக்குக் கூடப் பிறந்தவங்க இருக்காங்களா?” என்று கேட்டாள்.

“யாருமில்லே, ஒரு அக்கா மட்டும் உண்டு. அவ கல்யாணத்தைப் பண்ணிக்கிட்டு படாத கஷ்டம் படறா.”

“எல்லாம் சரியாகிவிடும், மிஸ். எங்க குடும்பம் அஞ்சு வருஷத்துக்கு முன்னாலே சீரழிஞ்சு கெடந்தது; இப்பத்தான் தேவலை.”

“நீங்கதான் பணக்காரங்களாச்சே?”

“பணக்காரங்கன்னா கஷ்டம் வராதா போகாதா?”

“ஏது, ரொம்ப தெரிஞ்சவ மாதிரி பேசறயே?”

“எல்லாம் வீட்டிலே பார்த்துத்தான் சொல்றேன்.”

“உன்னைப்போல எனக்கு ஒரு தங்கை இருந்தா நான் எவ்வளவு பெருமைப்படுவேன் தெரியுமா?”

“உங்க அக்காவுக்குக் குழந்தை குட்டிங்க இல்லையா?”

“இருக்காங்க. ஒண்ணில்லே, இரண்டில்லே, ஆறு. ஒண்ணுக்கும் லாயக்கில்லாததுக.”

“அப்படிச் சொல்லாதீங்க, மிஸ். அப்படிச் சொல்லித்தான் எங்க அண்ணன் ஒண்ணுக்கும் ஆகாமப் போயிட்டாரு.”

“உனக்கு எல்லார் மேலேயும் அனுதாபம் உண்டு போலிருக்கே!”

ரங்கநாயகி பேசாமலிருந்தாள்.

“எம்மேலேயும் கொஞ்சம் இரக்கம் காட்டு” என்று மிஸ் பாக்கியம் தொடர்ந்தாள்.

ரங்கநாயகி ஒன்றுமறியாது விழித்தாள். பிறகு சமாளித்துக் கொண்டு, “உங்களுக்கு என்னங்க மிஸ் வந்திரிச்சு?”

"எனக்கா?" என்று கேட்டவள்தான் மிஸ் பாக்கியம், துக்கம் நெஞ்சைப் பிளக்க பீறிட்டுக் கிளம்பிய அழுகையைக் கட்டுப்படுத்தி விசும்பினாள். "அய்யோ, என்னங்க மிஸ்?" என்று ரங்கநாயகி, எழுந்து மிஸ் பாக்கியத்தை அணைத்தாள். உடனே மிஸ் பாக்கியம் அவளைக் கட்டியணைத்து இழுத்தவளாய் படுக்கையில் விழுந்தாள். ரங்கநாயகி திமிறினாள்.

"ரங்கம், ரங்கம், நீயாவது என்னைப் புரிந்துகொள்; உலகத்திலேயே எனக்கு யாருமில்லே" என்று கூறிக்கொண்டு, மிஸ் பாக்கியம் ரங்கநாயகியை இறுகப் பிடித்துக் கட்டித் தழுவி . . .

கொதிக்கும் சுரம் திடீரென்று விட்டு உடல் குளிர்ந்து விட்டது போல் இருந்தது மிஸ் பாக்கியத்துக்கு. உடம்பெல்லாம் ஜில்லிட்ட வியர்வை. தொண்டையில் பாக்கு சொருகிக் கொண்டது போன்ற மயக்கம். உடலே மறைந்து, தான் காற்றாகிவிட்டது போன்ற உணர்வு. ரங்கநாயகி அசைவற்றுக் கிடந்தாள். குலைந்திருந்த அவளது ஆடைகளை மிஸ் பாக்கியம் சரிப்படுத்தினாள். மூச்சு இருக்கிறதா என்று பார்த்தாள்; இருந்தது. இருதயமும் அடித்துக்கொண்டிருந்தது. பிரிந்திருந்த அவளது கால்களை ஒன்றாகச் சேர்த்து அவளது கைகளையும் உடலை ஒட்டிச் சேர்த்துப் போட்டாள்.

கட்டிலை விட்டு வேகமாக ஓடிவந்து பால்கனியில் ஒருகணம் நின்றாள். "அய்யோ!" என்று ரங்கநாயகி கத்தியது கனவில் கேட்டது போல அப்போதுதான் அவளுக்கு நினைவு வந்தது. யாரும் கேட்டுவிட்டார்களோ? எல்லாரும் அவள் அறையை நோக்கி ஓடிவந்துகொண்டிருந்தார்களோ? இல்லாவிட்டால் எல்லாம் வெறும் கனவா? ஒரு நிமிடத்துக்கு அவள், அவளுக்கு அவளாகவே தோன்றவில்லை. அவளைக் கனவில் விரட்டி, அவள்மீது தொப்பென்று விழுந்த குதிரையாகவே அவள் ஆகிவிட்டது போன்றதொரு பிரமை. பால்கனியை விட்டு உள்ளே ஓடிவந்தாள். அறையின் கதவுகளைத் தாளிட்டுவிட்டு, கையில் இருந்த 'என்கேஜ் மெண்ட்' மோதிரத்தைப் பல்லால் பிடித்து இழுத்தாள். விரலை ரணமாக்கிவிட்டு மோதிரம் வாய்க்குள் தங்கியது. 'வாழ்க்கையின் முட்புதர்களிலே விழுகிறேன். விழுந்து விழுந்து உடம்பெல்லாம் ரணமாகியுள்ளது' என்ற ஷெல்லியின் அடிகள் அவள் மனதிலே தோன்றி மறைந்தன. சிரித்துக்கொண்டாள். மேஜைக்குச் சென்று, நாற்காலிக்கு எதிராக வைக்கப்பட்டிருந்த வெள்ளைக் காகிதத்தில் ஏதோ எழுதினாள். கைகள் உதறின. கால்கள் கடுத்தன. கண் மங்கியது. பேனாவை அப்படியே

போட்டுவிட்டு, மோதிரத்தைப் பல்லால் கடித்து வைரத்தைத் தனியாக கையில் எடுத்துக்கொண்டாள். பானையிலிருந்து ஒரு கிளாசில் தண்ணீர் எடுத்துக்கொண்டு, அங்கிருந்த பூட்டு ஒன்றைக்கொண்டு வைரக்கல்லை மேஜைமீது வைத்து பொடி யாக்கினாள். மேஜைமீது வாயை வைத்து, வைரத் தூள்களை உள்ளுக்கு உறிஞ்சிவிட்டு, தண்ணீரை மடக்கென்று குடித்தாள். வைரத் தூள்கள் உணவுக் குழாயைக் கிழித்துக்கொண்டு உள்ளே இறங்கின. சில நிமிடங்களில் வயிறு பற்றியெரிவது போல் வலியெடுத்தது. “அய்யோ” என்று அலறிக்கொண்டு இரண்டு கைகளாலும் வயிற்றைப் பிடித்துக்கொண்டு குனிந்தாள். வாயிலிருந்து இரத்தமும் நீரும் வாரியிறைத்தன. வேகமாக ஓடினாள். தாழ்ப்பாளைத் தேடினாள். கைக்கு அகப்படவில்லை. வலி பொறுக்காமல் இரண்டு கைகளையும் கதவில் வைத்தழுத்தி, தலையைக் கதவில் மங்கு மங்கு என்று முட்டினாள். சில நிமிடங்கள் கழிந்தன; பிராணாவஸ்தை நின்றது . . .

அவள் அங்கே கதவருகே அலங்கோல நிலையில் கிடந்தாள். கண்களின் வெள்ளை முழி பிதுங்கி உத்திரத்தை வெறித்துப் பார்த்துக்கொண்டிருந்தது. வாயிலிருந்து வந்த இரத்தம் கழுத்து, மார்பகம் வழியே வடிந்திருந்தது. கட்டிலில் அசைவற்று ரங்கநாயகி கிடந்தாள். கட்டிலின் கொசுவலைச் சட்டத்தில் அழகழகான வண்ணச் சேலைகள் தொங்கின. கட்டிலுக்கு எதிர்ப்புறச் சுவரை ஒட்டி ஒரு புத்தக அலமாரி இருந்தது. அலமாரி நிறையப் புத்தகங்கள் அடுக்கடுக்காக வைக்கப்பட் டிருந்தன. அலமாரிக்குச் சற்று தூரத்தில் சன்னலுக்கருகே மேஜை இருந்தது. மேஜைமீது பல புத்தகங்களும், நோட்டுப் புத்தகங்களும், பத்திரிகைகளும், சஞ்சிகைகளும் கிடந்தன. அவற்றின் மத்தியில் ஒரு நீளக் காகிதத்தில் கொட்டை எழுத்துகளில் குழந்தைக் கிறுக்கலில், ‘வாழ்க்கைக் கடுஞ்சுரம் தணிந்துவிட்டது; இனி நிம்மதியான . . .’ என்ற வார்த்தைகள் தென்பட்டன. காகிதத்தின் மேல் அவளது பார்க்கர் பேனா மூடாதபடி கிடந்தது. சன்னல் வழியாகக் காற்று அடிக்கவும், எங்கோ பறந்து செல்ல விரும்புவது போல் அக்காகிதம் படபடத்து, எழுந்து எழுந்து விழுந்தது . . .

அன்றைய நிகழ்ச்சிக்குப் பின் கல்லூரி நிர்வாகம் ஒரு புதிய உத்தரவைப் பிறப்பித்தது. இரவு ஏழு மணிக்குப் பிறகு எந்த ஹாஸ்டல் மாணவியும் எக்காரணம் பற்றியும், யார் கூப்பிட்டு விட்டாலும், தனது அறையைவிட்டு வெளியே செல்லக் கூடாது என்பதுதான் அந்த உத்தரவு.

***சரஸ்வதி*, ஆகஸ்டு 1961**

பூர்வாசிரமம்

ஊருக்கு வெளியே ஒரு வீடு. ஒரு வீடு என்றால், ஒரு வீடு மட்டுமல்ல; பல வீடுகளின் மத்தியில் ஒரு வீடு. ஆனால் ஒதுக்குப்புறமான வீடு. வீட்டை அடுத்து ஒரு நீண்ட பள்ளம்; அதை அடுத்து ரெயில்வே தண்டவாளம். பள்ளத்தில் பசும்புல் வளர்ந்திருந்தது. மழை பெய்தால் பள்ளம் நிறைந்துவிடும். பசும்புல் மறைந்துவிடும். மழை நின்றவுடன் பள்ளம் சகதியாகும்; பிறகு புல் முளைக்கும். பசும்புல் பார்க்கப் பார்க்க அழகாக இருக்கும். வீட்டைப் பற்றிச் சொன்னேன். வீட்டுக்கும் வெளிக் கேட்டுக்கும் இடையே இருபதடி இருக்கும். வீட்டைச் சுற்றி மூங்கில் தப்பைகளாலான வேலி. வெளிக் கேட்டும் மூங்கிலிலானது. வீட்டுக்கும் கேட்டுக்கும் இடையே சிறு தோட்டம். தோட்டத்தில் கனகாம்பரமும் சில அரளிச் செடிகளும் செழித்து வளர்ந்திருந்தன. வீடு சற்றுப் புதிய வீடு. எல்லாப் புது வீடுகளையும் போல கவர்ச்சியான அமைப்பு. உள்ளே நுழைந்து, இட நெருக் கடியைக் கண்ட பிறகுதான் ஏமாற்றம் ஏற்படும். இந்த வீட்டிலும் இட நெருக்கடி தான்; ஆனால் ஏமாற்றம் இல்லை.

தோட்டத்துக்குள் நுழைந்தேன். ஒரு கட்டில் கிடந்தது. அதில் அமர்ந்துகொண்டேன். கூட வந்தவன் மட்டும் உள்ளே சென்றான். நாற்பத்தைந்து வயது நிரம்பிய ஒரு ஸ்திரீயோடு திரும்பி வந்தான். நாற்பத்தைந்து என்பது எனக்கு அப்போது தோன்றியது அல்ல; பிறகு தெரிந்தது. செக்கச் சிவந்த மேனி. அழகான உடை. தலை நிறைய பூ. ஆண்மை உணர்ச்சியைத் தட்டியெழுப்பும் மார்பகம். முகத்தில் மட்டும் வியர்வை வழிந்தோடியது. முன்வந்து "வணக்கம்" என்று கை

கூப்பினாள். திகிலடைந்தேன். இருந்தாலும் சமாளித்துக் கொண்டு, அரைகுறையாக உட்கார்ந்தபடியே கை கூப்பி வணக்கம் சொன்னேன். கட்டிலை முந்தானை கொண்டு தட்டிவிட்டு கட்டிலில் உட்கார்ந்துகொண்டாள். என்னை யறியாமல் நான் சற்று நகர்ந்து உட்கார்ந்தேன். அவளுக்குள் சிரித்துக்கொண்டிருப்பாள். கூட வந்தவன் என்னை அறிமுகப் படுத்தி வைத்தான் – எனது பெயரைக்கூடச் சொல்லாமல். எனக்குக் கூட வந்தவன்மீது கோபம். பதினைந்து பதினாறு என்றல்லவா சொல்லியிருந்தான்? கூட வந்தவனை அரை குறைக் கோபத்தோடு நோக்கினேன். அவன் கண்ணைச் சிமிட்டினான். சிமிட்டலைப் புரிந்துகொண்டு வீட்டினுள் நோக்கினேன். சிறுமி வந்தாள். மாநிறம். சிறு உருவம். குனிந்த பார்வை. அடக்கவொடுக்கமான, ஆனால் அழகு பொங்கும் மார்பகம். வாய்ல் மேலாக்கு; வாய்ல் ஜாக்கெட்டு. மூக்கிலே பேசரி. காதைத் தொட்ட கறுப்புக் கண்மை. இலேசாகக் கனைத்திருப்பேன். கூட வந்தவனைப் பார்த்தேன். கூட வந்தவன் அம்மாவைப் பார்த்தான். ரூபாயை எடுக்கப் பைக்குள் கையைப் போட்டேன்.

“அது கிட்டயே பிறகு கொடுத்திடுங்க” என்றாள் அம்மா.

“அப்ப நான் வரட்டுமா?” என்றான் கூட வந்தவன்.

“சரி” என்றேன்.

“சேஞ்சு” என்றான்.

அரை ரூபாயை நீட்டினேன். சிரித்துப் பார்த்தான். கூடுதலாகக் கால் ரூபாயைக் கொடுத்தேன். சலாம் போட்டு விட்டு ஓடினான்.

சிறிய அறை. அறைக் கதவின் சாவித் துவாரத்தில் துணி அடைக்கப்பட்டிருந்தது. உள்ளே ஒரு மேஜை; மேஜை அருகே நாற்காலி; மேஜையில் புத்தகங்களும் நோட்டுப் புத்தகங்களும் கிடந்தன. மேஜையருகே கட்டில் கிடந்தது. கட்டிலின்மேல் ஓரளவு அழுக்கடைந்த மெத்தை. மெத்தையில் நான் அமர்ந்தேன். கதவைத் தாளிட்டுக்கொண்டு அவள் என் அருகே வந்து அமர்ந்தாள். அணைத்து முத்தமிட்டேன். உதட்டைத் துடைத்துக் கொண்டே என் மடிமீது ஒரு கையும், மற்றொரு கையை என் தோள்மீதும் போட்டாள். மீண்டும் கட்டியணைத்துக் கழுத்திலே முத்தமிட்டேன். பெருமூச்சு விட்டுக்கொண்டே என்னருகே நெருங்கி உட்கார்ந்தாள். என் காலை அவள் கால்மீது போட்டேன். போட்ட காலைக் கையால் இழுத்து அவளது தொடை மீது அழுத்திக்கொண்டாள்.

"ரொம்பப் பழக்கப்பட்டவர் போலிருக்கு" என்றாள்.

"இல்லையே" என்றேன்.

"ஊம். பெயரைக் கேக்கலே, சாதியைக் கேக்கலே, வயதைக் கேக்கலே..." என்றிழுத்தாள்.

"கேக்கணும்னுதானிருந்தேன்."

"அதெல்லாம் ஒண்ணும் வேணாம்" என்று கூறிக்கொண்டே என் கன்னத்தில் முத்தினாள்...

அரை மணி நேரம் கழித்து அறையை விட்டு வெளியே வந்து கட்டிலில் அமர்ந்துகொண்டேன். கட்டிலின் ஒரு முனையில் உட்கார்ந் திருந்த அம்மா சற்று எழுந்திருப்பதாகப் பாவனை செய்துவிட்டு, "என்ன அவசரம்? இருந்து பேசிட்டுப் போங்களேன்" என்றாள். "அடுத்தவாட்டி வாரப்போ, யாரையும் கூட்டியார வேண்டாம்; தாராளமாக உள்ளே வந்து பஞ்சவர்ணத்தம்மா என்று விசாரியுங்க" என்றாள்.

'சரி' என்னும் பாவனையில் தலையசைத்தேன். தங்கமும் உடையைச் சரிப்படுத்தியவாறே, அம்மாவின் அருகில் வந்து நின்றாள்.

"இந்த வருசம் பரீட்சைக்குப் போகுது" என்றாள் அம்மா.

"சொல்லிச்சு" என்றேன்.

"நான் மரகதம் எலிமெண்டரி பள்ளியில் வேலை பார்க்கிறேன்" என்று கூறிக்கொண்டே மேலாக்கைச் சரிப்படுத்திக் கொண்டாள். அவளது உருண்டு திரண்ட மார்பகத்தில் என் கண் விழுந்தது. ஆசை இலேசாகத் துளிர்த்தது.

"இந்த வீடு நாங்க கட்டறதுதான்" என்று பக்கத்து வீட்டைக் காட்டினாள். வீடு அரைகுறையாய் நின்றுகொண் டிருந்தது.

"செலவென்ன ஆச்சு?" என்றேன்.

"இதுவரை ஏழாயிரத்துக்கு மேலே ஆயிடுச்சு. இன்னும் மூணு நாலு வேண்டியிருக்கும் போலிருக்கு."

"நான் போய்ப் படிக்கட்டுமா அம்மா?" என்று தங்கம் என்னைப் பார்த்தவாறே சொன்னாள்.

"அடுக்களேலே விளக்கப் போட்டுக்க" என்றாள் அம்மா.

தங்கம் என்னைப் பார்த்துச் சிரித்துவிட்டு அங்கிருந்து அகன்றாள். நான் எழுந்திருக்க முயன்றேன்.

"அவசரமா?" என்று கேட்டுக்கொண்டே, கைகளைக் கட்டிலின் பின்நுனியில் விறைப்பாக அழுத்தினாள் அவள். அவளது விம்மிப் புடைத்த மார்பகத்தில் என் கண்கள் மீண்டும் விழுந்தன. ஆசை பலப்பட்டது.

"என்ன அடுக்கனேலே படிக்கச் சொன்னீங்க?" என்றேன்.

"யாரும் கண்டு பேச வந்தாலும்..." என்றாள்.

"இந்த நேரத்திலா?" என்று கூறிக்கொண்டே, சற்று நெருங்கி உட்கார்ந்தேன்.

"சும்மா உங்க பிரியம்போல உட்காருங்க" என்றாள், என் சங்கடத்தைப் புரிந்துகொண்டு. சிறிது நேரம் கழித்து, "வேணா உள்ளுக்குப் போயிடலாமா?" என்றாள்.

மீண்டும் அதே அறை. அழகழகாகப் பேசினாள். பழைய கதை, நடக்கும் கதை, வருங்காலக் கதை. ரசித்துக் கேட்டேன்.

சிறிது நேரத்தில் இருவரும் மீண்டும் வெளிக்கட்டிலில் வந்து அமர்ந்தோம். தங்கம் ஒரு கையில் புத்தகமும், மறு கையில் காபி டம்ளருடனும் வந்தாள். காபியை அருந்திவிட்டு இருவரிடமும் விடைபெற்றுக்கொண்டேன். காபி பாடாவதி யாக இருந்தது.

ஒரு வருடம் கழிந்திருக்கும். மீண்டும் அங்கு தனித்துச் சென்றேன். அரைகுறையாக நின்ற வீடு முற்றுப்பெற்று விளங்கியது. விசாரிக்கப் பயந்து நேராகத் தெருவோடே நடந்தேன். திரும்பி வந்து பழைய வீட்டினுள் நோக்கினேன். கட்டிலைக் காணோம். செடிகள் சருகாகக் கிடந்தன. உள்ளே விளக்கு எரிந்தது. விளக்கு வெளிச்சத்தில் இரண்டு குழந்தைகள் சண்டை போட்டுக்கொண்டிருந்தன. உள்ளே மற்றொரு குழந்தை வீறிட்டு அழுதுகொண்டிருந்தது. 'எங்கேயோ போய் விட்டார்கள் போலிருக்கு' என்று நினைத்துக்கொண்டே, வீட்டைக் கடந்து நடந்தேன். புது வீட்டு வாசலுக்கு உள்ளிருந்து அப்போதுதான் வந்த ஒரு அம்மா, "யாரைப் பாக்கறீங்க?" என்றாள். குரல் பழக்கப் பட்டதாகத் தெரிந்தது. தயங்கி நின்று உற்று நோக்கினேன். நின்றுகொண்டிருந்தது பஞ்சவர்ணத்தம்மா.

"வாங்க, வாங்க" என்று வரவேற்றாள். படியேறினேன். புத்தம் புது வீடு. கூடத்துக்கு அழைத்துச் சென்றாள். அறையில் மெர்க்குரி லைட். ஓரத்தில் ஒரு அலங்காரக் கட்டில் – சிறியது.

இரண்டு பிரம்பு நாற்காலிகள். சுவரில் நாலைந்து படங்கள். ஒரு வட்ட மேஜை. வட்ட மேஜையின் மீது அழகான துணிவிரிப்பு. துணிவிரிப்பின் மீது காகிதப்பூ கொண்ட ஒரு 'வேஸ்'. அருகில் ஒரு ஊதுவத்தி 'ஸ்டான்ட்'. அவள் ஒரு நாற்காலியிலும் நான் ஒரு நாற்காலியிலுமாக உட்கார்ந்து கொண்டோம்.

"வந்து நாளேச்சே?" என்றாள்.

"ஒரு தரம்தானே வந்திருக்கேன்! எப்படி ஞாபகம் வச்சிருக்கீங்க?" என்றேன்.

"நான் யாரையும் மறப்பதில்லை" என்றாள். பதில் எனக்குப் பிடிக்கவில்லை.

"தங்கம் எங்கே?"

"நீங்களும் நல்லாத்தான் ஞாபகம் வச்சிட்டிருக்கீங்க! போன தைலேதான் கல்யாணமாச்சு" என்றாள்.

"கல்யாணமாயிருச்சா?" என்றேன்.

"என்ன அப்படிக் கேக்கறீங்க? நல்ல இடமாப் பார்த்துக் கொடுக்க, எவ்வளவு கஷ்டப்பட்டேன் தெரியுமா? மாப்பிள்ளை நல்ல சம்பளத்திலே இருக்காரு; முன்னூறு நானூறு சம்பாதிக் கிறார். கண்ணியமான குடும்பம். ரொம்பப் பிரியமா இருக்காரு" என்று கூறினாள்.

"ரொம்ப சந்தோஷம்" என்றேன்.

"முன்மாதிரி நான் ஒண்ணும் வச்சிக்கிறதில்லை. அவர் காதிலே எதுவும் விளுந்திட்டா எவ்வளவு சங்கடப்படுவாரு!... என்னைக்கூட அவுங்ககூடவே வந்திருக்கச் சொல்றாரு; எனக்குத்தான் யார் கிட்டேயும் இருக்கப் பிரியமில்லே" என்றாள்.

"இன்னும் வேலை பாக்கறீங்களா?"

"பின்னே? இன்னும் பத்து வருசத்துக்குப் பார்க்கலாமே!"

சிறிது நேரம் அவளை முறைத்துப் பார்த்தேன். முன்பு போலவே இருந்தாள். எழுந்து விடைபெற்றுக்கொள்ள மனமில்லை.

"வீட்டைப் பிரமாதமாகக் கட்டிட்டீங்களே!" என்றேன்.

"பத்து பதினஞ்சு என்று இருபதுவரை இளுத்திரிச்சு. தங்கம் கல்யாணத்துக்கு வேறே பத்துக்கு மேலே செலவளிச்சேன்" என்றாள்.

"நீங்களும் அறுபது ரூபாய் சம்பளத்திலே எவ்வளவோ செய்திட்டீங்க" என்றேன். அவள் பேசாமலிருந்தாள்.

"நீங்க மட்டும்தானா இருக்கீங்க?" என்றேன்.

"இல்லை. அக்கா மகன் ஒருத்தனைக் கூட்டியாந்திருக்கேன். தனியா இருக்கறதுன்னா சங்கடமா இருக்குல்லே? பள்ளிக் கூடத்திலே வாசிச்சிட்டிருக்கான்" என்றாள்.

"எங்கே காணோம்?"

"ஏதோ சினிமாப் பாக்கப் போயிருக்கான்" என்று கூறிக்கொண்டே சுவரிலிருந்து ஒரு போட்டோவை எடுத்துக் காட்டினாள். பையனின் போட்டோ. போட்டோவைப் பார்த்துவிட்டு மேஜையில் வைத்தேன்.

அதை எடுத்துச் சுவரில் மாட்டிவிட்டு அழகு பார்த்தாள்.

"அவனை டாக்டருக்குப் படிக்க வைக்கப்போறேன்" என்றாள்.

எனக்குப் பேச்சில் அக்கறை குறைந்தது.

"அப்ப, ரொம்ப சந்தோஷம்; நான் வரட்டுமா?" என்று கூறிக்கொண்டே எழுந்தேன்.

"வந்திட்டு சும்மா போறதுனா சங்கடமா இருக்கும் இல்லையா?" என்று சிரித்தாள்.

"இதிலே என்ன சங்கடம்?" என்று நானும் சிரித்தேன். எனக்குக் கட்டுக்கடங்காத ஆசை. அவள் எழுந்து சென்று கதவை அடைத்தாள்.

கட்டிலுக்குச் சென்று என்னையும் அழைத்தாள். பிறகு இருவரும் கட்டிலிலிருந்து நாற்காலிக்கு வந்தோம். கதவைத் திறந்தாள்.

பையிலிருந்து ஒரு பத்து ரூபாய் நோட்டை எடுத்து நீட்டினேன்.

"என்ன பணம் அப்படிச் சீப்படுதா? உள்ளே வைங்க" என்றாள் சிரிப்புக் கண்டிப்புடன்.

"இல்லே இருக்கட்டும், வச்சுக்கங்க."

"வாங்கறதில்லே" என்றாள்.

"இதிலே என்னவாம்?" என்றேன்.

"இனிமே எனக்கெதுக்கு? தங்கத்துக்கு நல்ல புருஷனாக் கிடைச்சாச்சு; எனக்கு வீடும் நிலமும் இருக்கு."

புறப்படத் தயாரானேன். ஆனால் ஒன்று சொல்ல வேண்டும் என்று தோன்றியது.

"அன்னைக்குத் தங்கத்தை அளவச்சுட்டேன், தெரியுமா? உங்க சுய நலத்துக்காக தங்கத்தின் வாழ்க்கையைப் பாள் பண்ணிட்டிருந்தீங்க என்று அவகிட்ட சொன்னேன்" என்றேன்.

"இது என்ன? அது மனசை யாரெல்லாமோ புண்படுத்தினாங்க. அதனோடே கெட்டிக்காரத்தனம் அதைக் காப்பாத்திச்சு! வெறுப்பூங்கறது அது மனசுகிட்டே வரவே வராது. எல்லாம் மீனாட்சி துணை" என்றாள்.

நான் விடைபெற்றுக் கிளம்பும் நேரம் அவள், "நல்ல பொண்ணாப் பாத்து ஒரு கல்யாணத்தைச் செய்துக்குங்க. அடுத்த தரம் வரப்போ கல்யாணக் காகிதத்தைக் கொடுக்கத்தான் வரணும்" என்று பரிவோடு சிரித்தபடி சொன்னாள். சிரித்துக்கொண்டே தலையசைத்தேன். கைகூப்பி வணங்கினாள். கவனியாது நடந்தேன். அவள் வீட்டினுள் நுழைந்தாள்.

வீட்டுக்கும் வீட்டை அடுத்திருந்த நீண்ட பள்ளத்துக்கும் நடுவே ஓடிய சாலை வழியே நடந்தேன். கண்ணுக்கெட்டிய தூரமெல்லாம் முழுமதியின் பால் ஒளியில் திளைத்துக் கிடந்தது. பள்ளத்தில் பசும்புல் அசைவற்றுத் தூங்கியது. அதையடுத்து எல்லையற்ற ஏதேதோ தூர இடங்களை இணைத்தபடி ரெயில்வே தண்டவாளம் படுத்துக் கிடந்தது. நான் நடக்கவும் படுத்துக் கிடந்தபடியே அது முன்புறமும் பின்புறமும் ஓடியது.

சரஸ்வதி, **ஜனவரி** 1960

நடிகன்

கல்யாணி ஓட்டலுக்கு எதிரே ஒரு சிறிய சந்து உண்டு. சந்துக்குள் வண்டிகள் போகாமல் இருப்பதற்காக, நடுவில் ஒரு குத்துக்கல் நட்டிருந்தார்கள். குத்துக்கல்லில் யாரும் சாய்ந்துகொண்டு நிற்கலாம். போக்குவரத்துக்கு இடைஞ்சல் என்றோ, எந்தச் சாலை விதியும் மீறப்பட்டு விட்டதென்றோ போலீஸ்காரர் கூற முடியாது. குத்துக்கல் வசதியாக இருந்தது. குத்துக்கல்லில் சாய்ந்தபடியே தெருவில் ஜனப் போக்குவரத்தைக் கவனித்துக்கொண் டிருக்கலாம். எனக்குக்கூட ஆசைதான். ஆனால் நான் அப்படி நின்றதில்லை. தெரிந்தவர் யாராவது வந்து, "எங்கே, இப்படி நின்னிட்டிருக்கீங்க?" என்று கேட்டால் சங்கடமாக இருக்கும். "சும்மாதான்" என்றால் பைத்தியம் என்று நினைத்துக்கொள்வார்கள். இவர்கள் மட்டு மென்ன, எல்லாம் காரணகாரியத்தோடுதான் நடந்து கொள்கிறார்களாக்கும்!

கிருஷ்ணன் அதிர்ஷ்டசாலி; அவனுக்கு இந்தக் கவலையெல்லாம் இல்லை. அவன் பாட்டுக்கு நின்று கொண்டிருந்தான். (தெருவில் கூட்டம் அதிகம். ஞாயிற்றுக்கிழமை மாலையாக இருந்திருக்கும்.) அன்று முழுவதும் அவன் சாப்பிடவில்லை. 'சினிமாக் கூட்டம் பெருத்துவிட்டது; ஜனங்கள் நாடகமா கேட்கிறார்கள்?' ஆனால் நாடகத்தில் நடிப்பதை விட்டுவிடவும் கிருஷ்ணனுக்கு இஷ்டமில்லை. அவனுக்கு வேறு என்ன தொழில் தெரியும்? தெரிந்தால்தான் என்ன? நாட்டிலே ஒவ்வொருத்தனுக்கும் வேலை காத்துக்கொண்டு கிடக்கிறதாக்கும்? அப்படியே காத்துக் கிடந்தாலும்,

அவனென்னவோ நாடகத்தில் நடிப்பதை விட்டுவிட மாட்டான். கால் கடுத்தது. ஒரு காலை உயர்த்திக் கல்லில் அழுத்திய வண்ணம் நின்று கொண்டிருந்தான் கிருஷ்ணன்.

கிருஷ்ணனை உரசிக்கொண்டு, ஒரு கிழவன் சந்தினுள் நுழைந்து சென்றான். சாராய வாடை 'குப்'பென்று அடித்தது. கிருஷ்ணன் ஒருகணம் திரும்பி உற்று நோக்கினான். சற்று தூரத்தில் நின்றுகொண்டிருந்த போலீஸ் காரரிடத்து ஆளைக் காட்டிக் கொடுத்தால் கால் அரை கிடைக்கும். கிருஷ்ணனுக்கு இஷ்டமில்லை. அது ஒரு பிழைப்பா?

தெருவில் ஜனங்களின் பின்னல் கோலாட்டம் பார்க்கப் பார்க்க அழகாக இருந்தது. பாஸ்கரன் சிகரெட்டைப் பிடித்துக் கொண்டு நடந்தான். கிருஷ்ணனுக்கு அவனைக் கூப்பிட்டுப் பேசலாம் என்று தோன்றியது.

'அவனோடு என்ன பேச்சு? ஒரு ஓர்க்ஷாப்பிலே சேர்ந்து, கல்யாணத்தையும் பண்ணிக்கிட்டு அடியோடு மாறிவிட்டான். காபிக்குச் சில்லரை கேட்டால் சில்லரை கிடைக்காது. அரைப்படி புத்திமதி கிடைக்கும். இல்லாட்டி பட்டணத்துக்குப் போயி சினிமா சான்சு தேடச் சொல்லுவான். அதெல்லாம் ஒரு நடிப்பா? நிமிஷத்துக்கு நிமிஷம் ஆளை மறிச்சு அப்படி இப்படின்னு சொல்லிக்கிட்டு. வெறும் படம் காட்டத்தானே? நடிகனைத் துண்டு துண்டாக்கி படம் பிடிக்கலாம். பிறகு ஒட்டிவச்சு ஜனங்கள ஏமாத்தலாம். கால்மணி நேரம் ஒட்டுக்க நடிச்சுப்புடுவாங்களா?'

"என்னப்பா இங்கே நின்னிட்டிருக்கே?"

கிருஷ்ணன் திரும்பினான்.

"வாப்பா முருகேசா."

"ஆளூ கிறங்கி இருக்கே. என்ன விஷயம்?"

"ஆமாம். சீசன் டல்லுல்லே?"

"யாரையும் பார்த்துக்கிட்டிருக்கேயா?"

"எல்லாரையும்தான் பார்த்துக்கிட்டு இருக்கேன்"

"ஏதாச்சும் சோலி இருக்கா?"

"ஒரு பாளாப்போன சோலியும் இல்லை."

"இரண்டு போர்டு இருக்கு; எளுதித் தரயா?"

கிருஷ்ணன் குண்டு குண்டாக எழுதுவான். போர்டுகள் எழுதிப் பழக்கமுண்டு.

“இந்நேரத்திலியா?”

“ஊம், நைட்லே போர்டு தொங்கணும்.”

“உன் அசிஸ்டெண்டு எங்கே?”

“ரெண்டு நாளா அட்ரெஸ் இல்லே, ஆளைக் காணோம்.”

“காபிக்குச் சில்லரை தாயேன்.”

“சே, தம்பிடி இல்லை. வந்து போர்டெ எளுதி பத்தணா வாங்கிக்க.”

“பெரிய தர்மப் பிரபு! வேலை செய்தா கூலி தருவார்!”

“ஹீரோயின் மரகதம் இப்பப் பளைய வீட்டிலே இல்லையோ?”

“அவ எங்கிருந்தா உனக்கென்ன? உம் பாட்டைப் பார்த்துகிட்டுப் போயி போர்டெ எளுது.”

“நாங்கள்லாம் தெரிஞ்சிக்கக் கூடாதாக்கும். லவ்வர்கள்னு நெனைப்பாக்கும்!”

“சரி, வந்த வளியே பார்த்துக்கிட்டுப் போ.”

முருகேசன் அகன்றான்.

‘மரகதம் நல்லா நடிக்கும். கொஞ்சங்கூட சங்கடப்படாம பேசாம அசங்காமக்கூட மேடைலே அலாதியா நிக்கும். கொஞ்சம் சிரிப்புத்தான் வராது. சிரிக்கவும் கொட்டாவி விடவும் தும்மவும் தெரியாம ஒரு நடிப்பா? அளறது என்ன, யாருக்கும் வரும். கோபங்கூட சொலவந்தான்.’

மணி ஏழு ஆகிவிட்டது. கூட்டம் சற்றுக் குறைந்தது. கல்யாணி ஓட்டலுக்குள் ஒரு மைனர் நுழைந்தார்.

‘நடையைப் பாரு, நடையை. பொம்பளையாப் பிறக்கலேணு தாவந்தம் போலெருக்கு.’ மைனர், தெருவைப் பார்த்தவண்ணம் ஒரு நாற்காலியில் அமர்ந்தார். மைனர் என்று சொன்னால் போதுமல்லவா? எதுவும் வர்ணனை கொடுக்கணுமா? சில்க் ஜிப்பா, மல் வேஷ்டி, பட்டுமணி நேரம் தூங்கி விழித்த முகம். அரும்பு மீசை, கழுத்திலே மண் புழுவைப் போல ஒரு தங்கச்சங்கிலி. செர்வரிடம் ஏதோ சொல்லிவிட்டு கைகளில் முகத்தை அழுத்தி உட்கார்ந்திருந்தார். சரியான சோம்பேறி!

கிருஷ்ணன் ஓட்டலுக்குள் நுழைந்து அவர் முன் நின்றான்.

“எப்ப சார் ஊர்லேந்து வந்தீங்க? நேத்துக்கூட நானும் பார்வதியும் உங்களைப் பத்திதான் பேசிட்டிருந்தோம்.”

“யாரப்பா நீ?”

“என்ன சார் மறந்திட்டீங்களா? போன வருசம் திருச்சிலே எங்க வீட்டுக்கு வந்திருந்தீங்களே? பார்வதியும் நீங்களும் சினிமாவுக்குப் போகலே?”

“பார்வதியா?”

“ஆமாம் சார். உங்களைப் பாக்கணும் பாக்கணும்னு அடிக்கடி சொல்லும். இன்னைக்கு ஒங்களைப் பாத்தேன்னு சொன்னாக்கூட வீட்டுக்கு ஏன் கூட்டியாரலேன்னு உசிரை வாங்கிடும்.”

“நீயென்ன செய்துட்டிருக்கே?”

“என்னத்தை சார் செய்யறது? வேலை தேடிட்டிருக்கேன். ஒங்க மாதிரி பிரண்ட்ஸ் உதவினாத்தானாச்சு. பார்வதி படிப்பெ விடமாட்டேன்னு வேறே பளியா சாகசம் பண்ணுது.”

“ஏன் நிக்கறே, உக்காரு. காபி சாப்பிடு.”

“இல்லே சார். பார்வதி வீட்லே தனியா இருக்கு. எம்பிராய்டரி நூலு வாங்கிட்டு வரச்சொல்லிச்சு; வந்தேன்.”

“அப்பா அம்மா சொகமா இருக்காங்களா?”

“என்ன சார்? எல்லாம் மறந்துட்டாப்பல பேசறீங்க. நான் இப்பப் போகணும். நாளைக் காலைலே வீட்டுக்கு வாங்க. விவரமாப் பேசிக்கலாம்”

“இப்ப எங்கேயிருக்கீங்க?”

“குறுக்குத்தெரு நாலாம் நம்பர் வீட்லே. காலேலே சீக்கிரமே வந்துடுங்க. பத்து மணிக்கெல்லாம் அது சோறாக்கிட்டு ஸ்கூலுக்குப் போயிடும். பாவம், எல்லாம் அதுதான் கவனிச்சிக்க வேண்டிருக்கு. வீட்லே யார் தொணைக்கிருக்காங்க?”

செர்வர் மீண்டும் வந்து நின்றார். தோசைக்கு ஆர்டர் கொடுத்தார் மைனர்.

“தம்பி, ஒரு வெறுங்காபி சாப்பிடேன்.”

“இல்லே சார், தேங்ஸ். எம்பிராய்ட்டரி நூலு ஒன்னேகால் சொல்றான்; என்கிட்டே முக்கால்தான் இருக்கு. பார்வதிக்கு எம்பிராய்டரின்னா உசிரா இருக்கு. ஏன் சார், அதுகிட்டேந்து வாங்கிட்டுப் போனீங்களே, அந்தக் கைக்குட்டையை பத்திரமா

வச்சிருக்கீங்களா சார்! நாளைக்கு வாங்க சார், கட்டாயம் விதவிதமாப் பூப்போட்ட கைக்குட்டையெல்லாம் தட்டிட்டுப் போகலாம்."

"குறுக்குத் தெரு நாலாம் நம்பர் வீடா சொன்னே?"

"நானும் இருப்பேன், கட்டாயமா வாங்க. சரிங்க சார், நேரமாவுது. எய்ட் அனாஸ் இருந்தா தாங்க சார்."

"எட்டணா இல்லே போல்ருக்கு. இந்தா நாலணாவை வச்சிக்க."

"தேங்ஸ் சார். நாளை கட்டாயம் வரணும். இல்லாட்டி பார்வதி என் உசிரெ எடுத்துடும்."

கிருஷ்ணன் சலாம் போட்டுவிட்டு குதித்து வெளியே ஓடினான். அரசமரத்துக் கிழவிகிட்டே இட்லி வாங்கித் தின்னு, தண்ணியைக் குடித்தால் அன்றைய பாடு கழிந்து விடும். காலையிலே மைனர் குறுக்குத்தெரு நாலாம் நம்பர் வீட்டிலே போய்த் தேடுவார். அங்கு யார் இருந்தார்களோ, கிருஷ்ணனுக்கு எப்படித் தெரியும்?

சரஸ்வதி, மார்ச் 1960

வாழ்வும் எழுத்தும்

ரயில் கேட் அடைத்துக் கிடந்தது. வாகனங்கள் காத்துக் கிடந்தன. தனக்கு இரண்டு பக்கங்களிலும் ரோஜா மலர் மாலைகள் அடுக்கிக் கிடக்க, காரின் பின்சீட்டில் பேராசிரியர் சாய்ந்திருந்தார். சிந்தனை படர்ந்த முகம். அதில் தற்பெருமை, தன்னிலும் குறைந்த அறிவுடையவர்களை வலிந்து பொறுத்துக்கொள்வதால் ஏற்படும் சலிப்புணர்ச்சி பதிந்து கிடந்தன. காரில் உட்கார்ந்திருந்த போதும் அவரது கைகள் தடியொன்றைப் பற்றியிருந்தன. கைகளைப் போலவே மனமும் எப்போதும் அறிவென்னும் தடியைப் பற்றியிருக்கும். பேராசிரியருக்கு அறிவில் அளவிட முடியாத நம்பிக்கை. அவர் படிக்காத அறிவு நூல்கள் இல்லை. குறிப்பாக இலக்கியம், உளநூல் என்றால் உயிரையே விடுவார். அதனால்தான் திருவாளர் கோ. சண்முகம், தனது பாராட்டு உரையில், "பேராசிரியர் படைத்திருப்பது பொழுதுபோக்கு இலக்கியமல்ல; பயன்மிகு இலக்கியம். அறிவு மணம் கமழும் அவரது இலக்கியம் அறிவைப் போலவே என்றும் அழியாதது" என்று கூறினார். பேராசிரியருக்குப் பாராட்டு விழா என்றதும் வாசகர்களிடமிருந்து ஆயிரக்கணக்கான கடிதங்கள் வந்திருந்தன. அத்தனையும் இப்போது பேராசிரியர் வசம் இருந்தன. எத்தனை எத்தனை பாராட்டுகள்! எத்தனை எத்தனை விதம்! "எங்களுக்கு மணமாகி பத்து ஆண்டுகள் ஆகின்றன. ஆனால் சென்ற ஆண்டு தங்களது 'மரமும் கொடியும்' என்ற நவீனத்தைப் படித்ததிலிருந்துதான் நாங்கள் கணவன் மனைவியாக வாழக் கற்றுக்கொண்டிருக்கிறோம்" என்றது தம்பதியரிடமிருந்து வந்த ஒரு பாராட்டு. "காதலுக்குத் தவறான

பொருள் கற்பித்து நான் பல மாதங்களாகத் தவித்தேன். உங்களது 'மலரின் மென்மை'யைப் படித்த பிறகுதான் என் கண் திறந்தது. இன்று நான் காதல் இன்பத்தைத் துய்த்த பாக்கியவான்" என்றது ஒரு இளைஞனின் குரல். "பேராசிரியரது 'இரு கரங்கள்' ஒரு புரட்சிகரமான நவீனம். இந்நாட்டு முதலாளி களும் தொழிலாளர்களும் இந்நூலைப் படித்து அதன் உட் பொருள் வழி நடந்துகொள்வார்களானால் நாட்டில் தொழிலாளி முதலாளி பிரச்சனையே இருக்காது" என்றார் விழாவிற்கு வாழ்த்துச் செய்தி அனுப்பிய ஒரு மந்திரி. "தங்களது 'இந்த வாழ்க்கைப் பேறு' என்னும் நாடகம் எனது வாழ்வின் திசையையே மாற்றிவிட்டது" என்று எழுதி யிருந்தாள் ஒரு இளம்பெண். ஆமாம், பேராசிரியர் தன் நூல்களில் தொடாத பிரச்சனையே கிடையாது. என்றாலும் அவருக்கு வாசகர்களிடையே கிடைத்த பெருஞ் செல்வாக்குக் காரணம், அவர் காதலைப் பற்றியும், இல்லற இன்பம் பற்றியும் எழுதிய நூல்களே. 'மாற்ற முடிந்ததை மாற்று; மாற்ற முடியாததைப் பொறுத்துக்கொள்' என்ற தாரகமந்திரத்தில் எழுந்த அவரது நூல்கள் ஏமாற்றத்தால் புண்பட்டிருந்த ஆயிர மாயிரம் உள்ளங்களுக்கு ஆறுதலைக் கொடுத்தது. பெரும் பாலும் அவரது நூல்களின் இறுதியோசை நம்பிக்கையின் கலகலத்த சிரிப்பு. அவரைச் சிறந்த மேனாட்டு ஆசிரியர் களோடு வைத்தெண்ண வேண்டும் என்றார் ஒரு அபிமானி. அவரது நூல்களை உடனே ஆங்கிலத்தில் மொழிபெயர்த்தாக வேண்டும் என்றார் மற்றொருவர்.

ரயில் கேட் திறந்தது. வாகனங்கள் இரைச்சலிட்டன. அண்ணன் சாகக் கிடக்கிறான் என்ற செய்தி வந்ததும் அவசரப்பட வேண்டுமா, இல்லை மெள்ளச் சென்றால் போதுமா என்பதை முடிவு செய்ய முடியாமல் அசட்டு அவசரத்தில் சென்றுகொண்டிருந்த சுப்பிரமணியத்தின் கார் பின்புறத்திலிருந்து பேராசிரியரின் காரை உரசிக் கொண்டு வந்தது. நோயாளியின் கணவரிடத்துக் காதல் கொண்டு, அவர் பெரிய பணக்காரர் என்று அறிந்ததும், அவரை எப்படியும் அடைய வேண்டும் என்ற ஆசை மன நிம்மதியைக் குலைத்துக்கொண்டிருக்க, அதே நோயாளிக்குப் பணிவிடை புரிய இரவு வேலைக்குச சென்றுகொண்டிருந்த நர்ஸ் சுமதியின் சைக்கிள் ரிக்ஷா பேராசிரியர் கார்முன் வந்துகொண்டிருந்தது. சைக்கிள் ஒன்றைத் திருடிவிட்ட தன் மகனைத் தேடிக்கொண்டிருந்த கான்ஸ்டபிள் கிருஷ்ணன் பேராசிரியர் கார் அருகே கேடி வேலன் நின்று கொண் டிருந்ததைக் கண்டதும், அவனைக் கூப்பிட்டு அனாவசியமாக விரட்டிக்கொண்டிருந்தான். மில் அதிபர் நடராஜனின்

ஆசைக்கிழத்தி பிரேமா, மலேயாவில் கம்யூனிஸ்ட் என்று குற்றம் சாட்டப்பட்டு ஒன்பது ஆண்டுகளாகக் கண் காணாத இடத்தில் கைதியாக இருந்த தனது காதலன் குஞ்சன் நாயரை நினைத்தவண்ணம், மிஸ்டர் நடராஜனின் தோளில் கையைப் போட்டுக்கொண்டு அவரருகே அமர்ந்திருக்க, அவர்களது 'செவர்லே' பேராசிரியர் கார் முன் முட்டிமோதி வந்துகொண் டிருந்தது. தனது சிற்றன்னையைப் பற்றி ஊரார் கண்டபடி பேசியதால், வீட்டை விட்டு ஓடிவந்துவிட்ட ரெங்கன் நாள் முழுவதும் பட்டினி கிடந்துவிட்டு தெருவில் கிடந்த துண்டு பீடி ஒன்றை எடுத்துக் கடையோரம் புகைந்துகொண்டிருந்த கயிற்றில் அதைப் பற்றவைத்துக் கொண்டிருந்தான். இருபது ஆண்டுகளுக்கு முன் லஞ்சம் வாங்கிய குற்றத்துக்காக வேலையி லிருந்து நீக்கப்பட்டு, தற்சமயம் வீனஸ் நாடகக் கம்பெனி நடத்திவரும் விஸ்வநாதம் (மாஜி) ஐ.சி.எஸ். கள்ளச்சாராய அந்தோணியைக் காண விரைந்துகொண்டிருந்தார். தலை யெல்லாம் பஞ்சு படர்ந் திருக்க, எட்டு மணி நேர உழைப்புக்குப் பிறகும் முகத்தில் சிறிதும் களைப்புத் தோன்றாது மில் தொழிலாளி வீராயி கூட்டத்தை இடித்துக்கொண்டு, சல்லிக்கட்டுக் காளையைப் போல நடந்து வர, அவளை வழக்கம்போல கேட்கீப்பர் சின்னையன் தொடர்ந்து வந்தான். கிருஷ்ணாபுரம் 'பேமஸ்' சுசீ (முழுப் பெயர் சுசீலா) கடமை உணர்வோடு ரத்னா லாட்ஜுக்கு குதிரை வண்டியில் சென்றுகொண்டிருந்தாள்.

சமுதாயப் பிரச்சனைகளைத் தீர்ப்பதில் தனது எழுத்தும் பயன்பட்டுள்ளது என்ற பெருமையில் ஆழ்ந்திருந்த பேராசிரியருக்கு ரயில்கேட் திறந்து தன்னுடைய கார், நெருக்கடியிலிருந்து மீண்டு வருவதுகூடத் தெரியவில்லை. திடீரென்று சுற்றுப்புறத்தில் ஏற்பட்ட சலசலப்பு, சைக்கிள் மணியோசையின் ரீங்காரம், கார்களின் உறுமல், இவை ஒருவாறாக அவரைக் கண்கண்ட உலகுக்கு இழுத்தன. ஆனாலும் நிதர்சன உலகின் பிடிப்பு நீடிக்கவில்லை. டவுன் எல்லையிலிருந்து ஐந்து மைல் தொலைவில் உள்ள நியூ டவுனுக்கு இட்டுச் செல்லும் பாதையில் அவரது கார் வழக்கமான இருபது மைல் வேகத்தில் சென்றுகொண்டிருக்க, ஜனசந்தடி படிப்படியாகக் குறைந்து, அவ்வப்போது ஒரு கார் மட்டுமே முன்னோ பின்னோ பறந்து செல்ல, காருக்குள் குளிர்ந்த இளங்காற்று வீசி விளையாட, பேராசிரியர் மீண்டும் தனது கற்பனை மயக்கத்தில் ஆழ்ந்தார்.

பேராசிரியர் இரண்டு கைகளிலும் மாலைகளைச் சுமந்து கொண்டு கையில் தனது தடியுடன் வீட்டுக்குள் காலெடுத்து

வைக்கும்போது மணி பத்துக்கும் மேலாகிவிட்டது. வெளிக் கதவுகளில் ஒன்று மட்டும் திறந்திருந்தது. டிரைவரிடமிருந்து கார் சாவியை வாங்கிக்கொண்டு வெளிக்கேட்டைப் பூட்டி விட்டு அவர் வீட்டின் நடுவறையில் நுழைந்தபோது அறையில் ஒரு விளக்கு மட்டும் எரிந்துகொண்டிருந்தது. கமலம் ஒரு சோபாவில் படுத்துக் கிடந்தாள். "கமலம், கமலம்!" என்று பேராசிரியர் கூப்பிட்டார். கமலம் எழுந்திருக்கவில்லை. அருகே நின்றுகொண்டு அவளை உற்றுநோக்கினார். உறங்கிக் கொண்டிருப்பவர்களை உற்று நோக்கும்போது ஏற்படும் உளநெகிழ்வு அவருக்கு ஏற்பட்டது. கமலத்துக்கு நாற்பது வயதாகிவிட்டதென்று யாரும் கூறிவிட முடியுமா? இருபத்தி ரெண்டு ஆண்டுகளுக்கு முன்பிருந்த அதே கமலம் போலல்லவா இருக்கிறாள். தாய்மையை உணராததாலோ என்னமோ, இன்னும் அதே விளையாட்டுப் புத்தி, அதே பொறுப்பற்ற போக்கு. இடையிடையே வாழ்க்கையில் சலிப்பு. அவளது தோற்றம் மட்டுமல்ல அறிவுகூட வளரவில்லை என்று பேராசிரியர் நினைத்துக்கொண்டார். கல்யாணமான புதிதில் அவளுக்கு இலக்கியத்தில் பற்று ஏற்படுத்த பேராசிரியர் முயன்றார். ஆனால் அவள் "இதெல்லாம் எனக்கு எதற்கு?" என்று சொல்லிவிட்டாள். தன்னுடைய பலவீனம் மட்டும் அவருக்குத் தெரியாதிருந்தால், எதையும் எதிர்பாராத, எதிலும் ஏமாற்றமடையாத, எதையும் விரும்பாத, எதையும் வெறுக்காத, எளிதில் வருத்தமுறுகிற, எளிதில் வருத்தத்தை மறந்துவிடுகிற அவளது போக்கு அவருக்குப் புதிராகவே இருந்திருக்கும். ஆம், அவருடைய பலவீனம்! அதையெல்லாம் அவர் மறந்து இருபது ஆண்டுகள் ஆகிவிட்டன. திருமணம் ஆன இரண்டு வருடங்கள்தான் அந்தப் பலவீனம் அவரது வாழ்க்கை யையே ஒரு துன்பக்கேணியாக வைத்திருந்தது. ஒவ்வொரு இரவும் ஒரு வெட்கக்கேடாகக் கழிந்தது. பிறகு ஒருவனுடைய பலவீனமே அவனது பலம் எனக் கூறிக்கொண்டு, இரவு பகலாக எழுதுவதிலும் படிப்பதிலும் முனைந்தார். கமலம் விஷயத்தில் மிகவும் ஜாக்கிரதையாக நடந்துகொண்டார். வீணான முயற்சிகளால் தனது பலவீனம் வலிவு கொள்ளவே ஏதுவாகும் என்று நினைத்து இருபது ஆண்டுகளாக தாம்பத்திய உறவு முயற்சிகளை முற்றிலும் நிறுத்திக்கொண்டார். கமலம் ஒரு ஏழ்மையான குடும்பத்தைச் சார்ந்திருந்ததும், அவளுக்கு அதிகம் படிப்பு இல்லாதிருந்ததும் அவளுக்கு உதவியதாக நினைத்துக்கொண்டார். மலடி என்ற பழிச்சொல்லை அவள் அதிகம் சிரமம் இல்லாதே சுமந்து வந்தாள்.

"கமலம், கமலம்! என்ன தூக்கம்" என்று அதட்டினார் பேராசிரியர். கமலம் அரைகுறையாய் விழித்துவிட்டுப் பிறகு

சட்டென்று எழுந்து உட்கார்ந்து, முகத்தைச் சேலையால் துடைத்துக்கொண்டு எழுந்து நின்றாள்.

“மணி என்ன” என்று கேட்டுக்கொண்டே, கடிகாரத்தைப் பார்த்தாள். “அடேடே, பத்தரை ஆயிடுச்சா! வாங்க சாப்பிட” என்றாள்.

“எங்கிருந்து வரேன் தெரியுதா?” என்றார் பேராசிரியர், மாலைகளைக் கமலம்முன் நீட்டியவாறே.

“உம், பாராட்டு விழா” என்று கூறிவிட்டு, “சரி, வாங்க சாப்பிட” என்றாள் மீண்டும். “சளியா? பேச்சு னொண, னொணன்ட்டு இருக்கே?” என்றார் பேராசிரியர். பதிலளிக்காது கமலம் அடுக்களையில் நுழைந்தாள்.

பேராசிரியர் சாப்பிட்டுக்கொண்டிருந்தார், பேசிக் கொண்டே. “சரியான கூட்டம். நான் எதிர்பார்க்காதவங்க எல்லாம்கூட வந்திருந்தாங்க.”

“உம்.”

“ராமுப்பிள்ளைக்கு ஒரே குஷிதான். கூட்டத்திலேயே ‘அந்தி மயக்கம்’ ஆயிரம் பிரதிகள்போல வித்திருக்கும்.”

“உம்.”

“பாதிக்குப் பாதி பெண்கள் கூட்டந்தான். நீ வராதது தான் எனக்கு பெருங்குறையா இருந்துச்சு. கேக்கிறவங்களுக்கு எல்லாம் என்ன சொல்றதுன்னு தெரியாம தெகெச்சுப் போயிட்டேன்.”

பேராசிரியர் தலை நிமிராது சாப்பிட்டுக்கொண் டிருந்தார். எப்போதும் நல்ல பசியோடுதான் உண்பார். பத்து வயதுச் சிறுவனைப் போல் அவர் உற்சாகமாக ஒன்றையும் ஒதுக்காமல் உண்பதைப் பார்த்தால் ஏதோ ஒருவகையில் பரிதாபமாக இருக்கும்.

“முதலியார்வாள் குடும்பம் படை பட்டாளம் மாதிரி பத்து பனிரெண்டு நாற்காலிகளில்” என்று பேராசிரியர் ஆரம்பிக்கவும், “அய்யோ, ஆண்டவா” என்று கத்திக்கொண்டு, தடால் என்று கமலம் மூர்ச்சையாகி விழுந்தாள். பேராசிரியர் திடுக்கிட்டுப் போனார். எழுந்து கைகளைக் கழுவிவிட்டு கமலத்தின் முகத்தில் தண்ணீர் அறைந்துவிட்டு, அவளது முகத்தைத் தன் தொடையில் கிடத்தி அவளை அன்பாக அணைத்தவண்ணம், “என்ன கமலம், என்ன?” என்று கதறினார். வீட்டில் யாருமில்லை. இரண்டு மாதத்திற்கு முன்னாலேயே யாரும் வேலையாள் வேண்டாமென்று

கமலம் கண்டிப்பாகக் கூறிவிட்டாள். இப்போது பேராசிரியர் எப்படி டாக்டரைக் கூப்பிட்டு வருவார். டிரைவரையும் அனுப்பிவிட்டார். பேராசிரியரின் மனம் திக்திக் என்று அடித்துக்கொண்டது, "கமலம், கமலம்" என்று மெதுவாகக் கூப்பிட்டுக்கொண்டே, அவளது முகத்தை அசைத்தார். கமலத்தின் கண்கள் திறந்தன.

"என்ன செய்றது கமலம்?" என்று கேட்டார் பேராசிரியர். கமலம் அழ ஆரம்பித்தாள்.

"என்ன அழுகை?" என்றார் பேராசிரியர்.

கமலம் ஒன்றும் பேசாமல் தலையைப் பேராசிரியர் மடியிலிருந்து எடுத்து, ஒரு கையைத் தரையில் அழுத்திக் கொண்டு, தலையைக் கீழே கவிழ்த்து உட்கார்ந்துகொண்டு மூக்கை உறிஞ்சிக்கொண்டாள். "இது என்ன கூத்து? எனக்குப் புரியலேயே" என்றார் பேராசிரியர்.

"எனக்கு ஒரு மாசமா தீண்டலாகலே" என்றாள் கமலம்.

இருவரும் இரண்டு நிமிடங்கள் பேசாமலிருந்தனர். பேராசிரியர் பற்களை நெரித்துக்கொண்டு, கண்களை மூடிக் கொண்டு, தலையை உயர்த்தி சுவரில் சாய்ந்துகொண்டார். மூடியிருந்த அவரது கண்களைப் பொத்துக்கொண்டு கண்ணீர் வழிந்தது. அவர் முன்னால் அரைகுறையாகச் சாப்பிட்ட உணவு கிடந்தது. சோறும் நீரும் கமலத்தின் சேலையைக் கறைபடுத்தியிருந்தன. அடுக்களை அலங்கோலமாகக் காட்சியளித்தது.

"ஒண்ணு சொல்லலாமா" என்று கேட்டாள் கமலம் தரையைப் பார்த்துக்கொண்டே.

"வேண்டாம்" என்றார் பேராசிரியர் கண்களை மூடிக் கொண்டே.

"எது வேண்டாம்?" என்றாள் கமலம் தலையை உயர்த்தாமல்.

"அது யாருன்னு எனக்குத் தெரிய வேண்டாம்" என்றார் பேராசிரியர்.

ஒரு நிமிட அமைதிக்குப் பின்னால், "வேறொண்ணு சொல்லலாமா?" என்றாள் அவள்.

"நான் யாருக்கும் கெடுதல் நெனெக்காதவன். உயர்ந்தவங் களைப் பார்த்து பொறாமைப்பட்டதில்லே, தாழ்ந்தவங்களைப் பார்த்து இகழ்ந்ததில்லை" என்று கூறிய பேராசிரியர் கண் களைத் திறக்காமலேயே, தலையைச் சுவரிலிருந்து எடுக்காமலேயே

குமுறி அழுதுவிட்டு, அழுகையை அடக்கிக்கொண்டு, "என் உள்ளத்தைப் புண்படுத் தாததாக இருந்தாச் சொல்லு" என்றார். பேராசிரியர் கண்களைத் திறக்கவில்லை, தலையை அசைக்கவில்லை. அவள் பேசவில்லை. அரைநிமிடம் கழிந்தது. "ஆசை பொல்லாதது" என்றார் பேராசிரியர்.

"எனக்கென்னவோ பொல்லாத ஆசையாய்த் தெரியலே. சே! இதுக்குத்தானா இவ்வளவு ஆர்ப்பாட்டம்னுகூட நான் நெனெச்சிக்கிட்டேன்" என்றாள் அவள்.

அரை நிமிடம் கழிந்தது.

"மலடிங்கிற பட்டமே கஷ்டமாயிருந்தா மலடனாகவே இருக்கிறது எவ்வளவு கஷ்டம் தெரியுமா?" என்றார் பேராசிரியர்.

'நீங்க நம்பறிங்களோ இல்லையோ, உங்களை மலடன்ட்டு சொல்றாங்களேனிட்டுதான் இந்த பாவத்தைப் பண்ணினேன். உலகத்திலேயே ஒரே மலடி இருந்து, அந்த மலடியா நான் இருந்தால்கூட கவலைப்பட மாட்டேன்" என்றாள் கமலம்.

அடுத்த நாள் காலையில் பேராசிரியர் கமலத்தை அவளது தம்பியின் வீட்டுக்கு அனுப்பிவைத்தார். உடைந்து போன தன் நம்பிக்கைகளை ஒன்றுபடுத்த படாத பாடுபட்டார். ஆனால் உள்ளத்தில் நம்பிக்கை ஒன்றும் உருவாகவில்லை. உருப்பெறா உணர்ச்சிகள்தான் காட்டாற்று வெள்ளம்போல இரைச்சலிட்டன. எழுத்தின் மூலம் உணர்ச்சிகளை வெல்ல முடியுமா என்று பார்த்தார். ஆனால் பாராட்டு விழாவோடு அவருடைய எழுத்தும் பாழாகி விட்டது. பேனாவைத் திறப்பதும் மூடுவதுமாக இருந்தார். எழுத்து பிறக்கவில்லை. உலகத்தை என்றுமே குறை கூறாத அவர், "இது ஒரு மிருக உலகம், மிருக உலகம்" என்று பழிக்கத் தொடங்கினார். ஊர் ஊராகச் சுற்றினார். நினைவும் எண்ணங்களும் கூடக்கூட வந்தன. இப்போது அவருக்குள்ள ஆசையெல்லாம் ஒன்றே ஒன்றுதான். எப்படியாகிலும் அந்தக் குழந்தை பிறப்பதற்கு முன்னால் தான் இறந்துவிட வேண்டும்.

சாந்தி

மயக்கம்

"நாலு காசு இருந்தா உங்கப்பன் சம்மதிச்சிருப்பான்? அன்னைக்குப் பேப்பர்லே படிச்சேனே, அதுமாதிரி எம்மகனே ஜெயில்லே கொண்டு தள்ளியிருப்பான்!" கிருஷ்ணய்யர் திடுக்குற்றார். தலைவிரிகோலமாக ஓடி வந்த வசந்தா அவரைக் கட்டிக்கொண்டாள். "நா அப்பவே சொல்லலே?" கிருஷ்ணய்யர் அழுதார்.

சே சே, நீ என்ன மனுஷன். ஒவ்வொருத்தன் அஞ்சாறு பொண்ணுங்களைப் பெத்து சீரும் சிறப்புமா செஞ்சு கொடுத்து வாழறான். நீ என்னடான்னா ஒரு பொண்ணுக்கு ஒண்ணும் செய்ய முடியலேன்ட்டு கையை விரிக்கறே. இப்பத்தான் என்ன வந்துடுத்து? நீ நெனெச்சா ரெண்டு மூணு வருஷத்திலே மலை மலையாக் குவிச்சுட முடியாது? வக்கீல் அய்யர்வாள் சம்பாதிக்கிற சம்பாத் தியத்துலே பாதி ஒன்னோடதுதானேடா? பைத்தியக் காரா! நீயும் ஒன் திமிரும்! பின்னே அது திமிரில்லாமே வேறென்னவாம்? எவளோ ஒருத்தி எப்பவோ செத்தாளாம்! செத்தா என்ன? தெனம் தெனம் எத்தனை எத்தனையோ பேரு செத்து மடிஞ்சிண்டுதானிருக்கா!

"அப்பா . . . அப்பா!"

"வசந்தாவா?"

"பின்னே யாரு?"

கிருஷ்ணய்யர் பேசாதிருந்தார்.

"என்னப்பா இப்படி?"

"என்ன?"

"எனக்குப் பயமா இருக்கப்பா."

"என்னம்மா பயம்?"

"ஒங்களுக்கு ஒண்ணுமே தெரியலையா? ஊளையிடறது மாதிரி சப்தம் போட்டேளே?"

ஜன்னல் வழியே பேசிக்கொண்டிருந்த வசந்தா ரேழிக்கு வந்து கதவைத் திறந்தாள்.

"வாங்கப்பா, உள்ளே வந்து படுத்துக்கொங்கோ. அப்பப்பா, எப்படிக் குளிர் அடிக்கிறது! என்ன இருட்டு!"

"இல்லேம்மா, இனிமே ஒண்ணும் உளறமாட்டேன், ஏதோ சொப்பனம் போல. நீ உள்ளே போய் படுத்துக்கோம்மா."

"உஹூம், மாட்டேன். எனக்குப் பயமா இருக்கு. நீங்களும் உள்ளே வாங்கோ."

கிருஷ்ணய்யர் பாயைச் சுருட்டிக்கொண்டு, கதவைத் தாளிட்டுவிட்டு, வசந்தாவோடு உள்ளே சென்றார். கூடத்தி லிருந்த இரண்டு மடக்கு மர நாற்காலிகளையும், ஒரு சாய்மான நாற்காலியையும் மடித்து ஒருபுறமாக வைத்துவிட்டு கிருஷ்ணய்யரிடமிருந்து பாயையும் தலையணையையும் வாங்கிக் கூடத்தின் நடுவில் பாயை விரித்துவிட்டு, தன்னுடைய படுக்கையை நகர்த்திப் போட்டுக்கொண்டாள் வசந்தா. கிருஷ்ணய்யர் பாயில் அமர்ந்துகொண்டார். வசந்தா கூடத்து மண்ணெண்ணெய் விளக்கைச் சிறிதாக்கிவிட்டுத் தன் படுக்கையில் படுத்துக்கொண்டாள்.

"வசந்தா."

"ஏம்ப்பா?"

"புத்திசாலித்தனம்ன்ட்டு ஒண்ணு இருக்கு இல்லையா?"

"ஆமாம்ப்பா."

"உதாரணமா அது என்னைவிட ஒங்கிட்டே அதிகம் இருக்கு இல்லையா?"

"அது எனக்கு எப்படிப்பா தெரியும்?"

"சரி, எனக்குத் தெரியும். ஆனா . . ."

"ஆனா?"

"அனுபவம்ன்ட்டு வேறொண்ணு இருக்கு, இல்லையா?"

"ஆமாம்ப்பா."

"அது உன்னைவிட எனக்கு அதிகம் இருக்கு, சரிதானே?"

"அதெப்படிப்பா?"

கிருஷ்ணய்யர் இரண்டு செகண்டுகள் வாய் திறக்கவில்லை. பின்னர், "நா ஒன்னைவிட வயசுலே கூடினவன், இல்லையா?" என்றார்.

"ஆமாம்ப்பா, ஆனா நீங்க புருஷாள்."

"ஆமா, நீ சொல்றது வாஸ்தவம்தான். ஆனாலும் பொதுவான வாழ்க்கை அனுபவம் புருஷாளுக்கும் பொம்மனாட்டிகளுக்கும் ஒண்ணுதான். செலசமயம் எதெதயோ நெனெச்சுக்கிறோம். அதுதான் எல்லாம்; அது இல்லாம வாழ முடியாது; அது, இதூன்ட்டெல்லாம் கற்பனை பண்ணிக்கிறோம். ஆனா கொஞ்ச நாள் போனாத்தான் எவ்வளவு பைத்தியமா இருந்தோம்ன்ட்டு புரிஞ்சுக்கிறோம். கொஞ்சம் நா சொல்றதைக் கேளு. ரெண்டு வருஷம் பல்லெக் கடிச்சிண்டு இருந்து பாரு, அப்புறம் நீயே இப்படி எல்லாம் ஆசைப்பட்டோமான்ட்டு ஆச்சரியப்படுவே."

"அப்பா, நான் கொடுத்த வாக்கே மீற முடியாது. உங்களுக்கு எவ்வளவு சங்கடமா இருக்கூன்னு எனக்குத் தெரியறது. ஆனா இந்த விஷயத்திலே ஏதோ தெய்வ அனுக் கிரகமே இருக்கிற மாதிரிதான் எனக்குப் படறது."

முப்பது ஆண்டுகள் வக்கீல் குமாஸ்தாவாக இருந்தவர் கிருஷ்ணய்யர். மேற்கொண்டு பேசவில்லை. விரைவில் வசந்தா உறங்கினாள். அவளது இளங்குறட்டை கிருஷ்ணய்யர் உள்ளத்தை நெகிழ்த்தியது. வெளியே இருளில் மழைக் காற்று நிமிடத்துக் கொருமுறை தன் திசையை மாற்றி விளையாடிக்கொண்டிருந்தது.

பகல் மூன்று மணிக்கு கிருஷ்ணய்யரும் வசந்தாவும் சந்திரன் வரவுக்காகக் காத்திருந்தனர். சரியாக மூன்று மணிக்கு வாசலில் சந்திரனின் காலடிச் சத்தம் கேட்கவும், வசந்தா துள்ளிக் குதித்து ரேழிக்குச் சென்று அவனை வரவேற்றாள்.

"கார்லே வரலே?" என்று கேட்டுக்கொண்டே வசந்தா சந்திரனைக் கூடத்துக்கு அழைத்து வந்தாள்.

சந்திரன் கிருஷ்ணய்யருக்குக் கைகூப்பி வணக்கம் தெரிவித்தான்.

"வாப்பா, உட்காரு" என்றார் கிருஷ்ணய்யர்.

"காப்பி போடட்டுமா?" என்றாள் வசந்தா.

"இல்லே வசந்தா, இப்பத்தான் சாப்பிட்டு வந்தேன். முக்கியமான விஷயம் சொல்லப்போறேன். நீயும் இங்கேயே இரு" என்றான் சந்திரன்.

"அப்பாகிட்டே கேட்டாயா? என்ன சொன்னார்?" என்றார் கிருஷ்ணய்யர்.

"ஆமா, வந்ததும் வராததுமா ஆரம்பிச்சுட்டேளாக்கும்" என்று கடிந்துகொண்டாள் வசந்தா.

"உங்கப்பா கேட்காட்டாலும் நானே ஆரம்பிச்சிருப்பேன். இன்னிக்கு வீட்லெ பெரிய ரகளை."

சுவாரஸ்யத்தோடு கேட்க முனைந்தாள் வசந்தா.

"எல்லாம் எதிர்பார்த்ததுதான். அப்பா ஒரே பிடியா சம்மதிக்கமாட்டேனிட்டாரு. அம்மாவும் இதுலே அப்பாகூடச் சேர்ந்துக்கிட்டாங்க. நீங்க எனக்கு அப்பா அம்மா இல்லேன்ட்டு நான் கத்த, நீ எனக்கு மகன் இல்லேன்ட்டு அவர் கத்த, ஏகச் சத்தம்."

"அப்புறம்?"

"அவர் சம்பாத்தியத்திலே எனக்குப் பங்கில்லை; நான் படற கடன்களுக்கு அவர் பொறுப்பில்லைன்ட்டு எழுதித் தரச் சொன்னார். அந்த நல்ல காரியத்தையும் செய்து முடிச்சேன்."

"படிப்பு?"

"படிப்பெல்லாம் அவ்வளவுதான். நூறு ரூபாய் சம்பளத்திலே ஒரு வேலை கிடைக்காமலா போயிடும்? திருவாளர் சுந்தரேச நாடார் மட்டும் என்ன, பிறவிப் பணக்காரரா? அவரும் சாதாரண நிலையிலிருந்து முன்னுக்கு வந்தவர்தானே? பளைய பேப்பர் வாங்கி வித்தார்; ரொட்டிக் கடை வைச்சார்; கூட்டாளிங்களுக்கு நாமம் போட்டார். இன்னும் என்னெல்லாமோ செஞ்சு இன்னிக்குப் பணக்காரர் ஆகி விட்டார். அவர் மகனும் அப்படியே எளிய நிலையிலிருந்து முன்னுக்கு வரட்டுமே. காரும் பங்களாவும் வாங்க பத்து வருசமாகுமா, இல்லை பதினெஞ்சு வருசமாகுமா?"

"அம்மா!" என்றாள் வசந்தா. கிருஷ்ணய்யரும் சந்திரனும் வசந்தாவின் புறம் திரும்பினர். அவள் ஒரு கையால் நெஞ்சைப் பிடித்துக்கொண்டு, கண்களை மூடி, மயங்கி விழும் நிலையில் நாற்காலியில் சாய்ந்திருந்தாள். கிருஷ்ணய்யரும் சந்திரனும் எழுந்து அவளைத் தாங்கிப் பிடித்துத் தரையில் கிடத்தினார்கள். "ஷாக் இல்லே?" என்றான் சந்திரன். கிருஷ்ணய்யர் ஒன்றும்

பேசவில்லை. சந்திரன் சந்தேகத்தோடு ஒருமுறை கிருஷ்ணய்யரை நோக்கிவிட்டு, "டாக்டரைக் கூட்டி வரேன்" என்று கூறி ஓடினான். கிருஷ்ணய்யர் குளிர்ந்த நீரை வசந்தாவின் முகத்தில் அறைந்துவிட்டு அவளருகே உட்கார்ந்துகொண்டு அவளோடு பேச முயன்றார். சந்திரனும் டாக்டரும் வந்தனர். டாக்டர் வசந்தாவைப் பரிசோதித்துவிட்டு "நதிங் சீரியஸ்" என்றார். ஊசியொன்றைப் போட்டுவிட்டு, சில மாத்திரை களையும் கொடுத்துவிட்டுச் சென்றார்.

வசந்தா கூடத்தில் படுக்கையில் படுத்திருந்தாள். கிருஷ்ணய்யரும் சந்திரனும் தங்கள் நாற்காலிகளை ரேழியில் கொண்டுவந்து போட்டுக்கொண்டு சிறிதுநேரம் மெதுவான குரலில் பேசிக்கொண்டனர்.

"இது மாதிரி முன்னே எப்போதாவது வந்திருக்கா?" என்றான் சந்திரன்.

"எனக்குத் தெரிந்து இல்லை. இப்ப ரெண்டு வருஷமாத் தானே எங்கூட இருக்கா. அவ அத்தைகூட இதுமாதிரி ஏதும் நடந்ததாகச் சொன்னதில்லையே!"

"பாவம், ஏதோவிதமான அதிர்ச்சி!" என்றான் சந்திரன்.

"என்னமோ திடீர் மயக்கம்" என்றார் கிருஷ்ணய்யர்.

"அப்ப நான் வரேன். ஏழு மணிக்கு வரேன். மூணு பேருமா உட்கார்ந்து அடுத்தபடி செய்ய வேண்டியதைப் பார்க்கலாம். நான் பண விஷயமா உடனடியா ஒருத்தரைப் பார்க்கணும்" என்று கூறிய சந்திரன் நாற்காலியிலிருந்து எழுந்து கூடத்துக்கு வந்தான். வசந்தாவைச் சிறிதுநேரம் பார்த்திருந்துவிட்டு கிருஷ்ணய்யரிடமிருந்து விடை பெற்றுக் கொண்டான்.

ஏழு மணிக்கு முன்பாகவே சந்திரன் திரும்பி வந்தான். வீட்டுக்குள் நுழைந்ததும் நுழையாததுமாக, "வசந்தாவுக்கு எப்படி இருக்கு?" என்று கேட்டான்.

"அஞ்சரை அஞ்சே முக்காலுக்கு எழுந்திருந்தா. நேத்து ராத்திரி பூராத் தூங்கலேயாம். அதனாலேதான் தலையைச் சுத்திண்டு தூக்கம் வந்ததூனா. மொதல்லே டாக்டர் வந்து போனதைக்கூட நம்பலே" என்றார் கிருஷ்ணய்யர்.

"வசந்தா உள்ளே இருக்கா?" என்றான் சந்திரன்.

"இல்லே, இப்பத்தான் கோவிலுக்குப் போனாள்."

"நான் வருவேன்ட்டு நீங்க சொல்லலே?"

"இல்லே, ரொம்பவும் மனசு சங்கடப்பட்டவளாத் தெரிஞ்சா, சரி கோவிலுக்குப் போய்ட்டு வரட்டுன்னு விட்டுட்டேன்."

"இருக்கச் சொல்லியிருக்கலாமே?"

"ஆமாம், ஆனா எழுந்ததும் எழாததுமா கோவிலுக்குப் போகணும்னா. வெள்ளிக்கிழமை, தடுக்க வேண்டான்னுட்டு இருந்துட்டேன். அதுக்கென்ன, இப்ப வந்திருவா, நீ உட்காரப்பா" என்றார் கிருஷ்ணய்யர்.

சந்திரனும் கிருஷ்ணய்யரும் கூடத்தில் நாற்காலியில் உட்கார்ந்துகொண்டனர். சற்று சாவதானமாகப் பேச்சை ஆரம்பித்தார் கிருஷ்ணய்யர்.

"ஒங்கிட்டே ஒரு முக்கியமான விஷயம் சொல்லணும்."

"என்ன?"

"வசந்தாவுக்குக்கூட அது தெரியக் கூடாது."

"அப்படி என்ன ரகசியம்?"

"சொல்றேன். எங்க ஜாதிக்காராளெல்லாம் பூநூல் போட்டுக்கிறாளே, அது ஏன் தெரியுமா?"

"தெரியாது."

"எனக்குந் தெரியாது. ஆனா அதன் உபயோகம் என்ன தெரியுமா?"

"அதுவும் தெரியாது."

"அது மட்டும் எனக்குத் தெரியும். குளிக்கும்போது முதுகிலே இருக்கிற அழுக்கைத் தேய்க்க பூநூல் ரொம்பவும் பிரயோஜனப்படும்."

சந்திரன் சிரித்தான்.

"அந்த அளவுக்குத்தான் நான் பிராமணன். ரொம்ப பிராமணாளுங்கூட அப்படித்தான். ஆனால் அவா அப்படி ஒத்துக்கமாட்டா."

"ஆமாம், ஏதோ ரகசியமின்ட்டு சொன்னீங்களே?"

"அதுவா ஒரு பிராமணப் பிள்ளையைப் பிடிச்சு, அவங்கிட்டே 'இந்தா ஒரு பிராமணப் பொண்ணு'ன்னு சொல்லி வசந்தாவைக் காட்டி அவ கழுத்துலே ஒரு தாலியைக் கட்ட வைக்கணுமேன்ட்டு ரொம்ப காலமாவே சங்கடப்பட்டிருந்தேன். அந்தச் சங்கடமெல்லாம் இல்லாமெப் போயிடும் போலத் தெரியுது."

‘ஆமா, தாலி கட்டற கல்யாணம் எல்லாம் வேண்டாம். வெறுமனே ரெஜிஸ்டர் கல்யாணமே போதும்.”

“உஹூம். நா அதைச் சொல்ல வரலே.”

“பின்னே ?”

“வசந்தா எம்பொண்ணுதானே தவிர பிராமணப் பொண்ணு இல்லை.”

“ஊம் ?”

“என் தமக்கை ஆத்துல சின்னக் குழந்தைலேர்ந்து வளந்துட்டா, அவளுக்கே ஒண்ணுந் தெரியாது.”

“உங்க பொண்ணுங்கறீங்க, ஆனா பிராமணப் பொண்ணு இல்லையா ?”

“அந்தக் காலத்துலே, என் ஆத்துக்காரி கண்ணை மூடறதுக்கு முன்னாடி, எனக்கு ஒரு தாசியோடெ ரொம்ப ஸ்நேகம். பொன் மேனிட்டுப் பேரு. தங்கமான மனசும்கூட. உம், அந்தப் பிராயத்துலே கொஞ்சம் வழி தவறி நடந்தேன். ஆத்துக்காரி செத்தப்பறம்தான் – பாவம் ரொம்பக் கஷ்டப்பட்டு செத்தா – புத்தி வந்தது. அதுக்கப்பறம், உம், என்ன கதை வேண்டிக்கிடக்கு? இந்த கல்யாணராம அய்யருக்கு நாயா ஒழைச்சதுதான் மிச்சம். என் செலவுக்கும், எந்தமக்கை ஆத்துலே வளந்த வசந்தாவுக்கும் அனுப்பின பணத்துக்கு மேலே தம்படி சம்பாதிச்சது கிடையாது, தம்படி சேத்ததில்லை.”

“அப்ப வசந்தா அம்மா உங்க சம்சாரம் இல்லையா ?”

ரேழியில் காலடிச் சத்தம் கேட்கவே சந்திரனும் கிருஷ்ணய்யரும் ரேழிப்புறம் திரும்பினர். மண்ணெண்ணெய் விளக்கின் மங்கலான ஒளியில் தேவகன்னிகை போல் நுழைந்தாள் வசந்தா.

“அப்பா, இந்தாங்கோ பிரசாதம்” என்று அவள் கையை நீட்டினாள். பிறகு சந்திரனைப் பார்த்து, “நீங்க எப்ப வந்தீங்க?” என்றாள்.

“இப்பத்தான்” என்றான் சந்திரன். வசந்தா நேராக புழக்கடையில் அவள் வழக்கமாக மாலை நேரங்களில் சிறிதுநேரம் உட்கார்ந்திருக்கும் துணி துவைக்கும் கல்லுக்குச் சென்றாள். கிருஷ்ணய்யர் தன்னிடத்திலிருந்த விபூதியையும் குங்குமத்தையும் சந்திரனிட ம் நீட்டினார். சந்திரன் விபூதியை நெற்றியில் இட்டுக்கொள்ளவும், அதன் தூள்கள் கண்களில் விழுந்ததால் அவன் கண்கள் கலங்கின. சமாளித்துக் கொண்டு,

"அப்புறம்?" என்று கிருஷ்ணய்யர் பக்கம் திரும்பிக் கதையைக் கேட்டான்.

"இப்ப ஒண்ணும் வேண்டாம். வசந்தாவுக்கு ஒண்ணும் தெரியக் கூடாது" என்றார் கிருஷ்ணய்யர் தாழ்ந்த குரலில். புழக்கடையிலிருந்து விரைவில் திரும்பி அடுக்களைக்குச் சென்று வேலையில் மும்முரமானாள் வசந்தா.

"வசந்தா ஒரு மாதிரி இருக்கில்லே?" என்றான் சந்திரன் முனகிய குரலில்.

"ஆமாம், இப்படி ஒந் தாய் தோப்பனாரிடமிருந்து எதிர்ப்பு வரும்ணு எதிர்பாக்கலையாம்."

"ஆமாம், எனக்குக்கூட ஷாக்காத்தான் இருந்தது மொதல்லே. நான் சொன்னது எதையும் அதுவரை எங்கம்மா தட்டினது இல்லை."

சிறிது நேரம் கழித்துச் சந்திரன், "இப்ப என்ன செய்யறது?" என்றான்.

"உம் பிரியப்படி செய்" என்றார் கிருஷ்ணய்யர்.

"எனக்கு ஒரே குழப்பமா இருக்கே" என்றான் சந்திரன்.

"இந்தாப்பா, ஒண்ணும் அவசரப்பட்டுச் செய்யாதே. பெரிசா கோபதாபங்க மத்தீலே செய்யற காரியம் நல்ல பலனைத் தராது. நன்னா ஆர அமர யோசிச்சு ஒரு முடிவுக்கு வா" என்றார் அவர்.

சந்திரன் எழுந்து நின்று, "நான் வரட்டுமா?" என்றான். சிறிது நேரம் கழித்து, "தகவல் சொல்லி அனுப்புகிறேன்" என்றுவிட்டு, பிரயாசைப்பட்டு, "வசந்தா வரட்டுமா?" என்று உரக்கக் கூவினான். பளிச்சென்று விளக்கிய காலிப்பாத்திரம் ஒன்றைக் கையில் ஏந்தி அடுக்களை நிலைக்கு வந்து, 'சரி' எனத் தலையசைத்தாள். வேகமாக வெளியேறிய சந்திரன் அடுத்த நிமிடம் மீண்டும் ரேழியளவுக்கு வந்து மறந்துவிட்ட செருப்பைக் காலில் போட்டுக்கொண்டு சென்றான்.

அன்றிரவு கிருஷ்ணய்யர் வழக்கம்போல வெளித் திண்ணையில் படுத்துக்கொள்ளாது கூடத்திலேயே படுத்துக் கொண்டார். வசந்தா இரவு பதினொரு மணிவரை வீட்டு வேலையில் மும்முரமாக இருந்தாள். பாத்திரங்களைக் கழுவுவதும், அவற்றை ஒழுங்காக அடுக்கி வைப்பதும், தரையைக் கழுவிப் பெருக்கிச் சுத்தப்படுத்துவதுமாக வேலையைப் பெருக்கிக் கொண்டே போனாள்.

“ஏம்மா, இன்னிக்கே எல்லாக் காரியத்தையும் முடிச் சுடணுமா? நாளைக்குப் பாத்துக்கொள்ளக் கூடாதா?” என்றார் கிருஷ்ணய்யர். “அப்பா, நா வேணா அத்தை ஆத்துக்குத் திரும்பிப் போயிடட்டுமா?” என்றாள் வசந்தா.

அடுத்த நாள் காலை வசந்தா அதிகாலையில் எழுந்தாள். பம்பரமாகச் சுற்றி வீட்டு வேலைகளைக் கவனித்தாள். ஒன்பது மணிக்குள் கடைக்குச் சென்று காய்கறிகள் வாங்கி வந்து தகப்பனாருக்கு அபூர்வமாக சமைத்துச் சாப்பாடு போட்டாள். மூன்று மணிக்கு அவர் கோர்ட்டிலிருந்து வீடு திரும்பியதும் அவருக்குச் சூடான உருளைக் கிழங்கு பஜ்ஜியும், அருமையான காப்பியும் காத்திருந்தன. வீடே புதுவிதமாகத் தோன்றியது கிருஷ்ணய்யருக்கு. அவர் இல்லாத போது வீட்டை ஒட்டடை அடித்து வெள்ளையடிக்காத குறை மட்டோடு, புத்தம் புதிதாகப் புதுப்பித்திருந்தாள் வசந்தா. வெகு நாளாகப் படுக்கை அறையின் ஒரு மூலையில் உறங்கிக் கிடந்த கைத்தையல் மிஷின் புதிய உருக்கொண்டு கூடத்தின் ஓரத்தில் ஒரு பாய்மீது அமர்ந்திருந்தது. கழுவப் பட்டு சுவரில் பளிச்சென்று மாட்டப்பட்டிருந்த புகைப்படங்களை ஒரு முறை கூர்ந்து நோக்க வேண்டும் என்று கிருஷ்ணய்யருக்குத் தோன்றியது – தலை தெறிக்கச் செல்லும் காலம் விட்டுச் சென்ற காற்சுவடுகள்!

“இன்னொரு தரம் வக்கீலாத்துக்குப் போகணுமா?” என்று கேட்டாள் வசந்தா.

“இல்லை. நாளைக்கழிச்சு ஒரு பெரிய கேசுக்கு ஆர்குமென்ட். நம்மூர் பாரட்லாவுக்கு பாயின்ட்ஸ் எழுதித் தரணும். கட்டு களையெல்லாம் இங்கேயே கொண்டு வந்துட்டேன்” என்றார் கிருஷ்ணய்யர்.

“அப்ப, நான் கமலாத்துக்குப் போய்விட்டு வரட்டுமா?”

“என்ன விசேஷம்?”

“இல்லே, சில புதுக்கட்டிங் சொல்லித் தரேனா.”

“சரி போய்ட்டு வா. நேரத்தோட வா.”

வழக்கம்போல் முகத்தில் பவுடர் போட்டு அழகுபடுத்திக் கொள்ளாது, சீயக்காய்த் தூளினால் முகத்தைக் கழுவி நெற்றியில் ஒரு குங்குமப் பொட்டோடு வெளியே சென்றாள் வசந்தா.

மாலையில் கேஸ் கட்டுகளின் மத்தியில் கிருஷ்ணய்யர் உட்கார்ந்திருந்தார். தரையில் பாயில் உட்கார்ந்திருந்த அவர்

முன்பாக ஒரு சிறு சாய்வு மேஜையும், அவரைச் சுற்றிலும் ஊதிக்கொளுத்துப்போன சட்டப் புத்தகங்களும் சட்ட சஞ்சிகைகளும் கிடந்தன. காதில் ஒரு சிவப்பெழுத்துப் பென்சிலைச் சொருகி, கையில் ஒரு பேனாவைப் பிடித்துக் கொண்டு கட்டுகளைப் புரட்டிக்கொண்டிருந்தார். அப்போது அவருக்கு முன்பின் அறிமுகமாகாத ஒருவன் வந்து வணங்கி விட்டு, "நீங்கள்தானா வக்கீல் குமாஸ்தா கிருஷ்ணய்யர்?" என்றான். அவர் தலையசைக்கவே அவரிடம் ஒரு கடுதாசிக் கூட்டை நீட்டினான். கிருஷ்ணய்யர் கூட்டை உடைத்து, உள்ளிருந்த கடிதத்தைப் பிரித்து, அதன் இடது தலைப்பில் 'வி.எஸ்.எஸ்.சுந்தரேச நாடார், ஜெனரல் மெர்ச்செண்ட்' என்று ஆங்கிலத்தில் அச்சிடப்பட்டிருந்ததைப் பார்த்தார். "நான் வரட்டுங்களா?" என்றான் வந்தவன். "சரி, போய்ட்டு வா" என்றார் கிருஷ்ணய்யர்.

"அன்பும் மதிப்பும் உள்ள ஸ்ரீகிருஷ்ணய்யர் அவர்களுக்கு நமஸ்காரம். உங்களது உதவிக்கு நான் என்றென்றும் கடமைப் பட்டிருப்பேன். சந்திரன் உங்கள் புத்திமதியின்படி தற்சமயத்துக்கு கல்யாண விஷயங்களை எல்லாம் மறந்துவிட்டு படிப்பில் முழுக்கவனம் செலுத்தப் போவதாக வாக்குறுதியெடுத்து விட்டு, இன்றே காரில் சென்னைக்குச் சென்றுவிட்டான். எதையும் பணத்தைக்கொண்டே சாதித்த நான் உங்களுக்கும் பணத்தாசை காட்ட நினைத்ததற்கு வருந்துகிறேன், வெட்கப்படுகிறேன். மன்னிக்கவும். ஆனாலும் உங்கள் செல்வி வசந்தாவுக்கு நல்ல வரன் அமைவதில் பணம் குறுக்கே நிற்குமானால் உங்களுக்கும் ஆட்சேபனை இல்லாவிட்டால் என்னாலியன்ற பொருளுதவி அளிக்கச் சித்தமாயிருக்கிறேன். நாங்கள் எவ்வளவோ சொல்லியும், பயமுறுத்தியும் மனமாறாத சந்திரனை நீங்கள் எப்படித்தான் திருத்தினீர்களோ! உங்களைச் சந்திக்க வேண்டும் என்ற புத்தியைப் புகட்டிய ஸ்ரீ முருகனுக்கு நான் என்றென்றும் அடிமை."

தன்னையறியாது கிருஷ்ணய்யர் காகிதத்தைக் கசக்கினார். தன்முன் விரிந்துகிடந்த கேஸ் கட்டுகளை நோக்கினார். 'என்ன விளையாட்டு இதெல்லாம்?' அவர் தலை கனப்பது போலிருந்தது. இரண்டு முழங்கைகளையும் சாய்வு மேஜையில் ஊன்றி தலையைத் தனது கைகளில் தாங்கிக்கொண்டார். தொண்டையின் ஆழத்திலிருந்து வந்த ஒரு பெருமூச்சு, 'ஆண்டவா! நான் செஞ்சது சரியா?' என்று முனகிற்று. அவருடைய மூடிய கண்களைப் பொத்துக்கொண்டு இரண்டு சொட்டுக் கண்ணீர் வந்தது. கண்களின் இருளில் வசந்தா வந்தாள்.

"ஏம்பா அழறேள்?"

"ஒனக்காகத்தானம்மா அழறேன்."

"எனக்காக ஏதுக்கழணும்ப்பா? அழாதேங்கோ."

"நீயும் எல்லார்மாரியும் இருக்கியேன்ட்டுதாம்மா அழறேன். இங்கே பாரு, மனுஷாளுக்கு பணம் ஒரு லட்சியம், ஜாதி ஒரு லட்சியம், பவிஷு ஒரு லட்சியம். ஆனா, சந்தோஷம் மட்டும் அவாளுக்கு லட்சியமில்லேம்மா, என்னைக்குமே லட்சியம் இல்லே."

வெளியிலிருந்து காற்று அடிக்கவும், கிருஷ்ணய்யர் முன்பிருந்த காகிதங்கள் காற்றில் படபடத்துச் சிதறிப் பறந்தன. அவற்றைப் பார்த்தபோதுதான் வீட்டுக்கு விளக்கு ஏற்றி வைக்க வேண்டிய நேரமாகிவிட்டதை கிருஷ்ணய்யர் உணர்ந்தார். "காத்துப் போல காலமும் போச்சு. நமக்குத்தான் அஞ்ஞானம். காத்து அடிச்சிண்டு போனாலும், மனுஷனோடே மனுஷன் கட்சி கட்டிண்டு நிக்கும் இந்தக் குப்பைகளை எல்லாம் நாம் தான் விடேன் தொடேன்னு பொறுக்கி எடுத்து வச்சுக்கிறோம்" என்று முனகிக்கொண்டே, சிதறிய பத்திரங்களை எடுத்துப் பத்திரப்படுத்தினார் கிருஷ்ணய்யர்.

சாந்தி

ஆண்டுகள்

“நல்லதுன்னு ஒன்னைச் செய்யறோம்; கெட்டதா முடியுது. கெட்டதுன்னு தெரிஞ்சும் இன்னூன்னைச் செய்யறோம்; நல்லதாப் போறது” என்று எண்ணிய வாறே திருத்திய விடைத்தாளின் மார்க்குகளைக் கூட்டிப் பார்த்தார் விரிவுரையாளர் சாமுவேல். இருபத்தி ஒன்பது வந்தது. ‘யு ஆர் டூ மைசர்லி’ என்ற சீஃபின் கண்டனம் சாமுவேலுக்கு நினைவு வந்தது. விடைத் தாளை மீண்டும் பரிசீலித்து மார்க்குகளைக் கூட்ட முடியுமா என்று பார்த்தார். பாதி உருப்போட்டும் பாதி சொந்தமாகவும் எழுதப்பட்டிருந்த விடைகளைப் படிக்கும்போது அவருக்கு வயிற்றைப் புரட்டும் அரு வருப்பு ஏற்பட்டது. “ஷேக்ஸ்பியர் வாஸ் ரோட் எ டிராஜெடி” – இவன் கெட்ட கேட்டுக்கு இரண்டு ஷேக்ஸ்பியர் நாடகங்கள்தான் படிக்க வேண்டும்!

கீழே அமர்க்களம். “இந்த ஜேனக்காவே பாரம்மா. தூங்கப் போறதுக்கு முன்னாடி முகத்துலே எப்படி பவுடரை அப்பிக்கறா!”

“உனக்கென்ன கொள்ளை போகுது? வெய்யக் காலத்துலே பவுடர் போட்டுக்காட்டி எனக்கு தூக்கமே வராது.”

“தூக்கத்திலே எந்த லவ்வர் வரப்போறானாக்கும்?”

“களுதை, உனக்கு என்ன திமிர்!” ஒரு அடி. ஒரு பதில் அடி. இன்னுமொரு அடி. ஒரு அழுகை. சாமுவேல் கீழே இறங்கி வந்தார்.

“இந்தா, மெர்சி.”

அவரது மனைவி உள்ளிருந்து வந்தாள். அலுத்துப் போன அழகி.

"என்னாங்க?"

"நேத்து வந்தவங்க வருவாங்க. நேரே மேலே வரச்சொல்லு."

"உம். ஓவல் சாப்பிட்டுப் போறீங்களா?"

"இப்ப வேண்டாம். அவங்க வந்து போகட்டும்."

"அப்பா, ஜேனக்கா என்னை அடிக்குது."

"அப்பா, வீட்டுக்குத் தெரியாம இன்னிக்கு ராபர்ட்ஸ் மாட்னி சினிமாவுக்கு போய்ட்டு வந்திருக்கு."

"இன்னும் செல்வமணி வரலே?" என்று சாமுவேல் மெர்சியைக் கேட்டார்.

சாமுவேல் கடிகாரத்தைப் பார்த்தார். ஒன்பதே கால் ஆகப் போகிறது. ஏன் அவர்கள் இன்னும் வரவில்லை?

சாமுவேல் மாடியில் தன்னறைக்குத் திரும்பினார்.

மற்றொரு விடைத்தாளை சாமுவேல் எடுத்தார். "ஷேக்பியர்ஸ் ஆன்டனி அன் கிளியோபேட்ரா இஸ் ஒன் ஆவ் தி ஃபைனஸ்ட் காமடி ஆவ் ஷேக்ஸ்பியர்." எரிச்சலோடு விடைத்தாளை எடுத்து திருத்தப்படாத விடைத்தாள்களோடு வைத்துக் கட்டினார். "மேலே இருக்காரு, போங்க" என்று கீழே மெர்சி சொல்வது கேட்டது. அப்பாடா, ஒருமட்டா வந்துட்டாங்களா! கைக்குக் கிடைத்த ஒரு புத்தகத்தை எடுத்துப் படிப்பதாகப் பாசாங்கு செய்தார் சாமுவேல். இரண்டு நபர்கள் உள்ளே வந்து கூழக் கும்பிடு போட்டனர். ஒருவர் நெடுநெடுவென்று ஒட்டகச்சிவிங்கி போலிருந்தார்; மற்றவர் குட்டையாக பயில்வான் மாதிரி இருந்தார்.

"வாங்க."

இருவரும் சாமுவேலின் முன்னால் நாற்காலிகளில் உட்கார்ந்தனர்.

"நாளைக்கு ஊருக்குப் போகிறார். அதான் பார்த்துட்டுப் போகலாம்னு வந்தோம்" என பயில்வான் விளக்கினார்.

ஒட்டகச்சிவிங்கி அசட்டுத்தனமாகச் சிரித்தது.

"நான் தேட் ஃபாம் படிக்கும்போதே பாதர் இறந்திட்டார். நான்தான் கடையைக் கவனிச்சுக்க வேண்டியிருந்திச்சு; படிப்பை நிறுத்தினேன். தம்பியாவது கிராஜுவேட் ஆகணும்னு ஒரு ஆசை." ஒட்டகச்சிவிங்கி விளக்கியது.

"பையன் கெட்டிக்காரன்தான். எக்ஸாமினேஷன் லக்குதான் கிடையாது." – பயில்வானின் பரிவு.

கண்ணாடியை எடுத்துப் போட்டுக்கொண்டு சாமுவேல் வாயைத் திறக்காது இரண்டு கோமாளிகளையும் நோக்கிக் கொண்டிருந்தார். ஒட்டகச்சிவிங்கி பயில்வானைப் பார்த்தது. பயில்வான் ஒட்டகச்சிவிங்கியைப் பார்த்தான். ஒட்டகச் சிவிங்கி பையினுள் கையைப் போட்டு ஒரு கடிதக் கூட்டை எடுத்து சாமுவேலின் முன் நீட்டியது. சாமுவேல் அதைக் கை நீட்டி வாங்கவில்லை. ஒட்டகச்சிவிங்கியார் பயத்தோடு கூட்டை மேஜைமீது வைத்தார்.

"நம்பரெக் குறிச்சிட்டீங்களா? வேணா இன்னொரு தாளிலே குறிச்சிக் கொடுத்திடுங்க." – பயில்வானின் சாமர்த்தியம்.

சிவிங்கியார் பையிலிருந்து ஒரு காகிதத்தை எடுத்துத் துண்டாகக் கிழித்தார். பயில்வான் ஒரு பேனாவை உருவினார். சிவிங்கியார் அதை வாங்கி, நம்பரைத் துண்டுக் காகிதத்தில் குறித்து, அதை மேஜைமீது வைத்தார். பிறகு ஒரு பின்யோசனை தோன்றவே, கூட்டை எடுத்து காகிதத் துண்டின் மீது வைத்தார்.

"எவ்வளவு மேக்சிமம் முடியுமோ..." என்று பயில்வான் இளித்தார்.

"நான் கவனிச்சுக்கறேன்; நீங்க போய்ட்டு வாங்க" என்றார் சாமுவேல். இருவரும் விடைபெறுகின்றனர்.

கீழே அமர்க்களம்.

"டேய் ராபர்ட்ஸ், உன் இடத்துலே படுத்துக்கோடா."

"ஃபேனுக்குக் கீழே நான்தான் படுத்துக்குவேன்."

"ஆமா, பட்டயம் எழுதிப் போட்டிருக்கோ?"

ஒரு தலையணைப் போருக்கான அறிகுறிகள்.

மெர்சி மேலே வந்தாள்.

"ஓவல் சாப்பிடறீங்களா?"

"உம், எவன் வீட்டுப் பிள்ளைக்கோ பாஸ் மார்க்குப் போடறேன். நம்ம வீட்டுப் பிள்ளை நாலாவது அட்டெம்ட்; நல்லா எழுதலேங்கறான்."

"உங்களுக்கு ஞாபகமிருக்கா? பீட்டர்ஸ்ல நீங்க இருந்தபோது..."

“ஆமா நான் பீட்டர்ஸ்ல இருந்தபோது, ஒரு பாதர் யாருக்கோ சிபார்சுக்கு வந்தார். ‘ஆர் யு எ கிரிஸ்ச்சன்?’ என்று கேட்டு விரட்டியடித்தேன். ரொம்ப வீரத்தனந்தான்! என்னமோ பொம்மைதான் கோபுரத்தை தாங்கறமாதிரி. இந்தா, ஜூன் வரப்போகுது. பிள்ளைங்களுக்கு ஏதாவது துணிமணி வாங்கு.” சாமுவேல் காகிதக் கூட்டை மெர்சியிடத்துச் சுட்டிக்காட்டினார்.

“ஊம், நான் அதைச் சொல்ல வரலே” என்றாள் மெர்சி, கூட்டை எடுத்தவாறே.

“பின்னே எதை?” என்றார் முதுவிரிவுரையாளர்.

சாந்தி

இருளிலே!

'உன் கனவுகள்தான் நீ. உன் கனவுகள் போனால் நீயும் குளோஸ்.'

பஸ் ஸ்டாப்பில் நின்றுகொண்டிருந்த இளம் தம்பதியினர் உரக்கச் சிரித்தனர். மதனன் மீண்டும் அவர்கள் பக்கம் திரும்பினான். ஒரு விகாரமான முரட்டு சிட்டி பஸ், சாலையின் முகட்டைத் திரும்பி, பெருமூச்சு இட்டவாறு வந்து நின்றது. இலேசாகச் சிவந்துபோன அதன் விளக்குகள் நிலவொளியில் பரிதாபமாக விழித்தன. குலுங்கி ஓடியவாறு அதனுள் இளஞ்ஜோடிகள் ஏறியதும், பஸ் புழுதியைக் கிளப்பிக்கொண்டு புறப்பட்டது. மதனன், மேலே பஞ்சுக் குவியல்களைப் பார்த்தான். தூசு அடங்கவும் அவன் கண்களைக் கீழே திருப்பினான். ஒவ்வொரு வீட்டைச் சுற்றியும் ஒரு கரும் பசுமை. ஒரு வீட்டின் மாடியிலிருந்து கண்ணாடியைக் கொண்டு மூடியும் திறந்ததுமாக இருந்த சன்னல் வழியே நீல ஒளி வழி தவறிக் குழம்பி நின்றது. ஜெயா பால்கனிக்கு வந்தாள். அவள் உடல் அவனைத் தொட்டது.

"எவ்வளவு அழகா இருக்கு!"

"ஆமாம்."

மதனன் அவளை பால்கனியில் தனியே விட்டு விட்டு, படுக்கையறைக்குள் சென்றான்.

படுக்கையறையில் குழல் விளக்கொளி தனிமையைச் சபித்துக்கொண்டிருந்தது. கட்டில் மெத்தையில் மல்லிகை மொக்குகள் கோலம் போட்டிருந்தன. ஒரு ஸ்டூலில்

திராட்சைப்பழங்கள், வாழைப்பழங்கள், வெற்றிலை, வாசனைப்பாக்கு. ஓரத்தில் மேஜையினருகே இருக்க வேண்டிய ஸ்டூல் சேர் முடவன் மாதிரி கால்களை நீட்டிக்கொண்டு அறை நடுவே கிடந்தது. மேஜையின் ஓரத்திலிருந்து சுருள் சுருளாக வந்தது நறுமணம். மேஜையின் மீது அவர்கள் போட்டோ ஆணவத்தோடு அமர்ந்திருந்தது. மறுக்க முடியாத சான்று. அவனும் அவளும். வந்த சிரிப்பை அடக்கிக்கொண்டான். அவன் கட்டிலில் உட்காரவும் பால்கனியை அடுத்திருந்த ஹால் விளக்கு அணைந்தது. அவள் வந்தாள்.

"ஏன் இன்னிக்கு இவ்வளவு லேட்டா வீட்டுக்கு வந்தீங்க?"

அவள் அவனருகில் உட்கார்ந்து அவன் முதுகில் கையைப் போட்டுக்கொண்டாள்.

"எஞ்சினீயரைப் பார்க்கப் போயிருந்தேன், நேரமாயிரிச்சு."

'பொய், முழுப் பொய். காரனேஷன் தியேட்டருக்குப் போயிருந்தாய். எஸ். ஐ. டி முதலாளியும் அவர் ஆசைக்கிழத்தி மனோரமாவும் புதுப்படம் என்றால் வருவார்கள் என்று உனக்குத் தெரியும். அதனால்தான் படத்துக்குப் போனாய். இருமுறை மனோரமாவைப் பார்ப் பதற்காக இரண்டேகால் ரூபாயை வீசியெறிந்தாய். அதனால் என்ன? அவளும் வழக்கமாக உனக்குச் செலுத்தும் பார்வைக் காணிக்கையைச் செலுத்தவில்லையா? பத்து வருடங்களாக அவளைப் பார்த்திருக்கிறாய். அப்படி ஒரு உடலா?'

"நாளை சனிக்கிழமைதானே, சினிமாவுக்குப் போகலாமா?"

"நாளைக் காலேலே சொல்றேன். சாயந்திரம் வேலை இருக்கும்போல் இருக்கு."

"அப்ப வேணா நைட் ஷோவுக்குப் போவோமா?"

'அந்த இளந்தம்பதியரைப் போல!'

"பார்க்கலாம்."

அவள் அரையளவுக்குத் தோலுரித்த வாழைப்பழத்தை அவன்முன் நீட்டினாள். 'நீ அப்படியே வேடிக்கையாக அதை வாயால் கவ்வ வேண்டும் என்று எதிர்பார்க்கிறாள்.' அவன் பழத்தைக் கையில் வாங்கிக் கடித்துத் தின்றான். 'வாழைப்பழம் உடலுக்கு நல்லது. கனிந்த பழம்.' அவள் ஒரு திராட்சைக் குலையை எடுத்து அவன் வாயருகே ஆட்டினாள்.

"இந்தக் கருந்திராட்சை எனக்கு அலெர்ஜி" என்றான்.

"அலெர்ஜி என்றால்?"

"ஒத்துக்காது."

மற்றொரு வாழைப்பழத்தை எடுத்துத் தின்றுவிட்டு கட்டிலில் படுத்துக்கொண்டு அவன் ஒரு சிகரெட்டைப் பற்ற வைத்தான். அவள், அவன்மீது சாய்ந்து, அவன் கன்னத்தில் முத்தமிட வளையவும், "அய்யோ, நில்" என்று கத்தினான். அவளது கை அவனது சிகரெட்டின் எரியும் முனையருகே வந்துகொண்டிருந்தது; அதைப் பிடித்திருந்த அவனது கையோ தவிர்க்க முடியாதவாறு அவளது உடலின் அழுத்தத்தில் சிக்கியிருந்தது.

"இங்கே பாரு, சிகரெட்" என்றான்.

'அய்யோ பாவம்!' அவள் முகத்தில் இருந்த கலக்கம் அகன்றது.

"ஆமாம், வெத்திலை பாக்கு தர வேண்டாமா?"

அவள் எழுந்து உட்கார்ந்து வெற்றிலை தர ஆரம்பித்தாள். வெற்றிலை பாக்கு நன்றாக இருந்தது. வெற்றிலையை மென்று கொண்டே புகைப்பது அவனறிந்த இன்பங்களில் தலையான தொன்று.

"மேலே மொட்டை மாடிக்குப் போகலாமா? நிலா வெளிச்சம் பிரமாதமா இருக்கு."

"இல்லே, இங்கேதான் பிரமாதமா இருக்கு — நீயும் நானும் இந்தக் கட்டிலிலே இருக்கும்போது."

அவள் தலையைக் கீழே குனித்தாள். 'நல்ல ஐடியாதான்! அவளும் அவளுடைய காதற் கணவனும் வெளியே நில வொளியில் காதற் கனவுகளில் ஆழ்ந்திருப்பது!'

"என்ன சிரிக்கிறிங்க?"

"சிரிக்கலையே."

"சிரிச்சாப்போல இருந்தது."

மதனன் ஒன்றும் சொல்லவில்லை.

"யார் சொன்னது? உன்னை எவ்வளவோ பிடிச்சிருக்கு."

அவன் அவளைத் தனக்கு நெருக்கமாக இழுத்துக்கொண்டு கன்னத்தில் முத்தினான். பிறகு கண்ணில் முத்தினான். 'தேவடியாக் குடியிலே இந்த வம்பெல்லாம் இல்லை. அதுவும் கொஞ்சம் ஹைகிளாசாயிருந்து, கூட நாலு காசும் கொடுத் திட்டா, எவ்வளவோ நாகரிகமாக இருக்கும். அந்த ரோஹிணி!

எப்படிப்பட்ட பொண்ணு! பாவம், ரயில் முன்னால் விழுந்து செத்துப்போனாள். அக்கா கடனெல்லாம் தீத்திட்டு கன்னியாஸ்திரி ஆவேன்னா.'

ஜெயா அவன்மீது சாய்ந்திருந்தாள். அவன் ஒரு கையால் அவளை அணைத்திருந்தான்.

"என்ன யோசிக்கிறீங்க?"

"ஒண்ணுமில்லை, சிகரெட் பிடிச்சா அப்படி ஒரு சொகம்."

சிகரெட்டை சாம்பல் பெட்டியில் அணைத்துவிட்டு அவளை நெருக்கமாகத் தன்னிடம் இழுத்துக்கொண்டான். அவளது உதடுகளில் வாயை அழுத்தி அவளது சுவாசத்தை உறிஞ்சி இழுத்தான். 'ஆமாம், அப்படித்தான். முத்தமிடு உணர்ச்சியோடு அல்ல, பலத்தோடு. அதுபோதும் இந்தப் பெண்களுக்கு. உன் கையிலே துவண்டு விழுகிறார்கள். கண்களை மூடிக்கொள்கிறார்கள். பெருமூச்செறிகிறார்கள். தவிக்கிறார்கள். உள்ளத்தினால் முத்தமிட வேண்டாம். உதட்டினால் முத்தினால் போதும். ரத்தத்தில் கொதிப்பில்லாத அப்படி ஒரு அணைப்பா! உம், இனிமேல் அது எல்லாம் நடக்க முடியாது. அந்தச் சாணமிட்டு மெழுகியிருந்த குடில்தான் எப்படி உனக்கு வெறியூட்டியது! அவள் கதவை அடைத்தது தான் தாமதம், வெறியோடு அவள்மீது விழுந்து அவளை அப்படியே கொதறிப்போட்டாயே! அவள் சிரிப்பாய்ச் சிரித்து உன்னை முதுகில் போடு போடு என்று போட்டு தன்னை விடுவித்துக்கொண்டு உன்னைக் கீழே கிடத்தினாள்.' முரட்டுத் தனமாக ஜெயாவை படுக்கையில் வீழ்த்தினான். அவனது கரங்களில் வெறியேறிவிட்டது. எழுந்து விளக்கை அணைத்தான். அரையளவுக்குத் திறந்திருந்த சன்னல் வழியே நிலவொளி வந்து, சுவரில் நீண்ட சதுரமாகப் பதிந்தது. சன்னலை அடைத்தான். நல்ல இருள்.

மதனன் தொடர்ந்தான். அவனது கால்களும் கைகளும் வழக்கமான வித்தைகளைப் புரிந்தன. 'பாக்கியம், பாக்கியம்! அவள் மூச்சிலிருந்த அந்தப் பூண்டு நெடி. வாழைத் தண்டு போல் அப்படி ஒரு உடலா! பாக்கியம்!' அவர்கள் இருவரும் ஒருவரையொருவர் இறுகப் பற்றி இருந்தனர். அவள் பெரிதும் தவித்தாள். 'தவிக்கிறாள். நல்லது. வெறியேறுகிறது. நல்லது. உனது கற்பனைக்கும் வேலை குறைவு.' அவள் உடலில் மெல்லிய வியர்வைத் திரை தோன்றிற்று. ஏதோ புது மணம் அவன் மூக்கைத் தட்டியது. அவன் தொடர்ந்தான். "அய்யோ, எப்படியோ இருக்கே! என்னைக் கொல்றீங்களே!" 'சரியான

நேரம்.' அவன் சற்றுத் தடுமாறினான். விரையில் அவன் சிக்குண்டான். அவன் முழுமையும், ஒரு பகுதியேனும் சிதறாது சிக்குண்டிருந்தது. சிந்தனை காலியாகிவிட்டது. உடலில் தன்னைத் தானே பிறப்பித்துக்கொள்ளத் தவிக்கும் ஒரு மிருக வெறி. ஆசையோடு அவளது உதடுகளை முத்தினான். நா நாவோடு சுழன்றது. அந்த அறைக்குள் திடீரென்று கரண்ட் பாய்வது போலிருந்தது. பக்கத்து வீட்டில் குழந்தை தேள்கொட்டு வாங்கிக்கொண்டபோது, 'வீல்' என்று அலறியது போல். சிறிது நேரத்தில் ஒரு அடக்கம், ஒரு அமைதி. சிந்தனை தலை காட்டிற்று. அது மெதுவே அவனை அவளிடமிருந்து பிரித்தது. அவள் உளறினாள். "நீங்கதான் எனக்கு எல்லாம். நீங்கதான் எனக்கு உசிரு. என்னைக் கைவிட்டிராதீங்க. கைவிட்டா செத்துப் போயிடுவேன்." அவன் மல்லாந்து படுத்து ஒரு சிகரெட்டைப் பற்றவைத்தான். அவள் அவனை ஒரு கையால் அணைத்து அவனை ஒட்டிச் சுருண்டு படுத்தாள்.

"உங்களுக்கு தூக்கம் வருதா?"

"ஆமாம்."

"அப்ப உங்களுக்குத் திருப்திதானே?"

"அதுக்கும் தூக்கத்துக்கும் என்ன சம்பந்தம்?"

"ஆம்பிளேங்களுக்கு திருப்தியாயிருந்தா உடனே தூங்கிடுவாங்களாம். என் சிநேகிதி சொன்னா."

"அப்படியா?"

"அப்படித்தான் டார்லிங், அப்படித்தான்" அவள் துடுக்காக அவன் உதடுகளை முத்தினாள். "தூங்கறதுக்கு முன்னாலே ஏதாவது சாப்பிடுறீங்களா?"

"இல்லை"

"பால் சாப்பிடுங்க. வாழைப்பழம் போட்டு வச்சிருக்கேன்."

"வேண்டாம்."

"கொஞ்சம் சாப்பிடுங்க."

"சரி, சாப்பிடறேன்."

அவள் அந்த இருளில் கட்டிலிலிருந்து மேஜைக்குச் செல்லும் போது ஸ்டூல் சேரில் கால் தடுக்கிக் கீழே விழுந்தாள். அவன் கட்டிலிலிருந்து துள்ளியெழுந்து அவளருகே சென்றான்.

"என்னம்மா, அடியா?"

"சுண்டுவிரல் சேரில் தட்டிரிச்சு." காலை நீட்டி உட்கார்ந்த வாறே அவள் சிறிது நேரம் அடிபட்ட இடத்தை இதமாகப் பற்றிக்கொண்டிருந்தாள். பிறகு எழுந்து டேபிளுக்குச் சென்று பாலையும் பழத்தையும் எடுத்து வந்தாள்.

"நொண்டரேயே அம்மா, காயம் பலமோ?"

"இல்லை."

இருவரும் கட்டிலில் அமர்ந்துகொண்டனர். அவன் பாலைச் சாப்பிட்டு பழத் துண்டுகளை மென்றான்.

"என்னைப் பாத்தா நல்லா இல்லேல்லே?"

"யார் சொன்னது, ஜெயா? பெண் பார்த்துத்தானே கல்யாணத்துக்குச் சம்மதிச்சேன்."

"ஆமா, இப்பெல்லாம் அதான் வழக்கமாயிரிச்சு, ஆனா..."

"ஆனா என்ன?"

"ஆனா, நான் இடறி விழுந்தபோதுகூட நீங்க லைட்டைப் போடணும்னு நினைக்கலையே?"

"ஜெயா, என்ன உளர்றே? நீயே சின்னக் காயம்னு சொன்னதுனாலேதான் பேசாம இருந்துட்டேன்."

அவன் கையை அவள் முதுகின்மேல் போட்டு அவளை அணைக்க முயன்றான். ஆனால் அதற்குள் அவள் பிணம் போல மெத்தையில் விழுந்துவிட்டாள்.

சாந்தி

அக்கினிப் பிரவேசம்

அக்கினிப் பிரவேசம் நடந்துவிட்டது.

ஆனால் . . .

அக்கினியானாலென்ன, கார்ப்பரேஷன் தண்ணீ ரானால் என்ன, இயற்கைக்கு எல்லாம் ஒன்றுதான்.

உடனே படுக்கைக்குச் சென்றால் கொசுக்கடிக்குத் தாக்குப்பிடிக்க முடியாதாகையால் 'மெரினா ஸ்டோர்' வாசிகள் தூக்கம் கண்ணைச் சொக்கிக்கொண்டு வரும் வரை பேசித் தீர்ப்பது என்ற உறுதியில் இருக்கிறார்கள். முதல் வீட்டு வரதராஜுலு மூன்றாம் வீட்டு ரெங்க சாமிக்கு தான் நேற்றுப் பார்த்த ஆங்கில உளவுப் படக் கதையை தான் புரிந்துகொண்ட அளவுக்கு விளக்கிக் கொண்டிருக்கிறான். இரண்டாம் வீட்டுக் கோதையம்மாள் ஏழாம் வீட்டுச் சீதம்மாளுக்குத் தனது மைத்துனன் மகளுக்கு திடீர் கல்யாணம் ஆன விவரத்தை விவரித்துக் கொண்டிருக்கிறாள். நான்காம் வீட்டுப் பள்ளிச் சிறுவன் இராமானுஜம் பொற்கைப் பாண்டியன் கதையை சிவாஜி கணேசன் பாணியில் உரக்க வாசித்துக்கொண் டிருக்கிறான். ("இக்கரமா பிழைத்தது? பிழைத்ததெனின் பெறுக இவ்வெட்டை!") வசந்தாவும், மீனுவும், சேஷய்யாவும் சினிமாப் படங்களின் பேர்களை எழுத்து வாரியாகச் சொல்லி விளையாடிக்கொண்டிருக் கின்றனர். ஆறாம் வீட்டுத் திருவேங்கடம் ஒரு கைரேகை சாஸ்திரப் புத்தகத்தைப் படித்துக்கொண்டும் தன் கையை மாறி மாறிப் பார்த்துக்கொண்டும் இருக்கிறார். சீதம்மாளின் மகன் பரசு, பி. எஸ்சி. மாணவன்,

படுக்கைக்குச் செல்லும் முன் பார்ப்பது ஒரு பிரபல வார இதழின் அட்டைப்படம்...

நாம் இப்போது நுழைவது ஐந்தாம் நம்பர் வீடு. கதவு அடைத்திருக்கிறது; இருந்தாலும் உள்ளே நுழைகிறோம்.

அரிக்கன் லைட் திரி மிகவும் சிறிதாக்கப்பட்டுள்ளது. முதலில் ஒன்றும் தெரியவில்லை. கொஞ்சம் பொறுத்திருந்து பார்க்கிறோம். இலேசாக இரண்டு ஜென்மங்கள் படுத்திருப்பது தெரிகிறது. இரண்டும் பெண் ஜென்மங்கள். ஒன்று தாய், மற்றது மகள். அவர்கள் ஏதோ பேசிக் கொண்டிருக்கிறார்கள். அதைக் கேட்போம்.

"ஏண்டி, நல்லாக் கணக்கு பார்த்துச் சொல்லு. இன்னை யோட எத்தனை நாளாகுது?"

மகள் முணுமுணுக்கிறாள். "செவ்வாய் இருபத்தினாலு, புதன் இருபத்தஞ்சு, வியாழன் இருபத்தாறு, வெள்ளி இருபத்தேழு, சனி இருபத்தெட்டு. சரியா இருபத்தெட்டு நாளாயிரிச்சு."

"வழக்கமா எத்தனை நாளாகும்?"

"இருபத்தினாலுக்கு ஒரு நாள் தப்பினதில்லே. ஒரே ஒரு தரம் ஒரு கல்யாணத்துக்குப் போய்விட்டு வந்தோமில்லையா, அப்ப ரெண்டு நா தள்ளிப் போச்சு."

"கடுக்காயையும், கசகசாவையும் அரைச்சுக் குடிச்சா போயிடும்பாங்க. அசைவேணாங்கறே!"

"இதுக்கு இங்கிலீஷ் மருந்து இருக்கம்மா."

"என்ன இங்கிலீஷ் மருந்து? கத்தியைப் போட்டு எடுக்கறதா?"

"உஹூம். அதுக்கு பில்ஸ் மாத்திரை இருக்காம்."

"யார் சொன்னா?"

"என் சிநேகிதி ஒருத்தி சொன்னா, எழுதி வாங்கி வச்சிருக்கேன். நாலணாத்தானாம். ஒரு நாளைக்கு ஆறுன்னு மூணு, நாலு நாள் சாப்பிடணுமாம். ஆயிடுமாம். நாலஞ்சு ரூபா ஆகும்!"

கேளுங்க, தாயும் மகளும் பேசற பேச்சை.

"பாவி, பழிகாரன். அவன் வெளங்குவானா? உடம்பெல்லாம் புளுத்துச் சாகணும்!"

"இப்ப அவனெத் திட்டி என்னம்மா பண்றது? கார்ல ஏறியிருக்கக் கூடாது. அப்படி ஏறினபெறவும் அவன் தப்பா

அக்கினிப் பிரவேசம்

நடந்துக்கிறான்னு தெரிஞ்சதும் ஓடற கார்லேந்து குதிச்சாவது செத்து மடிஞ்சிருக்கணும். ஏம்மா, நான் மனசால் தப்புப் பண்ணலைனியே, அது எப்படிம்மா உண்மையாகும்? மனசு திடமா இருந்திருந்தா இப்படி நடந்திருக்குமா?"

தாயார் பேச்சை மாற்றுகிறாள். "வடபழனியப்பா! எம் பொண்ணுக்கு ஒண்ணும் வராம பாத்துக்கோடா! அடுத்த கார்த்திகைக்கு அம்பது தேங்கா உடைக்கிறேன்."

"ஏம்மா, மனசு வேறே, உடல் வேறேயா?" என்று மகள் தொடர்கிறாள்.

"எல்லாம் இந்த வீட்டுச் சாபந்தான். முன்னே நம்ம மாதிரியே இந்த வீட்ல ஒரு அம்மாவும் மகளும் இருந்தாங்களாம். அவளும் என்னெப் போல தாலியறுத்தவளாம்! ஏதோ தப்புப் பண்ணி வயித்துலே வாங்கிட்டாளாம். 'நீ எப்படியும் பிழைச்சிக்கோ; நான் போறேன்'ட்டு மகளுக்கு எழுதி வச்சிட்டு கடல்லே விழுந்து செத்தாளாம்."

"அம்மா, எதுக்கம்மா இதெல்லாம் இப்ப சொல்றே?"

"பட்டணத்துக்கு வந்தா பொளெச்சுக்கலாம்னு வந்தேன்."

"இப்ப அதுக்கு என்னம்மா?"

"நானும் பொளெச்சேன்! என் மகளும் பொளெச்சுட்டா! அவ மாப்பிள்ளை இருக்காரே, அவர் பெரிய பணக்காரர். அவர் எங்க வீட்டுக்கு வரதுனா தெருக்கோடியிலே காரை நிறுத்திட்டு வருவார். ஆமா, அவர் காரு இந்தத் தெருக்குள்ளே வரமுடியாது; அத்தனை பெரிய காரு."

"என்னம்மா உளர்றே, என்ன?"

"கல்யாணம் ஜேஜேன்ட்டு நடந்திச்சு. பட்டணமே அமர்க்களப்பட்டது. மந்திரிமார்களும் சினிமா ஸ்டார்களும் வந்திருந்தாங்க. மாப்பிள்ளைக்கு எம் மகள்னா உசிரு. அவளைக் கார்லே வச்சு . . ."

"அய்யோ, என்னம்மா உளர்ரே!" என்று கத்திக்கொண்டு மகள் எழுந்திருந்து விளக்கைப் பெரிசாக்குகிறாள்.

". . . அவளெக் கார்ல வச்சே தாலி கட்டினானாம்" என்று கம்மிய குரலில் கூறிக்கொண்டே தாய் தூக்கத்தில் ஆழ்கிறாள்.

"அம்மா, அம்மா" என்று பதறிக்கொண்டே மகள் தாயை உலுப்புகிறாள்.

"யாரது? வீட்டுக்காரய்யாவா? இந்த மாசம் எதிர்பாராமே கல்யாணச் செலவு வந்துடுச்சய்யா. வாடகையை அடுத்த மாசம் சேர்த்து வாங்கிக்கங்கய்யா" என்று தாய் முனகுகிறாள்.

உம், உம், என்ன கண்ணறாவி இது! அவர்கள் நம்மைப் பார்த்துவிடப் போகிறார்கள். நல்ல கூத்துத்தான்!

நமக்கென்ன கவலை. நாம் ஓடிப் போயிடலாம். ஏதாவது சினிமா பார்க்கலாம்; இல்லாட்டி நீதிக் கதை படிக்கலாம்.

சாந்தி, மார்ச் 1967

எங்கள் ஊர்

எங்கள் ஊருக்கு நீங்கள் வர வேண்டும். இராம நாதபுரம் மாவட்டத்தில் கடற்கரை ஓரமாக இருக்கும் எங்கள் ஊருக்கு நீங்கள் கட்டாயம் வர வேண்டும். கடற்கரைப் பக்கம் சென்று குச்சிக் காலுடன் நெடிது வளர்ந்து, பழுப்பும் பச்சையுமாய்விட்ட தங்களது கைகளைக் காற்று போனபடி அலைக்கும் அந்தத் தென்னை மரங்களையும், முடிவிலாது விரிந்து கிடக்கும் கடலையும் பார்த்துவிட்டால் எங்கள் ஊரை விட்டுப் போக உங்களுக்கு மனமே வராது. எங்கள் ஊர் சின்ன ஊர்தான்; ஆனாலும் அதற்கும் ஓர் முக்கியத்துவம் உண்டு. இலங்கைக்குப் பக்கத்தில் இருக்கிறதல்லவா? ஊருக்கு வடகிழக்கே ஏழு மைல் தூரத்தில் ஒரு பயங் கரமான மூங்கிற்காடு உண்டு. ஒரு நாள் காலையில் நானும் மாதவனும் பத்து மணி சுமாருக்கு அந்தக் காட்டுக்குச் சென்றோம். ஒன்றும் காரியமாக இல்லை; வெறுமனேதான். காட்டுக்குள் நாலைந்து எட்டுத்தான் வைத்திருப்போம்; கும்மிருட்டுக்குள் மாட்டிக்கொண் டோம். என்னவோ வாடை மூக்கைச் சாடியது. கொழும்புக்குப் போகத் துடிப்பவர்களைப் படகுக் காரர்கள் இரவு நேரத்தில் படகில் ஏற்றிச் சென்று அங்கும் இங்கும் கடலில் அலைக்கழித்துவிட்டு இறுதியில் அந்த மூங்கில் காட்டில்தான் இறக்கிக் கழுத்தை நெரித்துக் கொல்வார்களாம். அந்த மூங்கில் மரங்களைத் தான் பார்க்க வேண்டுமே! பனைமரம், தென்னை மரம் அளவுக்கு அடி பருத்து பசுமையே இல்லாது கருமஞ்சள் வண்ணக் கோலத்தில் காற்றோடும் காலத் தோடும் சல்லாப வித்தைகள் புரிந்துகொண்டிருக்கும்.

எங்கள் ஊரில் உள்ள இருளாடிவிட்ட பிள்ளையார் கோவில் பிழைத்த கதை உங்களுக்குத் தெரியாது. எஸ்.பி.ஏ. ராமனாதன் செட்டியார்தான் கோவிலைப் பிழைக்க வைத்தார். ஆயிரத்தோரு பவுன் தங்க பிஸ்கட்டுகளைப் பெட்டியில் மறைத்து, ஓலையில் சுருட்டி, சாக்கில் திணித்து ஒற்றைக் கையாகக் கொண்டுவந்த மாரியப்பன் இலங்கைக் கஸ்டம் போலீசு கொடுத்த மூன்று ரவைகளையும் உடம்பில் வாங்கி, மூங்கிற்காட்டில் அஞ்சு மரத்தடியில் மூட்டையைக் கிடத்திக் காத்துக் காத்துப் பார்த்தான். அவன் மூச்சு நின்ற மூணாம் நாள் இரவு செட்டியாரும் 'இரண்டு ஆட்களும்' சாதா உடையில் லோகல் எஸ்.ஐ.யும் வந்து மூட்டையை எடுத்துச் சென்றனர். ஆயிரம் ரூபாய் செலவில் பிள்ளையார் கோவில் சற்றே புதுப்பிக்கப்பட்டது. அடுத்த வருடமே பிள்ளையார் கோவில் மீண்டும் ஐயாயிரம் ரூபாய் செலவில் ஒளியாட விடப்படக் காரணம் மருதையனின் சாவு. மருதையன் என்றதுமே அவன் மனைவி சொக்கியின் நினைவு தான் வருகிறது. நாற்பத்தைந்து வயதுக்கு மேல் ஒரு கட்டுக் குலையாத அழகி இருக்க முடியுமானால் அது சொக்கிதான். அவளைப் பற்றிப் பிறகு சொல்கிறேன். மருதையன் செய்தது என்னவோ தப்புத்தான். பதினாறு வயது நிரம்பாத அந்தச் சுப்பையா ரெட்டியின் மேல் அவனுக்கு என்ன பரிவு? அவனை மட்டும் குத்திக் கொல்லக்கூடாது என்று ஏன் அவன் அவனுடைய கூட்டாளிகளோடு அந்த மூங்கிற் காட்டில் தகராறு பண்ணினான்? உயிர் பிழைத்த சுப்பையா மருதையனின் ஆட்களோடு சேர்ந்துகொண்டதாகச் சொல்லிக்கொண்டு, இரண்டே வருடத்தில் இரண்டாயிரமும் பார்த்துவிட்டு இலங்கைப் போலீசுக்கு எல்லாத் துப்பையும் தந்துவிட்டுத் தப்பினான். இப்போது அவன் கொழும்பில் 'கிராண்டு பாகில்' ஓட்டல் வைத்திருக்கிறான். நல்ல வியாபாரம். சிங்களச்சி ஒருத்தியைக் கல்யாணம் செய்துகொண்டு தமிழச்சி ஒருத்தியை வைத்துக்கொண்டிருக்கிறான். அவனுக்குப் பரிவு காட்டினானே மருதையன், அவன் பாடு என்னவாயிற்று? அவனை இலங்கைப் போலீசு சுட்டுக்கொல்ல, சொக்கி தெருவிலே நின்றாள். மருதையன் மட்டும் செத்திருக்காவிட்டால் ஷேக் ராவுத்தர் பாடு அதோகதியாக இருந்திருக்கும். இலங்கையி லிருந்து திரும்பியதும் ஷேக் ராவுத்தரைப் 'போட்டுப் பாத்து' விடுவதாக மருதையன் சூளுரைத்திருந்தான். மருதையன் ஒன்று சொல்லிவிட்டால் அதை சொக்கியே எதிர்த்தாலும் நிறைவேற்றிவிடுவான். அதனால்தான் அவன் இறந்த செய்தி கேட்டதும் ஷேக் ராவுத்தர் பிள்ளையார் கோவிலைப் புதுப்பிக்க ஐயாயிரம் செலவழித்தார். ஆனால் செலவை

எல்லாம் ராவுத்தரின் கணக்குப்பிள்ளை ராமசாமி மூப்பனாரின் உபயம் என்றுதான் கோவில் வாசகங்கள் அறிவிக்கின்றன.

எங்கள் ஊருக்கு நீங்கள் வரவேண்டும். கடற்கரைப் பக்கம் சென்று குச்சிக்காலுடன் நெடிது வளர்ந்து, பழுப்பும் பச்சையுமாய்விட்ட தங்களது கைகளைக் காற்றுப் போனபடி அலைக்கும் அந்தத் தென்னை மரங்களையும், முடிவிலாது விரிந்து கிடக்கும் கடலையும் பார்த்துவிட்டால் எங்கள் ஊரைவிட்டுப் போக உங்களுக்கு மனமே வராது.

சொக்கியின் வீடு, பிள்ளையார் கோவிலுக்கு வட மேற்கே தன்னந்தனியே சிதறுண்டு கிடக்கும் ஐந்து வீடுகளிலிருந்தும் இன்னும் சற்று விலகி நிற்கும் பெரிய வீடு. பிள்ளையார் கோவிலின் இருபுறமும் உறங்கும் ஏழெட்டு வீடுகளைத்தான் நாரண அய்யங்கார் அக்கிரகாரம் என்கிறார்கள். ஆனால் சோழவந்தான் சொர்ணம் சாஸ்திரிகளின் கனிஷ்ட புத்திரி அரவிந்தா என்னவோ, அக்கிரகாரத்தில் இல்லாது, சொக்கியின் பெரிய வீட்டில்தான் இருக்கிறாள். அதேபோல்தான் அறந் தாங்கி மங்களாவும் கேரள நாட்டு பிரமிளாவும். அவர்கள் எல்லாருமே சொக்கியின் வீட்டில்தான் இருக்கிறார்கள். ஆளுக்கொரு பெயர் அவ்வப்போதைக்குச் சொல்லிக்கொண்டு காலத்தை ஓட்டுகிறார்கள். ஒவ்வொருவரைப் பற்றியும் ஒரு கதை இருக்கிறது. ஆனால் சொக்கியின் வீட்டில் வந்து தங்கும் பலதரப்பட்ட மனிதர்களுக்கு அதைப் பற்றி எல்லாம் என்ன கவலை? எல்லாருக்குமே சொக்கிமேல் ஒரு கண்தான். ஆனால் அவள் இடம் கொடுத்தால்தானே? அவளும் ஒரு குட்டி முதலாளி. நாலு காசு சேர்த்துவிட்டாள். என்றாலும் ஒன்றும் இல்லாததுபோல் நடித்துக்கொள்கிறாள். ஜாலக்காரி!

யார் எப்படிப் போனாலும், எது எப்படி இருந்தாலும் எங்கள் ஊருக்கு நீங்கள் நிச்சயம் வரவேண்டும். எங்கள் ஊரிலே நேரான 'மகடமைஸ்டு' ரோடுகள் கிடையாது. கார்கள் வரும்; ஆனால் பறக்காது. நின்று தட்டுத்தடுமாறி ஜாக்கிரதை யாகவே செல்லும். போலீசுக்காரர்கள் இருக்கிறார்கள்; ஆனால் யார் வம்புக்கும் வரமாட்டார்கள். அவர்கள் பாட்டைப் பார்த்துக்கொள்வார்கள். எங்கள் ஊருக்கு வந்த எஸ்.ஐ.க்கள் எல்லோருமே பத்துப் பதினெஞ்சோடுதான் மாற்றலாகி இருக்கிறார்கள். இந்த ஊருக்கு வந்த யாருமே நஷ்டப்பட்டுப் போனதில்லை. இருக்கிறார்கள், மூங்கிற்காட்டுக்குப் போனவர்கள். கொழும்பில் என்ன கொட்டிக் கிடக்கிறது, இருநூறை யும் முன்னூறையும் கொடுத்து அங்கே போகப் பார்க்க? அங்கேயுந்தான் மக்கள் கஷ்டப்படுகிறார்கள், சுகப்படுகிறார்கள், சாகிறார்கள்.

சொக்கியின் வீடு பிள்ளையார் கோவிலுக்கு வட மேற்கே தன்னந்தனியே நின்றுகொண்டிருக்கிறது என்றேனா? அது மிகப் பழங்காலத்து வீடு. வீட்டுக்குள் காலெடுத்து வைத்து விட்டாலே அறுபது எழுபது ஆண்டுகளுக்கு முன்னால் காலம் ஓடாது நின்றுவிட்ட ஒரு இடத்தில், நுழைந்துவிட்டது போலிருக்கும். சின்னக்குடி ஜமீன்தார் ஒருவர் தனது மனைவிகளில் ஒருத்தியை அடைத்து வைத்திருந்த பங்களா என்பார்கள். ரதியாம். ஆனால் புத்தி பேதலித்துப்போயிற்று. இப்போது கட்டிடம் ஒரு செட்டியாருக்குச் சொந்தம். சொக்கி என்ன வாடகை தருகிறாள், அவளுக்கும் செட்டி யாருக்கும் என்ன சம்பந்தம், எல்லாமே ஒரு புதிர்தான். பழமை குடியிருக்கும் அந்தக் கட்டிடத்தைப் பார்த்தாலே ஏதோ ஒரு ஆதரவு உணர்வு வருகிறது. ஏனோ? கட்டிடத்துக்கு அப்பால் ஒரே பொட்டல் காடு. அந்தப் பொட்டல் காட்டில் அரை மைல் தூரத்துக்கப்பால் உள்ள மாந்தோப்போடு தூரத்து உறவு கொண்டாடும் ஒரு ஒற்றை மாமரம் சொக்கியின் வீட்டருகே நிற்கிறது. சொக்கி வீட்டுக் கிளிகள் அந்த மாமரத் தடியில் ஓய்வு நேரங்களில் ஏதாவது விளையாடிக்கொண் டிருக்கும். இன்று மரநிழலில் பேசிக்கொண்டிருப்பது அரவிந்தாவும் அவளது தாயாரும். சற்று நேரத்துக்கு முன்னால் புழுதியைக் கிளப்பிவிட்டுச் சென்றதே இரண்டு மணி பஸ், அதில்தான் வந்திருப்பாள் லெட்சுமி அம்மாள்.

“ஏண்டி பொண்ணே, அன்னைக்கு தேனொழுகப் பேசினானே! ‘மாமி, உங்க குழந்தையைப் பத்திக் கவலைப் படாதேங்கோ. அப்படி ஆக்கிடுவேன், இப்படி ஆக்கிடுவே’னானே? இன்னைக்கு ஏண்டி இப்படி எரிஞ்சு விழறான்?”

“காரியமாற மட்டும் எல்லாருந்தாம்மா தேனொழுகப் பேசுவா; அதுக்கப்புறம் ‘நீ யாரோ, நா யாரோ’ன்ட்டுதான் இருப்பா. ‘இவ எதுக்கு வந்துருக்கா? இன்னும் ரூபாயைக் கொடு; இல்லாட்டா நா எம்பொண்ணெக் கூட்டிண்டு போயிடுவேன்’ட்டு நீ சொல்லிடுவேயோன்ட்டு அவனுக்கு பயமோ என்னவோ!”

“நான் ஒன்னே எங்கே கூட்டிண்டு போய் என்ன செய்வேன்? இங்கேயாவது நாலு பருக்கை தின்னுண்டிருக்கே!”

“வைத்தியர் என்ன சொல்றாரம்மா?”

“என்னெத்தெச் சொல்றான்? இன்னும் ஒரு வருஷத்திலே எழுந்து நடமாட முடியூங்கறான். பொய்யெச் சொல்றானோ, மெய்யெச் சொல்றானோ, யார் கண்டது? முன்னூறையும்

வாங்கி முடிஞ்சுண்டு எந்தப் பீக்காட்டு பச்செலையெப் பிழிஞ்சு, பிழிஞ்சு தடவறானோ!”

“ராமு எப்படி இருக்காம்மா?”

“இருக்கான். எலும்புந் தோலுமா இருக்கான். கண்ணு ரெண்டும் நாளுக்கு நா பிதுங்கிண்டு வெளியே வரது.”

“பள்ளிக்கூடம் போறானா?”

“அதெ ஏங் கேக்கறே? மொகத்துலே அசட்டுக்களை சொட்டறது. ஒன்னைச் சொன்னா ஒன்னைச் செய்யறான். முந்தாம் நாள் பத்து காசெக் கொடுத்து முட்டைப் பொரி வாங்கிண்டு வரச்சொன்னா பத்து காசுக்கும் பச்சமொளகாயெ வாங்கிண்டு வந்தான்.”

“கௌசல்யா, அக்கா எங்கேங்கறாளா?”

“அதுக்கு என்ன தெரியறது? எங்கக்கா சினிமாலே வருவாளேன்ட்டு தெருவெல்லாம் தம்பட்டம் அடிச்சிண்டிருக்கு. பக்கத்தாம் ஒண்ணு பாக்கி இல்லே. எல்லாராத்துலேயும் கண்டது கடிதே வாங்கித் தின்னாச்சு. ஆறு மாசமா நீ அன்னைக்கு வாங்கித் தந்த கவுனைத்தான் போட்டிண்டிருக்கா. இந்தப் பிராமணன் பண்ணின பாவத்தெப் பாரு! வயிறாற பிராமணார்த்தம்கூடத் தின்னக் கொடுத்து வைக்கலையே!”

“அக்கா பதிலே போடலேயா?”

“அவ என்ன செய்வா? அவன் கண்டிச்சிருப்பான். போய்த்தான் பாத்துட்டு வரலாம்னா, நூறு மைலா, இரநூறு மைலா?”

“ஏதோ அவளாவது சந்தோஷமா இருக்கட்டும். தாய் தோப்பனார் தம்பி தங்கைகள் இல்லேண்டு சொல்லிண்டு இருக்கட்டும்.”

“மூத்தப் பொண்ணு கல்கத்தாலே சீரும் செரப்புமா இருக்கா. ரெண்டாவதவ தலையெழுத்து இப்படி இருக்குமா? ஒரு வயத்துலே பொறந்த கொழெந்தெகளுக்கு இப்படித் துரோகம் செய்வேனா! அடி மீனாட்சி, என்னடி சோதனையிது!” தலையில் அடித்துக்கொண்டு தாய் அழுகிறாள்.

அப்போது அங்கு சொக்கி வருகிறாள். இருவரும் அழுகையை நிறுத்துகின்றனர்.

“மாமி!”

“யாரடி, மாமி?”

“உங்களெ மாமீன்ட்டுக் கூப்பிடக் கூடாதா?”

“ஆமாம், மாமி, மாமீன்ட்டுக் கூப்பிட்டுத்தான் அந்தத் தடியன் கழுத்தறுத்து என் பொண்ணெ இங்கே கூட்டிண்டு வந்தான். நீ இப்ப எதெ அறுக்கப் போறே?”

“உங்க மகளுக்கு ஏதாவது நல்ல ஏற்பாடா செய்யணும்னு தான் நான் இருக்கேன். உங்க மக என்ன, எங்கிட்டே இருக்கிற எல்லாப் புள்ளைங்களுக்கும் ஏதாவது நல்ல ஏற்பாட்டைச் செய்யணும்னுதான் எனக்கு நெனெப்பு.”

“இன்னியும் என்ன நல்ல ஏற்பாடு வேண்டிக்கிடக்கடி? இதுவே நல்ல ஏற்பாடு இல்லையா?”

“எல்லாமே நல்ல ஏற்பாடுதாம்மா! என் வீட்டுக்காரரே கஸ்டம் போலீஸ் சுட்டுக்கொன்னு சுறா மீன் தின்னக் கடல்லே போட்டதும் நல்ல ஏற்பாடுதான்!”

“வோன் வீட்டுக்காரனை சுறா மீன் தின்னதுன்னா, எம் பொண்ணே வந்தவன் போனவன் எல்லாந் தின்னணுமா?”

“இந்தாங்கம்மா, ஏன் இப்படியெல்லாம் பேசறீங்க? இப்படி ஒரு தொளில் நடத்துவேன்ட்டு நாங் கனவிலும் நெனச் சிருப்பேனா? நாங்கெல்லாம் கண்ணியமா வாள்ந்தவங்க. ஒளெச்சித் தின்னுவோமே இல்லே பொறுக்கித் தின்ன மாட்டோம். ஆனா மொட்டையாண்டிக்கு என்னெக்கோ கண் அவிஞ்சு போச்சு. நா என்ன செய்யறது! ஒங்க வீட்டுக் கதெயெல்லாம் அரவிந்தா சொல்லிச்சு. சாத்தரம் பண்ற வீட்லே சின்னையன் விளையாடிட்டான். என்ன பாவமோ! ஒங்க வீட்ல எந்த முண்டை புருசனே வெசம் வெச்சுக் கொன்னாளோ! ஆனா எதுவும் ஒரு காரியமாத்தான் நடக்குதுனு எனக்குத் தோணுது. அளாதீங்க. அளுது என்ன பிரயோசனம்! இந்தாங்க, இதெ வாங்கிக்கேங்க. உங்க அத்திம்பேரோ, யாரோ, வசதியா இருக்காராம்மே. அவர் கால்லே கைலே விளுந்து எதுவும் குடும்பத்துக்குச் செஞ்சுக்கேங்க.”

சொக்கி இடுப்பிலிருந்து பத்து ரூபாய் நோட்டுகளை எடுத்து லட்சுமி அம்மாளிடத்து நீட்டுகிறாள். லட்சுமி அம்மாள் எழுந்திருந்து அதைப் பெற்றுக்கொள்கிறாள்.

“அரவிந்தா, வா வூட்டுக்குப் போகலாம். மொகத்தெக் களுவிக்கிட்டு ரெடியாயிரு. சின்னையன் வந்துட்டுப் போனான்.”

“ஒடம்பைப் பத்திரமாப் பாத்துக்கோம்மா. வேளா வேளைக்குச் சாப்பிடு. காபியும் டீயும் குடிச்சு ஒடம்பைக் கெடுத்துக்காதே.”

“நீங்க ஒன்னும் கவலைப்படாதேங்கோ, அம்மா. நான் எப்படியும் மீண்டுடுவேன். ஏதோ அர்த்தமில்லாத வாழ்க்கை! வரோம் போறோம்! இருந்தாலும் அப்பாவுக்கு ஆறு மாசத்திலே குணமாய்டும்னுதான் எனக்குத் தோணறது. அவர் எழுந்து நடமாட ஆரம்பிச்சுட்டா உங்களுக்கு என்ன கவலை? நாலு காசு சம்பாதிப்பார். ராமுவை மட்டும் ஏதாவது டாக்டரிடம் காட்டுங்கோ, அம்மா. அவன் விஷயத்துலே எப்போதுமே நீங்க ஒரு மாதிரிதான் இருந்தி ருக்கேள்.”

மன்னிக்கவும். இப்படி எல்லாம் நடக்கும் என்று தெரிந் திருந்தால் நான் உங்களைச் சொக்கி வீட்டருகே அழைத்து வந்திருக்கவே மாட்டேன். இதை வைத்துக்கொண்டு எங்கள் ஊரைப்பற்றி நீங்கள் தவறாக நினைத்துவிடக் கூடாது. இந்த மாதிரி அசிங்கங்கள் எந்த ஊரிலும் நடக்கலாம். ஆனால் பழுப்பும் பச்சையுமாய்விட்ட தங்களது கைகளைக் காற்று போனபடி அலைக்கும் அந்தத் தென்னை மரங்களையும், முடிவிலாது விரிந்து கிடக்கும் அந்தக் கடலையும் பார்த்து விட்டால், எங்கள் ஊரை விட்டுப்போக உங்களுக்கு மனமே வராது. உண்மையிலேயே சொல்லுங்கள்; கடலையும் வானையும்விடப் பெரிய அற்புதங்கள் உண்டா?

கண்ணதாசன், ஜூலை 1968

கயிற்று நுனி

சுற்றிலும் இருள் செறிந்து கனத்த வாயு போல உடலை அழுத்தியது. திக்குதிசையற்ற ஒரு நகர்வை உடல் உணர்ந்துகொண்டிருந்தது. மேல், கீழ், வலப்புறம், இடப் புறம் எல்லாமே அற்றுவிட்டன. நகர்வு என்னவோ உணர்வுபூர்வமான உண்மை. இலேசான உறுதியான நகர்வு. திக்குதிசையற்ற நகர்வு. உடல் தெரிகிறது; ஆனால் உறுப்புகளின் தனித்தன்மை எல்லாம் மழுங்கி வருகிறது. அது வலதுகால் பெருவிரல். இது மூக்கு. நாசித் துவாரங்களின் வெறுமையில் சன்னமான புழு போன்று வளைந்து நெளிந்துகொண்டிருக்கும் ஒரு கோடு. கோடு உயிர்த் துள்ளது, உடலைப் போலல்லாமல். வலதுகால் பெரு விரல் அசைகிறது. உடலில் விரவியுள்ள செறிந்த இருளுக்குள் மங்கி மறையும் ஒரு துடிப்பு. ஒரு துடிப்பை அடுத்த துடிப்பு அதை வேண்டாத விருப்பாகத் தொடர்கிறது.

மனம், நினைவு எல்லாமே அடங்கிவிடத் துடிக்கின்றன. நினைவு அடங்கிவிடுவதில்தான் என்ன நிம்மதி! வைத்த இடத்தில் அன்பைக் காணோம். பிடிபட்ட இலட்சியம் புளித்துவிட்டது. ஆசை, வெறுப்பு மூட்டைகள் ஊதிப்பெருத்து முதுகெலும்பை முறித்துவிட்டன. கடிகாரத்தின் 'டிக் டிக்'குகளைப் போன்ற நாட்கள்தான் மிச்சம். திடீரென்று காதுகளுக்குச் சுரத்து ஏற்படுகிறது. 'பாழ், பாழ்' என்ற பேரிரைச்சல்.

"என்னய்யா கணக்கு எழுதுகிறீர்? பத்துலே காட்ட வேண்டியதை வரவுலே போட்டு, வரவ பத்துலே போட்டுத் தொலைச்சிருக்கீறே?"

எது பத்து? எது வரவு? புயல்காற்று போன்ற அப்படி ஒரு பேரிரைச்சல். புயல் அடங்குவதாக இல்லை. பேச்சுகள், விம்மல்கள், முனகல்கள் காதை நிறைக்கின்றன. பாழாய்ப் போன காதுகள்! நீங்கள் செவிடாகமாட்டீர்களா? நிம்மதியான உலகம் செவிடுகள் உலகம்.

உடல் நகர்கிறது. வேகம் குறைந்துவிட்டது. நினைவை ஒரு மின்னல் சாடுகிறது. வானின் இருண்ட முதுகில் கொடி போல் ஏறிப் படரும் மின்னல் அல்ல, வானின் இருளையே ஒளிமயமாக்கும் ஒரு ஒளிப்பிழம்பு. அது தோன்றி மறைய வில்லை; தோன்றி நிற்கிறது. நினைவு மகிழ்கிறது. அந்த மகிழ்வில் மாலை மயக்கம் ஒரு சோகச் சிங்காரி போல் ஆடி மறைகிறாள். ஒரு குழந்தை குறுநடை நடந்து கன்னத்தை முத்திச் செல்கிறது. ஒரு நண்பன் ஆறுதல் சொல்கிறான். ஒரு கன்னி நோக்கி மறைகிறாள். நிலா கனிகிறது.

"அப்பா, சூரியன் கிட்டே போனா அது என்ன செய்யும் அப்பா?"

"சுட்டுச் சாம்பலாக்கிடும்."

"அப்புறம் சாம்பலைப் போட்டு பாத்திரம் வெளக்கலாம், இல்லையா?"

உடல் என்னமோ நகர்ந்துகொண்டே இருக்கிறது. இருள் மேலும் மேலும் கனத்துக்கொண்டே போகிறது. கயிறு இழுக்கிறது; ஆனால் கயிறு இற்றுவிட்டது. இழுக்க இழுக்க மேலும் மேலும் அது இற்று, விட்டுக்கொண்டே போகிறது. உடல் நகர்கிறது. உடலின் இழுப்புத் தாங்காமல் கயிறு மேலும் அறுபடுகிறது. எத்தனை பெரிய உலகம் என் உலகம்! வாடிச் சருகாய்விட்ட இந்தச் சிறு செடி முதல், கீழ் வானத்தே நாணிக்கோணி கற்பிலாக் கன்னிபோல் ஆசை முகம் காட்டும் அந்த விண்மீன் வரை என்னுடைய உலகம். வரும் இருளை சோகத்தோடும், சோர்வோடும், நம்பிக்கையோடும் தனது அத்தனை கைகளோடு வரவேற்கும் ராட்சத அரசமரமும், அதன் தனிமையும் என்னுடையவை. குள்ள நரியின் சல சலப்புக்கும், காவல்காரனின் கள்போதை விழிப்புக்கும், கழுத்தை வெட்ட வரும் அரிவாளுக்கும் அதே, ஒரே உதா சீனத்தைக் காட்டும் சோளக்காடும், அதற்கும் அப்பால் மோனத் தவங்கிடக்கும் பனை மரங்களும் என்னுடையவை. நான் நீந்தித் திளைத்த நீர்ப்பரப்புகளே என்னுடையவை. என் உடமைகள் அனந்தம்! ஆடித்திரியும் சிறு பிள்ளையாகவே இருந்துவிடக் கூடாதா?

நம்பிக்கைகளும், நம்பிக்கைகளின் நினைவும் உடலோடு ஒன்றியவை. உடல் உடலாகவன்றி, வேறொன்றாக மாறினாலல்லாது அவை முடிவதில்லை.

கனவுகள் வாழ்க்கை; அவைதாம் உண்மை.

துணிவுகள் வாழ்க்கை; அவைதாம் உண்மை.

வியப்புகள் வாழ்க்கை; அவைதாம் உண்மை.

புத்திசாலி பிழைத்துக்கொள்வானாம்! உழைப்பாளி முன்னேறு வானாம்! எல்லாம் 'நான்சென்ஸ்'. எதை நம்புவது? எதை நம்பினேன்?

கயிறு இற்றுப் போகப்போகக் காதுகள் மந்தமடைகின்றன. அவற்றுக்குள்ளும் அந்தக் கனத்த இருள் நுழைகிறது. ஒலிகள் ஒலித் துணுக்குகள் ஆகிவிட்டன. அவை வெட்டுண்ட மண் புழுத் துண்டங்களாக வதைபடுகின்றன.

அசைவு நின்றுவிட்டது. இருட்செறிவு உடல் எல்லாம் நிறைந்து விட்டது. துடிப்பைத் தொடரும் துடிப்புத் தொடரும் துடிப்பற்று விட்டது.

"அய்யோ, ஏன் இப்படிப் பேசறீங்க?"

"பின்னே என்ன? நான் போனப்புறம் எனக்கு என்ன தெரியும்? என்ன கவலை?"

எதிர்பார்ப்பு எல்லையை எட்டிவிட்டது. வட்டம் தன்னைத் தானே ஒரு சுற்றுச் சுற்றிச் சோர்ந்துவிட்டது. நம்பிக்கை அழுது ஓய்கிறது.

இனி, கடிகாரத்தின் 'டிக் டிக்'குகளுக்குக் கொண்டாட்டம் தான்!

கண்ணதாசன், செப்டம்பர் 1968

அப்படி ஒரு காலம்!
அப்படி ஒரு பிறவி!

மல்லனை ஏன் வெட்டிச் சாய்த்தார்கள் என்று பலர் கேட்கிறார்கள். அதெல்லாம் கோர்ட்டு விவகாரம் என்று சொல்லி நான் தப்பித்துக்கொள்ளலாம். ஆனால் அப்படிச் செய்யப் போவதில்லை. கோர்ட்டில் வெளியாவ தெல்லாம் அரைவாசி உண்மையும், அரைக்கால்வாசி உண்மையும்தான். மீதியுள்ளதில்தான் முழு உண்மையும் இருக்கும். இது கோர்ட்டாருக்குத் தெரியும். போலீஸ் காரருக்கும் தெரியும். உண்மையில் நீண்ட நெடுங்கால மாகவே அவர்கள் இருவருக்கும் இடையே நெருங்கிய தொடர்புண்டு. போலீசாருக்குத் தெரிந்ததெல்லாம் கிராமத்தில் கொலை விழுந்துவிட்டால், சம்பந்தப் பட்டவர்களை ஸ்டேஷனுக்குக் கூட்டிச் சென்று அடித்து நொறுக்குவது தான். கொள்ளை அடிப்பவர்கள் வக்கீல்கள். போலீசுக்காரருக்கோ கிராமத்துக்காரருக்கோ சட்டம் தெரியாது. வக்கீல்களுக்கு அது கொஞ்சம் தெரியும்; மேலும் அரையும் குறையுமாக, ஜோசியர்களுக்குத் தெரிவது போல, நடைமுறை 'சைகாலஜி' தெரியும். மல்லனைப் பொறுத்தமட்டில் அவனுக்குச் சட்டம், கோர்ட்டு, சைக்காலஜி எதிலும் நம்பிக்கை இல்லை. அவன் ஒருபோதும் இப்படி எல்லாம் சொன்னதில்லை. ஆனால் சொல்லக்கூடியவன் போல்தான் நடந்து கொண்டான்.

"இங்கேந்து மருதைவரை நிக்காம ஓடுவியா?" என்று சவால் விட்டார் சீனி நாயக்கர். "உம்" என்றான் மல்லன். கூடவே ஒருவனை சைக்கிளில் அனுப்பி வைத்தார் நாயக்கர். பதினைந்து மைல் ஓடி மதுரை

வந்ததும், ஒரு ஸ்வீட் பன்னையும், ஒரு கப் டீயையும் வைத்து ஏப்பம் விட்டுவிட்டு, "எனக்கு வேண்டிய வீடுக இங்கிருக்கு. நாளெ காலெல ஊருக்கு வர்றேன்" என்று சொல்லி சைக்கிள் காரனைக் கிராமத்துக்கு அனுப்பிவைத்தான் மல்லன். இதே மல்லன்தான் நாற்பத்து நாலில் பட்டாளத்தில் சேர்ந்து, ஒரே வருடத்தில் ஊருக்கு ஓடி வந்தான். "முன்னப் பின்னெ தெரியாதவங்களே சுட்டுக் கொல்றாங்க. அது ஒரு பொளப்பா?" என்றான். பட்டாளத்துப் போலீஸ்காரர் இருவர் வந்தனர். அவர்களைக் கள்ளுக் கடைக்கு அழைத்துச் சென்றுவிட்டு – செல்லக்கனி ரெண்டு புட்டி உஸ்கி ரெடியாக வைத்திருந்தார் – மதுரைக்குக் கூட்டிக் கொண்டு போய் வந்த வழியே திரும்பவைத்தான் மல்லன். அப்போதெல்லாம் மதுரையே வேறுதான். பல சந்துகளில் மல்லனுக்குச் செல்வாக்கு உண்டு. தம்பிடி எடுத்துச் செல்ல மாட்டான். தம்பிடி செலவழிக்க மாட்டான்.

பண்ணையாரம்மா மகளுக்குக் கல்யாணமாகி மூன்று வருடமாகியும் குழந்தை இல்லை. வேறு கல்யாணம் செய்து கொள்வேன் என்று பயமுறுத்தினான் மருமகன். பண்ணையா ரம்மாளுக்கு ஒரு சந்தேகம். மகளும் அதை உறுதிப்படுத்தினாள். இருவரும் மல்லனைச் சந்தித்து அவனைச் சரிக்கட்டப் பார்த்தனர். மல்லனா மசிவான்? "அஞ்சு, பத்துக்கு பொலிகாளெ கெடக்கும்" என்று கூறிவிட்டான். பண்ணையாரம்மா பார்த்து மல்லனுக்கு எவ்வளவோ செய்திருக்கலாம் என்றார்கள். அதெல்லாம் மல்லனுக்குத் தெரியுமா? என்றாலும் பெண்கள் விஷயத்தில் மல்லன் ஒரு அதர்மக்காரன்தான். கறுப்பாயிக்குப் பிறந்த குழந்தை தன்னுடையது என்று ஒத்துக்கொண்டாலும், அவளைக் கல்யாணம் செய்துகொள்ள மறுத்துவிட்டான் மல்லன்.

"இந்தா புள்ளே, உனக்கு யாரும் தொந்தரை சேஞ்சாங்க, எங்கிட்ட வா, பார்த்துகிறேன். ஆனா கண்ணாலம், கிண்ணாலம், பெண்ணாலம். இந்தப் பேச்செல்லாம் மல்லனுக்கு ஆவாது."

கள்ளுக் கடையிலே தகராறு. கறுப்பாயியும் குடித்திருந்தாள். தலைவிரி கோலமாக, மார்புச்சேலை அவிழ்ந்து விழுவதையும் பொருட்படுத்தாது மல்லனோடு மல்லுக்கட்டினாள். அன்று அங்கு நடந்ததை எல்லாம் வண்டிக் கறுப்பன்தான் விளக்க மாகக் கூற முடியும். எனக்கு நா கூசுகிறது. கறுப்பாயி மயக்கமுற்ற பிறகு, அவளைத் தோளிலே சுமந்து சென்று இருட்டிலே கிடத்திவிட்டு வந்தான் மல்லன்.

மல்லன் என்ன ஒரு மிருகமா? ஆமாம், அதில் சந்தேக மில்லை. நம்மைப்போல் அவனும் ஒரு மிருகந்தான். காரை வீட்டுக் கிழவியைக் கழுத்தை நெரித்துக் கொன்றவனாயிற்றே!

கிழவி கட்டிலில் படுத்துக் கிடந்தாள். நெளிநெளியாய் வெள்ளி இழைகளைப் போன்ற நரைமுடி. கத்தி போன்ற நீண்ட மூக்கு. வாய் பொக்கையாகிவிட்டாலும் அழுத்தத்தோடும், தன்னம்பிக்கை யோடும் ஒன்றையொன்று இறுகப்பற்றும் உதடுகள். உடல் வற்றிவிட்டது; இருந்தாலும் கல் கரையாத மார்பகம். அந்த நோயிலும் நொடியிலும் ஒழுக்கம் குறையாது நீட்டி நிமிர்ந்து படுத்திருக்கிறாள் இப்போது. ஆனால் வலி வந்துவிட்டாலோ, கால்களையும் கைகளையும் வீசியாட்டி அவள் குதியாட்டம் போடும்போது யாரும் அவள் பக்கத்தில் இருக்க முடியாது. ஓடோடி அவள் கிணற்றுக்குள் விழுந்து விடுவாள் என்று பயந்தனர் பலரும். அவளோ படுக்கையை விட்டு நகரவில்லை. சேலை மறைக்காது விட்டிருந்த அவளது கைகளிலும் வாழைத் தண்டின் இறுக்கம் நிமிர்ந்து நின்றது. தலைவிரி கோலமாக, நெற்றியிலே பெரிய குங்குமக் கீற்றோடு பார்த்த பார்வையிலே பேய்களை விரட்டியவள். இப்போதும் தீர்க்கம் குறையவில்லை. இருந்தாலும் பேச முடியவில்லை. உணவு உண்ண முடியவில்லை. தொண்டையிலே அப்படி ஒரு புறப்பாடு. தண்ணீர் விழுங்குவதே கடினம். பாலைக் கொடுத்தால், அது நீலநிறமாகிக் கொப்பளித்துக் கன்னங் களையும் காதுகளையும் நனைக்கிறது. அவளுக்கு அப்படி ஒரு வியாதி. புருஷன் சாகும்போது பக்கத்தில் இல்லாத பாவம் என்கிறார்கள். இருக்கலாம்.

அவளைச் சுற்றி எப்போதும் ஒரு சிறு கூட்டம். கிராமத்துக்காரர் வெறுமெனெ கை கட்டி வாய் பொத்தி சுற்றி நின்றுவிட்டுச் செல்கின்றனர். எத்தனை வியாதிகளைக் குணப்படுத்தியிருக்கிறாள். எத்தனை பேய்களை விரட்டியிருக் கிறாள். “நான் முடிஞ்சிட மாட்டேன்” என்று கத்தியவளாயிற்றே! எல்லோரையும் தள்ளிக்கொண்டு மல்லன் வந்தான். குடி வெறியில் கண்கள் ‘ஜிவு ஜிவு’ என்றிருந்தன. வழக்கமான ஆர்ப்பாட்டத்தோடு, ஆடம்பரத்தோடு வந்தான். அவன் வந்ததும் செங்குத்தாக வெறித்திருந்த அவளது கண்கள் சற்றே அவன் பக்கம் திரும்பின. மல்லன் திடுக்கிட்டுப் பின்பாய்ந்தான். மறு வினாடி ஒரே இரைச்சல். தத்தித் தடுமாறும், தட்டித் தடுமாறும், ஒட்டித் தடுமாறும், ஓடத் தடுமாறும் காலடிகள். மல்லன் இரண்டு கைகளையும் பின்புறம் வீசிச் சிலிர்த்து நின்றான்.

கிழவிக்கு வலி வந்துவிட்டது. கற்பழிக்கப்பட்டு குழந்தை ஈனும் பெண்ணைப் போல கால்களை அகல விரித்து பல்போன தாடைச் சதைகளை இறுக நெரித்து வெறுப்பையும் வெட்கத்தையும் உமிழ்ந்தாள். நெஞ்சு விறைப்புற்று விரியவும், கைகளை எட்டாத இரு இடங்களை எட்டிக் கவ்வ

முயலுவதுபோல் விறைத்தாள். சாவுத் தேவனின் அடியாட்கள் இரு கைகளிலும் கயிறு கட்டி இழுப்பது போல் இருந்தது. கிழவியின் கழுத்தைப் பிடித்து நெரித்தான். கிழவியின் கால்கள் துள்ளிக் குதித்தன. அவளது கைகள் மல்லனின் கைகளைப் பிராண்டின. மல்லன் கட்டிலின் மீது ஏறி இரண்டு கால்களையும் கொண்டு கிழவியின் கால்களை அழுத்தி, 'ஆர்ச்சு'ப் போல் வளைந்து இரு கைகளாலும் கிழவியின் கழுத்தை நெரித்தான். கிழவியின் கைகள் பேயாவேசத்தோடு மல்லனின் கைகளைப் பிராண்டின. மல்லனின் கரங்களிலிருந்து வழிந்தோடிய இரத்தம் சொட்டுச் சொட்டாக விழும் சிவப்பு இங்கியைப் போலக் கிழவியின் மார்பகத்தின் மேற் பாதியை நனைத்தது.

வழக்கு நடந்துகொண்டு இருந்தபோது, அட்வகேட் கிருஷ்ணசாமி அய்யங்காரின் தலைப்பாகையைத் தட்டிவிட்டு கோர்ட்டையே சிரிப்பில் ஆழ்த்தினான் மல்லன். மல்லன் செய்ததில் ஒன்றும் தப்பில்லை. வக்கீல் அய்யங்காரின் குடுமியும் அவரது தலைப்பாகையும் ஏதோ ஒருவகையில் முரண்பட்டிருந்தன. "சாமி குடும்பிக்கு இந்த முண்டாசு சரியில்லை" என்றுதான் அவனும் கோர்ட்டில் விளக்கினான். இரண்டு குற்றங்களுக்குமாக மல்லனுக்குப் பனிரெண்டு ஆண்டுகள் கிடைத்தன. ஆனால் திருச்சியிலும் தஞ்சையிலும் பிடிபடாதிருந்த கொள்ளைக்காரர்களைப் பிடிக்கப் போலீஸ் இலாக்காவுக்கு உதவி புரிந்து நான்கு வருடங்களிலே மறவனூர் கள்ளுக் கடைக்கு வந்து சேர்ந்தான் மல்லன்.

மல்லனுக்குத் தொழில் என்ன என்று கேட்கிறார்கள் சிலர். எழுத்தாளர் பாணியில் நயம்படச் சொல்ல வேண்டுமானால், மல்லனுக்கு அவனுடைய வாழ்க்கைதான் தொழில். அய்யோ, இதைக் கேட்டாலே மல்லன் வெடித்துச் சிரிப்பான். தொழில் செய்ய மல்லனுக்கு என்ன தெரியும்? அவன் இருந்ததோ இருபத்தியெட்டு ஆண்டுகள். இந்தக் குறுகிய காலத்தில் எதைத்தான் தெரிந்துகொள்ள முடியும்? கண்ணைக் கட்டித் தவிசுமலைக் காட்டில் கொண்டுபோய் விட்டாலும், செல்லக்கனி நாடார் கள்ளுக் கடைக்கு வர வழி தெரியும்; வித்தொழித்த நிலம் தெரியும்; காதலித்த கருப்பாயி தெரியும்; காமம் தீர்த்த பெண்டுகள் தெரியும். வேறென்ன தெரியும் மல்லனுக்கு?

நின்று குத்திக் காளை சடாயுவைப் பிடரியில் ஒரே அடியாய் அடித்துப் பத்துக் கல்லுக்கப்புறம் இருந்த கண்மாய்க் கரை வரை ஓட வைத்தவன் மல்லன். மல்லனின் வலதுகை இருதலைத்தசை பிரண்டு பிதுங்கி சிவந்து வழிந்தது. ஆனால் அடுத்த மஞ்சு விரட்டில் சடாயு நின்று குத்திக் காளையாக நிற்கவில்லை.

அப்படி ஒரு காலம்! அப்படி ஒரு பிறவி!

நிர்வாணச் சாமியார் சின்னக்காளையை போலீஸ் சப் இன்ஸ்பெக்டர் பலராமன் மூன்று நாள் 'லாக்கப்'பில் வைத்து அடித்து நொறுக்கியும், அவருக்கு எழுதக்கூடாத இடத்தில் சூடு போட்டும், சாமியார் கோவணம் கட்ட மறுத்து, மறவனூர் ஆலமரத்தடியில் வந்து உட்காரவும் (மல்லனை வெட்டிச் சாய்த்தார்களே, அதே ஆல மரத்தடியில்) அவருக்கு மாலை போட்டு அவரைக் கட்டிப் பிடித்து, அணைத்து அழுதவன் மல்லன். அதற்குப் பிறகுதான் மல்லனும் அவன் கோஷ்டியும் கீழநத்தம் போலீஸ் ஸ்டேஷனுக்குத் தீ வைத்து, பலராமனை வேறிடத்துக்கு மாற்ற அரசாங்கத்தை நிர்ப்பந்தித்தனர்.

ஒரு முறை இரண்டு பானைக் கள்ளையும், ஒரு குடச் சோற்றையும், ஒரு சட்டிக் கறியையும் ஒரே மூச்சில் காலி செய்தவன் மல்லன். என்றாலும் தக்கூர் காளியப்பன் மகள் சிவகாமி காணாமல் போனபோது, மல்லனைச் சந்தேகித்த சோசியர் அருள்தாஸ் சாமிகளும், அவர் சொற்படி கேட்ட சுப்பையா ஏட்டும், சுப்பையா ஏட்டின் சொற்படி கேட்ட சப் இன்ஸ்பெக்டர் சுரேந்திரனும் மல்லனுக்கு வலை வீசியபோது, ஒரு வாரம் உண்ண உணவோ, குடிக்கத் தண்ணீரோ இல்லாமல் தன்னந்தனியே தவிசுமலைக் காட்டில் அலைந்து திரிந்தவன் மல்லன். ஏதோ ஆதீனத்துக் காரர் வசம் சிவகாமி இருந்தது தெரிந்ததும்தான், போலீசார் மல்லனைத் தேடுவதை நிறுத்திவிட்டு, காளியப்பனிடம் சென்று கையை விரித்தனர். மல்லனை மாட்ட நினைத்த அருள்தாஸ் சாமிகளைச் சீமைத்தண்ணி ஊற்றி பொசுக்கணும் என்றான் மல்லனின் கூட்டாளி வண்டிக் கறுப்பன். "போடா, கபோதிப்பயலே! அவர் பெண்டு பிள்ளைகளெப் பாத்து இருக்கியா? அதுலே ஒண்ணு எம்மாதிரி இருக்கும்" என்றான் மல்லன்.

அந்த ஆலமரத்தின் அடியில்தான் கடைசியில் மல்லனை வெட்டிச் சாய்த்தார்கள். அவர்கள் மூன்று பேர். மல்லன் ஒருத்தன். ஆனால் ஆலமரமும் நிலவொளியும் மல்லனுக்குப் பக்கபலமாய் இருந்தன. நிலவொளி மட்டும் இல்லாதிருந்தால் அவர்கள் இருட்டில் ஒளிந்திருந்து மல்லனை ஒரே வெட்டாக வெட்டியிருப்பார்கள். நிலவொளி இருந்ததால் தான், அவர்கள் விரட்டி வருவதை மல்லன் கண்டுகொண்டு, அவனது உடல் பதினெட்டு வெட்டுகள் பெறும் எனக் காட்டிக்கொள்ள முடிந்தது. பதினெட்டு வெட்டுகள் என்றால் பதினெட்டுப் பெரிய வெட்டுகள். இதில் அவனது இரண்டு கைகளிலும் வரிவரியாகக் கொத்தியிருந்தார்களே அவற்றை எல்லாம் சேர்க்கவில்லை.

கழுத்தின் பின்புறத்தில் ஒரு பயங்கரமான வெட்டு. மல்லன் சிறுநீர் கழிக்க உட்கார்ந்தபோது அவர்களில் ஒருவன் வசமாக வெட்டிய வெட்டு என்கிறார்கள். அந்த வெட்டுக்குப் பின்னரும் மல்லன் மல்லுக்கட்டினான் என்பது சிலர் வாதம். ஆனால் அது சரியில்லை. ஏதோ மல்லனின் மீதுள்ள பக்தியினால் அப்படிச் சொல்கிறார்கள், அவ்வளவுதான். நடந்தது என்னவென்றால் மல்லன் ரயிலடியில் இருந்து வந்துகொண்டிருந்தான். பாடி ஆடிக்கொண்டு வந்தான். அவன் எப்போதும் அப்படித்தான். பாடி ஆடிக்கொண்டு தான் இரவு நேரங்களில் அலைந்து திரிவான். அதுவும் நிலவொளி யிருந்தால் கேட்கவே வேண்டாம். ரயிலடிக்கும் கிராமத்திற்கும் ஏழு மைல். ஆனால் மல்லனுக்குத் தூரத்தைப் பற்றி எல்லாம் கவலை கிடையாது. ரயிலடிக்கும் கிராமத்துக்கும் இடையே வீடுகளே கிடையாது. ஒரு குடிசையைத் தவிர – கறுப்பாயியின் குடிசையைத் தவிர. அது ஆலமரத்தடியிலிருந்து ஒரு பர்லாங்கு தூரத்தில் இருந்தது.

ரயிலடியிலிருந்து ஆடிப் பாடிக்கொண்டு வந்த மல்லனுக்கு ஏதோ ஆளரவம் கேட்டதுபோல் தெரிந்தது. திரும்பிப் பார்த்தான். நிலைமையைப் புரிந்துகொண்டான். ஓடோடி வந்து ஆலமரத்தடியில் ஒளிந்துகொண்டான். அதனால்தான் முதலில் ஆலமரம் அவனுக்குப் பக்கபலமாய் இருந்தது என்றேன். துரத்தி வந்தவர்கள் அரிவாளும் தடியும் கொண் டிருந்தனர். மல்லன் ஆலமரத்தடியில் பதுங்கியதும், மூவரும் பின்புறமாக ஆலமரத்தை வளைத்துக்கொண்டு வந்தனர். மல்லன் தடி வைத்திருந்தவன் ஒருவன்மீது ஒரே பாய்ச்சலாகப் பாய்ந்தான். அரிவாள்காரன் அரிவாளை வீசினான். அது மல்லனின் விலாவைச் செதுக்கியது. ஆனால் மல்லன் கையில் தடி கிடைத்துவிட்டது. தடியைச் சுழற்றி மூவரையும் சிதறடித்து ஆலமரத்தருகே ஸ்திரமாக நின்றுகொண்டான் மல்லன். தடியை இழந்தவன் ஆத்திரத்தில் ஒரு பெரிய கல்லை மல்லன்மீது வீசினான். கல் மல்லனின் இடது முழங்காலில் விழுந்து மல்லனையே திணறடித்தது. ஆனாலும் மல்லன் தடியைச் சுழற்றியவண்ணமே இருந்தான். அரிவாள்காரன் இலகுவில் மல்லனை நெருங்க முடியவில்லை. அவனும் முரடன். மேலே அடி விழுவதையும் பொருட்படுத்தாமல் மல்லனின் அருகே வந்து அரிவாளை வீசியவண்ணமே இருந்தான். மல்லன் அரிவாள் வீச்சைக் கைகளால் தடுத்துக் கொண்டு இருக்க வேண்டும். அதனால்தான் அவன் கைகளில் வரிவரியாக அத்தனை வெட்டுகள்.

மல்லனின் நெற்றியில் ஒரு பெரிய வெட்டு. அரிவாளின் வளைந்த நுனி நேராக வீசப்பட்டதால் அது மல்லனின் வலது

கண்ணைப் பிதுக்கி வெளியே வரச்செய்திருக்கிறது. அதற்குப் பின் மல்லனின் வலது கண் பிரயோசனப்படவில்லை. அதனால் தான் மல்லனது வலது கை, வலது கால், வலது தொடையில் எக்கச்சக்கமான வெட்டுகள். மல்லனது வலதுகால் பெருவிரல் துண்டிக்கப்பட்டுள்ளது. வலது தொடையில் பெரியதொரு வெட்டு, அரைகுறையாகப் பழுத்த மாங்காயைப் பிளந்தது போல் இருக்கிறது. வலது தோளில், நெஞ்சின் வலது புறத்தில் எல்லாம் வெட்டுகள். மல்லனுக்குத்தான் என்ன உடம்பு! அரிவாள்காரன் லேசுப்பட்டவனில்லை. முகத்திலும் தலையிலும் அடியை வாங்கிக்கொண்டே, மல்லனின் வலது கை மணிக் கட்டிலே ஒரு போடு போட்டான். தடி மல்லனின் கையிலிருந்து நழுவியது. அதற்குப் பிறகுதான் அரிவாள்காரனுக்குக் கொஞ்சம் ஓய்வு. மற்ற இரண்டு பேரும் தடியைக் கொண்டே மல்லனை அடியாய் அடித்தனர். நல்ல வைரமேறிய பனங்கைகளாக இருந்திருக்க வேண்டும். அடி விழுந்த ஒவ்வொரு இடத்திலும் மல்லனுக்கு ஒரு ஊமைக்காயம். இருந்தாலும் மல்லன் வெறியோடு திமிறி இருக்கிறான். அவன் யார் மீதாவது பாய்ந்து தடியைப் பிடுங்க முயன்றபோது அரிவாள்காரன் பாய்ந்து மல்லனை ஒரு போடு போட்டான். நாயை அடித்துக் கொன்ற மாதிரி தடியாலே மல்லனை அடித்துச் சாகடிக்க வேண்டும் என்பது அவர்கள் கனவு. ஆனால் அவர்கள் ஜம்பம் மல்லனிடம் சாயவில்லை. சீறிச் சீறி எழுந்து ஆர்ப் பாட்டம் போட்டான் மல்லன். தடிக்காரர்கள் இருவருமே தடியாலேயே அவனது முழங்காலில் போடு போடு என்று போட்டு மல்லனைக் கீழே கிடத்தப் பார்த்தனர். மல்லன் தரையில் சாய்வதாக இல்லை. முழங்காலில் வலி பொறுக்க முடியவில்லை. மல்லன் கடைசியில் மண்டியிட்டு மல்லாடி னான். அந்த நேரத்தில்தான் அரிவாள்காரன் பின்னால் வந்து மல்லனின் பிடரியில் வெட்டினான். அதுதான் கடைசி வெட்டு. மல்லன் பேய் மாதிரித் துள்ளி எழுந்தவன்தான், மறுகணம் கைகளையும் கால்களையும் அகல விரித்து மல்லாந்து விழுந்தான். வென்றவர் ஓடினர்.

ஆலமரத்தின் அடியில் குங்குமச் சேற்றில் வானத்தையே கட்டித் தழுவுபவன்போல் கிடந்தான் மல்லன். அவன் முகத்தில் தான் எத்தனை திருப்தி! எத்தனை பெருமிதம்! சும்மாவா, அத்தனை விருதுகள் பெற்றிருக்கும்போது, யாருக்குத்தான் பெருமை வராது? மல்லனின் கண்கள் மூடவில்லை. பிதுங்கிய வலக்கண்ணும், பிதுங்காத இடக்கண்ணும் வீரபத்திரசாமி கண்கள் மாதிரி விரிந்து வெறித்து உயிர் நிறைந்து நோக்கின.

தரையில் கிடக்கும் அவன் வானைப் பார்த்துச் சிரித்துக் கொண்டிருந்தான். வாயில் எப்படித்தான் அப்படி ஒரு

வெட்டு விழுந்ததோ, அந்த அளவுக்கு! மல்லனின் குருதியில் தான் என்ன சிவப்பு! அசட்டுத்தனமாக அப்படி இப்படி ஓடாமல் எவ்வளவு அழகாக அவனைச் சுற்றி ஆரத்தி எடுத்திருக்கிறது! மாணிக்க அலங்காரத்தில் இருந்த அவனது திருவுருவத்தைத் தரிசிக்கக் கிராமமே திரண்டு வந்தது. ஆண்கள் பொறாமைப்பட்டு நின்றனர். பெண்கள் பெருமூச் செறிந்தனர். காலை இளங்காற்று மல்லனுக்கு வெண்சாமரை வீசியது. பழுத்த ஆலிலைகள் ஒவ்வொன்றாக மரத்திலிருந்து நழுவி இறங்கி மல்லனின் மீது விழுந்து செவந்தி மலர்களாக மாறின. கூட்டத்தில் பேச்சுமூச்சில்லை; எல்லோரும் பய பக்தியில் ஆழ்ந்திருந்தனர். எல்லோரும் வந்திருந்தனர் பக்கத்துக் கிராமத்துக்கு அதிகாலையில் வேலைக்குச் சென்றிருந்த கறுப்பாயியைத் தவிர.

ஆமாம், மல்லனை அவர்கள் ஏன் வெட்டிச் சாய்த்தார்கள் என்று பலர் கேட்கிறார்கள்.

கள்ளுக்கடை பாக்கியைத் தராததோடு, தினமும் கள்ளுக் கடைக்குச் சென்று வம்பு பண்ணினதால் செல்லக்கனிதான் பழி தீர்த்துக்கொண்டுவிட்டார் என்றார்கள் முதலில். இருந்த நிலத்தையெல்லாம் இளிச்சவாய்த்தனமாக சாம்பசிவ முதலிக்கு விற்றுவிட்டுப் பிறகு அவரிடத்தில் தகராறுக்குப் போனதால், அவர் ஆள் வைத்துத் தீர்த்துவிட்டார் என்றார்கள் பிறகு. வைராக்கியக்காரி கறுப்பாயியின் வேலைதான் எல்லாம் என்றார்கள் இறுதியில். மல்லனின் மீது விழுந்து புரண்டழுத அவள், "அய்யோ, கொல தெய்வத்தெக் கொன்னுபோட்டேனே!" என்று சொல்லி அழுதாளாம்! ஆனால் அதை எல்லாம் நம்புவதற்கில்லை.

மல்லன் கொலை கோர்ட்டில் எல்லாம் இழுபடவில்லை. அவனும் அவன் பெயர் கோர்ட்டார் வாயிலும் வக்கீல்கள் வாயிலும் விழுவதை விரும்பி இருக்கமாட்டான். ஆனால் ஒன்றுமட்டும் புரியவில்லை. மல்லனைச் சிறிதும் பிடிக்காத தக்கூர் சோசியர் அருள்தாஸ் சுவாமிகள், மல்லன் இறந்த செய்தி கேட்டதும், "அய்யோ, பாவம்! இன்னும் ஒரு வருஷம் போனா மல்லனுக்கு ஞான தசை; பெரிய மகானாகி இருப்பான்" என்று வருத்தப்பட்டாராம்!

கண்ணதாசன், டிசம்பர் 1968

யாரோ முட்டாள் சொன்ன கதை

மணிக்கு நா வறண்டது. கைகளும் கால்களும் படபடத்தன. கைகள் இரண்டையும் தரையில் பின் புறமாக ஊன்றி இடது காலை நீட்டி, வலது காலை மடித்து உட்கார்ந்தான். மடித்திருந்த வலது கால் விட்டு விட்டுத் துடித்தது. அதன் துடிப்பு நிற்க வேண்டும் என்று நினைத்துக் கொண்டான். நிற்கவில்லை. வலது கையை எடுத்து அதன் மீது வைத்து அழுத்தினான். துடிப்பு நின்றது. ஆனால் நெஞ்சு படபடவென்று அடிக்க ஆரம்பித்தது. கையை எடுத்துப் பார்த்தான்; கால் மீண்டும் துடித்தது. 'அய்யோ, இதென்ன கோளாறு, ஓடியொளியணுங்கற நேரத்திலே.' நெஞ்சத்திலே ஏற்பட்ட 'திக்குத் திக்கும்' நின்றபாடில்லை. பலப்பட்டது. பரமனின் முகத்தைப் பார்த்தான். கண்கள் மூடியிருந்தன. ஆத்திரத்தோடு, நடுங்கும் புறங்கையைப் பரமனின் மூக்கின் அருகே கொண்டுபோனான் மணி. 'சூடா இருக்கு போலிருக்கு.' அவசரத்தில் பரமனின் தாடையைப் பிடித்துத் தள்ளினான். தரையில் கிடக்கும் பம்பரத்தைத் தள்ளிவிட்டால் அது சுழலுவதுபோல் பரமனின் முகம் சுழன்றது. கூடவே பாட்டிலும் சுழன்று சாய்ந்தது. கண்கள் மட்டும் மூடிக் கிடந்தன. லூஸ் மணி பழையபடி உட்கார்ந்தான் – இரண்டு கைகளையும் பின்புறம் தரையில் ஊன்றி இடது காலை நீட்டி, வலது காலை மடித்து. மடித்த கால் துடித்தது. முன்போல் வேகமாகத் துடிக்கவில்லை. நினைத்து நினைத்து சற்றே இடைவிட்டுச் சுண்டியது. அந்த லாரிலே அடிபட்டு சாகக் கெடந்த களுதையின் கால் அப்படித்தான் விட்டுவிட்டுச் சுண்டிச்சு! லாரிக்காரன்தான் ஏதோ ஆளையே அடித்துக் கொன்னுட்டாப் போல லாரிலேந்து இறங்கி ஓடினான்.

இப்ப என்ன செய்யறது? பரமன் செத்திட்டான். வடக்கு ரத வீதிலே கொடிகட்டிப் பறந்த பரமன் செத்திட்டான். ஆறேழு வருஷமா மணிக்கு அவனெத் தெரியும். அவன் செத்திட்டான். கள்ளச்சாராய சப்பாணியின் அண்ணன் பரமன். அவன் செத்திட்டான். படுகுள்ளம், முன்னுக்குத் தலை வளுக்கை. கிளிமூக்கு. யாரையும் நேருக்கு நேரா அஞ்சு நிமிசமோ, பத்து நிமிசமோ அசராம பாப்பான். வெள்ளைக் காரன் மாதிரி நெறம். ஆனா அந்தப் பரமன் செத்திட்டான். போலீஸ்காரங்க எல்லாம் அவங்கிட்ட “என்ன அண்ணே!” எம்பாங்க. அவனும் அவுங்ககிட்ட மருவாதையாத்தான் நடந்துப்பான். இன்னாலும் ஒரு மாதிரி திமிராத்தான் இருப்பான். வயக்காரச் சந்து, தோட்டக்காரச் சந்துப் பொண்ணு களுக்கு பரமன்னா திகில்தான். யாருகிட்டேயும் மத்தப்படிக்கு வம்புதும்புக்குப் போகமாட்டான். ஆனா அவன் கேட்டதே கொடுக்கணும். அது நாலு காசாவும் இருக்கும், நாப்பது ரூவாயாயும் இருக்கும். அவன் கேட்டதே கொடுக்கணும். அவன் கேட்டதே எடுத்துக்கிடுவான். எப்போதும் அப்படித்தான். அவன் கேட்டதே வாங்கிடுவான். இல்லாட்டி எவ அவனுக்கு இல்லேன்னாளோ, அவ வீட்லே யாரும் நுளெய முடியாது. அவளெ சோத்துக்கில்லாம ஆக்கி வளிக்கிக் கொண்டு வந்திடுவான். பரமன் இப்படித்தான். முதுகிலே வேட்டிக்கு மேப்புறம் ஒரையிலேயிருந்த கத்தியையும், குடிச்ச தண்ணியை யும் நம்பினவன் பரமன். அவனுக்கு வேறெதும் பெரிசில்லே. ரெண்டு மூணு கொலை செஞ்சிருப்பான். அஞ்சு தரம் போலீசு கைலெ பட்டுத் தப்பிச்சவன்.

“பாக்கியம், நான் சொல்லறதேக் கேளு. அவன் சாவாசத்தெ விட்டிரு.”

“அவன்ட்டு சொல்லாதே.”

“சரி, பரமன். அவரு பரம அயோக்கியன். அவரோட சங்காத்தம் வச்சிக்காதே.”

“பரமனோடே நா சங்காத்தம் வச்சிக்கில்லேயே.”

“அந்த வூட்டுக்குப் போற இல்லே? அவர் காட்ற வீட்டுக்கும் போறேல்லே?”

“ஆமா, ஆனா பரமன் அங்கே வரமாட்டாரு.”

“அது அவர் நடத்துற வீடுதானே?”

“அது என்க்குத் தெரியாது.”

“எனக்கு துரோகம் பண்ணலாமா?”

"எம் பிரியப்படி நா இருப்பேன்."

"அது தப்பு புள்ளே."

"நீ என்ன சம்பாரிக்கிறே?"

"தொண்ணூறு. வீட்லேந்து வாடகெ வருது. நம்ம மூணு பேருக்கும் போதாதா?"

"போதாது. என் ஒருத்திக்குப் போதாது. என்னெ புதுக்குடி சமீன்தார் மவன் கட்டிக்கிறேன்னான்."

"கட்டிக்கிலயே."

"அதுக்கு நா என்ன செய்யறது? அவன் எங்காலடிலே கெடந்தான்."

"இருந்தாலும் ஒன்னைக் கட்டிக்கிலயே."

"ஆமாம், நீதான் கட்டிக்கிட்டே, வெருவாக்கலங் கெட்டவன்."

"கட்டின புருசனெ இப்படிப் பேசலாமா?"

"அய்யோ, காளியாத்தா என்னெ இப்படிச் சோதிச்சுருச்சே! நா பணத்துலே புரளணும்."

"இந்தக் குடிப் பளக்கத்தெ நிறுத்திரு. எல்லாம் சரியாயிடும்."

"போடா கபோதிப் பயலே, பணந்தான்டா எல்லாம்."

"அதுக்காக?"

"அதுக்காக என்னவும் செய்வேன். எவங்கூடவும் போவேன். எனக்குப் பணந்தான் பெரிசு. பணந்தான் எல்லாம். புதுக்குடி சமீன்தார் மவன் எங்காலடிலே விளணும். அவன் என்னெக் கெடுத்தான். நா அவனைக் கெடுக்கணும்."

"லச்சுமணன் சமீன்தார் மவனில்லையாம்."

"இல்லே, அவன் சமீன்தார் மவன்தான்."

லூஸ் மணி அழகரைப் பற்றி நினைத்தான்.

"அப்பா, நா பள்ளிக்கூடம் போவணும்."

"போலாண்டா, கொஞ்சம் பொறு."

"உம், நா இப்பவே பள்ளிக்கூடம் போவணும்."

"உம், பள்ளிக்கூடம் எங்கேடா இருக்கு?"

"எங்கவோ இருக்கு. நா பள்ளிக்கூடம் போவணும்."

விளக்கு அணைந்தது. லூஸ் மணிக்குத் 'திக்'கென்றது. போலீசுக்காரங்க திட்டமா? அவங்களுக்குத் தெரிஞ்சிருச்சா? எப்படித் தெரிஞ்சுது? அவன் தப்பி ஓடக்கூடாதுனு எலக்டிரிசிடி டிபார்டுமென்டுக்குச் சொல்லி வெளக்கெல்லாம் அணைச் சிட்டாங்களா? மணி பையைத் துளாவினான். தீப்பெட்டி அகப்பட்டது. தீப்பெட்டியை எடுத்து அதன் ஓரத்தில் ஓங்கி உரசினான். பிறகு குச்சியொன்றை எடுக்கப் பெட்டியைத் திறக்க முயன்றான். கைகள் நடுங்கின. குச்சியை எடுத்து ஓங்கி உரசினான். பளிச்சென்று வெளிச்சம் வந்தது. அந்த வெளிச்சத்தில் மருந்து இல்லாத நுனியை உரசிவிட்டது தெரிந்தது. மேலே புதிய பிரகாசத்தோடு எலக்டிரிக் விளக்கு எரிந்தது. இன்னும் அந்தப் பாட்டில் பரமனின் கழுத்தில் பதிந்த படியே இருந்தது.

பரமனை பாட்டிலைக் கொண்டு அடித்தது கண்முன் வந்தது. பரமன் கண்களை மூடினான். அத்தோடு நின்னிருக்கக் கூடாதா? அய்யோ, ஏன்? ஏன்?... லூஸ் மணியின் தலை சுழன்றது. கண்களை மூடினான். ஆனால் கண்ணுக்குள் பேனா நிப்பை பெரிதாக்கினது போல, உடைந்த ஒரு பாட்டிலின் கரடுமுரடான நுனி மின்னிற்று. பாட்டிலின் கழுத்தை அவன் கைகள் வசமாகப் பற்றியிருந்தன. ஒரு வெறியால் உந்தப்பட்டு அதைக்கொண்டு பரமனின் கழுத்தை மண்ணைக் கொத்துவது போல இரு கைகளாலும் கொத்தினான். இரத்தம் அவன்மீது பீறிப் பாய்ந்தது. தீண்டப்படாததொன்று அவனைத் தீண்டிவிட்டதுபோல், அவன் தொண்டைக் குழி அடைபட்டது.

பரமன் வெளிச்சத்தில் இரு கைகளையும் கால்களையும் அகல விரித்துப் படுத்துக்கொண்டிருந்தான். அவன் முகத் தருகே ஒரு மின்விசிறி. அது ஓடவில்லை. பரமன் உறங்கிக் கொண்டிருந்தான். அது ஒரு சிறிய வீடு. வாசலில் மூங்கில் சட்டமிட்ட திண்ணை. அதையடுத்து பரமன் உறங்கிக்கொண் டிருந்த அறை. அதற்கப்பால் கொல்லை. ஆனால் கொல்லைக் கதவு அடைத்திருந்தது. பரமன் உறங்கிக்கொண்டிருந்த அறை சிறிதானாலும் வெளிச்சமாக, பல வண்ணப் படங்களோடு துலங்கியது. 'பளிச்'சென்று விளங்கியது மெத்தை.

"டேய், அவளெ எங்கே கொண்டுபோய் விட்டே?" பரமன் பதில் சொல்லவில்லை. லூஸ் மணி காலால் அவனை எத்தி விட்டு மீண்டும், "டேய், அவளே எங்கே கொண்டுபோய் விட்டே?" எனக் கத்தினான்.

பரமன் கண்களைத் திறந்தான்.

"பாக்கியத்தெ எங்கே போய் விட்டே?"

"அவ இப்ப எங்கெல்லாமோ போறா?"

"..." லூஸ் மணி பரமனைத் திட்டினான்.

"சொல்லுவையா, மாட்டெயா?"

"சொல்லாட்டி?"

மணி தரையில் நின்ற ஒரு நீண்ட பாட்டிலை எடுத்தான்.

"எனக்கு மேலுக்குச் சொகமில்லெ. என்னைத் தொந்தரை செய்யாதெ. ஒளுங்கா வீட்டுக்குப் போ, வருவா" என்றான் பரமன்.

"எங்கே போயிருக்கா?" என்று அலறினான் மணி, பாட்டிலை ஓங்கியவாறே.

"பக்கத்துலெ வா, சொல்றேன்" என்றான் பரமன். லூஸ் மணி பக்கத்திலே சென்றான். அடுத்த வினாடி அவன் வயிற்றுக்குக் கீழே ஒரு அடி விழுந்தது. பரமன் காலால் அப்படி உதைத்தான். லூஸ் மணி பரமனின் இரும்புப் பிடியைப் பற்றிக் கேள்விப்பட்டவன்தான். ஆனால் அவன் கால் உதை இப்படி வதைக்கும் என்று அவன் நினைக்க வில்லை. வயிற்றுக்குள் ஏதோ, எப்படியோ, எங்கோ சொருகிக்கொண்டது. நா செத்துவிடுவேனா? மறுகணம் அவன் கையிலிருந்த பாட்டில் பரமனின் நெற்றியில் விழுந்தது. பரமனின் கண்கள் மூடின. பாட்டில் உடைந்தது. லூஸ் மணி அதோடு நின்றிருக்கலாம். "டேய், பரமா!" உடைந்த பாட்டிலைக் கொண்டு பரமனின் கழுத்தில் ஆழக் கொத்தினான்.

மணிக்கு அழகரின் நினைவு வந்தது. வேகவேகமாக எழுந்து நின்றான். அவனால் நிற்க முடிந்தது. கைகளை நீட்டினான். கைகள் விறைப்பாக நின்றன. கைகளை நீட்ட முடிந்தது. பாக்கியம் மட்டும் இங்கிருந்தா, அவளையும் குளோஸ் பண்ணிட்டு ... அய்யோ, அளகர்! அவன் பிச்சைக்காரப் பையனாத் தெருவுலே நிக்கக் கூடாது.

பாக்கியம் அழகரின் முதுகின்மீது போடு போடு என்று போட்டுக்கொண்டிருந்தாள். அழகர் 'ஓ'வென்று அழுதுகொண்டே ஓட முயன்றான். அவனது கையை அவள் வலுவாகப் பற்றியிருந்தாள். "ஏங் கொளெந்தயெ இப்படிக் கொல்லறெ, அறிவு கெட்ட களுதே?"

மணி குழந்தையை மீட்கக் கையை நீட்டினான். "நீ சும்மா இரு; கோளி மிதிச்சுக் குஞ்சு சாவாது."

“அய்யோ, இது கோளி மாதிரி தெரியலெயெ! களுவு மாதிரில்ல இருக்கு!”

மணி பாக்கியத்தின் கையைப் பற்றினான். “சீ கையை எடு.” அழகரிடமிருந்த ஒரு கையை எடுத்துவிட்டு, மணி பற்றியிருந்த மற்ற கையை உதறினாள் பாக்கியம். அழகர் ‘ஓ’வென்றழுதுகொண்டு வீட்டைவிட்டு ஓடினான்.

“கையை விடு.” பாக்கியம் திமிறினாள். அப்படியே அவள் கையை வளைத்து அவள் முதுகிலே நாலு போட வேண்டும் என்று நினைத்துப் பிடியை இறுக்கினான். வாய் நிறைய உமிழ்நீரைச் சேர்த்து மணியின் முகத்தில் காறி உமிழ்ந்தாள் பாக்கியம். சற்று மணி அசரவும், தன் புறங்கையைக் கொண்டு அவன் முகத்தில் ஓங்கியடித்தாள். மணி இரண்டு கைகளாலும் அவளது கழுத்தைப் பிடித்துத் தள்ளி சுவரில் வைத்து ‘மங்கு மங்கு’ என்று முட்டினான். அவள் தலைவிரிகோலமாக அவன் கைகளையும் முகத்தையும் பிறாண்டிக்கொண்டே, காலால் அவன் வயிற்றை உதைத்தவண்ணம் ‘குய்யோ முறையோ’ என்று கத்தினாள். அக்கம் பக்கத்திலிருந்து ஆண்களும் பெண்களும் வீட்டுக்குள் நுழைந்தனர். பாக்கியம் சட்டென்று உதறி, மணியின் கையிலிருந்து விடுபட்டு சுருண்டு தரையில் விழுந்து புரண்டு புரண்டு அழுதாள். “அடி என் ஆத்தா, அடி என் ஆத்தா, கிளியா வளத்துக் கொரங்குக்கு கொடுத்தியே! செல்லமா வளத்து நாதியத்தவனுக்குத் தாலி கட்டச் சொன்னியே[1] ராசாத்தி மாருதி இருந்த வீட்டுலேந்து சண்டாளன் வீட்டுக்கு அனுப்பி வச்சியே . . .”

பெண்கள் பரிவோடு அவளை எடுத்து உட்கார வைத்தனர்.

“என்னைய்யா, நீ ஒரு ஆம்பிளேயா? பொளுதென்னைக்கும் அவளெப் போட்டு அடிச்சுக் கொல்றயே?” என்றான் முத்து, பாக்கியத்தை நோக்கிக் கொண்டே. “ஏண்டா, லூஸ் மணிங்கறது உனக்குச் சரிதாண்டா, நாங்க கொஞ்சம் பிந்தியிருந்தா ஒரு குடும்பப் பெண்ணே கொன்னிருப்பேயேடா?” என்றான் முத்துவின் அப்பன் வேலுச்சாமி. லூஸ் மணிக்குத் தற்காப்பாக எதுவும் சொல்லிக்கொள்ள வேண்டும் என்று தோன்றவில்லை. அளகர் வந்து அவனெக் கட்டினதும் அவனெ நெஞ்சோடு தூக்கிட்டு மேமூச்சு கீமூச்சு வாங்க அளுதான். அளகர் அப்பன் மொவத்திலிருந்த தண்ணியெ ரெண்டு கையாலும் தொடச்சான்.

அன்றிரவு மிகவும் நிதானமாக பாக்கியத்தோடு பேச முயன்றான் மணி. அவள் ஒரு ஓரமாகப் படுத்திருந்தாள். அவள் அருகே அவன் வாங்கி வந்திருந்த புரோட்டோப்

பொட்டலம் கிடந்தது. அதற்கருகே ஒரு டம்ளரில் தண்ணீரும் வைத்திருந்தான். அவன் சுவர் ஓரமாக இரண்டு கைகளையும் கொண்டு இரண்டு கால்களையும் கட்டி உட்கார்ந்திருந்தான். அரிக்கன் விளக்கைச் சுற்றியிருந்த சிறு சிறு பூச்சிகளைப் பிடித்து நசுக்கியவண்ணமும், அவ்வப்போது ஒரு திறந்து வைக்கப்பட்ட மிக்சர் பொட்டலத்திலிருந்து மிக்சரைக் கொறித்த வண்ணமும் இருந்தான் அழகர்.

“பாக்கியம், நீ எவங்கூடேயும் போயி சந்தோசமா இரு. நாளெக்கே நாலு பேரெ வச்சுத் தீத்துக்கலாம்.”

“உம்.”

“அளகரும் நானும் எப்படியும் போய்க்கிறோம்.”

“எந்த முண்டச்சியோடெ போவேயோ, போ. எம் மவன் எங்கிட்டெ தானிருக்கணும்.”

“அய்யோ, அவனை அடிச்சே சாகடிச்சிருவியே.”

“அடிச்சுச் சாகடிக்கிறேன், இல்லே வெசம் வச்சுக் கொல்றேன். உனக்கு என்ன? ஒளிஞ்சு போறவனுக்கு இதுலேல்லாம் என்ன அக்குசு?”

“அளகரு எம்மவன். அவனெ நான் வளத்திக்கிடுவேன்.”

“ஆமா, நீதான் பத்தியமும் வெரதமும் இருந்து பெத்தெடுத்தே!”

சிறிது நேரம் அமைதி. மணி தொடர்ந்தான்.

“ஆயிரம் ரூவா தர்றேன். நீ எவனாவது நல்லவனாப் பாத்து அவங்கூட சந்தோசமா இரு.”

“ஒங்கூட அஞ்சு வருசம் இருந்து சந்தோசப்பட்டதுக்கு ஆயிரம் ரூவாவோட விலகிக்கணும், ஆசையெப் பாரு!”

“பின்னே எவ்வளவு வேணும்?”

“என் ஆத்தாளே ஊர்லேந்து வரச் சொல்றேன், அவ சொல்லுவா.”

இரண்டு நாட்களுக்குப் பிறகு காத்தாயி வந்தாள். “ஒன்னு அஞ்சாயிரம் தா; இல்லாட்டி அந்த கொசவன் சந்து வீட்டெ அவ பேருக்கு எளுதி வை” என்று வீட்டு வாசலில் நின்னுக் கிட்டே முடிவாச் சொல்லிட்டு “வரேண்டா ராசா”ன்னு அளகர் கன்னத்தெக் கிள்ளிட்டு வந்த வழியே போனாள்.

இப்படியே நின்னுட்டிருந்தா? மணி சட்டையைக் கழற்றினான். வேட்டியையும் அவிழ்த்து அதைச் சுற்றுமுற்றும்

பார்த்தான். கீழ்க் கரையில் மட்டுந்தான் ரத்தக் கறை இருந்தது. அதை மேலே வைத்துக் கட்டிக்கொண்டுவிடலாம். சட்டையைச் சுருட்டி எடுத்துக்கொண்டு போய்விட வேண்டியதுதான். அவன் அடுத்த அறைக்குள் சென்றான். தட்டுத் தடுமாறி சுவிச்சைப் போட்டான். ஒரு பெரிய கற்சட்டி நிறையத் தண்ணீரும், அதனருகே ஒரு குவளையும் இருந்தது. ஒரு சிறு சோப்புத் துண்டும் கற்சட்டியின் விளம்பில் இருந்தது. முகம், கை கால்களைக் கழுவிக்கொண்டான். கழுத்தில் ஓரிரு பகுதி களிலும், தலைமுடியிலும் இரத்தம் உறைந்துவிட்டது. அதை அகற்ற முய்லும்போதுதான் அவனுக்குப் 'பக்'கென்றது. அய்யோ, எத்தனை நேரம் ஆயிரிச்சு! யாரும் வந்திட்டா? யாரும் வந்திடுவாங்களா? கைகள் உதறின. முகம், கை கால்களைக் கழுவக் குனிந்து நின்றுகொண்டிருந்தான். முழங் கால்கள் முன்னும் பின்னும் உதறின. கழுவிவிட்டுக் கயிற்றில் தொங்கிய துணியை எடுக்க இரண்டு அடி எடுத்து வைத் திருப்பான். குதிங்கால் தரையில் கிடந்த சோப்பை மிதிக்க, வழுக்கிக் கற்சட்டியில் மல்லாந்து விழுந்தான். கற்சட்டியின் விளம்பில் முழங்கை பட்டு அவன் துடித்தான். முதுகிலும் அடி. எழுந்து முதுகைத் தடவிவிட்டு, துண்டைக் கொண்டு அடிபட்ட முழங்கையில் ஒற்றி எடுத்தான். ஒரு விரல் நீளத்துக்கு இருந்த பச்சை இரத்தச் சிவப்பு அவனைத் திகிலடைய வைத்தது. முழங்கை எரிந்தது. "அய்யோ, மொட்டையாண்டி!"

வெளியே அரவம் கேட்டது. மணி, பரமன் கிடந்த அறையைக் கடந்து வாசலுக்கு ஓடினான். இருட்டில் முண்டாசு கட்டிக்கொண்டு ஒரு உருவம் வீட்டு வாசலில் தெரிந்தது. வாடைக்காற்று வீசியது.

"பரமன் அண்ணே", என்றது உருவம்.

"பரமன் வெளியே போயிருக்காரு."

"நீ யாரு, தம்பி?"

"பரமன் சேத்தாளிதான். இப்ப வரேன்ட்டு போனாரு; இன்னும் வரலே. மஸ்தான் டீக்கடைக்குப் போயிருக்கோ, என்னவோ."

"லூஷ் மணி கொரளு மாருதி இருக்கே?"

"ஊம்."

"இல்லே, பாக்கியம் புருசன் லூஷ் மணி கொரளு மாருதி இரிந்திச்சு."

"ஊம்."

முண்டாசு உருவம் ஒருவாறு சாய்ந்து வீட்டுக்குள் உற்றுப் பார்த்த வண்ணம் நின்றது. பிறகு தள்ளாடிக்கொண்டு, முணுமுணுத்துக்கொண்டே நகர்ந்தது. 'பய குடிச்சிருக்கான். நல்லாக் குடிச்சிருக்கான். நாம் பொளெச்சேன். நீ நல்லா இருப்பே!'

மணி வீட்டை வெளிப்புறமாக இழுத்து மூடிவிட்டுத் தெருவுக்குள் வந்தான். நல்லவேளை, அடுத்தடுத்துப் பல தெரு விளக்குகள் எரியவில்லை. பயங்க காரியமாத்தான் பல்புகளெ ஒடெச்சுப் போட்டாங்க. தெருவுக்குள் நாலெட்டு வைத்த மணி திரும்பி வீட்டை நோக்கி ஓடி வந்தான். வீட்டுக்குள் நுழைந்து இரண்டு அறை விளக்குகளையும் அணைத்துவிட்டு, வெளிக்கதவை அடைத்துத் திரும்பியபோது 'கிர்' என்றது. இடது கை இடுக்கில் அவன் சுருட்டி வைத்திருந்த சட்டையை பரமன் பற்றியிழுத்தான். "பரமா!" மணி திரும்பினான். சட்டையின் ஒரு பகுதி மூடிய கதவின் இடுக்கில் மாட்டிக்கொண்டிருந்தது. நல்லவேளை! மணி கதவைத் திறந்து சட்டையை மீட்டுக்கொண்டு, மீண்டும் இறுக அடைத்துவிட்டு, தெருவில் ஒருபுறமும் பார்க்காது விர்ரென்று கால் வந்த பக்கம் நடந்தான்.

நல்ல இருட்டு. குளிர்ந்த காற்று. இலேசான தூறல். எல்லாமே அவனுக்கு இதமாக இருந்தன. இருந்தாலும் கால்கள் சொன்னபடி கேட்கவில்லை. தடுமாறினான். ஆங்காங்கே ஒரு கடை வெளிச்சம் தென்படும். அவன் உடலை நிமிர்த்தித் தலையைக் குனிந்து விரைந்தான். அவனுக்கு அத்தனை சந்துகளையும் தெரியும். தெரியாவிட்டாலும் பரவாயில்லை; அங்கிங்கு அலைந்தாவது வீடு போய் சேர்ந்துவிடுவான். முண்டாசு ஆசாமி யாரு? யார்னு தெரிஞ்சிக்கணுமே! குரலு கேட்டமாதிரி இருந்திச்சு. தூறல், சாரல் ஆயிற்று. மணி நடையைத் துரிதப்படுத்தினான். சற்று நின்று வானத்தை நோக்கினான். 'சர்'ரென்று காற்று வீசியது. சற்றுமுற்றும் பார்த்தான். அங்கங்கே வெளிச்சம்; அங்கங்கே இருட்டு. இருண்ட பகுதிகளையே நாடி அவன் டவுனின் ஒரு ஓரத்துக்கு வந்துவிட்டான். நல்லது. எவ்வளவு சுத்த முடியுமோ அவ்வளவு சுத்தலாம். அளகர் வீட்லே தூங்கிட்டிருந்தான். எவ்வளவுக்கெவ்வளவு சுத்தினாலும் நல்லது. நாலு வருசத்துக்கு முன்னே பெருமாள் ஆசாரியை சைக்கிள் கடெ ராவுத்தர் கொன்னபோது, ராவும் பவலுமா அஞ்சாறு மணிக்கு போலீஸ் நாய் அந்தத் தெருவெ, அடுத்த தெருவெ, பல தெருவுகளெ சுத்திச் சுத்தி ஓடிச்சு. சனங்க கிட்டே ஒரே பரபரப்பு. அப்படியும் இப்படியும் நின்னுகிட்டு வேடிக்கை பாத்தாங்க. சின்னப் பிள்ளைங்களுக்குக் கொண்

டாட்டம். நாயோடேயும், நாயெப் பிடிச்சுக்கிட்டுப் போன போலீசுக்காரரோடவும் போட்டி போட்டுகிட்டு ஓடினாங்க. நாய் நாலு வீதிகளெச் சுத்திச்சு. தெப்பக் குளத்த சுத்திச்சு. ஊருணி பக்கமா இருந்த சந்துகள சுத்திட்டு, ஊருணி பக்கமா இருந்த புல்லுலே தென்ன மரத்துக்கிட்டே ஒரு செத்த ஓணானெக் கவ்விக்கிட்டு ‘விர்’னு டேசனுக்கு ஓடிச்சு.

“என்னெ ஒங்களுக்கு நெசமா புடிச்சுருக்கா?”

“ஆமாம், நெறெயெப் புடிச்சிருக்கு.”

“நாங் கெட்டுப்போனவ.”

“இல்லே, அவன் ஒன்னெக் கெடுத்தான்.”

“உங்களுக்குத் தெரியூங்களா?”

“நீதான் சொல்லியிருக்கேயே.”

“பின்னே, ஏன் என்னைப் புடிச்சிருக்கு?”

“ஒன்னெத் தொட்டா நல்லா இருக்கு. குளுந்த காத்து மாருதி இருக்கே.”

“என்னெ அவன் கெடுத்துப்போட்டானே!”

“இப்படில்லாம் பேசிட்டே இருக்கக்கூடாது. அவங் கைலெ நாலுகாசு இருக்கு. அவன் ‘டே’னா ‘என்னங்க’ங்க நாலு ஆளு இருக்கு. நீ ஏமாந்திட்டெ.”

“அவன் சமீன்தார் சொந்த மகனில்லையாமே?”

“இல்லெ. வீட்டு வேலைக்கு வந்தவளெ சமீன்தார் கெடுத்துப் புட்டான். அவளுக்குப் பொறந்தவன். அவ குதியாட்டம் போட்டு வீடு நெலம்னு வாங்கிட்டா.”

“என்னெக் கெடுத்துப்போட்டானே!”

“நீ சும்மா இரு. பொளுதெனக்கும் கெடுத்துப்போட்டானே, கெடுத்துப்போட்டானேனு ஒளறாதே.”

மணி அவளை அணைத்து அவள் வாயில் முத்தினான். வாடை வீசுது என்று நினைத்துக்கொண்டான்.

“என்னங்க பயப்பட்டீங்க?”

அவன் அவளை அணைத்து அவளது கழுத்திலும், கண்ணிலும், நெற்றியிலும், தோள்பட்டைகளிலும், கையிடுக்கிலும் முத்தமிட்டான்.

அவ பொண்ணா? இருக்குமா அப்படி எங்காவது? தொட்டாலெ ஒடம்புச் சுரம் தணிஞ்சிருமே! அவளெக்

கண்டுக்கிடவே வேண்டாம்; இருட்டிலே கட்டினாலே அத்தனை சொகமா இருக்கும்! வெளிச்சம் இருந்திச்சோ, அவ காலடிலெதான் விளணும். கோவில் செலெ கணக்கா! பாக்கியம்!

பாக்கியம்! பேரெக் கேட்டாலே மயக்கமா வருதே! ஒடம்புலதான் என்ன நெடி!

மழை வலுத்தது. குளிரிற்று. மணிக்கு சந்தோஷமாக இருந்தது. மழை, குளிரு, காத்துனா எப்போதும் லூஸுக்குக் கொண்டாட்டம்தான். மழை வலுத்துப் பெய்தால் அவன் எல்லா வழிகளிலும் சுத்தமாக்கப்படுவான் என்று அவனுக்கு ஒரு நம்பிக்கை. ஒரு இடி இடிப்பதாகவும், அதன் விளைவாகப் பரமன் வீட்டுக்கூரை பிளப்பதாகவும், முதலில் பரமனும், அவன் வீடும் வெள்ளத்தில் மிதப்பதாகவும், பிறகு பரமன் மட்டும் இறந்த நிலையில் கிடக்க, அவன்மீது மழை பொழிந்து கொண்டிருப்பதாகவும் நினைத்துக்கொண்டான்.

தொப்பலாக நனைந்திருந்தான். மிகவும் சந்தோஷமாக இருந்தது. தெருவோரம் மின்விளக்குகள் பிரகாசித்துக்கொண் டிருந்தன. குறுகிய பிரகாசம். தொலைவில் எல்லாம் இருட்டு. இதம் தரும் இருட்டு. தெருவிலே மேடுபள்ளங்கள் நிறைந்திருந்தன. அவன் அப்போது ஒரு ஏற்றமான பகுதியைக் கடந்துகொண் டிருந்தான். மழையின் இரைச்சல் காதுகளில் ரம்மியமாக ஒலித்தது. கையிடுக்கில் இருந்த சட்டை நினைவுக்கு வந்தது. தெருவோரம் சென்றான். ஓர் அகன்ற சாக்கடை வழியே தண்ணீர் சுழித்து ஓடிக்கொண்டிருந்தது. ஓரத்தில் நின்று வேடிக்கை பார்த்தான். சற்றே தூரத்தில் ஒரு மின்விளக்கு மழையைப் பொறுத்துக்கொண்டு நின்றதால் அவனால் நீரின் வேகத்தை, அதன் சுழிப்பை நின்று பார்க்க முடிந்தது. “எதெல்லாமோ அடிச்சிட்டுப் போறெயே, இந்தா” என்று சொல்லிக்கொண்டு, கையிடுக்கில் சுருண்டு இருந்த சட்டையை எடுத்துத் தண்ணீருக்குள் வீசினான். அதுவும் அடித்துச் செல்லப் படும். அதைப் பார்க்க முடியும் என்று எதிர்பார்த்தான். ஆனால் மங்கிய ஒளியில் அது அவன் கண்களுக்குப் பட வில்லை. ‘டேக்கா’ குடுத்திரிச்சு.

மடியைத் தடவினான். பீடியும் நெருப்புப் பெட்டியும் பத்திரமாக, ஆனால் நனைந்து இருந்தன. ரெண்டு ரூவா? சட்டைப் பையிலிருந்து அதெ அவன் எடுக்கலே. போவட்டும்; ரெண்டு ரூவாயோடெ போவட்டும். வீட்டுச்சாவியை வழக்கம் போல் வீட்டில் நுழைந்ததும் முன்கட்டிலிருந்த உத்திரத்தின் மேல் வைத்துவிட்டுத்தான் வந்திருந்தான். தெருவில் யாரு

மில்லை. குறுகிய பிரகாசத்தோடு மின் விளக்குகள் ஒளிர்ந்தன. குஷியாக நடை போட்டான் மணி.

வீடு வந்ததும் கதவைத் திறந்துகொண்டு உள்ளே போய் விளக்கைப் பெரிதாக்கினான். அழகர் உறங்கிக்கொண்டிருந்தான். துண்டை எடுத்து உடம்பைத் துடைத்துக்கொண்டு பாயை விரித்தான். அழகர் விழித்தான்.

"அப்பா!"

"என்னடா, கண்ணு?"

"பசிக்குது அப்பா."

"அடடே, சோறு போட மறந்திட்டேன். முறுக்கு கொடுக்கவும் தூங்கிட்டே!"

"அப்புறம் என்னப்பா?"

"எது அப்புறம் என்ன?"

"அந்தக் கதெ சொன்னீங்களே?"

"அதுவா, ராசா அவளெக் கட்டிக்கிட்டு சந்தோசமா இருந்தான். சரி, சோறு தர்றேன் சாப்பிடு."

வீட்டில் பழையதும், துவையலும், முட்டையும் இருந்தது. மணி அதை அழகருக்குக் கொடுத்துவிட்டு, தானும் கொஞ்சம் உண்டான்.

"அம்மா வரலேப்பா?"

"அதுக்கென்ன, பொளுது விடியவும் வரும்." அழகர் படுத்துக்கொண்டு "குளிருது" என்றான். மணி அவனுக்கு ஒரு துணியைப் போர்த்தி, விளக்கைச் சிறிதாக்கிவிட்டுப் படுத்தான். விளக்கை முற்றிலும் அணைக்கவில்லை.

தூக்கம் வருமா? கண்களை மூடினால் இருட்டிலே ஒரு உருவம் வெள்ளை முண்டாசோடு அவனையே உற்று நோக்கிக்கொண்டு நின்றது.

யாரது? ஏதோ பார்த்த உருவம், தெரிந்த குரல் மாதிரி அவனுக்குப் பட்டது. யாரது? நினைவுக்கு வரவில்லை. என்ன சொன்னான்? 'லூஸ் மணி கொரல் மாதிரி இருக்கேனா?' சொன்னான், இல்லையா? வெறுமெனெ பேசாமத்தானே நின்னான்.

அவனுக்குக் கல்யாணமாகி ஒரு வருஷம் ஆகி இருந்த காலம். அவன் அப்போது வேறொரு வீட்டில் குடியிருந்தான்.

வழக்கம் போல இரவு எட்டுமணி சுமாருக்கு வீடு திரும்பினான். வீட்டுக்கருகே இருந்த மின்விளக்கடியில் பரமன் நின்றுகொண்டிருந்தான். மீனாட்சி வீட்டுக்குக் கூட்டிக்கிட்டுப் போன பரமன். அவ, 'கூட ஒரு ரூவா தா; வேறொன்னு செய்து காட்டறேன்னா.' இப்போது பரமனைக் கண்டதும் மணி திடுக்கிட்டான். அவனைப் பார்த்து பரமன், "வா தம்பி, உனக்காகத்தான் காத்திட்டிருக்கேன். பார்வதி உன்னெக் கண்டு பத்து ரூவா வாங்கிட்டு வரச் சொல்லிச்சு" என்றான்.

"எந்தப் பார்வதி?"

"என்ன தம்பி, ஒண்ணும் தெரியாது போல பேசறெ! அவளெக் கண்ணாலம் செய்துக்கிறேன்ட்டு கெடுத்தே. பாவம் பச்செக் கொளந்தெ. வெடியாதவ. இன்னிக்கு வயக்காரச் சந்துலே பொளெப்பு நடத்துது. நீ என்னடான்னா எவளோ புதுமாடல் நாட்டுக் கட்டையைக் கட்டிக்கிட்டு பார்வதீன்னா யாருங்கறே!"

"இல்லண்ணே, பத்து ரூவா பெரிசில்லே. பார்வதிக்கு என்னன்னுதான் கேட்டேன்."

"தம்பி, நா பத்து பேரில்லே இருபது பேரில்லே, வச்சுச் சோறு போடத் தயார். எத்தனை பேருக்கு வைத்தியம் பண்ணுவேந் தம்பி?"

"நிமிசம் பொறு அண்ணே, நா வந்திடறேன்."

பரமனை வீட்டுக்கு வெளியே நிறுத்திவிட்டு வீட்டுக்குள் சென்று ஒரு பத்து ரூபாய் நோட்டோடு வெளியே வந்தான் மணி.

"நல்லது தம்பி. மீனாச்சி ஒன்னெப்பத்திக் கேக்கறா" என்று சொல்லிக்கொண்டே தள்ளாடி நகர்ந்தான் பரமன்.

"ஆமா, இதென்ன?" என்றாள் பாக்கியம்.

"அவன் எனக்கு ஒருமாதிரி பிரண்டு. வருவான், போவான்."

"குடிப்பானோ? திடுதிடுன்னு வீட்டுக்குள்ளாற வந்திட்டான். வாடை பயங்கரமா அடிச்சிது. ஒன்னெப் பாக்கணும்னான். வார நேரந்தான்; வெளியே நில்லூன்னேன்."

"பெரிய ரவுடி."

"ஆத்தாடி! அவனெப் பாத்தாலே தெரியுதே! அவனெப் பாத்ததும் கொள்ளிக்கட்டையெ எடுத்து வீசுவோமான்னு நெனெச்சேன்!"

அன்னெக்கு அவ பிரமாதம். அவன் அவ காலடிலே கெடந்தான். அவ எட்டி ஒதெச்சா. அவனுக்கு சொகமா இருந்திச்சு! அளகர்தான் வீர்வீர்னு கத்தினான்.

பாக்கியம் அருமையாகச் சமைப்பாள். அருமையாக வீட்டு வேலைகளைப் பார்த்துக்கொள்வாள். ஆனால் திடீர் திடீரென்று மணியிடத்து முறை கெட்டுப் பேசுவாள். அவனைத் திட்டுவாள். அவனிடத்துத் தகராறு பண்ணுவாள். ஏதாவது ஒன்றுமில்லாத விஷயத்துக்குத் தகராறு பண்ணுவாள். அவளுக்கு அழகரிடத்துத் துளிகூடப் பிரியம் இல்லை. முதல் குழந்தை பெண் குழந்தையாக இருக்க வேண்டும் என்று ஆசைப் பட்டாள். பிறந்த பிள்ளையோ வேடிக்கையான பையன். உட்கார்த்தி வைத்த இடத்திலேயே மணிக்கணக்காக இருப்பான். ஓடி விளையாட மாட்டான். 'சோனி' என்றும் சொல்வதற் கில்லை. எதுவும் சொன்னால்தான் செய்வான். அவன் முன்னால் தட்டை வைத்து சோற்றை வைத்தாலும் தின்ன ஆரம்பிக்கமாட்டான். 'சாப்பிடு, தம்பி' என்கணும். உடனே விமரிசையாகச் சாப்பிட்டு தட்டைக் காலி பண்ணிவிடுவான். மணி அவனுக்கு ஒரு காகிதக் கண்ணாடி வாங்கித் தந்திருந் தான். பச்சைக் கண்ணாடி. அதைப் போட்டுக்கொண்டு எங்கு நிறுத்தி வைத்தார்களோ, அல்லது உட்கார்த்தி வைத்தார்களோ அங்கேயே மணிக்கணக்கில் கிடப்பான். சமயங்களில் வினோத மாகப் பேசுவான்.

"தம்பி, தூக்கம் வரலே?"

"தூக்கம் எதுக்கு?"

"தம்பி, வெளியே போய் வெளயாடு."

"நீங்க ரெண்டு பேரும் என்ன செய்யப்போறீங்க?"

"அளகர் சாப்பிடு."

"இப்பல்ல. தூங்கிட்டுச் சாப்பிடுவேன்."

மணிக்கு அழகர் என்றால் உயிர்.

ஒருநாள் இரவு கதவு படபடவென்று இடிபடவும் மணி எழுந்திருந்தான். அரிக்கன் லைட்டைப் பெரிதாக்கிவிட்டு கதவைத் திறந்தான். உத்தியோக உடையில் ஒரு போலீஸ்காரர் நெடிது நிற்க, அவரருகில் வெள்ளை வேட்டி வெள்ளை ஷர்ட்டோடு ஒரு இளைஞனும் நிற்க திகைத்துப் போனான்! அப்போது அது மணி குடியிருந்த பழைய வீடு. வீட்டருகே ஒரு மின்சார விளக்கு நின்றது.

யாரோ முட்டாள் சொன்ன கதை

"என்னஙகையா?" என்றான் மணி, விளக்கு வெளிச்சத்தில்.

"ஏட்டையானு சொல்லு" என்றார் போலீசுக்காரர்.

"என்னங்கையா, ஏட்டையாங்கையா?"

"ஓம் பொஞ்சாதி இருக்குதா?"

"ஆமாம், தூங்குறா."

"அவளெக் கூப்பிடு."

"வெசயத்தைச் சொல்லுங்க."

படீரென்று மணியின் கன்னத்தில் ஒரு அடி விழுந்தது.

"கூப்பிடறேன்" என்று சொல்லிக்கொண்டு மணி வீட்டினுள் நுழைந்தான். "பாக்கியம், எளுந்திரு, பாக்கியம் எளுந்திரு." பாக்கியம் எழவில்லை. புரண்டு புரண்டு படுத்தாள். போலீசுக் காரனும் இளைஞனும் உள்ளே வந்துவிட்டார்கள். மணி அவசர அவசரமாகப் போலீசுக்காரர் உட்கார ஒரு ஸ்டூலைத் தயார்படுத்தினான். அவர் இளைஞனை அதில் உட்காரச் செய்தார். அந்தப் போலீசுக்காரர் நின்றுகொண்டிருப்பதைப் பார்ப்பதே மணிக்குப் பயமா இருந்தது. எப்படித் தரையில் உட்காரச் சொல்வது? தலையிலிருந்து கால்வரை அதிகார உடையில் இருந்தார்.

"பாக்கியம் எளுந்திரு, பாக்கியம் எளுந்திரு."

"சரி சரி, அவ குடிச்சிருக்கா, எனக்குத் தெரியும். இங்கே பார், மணி" என்றார் ஏட்டையா. "இவர் இருக்காரே" என்று உட்கார்ந்திருந்த வாலிபனைக் காட்டினார். "இவர் பெரிய வீட்டுப் பிள்ளெ. இவரெ அந்தப் பரமன் கவர் பண்ணி ஸ்திரீபார்ட் வேலம்மா வீட்டுக்குக் கொண்டாந்திருக்கான். குடிக்கும், பொம்பளெக்கும், சாப்பாட்டுக்கும்ன்ட்டு நூறு ரூவா வாங்கிட்டு பிராந்தியும், சாப்பாடும் வாங்கியாந்து இவளேயும் காட்டிப் போட்டு, முத்துமாணிக்கம் பயலெ விட்டுக் கலாட்டாப் பண்ணச் சொல்லிருக்கான். 'எம் பொண்டாட்டியெ நீ யாரடா இங்கே கொண்டாந்தது'ன்னு முத்துமாணிக்கம் ஆர்ப்பாட்டம் போட்டிருக்கான். இவர் ஓடிவந்து டேஷன்லே கம்ளைண்ட் பண்ணினாரு. இவர் யாரு தெரியுமா? எம். எல். ஏ. கந்தப்பன் மச்சினரு!"

"அய்யோ பாவம்! அந்தப் பொம்பளே யாரு?" என்றான் மணி.

"இவதான்!" என்று சொல்லிக்கொண்டு பாக்கியத்தைக் காட்டினான் இளைஞன்.

"ஏட்டையா, என்னங்க இது?" என்றான் மணி.

"தம்பி பொய் சொல்ல மாட்டாரு. உம் பெஞ்சாதியெப் பத்தி நானும் கேள்விப்பட்டேன். அந்தப் பரமன் இங்கே வந்து போரானாமே?"

"இல்லே, அவ குடிப்பா... மத்தப்படி..."

"அவ கெட்ட களுதையாமே."

"ஒரு விதமா ராங்கித்தனமா பேசுவா; குடிப்பா. ஆனா கெட்ட களுதை இல்லே."

"போடா லூசு, உன்னைச் சரியாத்தான் லூஸ் மணிங் கறாங்க."

"இப்ப என்ன செய்யணும் ஏட்டையா?"

"அவகிட்டே பணத்தெ வாங்கிக் கொடு."

"ஏட்டையா அண்ணே, நாளெ பரமனையும் ஒரு வார்த்தெ கலந்துக்கிட்டா..."

"அட, லூஸ்! இருக்கிறது அம்பதோ அறுபதோ கொடு, இப்போ. மத்ததெ நாளெப் பாத்துக்கலாம்" என்று சொல்லி விட்டு, "என்னங்க தம்பி, இந்த வயசிலே இப்படி எல்லாம் இருக்கலாமா?" என்றார் இளைஞனிடத்து. படுத்துறங்கும் பாக்கியத்தையே பார்த்துக்கொண்டிருந்த இளைஞன், "அவ நாப்பதே வச்சுக்கட்டும்; பாக்கியெ வாங்கித் தாங்க" என்றான். மணி தன் பெட்டியைத் திறந்து ஏட்டையாவிடம் அறுபதைக் கொடுத்தான்.

அதற்கப்புறம்தான் அவனுக்கும் பாக்கியத்துக்கும் இடையே தகராறு முற்றிற்று. மாதத்தில் இருபது நாள் ஒழுங்காக இருப்பாள். பத்துநாள் கலாட்டாப் பண்ணுவாள். குடிப்பாள். கண்டபடி திரிவாள். அஞ்சு, பத்து என்று அவள் கையில் தாட்கள் புரளும். வளையல், சங்கிலி, நெக்லஸ் அது இதுவென்று கொண்டு வருவாள். சில சமயங்களில் தொடர்ந்து இரண்டு மூன்று நாட்களுக்கு வீட்டுக்கு வரமாட்டாள். 'பாண்டிச்சேரி போயிருந்தேன், காரைக்கால் போயிருந்தேன்' என்பாள். லூஸ் மணிக்கு ஒரு சந்தேகம் ஏற்பட்டது. அவன் அவளுக்கேற்ற கணவன் இல்லே? மாத்திரைகள் சாப்பிட்டான். டானிக்குகள் சாப்பிட்டான். பஸ் நிலையம் அருகே மரத் தடியில், "...கல்யாணமாகி பத்து நாளாகலே. சீங்கறா. சிடுசிடுனு விழறா. அக்கம் பக்கத்துலேந்து சின்னப் பசங்க வந்தா, முறுக்கு வடை தறா. முந்தானியெ எடுத்து எடுத்துப் போடறா..." என்று சொல்லிக்கொண்டு, ஒரு பெரிய

உடல் அமைப்புப் படத்தையும் முன்னால் போட்டுக்கொண்டு, வீர்ய விருத்தி லேகியம் விற்ற மலையாளியைத் தனியே கண்டு பேசினான். ஐம்பது ரூபாய் கை மாறிற்று. ஆனால் பாக்கியமோ இரவு பனிரெண்டு மணிக்கும், இரண்டு மணிக்கும், சமயங்களில் காலை ஆறு மணிக்கும்தான் வீட்டுக்குத் திரும்பி வந்துகொண்டிருந்தாள். இருந்தாலும் மாலையிலே வீட்டை விட்டுச் செல்லும் முன்பு விதவிதமாகச் சமைத்து வைத்திருப்பாள். அநேகமாக என்றுமே அவனுக்கு இறைச்சியோ, முட்டையோ, மீனோ கிடைக்கும். அவனும் எங்கெங்கெல்லாமோ பிரியாணியும், புரோட்டாக் கறியும், மீன் வறுவலும் தின்றவன்தான். ஆனால் அவள் சமைத்து வைத்த உணவுமாதிரி அவன் தின்றதில்லை. அவள் தின்று விட்டு, விட்டு வைத்த பாக்கிதான். என்ன சுவை! இரவு நேரங்களில் அவள் அருகேயிருந்து அவள் கைபடச் சோறு போட வேண்டும் என்று அவன் எவ்வளவோ விரும்பினான். ஆனால் பாக்கியம் மனித ருசி கண்ட புலியாய்த் திரிந்தாள். அழகரும் அவன் திரும்பி வரும் நேரத்துக்கெல்லாம் தூங்கி விடுவான். மணி வந்ததும் துணைக்கு வந்திருந்த பக்கத்து வீட்டுப் பாட்டியும் வீட்டுக்குப் போய்விடுவாள். (அன்னக்கா பாட்டிக்குத்தான் பாக்கியம் என்றால் எத்தனை பெருமை! பாக்கியத்தைப் பற்றி ஒரு குறை சொல்லவிடமாட்டாள். 'அவ என்னடா? அவ ராணிமாதிரி. அவளெப்பத்தி எங்கிட்டே ஒன்னும் சொல்லாதே' என்று விடுவாள், குறை சொல்லப் போனால்.) தானாகச் சோற்றை எடுத்துப் போட்டுக்கொண்டு – சோறுமட்டும் சூடு ஆறாதிருந்தால்! – தின்றுவிட்டு, விளக்கைச் சிறிதாக்கிவிட்டு அழகர் அருகில் படுத்துக்கொண்டு அவனைக் கொஞ்சுவதும் அழுவதுமாக இருப்பான். தான் சிறு வயதிலே கிராமத்தை விட்டு வந்தது, பல ஊர்களில் சுற்றி அலைந்தது, பிச்சை எடுத்தது, சிறு சிறு வேலைகள் பார்த்தது, இறுதியாக அந்த ஊருக்கு வந்தது, ஒரு ஒர்க்ஷாப்பில் சேர்ந்தது, படிப் படியாக வேலை கற்றுக்கொண்டது, நண்பர்களால் ஏமாற்றப் பட்டது, சின்ன மொதலாளிகிட்டே இன்னும் அடியும் உதையும் வாங்கிவருவது எல்லாம் அவன் நினைவைச் சுற்றிவரும். "எல்லாம் ஏதோ முட்டாப் பய சொன்ன கதெ மாதிரி இருக்கு" என்று வேதனைப்பட்டுக்கொள்வான். காலை நாலு, ஐந்து மணிக்குப் பாக்கியம் வருவாள். அவன் ஒருவன் இருப்பதைக் கவனியாது, காப்பி போட்டுக் குடித்து, தண்ணீர் எடுத்துவந்து வீட்டு வேலைகளைக் கவனிப்பாள். பம்பரமாகச் சுற்றுவாள். அவன் அதிகப்படியாகத் தூங்கிவிட்டாலும் அவனை எழுப்பி, பழஞ்சோறு போட்டு, ஒரு தூக்கிலே அவனுக்கு மத்தியானச் சாப்பாடும் வைத்து, அவனை

ஒர்க்ஷாப்புக்கு அனுப்பிவைத்து விடுவாள். அவன் போனதும் அழகரையும் எங்காவது விரட்டிவிட்டு கதவை அடைத்துக் கொண்டு பகல் முழுவதும் தூங்குவாள். காலை எட்டு மணி முதல் பிற்பகல் இரண்டு மணி வரை தூங்குவதில்தான் அவளுக்கு எத்தனை ஆத்திரம்! ஓய்வு நாட்களில் ஓரிரு தடவைகள் அந்த நேரத்தில் அவளைத் தீண்ட முயன்றான் மணி. தாடையில் கிடைத்த அடிதான் மிச்சம். பாக்கியம் இரண்டு கைகளையும் ஒருசேரத் தலைக்குமேல் போட்டு, ஒரு பக்கம் சாய்ந்து படுத்துவிடுவாள்.

மணிக்குத் தூக்கம் வரவில்லை. அழகரை அணைத்துக் கொண்டு கண்களை மூடிப் படுத்திருந்தான். மூடிய கண்களைப் பொத்துக்கொண்டு கண்ணீர் வழிந்தவண்ணமே இருந்தது. கண்களைத் திறந்து துடைத்துக் கொள்வதும், வாயில் சேர்ந்த உமிழ்நீரைக் கூட்டி விழுங்குவதும், அழகரின் கன்னங்களை மாறி மாறி முத்தமிட்ட வண்ணமாகவும் இருந்தான். “ஆமா, அவளுக்கு நா லாயிக்கில்லே. அவ கோயில் காளெ மாதிரி இருக்கா. நாங் கொரங்கு மாதிரி இருக்கேன். முடி படியாம முன்னுக்குத் துருத்திக்கிட்டு ரெண்டு கண்ணும் எங்கெவோ போய்ச் சொருகிட்டு நா கொரங்கு மாதிரிதான் இருக்கேன். அளகர் நல்லா இருக்கான். எம்மாதிரி இல்லே; அவ மாதிரி இருக்கான். நானும் அளகரும் எங்காச்சும் போயிடலாம். கொஞ்சம் தொழில் தெரியுது. எப்படியும் பௌெச்சிக்கலாம். அந்த வீட்டை வேணா அவ எடுத்துக்குட்டுப் போவட்டும். கஸ்டப்பட்டு சம்பாரிச்சு, கடலையும் பொரிகடலெயும் சாப்ட்டு வவுத்தெக் கட்டி வாங்கிட்டது. போவட்டும், அவளே எடுத்துட்டுப் போவட்டும். ராணி மாதிரி இருக்கா, ஒரு வூடு வேணாமா? எனக்கு முனியாண்டி ஒதவுவான். இன்னும் அஞ்சு பத்து வருசத்துலே அளகருக்கு ஒரு வூடு வாங்கமாட்டேனா? டே, அளகர் பயலே, உங்கப்பன் உங்க பாட்டெனெ விட்டிட்டு ஓடிப்போன மாதிரி நீ ஒண்ணும் என்னெ விட்டு ஓடிப் போவாதேடா. நான் ஒன்னைக் காப்பத்தறேன். ஒளெச்சுக் காப்பத்தறேன். தனிச்சுப் போயிடாதே. நா ஒனக்குக் கண்ணாலம் பண்ணி வைக்கறேன். கெட்ட ஒலகம்டா, கெட்ட ஒலகம்; பாத்துப் பொளச்சிக்கணும்.”

சிறு வயதில் கீழ்வலசில் மேய்ச்சலுக்கு மாடுகளைப் பத்திக்கிட்டுப் போனது, கண்மாயில் குளிச்சுக் கும்மாளம் போட்டது, கரையோரமிருந்த புளியமரங்களை சேத்தாளி களோடு சூறையாடினது எல்லாம் நினைவுக்கு வந்தன. வீட்ல ஏளெட்டுப் புள்ளெக. ஒரு நா வெளெயாட்டா கிராமத்தெ விட்டுப் போனவன்தான், அதுக்கப்புறம் அந்தப்

பக்கம் திரும்பலே. 'அந்தச் சுப்பிரமணியம் பய வந்தானா வந்தானா'னிட்டு, அப்பன் ரெண்டு நா கேட்டிருப்பான். பெறவு வயக்காடு, கள்ளுக் கடை, பஞ்சாயத்துன்னு போயிருப்பான்.

"டேய் லூசு, ஒனக்கு பொண்ணு பாத்திருக்கேண்டா."

"நெசமா?"

"பின்னே? இதுலே விளையாட்டா? கீழ்குடிக்காரி, பாக்கியம்னு பேரு. சும்மா ஜிவ்னு இருக்கும். இந்த வயக்கார, தோட்டக்கார பொண்ணுக எல்லாம் பிச்சை எடுக்கணும். ஸ்டார் மாதிரி இருக்கும்."

"தமாசுக்கா?"

"போடா லூசு! யாரும் தமாசுக்குப் பொண்ணு பாப்பாங்களாடா? அவளுக்கு கிராமத்துலே ரொம்ப டிமாண்டு. அவ அப்பன்தான், இந்த மானம் பாத்த பூமிலே, மானங் கெட்டு பூமியெச் சொரண்டிட்டிருக்கிற எவனுக்கும் எம் மவளெத் தரமாட்டேங்கறான். 'என் மருமவன் ஒண்ணு மில்லு வேலே பாக்கணும்; இல்லே பட்டாளத்துலே இருக்கணும்'ங்கறான்."

"நீ கட்டிக்கிறதுதானே."

"எனக்கென்னடா கல்யாணம். நான் அளிஞ்சு போனவன். சாவு இன்னிக்கோ நாளெக்கோன்ட்டிருக்கு. பட்டாளத்துலே இருந்தவன் எவன் உருப்பட்டான். குடிச்சு ஒடெம்பெக் கெடுத்துக் கிட்டு வர்றான். அங்கே, இங்கேன்ட்டு ஒளெக்கிறான்; சாவறான்."

"பொண்ணெப் பத்திச் சொன்னியே?"

"லூஸ் மணிக்குக் காரியந்தான் பெரிசு! டாக்டரு என்ன சொல்றான் தெரியுமா? பீடி குடிக்கக் கூடாதாம்! என்ன சொகம்டா கண்டோம்? பீடி குடிச்சா ஏதோ நிம்மிதியா இருக்கு, குடிக்கறோம். கோல்டுபிளேக், அது, இதூனு கேக்கலே, ஏதோ இந்த சொக்கலாலே ரெண்டு சுண்டு சுண்டாணூங் கறோம். அதுகூடத் தப்பா?"

"பீடி, சிகரெட்டு ஒடெம்பெக் கெடுக்குதே?"

"போடா பைத்தியக்காரா. இன்னிக்குக் கெடுதிம்பான், நாளெக்கு நல்லதும்பான் இந்த டாக்டர் பசங்க. ஆமா கேக்கறேன், எதான் ஒடெம்பெக் கெடுக்கலே? அந்த எஞ்சின் பொகெ எல்லாம் ஒடம்புக்குள்ளாற போவுதே, அது மட்டும் என்னவாம்? இல்லே கேக்கிறேன். சாவு எதுலும் இருக்குடா. அதான் படெச்செப்போவே எளுதிப் போட்டானே அவன்,

நீ செத்துப்போன்ட்டு. டே லூசு, நீ பட்டாளத்துலே இருந்த தில்லே, பட்டாளத்திலே ரொம்பப் படிச்சிக்கலாம். சாவு என்னெக்கியுந்தான்."

"அந்தப் பொண்ணெப் பத்திச் சொன்னேயே?"

"மணி, ஒன்னே எல்லாரும் லூஸ், லூஸ்ங்கறாங்க; நீ காரியக்காரன்தான்டா. அந்தப் பாக்கியம் சொன்னேனே, அவ ஒரு வகைலே எனக்குச் சொந்தம். நா ஒனக்கு அவளெ முடிச்சு வக்கறேன். அவளே நீ வச்சு நல்லாக் காப்பத்தணும். அவளெக் கண்டா எனக்கு அவ பெரிய ராசிக்காரீன்ட்டுத் தெரியுது. ஒரு நா நீ சொந்தமா ஒரு ஓர்க்குசாப்பு வச்சிருக்கிறதெ நா பாக்கணும். நா தொளில்காரந்தான்; ஆனா நாலு காசு எங்கிட்டே தங்கல்லே. உனக்குக் கொஞ்சம் தொளில் தெரியுது. சிக்கனமாவும் இருக்கே. சமயத்துலேதான் லூஸ் மாதிரி நடந்துக்கறே. ஆனா அவ வீட்டுக்கு வந்தா எல்லாஞ் சரியாயிடும்."

அவள் அவன் வீட்டுக்கு வந்தாள். மூன்று நாளில் ஒரு நாள் முழுவதும் ரத்தம் கக்கிச் செத்துப்போனான் நடராஜன். தூக்கிப் போடச் சொந்தக்காரர் இல்லை. மணி தான் அடக்கம் செய்து வைத்தான்.

மணிக்கு எல்லாமே அவனிடத்திருந்து மறைத்து வைக்கப் பட்டிருந்த ஒரு திட்டத்தின்படி நடப்பது போன்றதொரு திகில் ஏற்பட்டது. யாரோ தட்டியெழுப்பியது போன்றுணர்ந்து எழுந்து உட்கார்ந்தான். 'நடராஜன் ஒரு பத்து நாள் முன்னாலெ செத்திருந்தா? அவன் நடராசனையே சந்திச்சிருக்காட்டி? காரனேசன் ஓர்க்சாப்பிலே அன்னைக்கு வேலே இல்லைன்னு சொல்லியிருந்தா? அவன் வேலெ கேக்கப்போன நேரம் பெரிய மொதலாளிக்குப் பதிலா சின்ன மொதலாளி இருந்திருந்தா? அவன் அந்த ஊருக்கே வந்திராட்டி? அவன் கிராமத்தெ விட்டே ஓடிருக்காட்டி? அய்யோ, பாக்கியம்! நீ யாரு? அளகரு, அளகரு, நீ யாரு? பாவிப்பய பரமன்! ஏன் அப்படி ஓதச்சான்? நாம்பாட்டு ஏதோ கேட்டிட்டு வரவன் தானே! ஏன் அப்படி ஒதெச்சான்? நான் லூஸ்னு நெனெச்சுப் போட்டான்! நா என்னடானா பாட்லே எடுத்து, ஆளெயே குளோஸ் பண்ணிட்டேன்! நா நெனக்கிறேன், எவனோ ஒரு கிறுக்கன் என்னென்னவோ நெனச்சபடி செய்திட்டிருக்கான்! ஆனா எனக்குத்தான் எல்லாரும் 'லூஸ்' பட்டம் கட்டிட்டாங்க.'

நேரம் ஓடிக்கொண்டிருந்தது. லூஸ் மணி அளகரை இறுகப் பற்றிக் கொண்டான். இன்னும் வேகமாக நேரம் ஓடியது! இன்னும் இறுக்கமாக அழகரைப் பற்றிக்கொண்டான்!

நேரம் நிற்பதில்லை; நேரம் ஓடியது. லூஸ் மணி இன்னும் இறுகப் பற்றி அழகரை முத்தினான். நேரம் வந்தது. மணி கைகளையும் கால்களையும் அகல விரித்துப் படுத்தான். அழகர் சிணுங்கிக்கொண்டே ஒருபுறம் ஒதுங்கிச் சுருண்டு படுத்துக்கொண்டான்.

எவ்வளவு நேரம் உறங்கியிருப்பான்? திடுக்கிட்டு விழித்தான். எழுந்து உட்கார்ந்தான். சிறிதாக்கப்பட்ட அரிக்கேன் விளக்கு ஒளியில் அவன் தனது இடுப்பை நோக்கினான். மேல் வைத்துக் கட்டிய ரத்தக்கறை படிந்த வேட்டியின் ஓரம் அவன் கண்ணுக்குப் பட்டது. கனவிலே அதைத்தான் பார்த்தான். நேரம் என்ன ஆவுது? மளெ பெய்யுதா? கூர்ந்து கேட்டான். நெஞ்சு திக்குதிக்குவென அடித்துக்கொண்டது. மழையின் இதமான தூறல் ஒலி. எழுந்திருந்து வேட்டியைக் கழற்றிவிட்டு, ஒர்க்ஷாப்புக்குச் செல்லும்போது அணிந்துகொள்ளும் காக்கி நிற அரை டிராயரை அணிந்துகொண்டான். வேட்டியை எடுத்துச் சுருட்டிக்கொண்டு கதவைத் திறந்தான்.

"அப்பா!"

"தூங்கு தம்பி, வந்திடறேன்."

"எங்கே போறீங்க?"

"இங்கே பக்கத்துலேதான்."

"நானும் வர்றேன்."

"இல்லே கண்ணு, மளெயா இருக்கு."

"எனக்கு பயமா இருக்கு, நானும் வர்றேன்."

அழகர் எழுந்து மணியருகே வந்துவிட்டான்.

"சரி, நா போவலே, படுத்திருப்பம்."

இருவரும் படுத்தனர். கொஞ்ச நேரம் கழித்து மணி எழுந்திருந்தான். கையிடுக்கில் வேட்டியை வைத்துக்கொண்டு கதவைத் திறந்தான். கதவு 'பே'வென்று இரைச்சலிட்டது. அழகர் எழுந்துவிட்டான்.

"எங்கைய்யா போறீங்க?"

"இங்கே பக்கத்துலே."

"நானும் வரேன்யா?"

"சீக்கிரம் வந்திருவேன்; நீ தூங்கிட்டுரு."

"அய்யோ, நா மாட்டேன்."

அழகர் மணியைப் பற்றிக்கொண்டான். வெளியே மழை பலத்தது. மணிக்கு சந்தோஷமாக இருந்தது.

"சரி, நா வெளியே போவலே! வா படுத்துக்குவோம்."

இருவரும் படுத்துக்கொண்டனர். சிறிது நேரம் கழித்து மணி எழுந்திருந்தான்.

"என்னப்பா?"

"நா எங்கேயும் போவலெடா."

மணி வேட்டியை எடுத்தான். ரத்தக்கறை படிந்த பகுதியெல்லாம் சேர்த்து நீளப் போக்காகக் கிழித்தான். அதைச் சுருட்டி அங்கு காலியாகக் கிடந்த சட்டியொன்றுள் திணித்துச் சட்டியைத் தலைகீழாகத் தரையில் கவிழ்த்தான். வேட்டியின் மீதிப்பகுதியைப் பிரித்துப் பார்த்தான். ஆங் காங்கே பொட்டுப் பொட்டாக ரத்தக்கறைகள் தெரிந்தன. காக்கி டவுசரும் பனியனும் அணிந்துகொண்ட ஒரு போலீஸ்காரரோடு தலை தெறிக்க ஓடின நாய் அவன் கண்முன் வந்தது. அங்கங்கே கூட்டம் கூட்டமா நின்னுக்கிட்டு சனங்க வேடிக்கை பாத்தாங்க. நாயி பல தெருவெயும் சுத்திச் சுத்தி ஓடிச்சு. சனங்ககிட்டே ஒரே பரபரப்பு. அங்கங்கே கூட்டம் கூட்டமா நின்னுட்டு வேடிக்கை பாத்தாங்க. அவன் மட்டும் அந்தக் கூட்டத்துலே ஒட்டிக்கலே. 'புத்தி கெட்ட மிருகம். யார் எதூனா அதுக்கென்ன தெரியும்? அவன்மேல் பாஞ்சிட்டா? நாயி சொல்றதத்தானே போலீசுக்காரங்க கேப்பாங்க?' நேரம் என்ன இருக்கும்? லூஸ் மணி கிழித்த வேட்டியை மடித்து தனது உறையில்லாத அழுக்குத் தலையணையின் கீழ் வைத்துப் பாயில் படுத்தான். குட்டிப் பாயை விட்டு அகன்று கிடந்த அழகரையும், அவன் பாயையும் சேர்த்திழுத்து தன் அருகே அழகரைச் சேர்த்துக் கொண்டான்.

வெளியே 'ஓ'வென்று மழை அலற ஆரம்பித்தது. 'திமுதிமு' வென்று வீட்டு ஓட்டின்மீது பலர் ஓடிக்கொண்டிருப்பது போன்றதொரு உணர்வு. 'கனம் கனமா மழைத்துளிகள்' என்றுணர்வதிலே மணிக்கு ஒரு மகிழ்ச்சி. குளிராக இருந்தது. அவசர அவசரமாகப் பெட்டியைத் திறந்து ஒரு வெளுத்து வந்த கிழிசல் சால்வையை எடுத்து அவனையும் அழகரையும் இணைத்துப் போர்த்திப் படுத்தான்.

நேரம் ஓடிற்று. ஐந்து மணியைக் கடந்தது. ஆறு மணியைக் கடந்தது. வீட்டில் வடகிழக்குப் பார்த்திருந்த ஒரே ஜன்னல் வழியே சூரியக்கிரணம் பொன்னைப் பொழிந்தது. சாளரம் வக்ரமாக ஏற்படுத்தித் தரையில் வீழ்த்திய இணை விஷமத்தைச்

சாளரத்தின் குறுக்குத் தடிகள் மறித்துக் கிடந்தன. அவற்றின் நடுவே மணியின் சிரசு தெரிந்தது.

'தூக்குப் போட்டா விந்து களந்து வெளிக்கு வந்திருமாமே? கண்ணு பிதுங்கி வெறிச்சிட்டிருக்குமா?'

பதறி எழுந்தான் மணி. படபடவென்று கதவு இடிபட்டது.

"யாரது? யாரது?"

"தெறடா, களுதை."

'அப்ப பாக்கியம் இல்லையா? திறக்காட்டி வீட்டே ஒடெச்சிக்கிட்டு வந்திருவாங்க.' மணி கதவைத் திறந்தான். வீட்டின் முன்பு ஒரு கூட்டம். அவன் முதலாவதாகப் பார்த்தது அதிகார உடையில் உள்ள ஒரு போலீஸ் அதிகாரி. அடுத்துப் பார்த்தது ஏட்டையா பொன்னுச்சாமி. இருவர் அருகேயும் பாக்கியம் நின்றுகொண்டிருந்தாள். அவளுக்கருகே வெள்ளை வேட்டி, வெள்ளை ஜிப்பாவோடு ஓர் உருவம். யாரது? அட சப்பாணியா? பரமந் தம்பியா? சப்பாணிக்கு ஒரு காலைவிட மற்ற கால் சற்று அதிக நீளம். அவன் நேராக நின்றாலே ஒருபுறம் சாய்ந்து நிற்பது போலத் தெரியும். மணியின் கண் முன்னால் கும்மிருட்டில ஒரு வெள்ளை உருவம் முண்டாசு கட்டிக்கொண்டு ஒருபுறம் சாய்ந்து நிற்பது தெரிந்தது.

"பாக்கியம்!" என்றான் லூஸ் மணி.

"கொலெகாரப் பயலே, நீ எப்படியும் ஒளி. எம்மவனே நான் காப்பாத்திக்கிடுவேன்" என்றாள் பாக்கியம்.

"அளகர்" என்று கத்திக்கொண்டு ஓடத் திரும்பினான் மணி. முதுகில் ஒரு தடி விழுந்தது. இரு போலீசுக்காரர்கள் மணியின் கைகளைப் பற்றிக்கொண்டனர்.

"எம்மவன், எம்மவன்!"

"கிறுக்கு . . . அளகர் ஒம்மவனில்லே! ஒம் முன்னே என் களுத்தெ நீட்டினேனே அன்னைக்கே என் வவுத்துலே ஒரு மாசம். அளகர் செமீந்தார் வீட்டுப் புள்ளை தெரியுமா? லெச்சுமணத் தேவருக்கு கருத்தரிச்சேனாக்கும்; இனி எந்தப் . . . மவனுக்கும் கருத்தரிக்கமாட்டேன்."

களேபரத்தில் அழகர் எழுந்தான். போலீஸ்காரர்களைக் கண்டு பயந்து மணியிடத்து ஓடினான். கண்களை மூடிப் பல்லைக் கடித்து நின்றான் மணி.

"அய்யோ, அளகரு!" மணியா அப்படிக் கத்தியது?

“இங்கே பாருங்க சார், இங்கே!” என்று ஒரு கான்ஸ்டபில் தான் கண்டுபிடித்த சட்டியை இன்ஸ்பெக்டர் முன் கொண்டு வந்தான்.

ஒரு திமிறு திமிறினான் மணி. சட்டியைப் பார்த்துக்கொண் டிருந்த போலீசுக்காரர்கள் ஏமாந்தனர். இன்ஸ்பெக்டரையும் ஒரு தள்ளு தள்ளிவிட்டு ஓடினான் லூஸ் மணி. வீட்டின் முன்பிருந்த கூட்டம் சிதறியது. “கொலகாரன்! ஆயுதம் எதுவும் வச்சிருப்பான்!” மணி தெரு வழியே ஒரு காக்கி டிரௌசரை மட்டும் அணிந்து ஓடினான். ஒரே கூச்சல்! பிரமிப்பு! ஆங்காங்கு வீட்டுக்குள் இருந்த ஆண்களும் பெண் களும் வெளியே வந்து பார்த்தனர். ‘அதோ, அவன் ஓடறான்!’ தெருவில் வருகிறவர் போகிறவரும் நின்று பார்த்தனர். ‘அடப்பாவி! இப்படியா ஓடுவே!’ தடிகளைத் தூக்கிக்கொண்டு போலீஸ்காரர்கள் ஓடினர், இன்ஸ்பெக்டரும் ஓடினார். “அவனெப் பிடிங்கய்யா, பிடிங்க, விடாதீங்க!” “அவனெப் பிடிங்க. அதோ ஓடறான்!” ஒற்றை நாடி; வலுவான சரீரம்; தலை தெறிக்க ஓடினான் மணி. வீடுகள் பறந்தன; கடைகள் பறந்தன. அவன் மோதி ஒரு கிழவி தள்ளாடி விழுந்தாள். “பாவீ, பாவீ, ஓங் குடும்பமே நாசமாப் போவும்.” கிழவி விழுந்ததும் வேடிக்கை பார்ப்பவரில் பலரும் அவனைப் பிடிக்க ஓடினர். தலை தெறிக்க ஓடினர்; வெறிகொண்டு ஓடினர். சிறுவர்கள் பெரியவர்களோடு போட்டி போட்டுக் கொண்டு ஓடினர். பார்த்தவரெல்லாம் ஓடினர். கொலெகாரப் பய! கிளவி பொளெக்கிறது சந்தேகம்! கொலெகாரப் பய! மற்ற சிறுவர்களோடு போட்டி போட முடியாத ஒரு சோதாச் சிறுவன் ஒரு கல்லை எடுத்து வீசினான். அது அவன் முன்னால் ஓடிக்கொண்டிருந்த ஒருவனின் மீது விழுந்தது. அதை அவன் பொருட்படுத்தவில்லை. கல் சொன்ன செய்தியைப் புரிந்துகொண்டான். ஒருபுறம் சரக்கென்று விலகிக் கல்லை எடுத்து வீசினான். எல்லாரும் ஓடும்போதே கற்களையும் எடுத்து வீச ஆரம்பித்தனர். அவன் வளைந்து வளைந்து ஓடினான். சந்துகள் திரும்பின. வீட்டு முனைகள் பீட் கான்ஸ்டபில்கள் போல் நின்றன. கற்கள் பறந்து, வீட்டுச் சுவர்களில் பட்டு அசந்து விழுந்தன. தொடர்ந்து அடுத்தடுத்து வெகுதூரத்துக்கு இடைவெளியே இல்லாது நின்ற வீடுகள். காலப் போக்கையே உணராதது போல் நின்றுவிட்ட வீடுகள். அவற்றைக் கடந்து ஓடினான். போலீஸ்காரர்கள் பிந்திவிட்ட னர். ஆனால் மற்றவர்கள் விரட்டி வந்தனர்.

“பொஞ்சாதியெக் கொன்னுட்டான்.”

“கெளவியக் கீழே தள்ளிட்டான். பெளெக்கிறது கயிட்டமாம்.”

“இல்லே, மவனே களுத்தெ நெறிச்சுக் கொன்னுப் போட்டான்.”

“ஏன் ?”

“அவ எவங்கிட்டயோ படுத்தாளாம். அவன் மகன் இல்லேன்னாளாம். பிள்ளெயே களுத்தெ நெறிச்சுக் கொன்னுப் போட்டானாம் !”

“அவன் ஒரு லூசாம், கிறுக்காம் !”

அய்யோ ! லூஸ் மணி திகைத்தான். அவன் முன்பு நாலு பேர் ஓடி வந்தனர். திடுதிடுவென்று திறந்து இருந்த ஒரு வீட்டுக்குள் ஓடினான். அது தோட்டக்காரச் சந்து. நீளமாக அடுக்கடுக்காக அறைகள். சிறுமிகள் உறங்கிக்கொண் டிருந்தனர். திடுதிடுவென்று ஓடினான். கண் நிறைய மையை அப்பிக்கொண்டிருந்த ஒரு சிறுமி, ‘உய்’ எனக் கத்தினாள். கொல்லைப்புறக் கதவைத் திறந்துகொண்டு வெளியே வந்தான். சாக்கடை நாற்றம். மல நாற்றம். கீழே சகதி. புல். ஓடினான். கால்கள் சகதியில் அமிழ்ந்து அமிழ்ந்து எழுந்தன. அருகே சாக்கடை வாய்க்கால். தண்ணீர் ஓடாது நின்றுவிட்ட சாக்கடை வாய்க்கால். ஓடினான். ஒருபுறம் தோட்டக்காரச் சந்தின் பின்புறத்துச் சுவர்கள். மறுபுறம் சாக்கடை வாய்க்கால். அதை அடுத்து நகரத்தார் வீடுகளின் பின்புறத்துச் சுவர். ஓடினான். சகதியிலும், புல்லிலும் ஆங்காங்கே மண்ணாசையை வெறுத்து நின்ற தென்னை மரங்களையும் கடந்து ஓடினான். அப்பாடா ! இனி சகதி இல்லை. அய்யோ ! காலில் ஒரு கண்ணாடி குத்தியது. பரமனைக் குத்தியது கண்ணாடி ! சாக்கடையோரமே ஓடினால் எங்கு போய்ச் சேர முடியுமென்று நினைத்தான். பஸ்ஸுக்கு போற ரோடா ? “அதோ ஓடுறான், அதோ ஓடுறான்.” பின்புறம் திரும்பினான். மூன்று நான்கு பேர் அவன் கடந்து வந்த சகதியைக் கடக்க அஞ்சி கை நீட்டிக் கத்திக்கொண்டிருந்தனர். ‘ரோடு வந்தா ?’ அவன் ஓடினான். ‘ரோடு வந்தா ? சோளத்தெ அறுத்திருப்பாங்களா ? மாட்டாங்க. சோளக்காட்லே நொளஞ்சிட்டா ? யாரும் கண்டுக்க முடியாது. சோளெக்காட்லே மெள்ள மெள்ளப் போவணும். அஞ்சாறடி வளந்துருக்கும். மெள்ள மெள்ளப் போவணும். பம்மிப் பம்மிப் போவணும். ராவுலேயே ஓடியிருக்கணும். ஆனா அளகர், அய்யோ, அளகர் !’

பஸ் ரோட்டை எட்டிவிட்டான். அவர்களும் குறுக்குப் பாதை மூலம் வந்துவிட்டனர். இப்போது எல்லாரும் அவனைப்

பார்க்க முடிந்தது. ரோட்டைக் கடந்தான். என்ன இது? சோளக்காடு எங்கே? சோளமாவது, காடாவது? அங்கேது சோளக்காடு? நேற்றே நடப்பட்ட நெல் நாற்று பச்சை பச்சையாகக் கண்ணுக்கெட்டிய தூரம் விரவிக் கிடந்தது. தொலைவிலே ஆங்காங்கு அழகழகாகத் தென்னைமரக் கூட்டங்கள். ரோட்டோரம் இருந்த மைல் கல்லைப் பற்றியவாறு மூடிய கண்களோடு விழுந்தான் மணி . . .

அந்தத் தென்னைமரம் மிகவும் விசித்திரமாக வளைந்து நெடிது வளர்ந்திருந்தது. யாரும் ஏறப் பயப்படுவார்கள். அதுவும் காத்து அடித்தாலோ! பத்து வயது நிரம்பாத சுப்பிரமணியன் மூன்று எருமைகளைக் கவனித்துக்கொண் டிருந்தான். மேடு பள்ளமான காடு. பாண்டியும், சூட்டுப் போட்டுக்கொண்டு ஒருவரும் வந்தனர். “சாருக்கு இளனி வேணும்டா” என்றான் பாண்டி. “காத்து அடிக்குதே”னான் சுப்பிரமணியன். “காத்தென்னடா, காத்து? இந்த மரத்துலே ஏறமாட்டே? அதோ பார் எத்தினி இளனி.” மணி மரத்தில் ஏறினான். வேட்டியைக் கழற்றி மரத்தையும் அவன் கால்களையும் இணைக்கும் பிடிமானமாக்கிக் கோவணத்தோடு ஏறினான். மரம் போகப் போகப் பாம்பளவுக்குச் சிறுத்தது. அவனுக்குக் கீழே பெரிய வளைவு. அதைக் கடந்துவிட்டான். இப்போது மரம் நேர் செங்குத்தாகச் செல்கிறது. ஆனால் பாம்பளவுக்குச் சிறுக்கிறது. ‘உய்’ என்று காற்று வீசுகிறது. “டேய் லூசு, மரத்தெக் கவ்விக்க.” அந்தப் பட்டம் அவனுக்கு முதன்முறையாக அப்போதுதான் கிடைத்தது. மரத்தைக் கவ்விக்கொண்டான். காற்று வீசி வீசி அடித்தது. மரம் ஊஞ்சாலாடியது. அவன் கால்களும் கைகளும் மரத்தைக் கவ்விக்கொண்டன.

எத்தனை பசுமையான உலகம்! தொலைவிலே காணுகிற நீலம்தான் எத்தனை அழகு! உலகமே பசுமையும் நீலமும் தானா? உலகமே அவனை அசைத்தாட்டும் காற்றுத்தானா? உலகமே தொலைவிலே தெரியும் அமைதி நிறைந்த குடிசைகள் தானா? காற்று ஓங்கி வீசியது. ‘மரமே கதி’ என்று அவன் உடலும் உள்ளமும் மரத்தைப் பற்றிக் கொண்டன. மேலே தென்னோலைகள், வயது முதிர்ந்த கிழவன் ஒரு இளவட்டத்தின் தர்க்கங்களுக்குப் பதில் சொல்லுவதுபோல் காற்றுக்குப் பதில் சொல்லிக் கொண்டிருந்தன. மரத்தின் கழுத்தில் முத்து முத்தாகச் செவ்விளநீர்க் காய்கள்!

‘யாரும் ஏறாத மரம். ஏறிட்டேன். மேலே இன்னும் எவ்வளவு இருக்கும்? ஏளு மொளம் இருக்குமா.’ காற்று விர்ரென்று வீசியது. தாராளமாகக் காற்றோடு இரண்டடி

பறந்தான். மரத்துக்கு நேருவது எங்களுக்கும் நேரட்டும் என்று அவன் கைகளும் கால்களும் மரத்தைப் பற்றிக்கொண்டன. “தம்பீ, கீளே இறங்குடா” என்று ஒரு குரல் அலறியது. அவனும் இறங்க ஆரம்பித்தான். மரத்தின் கழுத்தில் முத்து முத்தாக இருந்த செவ்விளநீர்க் காய்களை ஒருமுறை மீண்டும் பார்த்தான். ‘அய்யோ செவ்விளநீர்க் காய்களே!’

***கண்ணதாசன்*, ஜனவரி 1969**

நான் புரிந்த நற்செயல்கள்

1948இல் என்று நினைக்கிறேன். நாற்பத்தாறோ, நாற்பத்தியெட்டோ, சரியாக நினைவில்லை. மதுரையில் ஒரு பெருமாள் கோவிலுக்கு எதிரே இருந்த சந்தில் அவள் குடியிருந்தாள். மாதவி என்றும் லட்சுமி என்றும் சொல்லிக்கொள்வாள். வீட்டிலே இரண்டு குழந்தைகள் உண்டு. நான் ஒருமுறை சென்றுவிட்டு, முகத்தைக் கழுவிக்கொண்டு துடைக்கத் துணி கேட்டபோது, அவளது பழைய ஜம்பர் ஒன்றைத் தந்து, "இதுலே தொடச்சிக்கங்க; ஒங்க புண்ணியமெல்லாம் எனக்கு வரட்டும்" என்றாள். "செலவு மூணேகால்" என்று சொல்லிக்கொண்டு, என் முன் கை நீட்டிய இரண்டு குழந்தைகளுக்கும் இரண்டு இரண்டணாக்களைக் கொடுத்துவிட்டு வெளியே வந்தேன். அப்போதெல்லாம் 'வாய்ல்' கொஞ்சம் புதுசுதான். எனவேதான் அவளது வாய்ல் ஜம்பரை என்னால் மறக்க முடியவில்லை. சில நாட்களுக்குப் பிறகுதான் வந்தான் போஸ்ட்மன் சுப்பையா.

"சார், கொஞ்சம் இங்கிலீசு சொல்லித் தாங்க. இந்த டெஸ்டைப் பாஸ் பண்ணினா நான் கிளார்க் காகிடுவேன்."

"ஏம்பபா, உனக்கு மட்டும் சொல்லித் தர முடியுமா? சூரியனே அஸ்தமிக்காத வெள்ளக்கார சாம்ராஜ்யத்தின் பாஷையாச்சே! நாலு பேரெக் கூட்டி வா. சொல்லித் தாரேன். எனக்கும் கட்டுப்படியாகும்" என்றேன். நாலு பேர்களைக் கூட்டிவந்தான். இரண்டு மாதத்திலே அவனும் நானும்தான் மிஞ்சினோம்.

அவனையும் விட்டு உதறியிருப்பேன். ஆனால் எங்கள் இருவரிடையும் புதிய உறவு உருவாகிவிட்டது. அவன் பல புதிய ‘இடங்களு’க்கு என்னைக் கூட்டிச் சென்றான். சலிசான தரமான இடங்கள். என் மனைவி அவன் வரவை ஒருமாதிரி பார்க்கத் தொடங்கினாள். எனக்குப் பயந்தான். (மனைவி கிட்டே பயமிருக்கணும்; அவளெ கொஞ்சம் ஏமாத்தவும் தெரியணும் என்பது என் கொள்கை) என்றாலும் நான் அப்போதே ஒரு முற்போக்குவாதியாதலால் குடும்பக் கட்டுப் பாடு பற்றி அவளிடம் பேசித் தப்பிக்க முயன்றேன். அவளோ பிற்போக்கு வாதி. ‘செடி வைக்கறவனுக்கு தண்ணி ஊத்தத் தெரியும்’ என்று வம்பு பண்ணுவாள். சுப்பையா கதையைச் சொல்லிக்கொண்டிருந்தேன்; என் கதைக்கு வந்துவிட்டேன். சுந்தர ராமசாமி சொல்லுவது போல், ‘சொந்த விஷயம் என்றால் எல்லாருக்கும் வெல்லந்தான்!’

மீண்டும் ஒருநாள் சுப்பையா என்னிடம் வந்து, “இங்கிலீசு படிக்கணும்” என்றான்.

“இங்கிலீசு ஒண்ணும் படிக்க வேண்டாம். வேணா இந்தி படி. மத்தப்படி என்ன விஷயம்?” என்றேன், கண்ணைச் சிமிட்டியவாறே.

“ஒரு முக்கியமான விசயமா ஒங்ககிட்ட பேசணும்.”

“அட, அதென்ன முக்கிய விஷயம்?”

“ஒரு பொண்ணு என்னெ லவ் பண்றா.”

“இந்தக் கெட்ட பத்திரிக விகடன், துகடன் இதெல்லாம் படிக்கறயா?”

“அய்யோ, இல்லையே! அப்பப்ப போஸ்டு கார்டுக செல படிப்பேன். மத்ததெதுவும் படிக்கமாட்டேன்.”

“பின்னே, காதலெப்பத்தி பேசினயே?”

“அதுவா? என்னெ ஒரு பொண்ணு லவ் பண்றது.”

“யாரடா, அது?”

“இடியாச்சன் சந்து போயிருக்கீங்களா?”

“கீழப்பெருமாள் கோவிலுக்கு எதுக்கே இருக்கே அந்தச் சந்தா?”

“ஆமா, அதுதான். அங்கே மூணாம் நம்பர் வீடு ஞாபக மிருக்கா?”

“வெசயெத்தே சொல்லுடா?”

"அங்கே மாதவீன்னு ஒரு பொண்ணு இருக்கு. அது என்னெக் கட்டிக்கிறேங்குது."

"கட்டிக்கேயென்."

"அதுக்கு ரெண்டு புள்ளெங்க இருக்கே."

"இருந்தா என்ன? பசுமாட்டே வாங்கினோம். கன்னுக் குட்டி ரெண்டு கெடச்சுதுண்ணு இரு."

"கெட்ட பொண்ணு இல்லே?"

"ஆமாம், கெட்ட பொண்ணுதான்."

"நமக்குத் துரோகம் பண்ணிட்டா?"

"நாம் அதுக்குத் துரோகம் பண்ணிட்டா?"

"அப்ப, நான் அதைக் கட்டிக்கிடட்டா? எங்கிட்ட ரொம்பப் பிரியமா இருக்கு."

"தைரியமாக் கட்டிக்க."

"ஆமாம், ரெண்டு மூணு சேத்து வச்சிருக்கேன்குதே, நம்பலாமா?"

"தாராளமா நம்பு. பண விஷயத்துலே யாரு பொய் சொல்லப் போறாங்க?"

இப்போ சுப்பையாவும், மாதவியும் எப்படி இருக்கிறார்கள் என்று நினைக்கிறீர்கள்? ஒருமுறை இந்தக் காதல் ஜோடியைச் சித்திரைக் கண்காட்சியில் பார்த்தேன். ஏழோ, எட்டோ குழந்தைகள். கலியாணமானவுடனேயே மாதவி இரண்டு பசுமாடு வாங்கினாள். வல்லிக் கொடி போன்றிருந்தவள் கொடிக்கம்பம் மாதிரி ஆனாள். பால் வியாபாரம் பலனைத் தந்தது. அது விருத்தியானதும் புருஷனுக்கு ஒரு வெற்றிலை பாக்குக் கடை வைத்துக் கொடுத்தாள். விரைவில் வெற்றிலை பாக்குக் கடை ஷாப்புக் கடையாக மாறக் காரணம், அந்த வட்டாரத்தில் ஒரு நவநாகரிக ஓட்டலும், ஒரு கல்லூரியும், ஒரு தியேட்டரும் ஏற்பட்டதுதான். கொடிக்கம்பம் போல் இருந்த மாதவி கோணிப்பைபோல் உருவெடுத்தாள். கோணிப்பை வண்ணாந் தாழியாக மாறும்போது சுப்பையா பல பிரபல தினசரிகளுக்கு ஏஜென்ட்டு. சூர்யா சீட்டுக் கம்பெனி அவனுடையதுதான். ஒரே ஒரு முறை அவனுக்கு 'போன்' செய்தேன். நான் யாரென்று சொல்லிக்கொள்ளாது ஏதோ சொல்ல முயன்றேன். "நீங்க யாரு?" என்ற கேள்வி வந்தது. நான் யார் என்று சொன்னேன். 'ரிசீவரை'ப் பட்டென்று வைக்கும் சத்தம் கேட்டது. பணக்காரிக்குப் பருமனும்

பணக்காரனுக்கு மிடுக்கும் அழகாகத்தானே இருக்கிறது? வீணாக உலகத்தைக் குறை சொல்லாதீர்கள்!

அந்த இளைஞனைப் பார்த்தால் பற்றி எரிந்தது. இப்படிக் கள்ளங்கபடமற்ற முகத்தோடு ஒருவன் இருப்பதா? உலகம் தெரிய வேண்டாமா? புத்தகத்தையே கட்டியழுகிறானே! அப்போதெல்லாம் எனக்கு ஒரு 'ஸ்டோரி'ல் வாசம். 'ஸ்டோரி'ன் மூன்றாவது வீட்டில் நான் இருந்தேன். முதல் வீட்டில் அவன் இருந்தான். எப்போது பார்த்தாலும் படித்துக் கொண்டிருப்பான். தந்தை கந்தையா பிள்ளைக்கு சுகஜீவனம். புகையிலை போட்டே இருந்த சொத்தையெல்லாம் மென்று துப்பிக்கொண் டிருந்தார். "என்ன செய்கிறீர்கள்?" என்றால் "மொழி ஆராய்ச்சி" என்பார். ஆனால் 'ஸ்டோரி'லே அவரது குறட்டைதான் பிரசித்தம். இரவு பத்து மணி முதல் காலை ஆறுமணி வரை கூட்டாமல், குறைக்காமல் ஒரே கதியில் குறட்டை ஒலிக்கும். அவர்தான் நான் ஸ்டோரைக் காலி பண்ணவே காரணம். வந்துவிட்டேனா என் கதைக்கு! சேவுகபெருமாள் செய்த பெரும் அதிர்ஷ்டம் அவன் கந்தையா பிள்ளையின் ஒரே மகனாக இருந்தது. அப்படிப் படித்துக்கொண்டும், கால்களை விரித்துப்போட்டு அவற்றின்மேல் ஒரு பலகையைப் போட்டுக்கொண்டு, அரிக்கன் விளக்கருகில் எழுதிக்கொண்டும் இருக்கும் அவனைப் பார்த்தால் எனக்கு என்னவோ பொறாமையாக இருந்தது. வருங்காலத்தில் பெரும் அறிவாளியாக வருவான் என்று நினைத்துப் பெருமூச்சு விட்டேன்.

ஆனால் ஒரு நாள் என்னிடம் வந்து பட்டுக்கொண்டான். "உங்ககிட்ட ஆக்ஸ்போர்டு டிக்ஷனரி இருக்கா?" என்று கேட்டுப் பட்டுக்கொண்டான். அப்போதே எனது மேதாவிலாசத்தைப் புலப்படுத்த நாலைந்து வாக்கியங்களை ஆங்கிலத்தில் சொல்லி விட்டு அவனிடத்து 'டிக்ஷனரி'யைக் கொடுத்தேன். அவன் என்னவோ மயங்கிவிட்டான். அடிக்கடி என்னிடம் வந்து பேச ஆரம்பித்தான். விவேகானந்தர் பற்றியும், ராமகிருஷ்ணர் பற்றியும், அரவிந்தர் பற்றியும் பேசினான். அவன் பேசிய பேச்சுகள் என்னைத் திகிலடைய வைத்தன. எனக்கென்னவோ இந்த விவேகானந்தர், அரவிந்தர் என்றாலே ரொம்பவும் பயம். அவர்கள் எல்லாம் சிகரெட்டு, பீடி குடிக்கக் கூடாது என்ற கட்சியைச் சேர்ந்தவர்கள் என்பது என் சந்தேகம். பொதுவாக எதையுமே குடிப்பதை எதிர்ப்பவர்களை எனக்குப் பிடிக்காது. குடிப்பதைக் குடிக்கத்தான் முடியும், அதை வைத்துக் கொண்டு வேறென்ன செய்யமுடியும் என்பது என் வாதம்.

எனவேதான் சேவுக பெருமாளின் பார்வையை வேறு திசையில் திருப்ப நினைத்தேன். அவன்தான் புத்தகப் புழுவாயிற்றே! புத்தகப் புழுவுக்கு என்ன புத்தகம் என்றிருக்கிறதா? நான் சலிசாக வாங்கி வைத்திருந்த அரசியல் புத்தகங்களை எல்லாம் அவனிடம் கொடுத்தேன்.

'விளைவு என்ன?' என்கிறீர்களா? இன்று அவன் ஒரு எம்.பி. சென்னையில் ஒரு பணக்கார வீட்டுப் பெண்ணை மணந்துகொண்டுவிட்டான். அவன் குழந்தைகள் 'கான்வென்ட்'டுக்குச் செல்கின்றன. அவன் சமயங்களில் டெல்லி தெருக்களில் குடித்துவிட்டுக் கிடந்தாலும், பாராளுமன்றத்தில் காலித்தனமாகக் கூச்சலிட்டாலும், ஒருமுறை புரட்சிகரமாக சபைத்தலைவர்மேல் செருப்பை எடுத்து வீசியெறிந்தாலும், அவன் ஒரு கொள்கை மாறாக் கோமான். அவன் ஒரு எம்.பி.

காதல் வளர்ச்சிக்கு இடவசதி அவசியம். இது யாவரும் ஒப்புக்கொள்வதே. இது இன்று மட்டுமல்ல, அன்றும் உண்மை. உண்மையில் இன்றைக் காட்டிலும் அன்று மிக உண்மை. அவர்கள் எல்லாம் வெகுகாலமாக பம்பாயில் இருந்துவிட்டுச் சமீபத்தில்தான் தமிழ் நாட்டுக்கு வந்தவர்கள். வேற்றாட்கள் இருக்கும்போது சமயங்களில் தங்களுக்குள் இந்தியில் பேசிக் கொள்வார்கள். (இந்தியோ, மராத்தியோ அல்லது இரண்டின் கலப்போ) அந்த வீட்டில் வயது வந்த எல்லாருமே தாராளமாக ஆங்கிலத்தில் பேசுவார்கள். (என்னுடைய ஆங்கில வாசனை அவர்களை நெருங்க எனக்குப் பெரிதும் உதவியது) ஜேன், *'Oh it's nice!', "It came off nicely"* என்றளவைவிட ஆங்கிலம் பேசினாலும், நன்றாகவே தமிழ் பேசுவாள். "நான் பாம்பே யிலிருக்கும் போதே தமிழ்ப் புத்தகங்கள் அதிகம் படிப்பேன்" என்பாள். ஒரு ஆங்கில உயர்நிலைப்பள்ளியில் ஆசிரியராகப் பணியேற்றுக்கொண்டிருந்த எனக்கு ஜேன் தகுந்த ஜோடி யாகவே பட்டாள். உருப்படியான எந்தப் படிப்பையும் முற்றுவிக்காத ஜேன் 'டைப்ரைட்டிங்' படித்துக் கொண்டிருந்தாள். நான் என் அறையிலிருந்து வெளிக் கிளம்பி, 'பாமா கபே'யை நோக்கி நடந்து போஸ்டு ஆபீஸைக் கடக்கவும், அவள் போஸ்டு ஆபீசுக்கு நாலு கட்டிடங்கள் தள்ளி இருந்த 'டைப்ரைட்டிங் இன்ஸ்டிடியூட்'க்கு என்னைக் கடந்து செல்வாள். வீணாக வளர்ப்பானேன்? நாங்கள் சந்தித்தோம். எங்கள் கண்கள் சந்தித்தன. எங்கள் கரங்கள் சந்திக்கத் துடித்தன. இப்படி யெல்லாம் காதல் கதையில் சொல்லக் கூடாதுதான்; ஏதோ சொல்லிவிட்டேன்.

ஒரு முறை ஷேக்ஸ்பியரின் 'ரோமியோ அன் ஜூலியட்' நாடகம் பற்றி மாணாக்கனான நான் எழுதிய கட்டுரையில், ரோமியோ, ஜூலியட்டின் குடும்பத்தாரைச் சரிக்கட்டத் தவறியது பெருந்தவறு என்று எழுதியது என் நினைவுக்கு வந்தது. மகளைப் பெறவேண்டுமானால், முதலில் தாயாரை, முடிந்தால் தகப்பனாரைச் சரிக்கட்டிக்கொள்ள வேண்டும். ஜேனின் தகப்பனாரைக் காண்பதே அரிது என்று அறிந்தேன். அவர் ஒரு வெள்ளைக்காரக் கம்பெனியின் விற்பனை ஏஜெண்டு. இரண்டு மூன்று மாதங்களுக்கு ஒரு முறைதான் வீட்டுக்கே வருவார். தாயாரைச் சரிக்கட்டுவதில் இதுவும் எனக்கு உதவியது என்று நான் சொன்னால் நீங்கள் அதைத் தவறாகப் புரிந்துகொள்ளக் கூடாது. ஜேனின் அம்மாவை எனக்கு மிகவும் பிடித்திருந்தது. அளவுக்கு அதிகமாகப் பேசினாலும் அவர்கள் நாகரிகமானவர்கள். எனவே முதலில் நான் அவர்களைத் துணை கொண்டேன். கிடைத்தற்கரிய ஆர்லிக்ஸ், சீனி, கோதுமை இவற்றை அவர்கள் வீட்டுக்கு வாங்கிக் கொடுத்தேன்.

காதல் வளர்ச்சிக்கு இட வசதி அவசியமென்றால், வயதுவந்த அண்ணன்மார்கள் காதலின் பரம விரோதிகள். நல்லவேளை ஜேனுக்கு அண்ணன் யாருமில்லை. அவளை விடுத்து அவளோடு போட்டியிட ஒரே ஒரு சகோதரி. மேரி என்று சாதாரணமாகப் பெயரிட்டிருந்தார்கள். மிக அழகு, படிப்பிலே புலி. அவளோடு பேசும்போதே எனக்கு நா உளறும். மேரிக்கு அடுத்து ராபர்ட்ஸ். அவனை லகுவில் வசமாக்கிக்கொண்டேன்.

இந்த நிலையில்தான் இட வசதியைப் பற்றி யோசிக்கலானேன். இந்தக் காலத்திலாவது வேறெதுவும் இல்லாவிட்டாலும் 'பஸ் ஸ்டாப்' இருக்கிறது. அந்தக் காலத்தில் அதுவுமில்லை. போஸ்டல் இலாகா துணை புரிந்தது. கடிதங்கள் பரிமாறிக்கொண்டோம். கண்கள் பேசின. ஒரு பயனும் இல்லை.

இப்போதுதான் ரிடயர்டு முனிசிபல் மானேஜருக்கு முக்கியத்துவம் ஏற்படுகிறது. அவரை முதன்முதலாக நான் சந்தித்தபோது ஏப்பம் விட்டார். ஏப்பம் அவருக்கு ஒரு வியாதி என்று பிறகே அறிந்தேன். ஓய்வு பெறுவதற்கு மூன்று வருடங்களுக்கு முன்தான் அவர் காந்தி காலனியில் ஒரு வீடு கட்டி முடித்திருந்தார். கார் வாங்கும் நோக்கத் தோடு 'கராஜ்'க்கு என்று கொஞ்சம் இடம் ஒதுக்கி வைத்திருந்தார். ஆனால் அதற்கு முன்னால் அவருக்கு 'கம்பல்சரி ரிடயர்மென்ட்' கிடைக்கவே, அந்த இடத்தில் ஒரு அழகான குடிலை

அமைத்துவிட்டார். அவருக்கு என்ன கவலை? ஒரே மகன், ஒரே மகள். மகளுக்கு ராஜபாளையத்தில் மணியான மாப்பிள்ளை. மகனுக்குச் சென்னையில் அரசாங்க உத்தியோகம். வீட்டிலேயே இருந்தது மனைவி ஆஸ்த்துமா அம்மணி மட்டுமே. உண்மையில் மானேஜர் ராமசாமி என்றுமே ரிட்டயர் ஆகக்கூடியவர் அல்ல.

தபாலாபீசுக்கு – அதாவது அஞ்சலகத்துக்கு – எதிரேதான் நான் அவரைச் சந்தித்தேன். கூடவே ஜேனும் இருந்தாள். "தம்பி, உன்னைப் பத்தி ஜேன் சொல்லிச்சு." நான் விழித்தேன். ஜேன் புன்முறுவலித்தாள்.

"காந்தி காலனியிலே நான் ஒரு வீடு கட்டிருக்கேன்."

நான் விழித்தேன். ஜேன் முறுவலித்தாள்.

"ஒரு காரேஜ் கட்டணும்னு இருந்தேன்." நான் விழித்தேன்.

"இப்போ பிரமாதமா ஒரு காட்டேஜ் ஆக்கிட்டேன்."

அவர் வெடித்துச் சிரித்தார். நான் விழித்தேன்.

"தம்பி, இங்கிலீஸிலே புலியாமே!" என்று சொல்லிவிட்டு அவர் நகர்ந்தார். ஜேன் எனக்கு விஷயத்தை விளக்கினாள்.

காதல் வளர்ச்சிக்கு இட வசதி அவசியம் என்பதை எனக்கு உணர்த்தியதே அவள்தான்.

கடிதப்படி அன்று மாலை ஆறு மணிக்கு நான் அவளைச் சந்திக்க வேண்டியது. மூன்றே முக்காலுக்கே வேலையை முடித்துக்கொண்டேன். மணி நாலரைக்கெல்லாம் வழக்கமான குடிலுக்குச் சென்றேன். குடிலுக்குத் தனிச் சாவியுண்டு. இரண்டு சாவிகள் உண்டு – ஒன்று என் கையிலும், மற்றது ஜேன் கையிலும் இருக்கும். குடிலுக்கு வாடகைக்காரன் என்ற முறையில் நான் மானேஜருக்கு ரூபாய் பதினைந்து கொடுத்து வந்தேன். கொடுத்து வந்தேன் என்று சொல்லுவதைக் காட்டிலும் அவர் வாங்கி வந்தார் என்பதுதான் பொருத்த மாகும். ஏனென்றால் சம்பள நாளிலே அவர் பள்ளிக்கே வந்து என்னைச் சந்தித்துவிடுவார். அன்று நான் சாவியைப் பையிலிருந்து எடுத்ததும்தான் சாவி பயனில்லை என்று அறிந்தேன். கதவு உட்புறமாக அடைத்திருந்தது. கதவைத் தட்டினேன். உடனே கதவு திறந்தது. சிரித்துக்கொண்டே மானேஜர், "குட் ஈவினிங்" என்று சொல்லிக்கொண்டு வெளியே போனார். உள்ளே எங்களது வழக்கமான கட்டிலில் ஜேன் உட்கார்ந்திருந்தாள். நிறுத்தி நிதானமாக வழக்கமான காதல்

பேச்சுகளைப் பேசினேன். பிறகு மானேஜர் விஷயம் பற்றிக் கேட்டேன்.

"......இல்லாட்டி எல்லாத்தையும் பத்தி எங்கப்பாவுக்கு ரெஜிஸ்டார்டு போஸ்டிலே எளுதித் தெரிவிச்சிருவேன்னாரு. நான் என்ன செய்ய?" ஜேன் அழுதாள்.

"தெரிவிச்சா என்னவாம்?"

"எங்கப்பா சம்மதிக்கமாட்டாரே?"

"ஏன் அவருக்கு மருமகன் ஆக நான் லாயக்கில்லையா?"

"ஏன் இவ்வளவு தூரம் போனேன்ட்டு அடிச்சுக் கொன்னுப் போடுவாரே?"

ஜேன் விக்கி விக்கி அழுதாள். நான் அவளை அணைத்து முத்தமிட்டேன்.

"என்னைக் கைவிட மாட்டீங்களே?"

"கேட்டுச் சொல்றேன்."

"யாரெக் கேட்டு?"

"மானேஜரக் கேட்டு"

"அவர ஏன் இளுக்கறீங்க?"

"நான் இளுக்கலே. அவருந்தான் இதுலே இருக்காரே!"

ஜேன் ஓவென்று அழுதாள்.

"ஜேன் டியர் ஏன் இப்படிக் கத்தறே? இது யாருக்குக் கேக்கப் போகுது? மானேஜருக்குக் கேக்கும். ஆனா அவர் வரமாட்டார். ஆஸ்த்துமா அம்மணியோ முழுச்செவிடு."

"My dear, I've staked my all of you."

"*On would be better*" என்று அவள் ஆங்கிலத்தைத் திருத்தினேன். ஜேன் கேவிக் கேவி அழுதாள்.

"நாளெக்கு எம்பொணத்தத்தான் பாப்பீங்க."

"மன்னிச்சிக்க, பொணத்தப்பத்திக் கேவலமாய்ப் பேசாதே. எத்தனையோ உயிரோடுள்ள மொகங்கள்ள பாக்காத பிரகாசத்தையும் அமைதியையும் பொணங்களின் மொகங் களிலே பாத்திருக்கேன்."

"நான் இன்னைக்கே வெஷம் குடிச்சுச் செத்திடுவேன்" என்றாள்.

“எதிலும் அவசரமாகாது” என்றேன்.

“எனக்கு என்ன வழி?” என்றாள்.

“நீ பெரிய நடிகையாக முடியும்” என்றேன்.

“அப்படியா?” என்றாள்.

நான் அவளுக்குச் சென்னையில் இருந்த நண்பர் ஒருவருக்கு அறிமுகக் கடிதம் கொடுத்தேன். அவர் சினிமாத் துறையில் ஏதோ பெயர் சொல்ல முடியாத தகுதியில் இருந்தார். அவருக்குக் கடிதம் எழுதும் பக்குவமோ மனப்பான்மையோ இல்லாததால் அவர் மூலம் ஜேனைப் பற்றி எதுவும் தெரிந்து கொள்ள முடியவில்லை. ஐந்து வருடங்களுக்குப் பிறகுதான், ஆரம்பத்தில் தியாகியாக இருந்து, பிறகு எம். எல். ஏ. ஆகி, அதற்குப் பிறகு ‘இந்தியா டயர்சி’ன் உரிமையாளராகப் பரிணமித்த செந்தில்நாதனின் இரண்டாம் தாரமான பத்ம குமாரிதான் ஜேன் என்று அறிந்துகொண்டேன். உண்மை யிலேயே கேட்டுக்கொள்கிறேன்: கற்பு, காதல், கொள்கை, அது, இதுவென்று சொல்லிக்கொண்டு உலகத்தைக் குறை சொல்லாதீர்கள். புத்திசாலிகள் பிழைத்துக்கொள்ளத்தான் செய்கிறார்கள்!

***கண்ணதாசன்*, ஜுன் 1969**

இளிந்த சாதி

மைலு ஒரு ரோசனைகாரன்; ஆனா ரொம்பப் பேர் இதை ஏத்துக்கிட மாட்டாங்க. ‘மைலுவா? அவன் ஒரு எத்துவாளி’; ‘மைலுவா? அவன் ஒரு ஆபீஸ் பியூன்’ எம்பாங்க. எந்த ரோசனக்காரன் எத்துவாளியில்லே? இதைக் கேட்டிட்டா எல்லாருக்கும் கோவம். “கம்முக் கட்ல எதுக்கு மசிரு”னு மைலு கேப்பான்; “மனுசங் களுக்கு சாவத் தவிர எது உருதீ”ன்னும் கேப்பான். யாரும் பதில் சொல்ல மாட்டாங்க. ஆனாலும் அவன் தப்பாக் கேட்டிட்ட மாருதி மொகத்தை வச்சுக்குவாங்க. மைலுக்கு பொம்பளேனா ஒரே குசி. ரொம்பத் தெளிவாப் பேசுவான். “மொகத்தைப் பாத்துப் போறோம், மொகந் தான் எப்படி அளகா இருக்கு. அந்தச் சிரிப்பெல்லாம் என்ன செய்யறது? அள்ளிக் குடிக்க முடியலேயே! கடிச்சித் தின்ன முடியலேயே! அந்தப் பார்வயெ என்ன செய்யறது? காலடிலே வுளுந்து அளலாம் போல இருக்கு. ஆனா ரவிக்கை எடுத்த பெறவு பாடீசைப் பாத்தா எத்தனெ ஏமாத்தமா இருக்கு. இப்படி அளுக்கா இருக்கணுமா? கையும் ஒடம்பும் ஒண்ணு சேர வேணாமா? சின்ன பர்சு போல ரெண்டும் தொங்கணுமா? ஆனா இதெல்லாம் பத்திப் பேசக் கூடாது. மொகத்தைப் பாத்துக்கிட்டே உதட்ல முத்தமிடணும். கண் நெறைய மையிருக்கு. போதாதுக்கு நெறைய பவுடர் வாசனெ இருக்கு. ஆமாம், ஆமாம். இந்த மல்லிகையும் பவுடரும், இந்த ரெண்டு தானே காதலயே வளக்குது!”

“ஆனா, அப்படி ஒண்ணும் எப்போதும் இல்லே” னிட்டும் மைலு சொன்னான். “பேச்சி பவுடரும் போட்ட

தில்லே, மல்லிகையும் வச்சதில்லே. வாட்ட சாட்டமா கையும் காலும். தலெயத் தவர ஒடம்புலே ஒரு ரோமம் இல்லே. ரெண்டு பெரிய டர்னிப்புக. டர்னிப்பு தெரியுமிலே, டர்னிப்பு. கொய்யாப் பழம் வித்துக்கிட்டு வருவா. கொய்யா வெளியே பச்சையா இருந்தா, உள்ளே செவப்பா இருக்கும்; வெளியே மஞ்சளா இருந்தா, உள்ளே வெள்ளையா இருக்கும். ஆனா எல்லாமே இனிச்சுக் கெடக்கும். ரொம்ப ராங்கித்தனம் பண்ணுவா. பணம் அவளுக்குப் பெரிசில்லே. எல்லாம் முடிஞ்சதும் முதுகிலே ஒரு அடி, மொகத்துலே ஒரு அடின்னு போட்டுட்டுப் போவா!" பேச்சிக்கும் மைலுக்கும் ரொம்ப கனைக்ஷன்.

மைலு கெட்டசாதிப் பயல். ஒரு நா ஆபீசர் சேட்டை பண்ணினாரு. அவர் ஒரு வாட்டி தோட்டிச்சிய கண்டிச்சதெ நெனப்புல வச்சிக்கிட்டு, தோட்டிச்சி புருசனெ கூட்டியாந்து ஆபீஸ் முன்னால கலாட்டா பண்ண வச்சான். "எம் பொண்டாட்டிய நீ வச்சுக்க; உம் பொண்டாட்டிய நா வச்சுக்கட்டுமா?"னு தோட்டி 'கலக்கமூட்டி' போட்டுட்டு கூச்சப் போட்டான். ஆபீசர் மைலுவைக் கூப்ட்டு தோட்டியெ வெரட்டச் சொன்னாரு. தோட்டி சொல்றது நாயந் தான்ட்டான் மைலு. மைலு அபினி திம்பான்; மணிக்கணக்கா 'கும்'னு இருப்பான்.

மாதத்துக்கு ஒரு வாட்டி மைலு ஒரு பிக்பாக்கெட். என்னவோ மாருதி இருப்பான். யார்கிட்டேயும் பேசமாட்டான். டேசன் எங்கிருக்கு, பஸ் ஸ்டாண்டு எங்கிருக்கு, எங்கே பாம்பு வித்தே காட் றாங்னு அலைவான். அவன் யார் பக்கல்லே நின்னாலும் அவருக்கு ரெண்டு நிமிசம் ஒண்ணும் வெளங்காது. அவர் பாக்கட்லே இருக்கறது அவன் கைக்கு வந்துடும். அது அம்பதாவும் இருக்கும்; அஞ்சாவும் இருக்கும். சமயத்துலே வெறும் சிகரெட்டுப் பாக்கட்டும், பஸ் டிக்கட்டும் தான் மிஞ்சும்.

என்னாலும் மைலு ஒரு ரோசனெக்காரந்தான்.

ஒருத்தன் ஊரெக் கொள்ளெயடிச்சிட்டிருந்தான். ஒங்களுக்கும் தெரியும். இப்பத்தான் நடந்திச்சு. சைடிலே பாத்தா முடில்லாம் காலண்டர்ல இருக்கற யேசுநாதர் மாருதி இருக்கும். கண்ணு, மூக்கு கெடயாது. கண்ணுக்குப் பதிலா சீவின நொங்குக் கண்ணு மாருதி தெரியும். ஆனா ரெண்டுதான்; மூணு இல்லே. அதெப் பாத்தா ஏதோ பளிங்குச் செலெ கண்ணு மாருதி – சம்முகா தியேட்டர்ல வச்சிருக் காங்களே – அது மாருதி தெரியும். மூக்குக் கெடயாது. வாய்னு ஒண்ணுமில்லே. அதுக்குப் பதிலா ஒரு ஓட்டை. ஒரு

பென்சக்குச்சி நொளெயற மாருதி ஒரு ஓட்டை. அவன் நடந்து போவான். அவங்கூட ஒரு பொண்ணு போவா. நல்லாதான் டிரஸ் பண்ணியிருப்பா. அவன் கைலே ஒரு தட்டு. அவ கைலே ஒரு வெளக்கு. அவன் தட்டிலேயும் ஒரு மெளுகுவத்தி வெளக்கு. மணிச் சத்தம் கேக்கும். ரவெ ஆறு ஆறரை மணிலேந்துதான் ஊரெச் சுத்துவாங்க. பத்து மணி வரெக்கும். தட்ல எக்கச்சக்கமா சில்லரை சேர்ந்திடும்.

அன்னெக்கு மைலு அவனைப் பார்த்தான். எல்லாரும் ஏகமா காசெ வீசியெறிஞ்சிட்டு ஓடினாங்க. மைலு நின்னு நிதானமாப் பார்த்தான். கண்ணில்லே, மூக்கில்லே, வாயில்லே. அதுக்குப் பதிலா மொகத்துலே ஒரே ஒரு ஓட்டை. அரை நிமிசம் ஆகலே, மைலு தலெ வெடிச்சிட்டது மாருதி ஓடினான்.

‘செயா மெடிக்க’லில் ஒண்ணுங் கெடக்கலே.

‘லச்சுமி’லே அஞ்சு அவுன்சு அடிச்சான். கரண்டுப் போதலே. சைக்கிள் ரிக்சாவுலே கிருஸ்னாபொரம் காலனி தென்னந்தோப்புக்கு ஓடினான். ரெண்டு கிளாசு குடிச்சான். கிருஸ்னாபொரத்துலேதான் குண்டு ராவுத்தர் கடெ இருக்கு, பரோட்டாவும் கறியும் தின்னான். என்றாலும் தலை சுத்திச்சு. கண்ணில்லாம, மூக்கில்லாம, வாயில்லாம, மொகத்துல ஒரு ஓட்டையோட ஒருத்தன் அவன் முன்னாலே வந்து நின்னான். கண்ணுக்குப் பதிலா சீவின நொங்கு மாருதி ஏதோ ஒண்ணு தெரிஞ்சிச்சு. ஆனா ரெண்டுதான்; மூணு இல்லே.

மைலு பைத்தியம் பிடிச்சவன் மாருதி ஓடறான்.

அகலிபொரத்துலே சரளா இருந்திச்சு; ஆனா கூடவே புருசன்காரனும் இருந்தான்.

கலெநிவாசிலே பத்மினி இருந்திச்சு; ஆனா கூடவே வாத்தியாரும் இருந்தாரு.

செய்கிந்துபொரத்திலே சரஸ்வதி இருந்திச்சு. மைலு வரவும் அவளுக்கு ஒரே குசி.

“ஒன்னே எனக்குத் தெரியாதே”ன்னான்.

“பரவாலே, எனக்கு ஒங்களெத் தெரியும். உள்ளே வாங்க.”

“அப்படியா, நான் என்ன சாதி?”

“ஆண் சாதி.”

“இல்லெ.”

“பின்னே என்ன சாதி?”

“இளிந்த சாதி.”

"பரவாலே, நானும் இளிந்த சாதிதான். உள்ளே வாங்க."

"நீ என்ன சாதி?"

"மனிதச் சாதி. சீக்கிரம் வாங்க."

"இளிந்த சாதிதானே?"

"ஆமா, ரொம்ப இளிந்த சாதி. பேச்சுப் போதும், வாங்க."

"நான் சாக வந்திருக்கேன்."

"பரவாலே, நேரமாகுது. உள்ளே வாங்க."

"நான் சாக வந்திருக்கேன். நான் . . ."

"அய்யோ, இங்கே வரவங்க எல்லாமே நாலு மொளக் கயித்தோடதான் வராங்க. உள்ளற வாங்களேன்."

"நா ஒங்கூட ரொம்ப நேரம் தனியா இருக்கணும். ஒங் கண்ணையும் மூக்கையும் பாத்துப் பாத்துதான் சந்தோஷப் படணும். யாரும் வருவாங்களா?"

"யாரும் வரமாட்டாங்க. நீங்க இருக்கற மட்டும் யாருமே வரமாட்டாங்க."

"அப்படியா?"

ரெண்டு பேரும் சேந்து இருந்தாங்க.

"நல்லா இருக்கு; சொகமா இருக்கு"ன்னான்.

"இப்படியே இருந்துக்கிட்டு இருப்போமா"ன்னா அவ.

ஆனா, கண்ணில்லாம, மூக்கில்லாம, மொகத்துலே ஒரு ஓட்டையோட ஒருத்தன் அவன் முன்னாலே வந்து வந்து நின்னான்.

"நான் இளிந்த சாதி, இளிந்த சாதி"ன்ட்டுக் கத்தினான் மைலு. அவள் அவனெப் பிடிச்சு இளுத்தா. அவன் மீறிக்கிட்டு ஓடினான்.

ஆகாசத்துலே ஒரே நச்சத்திரமா இருந்திச்சு. அவன் ஓடு ஓடுன்ட்டு ஓடினான். ரெண்டு பக்கமும், முன்னுக்கும் பின்னுக்கும், எங்க பாத்தாலும் இருட்டு. இருட்டுலே திமுதிமுன்ட்டு மைலு ஓடினான். ஒங்களுக்குத் தெரியாது; செய்கிந்துபொரத்துலே எப்பவுமே ரொம்ப இருட்டு.

ஞானரதம், **ஜனவரி 1970**

கிழவனின் வருகை

காலை மணி பத்துதான் என்றாலும் சூரியன் நகரைச் சுட்டெரித்துக்கொண்டிருந்தான். வெளிறிச் சிவந்த வழுக்கை மண்டையிலும் முகத்திலும் வியர்வை முத்து முத்தாகக் கோர்த்தோட, நிமிர்ந்து நின்றவண்ணம், கிழவன் அவன் முன்னிலும் பக்கலிலும் நகர்ந்த, நடந்த, ஓடிய, விரைந்த, பறந்த அத்தனையையும் கூரிய ஆசையோடும், வியப்போடும் நோக்கிக்கொண்டிருந்தான். வந்தனர் மூவர்; மூன்று காரிகையர். தம் வரிசை கலையாது நடைபாதையைக் கவர்ந்து வந்தனர். ஒருவர் மேல் ஒருவர் சறுக்கியும், சாய்ந்தும், சரிந்தும், கைகளை ஆட்டியும், தம் குதிரைவால் முடியினை ஊசலாட்டியும். எனினும் தம் வரிசை கலையாதே வந்தனர். கிழவன் நகர்ந்துகொண்டான்.

"என்னையா நீ" என்ற குரல் கேட்டு, நெடிது நின்று பின்புறம் திரும்பினான் கிழவன். ஒரு செருப்புத் தைக்கும் தொழிலாளியின் ஒரு சதுரகஜ நடைபாதைக் 'கடை'க்குள் கிழவன் காலை வைத்திருந்தான். கிழவனின் பார்வை இயற்கையாகவே தொழிலாளியின் கரங்களில் விழுந்தது.

"ஏனப்பா, இப்படித் தைத்தால் தோலுக்கத் தோல் ஒட்டி நிக்குமா? நெருக்கமாகத் தை" என்றான் கிழவன்.

"யாரய்யா நீ?" என்ற அவன் வேலையை நிறுத்திக் கொண்டு கிழவனை ஏற இறங்கப் பார்த்தான்.

"நீ என்ன நம்ப ஆளா?"

"ஆம்" என்றான் கிழவன்.

“என்னதான் நெருக்கத் தச்சாலும் நம்ப கை வேலே வெலெ போவதில்லையே” என்றான் அவன்.

“அதனாலே பரவாயில்லை, நீ ஒட்டுக்க நெருக்கமாகவே தை. நல்ல சரடாப் போடு . . . பார் . . . அட, சரடு அறுந்து போச்சே!”

“நீ யாரு சாமி?”

“சாமீன்ட்டு சொல்லாதே. நா ஒருத்தன். இருக்கட்டும். இங்கே ஒரு கோவில் இருந்திச்சில்லே?”

“கோவிலா?”

“ஆமாம், கோவில்தான். நீ ஒரு நா போயிருப்பேயில்லே?”

“ஓ, கோயிலா?”

“ஆமாம், கோயில்தான்.”

“அதை இந்நேரம் அடச்சிருப்பாங்களே.”

“அடச்சிருப்பாங்களா?”

“ஆமாம், கோவில்லே ரெம்பத் திருட்டுப் போவுதுனு, ஏதோ டைம் படிதான் அதெத் தெறக்கறாங்க, மூடறாங்க. எங்களுக்கு அதெல்லாம் பத்தி என்ன கவலே?”

நகர் இரைந்துகொண்டிருந்தது. குழப்பம் இல்லாமல், குறுக்கும் நெடுக்குமாக, மேலும் கீழுமாக, அமைதியாக, ஆரவாரத்தோடு, உரத்த குரலில், சாவகாச நடையில், ஏக்கத்தோடு, நிறைவான நடையில், பீறிட்டுக்கொண்டு, கட்டுப்பாடாக, வெறித்தனமாக, அழகழகாக நகர் இயங்கிற்று. நிமிடம் நிமிடமாக வளர்ந்தது. யாரும் கற்பனை செய்ய முடியாத அதன் வக்ரமான, தவிர்க்க முடியாத, திட்டமிட்ட தலைவிதியை நோக்கி நகர்ந்துகொண்டிருந்தது.

கோவில் எங்கே என்றறிய கிழவனுக்கு ஆசை. உருக்கி விட்ட வெள்ளியாய்த் தோன்றிய வானைப் பார்த்துவிட்டு, வாயில் அரைகுறையாய் கூடியிருந்த உமிழ்நீரைத் திரட்டித் தன் காலருகே உமிழ்ந்துகொண்டான்.

“கோவில் எங்கே? கோவிலுக்குச் செல்லவேண்டுமே.”

கூட்டம் தாறுமாறாய் பின்னிப் படர்ந்தது . . . வருகிறார் பேராசிரியர். நிறைந்த தொந்தி, நிறைந்த உள்ளம். தேவைக்கும் மேலே பெரிதுபடுத்தப்பட்ட தடித்த கருத்த பிடிமானங்களைக் கொண்ட கண்ணாடியை அணிந்துள்ள பேராசிரியர். சாலை விதிகளைக் கவனித்தவாறே, ஆங்காங்கு எதிர்ப்படும் ‘காலி

கிளாத்' சேலைகளைக் காணாதவாறே கண்டவராய் வருகிறார். கிழவனுக்கு அவர்மீது நம்பிக்கை.

"இங்கே பக்கல்லே ஒரு கோவில் உண்டே?"

சரித்திரப் பேராசிரியர் சட்டென்று நிற்கிறார். "யு ஆர் கரெக்ட். இங்கே ஒரு கோவில் இருந்தது. சுமார் இருபத்து மூன்று ஆண்டுகளுக்கு முன்னர். எக்ஸேக்டாகச் சொல்ல வேண்டுமானால், இருபத்து மூன்று ஆண்டுகள் ஏழு மாதங்களுக்கு முன்புதான் அதை ஷிப்டு பண்ணினோம். எனக்கு நன்றாக நினைவிருக்கிறது. மாநகராட்சி மன்றத்தில் அந்தத் தீர்மானம் ஏகமனதாக நிறைவேறிற்று. இன்றுவரை மாநகராட்சி மன்றத்தின் வரலாற்றிலே அதுதான் ஏகமனதாக நிறைவேற்றப்பட்ட ஒரே தீர்மானம். தோஸ் வேர் ஒண்டர்புல் டேஸ்..."

"இப்ப அந்தக் கோவில் எங்கே?"

"அதோ, அங்கே. பக்கம்தான். எ குவெஸ்ச்சன் ஆவ் டிராஃபிக் ரெகுலேஷன். பட் தெ டெம்பில் ஈஸ் தேர். ஆல் ரைட். இட் ஈஸ் தேர்." பேராசிரியர் சற்றுத் தொலைவில் அந்தப் பட்டப் பகலிலும் நியான் விளக்குகளால் வரையறுக்கப்பட்டிருந்த ஒரு வெண் சிமெண்ட்டுக் கட்டிடத்தைக் காட்டினார். கிழவன் வானத்தைப் பார்த்து கண்களைக் கணநேரம் மூடிவிட்டு, பேராசிரியரிடத்து, "மன்னிக்கவும்" என்றான்.

"எதற்கு?" என்றார் பேராசிரியர்.

"உங்களுக்குத் தொந்தரவு கொடுத்ததற்கு."

"இப்பவே போங்க. கொஞ்சம் ஃபாரினர்ஸ் கூட்டம் தவிர அதிகக் கூட்டம் இருக்காது" என்றுவிட்டு பேராசிரியர், ஏதோ அந்நியரிடமிருந்து விடைபெறுவதுபோல, கையைத் தலையில் இல்லாத தொப்பியைத் தொடும் முறையில் சமிக்ஞை செய்து நகர்ந்தார். நகர் இரைந்துகொண்டிருந்தது. கட்டுப்பாடாக, வெறித்தனமாக, அழகாக அது இயங்கிற்று.

கிழவன் தனது நா வறண்டிருந்ததை உணர்ந்தான். நகரின் குழப்பம் மிகுந்த பகுதிகளிலிருந்து மீண்டு, சற்றே குழப்பம் இல்லாத பகுதி ஒன்றுக்கு வந்துசேர்ந்தான்.

"தண்ணி கெடெக்குமா?" என்றான் எதிர்ப்பட்ட ஒருவனிடத்து.

"தண்ணியா? நேராப் போயி இப்படித் திரும்பு. தண்ணி கிண்ணி எல்லாம் கெடக்கும்."

“நேராப் போயி...” என்றிழுத்தான் கிழவன்.

“இங்கே பார் கிழவா. அங்கிட்டு ஒரு வெளக்குத் தெரியுதா? செவப்பு வெளக்கு. அதுக்கு நேரே போ.”

பட்டப்பகல்லே வெளக்கு எதுக்கு? கிழவன் அந்தச் சிறு தெருவோடே நடந்தான். இரு மருங்கிலும் ஒரே மாதிரியான வீடுகள். ஒவ்வொரு வீட்டின் முன்னும் ஒரு திண்ணை. திண்ணையின் ஒரு பகுதி சாக்குத் திரை போட்டு மூடப் பட்டுள்ளது. திண்ணையில் வருவோர் போவோர் பார்க்கும் வண்ணம் ஒருவனோ ஒருத்தியோ உட்கார்ந்திருக்கின்றனர். கிழவன் ஒரு வீட்டின் முன் நின்று தண்ணீர் கேட்கிறான். “உள்ளே போ” என்றான் அவன். கிழவன் திகைத்து நின்றான்.

“சுக்கா இருக்கு வேணுமா?” என்றாள் அவள். தொடர்ந்து அதற்குள்ளாக, “அக்கா, மீன் வருவல் இருக்கா?” என்று கேட்டுக்கொண்டு ஒருவன் வரவும், அவளது கவனம் கிழவனிடத்து இருந்து புதிதாக வந்தவனிடத்துத் திரும்பியது. கிழவன் திருட்டுத்தனமாக அக்கம் பக்கம் பார்த்துவிட்டு, தெருவைவிட்டுத் தப்பியோடினான்.

நகருக்கு நடுவே ஒரு அகன்ற சாக்கடை ஓடியது. கிழவன் எப்படியோ அதன் இருப்பிடம் கண்டு, பசும்புல் விளைந்திருந்த சகதியைத் தாண்டி, சாக்கடையின் ஓரத்தில் நின்று தாக சாந்தி செய்துகொண்டான். இருந்தாலும் வயிற்றிலே பசி. சாப்பிட்டு முப்பது நாட்களோ நாற்பது நாட்களோ, அவனுக்கே நினைவில்லை. இருக்க வேண்டுமென்ற ஆசை. அதனால் சாப்பிட வேண்டும் என்ற எண்ணமும். சற்றுத் தொலைவில் இருந்த ஒரு பூங்காவனத்துள் நுழைந்தான். பிச்சைக்காரக் குடும்பங்களும், உதிரி குஷ்டரோகிகளும் பூங்காவனத்தில் காணப்பட்டனர். முதலில் தன் கண்ணில் பட்ட குஷ்டரோகியை, கிழவன் விரித்த கைகளோடு அணுகவும், குஷ்டரோகி, கிழவன் தன்னருகே வருமளவும் குறும்புச் சிரிப்போடு பார்த்துவிட்டு, கிழவன் அவன் காலெட்டும் தூரம் வந்தவுடன் கிழவனை ஓங்கி உதைத்துவிட்டு கடகட வென்று சிரித்தான். “கெட்ட காலத்துலே புண்ணியமா சம்பாதிக்க வந்தே? அங்கே குஷ்டரோகர் விடுதிலே பணியாள ரெல்லாம் வேலை நிறுத்தம் செய்யறாங்க. அங்கே வேணாப் போ, புண்ணியம் சம்பாதிக்க. நல்லா உதை கிடைக்கும். நாம் பாட்டு எழுதலாம்னு இங்கே ஒதுங்கிட்டேன். நாளெக் கழிச்சு விடுதி விழாக் கொண்டாடுறாங்க. மந்திரி வருவாரு. நீயும் சேர்ந்துக்க கிழவா. ஒன்னையும் பாராட்டுவாங்க. என்னைப் பொறுத்தவரை நான் வேலெ நிறுத்தத்துக்கு

முழு ஆதரவு தந்துட்டேன். நானும் ஸ்டிரைக் பண்ணிட்டு இங்கே வந்திட்டேன். எங்கூடயும் ஒரு பட்டாளம் வந்திரிச்சு."

"நீங்க யாரு? ஒங்களே எனக்குத் தெரியும் போல்ருக்கே?"

"என்னெத் தெரியுமா? ஏது குஷ்டரோகிதானேன்னு நெனெக்கிறாயா? ஃப்ராய்டு யார் தெரியுமா ஒனக்கு?"

"தெரியாதே."

"பைத்தியக்காரக் கிழவன். ஃபிராய்டைத் தெரியாதாம். நீ என்ன இந்த நகர்ல நடமாடுற? ஆணும் பொண்ணும் என்னெல்லாம் செய்யறாங்க, என்னெல்லாம் நெனெக்கிறாங்க அத்தனைக்கும் – ஃபிராய்டு வெளெக்கம் சொல்லி இருக்கான் தெரியுமா? அதெல்லாம் வச்சு நாங் கதே எழுதறேன்; இலக்கியம் படைக்கிறேன்."

"ஆமா, உங்க புண்ணுக்கு என்ன செய்யறீங்க?" என்றான் கிழவன்.

"புண்ணு கூடப்பொறந்தது. அதுக்கு ஒண்ணும் செய்யக் கூடாதெங்கறாரு டாக்டர்."

"எல்லாத்துக்கும் மருந்து இருக்குன்னு நெனெக்கிறேன்" என்றான் கிழவன்.

"ஆமா, இருக்கு இருக்கு" என்று கூறிக்கொண்டே, குஷ்டரோகி அருகே கிடந்த தனது தடியை எடுத்து கிழவன் மண்டையில் ஓங்கி ஒரு போடு போட்டான். கிழவன் ஒரு நிமிடம் கண்களை மூடிவிட்டுத் திறந்தான். "இதுதான் மருத்துவம். பழைய சமுதாயத்தின் கருப்பேலேந்து புது சமுதாயக் கொளந்தையை எடுக்க இந்த மருத்துவம்தான் வேணும், தெரியுமா? போ, நீயும் ஒரு கொளெந்தெயே பெத்துக்க."

கண்ணில் ஒரு சொட்டு நீரோடு, தலையைத் தடவிய வாறே நடந்தான் கிழவன்.

என்றாலும் கிழவனுக்குப் பசி தாங்க முடியவில்லை. ஆமாம், கிழவனுக்குப் பசிதான். நடந்தான்; கள்ளுக் கடை களையும், மாமிசக் கடைகளையும் கடந்து நடந்தான். நகரமே நண்பகல் உணவை நோக்கி விரைந்துகொண்டிருந்தது. அவனுக்கும் பசி. அவன் என்றும் பசியை வெறுத்ததில்லை. ஆனாலும் பல தடவைகளில் பசியையே புசித்து மகிழ்ந் திருக்கிறான். ஆனால் இப்போது, புசிக்க இடமெங்கே என்று ஒரு சிறுமியிடத்துக் கேட்டான். அவளது சிறுவிரல் ஒரு குடிசையைக் காட்டிற்று. கிழவனுக்கு மகிழ்ச்சிதான்.

குடிசைக்குள் நுழைந்தான் கிழவன். பதினெட்டு இருபது பேர் உட்கார்ந்திருந்தனர். நான்கைந்து பேரைத் தவிர அனைவரும் திறந்த மார்போடு இருந்தனர். அனைவருக்கும் அரைகுறையாகத் தாடியும் மீசையும். தலைமுடி சிலருக்கு நீண்டு வளர்ந்தும் மற்றும் சிலருக்குக் கட்டையாகவும் இருந்தது. ஒருவர் முடியிலாவது எண்ணெய்ப் பசை இல்லை. அவர்களுக்கு நடுவே ஒரு பெரிய அலுமினியத் தட்டு. தட்டில் தடித்து, அரைத்து விழுங்க முடியாத பெரிய பெரிய எலும்புத் துண்டுகள். தட்டைச் சுற்றிலும் இருந்த காலி பாட்டில்கள், மக்கிப் போன 'ப்ரௌன்' நிறத்தைத் தாங்கி நின்றன. கிழவன் அந்த மனிதர்களிடத்துக் கேட்டான். ஒருவன் மற்றொருவனை நோக்கினான். மற்றவன் மூன்றாமவனை நோக்கினான். மூன்றாமவன் நாலாவது ஆளை நோக்கினான். ஒருவரை யொருவர் நோக்கிக்கொண்டனர். யாரும் பேசவில்லை. கிழவன் தனக்குத் தெரிந்த மொழிகளிலெல்லாம் அவர்களோடு பேசிப் பார்த்தான். யாரும் பதில் பேசவில்லை. தாறுமாறாகக் கிழவனை நோக்கினர். வாயைத் திறந்து வலது கையை வாயினருகே கொண்டு சென்று உணவு வேண்டும் என்று கிழவன் தெரிவித்துக்கொண்டான். அனைவரும் வாய்களைத் திறந்தனர். ஆசையோடு தத்தம் கைகளை வாயை நோக்கிக் கொண்டு சென்றனர். 'இருக்கா?' என்பது போல் கிழவன் கையை அசைத்தான். 'இருக்கா?' என்பது போலவே அவர்களும் தம் கைகளை அசைத்தனர். குடிசையை விட்டு வெளியே வந்தான் கிழவன்.

குடிசையைக் காட்டிய சிறுமி கிழவனைக் கண்டு சிரித்தாள். "ஏன் சிரிக்கறே குழந்தே?" என்றான் கிழவன்.

"சாப்பாடு வேணுமா?" என்றாள் சிறுமி.

"ஆமாம்" என்று தலையசைத்தான் கிழவன்.

"அங்கே போனேயே, என்ன கெடெச்சது?"

"யாருமே பேசலயே?"

"அவுங்க எப்படிப் பேசுவாங்க? அவுங்க யாருக்கும் நாக்கு கெடெயாதே!"

"நாக்கு கெடயாதா?"

"ஆமாம், ஒருத்தர் ஒருத்தர் நாக்கெ அறுத்துக்கிட்டாங்க."

"எதுக்கு?"

"எதுதான் எதுக்கு? கிழவா, ஒனக்கு ஒண்ணும் புரியாது. ஒனக்கு இப்ப சாப்பாடு வேணும் இல்லையா?"

கிழவனின் வருகை

"ஆமா, கொஞ்சம் சாப்பிட்டாத் தேவலேன்னு தோணுது."

"நரமாமிசம் சாப்பிடுவேயா?"

"நரமாமிசமா?"

"அட கிழவா, பயந்து போய்ட்டியே! ஏதோ தென்கிழக்கு ஆசியாவிலிருந்தோ, கிழக்கு ஐரோப்பாவிலிருந்தோ, புத்தம் புதுசாவோ, ஐஸ் பெட்டியில் வைத்தோ வர்ற நரமாமிசம்ன்ட்டு நெனெச்சிட்டியா? இல்லே, எல்லாம் லோக்கல்தான். நம்ம நகர் 'வணக்கத்துக்கு உரியவர்' இருக்காரே, அவர் சம்பந்தி நடத்தற ஓட்டல்லே பிரியாணி சாப்பிடுறேயா? சுத்தமான நரமாமிசம். ஓட்டல் பெயர் திருமகள் புலால் சோற்றங்காடி. அங்காடியின் உரிமையாளருக்கும் சுடுகாட்டு தலைமை வெட்டியானுக்கும் உள்ள பொருள் முதல் ஏற்பாட்டின்படி கா வேக்காடு, அரை வேக்காடு சவங்களெல்லாம் நன்கே சிறிதும் காலங்கடத்தலின்றி புலால் சோற்றங்காடிக்கு வந்து விடும். கிழவா, அங்கே போறேயா, இல்லை வாங்கி வரட்டுமா ஆயத்த ஊனுணவை."

கிழவனுக்குக் கோபம் தாங்கவில்லை. அந்தச் சிறுமியின் இரு கரங்களையும் பற்றி அதன் இரு கன்னங்களிலும் மாறி மாறி அடித்தான். கிழவனின் கரங்கள் வலுவானவை; அவற்றைக் கொண்டு மாறி மாறி சிறுமியின் கன்னங்களில் அறைந்தான். கிழவனின் கையும் புறங்கையும் சிவந்து சோர்ந்த பின்பு, மூடியிருந்த கண்களைத் திறந்து சிறுமி 'கொல்'லென்று சிரித்தாள். உதாசீனமாகத் தன் பிஞ்சுக் கால் கொண்டு கிழவனின் வயிற்றில் ஓங்கி உதைத்துத் தன்னைத் தானே விடுவித்துக்கொண்டு, இரண்டு கைகளையும் தன் இடுப்பில் மிடுக்காக அமைத்துச் சிரித்து நின்றாள். கிழவனுக்குத் தலை சுற்றியது. ஒரு நங்கை தனது தாலிக்கயிற்றை வெடுக்கென்று அறுத்தெடுத்து அவனது ஆண்குறியில் வீசியெறிவது போன்ற தொரு பிரமை. கிழவன் திடுக்குற்றுக் கண்களை விழித்தான். சிறுமி இரண்டு கைகளையும் கேலிச் சிரிப்பில் தூக்கியவாறே, அவன்முன் நின்றுகொண்டு இருந்தாள். அவளது வலது கைச் சிறுவிரல் துண்டுண்டு இரத்தச் சிவப்பாய் இருந்தது.

"உன் பிஞ்சு விரலில் காணும் சிவப்பு என்ன?" என்றான் கிழவன்.

"என் தாலியை அறுத்தெறிந்தேனே, அதை நீ பார்க்கவில்லையா?" என்றாள் சிறுமி, ஒரு இளநங்கையின் மர்மச் சினத்தோடு.

"நீ யார்?" என்றான் கிழவன்.

"தறி என்னைக் காப்பாற்றவில்லையே; கை ராட்டினம் என்னைக் காப்பாற்ற முடியுமா என்றாளே; அவள் வயிற்றில் பிறந்தவள் நான்."

"தறியையும், ராட்டினத்தையும் படைத்தவன் அவைதாம் தன்னைக் 'காப்பாற்றும்' என்றிருக்கலாமா?" என்று கிழவன் கேட்கவும், சிறுமி அவனருகில் வந்து வெடுக்கென்று அவன் மேல் உமிழ்நீரைத் துப்பிவிட்டு ஓடினாள். கிழவன் சளைக்க வில்லை. ஓடி ஒரே நொடியில் அவளை எட்டிப் பிடித்தான். "கிழவா, இதெல்லாம் எப்போதுமே கொழப்பந்தான்" என்று கூறிவிட்டு அவள் சிரித்தாள். கிழவன் அவளது கைகளை விடுவித்துவிட்டு நகர்ந்தான்.

உண்மையில் இப்போது கிழவனுக்கு இருக்கும் ஆசை யெல்லாம் எங்காவது நிம்மதியாகப் படுத்துறங்க வேண்டும் என்பதுதான். ஆனால் கால்களோ இழுத்தன. மைந்தனைக் காண வேண்டும் என்ற விருப்பம் உள்ளத்திலிருந்து இறங்கி கால்களை ஆட்டி வைத்தது. மீண்டும் நகரின் குறுக்கு நெடுக்கிலே அகப்பட்டுக்கொண்டுவிட்டான். இதென்ன வேடிக்கை! மக்கள் நடமாட்டமே இல்லாத பெரும் பெரும் சாலைகள். சாலைகளின் இருபுறங்களிலும் நெடிதுயர்ந்த கட்டிடச் சுவர்களிளெல்லாம் பெரும் பெரும் எழுத்துகள், 'அரசனுக்கே உங்கள் வாக்கு' 'அரசிக்கே உங்கள் வாக்கு' 'மந்திரிக்கே உங்கள் வாக்கு' 'படைத் தளபதிக்கே உங்கள் வாக்கு' 'அரசனின் ஆசைக் கிழத்திக்கே உங்கள் வாக்கு' 'அரசனின் ஆசைக் கிழத்தியின் மகனுக்கே உங்கள் வாக்கு' 'அரச குமாரனுக்கே உங்கள் வாக்கு' 'அரசகுமாரனின் காதலியின் கள்ளக் காதலனுக்கே உங்கள் வாக்கு' 'அரசியின் தம்பி மனைவியின் கள்ளக் காதலனின் மைத்துனனுக்கே உங்கள் வாக்கு' 'அரசனின் கோமாளிக்கே உங்கள் வாக்கு' 'அரச கோமாளியின் மனைவி யின் தம்பியின் மனைவிக்கே உங்கள் வாக்கு' 'உண்மையைப் போற்றுவோர்க்கே உங்கள் வாக்கு' 'அரசியின் தங்கையின் கள்ளக் காதலனின் உண்மை மனைவியின் சகோதரனுக்கே உங்கள் வாக்கு' 'சோஷலிசத்துக்கே உங்கள் வாக்கு' 'ஜன நாயகத்துக்கே உங்கள் வாக்கு' 'புரட்சிக்கே உங்கள் வாக்கு' 'பிற்போக்குக்கே உங்கள் வாக்கு' 'ஆள்பவருக்கே உங்கள் வாக்கு' 'ஆளப்போவோருக்கே உங்கள் வாக்கு' 'மன்னனுக்கே உங்கள் வாக்கு' 'மன்னனின் மக்களுக்கே உங்கள் வாக்கு' – எத்தனையெத்தனை கோஷங்கள்! அத்தனையும் கண்டு, படித்து கிழவன் சோரவில்லை. வேகவேகமாக அந்தக் கோஷப் பாலைவனத்தைக் கடந்தான். இருமருங்கிலும் கோஷங்களைத் தாங்கிய சுவர்கள் இராக்கதர்கள் போல் நின்றுகொண்டிருக்க,

அவன் விரைந்து நடந்தான். ஆனால் கோஷங்களைத் தாங்கிய அவ்வெற்றுச் சுவர்களோ, நிமிடத்துக்கு நிமிடம் பலப்பல வண்ணங்கள் காட்டி திசைமாற்றி, குறுக்கும் நெடுக்குமாய், இணைகூடி இணைபிரிந்து இந்திர ஜால வித்தைகள் காட்டின. கிழவன் ஒரு சிறு உருவமாய் அந்த மாயாஜாலங்களினூடே சில சமயங்களில் கண்ணிற் படாமலும், சில சமயங்களில் கண்ணிற் பட்டும், ஒரு சிற்றெறும்பைப் போல வேகமாக ஓடியோடிப் போகிறான் . . .

எங்கேதான் சென்றாலும் கிழவனைச் சுற்றியிருந்த குழப்பம் குறையவில்லை. அலைந்து அலைந்து களைத்துப் போனான். மகனைக் காண வேண்டுமென்ற ஆசை; ஆனால் மகனின் பெயர் மறந்துவிட் டது. உருவம் மட்டும் தெள்ளத் தெளிவாக மனதில் பதிந்திருந்தது. யாரிடம் சென்று என்ன விசாரிப்பது? கிழவனை யார் சட்டை செய்தனர்? கிழவன் நடந்தான். நகரின் நெரிசலைக் கடந்து சென்றான். எல்லாரும் சுற்றுப்புறத்தே கண்களை மூடிக்கொண்டே நடந்தனர். கண்களை மூடிக்கொண்டே வாகனங்களை இயக்கினர். வேகமாகப் பறந்தனர். பறந்து மீண்டும் மீண்டும் புறப்பட்ட இடத்தைக் கடந்தே விரைந்தனர். அனைவரும் பேசிக்கொண்டிருந்தனர்; யாரும் காது கொடுத்து யாரையும் கேட்கவில்லை. ஒருவரை யொருவர் சேப்படி செய்துகொண்டனர். தன் பையிலிருந்து எது போகிறது என்பதைக் காட்டிலும் ஒவ்வொருவரும் யார் பையிலிருந்து எதை அபேஸ் செய்யலாம் என்பதிலேயே கவனமாக இருந்தனர். சமயத்தில், யாராவது ஒருவன் மற்றொருவனை ரகசியமாகக் கத்தியால் குத்திவிட்டு, ஏதோ தவறி அவன் காலை மிதித்துவிட்டது போல்,“சாரி, மன்னிக்க வேண்டும்” என்று கூறிக்கொண்டே நடந்தான். மாலை நேரமாதலால் ஆண், பெண் ஜோடிகள் தெருக்களில் பெருத்து விட்டன. நைசாக, நாசூக்காக ஜோடிகள் ஜோடி மாறினர். நாசூக்குக்கு மட்டும் பஞ்சம் இல்லை. இன்னும் சில நிமிடங் களில் சொல்லி வைத்தாற்போல தெருவிளக்குகள் பட்டென்று கண்களைத் திறந்து கொல்லென்று சிரித்து நகரையே நீலத் திரையில் ஆழ்த்திவிடும். மேற்கே மலைவாயினுள் விழவிருந்த சூரியனைக் காணக் கிழவன் துடித்தான். நகரின் வெளிப் புறத்தை அடைய வேண்டும் என்ற துடிப்பு. பைத்தியம் பிடித்தவன் போல ஓடத் தலைப்பட்டான். அங்கே நகரின் இடுகாட்டுக்கப்பால் இருந்த பாலைவனத்தில்தான் அவன் அவனது மகனைக் காண முடியும்.

களம் மாறுகிறது. நகரின் ஆரவாரம் ஏதோ கனவில் கேட்ட ஒலியாக மாறி நினைவிலிருந்து நழுவி மறைந்துவிடுகிறது.

நகரின் வெண்மையான கட்டிடங்களின் தோற்றம் உருமாறி ஒரு அற்ப மேகச் சுருள் போல் காற்றில் சிதைந்துவிடுகிறது. நடுவானில் அந்தகாரம் கவிந்து கிடக்க, மேலைச் சூரியன் மட்டும் செம்பிழம்பைக் கக்கிக்கொண்டு நீரில் தத்தளித்துக் கொண்டிருக்கும் ஒருவனது பீதியை முகத்தில் எழுதிக் காட்டுகிறது. தரையில் அலை அலையாக மணல். காரிருளில் தன்னந் தனியே மனிதர் சிலர் ரகசியமாக செஞ்ஜுவாலை உலையில் படைக்கலன்கள் தயாரித்துக்கொண்டிருப்பது போன்றதொரு பிரமை. கிழவன் இருள் சூழ தன்னந்தனியே நின்றுகொண்டு அவனது கண்களை விரித்து மேலடி வானத்தைத் தன் பார்வையால் துழாவுகிறான். மிகத் தொலைவிலே இரு சிறு உருவங்கள் தென்படுகின்றன. சூரியனின் செவ்வொளியில் அக்கருவுருவங்களைக் கிழவன் காண முடிகிறது. அந்தப் பாலை மணலில் ஒட்டக நடையில் கிழவன் உருவங்களை அணுகுகிறான். அவன் உருவங்களை அணுகவும், அவை படிப்படியே வளர்ந்து மனித அளவை அடைகின்றன. அவற்றின் கருகிய உடல்களின் மீது சூரியனின் செவ்வொளி பட்டு அவை மாறி மாறி செம்மையையும் கருமையையும் பரிமாறுகின்றன. இரண்டு உருவங்களில் ஒன்றின் கையில் நீண்ட வாள்; மற்றதன் கையில் கூரிய ஈட்டி. இரண்டும் ஒன்றையொன்று எதிர்த்து நின்றுகொண்டிருக்கின்றன. கொல்லன்பட்டறைச் சிவப்பு அவற்றின் உடலில் தகிக்கிறது. பெற்ற நெருப்பை அவற்றின் கண்கள் கக்குகின்றன.

கிழவன் ஒருகணம் தன்னுணர்வு இழந்தான். அவனது மண்டைக்குள் நடந்த அக்காட்சியை அவனால் காணாமல் இருக்க முடியவில்லை. ராணுவ நிர்வாகத் திறமையோடு வேலை ஜரூராக நடந்துகொண்டிருந்தது. பிணங்களை மூட்டை மூட்டையாகக் கட்டி நிறுத்து லாரிகளில் ஏற்றிக் கொண் டிருந்தனர் முகாமின் தலைமை அதிகாரியும், அவரது பிரதம விஞ்ஞான ஆலோசகரும். முகாம் அமைத்து இரண்டு ஆண்டு களாகியும், இதுவரை தத்தம் அறைகளை விட்டு வெளியே வராதவர்கள், முதல்முறையாக, வழக்கத்துக்கு மாறாக ஓய்வு கொள்ளும் நிதானத்தோடு, வரிசை வரிசையாக நின்றுகொண் டிருந்த லாரிகளின் அருகே வந்து நின்றனர். “திட்டக் குறிக் கோளை எட்டிவிட முடியுமா?” என்கிறார் தலைமை அதிகாரி. “நிச்சயம் முடியும். இதே வேகத்தில் கால்சிய உப்புகள் மட்டும் வருடத்துக்கு ஐம்பது லட்சம் டன் தேறும். அது மட்டுமல்ல. அமிலச் செலவை இரண்டு சதவீதம் உயர்த்தி நைட்ரஜன் உப்புகளின் உற்பத்தியைப் பத்து சதவீதம் உயர்த்த முடியும்” என்றார் விஞ்ஞான ஆலோசகர். திடீரென்று அபாய அறிவிப்புச் சங்கு முழங்கவும் இருவரும் குடுகுடுவென்று பாதுகாப்புக்

கிடங்கை நோக்கி ஓடினர். கிழவனுக்குத் தன்னுணர்வு வந்தது. "நில்" என்று உரக்கக் கூவினான். நீரிற் காணும் நிழற் சூரியனைப் போல் அடிவானத்துச் சூரியன் சிலிர்த்தது. இரு உருவங்களும் திகைத்ததுபோல் ஒருகணம் செயலற்று நின்று விட்டு கிழவனை நோக்கியவண்ணம் இரண்டும் நெருங்கின. நெருங்கி ஒன்றாக இணைந்து, ஒரு கையில் வாளும், மறுகையில் ஈட்டியுமாக, இரு கண்களும் அனலைக் கக்கியவண்ணம், ஒன்றாகிவிட்ட உருவம் கிழவனை வெறித்து நோக்குகிறது.

"மைந்தா! உன்னைக் கண்டேனே!" என்கிறான் கிழவன்.

"யார் உன் மைந்தன்?" என்றிரைகிறது உருவம்.

"நீதான் என் மைந்தன். உன்னைத் தேடித் தேடி என் கால்கள் சோர்ந்துவிட்டன. உன்னைக் காணாது என் இமைகளை மூட முடியவில்லை. அந்த வாளும் ஈட்டியும் எதற்கு?"

உருவம் சிரித்தது.

"சட்டப்படி எனக்கு இப்போது தகப்பன் கிடையாது. நான் அவ்வுறவை ரத்து செய்துகொண்டதற்குச் சாட்சியாக உயர் நீதிமன்றத்தின் தீர்ப்பு என்னிடம் உள்ளது."

"ஆம், உறவை முறித்துக்கொள்ளலாம். ஆனால் நினைவை அகற்ற முடியுமா? நான் உனக்குப் பேசக் கற்றுக் கொடுத்தேனே, அந்த நினைவை நீ அழிக்க முடியுமா?"

"பைத்தியக்காரக் கிழவா! நினைவுகள் வெறும் கற்பனையாக இருக்கலாமே? நித்தியமான உறவுகளே கிடையாது. காலாவதியான உறவுகளை வலிய நீடிக்க வைக்கும் நினைவின் சர்வாதிகாரத்தினின்றும் மனிதனைக் காப்பாற்றத்தான் சட்டங்களும், சட்ட மன்றங்களும், வழக்கு மன்றங்களும் தோன்றியுள்ளன."

"மகனே கேள்! நீ இன்று பேசுவதே நினைவின் விந்தைதான். இப்போது எவ்வளவோ உருமாறியிருந்தாலும், நீ பேசும் மொழி நான் கற்றுத் தந்த அதே மொழிதான். எனக்கு நன்றாக நினைவிருக்கிறது. அன்றொரு நாள் காலையில், நம் குடிலுக்கருகே, இனிய மாங்கனிகள் பழுத்துத் தொங்கும் அந்த மரத்தடியில், பசுமையான வயல்கள் நம்முன் நெடிது விரிந்து கிடக்க, இனிமையான ஒளி நிறைந்த அமைதி நிலவிய அந்நேரத்தில், நான் கற்றுத் தந்த சொற்களுக்கு நீ தேமதுர மழலை வடிவம் தந்தாய். அதே நாள் மாலை, கருமேகங்கள் வானைச் சூழ்ந்து, இடியும், மின்னலும், புயற்காற்றும் உலகைச் சோதித்து விளையாடி, பேய்மழையைப் பொழிந்த நேரத்தில், அப்பேய்மையின் நர்த்தனத்தின் நடுவிலும் நான் உனக்கு

எனது எளிய சொற்களைக் கற்றுத் தரவில்லையா? ஆம், பேரமைதியினூடும், பேரரவத்தினூடும் நான் உனக்குப் பேசக் கற்றுக் கொடுத்தேன்.”

“கிழட்டுப் பைத்தியமே! நான் சொல்வதை நன்றாகக் கேள். நான் இன்று பேசுவது நீ கற்றுத் தந்த மொழியல்ல. உன்னுடைய அர்த்தமற்ற சொற்களின் வெறுமையிலிருந்து என்னை நான் என்றோ மீட்டுக்கொண்டுவிட்டேன். உன் கற்பனை உருவாக்கிய உன் மைந்தன் மறைந்துவிட்டான். உன்முன் இப்போது நிற்பவன் தனது நினைவுகளை சம்கரித்து விட்டவன்.”

“மைந்தா! நீ சொல்லும் ஒவ்வொரு சொல்லும் நீ இன்னும் உனது நினைவுகளிலிருந்து மீளவில்லை என்பதை உணர்த்த வில்லையா? வாழ்வுப் போதைக்கு ஆளாகாது வாழ்வின் இனிமையை அறி என்றேனே நினைவில்லையா? மலை போன்ற லட்சியங்களால் மருண்டுவிடாது, வயிற்று வலியால் துன்புறும் குழந்தைகளுக்கு நிவாரணம் தாவென்றேனே? கிழிந்த செருப்பைச் செப்பனிட முடியாதவன் இடிந்த வீட்டைக் கட்ட முடியாதென்றேனே? நீ எனது கீரைப் பாத்திகளைப் பார்த்து எள்ளி நகையாடினாய்; இன்று உன் மலர்த்தோட்டங்கள் வாடிச் சருகாகிவிட்டனவே! தெரிந்த பொருளை உதாசீனப் படுத்தி தெரியாத பொருளுக் காகக் குழம்பி நிற்கிறாய். அடுத்த அடி எதுவென்றறியாத நிலையில் நீண்ட நெடுஞ்சாலையின் முடிவைக் கற்பனை செய்து பார்க்க முயலுகிறாய். அச்சங்களும் விபரீத ஆசைகளும் உன் வாழ்வைச் சூறையாட, உன் வாழ்வின் வெறுமையை அந்த வாளும் ஈட்டியும் போக்க முடியுமா?”

“கிழவா! விரைவில் இவ்வாளால் உன் கழுத்தை வெட்டி, இவ்வீட்டியைக் கொண்டு உன் உடலைக் குத்தியெடுத்து உனது பெருமையை உலகு உணரச் செய்வேன். ஆனால் நீர்தாம் இருக்கையை, இல்லை வாழ்வை, இல்லை இல்லை, மானுட மன உணர்வின் எல்லையை அறிந்தீர் என்று நான் ஒப்புக்கொள்ள முடியாது. எனது மலர்த்தோட்டங்கள் சருகாகி விட்டன என வருந்தினீர்கள். அழகைப் படைக்கத் தலைப் படுவது தவறா? என்னை நீங்கள் வாளோடும் ஈட்டியோடும் கண்டது ஒரு தற்செயலான நிகழ்ச்சி. வேறு சந்தர்ப்பங்களில் நீங்கள் என்னைச் சந்தித்திருந்தால், மலர் மாலையோடும், கவிதை ஏட்டோடும், வீணை கானத்தோடும், ஒளியின் கதியோடு விரையும் துகட்களோடும், முறை தவறாது இப்பூமியைப் போலவே சூரியனை வலம் வரும் செயற்கைக் கோளோடும் சந்தித்திருப்பீர். நான் மூடன். நான் வீணன். ஆனால் என்னிலும்

மீறிய சக்தியொன்று என்னை, என்னையும் கடந்து எங்கோ கோடி கோடி காதங்களுக்கு அப்பால் இட்டுச் செல்கிறது."

அவ்வுருவம் கூறியபடியே வாளால் கிழவனின் தலையை வெட்டியெறிந்துவிட்டு, ஈட்டியால் அவன் உடலைக் குத்தி யெடுத்து மேல்வானக் கருமையில் ஈட்டியை நேர் செங்குத் தாகப் பிடித்து நின்றது. அப்போதுதான் ஆயிரமாயிரம் பேர்கள் பலவகை மாமிசங்களையும் தங்களது முட்கரண்டிகளைக் கொண்டு குத்தியெடுத்து வாயிலிட்டு மென்றுகொண்டிருந்தனர். அப்போதுதான் சில வைத்தியர்கள் ஒரு பிணத்தினுள் பிராண வாயுவைச் செலுத்தி அதனை மீண்டும் நினைவு பெற்றெழச் செய்ய முடியுமா என முயன்றுகொண்டிருந்தனர். அப்போது தான் சில விஞ்ஞானிகள் மனித திட்டத்தையும் மீறித் தோன்றி விடும் கருவைச் சிதைக்க இலட்சிய முறையை ஆராய்ந்து கொண்டிருந்தனர். அப்போதுதான் தகப்பனைக் கொன்று விட்ட இளைஞன் ஒருவன் தான் கொன்றது உண்மையில் தன் தகப்பன் இல்லை என்று நிரூபிப்பதற்காக, தன் தாய் ஒழுக்கம் கெட்டவள் என்று கோர்ட்டில் நிரூபித்து முடித் திருந்தான். அப்போதுதான் . . . அப்போதுதான் . . . அப்போது தான் . . . அப்போதுதான் . . . அப்போதுதான்!

***கணையாழி*, ஜனவரி 1972**

பூவும் சந்தனமும்

விடிந்தால் மகளுக்குக் கல்யாணம். தாரை, தப்போடு கல்யாணம். இப்போதுதான் அவன் முனிசாமிக்கு அச்சாரம் கொடுத்து வந்தான். "தப்பு எப்படி இருக்கணும் தெரியுமா?"

"மே வீட்டுப் பெட்டை அளுதுடும்" என்றான் முனிசாமி.

"ஏம் புள்ளே எல்லாம் ரெடிதானே?" என்றான் மூப்பன்.

"பூவு, சந்தனம் வாங்கிக்க. ஆட்டை அடிச்சு உரிச்சா கசாப்புக்காணும். இருந்தாச்சிம் கொஞ்சம் ஈரக்கறி கெடச்சா வாங்கிக்க."

"அதென்ன பெசலா ஈரக்கறி?"

"எல்லாம் காரியமாட்டுத்தான் சொல்றேன். மாப்ளேக்கு ஈரல்னா கொண்டாட்டமாம். ராவுலே மாத்துக்கு ஒரு வாட்டி சிஞ்ஜர் சாப்ட்டு ஈரக்கறி தின்னுவாராம்."

"அடி சக்கை, மாப்ளே சிஞ்ஜர் குடிப்பானா?"

"டவுன்காரராச்சே! பட்டைக்கு எங்கே போவாரு?"

"எனக்கும் ரோசனை உண்டு. நானும் சொதியாங் கிட்டே ரெண்டு பாட்லுக்கு சொல்லி வெச்சிருக்கேன். மாப்ளே வேண்டான்னா இருக்கவே இருக்காங்க சவுரியும் முத்துவும்."

மூப்பனுக்கு ஜிஞ்ஜர் நினைவு எழுந்தது. அவனும் டவுனுக்குப் போனால் எப்போதாவது ஒரு முறை ‘விஜயா மெடிக்கல்ஸ்’சுக்குள் நுழைவான். மீசையைத் தடவிக்கொண்டு பணத்தைக் கொடுத்துவிட்டு, “போகலாமா” என்பான். “சும்மா போ” என்பார் முதலாளி. ‘ஓட்டல் வீனஸ்’சில் ஒரு கறிப் பொட்டலமும் அவிச்ச முட்டையும் வாங்கிக்கொண்டு ஊர் வந்து சேர்வான். அன்று பேச்சிக்குக் கொண்டாட்டம்தான். “ஒரு புடி புடிச்சிருக்கே போல்ருக்கு” என்று சொல்லிக்கொண்டே ரவிக்கையை இழுத்து முடிவாள். “அய்ய!” என்றுகொண்டே தலையில் அடித்துக்கொள்வாள் ராக்காயி.

“இந்தக் களுதைக்கு யார் சொன்னது, மாப்ளே சிஞ்ஜர் குடிப்பானிட்டு, கேக்கலேயே” என்று சொல்லிக்கொண்டே, ‘விஜயா மெடிக்கல்ஸ்’சுக்குள் நுழைந்தான் மூப்பன். ‘சாரதா மெடிக்கல்ஸ் இன்னும் வசதியான இடம். ஆனா அங்கே ஸ்பிரிட் கலக்கிறாங்களாம். வவுறு எரிஞ்சுபோயிடும்.’

“யேன்யா, சாதாரணமா வரதுதானே? தேவடியாக்குடிலே பூர்ற மாதிரி பம்மறே?”

“நாளெக்கு மகளுக்கு கண்ணாலம். ஒளுங்கா ஊர் போய்ச் சேரணும்.”

“எல்லாம் ஒளுங்கா போய் சேருவே. தைரியமா இரு.”

வழக்கமான மூன்று அவுன்சுக்குப் பதில் நாலு அவுன்சு கேட்டான். மாமூலாகத் தண்ணீர்தான் கேட்பான். அன்று லைம் ஜூஸ் கேட்டு வாங்கிக்கொண்டான். புதுக்கடை ஷீலா ஸ்டாலில் பயறு வாங்கி வந்திருந்தான். அதைக் காலி பண்ணிய பிறகு அவனுக்குப் பேச்சியின் நினைவு வந்தது. ‘உனக்கு வெக்கம் மானமில்லே?’ பேச்சி அவன் தலையில் ஒரு போடு போட்டாள். ‘அய்ய!’ ராக்காயி தலையில் அடித்துக் கொண்டாள். ‘எசமானி பாத்து எதுவும் அடிக்கலாம் ஒதெக்கலாம்.’

பணத்தைக் கொடுத்துவிட்டு, “போகலாமா மொதலாளி?” என்றான். நாலு எட்டு வந்திருப்பான். வெள்ளை வேட்டி, வெள்ளை ஷர்ட், வெள்ளை முண்டாசோடு ஒரு ஆள் அவனை, “நில்லுடா... வாயெ ஊது” என்றான். “எசமான், நாளெ ராக்காயி கண்ணாலம்” என்றான் மூப்பன். “ஊதுராக் கழுதை.” மூப்பன் இடது கையால் இடுப்பைத் துழாவினான். அவன் கையில் படீரென்று ஒரு அடி விழுந்தது. “பிச்சைக்காரப் பய, வாடா ஸ்டேஷனுக்கு.” மூப்பன் பிடரியில் ஒரு அடி தொடர்ந்தது. ‘அத்தெ மக செகப்பி புருசனெ பந்தாடி வீசியெறிஞ்சேன்.’

லாக்கப் கம்பிகளின் பின்னால் நின்றுகொண்டிருந்தான் மூப்பன். நாளை ராக்காயிக்குக் கண்ணாலம். அந்தக் குஷியில் விஜயா மெடிக்கல்ஸ்சுக்குள் நுழைந்துவிட்டான். லாக்கப்பில் பூவும் சந்தனமும் 'கும்கும்' என்று மணத்தன.

சப் இன்ஸ்பெக்டரைப் பார்க்க ஒரு மனிதர் வருகிறார்.

"மலேயா பாஸ்போடுக்கு அப்ளை பண்ணியிருந்தேன். அது விஷயமா எதுவும் கேட்டு வந்திருக்கா?"

"இல்லையே சார், வந்திருந்தா ஆள் அனுப்பியிருக்க மாட்டேனா?"

"இனிமே பர்மனென்ட்டா எஸ். ஐ.தானே?"

"எப்படி சார் சொல்றது? இன்னைக்கு எஸ். ஐ. நாளெக்கு எச். சி. இப்படித்தான் பொளப்பு ஓடுது."

"கொண்டு வரணும்னு நெனச்சிருந்தேன், மறந்துட்டேன். ஒரு பெரிய ஆர்லிக்ஸ் பாட்டில் வீட்லே வம்பாக் கிடக்குது."

"அதுக்கென்ன? நாளெக்கு கந்தனெ வீட்டுக்கு அனுப்பறேன்."

"மதுரைக்குப் போனா – போயிட்டு வாங்க – ஆபீஸ்லே பாத்து நம்ப அப்ளிகேசனெச் சீக்கிரம் தள்ளிவிடுங்க."

"கட்டாயம் செய்றேன்."

வந்தவர் எழுகிறார். "அந்த ஆர்லிக்ஸ் பாட்லே . . ." என்று இழுக்கிறார் எஸ். ஐ. "யாருக்கும் தரமாட்டேன்; உங்களுக்குத் தான்" என்கிறார் சேவுக பிள்ளை.

எஸ். ஐ. ரைட்டர் பக்கம் திரும்புகிறார்.

ரைட்டர் ஏதோ எழுதிக்கொண்டிருக்கிறார். இரண்டாம் கிளாஸ் பையனைப் போல எழுத்துகளையும் எண்களையும் வலிந்து உருவாக்கி எழுதிக்கொண்டிருக்கிறார். கம்பிகளுக்குப் பின்னால் மூப்பன் படுத்துக் கிடக்கிறான். நாளெ ராக்காயிக்குக் கண்ணாலம். 'அடி சக்கே, மாப்ளே சிஞ்ஜர் குடிப்பானா! நாளெ, பேச்சி என்ன செய்வாள்?'

"கீழத் தெரு செம்பகம் கொடுத்த லிப்டுத்தானே சேவுக பிள்ளைக்கு?"

"கௌடி செம்பகமா?" என்றார் ரைட்டர், ஏதோ கணக்கு வழக்கைப் பார்த்தமாதிரி.

"அவதான், அந்த நாளுலே செம்பகம் நாடகத்திலே நடிச்சிட்டிருந்தா. யெவன் யெவனோ அவ கால்லே விளுந்தான்.

அவ என்னவோ, சின்னப் பய சேவுகங்கிட்டே விளுந்தா. அவ பணத்தெ வச்சுத்தானே இவன் பிசினெஸ் ஆரம்பிச்சான்! அந்த நாளுலே இவனெ பொடிச் சேவுகம்னு வாங்களாம்."

"ஆர்லிக்ஸ், ஆர்லிக்ஸ்ன்னு எம்பொஞ்சாதி உசிரெ எடுக்குது" என்கிறார் ரைட்டர்.

"அட போயா. அவன் ஆர்லிக்ஸ்ன்னு சொன்னானு, நீயும் பேத்த ஆரம்பிச்சுட்டே. சேவுக பிள்ளைக்கு ஆர்லிக்ஸ்ன்னா பிராண்டீன்னு அர்த்தம். கொளும்புலேந்து கொண்டு வரானோ பாண்டியிலேந்து கொண்டு வரானோ, ஒண்ணும் புரியலே. ஆனா நல்ல பிஸினெஸ்."

"அய்யோ, பிராண்டியா? பிராண்டீன்னா என் சம்சாரம் உசிரெ விட்டிருமே!" என்கிறார் ரைட்டர். வாய்க்குள் ஒரு குருட்டு ஈ புகவும் அவர் "தூ தூ" என்று துப்புகிறார்.

"சர்தான்யா, உன் சம்சாரம் எதுக்குத்தான் உசிரெ விடமாட்டா? ஆமாம், அந்த வெண்ணெய்க் கடைக்காரன் இன்னும் வீட்டுக்கு வந்து போய்ட்டுத்தானே இருக்கான்?"

"இருக்கான்னு தோணுது, இல்லேன்னும் தோணுது. ஆக்ஷன் எடுக்கலாம்னா ஐ விட்னஸ் அமையமாட்டேங்குதே!"

"ஆமையா, நீயும் மூணு வருஷமா ஐ விட்னஸ்னுதான் சொல்லிட்டிருக்கே! நல்ல ஆம்ளே! வெக்கமில்லையா உனக்கு?"

பின்புறம் லாக்கப்பின் கம்பிகளூடே ஒரு குரல் வருகிறது.

"எசமான், தண்ணி தவிக்குது. கொஞ்சம் தண்ணி ஊத்தறீங்களா?"

ஒரு நாற்காலி பின்புறம் 'சரக்'கென்று நகர்கிறது. "நான் சென்ஸ், இடியட், ப்ளடிஃபூல்" என்று கத்திக்கொண்டு சீட்டிலிருந்து பாய்கிறார் ரைட்டர்.

"இது என்ன பூ வாடை மணக்குது?" என்கிறார் சப் இன்ஸ்பெக்டர்.

***ஞானரதம்*, பிப்ரவரி 1972**

கல்லூரி முதல்வர் மிஸ் நிர்மலா

"எனக்கு முதலில் பயமாய் இருந்தது; ஹாஸ்டலில் யாருமில்லை. ராணியும் ஜேனும் 'ஷாப்பிங்' சென் றிருந்தார்கள். எங்கள் மூவரைத் தவிர மற்றவர்கள் ஊருக்குப் போய்விட்டார்கள். நானும் கிளம்புவதாகத் தான் இருந்தேன். ஆனால் ராணிதான் இருவரும் ஒரு சினிமாப் பார்த்துவிட்டுச் செல்லலாம் என்று வற்புறுத்திக் கொண்டிருந்தாள். மேலும் அந்தக் காதர் நான் குளிக்கப் போகும்போது, 'பாப்பா, ஒரு நா இருந்திட்டுப் போயேன்' என்றான். காதரை உனக்குத் தெரியுமே. மொட்டை மண்டை; பொக்கை வாய். அவனை நோட்டுப் புத்தகம், காகிதம், ஏதாவது வாங்கிக்கொண்டு வரச் சொல்லும் போது சமயங்களில் அவன் கை என்மீது பட்டுவிடும். அப்போது எனக்கு ஒரு மாதிரி இருக்கும். அவன் முகத்திலும் கள்ளத்தனம் தெரியும். ஆடவரே இல்லாத இடத்தில் அவன் ஒரே ஆடவனாக இருந்ததால் இருக்கும் என்று நினைத்துக்கொள்வேன்.

நான் என் அறையில் தனியே இருந்தேன். கொஞ்சம் பயம். இருந்தாலும் காதர் வர வேண்டும்போல் இருந்தது. அவன் வராது போய்விடுவானோ என்றுகூடப் பயம். ஹாஸ்டலில் அவனுக்கென்று ஒரு அறை உண்டு. அங்கு போய் ஏதாவது சாக்குச் சொல்லி அவனைப் பார்த்து விடலாம் என்றுகூட நினைத்தேன். ஹாஸ்டலில் ஸ்டோர் ரூம்தான் அவனுடைய அறை. ஓரிரு தடவை அவனைக் கூப்பிட அங்கு சென்றிருக்கிறேன். மிகவும் சிறிய அறை. எப்படித்தான் காலை நீட்டிப் படுத்துறங்குவானோ? அந்த அறைக்குள் சென்று சுருண்டு படுத்துறங்க வேண்டும் என்ற ஆசை எனக்கு சில தடவைகள் வந்ததுண்டு.

காலடிச் சத்தம் கேட்டது. வழக்கமான மெல்லிய காலடிச் சத்தம். காதர் என் அறையைக் கடந்து இரண்டு எட்டு சென்றுவிட்டுத் திரும்பி நடந்து என் அறைக்குள் நுழைந்தான். 'பாப்பாவுக்கு என்ன வேணும்?' என்று கேட்பான் என்று எதிர்பார்த்தேன். உள்ளே நுழைந்து கதவைத் தாளிட்டான். 'என்ன காதர்?' எனக் கத்தினேன். 'ஏம் பாப்பா, கத்தறே, நான் கிளவன்' என்றான் காதர். 'ஏங் கதவே அடச்சே?' என்றேன். 'ஒன்னெத் தொட்டுக் கும்பிட' என்று சொல்லிக் கொண்டே, காதர் மண்டியிட்டு என் இரு பாதங்களையும் பற்றினான். அவன் கை பட்டது எனக்கு இதமாக இருந்தது."

ஹெட்கிளார்க் சுகுணா உள்ளே வரவும் நிர்மலா கடிதத்தை மேஜைமீது வைத்து அதன்மீது ஒரு டேபிள் வெய்ட்டை வைத்தாள். "பாரதி மூப்பனார் வந்திருக்காரு" என்றாள் சுகுணா. "மூப்பனாரா? அவர் பில் பாஸ் ஆயிடுச் சின்னு சொல்லு. நாளைக்கழிச்சு வந்து செக்கை வாங்கிட்டுப் போகட்டும்" என்றாள் நிர்மலா. சுகுணா அறையை விட்டகலவும் கடிதத்தைத் தொடர்ந்து படிக்க வேண்டும் என்று தோன்றவில்லை நிர்மலாவுக்கு. அவள் ஏற்கனவே ஒரு முறை படித்த கடிதம்தான். இருந்தாலும் அது அவள் கையைச் சுற்றிச் சுற்றிக்கொண்டிருந்தது. இப்போது அவள் நினைவு அவளது மாணவிக் காலத்துக்குச் சென்றது. மூன்று மணி நேரம் மெய் மறந்து, ஒரு முக்கோணத்தின் ஒன்பது புள்ளி வட்டம் அதன் உள்வட்டத்தைத் தொட்டுச் செல்லும் என்று நிரூபித்தது; பதினேழு பக்கங்கள் கொண்ட ஒரு ஒழுங்குப் பல கோணம் வரைய ஒரு மாதம் தொடர்ந்து முயன்று தோல்வியுற்றது; ஒரு கோணத்துக்கு இரு சமவெட்டி உண்டு என்று ஏற்றுக்கொண்டாலன்றி, அதனை வரைய முறை காணமுடியாதென்று ஆசிரியரோடு வாதிட்டது; இறுதியில் ஃபெர்மாவின் கடைசித் தேற்றத்தை மெய்ப்பிக்க முயன்று 'ரிசேர்ச்' உதவித்தொகையை இழந்தது, எல்லாமே அவள் மனத்தினூடே பாய்ந்து சென்றன.

மறக்க முடியாத அப்பாவின் நினைவு! 'நீ எம் மூத்த குழந்தையாப் பிறந்த பாவத்துக்காக எவ்வளவு கஷ்டப் பட்டுட்டேம்மா! இன்னைக்கு நெனெவிலே இருக்கு. உன்னை ஹாஸ்டல்லே வந்து பார்க்க வந்தேனே, அப்ப எல்லாக் குழந்தைகளும் விதவிதமாய் போட்டிட்டு, கவலையே இல்லாம, வரதும் போறதுமா இருக்கும்போது, நீ ஒரு கிழிஞ்ச ரவிக்கையைப் போட்டுக்கிட்டு எங்கூட ஸ்டேஷனுக்கு வரேனியே!' 'அய்யோ, அப்பா! இப்ப இதெல்லாம் பத்தி என்ன பேச்சு? நீங்க நிம்மதியா இருங்க. உங்களுக்கு ஒரு கவலையும் வேண்டாம். நான் எப்பவும் சந்தோஷமாத்தான்

இருந்தேன்; இப்பவும் சந்தோஷமாத்தான் இருக்கேன். சாந்தாவைப் பத்தியோ, மனோகரைப் பத்தியோ கவலைப் படாதீங்க. எல்லாம் நான் பார்த்துக்கிறேன். நீங்க ரொம்ப நல்லவர். ஆனா நீங்க வாழத் தெரியாம வாழ்ந் திட்டீங்க...'

நிர்மலா மேஜைமீது இருந்த கடிதத்தை எடுத்துத் தொடர்ந்து படிக்கலானாள்.

"நிமிர்ந்து நின்றேன். என் பாதங்களைப் பற்றியிருந்த காதரின் கரங்கள் உயர்ந்துவந்து என் கணுக்கால்களை வருடின. காதரின் கைகள் மெல்ல உயர்ந்தன. என்னால் நிற்க முடிய வில்லை; அப்படியே கட்டிலில் அமர்ந்தேன். 'நில்லு பாப்பா, நில்லு' என்று கெஞ்சினான் காதர். நான் மீண்டும் நிற்கவும், பொக்கை வாய் சிரிப்போடு, மண்டியிட்டு, காதர் என்னை நோக்கிக்கொண்டிருந்தான்..."

நிர்மலா கடிதத்தை மேஜைமீது வைத்துவிட்டு இரு கைகளையும் அகல விரித்து சோம்பல் முறித்தாள்.

வருஷம் பூரா இரண்டு சேலை; மூணு ஜம்பர். அத்தனை அவமானமும் எதுக்கு? என்னத்தை சாதித்துவிட்டேன்? அர்த்தமில்லாத தியாகம். அது தியாகமா? அதுவுமில்லியே! ஒருவகையில் நிர்ப்பந்தம்தானே? ஒன்றையும் காணவில்லையே! ஒரு தெய்வமும் எனக்குத் தட்டுப்பட வில்லையே! ஒரு உண்மையும் பிடிபடவில்லையே! இருபது வருடங்களுக்கு முன் தோன்றிய வினாக்களுக்கு இன்னும் விடைகளில்லையே? சாந்தா சந்தோஷமாக இருக்கிறாள்; மனோகர் முன்னுக்கு வந்துவிட்டான். இப்ப இருவரும் சேர்ந்து 'அக்காளுக்கு உலகம் தெரியவில்லை' என்கிறார்கள்.

நிர்மலா கடிதத்தை எடுத்துத் தொடர்ந்து படித்தாள்.

"...என் கால்கள் தடுமாறின. எனக்குப் பசுவிடத்துப் பால் உண்ணும் கன்றின் நினைவு ஏற்பட்டு, அதில் லயித்துத் தடுமாறினேன். காதர் எழுந்து என்னை அணைக்க வேண்டும் போல் இருந்தது. நான் விழுந்துவிடாதபடி அவன் கைகள் ஆதரவாக என் பின்புறத்தைப் பற்றியிருந்தன."

மிஸ் நிர்மலா வாசித்த கடிதம் கடந்த ஆண்டு அவளது கல்லூரியில் படித்த லலபா தற்போது ஹாஸ்டலில் தங்கிப் படித்து வரும் இந்திராவுக்கு எழுதிய கடிதம். இந்திரா கவனக் குறைவாக அதைத் தனது சினிமா சஞ்சிகைக்குள் வைத் திருந்தாள். அந்த சஞ்சிகையை எடுத்த அண்ணன் மூலம் அது இந்திராவின் தகப்பனார் டாக்டர் சந்திரசேகரன் கைக்குப் போய்விட்டது. "நான் ஒரு டாக்டர். எனவேதான் அளவுக்கு

மீறிக் கலவரப்படாது, இந்தக் கடிதத்தை உங்கள் கவனத்துக்குக் கொண்டுவருவதோடு நிறுத்திக்கொண்டு, மேலும் பல்கலைக் கழக, அரசாங்க மட்டங்களில் எவ்வித நடவடிக்கையும் எடுக்க வேண்டாம் என்று முடிவு செய்துள்ளேன்" என்று பயமுறுத்தாது, பயமுறுத்தியிருந்தார் டாக்டர்.

'அடேயப்பா, டாக்டரின் விசால புத்தியைப் பாராட்டத் தான் வேண்டும்' என்று நினைத்துக்கொண்டே, நிர்மலா காதரைப் பற்றி நினைத்தாள். கிழவனுக்கு அப்படி ஒரு ஆசை! உம். எதைப்பற்றி ஆச்சரியப்படுவது? எல்லாமே ஆச்சரியப்பட வேண்டியதுதானே! நாமாக அது இயற்கை, இது இயல்பு, அது பகுத்தறிவு, இது நடைமுறை அனுபவம் என்று கற்பனை செய்துகொள்வதால்தானே இத்தனைப் 'புதுமைகளும்', 'முரண்பாடுகளும்', 'இயற்கைக்கு மாறானவையும்!' சன்னல்வழி வந்த சூரிய ஒளியின் பக்கம் நிர்மலா திரும்பினாள். ஒளி என்ன? புரியவில்லையே! மனிதனின் கணிதக் கட்டுக் கோப்புக்கள் அதை அடைத்து விடுவதால் அதைப் புரிந்து கொண்டதாகிவிடுமா? விஞ்ஞானிகளை முற்றிலும் புரிந்து கொள்ள முடிகிறதா? ஆமாம். 'லாசரை'யும், 'டி.வி'யையும் படைத்துவிடுகிறார்கள். இருந்தாலும் அந்தக் காதர்! அந்தக் காதர்!! அவள் கல்லூரியில் முதலாண்டில் படித்த புத்தகம் ஒன்று இப்போது அவள் நினைவுக்கு வந்தது. அழகழகான படங்களைக் கொண்ட புத்தகம். ஐன்ஸ்டைனின் வியப்பு நிறைந்த கண்கள். நீல்ஸ்போரின் பெருமிதம். மிலிக்கனின் சாமர்த்தியம். டிப்ராலியின் அழகு... காதர் முகத்திலும் எப்படி அப்படி ஒரு ஒளி? இல்லை, வெறும் கற்பனையா? எல்லாமே நாமாக நினைத்துக்கொள்வதுதானா?

நிர்மலா மணியை அழுத்தவும் சுகுணா வந்தாள்.

"ஹாஸ்டல் வாச்மேன் காதரை வரச் சொல்லு."

"சரிங்க, மிஸ்."

மிஸ், மிஸ், மிஸ்... ஆனால், படிப்புக்குக் குறைச்சல் இல்லை. அந்தஸ்துக்குக் குறைச்சல் இல்லை. ஆமாம், அவமானத்துக்கும் குறைச்சல் இல்லை. எதுக்குமே குறைச்சல் இல்லை! ஆனால்... நிர்மலா தனது வலது கையைக் கொண்டு சேலையைச் சரி செய்துகொள்வதுபோல், இல்லை, மார்பகத்தைத் தடவிக் கொள்வது போல், சேலையைச் சரி செய்துகொண்டாள். லேசாக ஏதோ தட்டிற்று; அவ்வளவுதான்.

காதர் வந்து நின்றான். மொட்டை மண்டை. பொக்கை வாய்.

"ஹாஸ்டலுக்கு வேறே வாச்மேன் போட்டிருக்கேன்."

"நல்லதுங்க" என்றான் காதர்.

அரை நிமிடம் இருவரும் பேசவில்லை. நிர்மலா அந்தக் கடிதத்தைப் படிப்பதாகப் பாவனை செய்தாள்.

"உனக்குத் தோட்ட வேலை தெரியுமா?"

"தோட்ட வேலைக்குத்தானே நம்ம காலேசுக்கு வந்தேன்?"

"அப்படியா, எனக்குத் தெரியாதே! இனிமே எம் பங்களாத் தோட்டத்தெ கவனிச்சுக்க. ரத்தினம்மா ஹாஸ்டலைப் பார்த்துக்கட்டும்."

"உத்தரவு அம்மா" என்றான் காதர். இருந்தாலும் அவன் முகத்தில் ஒரு கள்ளத்தனம் இருந்ததாகப் பட்டது, மிஸ் நிர்மலாவுக்கு.

காதர் அறையை விட்டு வெளியேறவும், நிர்மலா தனது வலது கையைக் கொண்டு சேலையைச் சரி செய்துகொள்வது போல், இல்லை, மார்பகத்தைத் தடவிக்கொள்வது போல், சேலையைச் சரி செய்துகொண்டாள். லேசாக ஏதோ தட்டிற்று; அவ்வளவுதான்.

ஞானரதம், ஜூலை 1972

ஜுரம்

தலைவலி என்று சொன்னாள். தலைவலியாகத் தான் இருக்க வேண்டும்; கோபமாக இருக்க முடியாது. இல்லாவிட்டால் தலையைச் சுற்றி இறுக அந்தத் துணியைக் கட்டியிருக்கமாட்டாள். காபியை அவன் கையில் கொடுத்துவிட்டு சற்று மெதுவாகவே அடுக்களைக்குள் சென்றாள். தங்கராஜு காபியைப் பார்த்தான். கடுங்காபி. "பால் இல்லையா?" என்று கேட்க வாயெடுத்தவன், பல்லைக் கடித்துக்கொண்டான். காபிக்கெல்லாம் ஒரே ருசிதான். பால் இருந்தால் என்ன, இல்லாவிட்டாலென்ன? காபியைக் குடித்துவிட்டு மெதுவாக அடுக்களைப் பக்கம் சென்று நிலையில் நின்றான் தங்கராஜு. அவள் சுருண்டு படுத்திருந்தாள்.

"ஜொரம் இருக்கா?"

அவள் பதில் பேசாது முனகினாள். தங்கராஜு அருகே சென்று குனிந்து அவள் கன்னத்தைத் தொட்டுப் பார்த்தான். அவள் சட்டை செய்யவில்லை. ஜுரம் இருப்பதாக அவனுக்குப் படவில்லை. இருந்தாலும், "சல்படைசின் வாங்கி வரட்டுமா?" என்றான். "ஒண்ணு இருந்திச்சு; சாப்பிட்டேன்" என்று சொல்லிவிட்டு அவன் முகத்தில் விழிக்க நேரிடுமோ என்று அஞ்சுவது போல் முகத்தை வேறுபக்கம் திருப்பிப் படுத்துக்கொண்டாள்.

"ஒண்ணு சாப்பிட்டா போதாது, ஸ்ட்ராங் டோசா ரெண்டு தின்னுடணும்" என்றுவிட்டு, "மாத்திரை வாங்கிட்டு வரட்டுமா?" என்றான் தங்கராஜு.

"ஒண்ணும் வேண்டாம், பாத்துக்கலாம்" என்றாள் அமிர்தம்.

தங்கராஜு அவளை விட்டு நகர ஆரம்பிக்கவும் அவள், "இன்னைக்கு ஒங்களுக்கும், கொழெந்தைங்களுக்கும் ஆச்சி கடேலேந்து இட்லி வாங்கிக்கங்க" என்றாள்.

"அய்யோ எங்கிட்டே வள்ளிசாக் காசு இல்லேயே!" என்றுவிட்டான் தங்கராஜு. அவள் பதில் பேசுவதற்கு முன்னால், "காலேலே இருந்த அஞ்சு ரூபாயும் வட்டிக்குப் போயிரிச்சு" என்றான்.

"வட்டிக்குப் போச்சா, இல்லே வட்டத்துலே விளுந்ததா?"

"என்ன உளர்றே? இந்நேரம் எப்படி வட்டத்துலே விளும்? ஸ்கூல் முடிஞ்சதும் நேர வீட்டுக்குத்தானே வர்றேன்."

"நான்தான் கேள்விப்படறேனே; ஸ்கூல்லேயுந்தான் கூத்தடிக்கறீங்களாமே?"

"சரி சரி, ரொம்பக் கண்டிட்டே."

தங்கராஜு கோபத்தோடு நடுவறைக்கு வந்து சட்டையைக் கழற்றினான்.

"இந்தச் சனியன்க எங்கே?" என்று உரக்கக் கத்தினான்.

"நான் இந்தக் கண்றாவியெல்லாம் காண வேறெ வேணுமா? அதுதான் போற வரவங்கெல்லாம் சொல்றாங்களே" என்று அமிர்தம் பேச்சைத் தொடர்ந்துகொண்டிருந்தாள்.

அடுத்த நாள் காலையில் ஆறு மணி சுமாருக்கு எழுந்திருந்த தங்கராஜுவுக்கு வழக்கம்போல மூலைக்கடைக்குச் சென்று ஓசிப் பத்திரிகை பார்த்து வரவேண்டும் என்ற ஆசை. அமிர்தத்தின் உடல்நிலை எப்படி என்று தெரிந்துகொண்டு போனால் நல்லது என்று பட்டது. வெளித்திண்ணையிலிருந்து பாயைச் சுருட்டிக்கொண்டு வந்தவன் அடுக்களைக்கு வந்தான். அமிர்தம் எழுந்து உட்கார்ந்திருந்தாள். இன்னும் தலைக் கட்டை எடுக்கவில்லை. சாப்பிட உட்காருவது போல் குனிந்து உட்கார்ந்திருந்தாள். "இப்ப எப்படி இருக்கு?" என்றான் தங்கராஜு, சற்று பயத்தோடு. ஆனால் சற்றே சௌஜன்யக் குரலில் – நாம ரெண்டு பேரும் இனிமே சேத்தி என்பது போல. "பரவாயில்லை. நீங்க பத்திரிகை பாத்திட்டு வாங்க" என்றாள் அமிர்தம். அவளுக்கருகே சிறிது நேரம் உட்காந்துவிட்டுச் செல்ல வேண்டும் போல் இருந்தது தங்கராஜுவுக்கு. அதுதான் மரியாதையுங்கூட. இருந்தாலும் அவள் கடந்த இரவு அவன்மீது சாத்திய அபாண்டக் குற்றச்சாட்டு நினைவுக்கு வரவே, "உம்" என்றுவிட்டு நகர ஆரம்பித்தான்.

"நேத்து சாப்பிட்டீங்களா?" என்றாள் அமிர்தம்.

"உம்" என்றான் தங்கராஜு.

"காசு ஏது?"

"அதான் நீ சொன்னேயே பெட்டிலே ரெண்டு ரூவா சொச்சம் வச்சிருக்கிறதே"

"உம், சொன்னேனா; அதுகூட நெனெப்பில்லே. எவ்வளவு இருந்திச்சு?"

"ரெண்டு ரூபாயும் அறுபத்து மூணு காசும்."

"சரி, போய்ட்டு வாங்க. தோசெ மாவு கொஞ்சம் வீட்லே இருக்கு. ரெண்டு சுட்டுத் தர்றேன். கடேலேந்து வரும்போது வாழக்காய், கீரை எதாச்சும் வாங்கிட்டு வாங்க" என்றாள் அமிர்தம்.

"உம்" என்றான் தங்கராஜு.

"சில்லரை இருக்கா?" என்றாள் அமிர்தம்.

"அதான் நேத்துப் பணத்திலே பாக்கியிருக்கே" என்றான் தங்கராஜு.

"அம்மாடி, இப்பத்தான் கொஞ்சம் தேவலை" என்று முனகிக்கொண்டே, ஒரு கையைத் தரையில் ஊன்றி எழுந்து நின்றாள் அமிர்தம். அவள் தலைக்கட்டை அவிழ்க்க முடிச்சை இழுக்கவும், கீழே விழும் நிலையில் தள்ளாடினாள். தங்கராஜு அவளை ஆதரவாகப் பிடித்துக்கொண்டான். அவள் கட்டை அவிழ்க்கவும் தங்கராஜுவுக்கு ஆறுதலாக இருந்தது. அவன் ஏதோ தனது பொறுப்பை ஆற்றிவிட்டது போன்றதொரு உணர்வு! அமிர்தத்திடம் அன்பாக ஏதாவது சொல்லலாமா என்று பார்த்தான்; ஒன்றும் தோன்றவில்லை.

ஞாயிற்றுக்கிழமையாதலால் பத்திரிகையைப் படித்து முடிக்க சற்று அதிக நேரம் ஆயிற்று. தங்கராஜு தன் கடையில் நின்றுகொண்டு ஓசிப் பத்திரிகை படிப்பதை மூலைக் கடைக் காரர் ஒரு பெருமையாகவே கருதினார். தங்கராஜு ஊரிலே ஒரு குட்டி அரசியல்வாதி. தொடக்கப் பள்ளி ஆசிரியர் சங்கச் செயலாளர். மேலும் அவன் எழுதும் கதை, கவிதை எப்போதாவது ஒருமுறை 'புதுயுகம்' பத்திரிகையில் வெளி வரும். வருடம் ஒருமுறையாவது சென்னை சென்று வருவான். இப்போது எட்டரை மணிவரை பத்திரிகை படிப்பதிலும், குட்டி அரசியல் சர்ச்சைகள் நடத்துவதிலும் கழித்துவிட்டு, காய்கறிக் கடைப்பக்கம் சென்றான். வழக்கம் போல் கடன் சொல்லி வாழைக்காயை வாங்கிவிட்டு, காசு கொடுத்து நாலு சிகரெட்டுகள் வாங்கிக்கொண்டு வீடு வந்து சேர்ந்தான்.

ஊர்க் கிணற்றிலிருந்து தண்ணீர் எடுத்து வந்து, குளித்து விட்டு, அமிர்தம் தோசை சுட்டுக்கொண்டிருந்தாள். பரமசிவம் எழுந்ததும் எழாததுமாக விளையாடச் சென்றுவிட்டான். கல்பனா அரைகுறையாய்ச் சுருட்டப்பட்டிருந்த அழுக்குப் பாயில் உட்கார்ந்துகொண்டு பரமசிவத்தின் பட்டத்தைச் செப்பனிட்டுக்கொண்டிருந்தாள். மூன்றாவது குழந்தை பாரதி நாதன் இன்னும் அவளருகே உறங்கிக்கொண்டிருந்தான். நாற்காலியில் உட்கார்ந்துகொண்டு தங்கராஜு பையிலிருந்த சில்லறையை எடுத்துச் சரி பார்த்தான். என்ன கணக்குச் சொன்னா லும் டீ சாப்பிட்ட பத்துக் காசை ஒத்துக்கொள்ளத் தான் வேண்டும் என்ற முடிவுக்கு வந்தவனாய் அடுக்களை நிலையில் வந்து நின்றான்.

அமிர்தத்தைப் பார்க்கும்போது ஒரு வகையில் பரிதாப மாக இருந்தது. அடுப்பு சரியாக எரியவில்லை. புகை மூட்டத்தில் தற்காலத்து வேள்வி மகள் போல் உட்கார்ந்திருந்தாள்.

"நேத்து எனக்கு தூக்கம் இல்லே" என்று ஆரம்பித்தான் தங்கராஜு.

சட்டிமாவைக் கிளறிவிட்டுக் கொண்டிருந்தாள் அமிர்தம். "காலேலே லேசாத் தலைவலிகூட ..." என்றிழுத்தான் தங்கராஜு.

அமிர்தம் ஒரு கரண்டி மாவைச் சூடேறிய தோசைக் கல்லில் பரப்பினாள்.

தங்கராஜு சற்று அருகே சென்று உட்கார்ந்துகொண்டான்.

"எந்தலைவலி ஒங்களுக்கு வந்திரிச்சா?" என்று கேட்டாள் அமிர்தம்.

"அப்படித்தான் போல, காலேலே ஒரு டீ அடிச்சப்பெறகு தான் இப்பத் தேவலை" என்றான் தங்கராஜு.

"அதனாலென்ன?" என்றுவிட்டுத் தோசையைத் திருப்பிப் போட்டாள் அமிர்தம்.

பகல் ஒரு மணிக்கு தங்கராஜுவும் சகாக்களும் நாயுடுவின் தோப்பில் சீட்டு ஆடிக்கொண்டிருந்தனர். தங்கராஜு கை யிலிருந்த இரண்டு ரூபாயையும் தோற்றுவிட்டு, ஒரு ரூபாய் கடனும் சொன்ன பிறகு ஆட்டத்திலிருந்து விலகிக்கொண்டு மற்றவர்கள் விளையாடுவதைப் பார்த்துக்கொண்டிருந்தான். பரமசிவம் அவனைத் தேடி வந்து கொண்டிருந்தான். அவன் வரும் மாதிரியைப் பார்த்தால் சாதாரணமாகத்தானிருந்தது. அவன் அருகே வரவும், "அம்மா அனுப்பிச்சாங்களா?" என்றான் தங்கராஜு அவனிடத்து.

“இல்லை” என்று தலையசைத்தான் பரமசிவம்.

“பின்னே இங்கே ஒனக்கு என்ன வேலை?” என்று அதட்டினான் தங்கராஜு.

“அம்மாவுக்கு மேலுக்கு சொகமில்ல. சோறாக்கி வச்சிட்டு படுத்துக் கிடக்குது. அய்யோ அம்மான்னு அலறுது” என்றான் பரமசிவம்.

தங்கராஜு எழுந்திருந்தான். அவன் எழுந்திருந்ததைப் பார்த்ததும், “பிரதர் நம்மளே கொஞ்சம் கவனிச்சிக்க” என்றார் கம்பவுண்டர்.

“எல்லாம் சாயந்திரம்” என்றுவிட்டு வேகமாக பரமசிவத்தோடு வீட்டை நோக்கி நடந்தான் தங்கராஜு. வழியில் எங்கோ பரமசிவம் தகப்பனாரை விட்டுப் பிரிந்தான்.

அமிர்தம் நடுவறையில் படுத்துக் கிடந்தாள். மீண்டும் தலையில் கட்டு. மல்லாந்து கைகளையும் கால்களையும் அகல விரித்துப் படுத்துக் கிடந்தாள். வீட்டில் வேறு யாருமில்லை. பாரதிநாதன் மட்டும் தாயாரின் மீது சாய்ந்து உட்கார்ந்து கொண்டு தனது ஒரு கையால் அமிர்தத்தின் நெஞ்சைத் தட்டிக்கொண்டிருந்தான்.

“என்ன அமிர்தம், என்ன?” என்றான் தங்கராஜு. அவன் குரலில் அனுதாபமும் கலக்கமும் இருந்ததோடு ‘ஏன் இந்த எழவெல்லாமே?’ என்ற சலிப்பும் இருந்தது.

“அய்யோ” என்று அலறிக்கொண்டு உடலைத் திருக்கி ஒரு புறமாக அரையளவுக்கு எழுந்துவிட்டு மீண்டும் பொத்தென்று தரையில் சாய்ந்தாள் அமிர்தம்.

“என்ன அமிர்தம், என்ன?” என்றான் தங்கராஜு, குனிந்து அவளது கன்னத்தைத் தொட்டவாறே.

“அய்யோ, அய்யோ, ஒடம்பெல்லாம் பிச்சுப்பிடுங்குதே” என்று அழுதாள் அமிர்தம்.

“பச்சத் தண்ணிலே குளிச்சே இல்லே?” என்று கேட்க வாயெடுத்த தங்கராஜு பற்களை நெரித்துக்கொண்டான்.

“கம்பவுண்டரே கூட்டியாரட்டா?” என்றான் தங்கராஜு உட்கார்ந்துகொண்டு, அமிர்தத்தின் கைகளையும் கன்னத்தையும் தொட்டவாறே.

தகப்பனை அடையாளம் கண்டுகொண்டு விட்டதுபோல், “அப்பா” என்றிளித்தான் பாரதிநாதன். அமிர்தம் தலையை அசைத்தாள். தங்கராஜு தலை தெறிக்க நடந்தான்.

தோப்பில் கம்பவுண்டர் இல்லை. "மூணு ரூவாக் கெலிப் போடெ கம்பி நீட்டிட்டார்" என்றார் வாத்தியார் சோமு.

'கம்பவுண்டர் எங்கே போயிருப்பாரு?' என்று பொதுப் படையாக அனைவரையும் கேட்டான் தங்கராஜு. நான்கு பேரும் ஆட்டத்தில் மூழ்கியிருந்தனர். ஒரு நிமிடம் கழித்து அப்போதுதான் ஆட்டத்திலிருந்து வாபசான சேது, "கம்பவுண்டரா? ஒண்ணு ஸ்டெப்பிணி வீட்லே இருக்கணும், இல்லாட்டி மருந்துக்கடேலே இருக்கணும்" என்றான்.

மருந்துக் கடைக்கு நடந்தான் தங்கராஜு. கடை அரை குறையாய் திறந்து கிடந்தது. கடைக்காரரும் கம்பவுண்டரும் உள்ளே முறுக்கை நொறுக்கித் தின்றுகொண்டே சுவாரசியமாகப் பேசிக்கொண்டிருந்தனர். தங்கராஜு விஷயத்தை கம்பவுண்டரிடம் சொன்னான். மேஜையிலிருந்த கிளாசைக் காலி செய்துவிட்டு, மருந்துக்கடை செட்டியாரிடம் கேட்டு ஆறு மாத்திரைகள் வாங்கிக் கொடுத்தார் கம்பவுண்டர். "நீங்க வேணா வந்து பாத்திட்டுப் போங்களேன்" என்றான் தங்கராஜு.

"ஊம், இப்ப வேணாம். வேளைக்கு ரெண்டுனு மூணு வேளை கொடுங்க பிரதர், எல்லாம் சரியாயிடும். வேணா சாயந்திரமா அந்தப் பக்கம் வர்றேன்" என்றார் கம்பவுண்டர்.

"தேங்ஸ்" என்று சொல்லிவிட்டு தங்கராஜு கிளம்பும் நேரம் கம்பவுண்டர், "இந்தாங்க பிரதர் ராத்திரி சாப்பாட்டுக்குப் பிறகு இந்த மாத்திரை ஒன்னைக் கொடுங்க" என்று மற்றொரு மாத்திரையைச் செட்டியாரிடமிருந்து வாங்கிக் கொடுத்தார்.

தங்கராஜு வீட்டுக்கு வரும்போது பிற்பகல் மணி இரண்டு. படாதபாடு பட்டுக்கொண்டிருந்தாள் அமிர்தம். இரவு எட்டு மணிவரை அவளுக்கு வெந்நீர் வைத்துக் கொடுக்கத்தான் தங்கராஜுவுக்கு நேரமிருந்தது; அவளுக்கு அப்படி ஒரு தாகம். வயிறு நிறையக் குடித்ததும், குடித்த நீரை அவ்வப்போது வாந்தியெடுத்தாள். பரமசிவமும் கல்பனாவும் மாலை ஏழு மணிவரை வீட்டுப் பக்கம் காலெடுத்து வைக்கவில்லை. வந்ததும் தாங்களாகக் காலை உணவில் மிச்சமிருந்ததைப் பங்கு போட்டுக்கொண்டு தின்றுவிட்டு நிம்மதியாக உறங்கினர். பாரதிநாதனுக்குப் பக்கத்து வீட்டு அலமேலுவிடமிருந்து சோறு வாங்கிக் கொடுத்தான் தங்கராஜு. "பசிக்குது பசிக்குது" என்று அலறினாள் அமிர்தம். "பட்டினி கிடந்தால் நல்லது" என்று அரைகுறை வைத்தியம் பேசினான் தங்கராஜு. அவள் பிடிவாதம் பிடிக்கவே, பக்கத்துக் கடையில் கடன் சொல்லி இரண்டு பன்னும், ஒரு டீயும் வாங்கிக் கொடுத்தான். அதையும் மாத்திரைகளையும் விழுங்கிவிட்டு, அரைமணி நேர அலற

லுக்குப் பின் அவள் உறங்க ஆரம்பித்தாள். அவள் அருகே முழங்கால்களை அணைத்து உட்கார்ந் திருந்தான் தங்கராஜு. தான் படித்த அரசியல் தத்துவங்களை எல்லாம் நினைத்துப் பார்த்தான். மனதில் தெம்பு ஏற்படவில்லை. விளக்கில் மண்ணெண்ணெய் இல்லை; அது அழ ஆரம்பித்தது. விளக்கை அணைத்துவிட்டு, அவளருகே உட்கார்ந்திருந்தான். தெரு வெளிச்சம் மட்டும் சற்றே அறைக்குள் தட்டுத் தடுமாறி வந்தது. அவன் வீடு ஊருக்குச் சற்று வெளிப்புறத்தில் இருந்ததால் ஜன சந்தடி ஓய்ந்துவிட்டது. அமிர்தம் முனக ஆரம்பித்தாள். முதலில் அவள் என்ன உளறுகிறாள் என்று தங்கராஜுவுக்கு விளங்கவில்லை. கூர்ந்து கேட்டான். பெருமூச்சோடு பெரு மூச்சாக, "பாவிப் பழிகாரா" என்ற சொல் அவள் வாயிலிருந்து தவறாத இடைவெளிகளில் வந்துகொண்டிருந்தது. தங்க ராஜுக்கு ஒரு கணம் 'திக்'கென்றது. மறுகணமே வாழ்க்கையின் அசட்டுத்தனம் முழுமையும் அவன்மீது ஒரு சவுக்கடி போல் விழுந்தது . . .

தங்கராஜு தனக்கு இருந்த லீவையெல்லாம் ஏற்கெனவே தீர்த்திருந்தான். எத்தனை நாட்கள் அனாவசியமாக லீவு போட்டுவிட்டு தோப்புக்குச் சென்றிருக்கிறான்; அல்லது மாநாடு கீநாடுனு சென்றிருக்கிறான்! ஹெட் மாஸ்டர் திட்டுவார்; சந்தேகமில்லை. அவன்மீது பழி தீர்த்துக்கொள்ள இதையும் ஒரு சந்தர்ப்பமாக பயன்படுத்திக்கொள்வார்; சந்தேகமில்லை. இருந்தாலும் மறுநாள் லீவு மனுவை அனுப்பிவிட்டு வீட்டோடு இருந்தான் தங்கராஜு. தனக்குத் தெரிந்த அளவு சோற்றைச் சமைத்து குழந்தைகளுக்குக் கொடுத்துவிட்டுத் தானும் உண்டான். அமிர்தம் தரையில் புரண்டுகொண்டிருந்தாள். காலையில் கம்பவுண்டர் கொடுத்த ரெண்டு மாத்திரைகளையும் அவளுக்குக் கொடுத்தாகிவிட்டது, சுரம் இறங்கியபாடில்லை. மீண்டும் கம்பவுண்டரைப் பார்த்துவிட்டு வரலாமா என்று தங்கராஜு நினைத்துக்கொண்டிருந்தான்.

ஆனால் சுமார் பதினோரு மணிக்கெல்லாம் அமிர்தத்துக்கு வியர்த்துவிட்டது. உடல் சற்றுச் சில்லிட்டுக்கூட இருந்தது. எழுந்து உட்கார்ந்தாள். தங்கராஜுவும் அவள் அருகே உட்கார்ந்துகொண்டான்.

"எப்படி இருக்கு?" என்றான் தங்கராஜு.

"பசியா இருக்கு. ரெண்டு இட்டிலியும் ஒரு காபியும் வாங்கிட்டு வாங்க. அப்படியே, வாய்க்குப் புளிப்புா ஒரு சாத்துக்குடி ஆரஞ்சு கெடெச்சா வாங்கியாங்க" என்றாள் அமிர்தம். சிந்தித்துக்கொண்டே வெளியே சென்ற தங்கராஜு இட்லி காபி வாங்கி வந்தான்.

"சாத்துக்குடி கிடைக்கவில்லை" என்றான். இட்லியையும் காபியையும் சாப்பிட்டுவிட்டு சற்று எழுந்து நடமாட ஆரம்பித்தாள் அமிர்தம். நடமாட ஆரம்பித்ததோடு தங்கராஜுவிடம் கணக்குக் கேட்க ஆரம்பித்தாள். கணக்கில் இட்லியையும், காபியையும், பன்னையும், டீயையும் சேர்த்துக்கொண்டாலும் ஒரு ரூபாய் உதைத்தது.

"ஒரு ரூபா போலெ பாக்கியிருக்கு" என்றான் தங்கராஜு.

"காட்டுங்க" என்றாள் அமிர்தம்.

"எம்மேலே நம்பிக்கை இல்லே?" என்று கடிந்தான் தங்கராஜு.

"உங்களை நம்பி நம்பித்தானே இந்த நெலெக்கு வந்தது? என்ன சம்பாதிக்கிறீங்களோ, என்ன வேலெ பாக்கிறீங்களோ அந்த ஆண்டவனுக்குத்தான் வெளிச்சம். கழுத்து கைலே இருத்ததெப் பறிச்சிக்கிட்டு இப்படி மூளியா என்னெ நிறுத்திட்டிங்களே!" என்று சொல்லி வயிற்றெரிச்சலோடு அழுதாள் அமிர்தம்.

"இப்ப என்ன வந்திரிச்சு? எதுக்காக இந்தக் கூச்சல்?" என்று அதட்டினான் தங்கராஜு.

"என்ன வந்திரிச்சா? ஒரு மாதமாவது பாதிச் சம்பளமாவது வீட்டுக்கு வந்திரிக்கா? அதுக்குப் பிடிச்சிக்கிட்டாங்க, இதுக்குப் பிடிச்சிக்கிட்டாங்கன்னு என்னே இத்தனை வருசமும் ஏமாத்திக்கிட்டுத்தானே வந்திருக்கீங்க? எத்தனை நாள் ஒரு வேளை கஞ்சிகூட இல்லாம இருந்திருக்கேன் தெரியுமா?" என்றுவிட்டு குழந்தைபோல் அழ ஆரம்பித்தாள் அமிர்தம்.

அவள் சரிசமமாகச் சண்டை போட்டால் தங்கராஜுவுக்கு உறைக்காது. அவள் குற்றச்சாட்டுகளை அடுக்கிக்கொண்டு போனால், வெளியே சொல்லாவிட்டாலும் அவள்மீது பதில் குற்றச்சாட்டுகளை மனதில் சொல்லிக்கொண்டு அவன் தற்காத்துக்கொள்ள முடியும். ஆனால் இப்படிக் குழந்தை போல் அவள் அழுதால் அவன் என்ன செய்ய முடியும்? அவனும் அழ ஆரம்பித்தான்.

"அய்யோ, இந்தப் பாழாய்ப் போன சமுதாய அமைப்பிலே..." என்று ஏதோ சொல்ல வாயெடுத்தான்.

"ஆமாம், ஆமாம், வேறு என்ன கெடெக்காட்டியும், இந்த வேதாந்தம் பேச ஆரம்பிச்சிடுவீங்க" என்று எரிந்து விழுந்தாள் அமிர்தம் வெடுக்கென்று.

இந்தத் தாக்குதலைச் சிறிதும் எதிர்பார்க்கவில்லை தங்கராஜு. ஒரு கண நேரக் கலக்கத்துக்குப் பின்தான்

இதுவும் ஒரு சண்டை போடும் முறை என்பதை அவன் உணர்ந்தான். இல்லை. இல்லை அவன் அவளுக்கு சமஜோடி இல்லை.

கிடைத்த வெற்றியோடு திருப்திப்பட்டிருக்கலாம் அமிர்தம். ஆனால் அவள் தொடர்ந்தாள்.

"இந்த சமுதாய அமைப்பிலே, சம்பாதிக்கிற பணத்தே எல்லாம் சீட்டாட்டத்துலே தோக்கச் சொல்லுது. இந்த சமுதாய அமைப்பிலே வேலைக்கு வச்சிருக்கிறவங்ககூட குஸ்திக்குப் போகச் சொல்லுது. இந்த சமுதாய அமைப்புலே கட்டின பெண்டாட்டிக்கு சோத்தெப் போடாம தவிக்க வக்கச் சொல்லுது. இல்லாட்டி அவ தலைலே செருப்பைக் கழத்தி அடிக்கச் சொல்லுது..."

தன்னைச் சிறிது நிதானப்படுத்திக்கொண்டுவிட்ட தங்கராஜு, "எப்பவோ நடந்ததெல்லாம் பத்தி இப்ப என்ன பேச்சு?" என்றான். அவனுடைய நிதானம் அமிர்தத்தின் ஆத்திரத்துக்குத் தகுந்த பதில் என்று எதிர்பார்த்தான் தங்கராஜு. ஆனால், "எப்பவோ நடப்பதுதானே இப்ப வயித்தேப் பத்தி எரியுது" என்று அமிர்தம் கேட்கவும், தங்கராஜு வீட்டைவிட்டு வெளியே வந்து வெளித்திண்ணையில் உட்கார்ந்துகொண்டான்.

இனியும் மன தைரியத்தை இழப்பதில்லை என்று தங்கராஜு உறுதி செய்துகொண்டான். 'புதுயுகம்' பத்திரிகைக்கு அவன் எழுதி அனுப்பியிருந்த கவிதை ஒன்றைத் தனக்குள் முனக ஆரம்பித்தான். அது ஒரு நாட்டு விடுதலைப் போராட்டத்தைப் பற்றியது. மிகவும் உற்சாகத்தோடும் உத்வேகத்தோடும் எழுதிய கவிதை. கவிதையை எழுதும்போதே அவன் மெய் சிலிர்த்தது. உணர்ச்சியால் கைகள் நடுங்கின; கண்களில் நீர் பொத்துக் கொண்டு வந்தது. இப்போது அக்கவிதையைத் தனக்குள் முனகிக்கொண்டான். ஆனால் சக்கையைக் கடித்துக் கடித்துத் துப்புவது போல்தான் இருந்தது. சற்று உரக்கப் பாடிப் பார்த்தான். அலங்கோலமாக ஒப்பாரிபோல் ஒலித்தது. அல்லது ஒரு ஒப்பாரியை வீர உணர்வோடு பாடுவதுபோல் இருந்தது. அழ ஆரம்பித்தான். யாராவது ஒருவன் அவன் கையில் ஒரு துப்பாக்கியைக் கொடுத்து, 'நாலு பேரைச் சுட்டுத் தள்ளு; இல்லை நீ செத்து மடி' என்று அவனுக்குக் கட்டளை இட வேண்டும் போல் இருந்தது. அப்போதுதான் அந்த ஒலியைக் கேட்டு அவன் திகைப்புற்றான். அவ்வொலி வீட்டினுள் இருந்து வந்தது. உள்ளே ஓடினான். நடுவறையில் குனிந்தவண்ணம் நின்றுகொண்டு வாந்தி எடுத்துக் கொண் டிருந்தாள் அமிர்தம். அவள்முன் இட்டிலியும், காபியும்

சிறுதேக்கம் போல் தரையில் சிதறிக் கிடந்தது. அவள் வலக்கையில் ஒரு துடைப்பம் இருந்தது. "வீட்டைக் கூட்டித் தள்ளலாம்னு நெனெச்சேன்; வாந்தியாயிரிச்சு" என்றாள் அவள் . . .

பத்துப் பனிரெண்டு நாட்களில் அமிர்தம் துரும்பாய்ப் போனாள். சம்பள இழப்பு அடிப்படையில் வரையறை இல்லாத லீவு போடும்படி தங்கராஜு நிர்ப்பந்திக்கப்பட்டு விட்டான். அவனுக்கு உதவியாக அமிர்தத்தின் தாயார் வீட்டுக்கு வந்தாள். பரமசிவமும், கல்பனாவும் சாப்பாட்டு நேரங்கள் தவிர மற்ற நேரங்களில் வீட்டுப்புறம் தலை காட்டவில்லை. பாரதிநாதன் மட்டும் படுத்த படுக்கையாக இருந்த அமிர்தத்தைச் சுற்றிச்சுற்றி வந்து அழுதுகொண்டிருந்தான். அமிர்தத்துக்கு உணவு இறங்கவில்லை. மூக்கு வழியே இரத்தம் வடிந்தது. இருமிக் கொண்டே இருந்தாள். மலச்சிக்கலுக்கு நாட்டு மருந்து கொடுத்துப் பார்த்தார்கள். அது வயிற்றுப் போக்கில் கொண்டுபோய் விட்டது. வயிற்றிலும் நெஞ்சிலும் வட்ட வட்டமாக மிளகைக் காட்டிலும் பெரிய அளவில் சிவப்புப் பொட்டுகள் தோன்றின. அவற்றை முதன்முதலாகக் கவனித்தது அமிர்தத்தின் தாயார். பிறகுதான் தங்கராஜு அவற்றைப் பார்த்தான். "இந்த வியாதிக்கு இப்படி ரோஜாச் சிவப்பில் முத்திரைகள் வேண்டுமா?" என்று நினைத்துக் கொண்டான்.

படிப்படியாக அமிர்தத்துக்கு நினைவு சிதைந்தது. இஷ்டப்படி பேசினாள். இஷ்டப்படி அழுதாள். அவள் முன் செல்லவே தங்கராஜுவுக்குப் பயமாக இருந்தது. "பாவிப் பழிகாரா, என்னே இத்தன நாளா வதெச்சது போறாதா? இன்னுமா என்னெச் சித்திரவதெ பண்ண வந்துட்டே?" என்று அவனைப் பார்த்ததும் கூச்சலிட்டாள். அவன் எதுவும் சமாதானம் சொல்ல வாயைத் திறந்தாலோ, "ஊம் அய்யோ, ஊம் அய்யோ" என்று பயந்து கதறினாள். எல்லாரும் அவள் அவன் கண்களில் படக் கூடாது என்றனர். "அடப் பாவமே, இது வேறையா!" என்று அவன் தலையில் கையை வைத்துக் கொண்டு அழுதான். ஒரு நாள் கம்பவுண் டரிடம் சொல்லி டாக்டரைக் கூட்டி வந்தார்கள். அமிர்தம் பிணம் போலக் கிடந்தாள். உதடுகள் உலர்ந்து இருந்தன. டாக்டர் உடலின் உஷ்ணநிலையைப் பார்த்தார். "வயித்தெ எரியுது டாக்டர், வயித்தெ எரியுது" என்று அலறினாள் அமிர்தம். டாக்டருக்கு அமிர்தத்தின் நெஞ்சிலும், வயிற்றிலும் இருந்த ரோஜா பொட்டுகளைக் காட்டினர். ஆனால் இப்போது அந்தப் பொட்டுகள் கருகிவிட்டன. கருகிவிட்ட அந்தப் பொட்டு களைக் கண்டதும் தங்கராஜுவுக்குப் பகீர் என்றது. அவனை

யறியாது, "என்ன டாக்டர்? என்ன டாக்டர்?" என்று கத்தினான். "ஷட் அப், நீ என்ன வயசு வந்த மனுஷனா?" என்றார் டாக்டர். நோயாளிக்கு வேண்டியதெல்லாம் ஆரோக்கியமான உணவும், நிறையப் பழரசங்களும், பாலும், ரொட்டியும், முட்டையும், நல்ல காற்றும், நல்ல பராமரிப்பும் தான் என்று கூறிவிட்டு டாக்டர் வெளியே சென்றார். டாக்டர் கூறியது ஒன்றும் தங்கராஜு காதில் விழவில்லை. கருகிவிட்ட ரோஜாப் பொட்டுகளையே அவன் பார்த்துக்கொண்டிருந்தான். "டாக்டர், டாக்டர், இவன்தான் என்னெக் கொல்லப் பாக்கறான்" என்று அமிர்தம் கூச்சலிட ஆரம்பிக்கவும்தான் தங்கராஜுவுக்கு சுய உணர்வு வந்தது. கைகளும் கால்களும் பதற வீட்டைவிட்டு வெளியே வந்து திண்ணையில் உட்கார்ந்து கொண்டான். சிறிது நேரத்தில் தபால்காரர் வந்து நூல் அஞ்சலில் வந்திருந்த ஒரு பத்திரிகையை அவனிடத்து நீட்டினார். அதை உடைத்து அதில் அவன் அனுப்பியிருந்த கவிதை வெளிவந்திருக்கிறதா என்று பார்க்க வேண்டும் என்ற எண்ணம் அவனுக்கு அப்போது இல்லை. பத்திரிகை கையிலிருந்து நழுவித் தரையில் விழுந்தது. தபால்காரர் அதைக் கவனியாமலே சென்றார்.

இருபது முப்பது நாட்கள் ஓடியிருக்கலாம். ஒரு நாள் மாலை நேரம். பீடி ஒன்றைப் புகைத்துக்கொண்டு திண்ணையில் உட்கார்ந்திருந்தான் தங்கராஜு. பரமசிவமும் கல்பனாவும் இன்னும் வீடு திரும்பவில்லை. நடுவறையில் படுத்தவாறு இலேசாக முனகிக்கொண்டிருந்தாள் அமிர்தம். மண்ணெண்ணெய் விளக்கு சற்றுப் பிரகாசமாகவே எரிந்துகொண்டிருந்தது. அவளருகே ஒரு தட்டில் ரொட்டித் துண்டு, ஆரஞ்சுப்பழம், தக்காளிப்பழம் இவையும், தட்டுக்கருகே ஒரு கிளாசில் அரையளவுக்குப் பாலும் இருந்தன. தங்கராஜு வெளியே உட்கார்ந்திருந்தான்.

ஊர்வல முழக்கங்கள் அவன் காதுகளில் இரைந்தன. நண்பர்கள் அவனைத் தேடி வந்தனர். கனவுகள் அவனை மெய்மறக்கச் செய்தன. திடல்கள் அவன்முன் விரிந்து கிடந்தன. தோப்புகளில் 'சீட்டு'கள் பரந்து விழுந்தன. தகப்பன் மார்கள் எங்கேயோ எதையோ பறிகொடுத்ததற்கு மகன்களை வீணே அடித்து நொறுக்கினர். மாநாடுகளில் தீர்மானங்கள் நிறைவேற்றப்பட்டு மாலைகள் அணிந்த பிணங்களாய் விழுந்தன. பிணைப்புகள் வெறுப்புகளாக மாறின. காலம் கைக்குப் பிடிகொடாது தப்பி ஓடியது. தங்கராஜுவுக்குத் தலை சுழன்றது. "இதென்ன பலவீனம்?" என்று பல்லைக் கடித்துச் சொல்லிக்கொண்டு இரு கைகளையும் உதறி எழுந்து நின்றான்

அவன். முன்னால் அந்தி மயங்கிக்கொண்டிருந்தது. அவன் கண்கள் அகல விரிய, “இதெல்லாம் என்ன?” என்று தனக்குத் தானே கேட்டுக்கொண்டான். திடீரென்று அவன் அவனிட மிருந்து பிரிந்து செல்வது போன்ற ஒரு அர்த்தமற்ற உணர்வு ஏற்பட்டது. முதலில் ஏதோ வேடிக்கை என்று நினைத்தான். பிறகுதான் அவன் அவனிடமிருந்தே பிரிந்து செல்வது நிதர்சனம் என்ற பீதி ஏற்பட்டது. “ராஜு, என் ராஜு” என்ற வார்த்தைகள் உணர்வில் விழவும் மெய் சிலிர்த்தது அவனுக்கு. கனவிலிருந்து யாரோ கூப்பிடுவது போலிருந்தது. “ராஜு!” – மீண்டும் அதே ஒலி. தங்கராஜுவுக்குப் புல்லரித்தது. ஒரு புதிய ஒளி அவன் முன்னால் படிப்படியாகத் தன்னைத் தானே மெய்ப்பித்துக்கொண்டிருந்தது. சற்று நேரத்திற்கு முன்னால் அவன் முன்னே கருகிக்கொண்டிருந்த உலகம் ஒரு புதிய பிரகாசத்தை எட்டியது. இல்லை, அது கருகி யிருந்ததே இப்போது ஒரு நம்ப முடியாத அசம்பாவிதக் கனவுபோல் பட்டது. ஒன்றும் புதிதோ கற்பனையோ இல்லை. உள்ளது எல்லாம் உள்ளபடிதான் இருக்கிறது. ஆனால் எதிலும் ஒரு புதிய பிரகாசம். அங்கு தெரிகிறதே சுப்பனின் கைவண்டி, அதில்தான் எப்படி அப்படி ஒரு மெருகு ஏற்பட்டது! குப்பை அள்ளிச் செல்லும் வண்டியாயிற்றே! அந்த நொண்டிக் கழுதை! அதன் மேனிதான் எப்படிப் பொன்னாய் மின்னுகிறது! அட கடவுளே, கழுதையும் இவ்வளவு அழகாகச் சிரிக்குமா? நொண்டிக் கழுதை, நொண்டிக் கழுதை, உன் நொண்டல் எங்கே? இன்னும் முன்னங்காலை நொண்டுவது போல்தான் வைத்துக்கொண்டிருக்கிறது; ஆனால் இப்போது ஒரு தபஸ்வியின் வைராக்கியத்தோடு அல்லவா நிற்கிறது! மனித ஆன்மாவையே கொஞ்சிச் செல்லும் இப்படி ஒரு தென்றலா? அதுவும் ஊனக்கண்களால் காணக்கூடிய ஒரு தென்றலா? எங்காவது மெல்லிய ஊதா நிறத்தில் தென்றலைப் பார்த்திருக்கிறீர்களா?... அய்யய்யோ, இவ்வளவு உலகமா இது! அட கடவுளே, இதையெல்லாம் எங்களுக்கு நீ தரலாமா? எனக்கு உனக்கு என்று சண்டை போட்டுக்கொண்டு ஒருவரையொருவர் கொன்று தீர்த்துக் கொள்வதோடு இவ்வுலகத்தையும் நாசம் செய்து விடுவோமே! இறைவா, இறைவா, உன்னுடைய அருள் எல்லாம் எங்களுக்கு வேண்டாம். நல்லதோ கெட்டதோ, உயர்ந்ததோ தாழ்ந்ததோ, எங்களுக்கு உரிய தீர்ப்பை வழங்கு! தங்கராஜுவின் கண்களி லிருந்து நீர் பொலபொலவென வழிந்தது. “ராஜு, ராஜு” மீண்டும் அதே ஒலி. குரல் வந்த திசையில் நோக்கினான் தங்கராஜு. அமிர்தம் நின்றுகொண்டிருந்தாள். அமிர்தமா? நீ என் அமிர்தமா? கை விரல்களால் சிரிக்க முடியுமா உனக்கு?

எடுத்துவைக்கும் அடிகளால் பேச முடியுமா உனக்கு? கண்களால் என்னைத் தீண்ட முடியுமா? —இத்தனை வித்தைகளையும் செய்கிறாயே, அத்தனையையும் எங்கு ஒளித்து வைத்திருந்தாய்? 'உள்ளே வாருங்கள்' என்று கூறுவதுபோல் அமிர்தம் அவன் கைகளைப் பற்றினாள். அவள் முன்நடந்தாள்; அவன் பின்னால் சென்றான். இருவரும் நடுவறைக்குள் நுழைந்தனர்... அந்தத் தங்கச் சுவர்களையும் நந்தா விளக்கினையும் பார்த்து வியந்தவாறே அவன் பளிங்குத் தரையில் நடந்து சென்று அவள் அருகே உட்கார்ந்துகொண்டான். அவள் படுத்தபடியே அவளது இரு கரங்களாலும் அவனது இரு கைகளைப் பற்றி முறுவலித்தாள்.

மண்ணெண்ணெய் விளக்கு மந்தமாக எரிந்துகொண்டிருக்கிறது. துரும்பாய்த் துவண்டு கிடக்கிறாள் அமிர்தம்; என்றாலும் அவள் முகத்தில் ஒரு வகைத் தெளிவு. அவள் அருகே தங்கராஜு உட்கார்ந் திருக்கிறான். அவன் தன் இரு கரங்களாலும் அவளது கைகளைப் பற்றியுள்ளான். அவன் கண்களை நீர் நிறைத்துள்ளது; நீர்த்துளிகள் கன்னங்களை நனைத்து வடியும்போது அவனுக்கு இதமாக இருக்கிறது. "ராஜு, ராஜு" என்று ஒருமுறை அவள் முனகுகிறாள். பிறகு இலேசாக அழுதவாறு, "ராஜு என்னெ மன்னிச்சிடுங்க" என்கிறாள்.

"எதுக்கம்மா?" என்கிறான் தங்கராஜு.

"ஒங்களெத் தனியா விட்டிட்டு செத்துப் போறேனே, அதுக்காக ராஜு."

"நீயாகவா சாகிறே, ஜுரம் வந்துதானே சாகறே?"

"நானாத்தான் சாகறேன், ராஜு. நீங்க ஒரு தரம் சொல்லலே, ஏதாவது விபத்துலே மட்டும் செத்துப் போகாட்டி, சாவூன்னு நமக்கு ஒண்ணும் வரதில்லே, நாமாத்தான் சாகறோமன்ட்டு?"

"ஆமாம், சொன்னேன். அதுக்கு இப்ப என்ன?" தங்கராஜு மெல்லச் சிரிக்கிறான், தன்னைத்தானே கேவலப்படுத்திக் கொண்டு.

"நான் இப்ப எதுக்கு சாகறேன் தெரியுமா, ராஜு?"

"ஏன்?"

"ஒங்ககிட்டே பிரியமா இருக்க முடியலேயே, ராஜு."

அமிர்தம் அழுகிறாள். தங்கராஜுவும் சேர்ந்துகொள்கிறான்.

"நான் சொல்றது சரிதானே, ராஜு." அமிர்தம் தொடர்கிறாள்.

"ஏம்மா, ரொம்பப் பிரியம் உள்ளவங்கதான் ரொம்ப வெறுத்துக்கணும்னு இருக்கு. பிரியத்திலே சந்தோஷமில்லேமா" என்றுவிட்டு கண்களை வேட்டி நுனியால் துடைத்துக்கொள்கிறான் தங்கராஜு. பிறகு, மாறினவனாய், "சரி சரி, நீ ஒண்ணும் இப்போ சாகப் போகலே. இந்த வியாதி நாலு வாரத்துலே அதுவா குணமாயிடும்னு டாக்டர் சொல்லியிருக்கார். இப்ப அனாவசியமாய் பேசிட்டிருக்காதே" என்கிறான் தங்கராஜு.

"சரி, பேசலே" என்று முனகிவிட்டுக் கண்ணை மூடுகிறாள் அமிர்தம்.

பாரதிநாதனோடு வெளியே போயிருந்த அமிர்தத்தின் தாயார் அப்போதுதான் பேரனைத் தூக்கிக்கொண்டு உள்ளே நுழைகிறாள்.

ஞானரதம், செப்டம்பர் 1972

போலியும் அசலும்

பிராமணக் குடும்பங்களில் யாருக்காவது 'கல்லுப் பாட்டி' என்ற பெயர் உண்டா? இது என்ன கேள்வி? மதுரையை ஏன் 'மதுரை' என்று அழைக்கிறார்கள்; அல்லது தாழையூத்தை ஏன் 'தாழையூத்து' என்று சொல்கிறார்கள்? ஆனாலும் ஒரு காரணம், வரலாறு உண்டு என்றுதான் நம்புகிறோம். அது முக்கியந்தானா? முக்கியந்தான்; முக்கியமில்லைதான், இரண்டுமேதான். கல்லுப் பாட்டியை என்னவோ அப்படித்தான் கூப்பிட்டார்கள். நாள் முழுவதும் ஆட்டுக்கல்லில் மாவு அரைத்துக் கொண்டிருந்ததால் இருக்கலாம் என்பார்கள். (ஆனால் கல்லுப்பாட்டியை நேரில் பார்த்தவர்களுக்கு வேறொரு காரணம் தெரியலாம். அதைப்பற்றி கல்லுப் பாட்டிக்கும் பெருமைதான்.) இறுதியில் பலர் சொல்வதுதானே சரியாக இருக்க வேண்டும்? இல்லாவிட்டால் சனநாயக மாவது, சனிநாயகமாவது? அன்றிரவு கல்லுப்பாட்டிக்கு வழக்கம் போலத் தூக்கம் சொக்கிக்கொண்டு வரவில்லை. அவள் அடுக்களையைக் கடந்து கூடத்துக்கு வந்து விட்டாள். திமிர்தான். திமிரில்லாமல் வேறு என்ன காரணம்?

அப்போதுதான் ராணி பால் – பழ – தாம்பூலத் தட்டோடு அந்த அறைக்குள் நுழைந்தாள். தலை நிறைய மல்லிகைப் பூ, பட்டுப் புடவை – அரக்குத்தலைப்பில் மஞ்சள் நிறப்புடவை – வெள்ளை நிறத்தில் ஏதோ புதுவிதத் துணியில் ரவிக்கை. ரவிக்கையின் தோல்வியை எடுத்துக்காட்ட முதுகுப்புறத்தில் இரண்டு நீல நிற வார்ப்புகள். இப்போது ராணியின் 'இல்லாததை'

மறைக்க அதைப் போட்டுக்கொண்டிருந்தது போல் பட்டது கல்லுப்பாட்டிக்கு. ஆனாலும் ராணியின் முகத்தில்தான் என்ன களை! சிரிக்க உதடுகளை அசைத்தாலே தூங்கிக்கொண்டிருக்கும் தெய்வங்கள் எல்லாம் கண்களைத் திறந்துவிடும் என்று நினைத்துக்கொள்வாள் கல்லுப்பாட்டி. ஆமாம், ஒரு முறையாவது, "நீ மகராசியா இருக்கணும்" என்று சொல்லிக் கொண்டே ராணியின் முகத்தில் முத்தமிட வேண்டும் என்ற ஆசை கல்லுப்பாட்டிக்கு உண்டு. புடவையின் இடுப்புக் கொசுவலின் மேல் தெரியும் நாலைந்து விரற்கடை முதுகை கல்லுப்பாட்டி பார்க்க முடிந்தது. அதன் ஒரு சிறு பகுதியை ராணியின் நீண்ட இயற்கையும் செயற்கையுமான ஜடை மறைத்திருந்தது. ஜடையின் நுனி ராணியின் திரளாத பின்னழகுகளின் சந்திப்பில் முடிந்தது. அவளது ஜடை அழகாகவே ஒன்றோடொன்று பின்னிப் பிணைக்கப்பட்டிருந்தது. பாம்புகள் ஒன்றோடொன்று பின்னிப் பிணைந்து கொள்ளுமாம் என்று நினைத்துக்கொண்டாள் கல்லுப்பாட்டி. மணி இரவு பத்து இருக்கும்.

பத்தாம் நாள் இரவு – இல்லை, பதினொன்றாம் நாள் காலை – இரண்டு மணிக்கு நாவிதன் வீட்டில் தயாராக இருந்தான். பூவும் பொட்டும் ஆற்றோடு கலந்துவிட்டன. புடவையைத் தூக்கிப்போட வேறு யாருமில்லை. வெங்கட்ராமன்தான் இருந்தான். அழு, அழு என்று அதட்டினார்கள். தூக்கிப் போட்டான். தூக்கிப் போட்டுவிட்டு அழுதான். என்ன புரிந்ததோ, புரியவில்லையோ, அழுதான். யாரும் கவனிக்கவில்லை. காரியம் நடக்க வேண்டும். குதிரை வண்டி காத்துக் கிடந்தது. லட்சுமிப் பாட்டிக்கு வெயில் தாங்க முடியவில்லை; வெங்கிப் பாட்டிக்கு ஆஸ்த்மா பயம்!...

ராஜுவும் ராணியும் என்ன பேசிக்கொள்வார்கள் என்றறிவதில் கல்லுப்பாட்டிக்கு ஆசை. மாலையில் வந்ததும் 'பிரசண்ட்' என்று ஏதோ ராஜு ராணியிடம் கொடுத்தான். அதை அவள் திறந்து பார்த்ததும் "ஒங்களுக்கு ரொம்பக் கொழுப்பு" என்று சொல்லிக்கொண்டே, கையை மடக்கி ராஜுவின் கன்னத்தில் குத்தினாள். ராஜு அசட்டுச் சிரிப்பு சிரித்தான். "இது எவ்வளவு?" என்றாள் ராணி. "பதினோரு ரூபாய்" என்றான் அவன். ஒன்றையும கேளாதது போல், டிபனையும் காபியையும் மேஜைமேல் வைத்துவிட்டுச் சென்ற கல்லுப்பாட்டிக்கு அது என்னவென்று தெரிந்துகொள்ள ஆசை. நல்லவேளை, ராணியும் அதை விரித்துப் பார்த்துக் கொண்டிருந்தாள். இந்தக் காலத்துப் பொண்ணுங்க போட்டுக் கிறாங்களே, பிரஷ்ஷோ பாடிசோ, அது என்ன? அதுமாதிரி

தான் தெரிந்தது. அந்தக் காலத்திலே பனியன் மாதிரி ஒண்ணு போட்டுப்போம். முன்பக்கம் கீழே இழுத்து முடுச்சுண்டுடுவோம். இது என்ன, இப்படி தோல் மாதிரி, கனத்துத் தெரியறது? கல்லுப்பாட்டி அடுக்களைக்குள் ஒளிந்து கொண்டாள்.

அப்புறம் என்ன நடந்தது? கல்யாணி புறங்கையால் அம்பட்டனின் முகத்தை வெறியோடு அடித்தாள். திருமாங்கல்ய சரட்டை அவிழ்த்துப் போட மறுத்தாள். முப்பத்து முக்கோடி தேவர்கள் செய்து வைத்த தெய்வக் காரியங்கள்தான். ஆனால் இரண்டு முண்டச்சிகள் இப்போது தீர்த்து வைக்க பிரயத்தனம் செய்துகொண்டிருந்தார்கள். முப்பத்து முக்கோடி தேவர்களும் தான் வசதியாகக் கண்களை மூடிக்கொண்டிருந்தார்களே! தாலிச்சரடும் கால் மெட்டிகளும் பால் கிண்ணத்தில் விழுந்தன. நாவிதன் தொழில்பட ஆரம்பித்தான். சரடுகளும் மெட்டிகளும் வெங்கட்ராமனுக்குச் சொந்தம் என்றார்கள். வெளியே அவன் 'ஓ'வென்று அழுதான். என்றாலும் எல்லாமே அர்த்தமற்ற நினைவுகள்.

மறுநாள் ராஜூவும் ராணியும் 'டியூட்டி'க்குச் சென்று விட்டனர். வீடு இப்போதுதான் நிறைந்து இருந்ததுபோல் இருந்தது கல்லுப்பாட்டிக்கு. வெளிக்கதவை இழுத்துச் சாத்தி விட்டு, ராணி அங்குமிங்குமாக வீசியெறிந்த ஆடைகளைத் தேடினாள். அவள் வேண்டியது கிடைத்தது. 'அதை' எடுத்துக் கொண்டு நிலைக் கண்ணாடி முன்பிருந்த நாற்காலியில் உட்கார்ந்துகொண்டு 'அதை' அணிந்துகொண்டாள். பழைய காலத்து 'அதை' அணிந்துகொண்டுதான் பழக்கம். இது புதிது. பின்புறம் 'ஹூக்'கை மாட்டுவது சிரமமாக இருந்தது. 'அதை' அவிழ்த்து 'ஹூக்'கை எப்படி மாட்டுவது என்பதைப் புரிந்து கொண்டாள். இப்போது அதை வெற்றிகரமாக மாட்டிக்கொள்ள முடிந்தது. வெள்ளை நிறச் சேலைத் தலைப்பை அகற்றிவிட்டுத் தன்னைக் கண்ணாடியில் பார்த்துக்கொண்டாள். அப்போது வெளிக் கதவு தட்டிற்று. "யாரது?" என்று உரக்கக் கேட்டாள். "நாந்தானம்மா, நெய்க்காரி" என்று பதில் வந்தது. கல்லுப்பாட்டி வேக வேகமாக 'அதை'க் கழற்ற முயன்றாள். அவள் தாறுமாறாக இழுக்கவும், அவள் மார்பு, உடல் நடுவே சேதமடைந்த ஒரு இந்திய சிற்பக் கலை மாதிரி தெரிந்தது. கல்லுப்பாட்டி அப்படி ஒரு சிலையைப் பார்த்திருக்கிறாள். எந்தப் பாவிக்குத்தான் அப்படி மனசு வந்ததோ? ஒருவாறாக 'அதை' அவிழ்த்துவிட்டு, தலையையும் உடலையும் தனது வெள்ளைப் புடவையால் மூடிக்கொண்டு கதவைத் திறந்தாள்.

"எவ்வளவுமா வேணும்; இந்த வாரம் பண்டிகை வருதில்லே?" என்று கேட்ட நெய்க்காரி, "ஏனம்மா ஒரு மாதிரி இருக்கீங்க?" என்றாள்.

"ஒன்றுமில்லே, நல்ல நெய்தானே?" என்று கேட்டுக் கொண்டே நெய்யில் ஒரு சொட்டைப் புறங்கையில் தடவி முகர்ந்து பார்த்தாள், கல்லுப்பாட்டி என்ற கல்யாணி. வழக்கம் போலவே நெய்க்காரி கல்லுப்பாட்டியை விரிந்த கண்களோடு பார்த்துக்கொண்டு நின்றாள்.

கண்ணதாசன், ஏப்ரல் 1973

துக்க விசாரணை

துக்க விசாரணைக்குச் செல்ல வேண்டும் என்று நினைத்துக்கொண்டேன். உலகத்தில் அன்றாடம் சிறிது சிறிதாக மானத்தை விற்று எத்தனையோ பேர் பிழைப்பை நடத்திக்கொண்டிருக்கிறார்கள். அவர்களைப் போலத் தானே ரோகிணியும். அவளுக்கு மட்டும் துக்க விசாரணை என்ற சம்பிரதாயம் வேண்டாமா?

நான் கடற்கரைக் கட்டில் ஒன்றில் உட்கார்ந் திருந்தேன். கடலின் இரைச்சல் காதுகளுக்கு இதமாக இருந்தது. அந்த இரைச்சலில் எத்தனையோ சுகதுக்கங் களை மறந்துவிடுகிறோம். கடலின் கண்ணுக்கடங்காத பரப்பு வேறு! அந்தப் பரப்பில்தான் எப்படி 'நான்' என்ற உணர்வே கரைந்துவிடும் நிலையை எட்டிவிடு கிறது! கடலின் அலைகள் கரையைத் தொடுவதும் தொடாததுமாக விளையாடிக்கொண்டிருந்தன. கீழ் வானத்தில் சில நிமிடங்கள் நிலைத்த சிவப்பொளி அவசர அவசரமாகக் கருமையைத் தொட ஆரம்பித்தது. ஏதோ காணாததைக் கண்டுவிட்டது போல் ஒரு ஈ மிகுந்த தன்னம்பிக்கையோடு என் மூக்கு நுனியில் வந்து உட்கார்ந்துகொண்டது. ஒரு கையால் அதனை விரட்டியடித்தேன். என்மீது என்னவோ அதற்குத் திடீர் பாசம் ஏற்பட்டது போல் 'ஈ' என்று ஒரு சுற்றுச் சுற்றிவிட்டு என் காதில் மீண்டும் உட்கார்ந்துகொண்டது. தலையை அசைத்தேன். அது காதிலிருந்து தலைக்குத் தாவியது. தலையைச் சொறிந்தேன். அது மீண்டும் என்முன் 'ஈ' என்று வட்டமிட்டது. செகண்டுக்குத் தன் இறகுகளை ஆயிரந் தடவைகள் அடித்துக்கொள்ளும்

அந்த 'ஈ'! செகண்டுக்கு ஒருமுறை அடித்துக்கொள்ளும் மனித இதயம்! ஈயின் இதயம் செகண்டுக்கு எத்தனை தடவைகள் அடித்துக்கொள்ளும் என்று நினைத்துக்கொண்டேன். இன்னும் சிறிது நேரத்தில் நன்றாக இருட்டிவிடும்; துக்க விசாரணைக்குச் செல்ல வேண்டும்.

இடையே ஊதி அணைத்துவிட்ட மெழுகுவர்த்தியைப் போல ரோகிணி இறந்துவிட்டாள். ஒருபோதும் குரலை உயர்த்திப் பேசமாட்டாள். ஒருமுறை யாரோ ஒருவனோடு இருந்தாள். நான் வந்ததை அறிந்ததும் வந்து சமாதானம் கூறிச் சென்றாள். "இது என் தலை எழுத்துங்க" என்று சொல்லிச் சிரித்துவிட்டுச் சென்றாள். நான் காத்திருப்பேன் என்று எதிர்பார்த்தாள். இரண்டு நாட்களுக்குப் பின்தான் நான் அவளிடத்துக்குச் சென்றேன். அப்போது, "அக்கா கடனையெல்லாம் தீர்த்திட்டு கன்னியாஸ்திரி ஆகிவிடுவேன்" என்றாள். "இல்லாட்டி தற்கொலை பண்ணிப்பேன்" என்று பிறகு சேர்த்துக்கொண்டாள். "தற்கொலையில் அர்த்தமில்லை" என்றேன். "பின்னே எதில்?" என்று கேட்டுக்கொண்டே என் கன்னங்களில் முத்தினாள். அந்தப் பத்துப் பதினைந்தைக் கொடுத்ததைத் தவிர நான் ரோகிணிக்கு எதுவும் செய்தது கிடையாது. ஆனால் அவளுக்குத் தெரியுமோ என்னமோ, அவளைப் பற்றிப் பல தடவைகள் நான் நினைத்ததுண்டு. நினைப்பு என்ன அவ்வளவு பெரிசா? பின் இல்லையா? இறந்து போனவர்களைப் பற்றியோ உயிரோடிருப்பவர்களைப் பற்றியோ அவ்வப்போது நினைத்துக்கொள்வது பெரிசில் லையா? ரோகிணியைச் சந்தித்த முதல்நாள், "நாளை உன்னை எங்கே பார்க்கலாம்?" என்றேன். "எட்டு மணிக்கு திருவனந்தபுரம் எக்ஸ்பிரஸில் அக்கா வருகிறாள்; அவளைச் சந்திக்க ஸ்டேஷனுக்குச் செல்வேன்" என்றாள். காலை ஏழே முக்காலுக்கே ரயில் நிலையத்துக்குச் சென்றுவிட்டேன். ரயில் இருபது நிமிடங்கள் தாமதமாக வந்தது. ரயில் முழுவதும், பிளாட்ஃபாரம் முழுவதும் தேடினேன். ரோகிணியையும் காணோம்; அக்கா ஜெயத்தையும் காணோம். பிறகுதான் ஒருமுறை ஜெயத்தைப் பார்த்தேன். பிராண்டி குடித்துவிட்டு வெற்றிலைபாக்கு போட்டிருந்தாள். தடித்த வெண்மையான சரீரம்; ரோகிணியின் மென்மை இல்லை. சிலவகை ஆண்களைக் கவரும் முரட்டுத்தனம் அவளிடம் காணப்பட்டது.

ரோகிணி இறந்து இருபது நாட்களுக்கு மேலாகிறது. பத்திரிகையில் விஷயத்தைத் தெரிந்துகொண்டேன். அவள் வீட்டுக்குச் சென்றபோது, "மூணு வாரமா ஊரில் இல்லை" என்று சால்ஜாப்பு சொன்னேன். வழக்கம்போல வீடு அடைத்துக்

கிடந்தது. நான் கதவைத் தட்டவும், பக்கத்துச் சன்னல் அரைகுறையாய்த் திறந்தது. "நீங்களா?" என்று விட்டு கதவைத் திறந்தாள் ஜெயம். உள்ளே நான் நுழையவும் அவள் கதவையும் சன்னலையும் மூடினாள். "ஒரு மாதமா ஊருலே இல்லே; நேத்துத்தான் கேள்விப்பட்டேன்" என்று ஆரம்பித்தேன்.

"உட்காருங்க" என்றுவிட்டு, "அது அதன் தலையெழுத்து" என்றாள் ஜெயம்.

"டாக்டர்கிட்டே காட்டலயா?" என்றேன்.

"மொதெல்லே மூணு நாலு நாளைக்கு வெள்ளை வெள்ளையாப் போச்சூனது. ஆச்சி சொன்னாங்களேன்ட்டு சந்தனத் தைலம் வாங்கிப் போட்டேன். கேக்கலே. முள்ளங்கிச் சாறு, வெங்காயச் சாறு, சீரகம், வெல்லம் எல்லாம் கலந்து மூணு நாள் சாப்பிட்டாப் போதும்னிச்சு தங்கமணி. எல்லாத்தையும்தான் செஞ்சு பார்த்தோம்."

"இதுக்கெல்லாம் இப்போ இங்கிலீஷ் மருந்து இருக்கே. பெனிசிலின்ஜி எம்பாங்க. அதை ஊசி போட்டாப் போதுமே" என்றேன் நான்.

"அதுதான் டாக்டர்கிட்டே வரமாட்டேன்னு பிடிவாதம் பிடிச்சுதே! ரெண்டு மாதத்திலே எல்லாம் கொணமாயிட்ட மாதிரிதான் தெரிஞ்சிச்சு., ஆனா அப்பப்ப வயித்துவலி, வயித்துவலின்னு கத்திச்சு. நாமக்கட்டியை அரைச்சுப் போட்டோம். வலி கொஞ்சம் நின்ன மாதிரி தெரிஞ்சது. நானும் அன்னைக்குச் சினிமாக்குப் போயிட்டேன்; அத்தான் வளக்கம்போல சீட்டாடப் போயிட்டாரு. ஏதோ ஒரு தடியன் வந்து, 'ஏண்டி, எனக்குச் சீக்கா வாங்கி கொடுத்தேன்னு' கேட்டுக்கிட்டு, செருப்பைக் களத்தி அடிச்சிருக்கான். அவன் போகவும் ரயிலடிக்குப் போனவதான் ..." ஜெயம் மேற்கொண்டு பேசவில்லை.

"இந்த சீட்டாட்டம்தானே அத்தானைக் கெடுத்திரிச்சு" என்றேன் நான், யோசனையோடு.

கனோரியாவைப் பற்றி எனக்குக் கொஞ்சம் தெரியும். என் மாமா ஒருவர் அதனாலேயே கண் பார்வையை இழந்தார். சிறந்த டாக்டர்; இருந்தும் ஒன்றும் அந்தக் காலத்தில் செய்து கொள்ள முடியவில்லை. பிராண்டி குடித்தால் நோயின் கடுமையை மட்டுப்படுத்திக்கொள்ள முடியும் என்று எண்ணி அதிகம் குடிக்க ஆரம்பித்தார். அவரது அட்டகாசம் அதிக மாகவே, மூத்த மகன் அவரை ஒருநாள், "வீட்டை விட்டு வெளியே போங்க" என்று உத்தரவிட்டான். மறுநாள் அவர்

காலி. அவர்தான் ஒருமுறை சொன்னார்: ஆயிரம் கனோரியாக் கிருமிகளை ஒன்றாக வைத்தால் ஒரு குண்டூசியின் தலையளவுக்குத்தான் வரும் என்று. ஆனால் இந்தக் கிருமிகள் ரொம்பவும் சொகுசாக வாழக்கூடியவை. மனித உடல்தான் இவற்றுக்கு லட்சிய இருப்பிடம். வேறு மிருகங்களின் உடல்களில் இவை உயிர் தரிப்பதில்லை. சுற்றுப்புறக் காற்று சற்று உலர்ந்துவிட்டாலோ அல்லது உஷ்ணம் அடைந்தாலோகூட இவற்றால் தாங்கிக்கொள்ள முடிவதில்லை. இவற்றுக்கு அப்படி ஒரு தலைவிதி; இல்லை, மனிதனுக்கு அப்படி ஒரு தலையெழுத்து.

"அந்தத் தடியன் அப்படி அடிச்சதுதான் ரோகிணி மனசைப் புண்படுத்தி இருக்கு. அவன் போனப்புறம் ரயிலடிக்குப் போனவதான்..." என்று மீண்டும் ஆரம்பித்து அரை குறையாய் நிறுத்தினாள் ஜெயம். ஆனால் ஜெயத்தின் மேலாடை சற்று அலங்கோலமாக இருப்பதைக் கண்டதும் எனக்கு விஷயம் புரிந்தது. பையினுள் கையை விட்டுப் பத்து ரூபாய்த்தாள் ஒன்றை எடுத்து அவளிடம் நீட்டினேன். அப்போதுதான் ஜெயத்தின் புன்சிரிப்பில் ரோகிணியின் சாயலைக் கண்டதாக நினைத்துக்கொண்டேன். மூடிய கதவைத் தாளிட்டுவிட்டு, சன்னலையும் அடைத்துவிட்டு, ரூபாயை வாங்கிக்கொண்டே, "மேலே போகலாமா? மெத்தை இருக்கு" என்றாள் ஜெயம்.

சதங்கை, மே 1973

டெர்லின் ஷர்ட்டும் எட்டு முழ வேட்டியும் அணிந்த மனிதர்

போலீஸ் ரெய்டு இருக்கலாம் என்று நம்பகமான தகவல் வந்திருந்ததால், கதவைத் திறந்து வைத்துக் கொண்டு வீட்டு வாசலில் நிற்க வேண்டாம் என்று விட்டான் அத்தான். 'ஒரு மாதத்துக்கு முன் வீட்டை விட்டு ஓடிவிட்ட கமலாவைப் பற்றி ஒரு செய்தியும் இல்லை. ஓணத்துக்குப் பிறந்த ஊர் போயிருந்த சரசா இன்னும் திரும்பி வரவில்லை. வெளிக் கதவை அடைத்துவிட்டு ரேழியை அடுத்திருந்த அறையில் குழல் விளக்கொளியில் மெத்தைக் கட்டிலின் மீது தனியே உட்கார்ந்திருந்த தேவயானைக்கு அலுப்புத் தட்டிற்று.

ஏதோ நினைவு வந்தவளாய் ரேழியிலிருந்து படிக் கட்டுகளின் வழியே ஏறி மாடியறைக்குச் சென்று விளக்கைப் போட்டாள். அங்கு கீழறையைக் காட்டிலும் சற்று அதிகமான வசதிகள் இருந்தன. பலவகை அந்நிய நாட்டுப் படங்கள் சுவரை அலங்கரித்தன. அறையில் மிகப் பெரிய செட்டிநாட்டுக் கட்டில் ஒன்றும், அதன் மீது 'டபில்' மெத்தை ஒன்றும் சுவரோரமாக இருந்தன. 'நைட் புக்கிங்'குக்கு மட்டுமே பெரும்பாலும் பயன் படுத்தப்பட்டு வந்த அவ்வறை சென்ற ஒரு மாத காலமாக மனித நடமாட்டம் அற்றுக் கிடந்தது. கமலா வுக்குத்தான் 'நைட் புக்கிங்' ராசி அதிகம். தேவயானை கட்டிலின் மீது இருந்த மெத்தையை இலேசாகத் திருப்பி, அதன் அடியிலிருந்து ஒரு நீளமான அரை இஞ்சு மணிக் கயிற்றை எடுத்தாள். அவள் ஊரிலிருந்து வரும்போது

அவளது தாயார் அவளது படுக்கையைக் கட்டுவதற்குப் பயன்படுத்திய கயிறு அது. அறையின் நடுவில் நின்றுகொண்டு, கயிற்றின் உறுதியைச் சோதிப்பது போல அதைப் பலவிடங் களில் இழுத்துவிட்டுக்கொண்டே, மேலே அறையின் நெற்றுக் கண்ணைப் பார்த்தாள். உத்திரத்தில் ஒரு இரும்பு வளையம் தொங்கிக்கொண்டிருந்தது. அது கட்டிலின் விளிம்புக்கு நேர் மேலே சற்று விலகி அமைந்திருந்தது. கட்டிலின் மீது நின்றுகொண்டு, கயிற்றைக்கொண்டு வளையத்தை எட்ட முடியுமா? நடுவில் இருந்த மெர்க்குரி விளக்கின் மேற்பாதி, ஒரு வளைந்த தகட்டினால் மறைக்கப்பட்டிருந்ததால், வளையம் தெளிவாகக் கண்களுக்குப் படவில்லை. சற்று அவசரமாகக் கீழே சென்று துணி உலர்த்தப் பயன்படும் நீளமான மூங்கிற் கழியொன்றை எடுத்துவந்தாள். கட்டிலின் மீது நின்றுகொண்டு, கழியின் ஒரு நுனியில் கயிற்றைச் செலுத்த முடியுமா என்று பார்த்தாள். கீழே கதவு தட்டும் சத்தம் கேட்டது. கழியையும் கயிற்றையும் கட்டிலில் போட்டுவிட்டு, கீழே ஓடினாள். வெளிக் கதவைத் திறக்குமுன் சற்றுத் தயங்கினாள். கதவை யாரும் தட்டவில்லை என்பது போல் பட்டது. அடுத்த பூங்காவனத்து வீட்டின் கதவு திறக்கும் சத்தம் மட்டுமே கேட்டது. கதவிடுக்கின் வழியே யாரும் நின்றுகொண்டிருந்தனரா என்று பார்த்தாள். யாரும் நின்றுகொண்டிருந்ததாகப் படவில்லை. தேவயானை மாடி யறைக்கு வந்தாள்.

மீண்டும் கழியைக்கொண்டு கயிற்றை வளையத்தின் உள்ளே செலுத்தும் முயற்சியில் ஈடுபட்டாள். தோள்பட்டை களில் நோவு எடுத்தது. முகத்தில் வியர்வை அரும்பி, நெற்றி வியர்வை ஐவ்வாதுப் பொட்டைக் கரைத்து வழிந்தது. தேவயானைக்கு ஒரு யோசனை வந்தது. அவசர அவசரமாகக் கழியையும் கயிற்றையும் தரையில் போட்டுவிட்டுக் கீழே ஓடிவந்தாள். புழக்கடையில் ஒரு சன்னலருகே கிடந்த, அரையடி நீளமான துருப்பிடித்த ஆணியொன்றைக் கண்டு பிடித்தாள். அதை எடுத்துக்கொண்டு மாடியறைக்கு வந்தாள். ஆணியின் நடுவில் கயிற்றின் ஒரு நுனியை இறுகக் கட்டினாள். அவள் இழுத்த இழுப்பில் கயிறு கையை அறுத்துவிட்டது. வலி பொறுக்காமல் கையில் எச்சிலைத் துப்பிவிட்டு, அதன் மீது ஊதிக் கொண்டாள். கட்டிலின் மீது நின்றுகொண்டு கழியின் உதவியால் ஆணியை இரும்பு வளையத்துக்குள் செலுத்த முயன்றாள். ஆணி கழி நுனியில் ஸ்திரமாக அமையாமல் பொத்துப்பொத்தென்று கீழே விழுந்தது. ஒரு நிமிஷம் இளைப்பாறிவிட்டு, கை நடுக்கத்தையும் சரிப்படுத்திக் கொண்டாள். பிறகு ஆணியை இரும்பு வளையத்துக்குள்

செலுத்தும் முயற்சியில் ஈடுபட்டாள். ஆணியின் ஒரு பாதி வளையத்துக்குள் நுழைந்தாலும், மறு பாதி நுழைவதைக் கயிற்றின் முடிச்சு தடை செய்தது. கயிற்றின் கனமும் ஆணி வளையத்துக்குள் செல்வதைத் தடுத்தது. கயிறு நீளமான கயிறு. அவ்வளவு நீளம் கூடா தென்று தேவயானைக்குப் பட்டது. கயிற்றைப் போதுமான அளவுக்கு வெட்டக் கத்தி எங்கு கிடைக்கும் என்று யோசித்தாள். வீட்டில் கத்தி ஒன்றும் கிடையாது. பிளேடு? அதுவும் இல்லை. தேவயானைக்கு அடுப்பங்கரை அரிவாள்மணை நினைவுக்கு வந்தது. குதித்துக் கீழே சென்று அரிவாள்மணையை எடுத்து வந்தாள். கட்டிலின் விளிம்பில் நின்றுகொண்டு, தன் கழுத்துக்கும் இரும்பு வளையத்துக் கும் உள்ள இடைவெளியையும், சுருக்கு விட வேண்டிய நீளத்தையும் உத்தேசமாகக் கணித்து, ஆணி கட்டப்பட்டிருந்த நுனியிலிருந்து எவ்வளவு தூரத்தில் கயிற்றைத் துண்டிக்க வேண்டும் என்று தீர்மானித்தாள். நல்லவேளையாக அரிவாள்மணை சற்றுப் பதமாகவே இருந்ததால், கயிற்றை நறுக்குவதில் சிரமம் இல்லை. மற்றொரு யோசனையும் தேவயானைக்கு வந்தது. அரிவாள்மணையைக் கொண்டே கழியின் ஒரு நுனியைச் சிறிதளவுக்கு இரண்டாக வகுத்துக் கொண்டாள். இப்போது கயிற்று நுனியைக் கழிநுனியில் இருந்த பிளவில் கவ்வவைத்துக் கயிறு கீழே நழுவாதவாறு கழியை உயர்த்த முடிந்தது. இவ்வாறு ஆணியை வளையத்துக்குள் செலுத்தி, ஆணி வளையத்தைக் குறுக்காக அழுத்திக்கொண்டிருக்க, கயிறு நேர்செங்குத்தாகத் தொங்கு மாறு செய்தாள். கட்டிலின் விளிம்பில் நின்றுகொண்டு கயிற்றின் நுனிப்புறம் தலை செல்லுமளவுக்கு ஒரு வளையம் செய்து சுருக்கு முடிச்சுப் போடப் பார்த்தாள் தேவயானை. சுருக்கு முடிச்சும் சரியாக விழவில்லை. அவளுக்கு இதி லெல்லாம் அனுபவம் போதாது. இரண்டு மூன்று தோல்வி களுக்குப் பிறகு, ஒருவாறாக முடிச்சு சரியாக விழுந்தது. அப்போது கீழ்க் கதவை யாரோ தட்டும் சத்தம் கேட்டது. தேவயானை சற்றுத் தயங்கினாள். கீழே கதவைத் தட்டும் சத்தம் பலப்பட்டது. 'இப்போது இதுக்கு என்ன அவசரம்?' என்று நினைத்தவள் போல், தேவயானை கீழே ஓடிச் சென்று, சேலை முந்தானையால் முகத்தை ஒற்றிவிட்டு ஆடைகளையும் சரி செய்தவாறே வெளிக் கதவைத் திறந்தாள்.

அத்தானும் வேறொருவரும் வெளியே அறை வெளிச் சத்தில் நின்றுகொண்டிருந்தனர்.

"கதவெத் தெறக்க இந்நேரமா?" என்றான் அத்தான்.

"மேலே இருந்தேன்" என்றாள் தேவயானை.

"கதவெ அடைச்சிட்டு, லைட்டை அணைச்சிட்டு இருன்னா, ஒன்னே யாரு மேலே போகச் சொன்னது?" என்றுகொண்டே அத்தான் நுழையவும், கூட இருந்தவரும் உள்ளே நுழைந்தார்.

"உம், லைட்டைப் போடு" என்றுவிட்டு அத்தான் வெளிக் கதவை அடைத்தான். ரேழி விளக்கைப் போட்டாள் தேவயானை. அத்தான் கூட வந்திருந்தவர் நன்றாக வளர்ந்து இருந்தார். அரைகுறை பாகவதர் கிராப்போடு, டெர்லின் ஷர்ட்டும் எட்டு முழ வேட்டியும் அணிந்திருந்தார். வழக்கமாக வருபவர் களைப் போல் அவளையே உற்று நோக்காது ரேழியையும், ரேழியை ஒட்டியிருந்த அறையையும் சுற்றுமுற்றும் பார்த்துக் கொண்டிருந்தார். "சரிதானேங்க?" என்றான் அத்தான், அவரைப் பார்த்து.

ரேழியை அடுத்திருந்த அறையினுள் நுழைந்து, குழல் விளக்கொளியில் அறையின் சுவர்களை மேலும் கீழும் பார்த்துவிட்டு, "பரவாயில்லை, எல்லாம் சுத்தமாகவே வச்சிருக்கீங்க" என்றார் அவர்.

"இங்கே எல்லாம் சுத்தமாத்தான் இருக்கும்" என்றான் அத்தான் கள்ளச் சிரிப்போடு. "அப்ப நா வர்றேன்."

"பணம்?" என்றார் வந்தவர்.

"எல்லாம் டாக்டர்கிட்டே வாங்கிக்கிறேன்" என்று கொண்டே வெளியேறினான் அத்தான்.

வெளிக் கதவைச் சாத்தித் தாளிட்டுவிட்டு, ரேழி விளக்கையும் அணைத்துவிட்டு, வந்தவரிடத்து, "வாங்க" என்று கூறிக்கொண்டே ரேழியை அடுத்திருந்த அறையின் குழல்விளக்கின் பிரகாசத்தில் பிரவேசித்தாள் தேவயானை. அவள் நேராகச் சென்று கட்டிலில் அமர்ந்தாள். அவர் தயங்கியவாறு அருகில் வந்து நின்றார்.

"இப்படி உட்காருங்க" என்றாள் அவள்.

"இல்லே, அந்த ரேழி ஓரத்துலே ஒரு நாற்காலி இருக்கே, அதை எடுத்திட்டு வா" என்றார் அவர். அவள் சிரித்தாள்.

"எப்போதுமே சாய்வு நாற்காலியில் சுகமாய் படுத்துத் தான் எனக்குப் பழக்கம்" என்று அவர் விளக்கினார்.

பலர் அந்தச் சாய்வான பிரம்பு நாற்காலியில் உட்கார்ந்து கொண்டு தேவயானையைக் கொஞ்சியதுண்டு. எனவே உடன் எழுந்து பிரம்பு நாற்காலியை எடுத்து வந்து கட்டிலின் அருகே அதைப் போட்டாள். அப்போது அவர் அவளையே நோக்கி ரசிப்பதுபோல் பட்டது அவளுக்கு. அவர் சாய்வு

நாற்காலியில் சாய்ந்துகொண்டார்; அவள் மீண்டும் கட்டிலில் உட்கார்ந்துகொண்டாள். இருவரும் ஒருவரையொருவர் நோக்கிக்கொண்டனர்.

“நீ அழகா இருக்கே” என்றார் அவர். அவள் சிரித்தாள்.

“கொஞ்சம் சேலையை வெலெக்கிக்க” என்றார் அவர். அவள் மீண்டும் சிரித்தாள். “உம், வேடிக்கைக்குச் சொல்லலே; ஒன் மார்பே முழுசும் மறைக்காதபடி சேலயே கொஞ்சம் வெலெக்கிப் போட்டுக்க.”

அவள் அவ்வாறே செய்தாள்.

“கொஞ்சம் நிமிர்ந்து உட்காரு.”

அவள் மீண்டும் சிரித்தாள்.

“கொஞ்சம் நிமிர்ந்து உட்காரேன்” என்று கொஞ்சுவது போல் அவர் சொன்னார்.

“நீங்க என்ன போட்டாப் படம் பிடிக்கப் போறீங்களா?” என்று அவள் சிரித்தாள்.

“ஆமா, அப்படித்தான் வச்சிக்கயேன்” என்றார் அவர்.

அவளும் அவளது சேலையையும், முடியையும் ஒரு சைத்ரீகனுக்கு முன் உட்கார்ந்து சரி செய்துகொள்வதுபோல் சரி செய்துகொண்டாள். சற்று நேரம் அவளைப் பார்த்து ரசித்துவிட்டு, ஏதோ குறை கண்டவராய், “உட்கார்ந்திருந்தா சரியாப் படலயே; கொஞ்சம் படுத்துக்க” என்றார் அவர்.

“நீங்க உட்கார்ந்துதானே இருக்கீங்க, வெறுமனே” என்றாள் அவள் சிரிக்காமல்.

“நான் இங்கே உக்காந்து இருந்திட்டுப் போகத்தானே வந்திருக்கேன்” என்றார் அவர். அவள் சிரித்துக்கொண்டே படுத்துக்கொண்டாள். ஒரு கையை மடித்து அதைக்கொண்டு தலையைத் தாங்கி அவரை நோக்கிச் சிரித்தவாறே அவள் படுத்துக்கொண்டாள். அவர் அவளைப் பார்த்துக்கொண்டு இருந்தார்.

“உங்களுக்கு ஆசை இல்லையா?” என்றாள் அவள்.

“நிறைய இருக்கு.”

“அப்ப?”

“அதனாலேதான் ஒன்னைப் பார்த்துக்கிட்டே இருக்கேன்.”

“பாத்துக்கிட்டே இருந்தாப் போதுமா?” அவள் சிரித்தாள்.

“தொட்டுப் பார்க்கலாம்.”

“நீங்க தொட்டுப் பாக்கலேயே.”

“தொட்டா நீ சும்மா இருக்கணுமே!” என்றார்.

அவள் சிரித்தாள். “நான் ஒண்ணும் சேட்டை செய்ய மாட்டேன்; நீங்க சும்மாத் தொட்டுப் பாருங்க.”

வெளிக்கதவு தட்டும் சத்தம் கேட்டது. அவள் எழுந்திருக்க முடியாது போல் தவித்தாள். அவர் நிதானமாக எழுந்து கதவைத் திறந்தார். கதவைத் தட்டியது அத்தான்தான். அத்தான் அவரை எதுவும் கேட்குமுன் அவர் பையிலிருந்து எதையோ எடுத்து அத்தானிடம் கொடுக்க வந்தார்.

“இல்லே வச்சிக்கேங்க, எல்லாம் டாக்டர்கிட்டேந்து வாங்கிக்கறேன். டாக்டர் கடைக்கு வந்திட்டாரு: நீங்க வர்லயான்ட்டு கேட்டாரு” என்றான் அத்தான்.

“இப்ப வந்திடறேன்ட்டு சொல்லுங்க” என்றார் அவர்.

அத்தான் வெளியேறுகிறான்; அவர் கதவை அடைத்துத் தாளிடுகிறார்.

“கொடுமை” என்றுகொண்டே அவர் நாற்காலியில் சாய்கிறார்.

“எது?” என்றாள் அவள், கட்டிலிலிருந்து எழுந்து அவர் அருகே நின்றுகொண்டு.

“இந்த நேரக் கணக்குதான்” என்று அவர் சொல்லவும் அவள் அவரைக் கட்டியணைக்க முயன்றபடியே, அவரது இரு கன்னங்களிலும், இறுதியாக அவசரமாக அவர் உதடு களிலும் முத்துகிறாள்.

“சரி, நீ போய்ப் படுத்துக்க” என்கிறார் அவர்.

“நீங்க என்ன செய்யறீங்க?” என்று கேட்டுக்கொண்டே அவள் மெத்தையில் சாய்கிறாள்.

“இங்கே இருக்கேன்” என்கிறார் அவர்.

“அதெக் கேக்கலே; என்ன தொளில் செய்யறீங்க?”

“பெறந்து, வளந்து, சாவற தொளில்தான் செய்யறேன்.”

அவள் கட்டிலிலிருந்து எழுந்து அவரை எடுத்துக் கட்டி யணைக்க முயலுகிறாள். அவரோ நாற்காலியில் சாய்ந்தவ ராகவே கிடக்கிறார். தோல்வியுற்றவளாய் அவள் கட்டில் மெத்தைக்குச் சென்று அதன்மீது விழுகிறாள்.

"எனக்குத் தண்ணி தவிக்குது" என்கிறாள் தேவயானை.

அவர் எழுந்து, ரேழி விளக்கைப் போட்டு, மூலையிலிருந்த பானையிலிருந்து தண்ணீர் கொண்டுவந்து அவளுக்குக் கொடுக்கிறார். படுத்தபடியே அவள் தண்ணீரைப் பருகும் போது, அதில் ஒரு பகுதி வாய்க்குள் நுழையாது அவளது மார்பகத்தை நனைக்கிறது.

நின்றுகொண்டிருக்கும் அவர், "சென்று வருகிறேன்" என்கிறார்.

"அடுத்தவாட்டி எப்ப வருவீங்க?" என்று கேட்டுக்கொண்டே அவள் கட்டிலிலிருந்து எழுந்து அவர் அருகே வந்து நிற்கிறாள்.

"நீ கூப்பிடும்போது வருவேன்" என்றுவிட்டு அவர் பையிலிருந்து ஒரு ஐந்து ரூபாய்த் தாளை அவளிடத்து நீட்டுகிறார். அவள் அதை வாங்கிக் கண்களில் ஒற்றிக் கொண்டு, தலையணைக்கு அடியில் வைக்கிறாள். அவர் கதவைத் திறந்துகொண்டு வெளியே செல்கிறார்.

இரவு மூன்று மணிக்கு அத்தான் வீட்டுக்கு வந்தான். அவரைப் பற்றி விசாரிக்க வேண்டும் என்று அவளுக்கு ஆவல். ஆனால் வாடிக்கைக்காரர் யாரிடத்தும் அவள் விசேட ஆர்வம் காட்டுவது அத்தானுக்குப் பிடிக்காது. எனவே அவள் எடுத்த எடுப்பிலேயே, "அவர் எனக்கு அஞ்சு ரூவா கொடுத்தார்" என்றாள்.

"யாரவன்?" என்றான் அத்தான்.

"அதான் நீங்க மொதல்லே கூட்டியாந்தீங்களே, அவருதான்."

"மொதல்லே யாரெக் கூட்டியாந்தேன்? நான் இன்னிக்கு ஒரு வாட்டிதானே வந்தேன்?"

"அதான், ஏளு ஏளரை மணிக்குக் கூட்டியாந்தீங்களே, அவரே நெனெப்பில்லையா?"

"ஏளு, ஏளரை மணிக்கா? நான் சுப்பு வீட்லேந்து கிளம்பும்போதே ஓம்பது மணி ஆயிருக்குமே!"

"இன்னிக்கும் சுப்பு வீட்டுக்குப் போயிருந்தீங்களா?"

"ஆமாம், இருபது ரூபா வரைக்கும் கெலிப்பு. இன்னைக்கு ஒன்பது மணிவரைக்கும் தெருவுலே தலைகாட்ட வேண் டாம்ன்ட்டு ஏட்டையா சொல்லியிருந்தாரு. நானும் ஓம்பது வரைக்கும் சுப்பு வீட்டோடவே இருந்திட்டேன்."

"அப்ப, அந்த டெர்லின் சட்டைக்காரரே நீங்க கூட்டி யாரலையா? அவர்கூட ஒரு டாக்டர் வந்தாராமே; நீங்ககூட டாக்குட்டரே வேறே வீட்டுக்குக் கூட்டிப் போனீங்களே?"

"டாக்டரா? அவர் யாரு டாக்குட்டரு? ஒனக்கு என்ன புத்தி தடுமாறிடுச்சா, இல்லே கதவெத் தெறந்து போட்டுக் கிட்டு கனவு கண்டிட்டிருந்தயா?"

"இல்லயே, கதவெ அடச்சிக்கிட்டு மேலேதான் இருந்தேன். நீங்க கதவைத் தட்டினப்பதான் கீளே வந்தேன்."

அத்தான் முழித்தான்.

அவள் தொடர்ந்தாள்.

"கொஞ்சம் நீளமா முடி வச்சிருந்தார். நீலநெற டெர்லின் சட்டையும் எட்டு மொள வேட்டியும் கட்டிருந்தாரு. ஆனா என்னெத் தொட்டுக்கக்கூட இல்லே" என்றுவிட்டு தேவயானை சிரித்தாள்.

"தேவு, சும்மா உளறாதே. நான் தெருவுக்கு வரும்போதெ மணி ஒம்பதுக்கு மேலே ஆயிரிச்சே. அந்த சாயபுப் பையனே மட்டுந்தானே இன்னைக்கு நா கூட்டியாந்ததே. அதுக்கு முன்னாடி யாரெக் கூட்டியாந்தேன்?"

"நா உளர்றேனா, நீங்க உளர்றீங்களா?" என்றுகொண்டே, தான் அவரிடமிருந்து வாங்கிய ஐந்து ரூபாயை அத்தானிடம் காட்ட தலையணையைத் திருப்பினாள் தேவயானை. தலையணைக்கு அடியே எதுவும் காணப்படவில்லை. தேவயானைக்கு மெய் சிலிர்த்தது. பதட்டத்தில் தலையணையை முழுமையாகப் புரட்டினாள். எதுவும் காணோம். மெத்தைக்கு அடியிலும், பிறகு தலையணை உறைக்குள்ளும் தேடினாள். ஒன்றும் காணவில்லை. தலையணை உறையின் இரு முனைகளைப் பிடித்துக்கொண்டு தலையணையைத் தலைகீழாகக் கவிழ்த்தாள். தலையணை தரையில் விழுந்தது. உறையினுள் தேடினாள். தரையில் தேடினாள். ஐந்து ரூபாயைக் காணோம். அத்தான் முழித்தான்.

"எங்கே போயிருக்கும்; இங்கேதான் எங்காவுது இருக்கணும்" என்றாள் தேவயானை நம்பிக்கையோடு.

"எது?" என்றான் அத்தான்.

"அந்த டெர்லின் சட்டைக்காரர் கொடுத்த அஞ்சு ரூபாதான்."

"நீ என்ன கனவு ஏதாச்சும் கண்டாயா?" என்றுகொண்டே அத்தான் சிரித்தான்.

"நீங்கதான் வெறிச்சீலே எல்லாத்தையும் மறந்திடுறீங்க" என்றாள் தேவயானை, இன்னும் காணாமற் போன ஐந்து ரூபாயைத் தேடியவாறே.

"ஒருவேளை மேலே மாடியிலே இருக்கும்" என்றுகொண்டே, தேவயானை வேகமாகப் படிகளேறி மாடியறைக்குச் சென்றாள். அவள் அணைக்காது விட்டுப்போன மெர்க்குரி விளக்கு ஒளியில், அவள் பிரயாசைப்பட்டு இரும்பு வளையத்திலிருந்து தொங்கவிட்ட கயிறும், அதன் கீழ்நுனியை அலங்கரித்த வட்டமும் அவளைத் திகைக்க வைத்தன.

கண்ணதாசன், நவம்பர் 73

மனிதன்

வெறுமனே நடக்க வேண்டியதுதான் என்று நினைத்துக்கொண்டான் மனிதன். வெயிலின்னும் சூடேறவில்லை; நடப்பதும் இதமாகத்தான் இருந்தது. ஊர் அவனுக்குப் புதிதுதான் என்றாலும் ஊர்க் காட்சி களை எந்தவிதத் தனிப்பட்ட லயிப்போடும் பார்க்க வேண்டும் என்று அவனுக்குத் தோன்றவில்லை. வழக்கமாக எல்லா ஊர்களிலும் காணும் காட்சிகளாகவே அவை அவனுக்குப் படுகின்றன – வியாபாரமும், கடைப் பேச்சும் வெட்டிப் பேச்சும்தான் எல்லாம்! எனவே தான் தனக்கே உரித்தான தன்னுயர்வு உணர்வோடே அவன் நடக்கிறான். அந்த உணர்வின் காரணமாகவே அவன் நடையில் ஒரு வகையான அனாயாசம் பிரதிபலிக்கிறது. பின்னால் ஒரு மோட்டார் காரின் 'ஹார்ன்' சத்தம் கேட்கவே திடுக்கிடவோ, திரும்பிப் பார்க்கவோ இல்லாமல் சற்றே ஒரு புறம் திரும்பிக் கொள்கிறான். கார் அவனைக் கடந்து செல்லும்போது காரினுள் அவன் பார்வை விழுகிறது. ஒரு யுவனும் யுவதியும் காரின் பின்சீட்டில் ஒருவர் மேல் ஒருவர் சாய்ந்தபடி இருக்கின்றனர். ஒரு ஏளனப் புன்சிரிப்பு மனிதனின் முகத்தில் தோன்றி மறைகிறது. இடது கையில் ஒரு தோற்பை, வலது கையில் சிறு வீச்சு இவற்றுடன் அவன் நடந்து செல்கிறான்.

அவன் எங்கே செல்கிறான் என்று அவனுக்கே தெரியாது; அதைப்பற்றி அவன் கவலைப்படுவதாகவும் தெரியவில்லை. அவனைக் கடந்து ஒரு பிண ஊர்வலம் செல்கிறது. திருமணம் ஆகி ஒரு வருடத்திற்குள்ளாக

இறந்துவிட்ட பெண் என்று பேசிக்கொள்கிறார்கள். மனைவியை இழந்தவன் துக்க வலியால் நடக்க முடியாமல் நடந்து செல்கிறான். அவனுக்கு ஆதரவாக நாலுபேர் அவனை அணைத்துச் செல்கின்றனர். மனிதன் அக்காட்சியைக் கண்டும் காணாமலே நடக்கிறான். அடுத்து மனிதன் நடப்பது ஆர்ப்பாட்டமோ ஆரவாரமோ இல்லாத ஒரு சிறு கோவில். தெருவோரம் இருந்த அக்கோவிலை மிக மிக எளிய தோற்றத்தைக் கொண்ட ஒரு சிலர் வலம் வந்துகொண்டிருக் கின்றனர். மனிதன் அதையும் கண்டும் காணாததுமாகவே நடக்கிறான். அவன் என்ன எல்லாவற்றையும் கண்டறியாதவனா அல்லது எதையுமே காண விரும்பாதவனா? தனது ஒரே தலைவிதி நடப்பதுதான்; நடந்துகொண்டே இருப்பதுதான் என்பது போல் நடக்கிறான் மனிதன். ஆய்வுக்கூடமாகட்டும் சாவுக் கூடமாகட்டும், எல்லாம் ஒன்றுதான் என்ற தோரணையில் நடக்கிறான் அவன்.

தெருவோரம் ஒரு கடைக்குச் சென்று ஒரு சிகரெட்டு கேட்கிறான் அவன். “என்ன சிகரெட்டு?” என்கிறான் கடைக்காரச் சிறுவன். “எதாவது ஒரு சிகரெட்டு” என்கிறான் அவன். கடைக்காரச் சிறுவன் அவனிடத்து ஒரு சிகரெட்டைக் கொடுத்துவிட்டு அதன் விலையைச் சொல்கிறான். கடைக் காரச் சிறுவனிடத்து சில்லறையைத் தந்துவிட்டு, சிகரெட்டை வாங்கிப் புகைக்க ஆரம்பிக்கிறான். பதினெட்டு வயது நிரம்பிய யுவதி ஒருத்தி கடைக்கு வந்து வெற்றிலைபாக்கு வாங்கி, கடைக்கருகே நின்றுகொண்டு வெற்றிலை போட்டுக் கொள்கிறாள். ஒரு நடுத்தர வயதினன் அவளருகே வந்து, “என்னோடு வா” என்கிறான். “என்ன தருவே?” என்கிறாள் அவள். “தரத்தே தருவேன். வா” என்கிறான் அவன். அவள் வர மறுக்கிறாள். நடுத்தர வயதினன் சென்றுவிடுகிறான். இரண்டு நிமிடம் கழியவில்லை. நடுத்தர வயதினன் ஒரு போலீஸ்காரரோடு கடைக்கு வருகிறான். இதற்குள்ளாக ஒரு குஷ்டரோகப் பிச்சைக்காரன் மனிதனின் அருகே வருகிறான். மனிதன் புகைத்துக்கொண்டே பிச்சைக்காரனைத் தன் கூலிங்கிளாஸ் மூலம் பார்க்கிறான்; பிறகு கூலிங்கிளாசைக் கழற்றிவிட்டு குஷ்டரோகியை உற்று நோக்குகிறான். குஷ்ட ரோகி மனிதனை நெருங்குகிறான். மனிதன் அசையவில்லை. போலீஸ்காரர் யுவதியை மிரட்டுகிறார். “இந்த ஆள் கையைப் புடிச்சு இளுத்தேயில்ல?” என்று கேட்டுக்கொண்டே யுவதியை அவர் பற்றி இழுக்கிறார். அவள் திமுறுகிறாள். போலீஸ்காரர், நடுத்தர வயதினன் இருவருமாக அவளை இழுத்துச் செல்கின்றனர்.

குஷ்டரோகியின் கவனமெல்லாம் மனிதன் மேலேயே உள்ளது. 'அந்தத் துண்டு சிகரெட்டையாவது என்கிட்டே கொடுங்க' என்ற பாவனையில் குஷ்டரோகி மனிதனைப் பார்த்துக்கொண்டிருக்கிறான். இந்த மௌன நாடகத்தைப் பார்த்தவாறே, சௌந்தர்யவதியும் அவளோடு ஒரு கிழவனும் நடந்து செல்கின்றனர். மனிதன் ஒருகணம் அவர்களைப் பார்த்துவிட்டு பார்வையை வேறுபக்கம் திருப்பிக் கொள் கிறான். சிகரெட்டு முடியும் தருணத்தை எட்டிவிட்டது. அது எங்கு விழப்போகிறது என்று கூர்ந்து கவனித்துக்கொண் டிருக்கிறான் குஷ்டரோகி. குஷ்டரோகியின் பார்வை மனிதனின் கை போகிய திசையிலெல்லாம் சென்றுகொண் டிருக்கிறது. மனிதன் சிகரெட்டுத் துண்டை காலடியில் போட்டுவிட்டு அதனை தன் செருப்புக் காலால் நசுக்கு கிறான். மனிதன் நகரவும், குஷ்டரோகி சிகரெட்டுத் துண்டி லிருந்து பிதுக்கப்பட்டுக் கிடந்த புகையிலைத் தூட்களைத் திரட்டி, தூசியை அகற்றிவிட்டு புகையிலைத் தூளை வாயின் ஒரு புறத்தில் வைத்து அழுத்திக்கொள்கிறான்.

மனிதன் நடந்துகொண்டிருந்தான். ஒரு கலியாண வீட்டைக் கடக்க வேண்டி வந்தது. அதனுள்ளும் ஆர்வக்குறைவோடு நோக்கிவிட்டு அவன் தொடர்ந்து நடந்தான். கல்யாண வீட்டின் பந்தல்கால் ஒன்றில் அவன் தலை முட்டியது. மண்டை 'விண்' என்று அதிர்ந்தது. அதைப் பொருட்படுத்தாது நடக்க முயன்றான் அவன். கால்கள் தடுமாறின. அவனையு மறியாமல் அவன் கைகள் பந்தல்காலைப் பற்றிக்கொண்டன. அவ்வாறு பந்தல்காலைப் பற்றிக்கொள்ளாமல் அவனால் நிற்கவே முடியாது என்று அவனுக்குப் பட்டது. கண்கள் மூடின. அவற்றைத் திறக்க முயன்றான்; திறக்க முடியவில்லை.

கண்களுக்குள் பல வேட்டை நாய்களை இழுத்துப் பிடித்துக்கொண்டிருந்த ஒருவன், 'ச்சு, ச்சு' என்று நாய்களை உற்சாகப்படுத்திக்கொண்டே 'ஓடிடுறா, ஓடிடுறா' என்று மனிதனை அச்சுறுத்தினான். மனிதன் கண்களைத் திறந்தான். 'இதென்ன பலவீனம்?' என்று முனகிக்கொண்டே பந்தல் காலைப் பிடித்துக்கொண்டிருந்த கைகளை வீசியெறிந்துவிட்டு முன்னால் நடக்க முயன்றான். ஒரு அடி எடுத்து வைக்குமுன் அப்படியே குப்புற விழுந்தான் வெட்கமாக இருந்தது. அவனது வெட்கம் அவன் முகத்திலும் மார்பிலும் ஏற்பட்ட வலியையும் மறக்கச் செய்தது. இரண்டு உள்ளங்கைகளிலும் காயம். சுற்றுப்புறத்தில் இருந்த யாரும் அவனைக் கவனித்து விட்டார்களோ? மண்டியிட்டு உட்கார்ந்துகொண்டு சற்றே கண்களை மூடினான். மீண்டும் வேட்டை நாய்களின்

கொடூரக் குரல். 'உம் உம், உம்மே, லொள் லொள், உம்மே.' முழங்காலைத் தரையில் ஊன்றிக் கைகளை உயர்த்தி எழுந்து நிற்க முயன்றான். ஏதோ ஒரு சக்தி அவனைக் குப்புறத் தள்ளியது. சிரமப்பட்டு எழுந்து நின்றான். தள்ளாடித் தள்ளாடி நின்றான். அவன்முன் சிறிது தூரத்தில் அவனுடைய 'கூலிங்கிளாஸ்' கிடந்தது. கைப்பை நினைவுக்கு வந்தது. திரும்பிப் பார்த்தான். அவனுக்கு ஆதரவு அளித்த பந்தல்காலின் கீழே பை கிடந்தது. அதனை எடுக்கக் குனிந்தான். அப்படியே குப்புற அடித்து விழுந்தான். இடுப்பில் சுளுக்கிக்கொண்டது. 'அய்யோ' என்றலறினான். இடது கையால் பையைத் தொட்டவாறே கிடந்தான். கண்கள் மூடின. வேட்டை நாய்களை யாரும் இழுத்துப் பிடித்து வைத்திருக்கவில்லை. அவை அவன்மீது சீறித் தாவின. பதறிப்போய் இரண்டு கைகளாலும் பந்தல்காலைப் பற்றிக்கொண்டு எழுந்து நின்றான். முகத்தில் வியர்வை கொட்டியது. கை கால்கள் நடுங்கின. வந்த அழுகையை அடக்கிக்கொண்டான் மனிதன்.

சற்று இளைப்பாறிக்கொண்டான்; சிறிது நேரம் பெருமூச்சு வாங்கிக்கொண்டான். தெம்பு வந்துவிட்டதுபோல் தெரிந்தது. நடந்தது எல்லாம் ஏதோ கெட்ட கனா என்பது போலக்கூடப் பட்டது. உற்சாகத்தை வருவித்துக்கொண்டு பந்தல்காலைப் பற்றியிருந்த கைகளை விடுவித்துக்கொண்டு ஒரு அடி எடுத்து வைத்தான். அவ்வளவுதான், அவனைக் குப்புற விழச்செய்யும் சக்தி செயல்படத் துவங்கிற்று. அதனைச் சமாளிப்பதற்காக ஒரு காலை வேகமாக முன்னுக்கு எட்டி வைத்தான். அது தரையில் கிடந்த அவனது கூலிங்கிளாசை அழுத்தி நொறுக்கியது. ஆனால் விழவில்லை. இரண்டு கால்களையும் அகல விரித்து தரையில் ஊன்றி நின்ற நிலையில் இருந்தான். கால்களை அசைக்க முடியவில்லை. பக்கவாட்டில் இந்தப் புறமோ, அந்தப் புறமோ சற்றுச் சாய்ந்தாலும் தடாலென்று ஒரு பக்கம் விழுந்துவிடும் நிலை. சட்டென்று ஒரு புறமாக காற்று வீசுகிறது. மனிதன் காற்று அடித்த திசையில் விழுகிறான். மண்டை தரையில் மோதுகிறது. தலையின் பின்புறத்தே பலத்த அடி . . .

மனிதன் நகரத்தூடே விழுந்து விழுந்து செல்கிறான். ஒரு அடி எடுத்து வைக்கிறான்; விழுகிறான்; எழுகிறான். இப்படியே செல்கிறான். ஒரு கழுதையின் மீது விழுகிறான்; கழுதை அவனை உதைக்கிறது. நடுத்தெருவில் விழுந்து கிடக்கிறான். ஒரு லாரியின் சக்கரம் அவனது வலது கால் சிறு விரலை உரசிச் செல்கிறது. ஒரு கிழவியின் மீது விழுகிறான். அவள் ஒரு கடைப் பந்தலினின்றும் ஒரு மூங்கிற்கழியை

உருவியெடுத்து கழி ஒடிந்து போகும்வரை அவனைப் போடு போடுவென்று போடுகிறாள். அவன் அதையெல்லாம் பொருட் படுத்தவில்லை. விழுந்து, எழுந்து, உருண்டு, தேய்ந்து தள்ளாடிச் செல்கிறான். ஒருமுறை மல்லாந்து தரையில் விழுந்துவிடுகிறான். இந்தப்புறம் அந்தப்புறம் திரும்ப முடியாது தவிக்கிறான். கைகளைத் தரையில் ஊன்றி எழுந்திருக்க முடியுமா பார்க்கிறான்; முடியவில்லை. கரப்பான் பூச்சியை மல்லாந்து கிடத்தி விட்டால், திரும்பக் கஷ்டப்படுவது போல், அப்படி இப்படி திரும்ப முடியாமல் கிடக்கிறான். கைவண்டி இழுத்துக் கொண்டு ஒரு சிறுவன் வருகிறான். திடீரென்று ஒரு கார் எதிர்படவும் சிறுவன் வண்டியைத் திருப்புகிறான். அதன் ஒரு சக்கரம் மனிதனின் வயிற்றின்மீது ஏறி இறங்கு கிறது. சிறுவன் எரிச்சலோடு மனிதனை உதைக்கிறான். அந்த உதையினால் உந்தப்பட்டு மனிதன் இரண்டு கைகளையும் தரையில் ஊன்றி ஒரு புறமாகச் சாய்ந்து உட்கார்ந்துகொள்ள முடிகிறது. அவன் வண்டியின் இரண்டு சக்கரங்களுக்கும் நடுவில் உட்கார்ந்திருக்கிறான். சிறுவன் வண்டியை இழுத்துச் செல்கிறான். இரண்டு தடியன்கள் வருகின்றனர். ஒருவன் மனிதனது இரண்டு கைகளையும் பற்றிக்கொள்கிறான்; மற்றவன் மனிதனது இரண்டு கால்களையும் பற்றி இழுக்கிறான். இரண்டு தடியன்களும் சேர்ந்து மனிதனை அல்லாக்காகத் தூக்கி, இரண்டு மூன்று தடவைகள் தொட்டில் ஆட்டுவது போல் ஆட்டிவிட்டு வீசி எறிகின்றனர்.

மனிதன் நீண்ட பந்துபோல் பறக்கிறான். பறந்து பொத் தென்று தெருவோரம் இருந்த ஒரு குப்பைத் தொட்டியினுள் விழுகிறான். குப்பைத் தொட்டியின் விளிம்பில் அவனது பின்கழுத்தும், இரண்டு கால்களின் முழங்கால் பகுதியின் பின்புறங்களும் அழுத்திக்கொண்டிருக்கின்றன. தலையும் கால்களும் வெளியே தொங்கிக்கொண்டிருக்கின்றன. உட லெல்லாம் காயம்; ரத்தம் கசிந்து, கசிந்து வெளியேறிக்கொண் டிருக்கிறது. அதனோடு வியர்வையும் கலந்துகொள்கிறது. குப்பைத் தொட்டிக்குக் கொஞ்ச தூரத்தில் ஒரு குஷ்டரோகப் பிச்சைக்காரன் ஒரு பீடியைப் புகைத்துக்கொண்டிருக்கிறான். அவன் மனிதனைப் பார்த்ததும், “ஏன் அண்ணே, துண்டு பீடி வேணுமா?” என்று கேட்டுவிட்டுச் சிரிக்கிறான்.

***சதங்கை*, ஜனவரி 1974**

மனச்சிறை

“அந்தப் பெரியம்மா பேரென்னப்பா?” என்றாள் குமுதினி.

சுற்றுமுற்றும் கள்ளத்தனமாகப் பார்த்துவிட்டு, மெதுவான குரலில் “ஜானகி” என்றார் தேவநாதன், அசட்டுச் சிரிப்போடு.

“ஜானகியா?” என்று குமுதினி உரக்கக் கேட்கவும், அவள் கேட்டது அறை வாயிலைக் கடந்து சென்ற லட்சுமியின் காதில் விழவும் சரியாக இருந்தது.

“ஆமா, கொழந்தெகிட்டப்போயி என்ன கன்னாப் பின்னான்னு உளறிண்டிருக்கேள்? லீவு நாள்னா, ஏதாவது பொஸ்தகம் கிஸ்தகம் பாத்துண்டு, வேளா வேளைக்குப் போடற சோத்தெத் தின்னுண்டிருப்பேளா, இதுல்லாம் என்ன பேத்தல்?” என்று லட்சுமி கடிந்தாள்.

“இல்லே, வேறொண்ணும் இல்லே. நம்ம கரஸ்பான் டன்ட்டோட பொண்ணுக்கு ராமசாமீங்கற பையன் ஏதோ காதல் கடிதம் எழுதிட்டானாம்; அவனெப் பள்ளிக்கூடத்துலேந்தே வெலெக்கிடனூம்ட்டு எல்லாரும் குதியாக் குதிக்கறா” என்றார் தேவநாதன்.

“அதுக்கும் ஜானகியா மேனகியா அவளுக்கும் என்ன சம்பந்தம்? உங்களுக்கும் அந்தப் பையன் வயசிலே மோகினிப் பிசாசு பிடிச்சு, நீங்களும் ஆட்டம் போட்டேள்னு வெளெம்பரப்படுத்திண்டிருக்கேளாக்கும்” என்றாள் லட்சுமி.

“நேக்கு மட்டும் என்ன? அந்த வயசிலே எல்லாருமே, மோகினிப் பேய் பிடிச்சு ஆட்டந்தான் போட்டிருப்பா.

இன்னைக்குத்தான் கால்ல ஒரு கட்டு, கையிலே ஒரு கட்டுனு வரவும், எல்லாரும் அவா அவா வயசுக்கேத்தபடி பேசக் கத்துக்கறா” என்றார் தேவநாதன்.

“போறுமே! தட்டிக் கேக்கன்ட்டு யாரும் இல்லாமே, நீங்கதான் தறுதலையா வளந்தா, எல்லாருமே அப்படித்தான் இருந்திருக்கணுமா? அந்தப் பையனே, ராமசாமியா லெட்சுமண சாமியா, யாரது, அவனே சித்தே இந்தப் பக்கம் வந்துட்டுப் போகச் சொல்லுங்கோ. வெளக்குமாத்தே எடுத்து நாலு சாத்தற சாத்துலே காதல் கடுதாசி என்ன, வேறெந்தக் கடுதாசியும் இந்த ஜென்மத்துலே எழுதறானா பாக்கலாம்” என்று தலைமை ஆசிரியருக்கு இருக்கவேண்டிய கண்டிப்பு தனக்கு இருப்பதைக் காட்டிக்கொண்டாள் லட்சுமி.

“அம்மா கெடெக்கட்டும் அப்பா, நீ பாட்டுக்கு பெரியம்மா வெப் பத்திச் சொல்லப்பா” என்று குமுதினி கூறவும், அவள் தலையில் ‘மங்’கென்று ஒரு குட்டு விழுந்தது. அப்பாவின் அனுதாபத்துக்காக முகத்தை அவர் பக்கம் திருப்பிவிட்டு, அரைகுறையாக வரும் அழுகையை முழுமையாகப் பெறு வதற்குக் கொஞ்ச நேரம் ‘சஸ்பென் சும்’ கொடுத்துவிட்டு அழ ஆரம்பித்தாள் குமுதினி.

“குழந்தையை ஏன் வீணா அடிக்கறே?” என்று தேவநாதன் கேட்கவும் குமுதினி தனது அழுகையை உச்சஸ்தாயிக்கு உயர்த்தினாள்.

“கொழந்தையா லட்சணமா இல்லாமே, பின்னே கேக்கிற கதையைப் பாரு, கதையை?” என்றாள் லட்சுமி.

“நாம்பாட்டு அப்பாகிட்டே கேட்டா ஒனக்கெதுக்கும்மா பொத்துண்டு வருது?” என்று கேட்டுக்கொண்டே அழுதாள் குமுதினி.

“கேளு கேளு, நன்னாக் கேளு. இப்பப் பெரியம்மா கதையை நன்னாக் கேளு. இன்னுங் கொஞ்ச நாளுலே நான் போயிடுவேன். அப்புறம் காலேஜிலே படிச்ச சித்தி ஒருத்தியைக் கூட்டிண்டு வருவார் ஓங்கப்பா. நீயே பாரு, அவகிட்டே ஓங்கப்பா பெரியம்மா பேச்சே எடுத்தாரோ அவ்வளவுதான்டி, முப்பத்திரெண்டு பல்லையும் தட்டிக் கையிலே கொடுத்துட்டுத் தான் மறு ஜோலி பாப்பா” என்றுவிட்டு அறையை விட்டு வெளியே சென்ற லட்சுமி, திடீ ரென்று உட்புறம் திரும்பி, “நீங்க என்னவோ வேடிக்கை, தமாஷ்னு நெனெச்சுண்டு பேசறேள்; நேக்கு ஒண்ணும் தெரியாதூன்னு மட்டும் நெனெச்சுக்காதேங்கோ. ஓங்க வண்ட வாளமெல்லாம் நேக்கு நன்னாத் தெரியும்” என்று எச்சரித்துவிட்டு, அடுக்களைக்கு விரைந்தாள் லட்சுமி.

"சரி சரி, நீ போயி வெளையாடும்மா. அம்மா கோபமா இருக்கா, கதையை அப்பறம் சொல்றேன்" என்றார் தேவநாதன் குமுதினியிடத்து.

குமுதினி அழுகையை நிறுத்திவிட்டு, "அப்பா" என்று சொல்லிக்கொண்டே தேவநாதன் மடியில் சாய்ந்தாள். தேவநாதன் மேஜை டிராயரைத் திறந்து ஒரு பத்துக்காசை குமுதினி கையில் ரகசியமாகத் திணித்தார். அதை வாங்கிக் கொண்ட குமுதினி, "ராத்திரி பாக்கிக் கதையையும் சொல்லணும்ப்பா; மொதலேந்து சொல்லணும், தெரியுமா?" என்று சொல்லிக் கொண்டே அறையை விட்டு நகர்ந்தாள்.

'கள்ளிருக்கும் மலர்க்கூந்தல்' என்று வரும் கவிதை அடியொன்று தேவநாதனின் மனத்தைச் சுற்றி வந்தது. இருபத்தைந்து ஆண்டுகளுக்கும் மேலாகிவிட்டது. தெருவில் போவோர் வருவோர் அனைவரும் முறைத்துப் பார்க்க, தலையைக் கீழே குனிந்தவண்ணம் வேலை செய்த களைப்பு, சற்றுச் சிதைந்த முடியாய், கசங்கிய ஆடைகளாய்த் தெரிய தெருவோரமாக நடந்து வருகிறாள் ஜானகி. அவளைக் கண்டதும் தேவநாதனின் கண்கள் மலருகின்றன; ஒரு பரபரப்பு அவனை ஆட்கொள்கிறது. அவனைக் கடந்து செல்லும்போது அவள் தலையை உயர்த்துகிறாள். அஸ்தமனமே அறியாத அவளது புன்சிரிப்பு அவன்மேல் விழுகிறது. அவன் பெருமூச்சை அடக்கிக்கொண்டு அவளைப் பார்க்கிறான். அவள் நடந்து செல்கிறாள். அவளது பின்னழகைப் பார்த்து மெய்மறந்து நிற்கிறான் தேவநாதன். அவள் அவனைப் பார்த்துத்தான் முறுவலித்திருக்க வேண்டும்; இல்லாவிட்டால் தலையைக் குனிந்து நடந்து சென்ற அவள் அவனைக் கடந்து செல்லும்போது மட்டும் தலையை உயர்த்துவானேன்? அவனும் லட்சணமானவன் இல்லையா? அவன் சிறுவனாக இருந்த போது பள்ளியில் இருந்த மொரட்டுப் பசங்கள் எல்லாம் வலிய வந்து அவன் தோளிலே கை போடுவதும், முதுகைத் தட்டிக் கொடுப்பதுமாக இருந்ததில்லையா? அன்று பொருட்காட்சியில் அவள் அவனை நன்றாகக் கவனித்திருக்க வேண்டும். அவனது நண்பர்கள் எல்லாம் அவளைப் பார்த்ததும், சிரிக்கவும் கனைக்கவும் செய்தபோது, அவர்களில் ஒருவன் அவள் காதில் நன்றாகப் படும்படி, "இந்த மாதிரி 'சாரி' எல்லாம் சிங்கப்பூர்ல தான் கெடெக்குமாம்; இங்கெல்லாம் இல்லையாம்" என்று கத்தவும், அவள் திடுக்கிட்டு அவர்கள் இருந்த திக்கில் நோக்கியபோது, அவன் மட்டும் மற்றவர்களோடு சேராமல், சற்றுத் தனித்து நின்றதை அவள் கவனிக்காமல் இருந்திருக்க முடியாது. ஒருவேளை அவன் முகத்தில் அப்போது தோன்றி மறைந்த அனுதாபத்தைக்கூட அவள் கவனித்திருக்கலாம்.

தேவநாதனுக்கு முதலில் தன் நண்பர்களிடத்துக் கோபமில்லை; அவன் அவர்கள் மாதிரி எல்லாம் இல்லை என்று எடுத்துக் காட்டும் வகையில் அவர்கள் நடந்துகொண்டதில் உண்மையில் அவனுக்கு சந்தோஷமே. இருந்தாலும் வேண்டுமென்றே, அவளும் அவளது அத்தையும் நின்றுகொண்டிருந்த கடைக்கு அவர்கள் எல்லாம் கூட்டமாகச் சென்று, அவர்களில் ஒருவன், "இங்கே சிங்கப்பூர் 'டாய்ஸ்' கிடைக்குமா?" என்று கேட்டுவிட்டு, அவள் இருந்த திசையில் தலையைச் சொடுக்கி விட்டபோது, தேவநாதனுக்குச் சங்கடமாக இருந்தது. மீண்டும் அந்தக் காலிப் பசங்களோடவே அவன் இருப்பதை அவள் கண்டுவிட்டால்? நல்லவேளை; அவள் யாரையும் பொருட் படுத்தாதது போல கடையில் எதையோ பற்றி முழுக் கவனத்துடன் விசாரித்துக் கொண்டிருந்தாள். 'கழுதைகளை லட்சியம் பண்ணினாத்தானே!' என்று தனக்குள் அவளைப் பாராட்டிக்கொண்டான் தேவநாதன். இருந்தாலும் 'சிங்கப்பூர் ஸ்டோர்சை'க் கடந்து செல்லும்போதெல்லாம், கடையில் உட்கார்ந்திருக்கும் முதலாளி மகனைத் திரும்பிப் பார்க்காமல் அவனால் செல்ல முடியாது. ஓயாது சிகரெட்டு புகைப்பதால் உதடுகள் கருகிப்போய், நெருங்கிய நண்பர்களால் 'மிஸ்டர் வத்தல்' என்று அழைக்கப்பட்டு, கையிலும் கழுத்திலும் அளவுக்குப் பெரியதான தங்கச் சங்கிலிகளை அணிந்திருந்த மோகன்ராமிடத்து தேவநாதனுக்குப் பாராட்டா பொறாமையா என்று தேவநாதனுக்கே கடைசிவரை விளங்கவில்லை. 'பயகிட்டே பணமிருக்கு; படிப்புண்டா, வேறென்ன இருக்கு?' என்று ஒருகணம் நினைத்துக்கொள்வான். மறுகணம், 'ஆமாம், பணமிருக்கிற எல்லாராலேயும் சாதிக்க முடிஞ்சிடறதா? அதுக்கும் துணிச்சல்னு ஒண்ணு வேண்டத்தான் செய்யுது' என்று நினைத்துக்கொள்வான். "போடா, பயித்தியக்காரா! இதுலே துணிச்சல், என்ன துணிச்சல்? பணம் இருக்கூன்னு தெரிஞ்சா அவளே ஓடி வந்துடமாட்டாளோ?" என்றான் நண்பன் வரதன்.

"நாதன், ஒங்க ஆளு கைமாறிடிச்சு, தெரியுமா?" என்று ஆரம்பித்தான் கோதண்டராமன்.

"எங்க ஆளு யாரு?" என்றான் தேவநாதன்.

"அதான நீ சொல்லுவேயே, கள்ளிருக்கும் மலர்க் கூந்தற் சான கீன்ட்டு, அவதான்."

"உஹூம்" என்று நிறுத்தினான் தேவநாதன்.

"யாரு தெரியுமா, புதுக் கை?" என்று தொடர்ந்தான் கோதண்டம்.

"யாரு?"

"டாக்டர் வேதமய்யர்."

"போடா லூசு, கதை அளந்தாலும் அளவோட அளக்கணும். வேதமய்யருக்கு கல்யாணத்துக்கு ஒரு பொண்ணு இருக்கு, தெரியுமில்லே. ஒண்ணென்ன ரெண்டு இருக்கு. அந்த ரெண்டாம் பப்ளிமாசு இருக்கே, அது பாவாடையும் சட்டையும் போட்டுக்கிட்டு ரோட்ல போகும்போது 'சைடு'லே யாரும் பார்த்தா, மொதக் கல்யாணம் இவளுக்கா இவ அக்காளுக்கா எம்பாங்க. நீ வேணா பாரு; நாளைக்கே ஒன் ஜாதகத்தைக் கேட்டுண்டு டாக்டர் ஒங்க வீட்டுக்கே வரப்போறார்."

"வரட்டும், வரட்டும். நல்லதாப்போச்சு. அப்படி ஒரு சின்ன மாமியார் கெடெக்கக் குடுத்து வச்சிருக்கணுமே!" என்றான் கோதண்டம்.

"வேதமய்யர்ன்ட்டு சொன்னயே, ஒனக்கு எப்படித் தெரியும்?" என்றான் தேவநாதன்.

"வேதமய்யர் ஜைனகாலஜி ஸ்பெஷலிஸ்டுனு ஒனக்குத் தெரியுமோ, இல்லையோ?" என்று கேட்டு நிறுத்தினான் கோதண்டம்.

"அது சரிடா; அவர் எப்படிப் பிடிச்சாரு?" என்றான் தேவநாதன்.

"வயித்துலே ஏதோ கட்டிண்டு இவ அவருகிட்டே போயிருக்கா. டாக்டர் பாக்காத கட்டியா? குணப்படுத்திட்டு டெஸ்ட்டும் பண்ணிப் பாத்திருக்கார்" என்று சொல்லிவிட்டுச் சிரித்தான் கோதண்டம்.

"ஆமாம், ஆமாம்; ரொம்ப கண்டுட்டீங்க. ஒங்களுக்கு வேறெ வேலை? ஒரு கடைலே ஒரு சாமான் வாங்கினா கடை மொதலாளி மகன், டாக்டர்கிட்டே ஒரு நோய் நொடீன்ட்டுப் போய்ட்டா டாக்டர், தம்பிக்குப் பீஸ் கட்ட பள்ளிக்கூடத்துக்குப் போயிட்டா பள்ளிக்கூட ஹெட்கிளார்க்கு. இன்னும் யாரெல்லாம் சிக்கறார்களோ, எல்லாரோடையும் அவளை முடிச்சுப் போட்டுறுவீங்க, ஒங்களுக்கென்ன?" என்றான் தேவநாதன்.

"டே, டே, தம்பீன்னவொடனே ஞாபகம் வருது. ஜானகி தம்பிக்கு கணக்கு வராதாம். டியூஷனுக்கு ஒரு வாத்தியார்

வேணுமாம். நா வேணா தேவநாதன்ட்டு ஒரு பி. டி. ஸ்டூடன்ட்டு இருக்கான். கணக்கிலே கில்லாடீன்னுட்டுப் போயிச் சொல் லட்டுமா?" என்றான் கோதண்டம்.

ஜானகியின் தம்பியை தேவநாதன் பார்த்திருக்கிறான். அக்காளுக்கும் தம்பிக்கும் கொஞ்சங்கூட ஒற்றுமை கிடையாது. அவனையும் ராமனாதய்யரையும்கூடச் சேர்த்து வைத்துப் பேச முடியாது. ஒருவேளை அவன் அம்மாவைக் கொண்டிருக்க வேண்டும். ஜானகியின் அம்மா எப்படி இருப்பாள் என்று தேவநாதன் நினைத்துப் பார்த்தான். மதுரையில் அவளை யாரும் பார்த்தது கிடையாது. அவர்கள் குடும்பம் பம்பாயில் இருந்தபோதே அவள் இறந்துவிட்டதாகச் சொன்னார்கள். ராமனாதய்யர் பெரிய பணக்காரராக இருந்ததாகவும் குதிரைப் பந்தயத்தில் எல்லாவற்றையும் தோற்றுவிட்டு இப்போது மகளின் சம்பாத்தியத்தில் குடும்பத்தை நடத்திக்கொண்டிருப்பதாகவும் கேள்வி. இன்ட்டர்மீடியட் வரை படித்த ஜானகி ஓரிரு வருடங் களாக தண்டபாணி நூற்பாலையில் டைப்பிஸ்ட்டாக வேலை பார்த்து வந்தாள். இன்னும் என்ன ஜானகியையும் மில் முதலாளியையும் இணைத்துப் பேச்சு அடிபடப் போகிறதோ என்று அவ்வப்போது தேவநாதன் கவலைப்படுவதுண்டு. 'எந்த மொதலாளியையும் சொல்லிக் குத்தமில்லே; இந்த மாதிரி ஒரு அதிர்ஷ்டம் கெடெச்சா யார்தான் சும்மா இருந்துடுவா?' என்றும் தேவநாதன் நினைத்துக்கொள்வான்.

ஒருநாள் தேவநாதன் ராமனாதய்யர் வீட்டுக்குச் சென்றான். ஜோஸ்யம் பார்ப்பது தனது தொழில் என்று அவர் கூறிக் கொள்ளாவிட்டாலும், ஜோஸ்யம் சொல்லி, சில்லறை வருமானமும் சிற்சில நட்புகளும் ராமனாதய்யர் பெறுவதுண்டு. எப்போது பார்த்தாலும் வாய் நிறையப் புகையிலையை அடக்கி, உடம்பைச் சற்று அழுக்கடைந்த துண்டினால் மறைத்து, வீட்டுத் திண்ணையில் சாய்வு நாற்காலியில் சாய்ந்தபடி, ஒரு பிடிமானம் உடைந்துவிட்ட மூக்குக் கண்ணாடியோடு மிகவும் பழசாகிவிட்ட ஏதாவது ஒரு புத்தகத்தைப் படித்துக் கொண்டிருக்கும் ராமனாதய்யரை ஜானகி மட்டும் இல்லா திருந்தால் யாரும் யாரென்று கூடத் தெரிந்துகொண்டிருக்க மாட்டார்கள். தேவநாதன் தன் தங்கையின் ஜாதகத்தை அவரிடம் கொடுத்துவிட்டு, அவர் சொல்வதை எல்லாம் கவனிப்பது போல் காட்டிக் கொண்டு இருந்தான். ஆனால் மனதுக்குள்ளே உக்கிரமாக, 'சார் சார், ஒங்க ஜானகியை நான் கல்யாணம் பண்ணிக்கணும்' என்று ஸ்மரணை செய்துகொண்டிருந்தான். சிறிது நேரம் கழித்து தனது வேண்டல், தேவைப்பட்ட 'ஹிப்னடிக்' பலனை ஏற்படுத்தாதோ என்று எண்ணி, 'ராமனாதய்யர்

சார், நீங்க ஒங்க பொண்ணே தேவநாதனுக்குத்தான் தரப் போறேள்' என்று நிறுத்தி நிதானமாக ஆழமாகத் தனக்குள் ஸ்மரணை செய்ய ஆரம்பித்தான்.

"இந்த ஜாதகத்துலே யாரு என்ன சொட்டுச் சொன்னது? பொண் ஜாதகம் பேஷாயிருக்கே!" என்றார் ராமனாதய்யர்.

"பின்னே இந்தப் பொண்ணுக்கு ரெண்டு மூணு தரம் வரன் வந்து வந்து தட்டிப் போயிடுத்தே!" என்றான் தேவநாதன்.

"இந்தப் பொண்ணுக்கா?"

"ஆமாம், ரெண்டு தரமும் நிச்சயதார்த்தம்தான் பாக்கீன்ட்டு இருந்தபோது ஏதாவது குறுக்கே வந்துடுத்தே" என்றான் தேவநாதன்.

அப்போதுதான் வேலைக்குப் போகத் தயாராகி வெளியேறிக் கொண்டிருந்தாள் ஜானகி.

"இன்னைக்கு எனக்கு அரைவேளைதான்டா, ராஜா. நான் சீக்கிரமே வந்துடுவேன். அப்புறம் இன்னைக்கு சாயந்தரம் நாம ரெண்டு பேரும், சீ–னி –மா –வுக்கு . . . உம்" என்று தம்பி ராஜாவை அவள் சமாதானப்படுத்தும் ஒலியைக் கேட்டுத் திரும்பினான் தேவநாதன். குனிந்தவண்ணம், ராஜாவின் முகவாயில் கை வைத்து அவனைச் சமாதானம் செய்துகொண் டிருந்தாள் ஜானகி. பிறகு, "அப்பா, நான் ஆபீசுக்குப் போறேன். ரெண்டு மணிக்கெல்லாம் வந்துடுவேன். நான் வந்தப்பறம் காபி போட்டுத் தரேன்" என்றாள்.

"அத்தை எங்கே?" என்றார் அப்பா.

"உள்ளேதான் இருக்கா. ஒடம்பு சரியில்லேன்ட்டுப் படுத்துண்டு இருக்கா" என்றுவிட்டுத் தேவநாதனைப் பார்த்தாள் ஜானகி.

"அவனும் ஆபீசுக்கு வரணூங்கறானா?" என்றான் தேவநாதன் ராஜாவைச் சுட்டி. அவள் பேசாது லேசாகச் சிரித்துவிட்டு வெளியே நடந்தாள். அன்று மாலை தேவநாதன் மூன்று நான்கு சினிமாக் கொட்டகைகளைச் சுற்றி வந்தான். மாலை ஆட்டம் முடியும் வேளையில் ஜானகி இருந்த தெருவோரத்தில் ஒரு கடையருகே நின்று, இரண்டு மூன்று சிகரெட்டுகள் குடித்தான்.

கடிதம் எழுதலாமா என்று யோசித்தான் தேவநாதன். இல்லாவிட்டால் நடுத்தெருவில் நிறுத்திப் பேசிவிடலாமா?

உம், அதெல்லாம் சரியில்லை. ஏற்கெனவே, பாவம் குழந்தைத் தனமா பேரெக் கெடுத்துண்டுட்டா! இன்னும் நான் போயி வேறெ அவ பாவத்தைக் கொட்டிக்கணுமா? நேரே ராமனா தய்யர்கிட்டே போய் 'ப்ளெய்னா'க் கேட்டுட்டா? சொல்றதுக் கில்லே, மனுஷன் மொரடாகவும் இருக்கலாம். சிரிக்கிறதுனாக் கூட கொஞ்சம்கூட இஷ்டமில்லாம, பசையே இல்லாமன்னா சிரிக்கிறான்! சே சே, தப்பு, தப்பு . . . சிரிக்கிறார். என்ன இருந்தாலும் வயசானவர் இல்லையா? ஜானகியோட அப்பா இல்லையா? அவரெப்பத்தி மரியாதை இல்லாம பேசலாமா? வேணா ஒண்ணு செய்யலாம்; அடுத்த வாரம் அத்திம்பேர் வராரே அவரெ விட்டுக் கேக்கச் சொல்லலாம். ஆமா, அதுதான் சரி.

ஒருநாள் அவர் வீட்டுப் பக்கமாக அவன் சென்றுகொண் டிருந்தான். அவர் வீட்டு முன்பு ஒரு சிறிய கூட்டம் நின்று கொண்டிருந்தது. ராமனாதய்யரும் ஒரு சாயுபுவும் உரக்கப் பேசித் தகராறு செய்துகொண்டிருந்தனர். தேவநாதன் நின்று கவனித்தான். சாயுபு வீட்டுச் சொந்தக்காரன் என்று தெரிந்தது. உம், வாடகைத் தகராறு போல என்று நினைத்துக்கொண்டான் தேவநாதன். சாயுபு ராமனாதய்யரைச் சற்று காரசாரமாகவே தாக்கிக்கொண்டிருந்தான். "உள்ளூர் பாப்பானையே நம்ப முடியலேயே. பம்பாய்ப் பாப்பானை எப்படி நம்பறது?" என்று ஜாதியை எல்லாம் சாயபு இழுத்துப் பேசியது தேவநாதனுக்குச் சங்கடமாக இருந்தது. ராமனாதய்யர் அதிகம் பேசமுடியாது – வாய் நிறைய புகையிலை – ஒரு சிறு நோட்டுப் புத்தகத்தை எடுத்து எடுத்துக் காட்டிக்கொண்டிருந்தார். அதற்கு சாயுபு, "அவன் என்ன சின்னப்பய, நீ காட்டற எடத்திலெல்லாம் கையெழுத்தெப் போட்டிருப்பான். கணக்கு வச்சிக்கிறது நான்னா" என்று நோட்டுப் புத்தகத்தைப் பார்க்க மறுத்துக் கூச்சல் போட்டுக் கொண்டிருந்தான். ராமனாதய்யருடைய வீட்டுக்குள்ளே பார்த்தவாறே ஓரிரு இளைஞர்கள் சமரசம் செய்து வைக்க முன்வந்தனர். ஜானகி எங்கு வந்து வீட்டு வாசலில் நிற்கப் போகிறாளோ என்று தேவநாதனுக்குப் பயம். பாவம் இந்தக் கண்ணராவிக் காட்சி எல்லாம் அவள் பார்க்க வேண்டாம். அவள் இருக்க வேண்டிய இடமே வேறு. பாவம் அவள் தலையெழுத்து! ஜானகி, ஜானகி

சாயுபு இலகுவில் ஓயவில்லை. கடைசியில், "நாலு காசுன்னா கட்டின பெண்டாட்டியக்கூட . . ." என்று அசிங்க மாக இரைந்துகொண்டு கூட்டத்தை விலக்கியவண்ணம் நகர்ந்தான். அவன்மீது ஒரே தாவாகத் தாவி, அவன் சப்பை மூக்கையும் ஆந்தைக் கண்களையும் குத்து குத்தென்று குத்தி,

அவனைக் கீழே கிடத்தி அய்யோ அப்பாவென்று அலறும் வரை நையப் புடைத்துவிட்டு, அவனை ராமனாதய்யர் காலில் விழுந்து மன்னிப்புக் கேட்க வைத்துவிட்டு, கூடியிருந்தோர் பாராட்டை லட்சியப்படுத்தாது, ராமனாதய்யரிடத்துச் சென்று, எல்லாம் நா பாத்துக்கிறேன்; நீங்க ஒண்ணும் கவலைப்பட வேணாம் என்று அவருக்கு ஆறுதல் சொல்லிவிட்டு, உடனே அடுத்த காரியத்தைப் பற்றி நினைத்தவனாய், அதைச் செய்து முடிக்கச் செல்பவன் போல, அத்தனையையும் கற்பனை செய்து கொண்டே தேவநாதன் கூட்டத்தைவிட்டு வெளியே வந்தான்.

அன்றிரவு தேவநாதனுக்குத் தூக்கம் வரவில்லை. ஜானகி, ஜானகி என்று முனகிக்கொண்டே படுத்துப் புரண்டான். அவள் பெயரைத் திரும்பத் திரும்ப உச்சரிப்பதன் மூலம் அவள் உருவம் அவனது மனக்கண்முன் காட்சி தருவதற்கு உதவுவதனாலா அல்லது வேறெந்தக் காரணத்தினாலா என்று அறியாதே அவளது பெயரைத் திரும்பத் திரும்ப உச்சரித்துக்கொண்டிருந்தான். ஒரு பெயரை – அவனுக்கு விருப்பமான பெயரை – ஸ்மரணை செய்வதில் உள்ள சுகம் அவனுக்கே ஆச்சரியமாக இருந்தது. பக்தர்கள் கடவுளது திருநாமத்தைப் பூஜிப்பதன் பொருளே அவனுக்கு அப்போது தான் விளங்குவது போலிருந்தது. முன்பெல்லாம் விருப்பமான பெண்களைப் பற்றி நினைக்கும்போதெல்லாம் அவர்களைத் தனது துச்சாதன வேட்கைக்கு உட்படுத்தித்தான் பார்த்திருக் கிறான். ஆனால் ஜானகியைப் பற்றி நினைத்தால் மட்டும், அவளே விரும்பிச் செய்யாத எதையும் அவளை அவன் செய்யவைக்க வேண்டும் என்று நினைக்கவில்லை. ஜானகி அவனருகே வந்து நிற்கிறாள். ஜானகி அவனைப் பார்த்து முறுவலிக்கிறாள். இருவரும் ஒரு கோவிலின் வெளிப் பிர காரத்தைச் சுற்றி வருகின்றனர். இருவரும் சந்தடி நிறைந்த ஒரு தெரு வழியே நடந்து செல்கின்றனர். இருவரும் ஒரு வீட்டினுள் நுழைகின்றனர். ஜானகி அவன் கன்னத்தைக் கிள்ளிவிட்டு, ஒரு பெரிய கண்ணாடி முன்நின்று அழகு பார்த்துக்கொள்கிறாள். இருவரும் ஒரு கட்டிலில் உட்கார்ந் திருக்கின்றனர். அவன் அவள் மடியில் படுத்துக்கொள்ள விரும்புபவன் போல் அவள்மீது சாய்கிறான். “ஹூம்” என்று விட்டு ஜானகி அவன்மீது சாய்ந்துகொள்கிறாள். “எம்மேலே உங்களுக்கு எவ்வளவு பிரியம்?” என்று ஜானகி கேட்கிறாள். “எங்கிட்டே இருப்பது அவ்வளவு பிரியந்தானே” என்கிறான் அவன். “பள்ளிக்கூட வாத்தியாரா? என்ன கெடக்கும்?” என்று தன் அத்திம்பேரிடத்து ராமனாதய்யர் அலட்சியமாகக் கேட்டதைக் கூட மறந்து, அவரிடத்து அனுதாபம் காட்டு

கிறான் தேவநாதன். சம்பந்தா சம்பந்தம் இல்லாமல் காட்டுக் கூச்சலிட்ட சாயுபுவிடத்து, விஷயபூர்வமாகப் பேசுவதாக நினைத்துக்கொண்ட ராமனாதய்யர் பட்ட பாட்டைக் காணச் சகியாது, அந்த இடத்தைவிட்டு நகர்ந்து விட்ட தனது நடத்தையைப் பற்றி தேவநாதன் நினைக்கிறான். ஜானகியைப் பற்றிச் சாயுபு ஏதாவது தாறுமாறாகப் பேசிவிட, அது அவள் காதில் விழுந்துவிடக் கூடாதே என்று பயந்து கொண்டே அவ்விடத்தில் நின்ற தனது பயங்கொள்ளித் தனத்தைப் பற்றிய நினைவும் அவனுக்கு வருகிறது.

இப்போது மதுரையைவிட்டு தேவநாதன் வந்து இருப தாண்டுகளுக்கு மேலாகிவிட்டது. ஜானகியைப் பற்றி ஓரிரு தடவைகள் விசாரித்தான். கடைசியாக அவளைப் பற்றி அவனுக்குத் தகவல் சொன்னது வீட்டுக்கார சாயுபுவின் மகன் காதர்ஷாதான். "அப்பனும் மகளும் என்னே நல்லா ஏமாத்தினாங்க" என்று துவங்கிய காதர்ஷா கொடுத்த தகவலின் சுருக்கம் இதுதான்: தேவநாதன் மதுரையைவிட்டு வந்த சிறிது காலத்துக்குள்ளே, ஜானகி வேலையை உதறிவிட்டு சென்னைக்குச் சென்றாள். அங்கு எப்படியோ மருத்துவக் கல்லூரியில் சேர்ந்து படித்துப் பட்டமும் வாங்கினாள். பிறகு பட்டாளத்தில் சேர்ந்து மேஜர் பதவிவரை உயர்ந்தாள். அப்போதுதான் ஒரு விமானப்படை அதிகாரியோடு மதுரைக்கு வந்து சில நாட்கள் ஒரு ஓட்டலில் தங்கியிருந்தாள். அதற்குப் பிறகு அவள் என்னவானாள் என்று காதர்ஷாவுக்குத் தெரியாமல் கொஞ்ச காலம் இருந்தது. ஒரு தடவை தற் செயலாக காதர்ஷா ஜானகியின் தம்பியைக் காரைக்காலில் பார்த்தானாம். அப்போதுதான் ஜானகி ஒரு அராபியனைக் கல்யாணம் செய்துகொண்டு, அவனது மூன்றாந்தாரமாகக் குவாய்த் நாட்டில் சீரும்சிறப்புமாக இருந்தது காதர்ஷாவுக்குத் தெரியவந்தது. இன்றும் குவாய்த் என்றாலே தேவநாதனுக்கு ஜானகியின் நினைவு மட்டுந்தான் வருகிறது.

அன்றிரவு தேவநாதன் வீடு திரும்ப நேரமாயிற்று. குழந்தைகள் தூங்கிவிட்டன. அரைகுறைத் தூக்கத்தில் லட்சுமி அவனுக்கு உணவு பரிமாறினாள். "இன்னைக்கு ஸ்கூல் கமிட்டிக் கூட்டம்னேளே; கமிட்டி என்ன முடிவு பண்ணினது?" என்று கேட்டாள் லட்சுமி. "கமிட்டி என்ன முடிவு பண்ணறது? எல்லாம் கரெஸ்பான்டன்ட் செய்யற முடிவுதான்" என்றார் தேவநாதன்.

"அதான் அவர் என்ன முடிவு பண்ணினார்?" என்றாள் லட்சுமி.

“அந்த ராமசாமியெப் பள்ளிக்கூடத்துலேந்து வெலக்கிடற தூன்னு ஒரு முடிவு; இன்னொரு முடிவு ...” என்று நிறுத்தினார் தேவநாதன்.

“உம், சொல்லுங்கோ” என்றாள் லட்சுமி, ஒரு சிறு கொட்டாவியை அடக்கியவாறே.

“இன்னூரு முடிவா? ‘கடந்த ஏழு ஆண்டு காலமாக மணிமேகலை ஆச்சி உயர்நிலைப்பள்ளிக்கு திரு. எஸ். தேவ நாதன் பி. ஏ. பி. டி. அவர்கள் தலைமை ஆசிரியராக இருந்து ஆற்றிய தொண்டுக்கு இக்கமிட்டி தன்னுடைய உளமார்ந்த நன்றியையும் பாராட்டுதலையும் தெரிவித்துக்கொள்வதோடு, இன்று சொந்தக் காரணங்களுக்காக அவர் கமிட்டிக்குச் சமர்ப்பிக்கும் ராஜினாமாவை இக்கமிட்டி ஆழ்ந்த வருத்தத் துடன் ஏற்றுக் கொள்கிறது’ – இதுதான் இன்னூரு முடிவு” என்றுவிட்டுத் தனக்குள் சிரித்துக்கொண்டார் தேவநாதன்.

***தாமரை*, ஏப்ரல் – மே 1974**

இலட்சியம்

சொல்ல வாயெடுக்குமுன், சொல்ல வந்ததற்கு நேர் மாறான கருத்து குறுக்கே விழுகிறது. எதைச் சொல்வது? (சிரிக்கிறேன்) ஒருவகையில் பார்த்தால் ஒருகண நேரம் மாதிரிதான் தெரிகிறது; சொல்லப் புகுந்தாலோ ஒரு வண்டிச் சுமையாக மாறிவிடுகிறது. மறு வகையில் பார்த்தால் எல்லாம் நீண்ட நேரம் நடந்தது போலவும் இருக்கிறது; ஆனால் சொல்வதற்கோ நாலு வார்த்தைகளுக்கு மேல் அங்கு இடமில்லை... எல்லாருமே திருவிழா என்றுதான் சொன்னார்கள். மகத்தான திருவிழா, மகோன்னதத் திருவிழா, யாரும் கண்டிராத திருவிழா, இதுவரை வந்திராத, இனிமேல் வரவேமாட்டாத திருவிழா என்றுதான் சொன்னார்கள். நானும் நம்பினேன். (பின்பு நம்பாமல்?) ஆனால் யாரையும் குற்றம் சொல்வதற்கில்லை. திருவிழா மாதிரிதான் இருந்தது! அத்தனை ஜனத்திரள்! குதூகலம், மகிழ்ச்சி, கொண்டாட்டம், நிலைகொள்ளாத தவிப்பு, எதிர்பார்ப்பு, ஒரு மன விழிப்பு, ஒரு நாடல், வேண்டல் எல்லாமே தான் அங்கு இருந்தன. திருவிழா இல்லையென்று யார் சொல்லுவார்கள்? திருவிழா இல்லாமலா கண்ணைப் பறிக்கும் அத்தனைக் காட்சிகளும்? அத்தனை மயக்கமும், பிரமிப்பும், எதிர்பார்ப்பும், நம்பிக்கையும் திருவிழா என்றதால்தானே? எத்தனையெத்தனை கருவிழிகள். மேனியழகு, கும்மாளம், குழந்தை குட்டிகள், அவை களின் விளையாட்டும் அழுகையும், பெற்றோர்களின் கைகளைப் பற்றிக்கொண்டு கூட்டத்தில் அவர்களோடு ஒட்டிக்கொண்டு செல்வதில் அக்குழந்தைகளுக்கு ஏற் படுகிற குஷி – எல்லாவற்றையுமே யாரும் பார்த்தால் திருவிழா இல்லை என்று சொல்லவேமாட்டார்கள்.

கூட்டத்தோடு கூட்டமாக நானும் நின்றுகொண்டிருந்தேன். தெரிந்தவர், தெரியாதவர், வேண்டியவர், வேண்டாதவர், நம்மவர், அயலார் என்று மக்கள் கூட்டத்தைப் பிரித்துப் போட்டு நானும் கூடவே இருந்தேன்; கூடவே நகர்ந்தேன். இருந்தாலும் மனதிலே ஒரு சந்தேகம். இருக்கக்கூடாத இடத்திலே இருப்பது போன்ற ஓர் உணர்வு. சேரக்கூடாத இடத்திலே சேர்ந்துவிட்டோமோ என்று பயம் ஒரு பக்கம். "திருவிழாதானே, எதுவும் சந்தேகமில்லையே?" என்று ஒரு வரைப் பார்த்துக் கேட்டுவிட்டேன். நல்லவேளை, கேட்டவர் சிரிப்பாய்ச் சிரித்தார்! கண்ட கண்ட பேர்களிடத்தெல்லாம் நான் கேட்டதைச் சொல்லி மீண்டும் மீண்டும் சிரித்தார். கேட்டவர் அனைவரும் சிரித்தனர். "திருவிழாதானே?" என்று சந்தேகம் கொண்டு கேட்டதற்காக நான் வெட்கமடைந்தேன். இத்தனை பேர்கள் சொல்லும்போது திருவிழாவாகத்தானே இருக்க வேண்டுமென்று எனக்கும் உறுதி ஏற்பட்டது. அதற்குப் பிறகு மீண்டும் ஒருமுறைகூட எனக்கு அந்தச் சந்தேகம் வர வில்லை. எல்லாரோடும் சேர்ந்துகொண்டு, அது திருவிழா வாகத்தான் இருக்க வேண்டும் என்று நான் புரிந்துகொண்டேன். இல்லாவிட்டால் காதுகொள்ளாத அப்படி ஒரு இரைச்சல் இருக்க முடியுமா?

கூட்டத்திலிருந்து வந்த அத்தனை இரைச்சலும், தனித் தனிக் குரல்களும், எப்படி ஒரே தேர்வடம் மாதிரி உருவெடுத்து அத்தனை பேரையும் அணைத்துக்கொண்டது! அதற்குப் பிறகுதானே தெரிந்தது, அவர்கள் எழுப்புவது வெவ்வேறு வகைப்பட்ட ஒலிகள் இல்லை, ஒரே தன்மையான ஒலிதான் என்று. ஆமாம். அந்த ஒலிதான் என் ஊனுக்குள் புகுந்து மனத்தின் வழியே எவ்வளவு கம்பீரமாக ஒலித்தது! ஆனால் காதில் விழும் சப்தமெல்லாம் காலைச் சுற்றும் கயிறு போலவா என்னை இழுத்துச் செல்ல வேண்டும்? கால்களைப் பார்த்தேன். பாதங்கள் ஒரே ரணமாக இருந்தன. அந்தச் சிவப்பைக் கண்டதும் ஒரு சந்தேகம் மனதைத் தட்டிற்று. 'யார் என்ன வேண்டுமானாலும் நினைக்கட்டும்; திருவிழா தானா என்று கேட்டே விடலாம்' என்று நான் துணிந்த நேரத்தில், பல பெண்கள் தட்டுகள் நிறைய நைவேத்தியங்கள் எடுத்துச் செல்வதைப் பார்த்தேன். அவர்களது முகங்களை நோக்கினேன். பாவம், இத்தனை பக்தியும் நம்பிக்கையும் உள்ள இவர்களுமா ஏமாந்து போவார்கள்? மாட்டார்கள், மாட்டவே மாட்டார்கள்! அவர்கள் விழைந்து வந்திருந்தது திருவிழா வுக்குத்தான். மற்றவர்களையும் பார்த்தேன். பலரும் புத்தாடைகள் அணிந்திருந்ததாகத்தான் தெரிந்தது. திருவிழாதான் என்ற நம்பிக்கை பலப்பட்டது. கூட்டத்தின் ஒருமித்த ஒலி பாசக்

கயிறு போல் எங்கள் காலிலோ, கழுத்திலோ, முதுகிலோ, வேறெங்கோ விழுந்து இங்கு அங்கு என்று நாங்கள் சென்று விடாதபடி எங்களை நயமாகவே இழுத்துச் சென்றது. காலோ கையோ யாருக்காவது வலித்திருந்தால், அதுகூட அவர்களுடைய தவறுதான் என்று தெரிந்துகொண்டேன். கயிறு இழுத்த திசையில் மட்டும் அவர்கள் தாமாக நடந்தால் உடலில் எங்கும் உபாதை ஏற்பட்டிருக்காது. உண்மையில் எல்லாரும் குஷியாகவே அசைந்துகொடுத்துக்கொண்டிருந்தோம். ஒருவர் காலை ஒருவர் மிதித்துக்கொண்டு, ஒருவர் இன்னொருவர் கையைப் பற்றிக்கொண்டு, ஒருவர் கை மற்றவர் கழுத்தை அணைத்தவண்ணம் அல்லது நெரித்தவண்ணம், எல்லாரும் பூரிப்போடு, மனக்கவலையை அடித்து விரட்டி, உள்ளத்தை மகிழ்ச்சி மட்டுமே உறைகொள்ளும் வெற்றிடமாக்கி அனைவரும் நகர்ந்துகொண்டே காத்திருந்தோம்; காத்தபடியே நடந்தோம். உச்சிவேளையானபோது எங்களுக்கு நிலையே கொள்ளவில்லை. அத்தனை ஆர்வம், ஆரவாரம், அமளி! கூட்டம் கொந்தளிக்கிற கடலாக, அலைகள் மோதி, உயர்ந்து, விழுந்து, முட்டி மோதிச் சிதறியது. அடிபட்டுக்கொண்டும், மிதிபட்டுக்கொண்டும், உதைபட்டுக்கொண்டும், எங்களது விருப்பத்தை மட்டும் துளியளவும் துறந்துவிடாமல் நாங்கள் "திருவிழாவுக்கு ஜே!" என்று உரக்கக் கத்தி வாழ்த்தினோம்.

"திருவிழா எங்கே?" என்று என்னருகில் இருந்தவன் கேட்கவும், எனக்குத் தூக்கிவாரிப் போட்டது. நாலு பேர் எட்டிப் பாய்ந்து, அவன் வாயை அடைக்குமுன், வேறொரு குரல், "திருவிழா எங்கே?" என்று பயங்கரமாக அலறியது. நான்தான் திடீரென்று எட்டுப் பக்கமும் குதித்து, எனது அத்தனை கைகளையும் கொண்டு அத்தனை பேர் வாய்களையும் அடக்கினேன். "திருவிழா வாழ்க! திருவிழா வாழ்க!" என்று பல தடவை வெறிபிடித்தவன் போலக் கூச்சலிட்டேன். அந்த ஜனசமுத்திரமே என்னைத் தொடர்ந்து, திருவிழாவுக்கு வாழ்த்துக் கூறி (இல்லாவிட்டால், கூறுவது போலவா?) அலறியது. கொஞ்சம் இளைப்பாறுவது போல் நான் கத்துவதை நிறுத்திக்கொண்டேன். ஆனால் மற்றவர்கள் இன்னும் உரக்கக் கத்தினர். அந்தப் பெரும் இரைச்சலில் என்னுடைய குரலையும் சேர்ப்பது தேவையற்ற தாகப் பட்டது. ஆனால் என்னில் குற்றவுணர்வு எதுவும் ஏற்படாதிருக்க, மனதுக் குள்ளேயே திருவிழாவை வாழ்த்தி வணங்கினேன். அத்தகைய பக்தி, நம்பிக்கை! "சேர்ந்தே செல்லலாம்" என்று கூறிக்கொண்டு சிலர் என்னருகே சேர்ந்துகொண்டனர். அவர்களில் ஒருத்தி என்னை விழுங்குபவள் போலக் கண்களை விரித்துப் பார்த்து,

என்னை அங்குமிங்கும் பார்க்கவொட்டாது தடுத்தாள். அவளும் திருவிழாவுக்குத்தானே வந்திருப்பாள் என்று தேர்ந்து, நானும் அவளோடு சேர்ந்துகொண்டேன். திருவிழாக் கூட்டம் அசைந்து சென்றுகொண்டிருந்தபோதே நானும் அவளும் ஓரிரு தடவைகள் கள்ளச் சிரிப்பு பரிமாறிக்கொண் டோம். அப்போதுதான் ஒரு பயங்கர அதிர்ச்சி என்னைத் திடீரென்று தாக்கியது! "தேர் போய்விட்டது; இனி வராது" என்ற சொற்கள்தாம் எனக்கு அவ்வதிர்ச்சியைத் தந்தன. கீழுலகத்திலிருந்தோ வேறெங்கிருந்தோ, ஒரு நீண்ட இருண்ட குகையில் படுத்துப் புரண்டு வந்தன போன்று ஒலித்தன அச்சொற்கள். சுற்றுமுற்றும் பார்த்தேன். யாரும் எதையும் கவனித்ததாகத் தெரியவில்லை. கூடவே வந்துகொண் டிருந்தவளைப் பார்த்தேன். அவளும் அந்த அசரீரியைக் கேட்டிருப்பாளோ என்று அவளை நோக்கினேன். அவள் ஒன்றும் தெரியாதவள் போன்றே இருந்தாள். "தேர் போய் விட்டதா?" என்று அவளைக் காதோடு காதாய்க் கேட்டேன். "இப்ப எதுக்கு அந்தப் பேச்செல்லாம்? திருவிழா முடியட்டும்; பார்த்துக்கொள்ளலாம்" என்றாள் அவள். எனக்குச் சமாதானம் ஏற்படவில்லை. மீண்டும் அவள் காதில், "திருவிழா என்றால் தேரொன்று வேண்டாமா?" என்றேன். "அதுதான் தேர் வந்தது என்கிறார்களே!" என்று பதிலுக்கு என் காதோடு கூறிவிட்டு, உரக்க நான்கு பேர் கேட்கும்படியாக என்னிடத்து, "நன்றாக இருக்கிறது, நீங்கள் கேட்பது? தேரில்லாமல் திருவிழா உண்டா?" என்று கேட்டாள். அவள் அவ்வாறு கூறியது எவ்வளவு சாமானிய உண்மை என்றுணர்ந்ததுபோல், பதிலேதும் சொல்லாமலேயே நான் விழுந்து விழுந்து சிரித்தேன். (தேரில்லாமல் திருவிழாவாம்!) வயிறு வலித்து மூச்சுத் திணறி, களிப்பு மிகுந்த ஒரு நிலையின் விளிம்பில் நின்று கொண்டு சிரிப்பாய் சிரித்தேன். இப்போதுங்கூட நினைத்தால் சிரிப்பாய்த்தான் வருகிறது. தேரில்லாமல் திருவிழாவாம்! திருவிழா இல்லாத தேராம்! எது இல்லாது, எது இருக்க முடியும்? இது புரியாது போயிற்றே என்று வெட்கப்பட்டு, மற்றவர்களோடு சேர்ந்துகொண்டு தேரின் கம்பீரம், அதன் மென்மை(!), அதன் தன்மை, அதன் உறுதி, அதன் அழகு எல்லாவற்றையும் பற்றி கற்பனைக்கு வந்தபடி பேசினேன். எல்லாரும் திவ்யமாகவும், ஜெகஜோதியாகவும், மலர்க்குவிய லாகவும், புத்தம் புதிதாயும், மாசு துடைப்பதாயும், தூய்மையின் உருவாயும் விளங்கியதாகப் பேசி மகிழ்ந்தோம். (காணப் போவதை அல்லது கண்டு மகிழ்ந்ததைப் பற்றிப் பலரும் கூடிப்பேசினால் அதற்கும் ஒரு புது மெருகு கிடைத்து விடுகிறதல்லவா?)

இந்தப் பேச்சினூடே கூட்டம் சிறிது சிறிதாகச் சிதற ஆரம்பித்தது. மிகவும் நெருக்கமான கூட்டமாதலால், மெள்ள மெள்ளக் கூட்டம் நெகிழ்ந்து பரவுவதுபோல் தோன்றியது. "இனிமேல்தானே தேர் வரும்?" என்று என்னருகில் இருந்தவள் கேட்டாள். "அப்படித்தான் தெரிகிறது" என்றேன். "அப்படி யானால் இப்போது போயிற்றே, அது தேரில்லையா" என்றாள் அவள் தொடர்ந்து. எனக்குக் கோபம் கோபமாக வந்தது. "இது திருவிழா இல்லையா? தேரில்லாமல் திருவிழா உண்டா?" என்று அவளைக் கடிந்தேன். "தேரெங்கே?" என்றாள். "எல்லாரும் பார்த்தது தேரில்லாமல் என்னவாம்?" என்றேன். அவள் சமாதானப்பட்டவளாகத் தெரியவில்லை. உண்மையில் அது திருவிழாவானால் அதில் எல்லாரும் பார்த்தது தேராகத்தான் இருக்க வேண்டும் என்று அவள் ஒத்துக்கொண்டுவிட்டு, "எதற்கும் தேர் வருகிறதா பார்ப்போம்" என்றாள். "சரி" என்றுவிட்டு, நாங்கள் இருவரும் தேரைப் பற்றியும் திருவிழாவைப் பற்றியும் சந்தேகப்படும் வகையில் உரக்கப் பேசியது தவறு என்று அவளுக்குச் சுட்டிக் காட்டினேன். மீண்டும் அதே உரையாடலை இருவரும் காதோடு காதாய் பரிமாறிக்கொள்ள அவளும் சம்மதித்தாள். அதற்குள்ளே, "தேர் எல்லோர் கண் களுக்கும் தெரியாது" என்று அவளிடத்துச் சொல்லிவிடலாமா என்று நினைத்தேன். அப்போதுதான் அவள், "இது திருவிழாவோ என்னவோ, தேர் வருமோ வராதோ, இந்தத் திருவிழாத் திடலையும், இத்தனை ஜனங்களையும் பார்த்தோமே, அது போதும்!" என்று அசட்டுத்தனமாக உரக்க உளறியது எனக்கு ஆத்திரத்தையும் கோபத்தையும் ஏற்படுத்திற்று.

முன்னறிவிப்பு இல்லாமல் அலற ஆரம்பித்தது ஒலி பெருக்கி. அதன் அறிவிப்பைக் கேட்டதும் ஜனங்கள் நான்கு பக்கங்களிலும் பரந்து கூடினர். "என்ன அறிவிப்பு?" என்றாள் என் சிநேகிதி. "ஏதோ தேரைப் பற்றித்தான் போலிருக்கிறது" என்று கூறிகொண்டே நான் சுற்றுமுற்றும் பார்த்தேன். சடசடவென்று கண்கண்ட திக்கெல்லாம் மக்கள் ஓடிக்கொண் டிருந்தனர். "நாமும் ஓடுவோம்" என்றாள் அவள், என் கையைப் பற்றி இழுத்தவாறே. நான் ஏற்கெனவே ஓடத்தலைப்பட் டிருந்ததை அவள் கவனிக்கவில்லை போலும். அப்போதுதான் அந்தத் திடல் எவ்வளவு பெரிதாகவும், அழகாகவும், எத்தனை எத்தனை இரகசியங்களைக் கொண்டதாகவும் இருந்தது என்பதைப் புரிந்துகொண்டேன். ஓடுகிற மக்கள் கூட்டமும் பார்க்கப் பரவசமளித்தது. மற்றவர்களோடு போட்டி போட்டுக் கொண்டு விழுந்தும் எழுந்தும் உருண்டும் சாய்ந்தும் சறுக்கியும் வழுக்கியும், மிதிபட்டும் இடிபட்டும் உதைபட்டும் குத்துண்டும் ஓடவோ நிற்கவோ எண்ணாமல் ஓடிக்கொண்டே இருந்தோம்.

திருவிழாவைப் பற்றிப் பேச்சே இல்லை. பேசுமளவுக்கு யாரும் அருகில் நின்றால்தானே? சமயங்களில் கூட்டத்தை விட்டுத் தனித்து ஓடுவதாக ஒரு எண்ணம்; ஆனாலும் முன்னும் பின்னும், இன்னும் இரண்டு பக்கங்களிலும் ஓடுபவர்கள் பலரைப் பார்க்க முடிந்தது. அவர்களைப் பார்த்துச் சிறிது ஊக்கம் கொள்ளவும் முடிந்தது. தனித்தும், கூட்டாகவும் ஓடிக்கொண்டிருந்தது ஒருவகையில் ரம்மியமாக இருந்தது; சமயங்களில் அலுப்பைக் கொடுத்தது. அலுத்துப் போன நேரங்களில் உள்ளமும் உடலும் மரத்துப் போய் ஓடுவதே ஒரு பிரமை என்று பட்டது. 'நான் ஓடவில்லை; காற்றுதான் என்னை அடித்துச் செல்கிறது' என்ற எண்ணம் உள்ளத்தில் ஏற்பட்டது. நான் ஓடுவதாக பாவனை செய்து கொண்டிருந்ததாக உணர்ந்தேன். சோர்ந்த நேரத்தில் ஓடுவதை நிறுத்தினேன். என்ன வேடிக்கை! காற்றுதான் என்னை இழுத்துச் சென்றுகொண்டிருந்தது! (இது வேடிக்கை இல்லையா?) நான் ஓடுவதோ, ஓடுவதாக நடிப்பதோ அவசியமில்லை என்று பட்டது. 'ஓடாது இப்படியே நின்றுவிடுவோமா?' என்றும் நினைத்தேன். துணிச்சல் வரவில்லை. பாவனை செய்தே பழகிவிட்டது போலும் என நினைத்துக்கொண்டே மீண்டும் ஓட ஆரம்பித்தேன். அந்த ஓடுதலில்தான் எந்த அளவுக்குப் பாசாங்கும் பொய்மையும் கலந்திருந்தன! பாவனைதான் செய்துகொண்டிருந்தேன். இருந்தாலும் கால்கள் நொந்தன. மூச்சுவாங்கியது. பாவனைதான் பண்ணுகிறோம் என்று தெரிந்தும், அவ்வாறு பாவனை பண்ணுவதும் அவசியமா கிறதே? எனக்குள் வருந்தினேன். "நீ நினைப்பது சரி" என்றார் பக்கத்திலிருந்த ஒருவர். "எப்படி?" என்றேன். "உன்னை நீயே முழுமையாக ஏமாற்றிக் கொள்ளும்போதுதான் உன்னை நீயே சோதித்தறிகிறாய்" என்றார். "நம்பிக்கை இல்லையே?" என்றேன். "இல்லையா?" என்று கேட்டார். நான் பதிலுக்கு, "இதெல்லாம் உங்களுக்கு எப்படித் தெரிந்தது?" என்றேன். "அதுதான் ஒலிபெருக்கிக் கூறியதே" என்றார். "நான் கேட்க வில்லையே!" என்றேன். "எல்லாருக்கும் அது கேட்காது" என்றார். "யாருக்குக் கேட்கும்?" என்றேன். அவர் போய் விட்டார்.

சிறிது நேரத்தில் எனக்குத் 'திக்'கென்றது. ஆற்றங்கரையில் எனது சில பொருட்களையும், அவற்றைக்கொண்ட பையையும் மறந்து விட்டுவிட்டு வந்தது நினைவுக்கு வந்தது. நின்று திரும்பிப் பார்த்தேன். சற்று தூரமே வந்துவிட்டதுபோல் தெரிந்தது. பையை ஓடிப்போய் எடுத்து வந்துவிட்டால்? "வந்த வழியே திரும்பி ஓடலாம் என்று நினைக்கிறீர்களா?" என்று கேட்டான் என்னோடு ஓடிக்கொண்டிருந்த ஒரு

சிறுவன். "ஆமாம்" என்றேன். "உங்களால் முடியாது" என்றான் சிறுவன். "ஏன்?" என்றேன். "நீங்கள் திரும்பி வருவதற்குள் தேர் போய்விடும்" என்றான் சிறுவன். "அப்படியானால் தேர் வருமா?" என்றேன். "வந்தால் நான் சொல்கிறேன்" என்றான் சிறுவன். "தம்பீ, நீ கொஞ்சம் இடக்காகவே பேசுகிறாயே!" என்றேன். "நீங்களும்தான் கொஞ்சம் இடக்காகவே புரிந்து கொள்ளுகிறீர்கள்" என்றான் சிறுவன். "இப்போது என்ன செய்வது?" என்றேன். "பேசாமல் மேற்கொண்டு நடவுங்கள்" என்றான் சிறுவன். வழக்கமான வேகத்தில் நான் ஓடத்தலைப் பட்டேன்.

"பார்த்துப் போங்கள்" என்றாள் என் சிநேகிதி. இப்போது தான் நினைவுக்கு வருகிறது – அப்போது என்னருகே அவளைக் கண்டதாக நினைவில்லை. ஆனால் அவள் குரல் மட்டும் என் காதுகளில் நன்றாக ஒலித்தது. ஓடினேன். என்னோடு ஓடிவந்த பலரை இப்போது என்னைச் சுற்றிக் காண முடிய வில்லை. அவர்கள் எல்லோரும் எங்கே? புதுப்புது முகங்கள் என்னைக் கடந்து ஓடின. 'வேடிக்கையான ஓட்டம்! ஆளுக் கொரு அவசரம், ஆளுக்கொரு வேகம்!' என்று நினைத்துக் கொண்டேன். நான் தலைகுப்புற விழுந்தது அப்போதுதான். முகம் தரையில் மோதுற, நெஞ்சு தரையில் அடிகொள்ள விழுந்துவிட்டேன். சிறு கல்லோ புல்லோ காலைத் தட்டி யிருக்க வேண்டும். பற்கள் நொறுங்கிவிட்டன; நாவு அவற்றின் கூர் முனைகளை அனுதாபத்தோடு வருடிக் கொடுத்தது. உதடுகளிலே ரத்தம். மூக்கில், வாயில், கன்னங்களில், காது களில், கழுத்தில் எங்கும் சிவப்பு மயம். கண்கள் தெரிந்ததாகப் பட்டது. ஆனால் கண்கள் கண்டது எதுவும் தெளிவாக மனதில் பதியவில்லை. பொறுக்க முடியாத அவமானத்தி லிருந்து தப்பியோட விரும்புவது போல், அநேகர் தலைகளில் துணிகளைச் சுற்றிக்கொண்டு நிழல் வடிவங்களாக ஓடி மறைந்தனர். காதுகளில் நிறைந்த இரைச்சல், நீண்ட நெடுங் காலமாகப் பழகிய நண்பனாக, என்னிரு புறமும் எனக்குப் பக்கபலமாக இருப்பது போல் இருந்தது. தங்களது வயிறுகளை இரு கைகளாலும் பிடித்துக் கொண்டு ஒரு சிலர் வட்டமாக என்னைச் சுற்றி நின்றனர். அவர்கள்தான் என்னை மல்லாத்திக் கிடத்தி இருக்க வேண்டும். அவர்கள் ஏதேதோ சுருக்கமாக இரண்டு மூன்று வார்த்தைகளில் பேசினர். அவர்களது குரல்கள் என் காதுகளில் இருந்த இரைச்சலோடு உருத் தெரியாமல் ஒன்றின. நான் மல்லாந்து கிடந்தேன். நான் எதையோ செய்யப் போவதைப் பொறுமையற்ற நிலையில் எதிர்பார்த்தவர்போல் அவர்கள் என்னருகே முகங்களைக் கொண்டுவந்தனர். நான் செய்யக்கூடிய காரியம் மிகவும் நுட்பமானது போன்று,

இலட்சியம்

அவர்கள் மிகவும் நுட்பமாகக் கவனித்துக்கொண்டிருந்தனர். நான் அந்தக் காரியத்தைச் செய்து முடித்த அடுத்த கணமே, அதை அடையாளம் கண்டுகொள்ள வேண்டுமென்று அவர்கள் துடித்ததாக எனக்குத் தெரிந்தது. என்னைச் சூழ்ந்திருந்த தலைகளுக்கு இடையே தெரிந்த வானவெளியைப் பார்க்க வேண்டும் என்ற துடிப்பு எனக்கு வந்தது. ஆனால் அவர்களைக் காக்கவைத்துக் கொண்டிருப்பதும் எனக்கு மிகவும் அநாகரீகமான, தேவையற்ற செயலாகப் பட்டது. இன்னும் திருவிழாக் கூட்டம் அடங்கிய வழியாகத் தெரியவில்லை. கூட்டத்தினர் எல்லோரும் கண்களை அகல விரித்து, கைகளை ஆட்டிக்கொண்டு ஊர்வலமாகத் தேரை எதிர்கொள்ளச் சென்றுகொண்டிருந்தனர்.

கணையாழி, அக்டோபர் 1974

ஓடிய கால்கள்

அரை மணி நேரத்துக்கு முன்னதாகவே அந்தச் சூரிய வெப்பம் அவனைத் தாக்க ஆரம்பித்துவிட்டது. மல்லாந்து கிடந்த அவன், வெப்பத்தை விரட்டுவது போல உடலை அசைக்கவும் தலையைத் திருப்பவும் முயன்றான். தலையைத் திருப்புவதில் அவ்வளவு கடினம் இல்லை; கழுத்து நன்றாகத்தான் இயங்கிற்று. உடலில்தான் ஒரு விறைப்பு; அவனைக் கழுத்துக்குக் கீழே, இழுத்துக் கட்டிப்போட்ட மாதிரி சற்று வலிந்து உடல் திரும்ப முயன்றபோது, இரண்டு முழங்கால்களும் பொருமின – 'அப்பா!' என்று சொல்லி வலியைத் தணித்துக்கொள்வதுபோல.

உடல் சிறிது நேரம் அசைவற்றுக் கிடந்தது. இருபது ஆண்டுகளாவது புழுதியிலும் பாறையிலும், இரண்டு கைகளுக்கு ஆதரவாக மனிதனின் மிகப் பூர்வகாலக் கருவிகளின்றி வேறெதையும் கொள்ளாமல் இயற்கை யோடு முட்டி மோதி, வேறெந்தப் பலனையும் காணாமல் ஒரு வைரத்தின் உறுதியைப் பெற்றுவிட்ட உடல். கறுத்து மென்மையை இழந்துவிட்டு, அதற்குப் பதிலாக ஒரு பாதுகாப்பான முரட்டுத் தோலை வாழ்க்கைப் போரில் கிடைத்த மற்றொரு சிறு வித்தாகக் கொண்டுவிட்ட உடல். அவ்வுடலில் இயற்கைக்கு மாறாக, ஆங்காங்கு கைகளிலும், புயத்திலும், விலாப்பக்கங்களிலும் தடிப்புகள். மாணிக்கம்போல் உறைந்துவிட்ட கீற்றுகள். ஆங்காங்கே கறுப்பு வரிக்கோடுகள் சில இடங்களில், குறிப்பாக மார்பில் நாலு ஐந்து சென்டிமீட்டர் அகலத்தில் தடயங்கள். இடுப்புக்குக் கீழே அழுக்கடைந்த வேட்டி.

உங்களுக்குச் சற்றுக் கூரிய பார்வை இருந்தால், உடலின் முழங்கால்கள் சற்றுப் பருத்து இருப்பதுபோல் வேட்டிக்கு மேலேயும் தெரியும். மேலும் அவை சிறிதும் அசையாமலேயே கிடக்கின்றன.

சூரிய ஒளி ஒரு ரூபாய் அளவுக்கு வட்ட வடிவில் உடலின் கையை எட்டியது. அதன் இயக்கத்தில் ஒரு விளையாட்டுத் தன்மை இருந்தாலும், அதன் முகத்தில் செம்மை, தாமிரத் தகடுபோல் தகித்தது. உடல் கழுத்தை அசைத்தது; கண்களை விழித்தது. ஒரு பெருமூச்சு உடலைக் குலுக்கிற்று. நா வறண்டது. 'தண்ணீ!' உடல் கத்திவிட்டது. உடல் அவனாயிற்று.

"உம் . . . . . . ண்ணி" அவன் செவிகளுக்குள் ஒலி புகுந்தது. திரும்பிப் பார்த்தான். லாக்கப்பின் கம்பிகளுக்கு அப்பால் ஒரு போலிஸ்காரர் நின்றுகொண்டிருந்தார்.

"அய்யா, கொஞ்சம் தண்ணீ" – உடல் முறையிட்டது.

போலீஸ் ஸ்டேஷனில் இருந்த டெலிபோன் மணி அடிக்கவும் போலீஸ்காரர் ஃபோனுக்கு ஓடினார். சிறிது நேரம் ஏதோ பேச்சு. பிறகு போலீஸ்காரர் ஒரு பீடியைப் பற்ற வைத்துக்கொண்டு நாற்காலியில் "அய்யா, கொஞ்சம் தண்ணி தாங்கைய்யா. தவிச்சு சாகணும்னு நெனெச் சிருக்கீங்களா?"

"த . . . யெழி". தடியைச் சுழற்றிக்கொண்டு போலீஸ்காரர், பீடியையும் தூக்கி எறிந்துவிட்டு, நாற்காலியிலிருந்து குதித்து எழுந்தார்.

"மூணு பேர் சீட்டுக் கிளிஞ்சிருக்குமே இன்னிக்கு. அரை மணி நேரம் போயிருந்தா உன்னை எவன் போய் எப்படிக் கண்டுபிடிச்சிருப்பான்? சந்தை நாள் வேறே . . . ! நீ என்ன மாமூல்வாதியா பிடிச்சிக்கலாம்னு விட்டுட?"

மனிதனுக்கு சுருக்கென்றது. அவன் ஒரு கைதி. தப்பி ஓட முயன்ற கைதி. சட்ட ஒழுங்குச் சக்திகளோடு அவன் மோதினான், போதுமான சுதந்திரம் இல்லாமல். அதன் விளைவு இது. நா வறட்சி மறந்துவிட்டது. நினைவு வேலை செய்தது. காலை ஒன்பது மணியிலிருந்து பத்து மணிக்குள் நடந்த விபரீதம். இரவிலேயே அவனை ஆஸ்பத்திரிக்குக் கூட்டிச் சென்று, டாக்டர் சர்ட்டிபிகேட் எடுத்து லாக்கப்புக்குக் கொண்டுவந்துவிட்டார்கள். காலை எட்டு எட்டரைக்குத்தான் எழுந்திருப்பான். சுமார் பத்துப் பனிரெண்டு கைதிகளோடு அவனும் ஒருவனாய் போலீஸ் ஸ்டேஷனின் பின்புறத்தில் ஒரு தாழ்வாரத்தில் இருந்ததை உணர்ந்தான். அவர்கள்

எல்லாரும் ஏற்கனவே விழித்துக்கொண்டுவிட்டவர்கள். ஸ்டேஷனுக்குள் ஏழெட்டு போலீஸ்காரர்கள் நடமாடிக்கொண் டிருந்தனர். அவர்களில் இருப்பவர் வெளியே போவதும், வெளியிலிருந்து புதுப் போலீஸ்காரர்கள் வருவதும், உடைகள் மாற்றிக்கொள்வதும், பீடி சிகரெட் பிடிப்பதும், சமயங்களில் கலகலப்பாகவும், சமயங்களில் ஏதாவது ஒன்றைக் கடிந்தும், பொதுவாக உரக்கப் பேசியவர்களாகவும் சிரித்தவர்களாகவும் இருந்தனர். அவன் தன்னைச் சுற்றியிருந்த கைதிகளைப் பார்த்தபோது அவர்கள் அனைவருமே தமக்குள்ளோ, வெளி யிலிருந்து வந்தவர்களோடோ, போலீஸ் அதிகாரிகளோடோ பேசியவண்ணமும் சமயங்களில் தர்க்கித்தவண்ணமும் இருந்தனர். தாழ்வாரத்தில் இருந்த பெரிய தொட்டி நிறைய தண்ணீர் இருந்ததாலும், அதில் தொடர்ந்து தண்ணீர் பைப்பு களின் வழியே கொட்டிக்கொண்டிருந்ததாலும், கைதிகளும் போலீஸ்காரரும் சற்றுச் சிறுக விலகி நின்று பல் விளக்குவதும், கழுவுவதும், பலகாரங்கள் உண்டுவிட்டு வாய் கழுவிக் கொள்வதுமாய் இருந்தனர். அவனுக்கு அவர்கள் மீது சற்றுப் பொறாமை ஏற்பட்டது. ஆனால் அது இன்னும் தணியாத போதையின் விளைவு. இயற்கையில் அவனுக்குப் பொறுமை கிடையாது. தரித்திருத்தலுக்கு, அவனைப் பொறுத்தமட்டில் அது ஒரு அவசியப் பண்பு அல்ல. தாழ்வாரத்தில் ஒரு வேயப்பட்டிருந்த பகுதியில் ஒரு சுவரோரம் சுருண்டு கிடந்த அவன் எழுந்து உட்கார்ந்ததும், விருட்டென்று எழுந்து தாழ்வாரத்தையும், போலீஸ் ஸ்டேஷனையும் பிரிக்கும் நிலைக்கு வந்து நின்றான். வெளியே கலகலப்பான நகரம், கலகலப்பாக ஓடிக் கொண்டிருந்தது. அவன் நிலையைக் கடந்து ஸ்டேஷனுக்குள் காலெடுத்து வைத்தான். காலி கிளாஸ் டம்ளர்களைக் கொண்ட தேநீர் ஏந்தலோடு ஒரு சிறுவன் அவனை இடித்துக்கொண்டு போலீஸ் ஸ்டேஷனைக் கடந்து வெளியே சென்றான். சிறுவனுடைய கால்களையே அவனுடைய கால்களும் பின்பற்றிச் சென்றன. அவனையோ சிறுவனையோ யாரும் தடுக்கவில்லை. B – 4 காவல் நிலையத்தை விட்டு அவன் தப்பிவிட்டான். சிறுவயதில் கள்ளத்தனமாகக் கருதைக் கசக்கி மடியில் போட்டுக்கொண்டு, ஏதாவது சிறு ஓசை கேட்டாலும், அந்தப்புறம் இந்தப்புறம் திரும்பாது காற்றைக் கிழித்துக்கொண்டு செல்லும் அம்பு போல ஓட்டம் என்று சொல்ல முடியாதபடி வேகமாக நடப்பானே, அப்படியே நடந்தான். பிறகு...? ஒரு கை அவன் தோளைப் பற்றியது. அவன் ஓடியது, ஒரு லாரியில் முட்டிக்கொண்டது, பிடிபட்டது, உதை பட்டது, கட்டுப்பட்டது, ஸ்டேஷனுக்கு இழுத்துவரப் பட்டது, லத்தியால், பெல்ட்டால், பூட்ஸ் காலால் நையப்

ஓடிய கால்கள்

புடைக்கப்பட்டது, இறுதியில் அவன் பிடிபட்டிருக்கா விட்டால் வேலை இழந்திருக்கக்கூடிய இரண்டு போலீஸ் காரர்கள் மல்லாந்து கிடந்த அவனை முழங்கால்களில் லத்திகளால் தாக்கியது – அத்தனையும் அவனது நினைவு எல்லைக்கு வெளியேயே நின்றுகொண்டு உள்ளே வர இடம் இல்லாததுபோல் தவித்தது.

அவனுக்குப் பேச வேண்டும்போல் மட்டும் இருந்தது.

"அய்யா, தண்ணி தாங்கய்யா" என்று மீண்டும் தனது கோரிக்கையை வலியுறுத்தினான்.

"தண்ணியா . . . தர்றேன்" என்று சொல்லிக்கொண்டு அப்போது ட்யூட்டியில் இருந்த ஒரே அதிகாரியான அவர் சிறிதும் சிரமத்தைப் பொருட்படுத்தாது மிகவும் சுறுசுறுப்பாக தாழ்வாரத்துக்குச் சென்று ஒரு வாளி தண்ணீரைக் கொண்டு வந்து அவன் முகத்திலும் உடலிலும் வாரியிறைத்தார். ஒரு சில இடங்களில் சற்று எரிந்தாலும், தண்ணீர் வரவேற்கத் தக்கதாகவே இருந்தது அவனுக்கு.

"என்ன ஏட்டையா, யாருக்குக் குளியல்?" என்று கேட்டுக் கொண்டே ஒரு வாலிப போலீஸ்காரன் வந்தான்.

"காலேலே எஸ்கேப் ஆனாரு இல்லே, அவருக்குத்தான்."

"இந்தத் தா . . . தானா?" வாலிப போலீஸ்காரன் லாக்கப்புக்குள் இருந்த கைதியை உற்றுப் பார்த்தபடி பெல்ட்டை அவிழ்த்தான். "ஏட்டையா கொஞ்சம், லாக்கப்பைத் தெறந்து விடுங்க" – இளைஞன் உத்தரவிடுவதுபோல் பேசினான்.

"நீ ஒண்ணு சந்தானம், பயலெ நல்லா நெறுக்கிப் போட்டாங்க. சாவக் கெடக்கறான். தண்ணி தண்ணீனு அலர்றான்?"

"தா . . . மூணு குடும்பத்தோரை நடுத்தெருவிலே நிறுத்தி இருப்பான். நீங்க கதவெத் தெறங்க ஏட்டையா."

ஏட்டையா சாவியைக் கொடுத்தார். கைதி அப்படி இப்படி அசையாமல் இந்த நாடகத்தைப் பார்த்துக்கொண் டிருந்தான். முகம் மட்டும் திறந்த கதவின் பக்கம் திரும்பியது. அவ்வளவுதான், கண்ணைச் சேர்த்து தோல்பெல்ட்டால் ஒரு சவுக்கடி. கைதிக்கு ஜாக்கிரதை உணர்வு மேலோங்கியது. கண்களை மூடிக்கொண்டு, இலேசாகப் பற்களை நெரித்த வண்ணம் அசைவற்றுக் கிடந்தான். அப்பப்பா, முழங்கால் களில் அப்படி ஒரு திடீர் வலி. இரண்டு கைகளையும் தூக்கவோ திருப்பவோ முடியவில்லை. அடி பெறாத மணிக்கட்டு

இருந்த இடது கையை வேண்டுமானால் சிறிது அசைக்கலாம். முகத்திலும், கழுத்திலும், தோள்பட்டைகளிலும் மாறி மாறி அடிகள் விழுந்தன. முகத்தில் எச்சில் விழுந்தது. எதற்கும் அவன் அசையவில்லை. இறுதியில் முழங்கால்களில் ஒரு முரட்டுத்தனமான அடி. "அய்யோ, அய்யோ" என்று அலறினான். மூடிய கண்களைப் பொத்துக்கொண்டு கண்ணீர் வந்தது. கைதியைக் கதற வைத்துவிட்ட திருப்தியோடு போலீஸ் இளைஞன் பெல்ட்டை இடுப்பில் கட்டிக்கொண்டான்.

இன்னும் ஒருவன் வர வேண்டியிருந்தது கைதிக்குத் தெரியாது. வேலை இழந்திருக்கக் கூடிய மூவரில் இருவர்தான் அவனைப் பார்த்துவிட்டுப் போயிருக்கின்றனர். மூன்றாமவன் நாற்பது வயதாகிவிட்ட 'டூ நாட் சிக்ஸ்'. அதிகம் வம்பு தும்புகளுக்குச் செல்லமாட்டார். அவரிடம் ஒரு எலக்டிரிஷன் சர்ட்டிபிகேட் – ஏ கிரேடோ, பீ கிரேடோ தெரியாது – இருந்ததால், மேல் வரும்படியை நியாயமான முறையிலேயே சம்பாதித்தார். லஞ்சம், கையூட்டு இவற்றை எல்லாம் அவரைப் பொறுத்தமட்டில் அனுமதிக்கமாட்டார். இத்தியாதி தர்மங்களைப் பின்பற்றுபவரை இகழவும் மாட்டார், காட்டியும் கொடுக்கமாட்டார். அநேகமாகப் பிறரைப் பற்றி வாயைத் திறக்கமாட்டார். ஒரு 'பிளாக் மார்க்' இல்லாது இருபது வருஷ போலீஸ் சர்வீசை முடித்துவிட்டார். இன்றுதான் இந்தச் சோதனை.

அடி, உதை, அவமானம், இன்னும் குறையாத போதை, இத்தனைக்கும் கீழே ஒரு வகையான விகாரமற்ற அமைதி, இத்தனையையும் பொறுத்துக்கொண்டு விட்டோமே என்ற உள்ளார்ந்த எக்களிப்பு, இவற்றின் விளைவால் உறங்கிக்கொண்டிருந்தான் கைதி. லாக்கப்பில் கதவு திறந்து கிடந்ததோ, அதனுள் 'டூ நாட் சிக்ஸ்' நுழைந்ததோ, அவனை ஏற இறங்கப் பார்த்ததோ, இலேசாகக் காலால் உதைத்ததையோ அவன் உணரவில்லை. அசையாது கிடந்த உடலை உற்று நோக்கி விட்டு அவன் முகவாயை உற்றுக் குனிந்து இரண்டு கைகளாலும் பற்றி இழுத்தார் 'டூ நாட் சிக்ஸ்'. உடல் பக்கவாட்டில் சலனமின்றி நேராக நகர்ந்தது. 'டூ நாட் சிக்ஸ்' அந்த உடல் கிடக்கும் நிலையும், திசையும் ஏதோ முக்கியத்துவம் பெற்றிருப்பது போல் பார்த்தார். அமைதியாக அவர், உடலை ஒருமுறை சுற்றி வந்தவண்ணமே, தன்னுடைய கூர்மையான பார்வையால் அதன் பல பாகங்களையும் உற்று நோக்கினார். பிறகு தன் வேலையைக் கவனிக்க ஆரம்பித்தார்.

கைதியின் உடல், நீண்டநேரம் தன்னைத்தானே உணர்வுகளின் சீண்டல்களிலிருந்தும், வெறித்தாக்குதல்களிலிருந்தும்

பாதுகாத்துக்கொள்ள முடியவில்லை. விரைவில் உடல் வெருண்டு இறுகியது. அது தனித்தனிப் பகுதிகளாகத் துடித்தது. உடலின் ஒவ்வொரு மூலையிடுக்கிலும் அப்படி ஒரு தாக்குதல்; நரம்பு களைச் சுண்டி இழுத்து தன் இச்சைப்படி செயல்படாதவாறு முடக்கிவிடும், சொடுக்கு சதைகளைக் கவ்விக்கொள்ளும், நட்டுவாய்க்காலியின் பிடி இருதயத்தைப் பந்துபோல் துள்ள வைக்கும் திகைப்பு. காதுகளிலே ஒரு அடைப்பு. கண்களை திறக்கவொட்டாது தடுக்கும் சதை இழுப்பு. தொண்டையின் ஆழத்திலிருந்து "தண்ணி, தண்ணி" என்பது போல் உறுமல், வாயில் நுரையைத் தள்ளிக்கொண்டு பீறிட்டு வந்தது. 'டூ நாட் சிக்ஸ்' அதையெல்லாம் முகம் திரும்பிப் பார்க்கவில்லை. சுவிட்ச்சை மட்டும் ஆஃப் செய்தார். தனக்கு போலீஸ் ட்யூட்டி இல்லாத நேரங்களில் மிகவும் கௌரவமான முறையில் மேல் வருமானம் வாங்கிக் கொடுத்த அவருடைய எலக்ட்ரிக் ஞானம், அவ்வப்போது போலீஸ் ஸ்டேஷன்களில் மின்சாரச் சிக்கல்கள் ஏற்பட்டால் அதை உடனே கவனிக்கும் ஆற்றலால் அவருக்கு ஸ்டேஷனில் மரியாதையும் மதிப்பும் வாங்கிக் கொடுத்த அதே மின்னறிவு, இன்று தப்பியோட முயன்று தன்னை அவமானத்தில் ஆழ்த்தியிருக்கக்கூடிய கைதியைப் பழி தீர்த்துக்கொள்வதிலும் அவருக்கு உதவியதில் நம்பர் 'டூ நாட் சிக்'ஸுக்கு உண்மையிலே மிகவும் உள்ளடங்கிய மகிழ்ச்சி.

விழிகள், நவம்பர் 1981

நிமிஷக் கதைகள்

"குத்தத்தை ஒத்துக்கிறயா?" என்று மாஜிஸ்டிரேட் கைதியைக் கேட்டார்.

"ஆமாங்க" என்றான் கைதி.

"இந்த மாதிரிக் குத்தத்துக்கெல்லாம் ஆறு மாச தண்டனை கொடுக்கணும். ஆனால் நீ குத்தத்தை ஒத்துக்கிறதுனாலே, பொளைச்சுப்போ, மூணு மாச தண்டனை கொடுக்கிறேன்" என்றார் மாஜிஸ்டிரேட்.

"அய்யய்யோ, எசமான்! நீங்க மூணு மாசந்தான் போடுவீங்கன்னா, நான் குத்தத்தை ஒத்துக்கலே. கேசெ நடத்திப் பாத்துரேன். கெடெச்சா ஆறு மாசம், இல்லேன்னா ஒண்ணுமில்லேன்னு போகணும்" என்றான் கைதி. அதற்குள் இன்ஸ்பெக்டர் எழுந்திருந்து, "யுவர் ஆனர், கேஸ் நடந்தா தப்பிச்சாலும் தப்பிச்சிடுவான். அவன் கேக்கறபடி ஆறு மாசமே போட்டிடுங்க. ஒரு கன்விக்‌ஷன் என்றாவது டயரியில் வரும்" என்றார்.

மாஜிஸ்டிரேட் ஆறு மாதத் தண்டனை விதித்தார்.

ஜெயித்தது யார்? அந்த ஏழைக் கைதிதான்.

மடத்துக்கு முன்னால் ஒரே கூட்டம். ஊர் மக்கள் அனைவரும் திரண்டு வந்திருந்தனர். அத்தனை பேர் முகத்திலும் வருத்தம் தோய்ந்திருந்தது. குசுகுசு என்று மட்டுமே பேசிக்கொண்டனர்.

"சாமியார் சமாதியாகிவிட்டார்." "இன்று காலை தியானத்தில் உட்கார்ந்திருந்தவர்தானாம், அப்படியே சமாதியாகிவிட்டார்" என்றெல்லாம் பேசிக்கொண்டனர்.

ஊர்ச்சிறுவர்களுக்கு ஒன்றும் புரியவில்லை. கூட்டத்தின் நடுவே குறுக்கும் நெடுக்குமாகச் சென்றுகொண்டிருந்தனர். என்னவென்று புரிந்துகொள்ளாமலேயே அவர்களும், "சாமியார் சமாதியாகிவிட்டார்" என்ற வார்த்தைகளைச் சொல்லிக்கொண்டனர். இறுதியில் மடத்துக்காரர்கள் சாமியாரை வெளியே கொண்டு வந்தனர். சாமியார் வெளியே தூக்கி வரப்படுவதையே உற்று நோக்கிக்கொண்டிருந்த ஒரு சிறுவன் திடீரென்று, "டேய், சாமியார் செத்துப்போயிட்டாரு" என்று கத்திக்கொண்டு கூட்டத்தைவிட்டு ஓடிவந்தான். உடனே அத்தனை சிறுவர்களும், "மடத்துச் சாமியார் செத்துப்போயிட்டாரு" என்று அழுத்தம் திருத்தமாகக் கத்திக்கொண்டு ஓடினர். பெரியவர்கள் சிறுவர்களைக் கூட்டத்தைவிட்டு அரட்டி மிரட்டி ஓட்டினர்.

அவள் ஒரு விபச்சாரி. அவளை வைத்துக் கதை எழுத வேண்டுமென்று எழுத்தாளன் விரும்பினான். ஆகவே அவன் அவளிடம் சென்றான்.

"பெண்ணே! நீ இவ்வளவு கெட்ட நிலைக்கு வரக் காரணம் என்ன?" என்று எழுத்தாளன் கேட்டான்.

"என்ன? . . . கெட்ட நிலையா? அப்படி ஒண்ணும் எனக்கு சீக்குக் கீக்குக் கிடையாது. ஒங்கிட்ட சீக்கில்லாமே இருந்தா அதுவே ஆண்டவன் புண்ணியம்" என்றாள் விபச்சாரி.

"இல்லே, உனக்கு சமுதாயம் எவ்வளவு பெரிய கொடுமையை இழைத்துவிட்டது!" என்றான் எழுத்தாளன்.

"கொடுமை என்ன கொடுமை! பசிக் கொடுமை எல்லோருக்குந்தானிருக்கு . . . இந்தப் போலீசுக்காரங்க தொந்தரவு மட்டும் இல்லாட்டி ஒண்ணுமில்லே" என்றாள் விபச்சாரி.

"கண்ட கண்டவங்க கிட்டெல்லாம் போகிறது உனக்குக் கஷ்டமாக இல்லை?"

"யாரும் கண்ட கண்டவங்க கிட்டெல்லாம் போகல. எனக்கூன்னு ஒரு புருசன் இருக்காரு."

"மற்ற பெண்கள் எல்லாம் கட்டின புருஷனோடு மட்டும் தான் இருக்கிறார்கள். வேறு ஆண்பிள்ளைகளோடு சம்பந்தம் வைத்துக் கொள்வதில்லை. தெரியுமா?"

"அப்படியா?"

"பின்பு?"

"சரி, உங்களுக்கு பெஞ்சாதி இருக்குங்களா?"

"ஊம், இருக்கு."

"நீங்க மட்டும் எங்கிட்ட வந்திருக்கீங்களே. ஒங்களுக்கு வெக்கமா இல்லே?. . . சரி, அது கிடக்கட்டும்; நேரமாவுதுங்க."

கொடுமையிலும் கொடுமை, கொடுமையைக் கொடுமை என்று புரிந்துகொள்ளாததுதான். எழுத்தாளனுக்கு அது புரிய வில்லையோ என்னவோ, விபச்சாரியைக் காட்டி, வாசகர் கண்ணீரைப் பிதுக்கியெடுத்து, நாலு காசு சம்பாதிக்கும் எண்ணத்தை மட்டும் கைவிட்டான்.

அவன் தாமரையைப் பற்றிக் கவிதைகளில் படித்திருக் கிறான். படங்களில் பார்த்திருக்கிறான். அதன் செம்மையும், மென்மையும், எழிலுருவும் அவன் உள்ளத்தைச் சுட்டெரித்தன. அதை அடைய விரும்பினான். தடாகத்துக்குச் சென்றான். அதோ! அங்கு மலர் தெரிகிறது. தண்ணீரின் மேல் கவலையற்று உறங்கிக் கிடக்கிறது. 'வா, வா' என்று அவனைக் கள்ளப் பார்வை கொடுத்து அழைக்கிறது. அவன் தடாகத்துக்குள் கால் எடுத்து வைத்தான்.

"யாரது? தண்ணீரிலே இறங்காதே. ஒரே சகதி! தாமரைக் கொடி காலைச் சுத்திக்கிட்டா அப்புறம் உயிருக்கே ஆபத்து" என்று எச்சரிக்கிறான் யாரோ ஒருவன்.

தாமரையை விரும்பிய அவனும் உடனே சட்டென்று நின்றுவிட்டான். மலரைப் பார்த்துப் பெருமூச்செறிந்து சற்று நேரம் நின்றுவிட்டு, அதோ அங்கே அவன் தலை குனிந்து செல்கிறான். அவன் இன்னும் வாழ்கிறான், எனக்குத் தெரியும். ஆனால் என்றோ தற்கொலை புரிந்துகொண்டு விட்டான்!

***சரஸ்வதி*, ஏப்ரல் 1961**

ஆண்மை

சிட்டி பஸ் சரக்கென்று ஸ்டாப்பில் வந்து நிற்கவும், அவள் திகைத்துப்போய் துள்ளிக் குதித்து விலக, கூடைப் பழமும் ரோட்டில் சிதறி விழுந்து நாலு பக்கங்களிலும் ஓடியது. அவளும், பஸ் ஸ்டாப்பில் நின்றுகொண்டிருந் தவர்களில் இருவரும் பாய்ந்து பழங்களைப் பொறுக்க ஆரம்பித்தனர். மற்றவர்கள் "அங்கே ஒண்ணு; இங்கே ஒண்ணு" என்று பழங்கள் இருந்த இடங்களைச் சுட்டிக் காண்பித்துப் பொறுக்குபவர்களுக்கு உதவினர். குனிந்து பொறுக்கிய கூடைக்காரியை உற்று நோக்கிவிட்டு அங்கே ரசிப்பதற்கு எதுவுமில்லாததால் கண்களை வேறு பக்கம் திருப்பினேன். மூன்றாம் முறையாக அந்த வீட்டு வாசலில் ஒரு யுவதி வந்து நின்றாள். பஸ் ஸ்டாப்பில் இருந்த கூட்டத்தைக் குறுகுறுவென்று பார்த்தாள். அவள் மூன்றாமவள். அவளுக்கு முன் இரண்டு யுவதிகள் அந்த வீட்டு வாசலில் வந்து நின்றுவிட்டு உள்ளே போயிருந்தனர். கூட்டத்திலிருந்து நான் சற்று விலகி நின்றுகொண்டிருந்தேன். அவள் என்னைக் குறிப்பாகப் பார்த்துவிட்டு, அரை நிமிடத்தில் உள்ளே சென்றாள். பிறகு அவளோடு மற்றொரு பெண்ணும் ஒரு ஆறு வயதுச் சிறுமியுமாக ஆக மூவர் வாசலுக்கு வந்தனர். பக்கத்திலிருந்த சன்னல் வழியே நான்காவது உருவமும் தெரிந்தது. கணநேரம் நால்வரும் என்னையே உற்று நோக்கினர். ரோட்டுப் பக்கம் பார்த்துக்கொண் டிருந்த நானும் கால் வட்டம் சுற்றி அவர்களது வீட்டை நன்கு நோக்கி நின்றேன். ஆனால் அவர்கள் நிலை குலையாமல் நிற்கவில்லை. நிற்பவர் உள்ளே செல்வதும், உள்ளே சென்றவர் வெளியே வந்து நிற்பதுமாக களம்

மாறிக்கொண்டிருந்தது. வீட்டோரமாக வீட்டை உற்று நோக்கிக்கொண்டே நடந்தேன். நான் வீட்டருகே வரவும் வயதுவந்த இருவர் மட்டும் வேறு பக்கம் முகத்தைத் திருப்பிக் கொண்டனர். சிறுமி மட்டும் என்னை விரிந்த கண்களோடு, அரைச் சிரிப்போடு நோக்கினாள். அவ்வீட்டைக் கடந்து இருபதடி சென்றதும் திரும்பி பஸ் ஸ்டாப்பை நோக்கி நடந்தேன். பஸ் ஸ்டாப்பில் இருந்தவர்களில் இருவர் என்னையே பார்த்துக் கொண்டிருந்தனர். வீட்டு வாசலில் இருந்த இரண்டு பெண்களும் சிறுமியை உள்ளே இழுத்துக்கொண்டு கதவைப் படார் என்று சாத்திவிட்டு உள்ளே மறைந்தனர்.

எனக்குக் காரைக்குடியில் இருந்த ஒரு செட்டியாரைப் பற்றிய நினைவு வந்தது. அவருக்கு மூன்று நான்கு லட்சத்துக்கு சொத்து இருந்ததாம். ஆறு பெண் குழந்தைகள்; ஆண் வாரிசே கிடையாது. ஆண் குழந்தை இல்லாது போனதாலோ என்னவோ, செட்டியார் பெண் குழந்தைகளைப் படிக்க வைக்கவுமில்லை; அவர்களுக்குக் கல்யாணம் செய்து வைக்கவுமில்லை. அவர் இறக்கும்போது அவரது கடைசி மகளுக்கு வயது முப்பது. அவர் இறந்த பிறகு கடைசி மகளுக்காவது ஒரு கல்யாணத்தைச் செய்து வைக்கவேண்டும் என்று அவளது அக்காள்மார்கள் ஆனமட்டும் முயன்றனர். ஏனோ அவளுக்கும் கல்யாணமாக வில்லை. அவர்கள் வீட்டை எனக்குக் காட்டியிருக்கிறார்கள். சரித்திரப் பிரசித்துவத்தைத் தவிர வேறு எந்தப் பெருமையும் இல்லாத இடம்போல் இருந்தது. செட்டியார் உயிரோடிருந்த காலத்தில் அந்தப் பெண்கள் வீட்டைவிட்டே வெளி வராமல் மாலை ஐந்து மணியிலிருந்து ஏழு மணிவரை ஒருவர் இருவராக வீட்டு வாசலில் நின்றுகொண்டிருப்பார்களாம். செட்டியார் காலத்துக்குப் பிறகோ, ஐம்பது வயது நிரம்பிய மூத்த மகளைத் தவிர வேறு யாருமே வாசற்பக்கம் வரமாட்டார்களாம். காரைக்குடி செட்டியார் கதையை நினைத்துக்கொண்டே, மூடியிருந்த வீட்டை நோக்கினேன். 'வீடாகட்டும், கட்டட மாகட்டும்; மனிதனின் பெருமையை விளக்கவில்லை; பயத்தைத்தான் எடுத்துக் காட்டுகின்றன. உலகத்தைக் கண்டு வெருண்ட மனிதன் வீடுகளைக் கட்டிக்கொண்டு, அவற்றுக்குள் ஒளிந்து கொண்டுவிட்டான்', என்று ஒரு அரைவெட்டுத் தத்துவக் கண்டுபிடிப்பை அவிழ்த்துவிட்டுக் கொண்டேன். பஸ் ஸ்டாப்பில் நின்றுகொண்டிருந்த நான் எந்தக் குறிப்பிட்ட பஸ்ஸுக்காகவும் காத்து நிற்கவில்லை. அந்த இடத்தில் நின்றால் சரக்குகள் ஏராளம் கிடைக்கும் என்று கேள்விப்பட்டிருந்தேன், அவ்வளவுதான்.

என்னைப்போல் ஓரிருவரைத் தவிர பெரும்பாலோர் ஏதாவது பேசிக்கொண்டோ, பிறர் பேசுவதைக் கேட்டுக்

கொண்டோ இருந்தனர். அவர்களது பேச்சு அவ்வப்போது என் காதுகளில் விழுந்தது. என்ன பிறவிகள்! அவனைப் பார்த்தேன், இவனைப் பார்த்தேன்; அதைச் செய்தேன், இதைச் செய்தேன்! மாலை நேரத்தில் கவலைப் படவேண்டிய ஜனங்களா இவர்கள்? அதோ, அவ்வப்போது கார்களில் பறந்து செல்கிறார்களே, அவர்களல்லவா மனிதர்கள். இவர்கள் மனிதர்களா? இல்லை, ஜடங்கள். இவர்களோடு நிற்பதே எனக்குச் சங்கடமாக இருந்தது. ஒவ்வொரு பஸ் வரவும் இடித்துக்கொண்டும், அடித்துக்கொண்டும் ஓடினர். பஸ்ஸில் இடமில்லாமலோ, தங்களுக்கு வேண்டாத பஸ் என்பதாலோ, மீண்டும் தத்தம் பழைய இடங்களுக்கு வந்து நின்றனர். சிகரெட்டைப் புகைத்தவண்ணம் முன்னும் பின்னும் நடக்க ஆரம்பித்தேன். வாழ்க்கையில் நமக்கு வேண்டியது கிடைத்தால் சரி; இல்லாவிட்டால் எது வந்தால் என்ன, எது போனால் என்ன என்றிருக்க வேண்டியதுதானே? ஆடுமாடுகள் போல கிடைத்ததைத் தின்றுகொண்டு, பிறர்க்கு அடங்கி ஒடுங்கி ஏன் வாழ்ந்துகொண்டிருக்க வேண்டும்? இவ்வளவு அழகான உலகத்தைப் படைத்த கடவுள் இவ்வளவு விகாரமான மனிதர்களை ஏன் படைத்தார்? ஒவ்வொருவர் முகத்திலும் ஏமாற்றம், ஏக்கம், தயக்கம், அச்சம், அசட்டுத்தனம்!

அப்போதுதான் ஐம்பது வயதான ஒருவர், இருபது வயது நிரம்பிய அவரது மகள், ஒரு எட்டு வயதுச் சிறுவன் ஆகிய மூவரும் பஸ் ஸ்டாப்புக்கு வந்தனர். அவர்களைப் பார்த்ததும் எனக்கு மகிழ்ச்சியாக இருந்தது. கடவுளை மன்னித்துவிட வேண்டியதுதான்; எத்தனையோ விகாரமான உருவங்களுக்கிடையே இப்படியும் அழகான ஒரு உருவத்தைப் படைத்திருக்கிறாரே! அவளது மோகனச் சிரிப்பையும், மலர்ந்த கண்களையும், உலகத்து அழகையெல்லாம் வடித்திறக்கிய அவளது மார்பகத்தையும் பார்த்தபோது, எனது இரத்த நாளங்கள் விரிந்தன. எனது இரத்த ஓட்ட ஓசையும், இருதயத் துடிப்பும் செவிகளை நிறைத்தன. உடலில் கூடிப் பெருகும் விறைப்பைத் தணிப்பதற்காக, சிந்தனையை வேறுபக்கம் திருப்பி, சுவாசத்தைக் கட்டுப்படுத்தி பெருமூச்சிழுத்தேன்.

“அப்பா! நானும் அக்காகூடப் போறேன்.”

“பெரியம்மா ஒன்னைக் கூப்பிட்டு விடலயே?”

“இல்லை, நானும் போறேன். எனக்கு பெரியம்மாவைப் பார்க்கணும் போல இருக்கு. உம் . . . உம் . . . ஒருவாட்டிக்கூடக் கூட்டிப் போகலே . . . உம். . . உம் . . .”

“இங்கே பாரு! பெரியம்மாவுக்கு உடம்பு நேரில்லையாம். அக்கா மட்டும் இன்னைக்கிப் போகட்டும். நாளைக்கு நாம எல்லாரும் போகலாம்.”

“ஆமாம், என்னைக்கும் அக்கா மட்டும்தான். நா மட்டும் நாளைக்கு, நாளைக்கு, நாளைக்கு.”

நான் திரும்பி அவளைப் பார்த்தேன். தம்பியின் பின் புறம் தன்மீது சாய்ந்திருக்க, அவனது இரு கன்னங்களையும் தனது கரங்களால் அணைத்தபடி என்னை நோக்கிக்கொண் டிருந்தாள். அவளது சேலையும் ரவிக்கையும் மறைக்க முடியாத இடுப்பு இடைவெளி என் கண்களில் பட்டு, தணிந்திருந்த எனது விறைப்பை மீண்டும் தூண்டி விட்டது. வெட்கப் பட்டவள்போல் அவள் முகத்தை வேறுபக்கம் திருப்பி, தம்பியின் தலையை இறுகப் பற்றித் தன்னோடு அணைத்துக்கொண்டாள்.

“இந்தா, பஸ் வந்திரிச்சு.”

புளியந்தோப்பு ஹைரோடு செல்லும் அந்த பஸ்ஸில் அவளும் வேறு இருவரும் ஏறினர். தம்பி சிணுங்கினான். தகப்பனார் அவனை இறுகப் பிடித்துக்கொண்டார். வழக்கமான அவசரத்தோடு பஸ் கிளம்பவில்லை. நான் ஒரு கணநேரம் சிந்தித்தேன். என்னையுமறியாமல், வேட்டியைத் தூக்கிப் பிடித்துக்கொண்டு பஸ்ஸுக்குள் தாவி ஏறினேன்.

“டாட்டா, டாட்டா” என்றது பஸ்ஸிலிருந்து ஒரு பெண் குரல்.

“இந்தா, அக்காவுக்கு டாட்டா சொல்லு.”

“உம் . . . டீட்டி, டீட்டி” என்று சிறுவன் கோபத்தோடு முகத்தை வலித்தான்.

பஸ்ஸிலிருந்து இறங்கிய அவள் பத்தடி நடந்ததும் திரும்பி நோக்கினாள். நானும் இறங்கி இருந்தேன். இருவரும் ஒரு சந்துக்குள் நுழைந்தபோது அநேகமாக ஜனநடமாட்டமே இல்லை. அவள் வேகமாக நடந்தாள். வேட்டியை உயர்த்திப் பிடித்துக்கொள்ளாமல் அவளோடு போட்டி போட்டுக்கொண்டு நடப்பது எனக்குச் சங்கடமாக இருந்தது. தெருவோரமாக ஒரு வீடு மரக்கேட்டைத் திறந்துகொண்டு, உள்ளே நுழையு முன், அர்த்தபுஷ்டியோடு என்னைப் பார்த்துவிட்டு கதவை மூடாமல் உள்ளே நுழைந்தாள். மெல்ல நடந்து வந்த நான் மரக்கேட்டின் முன்பு நின்றேன். நந்தனார் தில்லையம்பலக் கோவிற்படிகளில் நின்றதுபோல. எத்தனை தடவைகள் இது போன்ற வீட்டு வாசல்களில் நான் நின்றிருப்பேன்!

“யாரது?” என்றதொரு பெண்குரல்.

“இல்லே, இங்கே...” என்று ஆரம்பித்தேன்.

“வறதுனா சட்னு உள்ளே வரதில்லை” என்று அதட்டியது பெண் குரல். நான் உள்ளே நுழைந்தேன். கச்சிதமான ஒரு வரவேற்புக்குப் பின் அழகான நாற்காலி ஒன்றில் அமர்ந்து கொண்டு, தண்ணீர் கேட்டேன். மெல்லச் சிரித்துக்கொண்டே தண்ணீர் கொண்டுவந்து கொடுத்துவிட்டு கதவருகே போய் நின்றுகொண்டாள். என்னை அதட்டிய பெண்குரலுக்கு உரியவள் இரண்டு கைகளையும் இடுப்பில் வைத்துக்கொண்டு, அவளைப் பார்த்து, “இந்தா, ஒந்தொழிலை நீ ஒளுங்காப் பார்த்தா போதும்; புரோக்கர்பய வேலையொண்ணும் பார்க்க வேண்டாம்” என்றாள். அவளது கைகளையும், மார்பகத்தையும், நீண்ட வாயையும் பார்த்துக்கொண்டிருந்த எனக்கு வெறிமூண்டெழுந்தது. ஏதோ அசங்கியமான, ஆனால் விரும்பத்தக்க மணம் ஒன்று எங்கிருந்தோ வந்து என் மூக்கைத் தட்டியது. ஒரு காலத்தில் கைகாரியாக இருந்திருக்க வேண்டும் என்று எண்ணிக் கொண்டே, “அதெ ஒண்ணும் சொல்லாதீங்க. அது எங்க போயிருந்தாலும், யாரா இருந்திருந்தாலும் நான் வந்திருப்பேன்” என்றேன். வீட்டுக்காரி என்னையும், நான் நாடிவந்தவளையும் சந்தேகத்தோடு பார்ப்பது போல் பார்த்து விட்டு மற்ற விஷயங்களுக்கு வந்தாள். பேரம் அதிக நேரம் நீடிக்கவில்லை. இரவுக்கு முப்பது ரூபாய் என்று முடிவானது.

உட்புறச் சுவர்களில் பச்சை வர்ணம் தீட்டிய அவ்வறையை, ஒரு அடி நீளமான மெர்குரி லைட்டிலிருந்து பொழிந்த மெல்லிய நீல ஒளியும், ஊதுவத்தி மணமும் நிறைத்தன. அழகான மரக்கட்டிலும், சற்றுச் சாதாரண மெத்தையும், இரண்டு புத்தம்புது நாற்காலிகளும், வார்னிஷ் மணம் இன்னும் மறையாத ஒரு மேஜையும் அங்கிருந்தன. மேஜைமீது ஒரு பெரிய கண்ணாடியும், வாசனைத் தைலங்களும், சீப்பும், ஸ்னோவும், பவுடரும், பிரஷும், இன்னும் இதர அலங்கார சாதனங்களும் இருந்தன. அறையிலிருந்த கண்ணாடி முன்பு நின்றுகொண்டு, நான் தலையைச் சீவிக் கொண்டிருக்கையில், தலையில் புதிதாக ஒரு கட்டுப் பூவை வைத்துக்கொண்டு அவள் உள்ளே நுழைந்தாள். அவளைச் செல்லமாகக் கன்னத்தில் முத்திவிட்டு, அவளது கரங்களைப் பற்றி வரவேற்பது போல், கட்டிலுக்கு அழைத்துச் சென்று கட்டிலில் அமர்ந்துகொண்டு அவளையும் அமர்த்தினேன். எனக்கு அர்த்தநாரீசுவரர் நினைவு வந்தது. பார்வதியை உடலோடு உடலாய் *graft* பண்ணிக் கொண்டாராம் (ஒட்ட வைத்துக்கொண்டார்.) இரத்த ஓட்டம்கூட ஒன்றாகிவிட்ட நிலை!

“சாப்பாட்டுக்கு சொல்லிவிடணுமில்லே?” என்றாள் அவள்.

“எனக்குப் பசியே இல்லை” என்றேன்.

“இப்ப இருக்காது; அப்புறம் வரும். மணி என்னங்க ஆச்சு?”

“எட்டு பத்து.”

அவள் எனது வாச்சைத் தொட்டு அழகு பார்த்தாள். அதை அவிழ்த்து அவளது கையில் கட்டினேன்.

“எங்கைக்கு நல்லா இல்லை” என்று கூறிக்கொண்டே, அவிழ்த்து என்னிடம் கொடுத்தாள்.

“உன் கைக்கு தாமரைப்பூ இதழ் இல்லே, அதிலே வாச்சு செய்யணும்!” என்றேன்.

“சாப்பிட என்ன வேணும்ன்ட்டு சொல்லுங்க. சின்னம்மா கிட்டே சொல்லிட்டா பையன் வந்ததும் வாங்கி வச்சிருப்பாங்க.”

“உம்” என்று கொண்டே அவளைக் கட்டி முத்தினேன். அவள் உதடுகளைத் துடைத்துக்கொண்டே, “பணத்தையும் கொடுத்திருங்களேன்” என்றாள்.

“என்ன அவசரம்?”

“கொடுத்திட்டாத்தான் சின்னம்மா சும்மா இருக்கும். இல்லாட்டி ஆயிரத்தெட்டுவாட்டி கதவைத் தட்டிட்டிருக்கும்.”

“தட்டட்டும், தட்டட்டும்” என்று சொல்லிக்கொண்டே அவளது மார்பகத்தை மெதுவாக வருடினேன்.

“ராஜம்! ராஜம்!!” என்று வெளியே இருந்து குரல் வந்தது. ராஜம் அவசர அவசரமாகச் சென்று கதவைத் திறந்து வெளியே சென்றாள். பேச்சுக்குரல் கேட்டது. ராஜம் உள்ளே வந்தாள்.

“பெரியவரு வந்திருக்காராம்; பணத்தெக் கேக்கிறாராம்.”

“கொடுத்திற வேண்டியதுதானா?”

“சும்மாக் கொடுத்திடுங்க; இல்லாட்டி எனக்கும் நிம்மதி இருக்காது” என்று சொல்லிக்கொண்டே, அவள் எனது சட்டையின் மீது ஊர்ந்துகொண்டிருந்த மூட்டைப்பூச்சி ஒன்றை எடுத்துக் கீழே போட்டு குனிந்து காலால் நசுக்கினாள். சேலை சரிந்திருந்த அவளது முதுகை முத்திவிட்டு, அவளை நிமிர்த்தி, பின்புறத்தில் இருந்துகொண்டே அவளது கழுத்திலும், கன்னத்திலும் முத்த முயன்றேன்.

“அய்யோ, கதவு திறந்திருக்கிறது” என்று சொல்லிக் கொண்டே, அவள் என் பிடியிலிருந்து தப்பி ஓடினாள். கதவருகே நின்றுகொண்டு, அவிழ்ந்திருந்த பூச்சரம் தோள்பட்டையைத் தொட்டுக்கொண்டிருக்க, மார்பகத்தை மூடியும் மூடாமலும், “பணத்தைக் கொடுத்திருங்க” என்றாள்.

நான் பணத்தை எடுத்துக் கொடுக்கவும், ஏதோ ஒரு பாடலை முனகிக்கொண்டே, ஆடையைச் சரிசெய்தவண்ணம் வெளியே சென்றாள்.

அவள் அறைக்குத் திரும்பிவர பத்து நிமிடங்கள் ஆயிற்று. ஆட்காட்டி விரலையும் பெருவிரலையும் கொண்டு இரண்டு கண்களையும் அழுத்திக்கொண்டு, தலையைக் குனிந்து உட்கார்ந்திருந்தேன். எதற்கும் ஏதாவது கொடுத்தாக வேண்டும்; கொடுக்காமல் எதுவும் கிடைப்பது இல்லை. மனைவி மட்டும் என்ன? அவளுக்கும் கொடுத்தாக வேண்டும். அங்கு எல்லாம் நாகரிகமாக நடக்கிறது. இங்கு விலை; அங்கு கடமை.

“ஆமாம், என்னைப் பாத்தா காசு பணத்துக்கு வரவ மாதிரியா தெரியுது?” என்று கேட்டுக்கொண்டே வந்து கதவு களை அடைத்தாள் ராஜம்.

“என்ன திடீர்னு இந்த யோசனை?”

“பின்னே, எம்பின்னாலே ஏன் வந்தீங்க?”

“நீ யாராயிருந்தாலும் வந்திருப்பேன்.”

“வருவீங்க, வருவீங்க. முதுகுக்கு டின்னைக் கட்டிட்டு வருவீங்க... என்ன ஒருமாதிரியா இருக்கீங்க?”

“ஒண்ணுமில்லே” என்று சொல்லிக்கொண்டே, எழுந்து நின்று அவளை இலேசாக அணைத்து, அவளது கையை யுயர்த்தி கையிடுக்கில் முத்தமிட்டேன். அவள் கைகளைச் சோர்வுறக் கீழே போட்டுவிட்டு, யந்திரம்போல் ஒரு அடி எடுத்து வைத்துக் கட்டிலில் அமர்ந்தாள்.

“மெய்யாச் சொல்லுங்க. என்னெப் பாத்தா காசுக்கு வரவ மாதிரி தெரியுதா?”

“அதுதான் உம் முகத்திலே எளுதி ஒட்டியிருக்கே. இங்கே பார். ஒருத்தனோடவோ, இல்லை பலரோடவோ, பெண் ணினத்தின் மகத்தான தொழில் தாசித் தொழில்” என்று நான் தத்துவம் பேசினேன்.

“அப்ப, இனிமே அப்பாவையும் தம்பியையும் பஸ் ஸ்டாப்புக்கு வரவேண்டாண்டிற வேண்டியதுதான்.”

"எனக்குக்கூட அவரெப் பார்த்தா என்னவோ மாதிரி இருந்திச்சு. என்னவோ மகளை மருமகன் வீட்டுக்கு அனுப்பி வைக்கிற மாதிரி பஸ் ஸ்டாப்புக்கு வந்திட்டாரு."

அவள் சிறிதுநேரம் அமைதியானாள். பிறகு திடீரென்று விக்கி அழுதாள். "அய்யோ, கடவுளே" என்றிழுத்து விசும்பினாள்.

"ச்சு, ச்சு, பைத்தியம். அழாதே. எல்லாம் சரியாயிடும்" என்று தேற்றினேன்.

"என்னெத்த சரியாப் போகுதுங்க. எல்லாம் இனிமே அப்படித்தான். போனது போனதுதான்."

நான் அவளது கண்களைத் துடைத்தேன். மை கலைந்து, நெற்றி வியர்த்திருந்த அவளது முகம் ஒரு குழந்தையின் முகத்தைப் போலிருந்தது. நான் ஒரு சிகரெட்டைப் பற்ற வைத்தேன். இருவரும் பேசாமல் இருந்தோம்.

"சந்தோஷமா இருக்கணும்னு வந்தீங்க. நான் அழுமூஞ்சி மாதிரி இருந்திட்டேன்" என்று அவள் பேச்சை ஆரம்பித்தாள். பதிலுக்குச் சிரித்தேன். ஆனால் அவள் சடக்கென்று எழுந்து, என்னை வெறிகொண்டவள் போலக் கட்டியணைத்து முத்த மிட்டுவிட்டு, கொல்லென்று சிரித்தாள். அவளது மார்பகத்தை எனது கைகள் பற்றின. அவளை முரட்டுத்தனமாக இழுத்துக் கட்டி அணைத்துவிட்டு, கட்டிலில் தள்ளினேன். பிறகு உணர்ச்சியைக் கட்டுப்படுத்தி இன்பத்தை நீடித்து அனுபவிக்க வேண்டும் என்ற ஆசையோடு பற்களை என்னையுமறியாமல் நெரித்துக்கொண்டு, சாவதானமாகக் கட்டிலில் படுத்து, எனது தலையைக் கையில் தாங்கி, பக்கவாட்டாகப் படுத்துக்கொண்டு, அவளது கண்களையும் உதடுகளையும் மட்டுமே உற்று நோக்கிப் பேசாமல் இருந்தேன். இரத்த நாளங்களையும் கிழித்துக்கொண்டு இரத்தம் உடல் பூராவும் பரவிவிட்டது போன்றதொரு உணர்ச்சி. அவளது பார்வை எனக்கு ஆச்சரியத்தைக் கொடுத்தது; அதில் புதியதொரு மயக்க மலர்ச்சி தென்பட்டது. அவளது கண் களையே உற்று நோக்க வேண்டும் என்று நான் வைராக்கியம் பூண்டதுபோல் இருக்கும்போது, அவளது கழுத்தும், மார்பக மும், கைகளும், தோள்பட்டையும் அலைந்து மோதி எனது பார்வைக்குள் விழுந்து எனது பார்வையைத் திக்குமுக்காடச் செய்தன. எனது அந்தரங்கத்தைப் புரிந்துகொண்டது போல், அவள் தனது மார்பகத்தின் மீதிருந்த சேலைத்தலைப்பை சட்டென்று எடுத்து என் முகத்தின் மீது வெண்சாமரை வீசுவது போல் வீசினாள். அவளைத் திகைக்க வைக்க அவளிடம் ஒரு கேள்வி போட வேண்டும் என்று எண்ணி,

“ஆமாம், உங்கப்பா எதுக்கு பஸ் ஸ்டாப்புக்கு வரணும்; அதுவும் தம்பியைக் கூட்டிட்டு?” என்றேன். நான் எதிர்பார்த்த படியே அவள் திடுக்கிட்டாள். ஆனால் என் கேள்விக்குப் பதிலளிக்காமல், “நெனெச்சாலும் பயமா இருக்கு. இந்த விஷயம் எங்க பெரிய மாமா காதுக்கு எட்டினா எங்க குடும்பத்தையே விஷம் கொடுத்து கொன்னுடுவாரு” என்றாள்.

“உஹுூம்” என்றுகொண்டே, எனது கையை அவளது உடலுக்கும் மெத்தைக்கும் இடையே நுழைத்து அவளை ஒரே கையில் அணைக்க முயன்றேன். ஏதாவது பேச்சிருக்கட்டும் என்று, “உங்க ஊரு எது?” என்று கேட்டேன்.

“பேரெச் சொன்னாலும் ஊரச் சொல்லக்கூடாதென் பார்கள்” என்றாள்.

“அடி சக்கை” என்று சொல்லிக்கொண்டே, எனது முகத்தை அவளது மார்பகத்தில் புதைத்தேன்.

“நாங்க ரொம்ப கண்ணியமான குடும்பத்தைச் சேர்ந்தவங்க. வேண்டாதவங்க செய்வினை செஞ்சு எங்கம்மாவுக்குப் பைத்தியம் பிடிச்சதனால்தான் மட்ராசுக்கு வந்தோம்.”

“உஹுூம். உங்கப்பாவுக்கு என்ன தொழில்?”

“அவர் செய்யாத பிசினெஸ் இல்லை. நூறு பேருக்கு சம்பளம் கொடுத்து வேலைக்கு வச்சவரு. கூட்டாளிங்க ஏமாத்தி அவரெ ஓட்டாண்டியாக்கிட்டாங்க.”

நான் எனது காலை அவளது கால்களுக்குக் கீழே கொண்டுபோய், அவளது பாரம் முழுவதும் என் காலில் அழுத்த வேண்டும் என்று விரும்பினேன்.

“எங்கம்மாவுக்கு பைத்தியம் பிடிச்சதிலிருந்து, அவர் எந்த பிசினெஸ் எடுத்தாலும் நஷ்டம்தான். ஆனாலும் பிடிவாதக் காரரு. எங்கம்மாவெ குணப்படுத்தணும்; இதே மட்ராசிலே பெரிய பிசினெஸ் நடத்தி வீடும் காரும் வாங்கணும்பாரு.”

“நீதான் மூலதனமா?” என்றேன்.

“சீ” என்றுவிட்டு, புறங்கையினால் எனது வாயில் ஓங்கி அடித்தாள். அவளது முகத்தில் கோபம் தெறித்தது. எழுந்து நின்றேன்.

“கதவைத் திற” என்றேன்.

“எதுக்குங்க?” என்றாள் பதட்டத்தோடு.

“நான் போகணும்.”

“என்ன குளந்தை மாதிரி பிடிவாதம் பிடிக்கிறீங்க? இனிமே ஒண்ணும் பேசவேண்டாம். ஜாலியா இருப்போம்.”

“இல்லேல்லே, நான் வேணுங்கிறமட்டும் ஜாலியாக இருந்திட்டேன்.”

“அப்படியா?” என்று அவள் கேலியாகச் சிரித்துவிட்டு என்னை ஏற இறங்க நோக்கினாள். நான் உள்ளூர வெறுப்புக் கலந்து சிரித்துக்கொண்டேன்.

“சரி உட்காருங்க. என்னைப் பதிலுக்கு அடிச்சிருங்க” என்றாள்.

“இல்லே, நான் போகணும்” என்றேன்.

“இப்ப இந்த வீட்டைவிட்டு நீங்க போனீங்க, சின்னம்மா என்னைக் கொன்னுரும்.”

“உம்” என்றேன்.

“கோவமா?” என்றாள்.

“நான் சொன்னா நம்பமாட்டே. எனக்குக் கோபமே இல்லை.”

“பின்னே?”

“உனக்கு நான் கொடுத்தது எவ்வளவு?”

“முப்பது.”

“அந்த முப்பதா உன்னை இங்கே நிறுத்தியிருக்கு?”

“நீங்க சொல்றது எனக்குப் புரியலேயே?”

“உம். உங்கம்மாவுக்குப் பைத்தியம் பிடிக்காட்டி, உங்கப்பாவுக்கு பிசினெஸ்லே நஷ்டம் வராட்டி, நீ இப்ப இங்கே இருக்கமாட்டே இல்லை. இல்லையா?”

“ஆமாம்.”

“சின்னம்மா கோவிப்பாங்கன்ட்டுதானே நான் இப்ப வெளியே போகக் கூடாதெங்கறே?”

அவள் பேசாமல் இருந்தாள்.

“இங்க பாரு, எனக்கு ஆண்மை கிடையாது!”

அவள் பேசாமல் இருந்தாள்.

“புரியலே? என்னாலே எதுவும் செய்ய முடியாது. பேடீன்ட்டு கேள்விப்பட்டிருக்கயா?”

“அப்ப நீங்க கொடுத்த பணம்?”

“இருக்க வேண்டிய இடத்திலே இருக்கு. நான் ஒண்ணும் போலீசுக்குத் தகவல் கொடுப்பேன்ட்டு பயப்படாதே.”

அவள் பேசாமல் தலைகவிழ்ந்து இருந்தாள்.

“இப்ப நான் போகலாமா?”

“ஒரு தரம் வேற . . .” என்றிழுத்தாள்.

“நீ ஏன் இப்படிக் கேக்கிறேன்ட்டு எனக்குத் தெரியும். உண்மைலே சொல்றேன். நான் ஒரு பேடி.” எனது குரல் தழுதழுத்தது. சென்னையில் பெரியதொரு பிசினெஸ் நடத்தி, வீடும், காரும் வாங்கிப் பெருவாழ்வு வாழவேண்டும் என்ற ஆசை உள்ளத்தைக் குடைக்க, மகனைக் கையில் பிடித்துக் கொண்டு, மகளை பஸ்ஸில் ஏற்றிவிட வந்த அவரின் முகம் ஒரு கணநேரம் என் கண்களின் முன்பு தோன்றி மறைந்தது. இத்தனை ஆண்டுகளுக்குப் பிறகும்கூட, அவள், அந்த அறை அத்தனையையும் நான் மறந்துவிட்ட பிறகும், அவருடைய முகத்தை மட்டும் என்னால் மறக்க முடியவில்லை.

***காலச்சுவடு* 21, 1998**

இச்சிறுகதை *காலச்சுவடில்* முதன்முறையாக பிரசுரிக்கப்பட்டது. தனது சேகரிப்பில் நீண்டநாட்களாக மறைந்திருந்த ஜி. நாகராஜனின் கையெழுத்துப் பிரதியை 1998இல் எடுத்துக் கொடுத்தவர் தொ. மு. சி. ரகுநாதன் அவர்கள். கையெழுத்துப் பிரதியில் தேதி இல்லை.

நிலவொளியிலே

அந்த ஆலமரத்தினடியில்தான் அவர்கள் வெள்ளை யனை வெட்டிச் சாய்த்தார்கள். அவர்கள் மூன்றுபேர்கள்; அவன் ஒருத்தன். ஆனால் அவனுக்கு ஆல மரமும், நிலவொளியும் பக்கபலமாக இருந்தன. அவை மட்டும் அவனுக்கு உதவியிருக்காவிட்டால், அவர்கள் ஒளிந் திருந்து அவனை ஒரே வெட்டாக வெட்டிச்சாய்த்திருப் பார்கள். வெள்ளையனுக்கு ஆலமரமும், நிலவொளியும் எதிர்பாராத கூட்டாளிகளாக அமைந்ததால்தான், அவர்கள் பதினெட்டு வெட்டுகள் வெட்டிவிட்டுத்தான் வெள்ளையனைச் சாய்க்க முடிந்தது. பதினெட்டு வெட்டுகள் என்றால் வெள்ளையனின் இரண்டு கை களிலும் வரிவரியாகக் கொத்தியிருந்தார்களே அவற்றை எல்லாம் அதில் சேர்க்கவில்லை. பதினெட்டுப் பெரிய வெட்டுகள். கழுத்தின் பின்புறத்தில் ஒரு பயங்கரமான வெட்டு. வெள்ளையன் சிறுநீர் கழிக்க உட்கார்ந்தபொழுது அவர்கள் மறைந்திருந்து வெட்டிய வெட்டு என்கிறார்கள். அந்த வெட்டுக்குப் பிறகும் வெள்ளையன் மல்லுக் கட்டினான் என்பது அவர்களது வாதம். வெள்ளையனின் மீதுள்ள பக்தியினால் அவர்கள் அப்படிச் சொல்கிறார் களே தவிர அவர்கள் சொல்வது சரியில்லை. ஏன் சரியில்லை என்றால் அந்த நிலவொளியில் ஏமாந்திருக்க மாட்டான். மேலும் அந்தச் சாலையில் யாரும் ஒளிந்து கொள்ள மறைவிடம் எதுவும் கிடையாது. ரயில் நிலையத்திலிருந்து முக்கால் மைலுக்கு மரங்கள்கூடக் கிடையாது. நடந்தது என்னவென்றால் ரயில் நிலையத்தி லிருந்து வந்துகொண்டிருந்த வெள்ளையனுக்கு அவர்கள் பின்னால் வருவது தெரிந்ததும், அவன் ஓட்டமாக ஓடி

ஆல மரத்தருகே வந்து ஒளிந்துகொண்டான். ஆலமரத்தி லிருந்து இன்னும் இரண்டு மைல்கள் சென்றால்தான் கிராமம். இடையே வீடுகளே கிடையாது. ஆலமரத்திலிருந்து முக்கால் பர்லாங்கு தூரத்தில் கருப்பாயியின் குடிசை மட்டும் இருந்தது. எந்தக் கருப்பாயி என்று கேட்கிறீர்களா? திருச்சி ரோட்டில் இருக்கும் நாயர் சாயாக்கடையில் ஒரு வருடத்துக்கு முன்பிருந்த அதே கருப்பாயிதான்.

கருப்பாயி அசல் கருப்புதான்; என்றாலும் அவளது உடலிலே மெழுகு போன்ற பளபளப்பு. அவளுக்குச் சொந்தவூர் எதுவோ யாருக்கும் தெரியாது. அவளை அங்கு கொண்டு வந்தது நாயர்தான். அவளால் நாயருக்கு நல்ல வியாபாரம். பல்லைக்காட்டி யாரிடமும் பேசிவிடமாட்டாள். ஆனால் அவளது மூடியிருக்கும் உதடுகளில் எப்போதும் புன்முறுவல் விளையாடிக்கொண்டிருக்கும். தெருவில் போகிறவருபவர்கள் பார்க்கும் முறையில், வெள்ளை 'வாய்ல்' ரவிக்கை ஒன்றை உடலை இறுகப் பிணைக்கும் வகையில் அணிந்துகொண்டு, தேங்குழல், முறுக்கு, வடை, தோசை, இட்லி என்று சுட்டுக் கொண்டே இருப்பாள். நாயர் கடையில் கூட்டத்துக்குப் பஞ்சமில்லை. போதாதற்கு நாயர் பஸ் கண்டக்டர்களைச் சரிக்கட்டி வைத்திருந்தான். எல்லாக் கண்டக்டர்களும் பஸ்சை பத்து நிமிடமாவது கடைமுன் போட்டுவிடுவார்கள். இந்தக் கடையிலா சாயா சாப்பிடுவது என்று நினைக்கும் கனதனவான் பிரயாணிகள் கூட கருப்பாயியைக் கண்டதும் நைசாகக் கீழே இறங்கி விடுவார்கள். கருப்பாயியிடம் நெருங்க எத்தனையோ பேர்கள் முயன்றனர். கருப்பாயி இடம் கொடுக்க வில்லை. ஒருமுறை நாயர் ஐந்து மைல் தொலைவில் இருந்த கிராமமொன்றில் சினிமாப் பார்க்கச் சென்றிருந்தபோது ரௌடி நல்லசிவன் கடைக்குள் நுழைந்துவிட்டான். கொள்ளிக் கட்டையை அவன்மீது வீசியெறிந்து அவனை விரட்டி யடித்தாள் கருப்பாயி. அதற்குப் பிறகுதான் அவள் "கீழ்ச் சாதி"ப் பெண் என்ற பிரச்சாரத்தை நல்லசிவன் கிளப்பி விட்டான். அவன் பிரச்சாரம் எடுபட்டது. நாயர் கடையில் வியாபாரம் விழுந்தது. நிலைமையைப் புரிந்துகொண்ட கணக்குப் பிள்ளையும் நாயர் கடைக்குமுன்னால் "முருகா கபே"யைத் திறந்தான். நாயருக்கு வேறு வழி இல்லை. கருப்பாயியைக் கடையைவிட்டு விரட்டி அடித்தான். இப்பொழுது கருப்பாயி கூலி வேலை செய்து பிழைக்கிறாள்.

கருப்பாயியின் வீட்டுக்கும் ஆலமரத்துக்கும் முக்கால் பர்லாங்குதான் தூரம் என்றாலும் அவள் இரவில் எந்தச் சச்சரவையோ, சத்தத்தையோ கேட்கவில்லை. ஆனால் இரவு சுமார் ஒரு மணிக்கு கருப்பாயியின் எட்டு மாதம் நிரம்பிய

மொட்டையன் மட்டும் வீல், வீல் என்று கத்தினானாம். இரவு பூராவும் தூங்கவில்லை மொட்டையன். கருப்பாயி என்னவெல்லாமோ செய்து பார்த்தாள். பலனில்லை. காலையில் மொட்டையனின் கண்களைப் பார்க்க வேண்டுமே!

வெள்ளையனது இடது விரல்களில் மூன்று துண்டிக்கப் பட்டுள்ளன. ஆனால் தரையில் ஐந்து விரல் துண்டுகள் சிதறிக்கிடக்கின்றன. அவற்றில் இரண்டு வெள்ளையனைத் தாக்கியவர்களில் ஒருவனுடையவையாக இருக்க வேண்டும் என்கிறார்கள். அது உண்மைதான். வெள்ளையனிடத்தில் ஆரம்பத்தில் கத்தியோ, அருவாளோ, தடியோ எதுவும் இல்லை. ஆனால் அவன் மரம் அருகே ஒதுங்கியவுடன், துரத்திவரும் மூவரில் ஒருவன்மீது பாய்ந்து அவனது அருவாளைப் பறித்துக் கொண்டான். ஆனாலும் அவன் கையில் அருவாள் அதிக நேரம் இருக்கவில்லை. மூவரில் ஒருவன் ஒரு நீண்ட கடப்பாரை வைத்திருந்தான். அவன் அதைக்கொண்டு வெள்ளையனை ஆல மரத்தோடு ஆலமரமாகச் சேர்த்து அவன் நெஞ்சிற் குத்தினான். அந்தக் குத்து வெள்ளையனைத் திணறவைத்தது. வெள்ளையன் அருவாளைக் கையிலிருந்து நழுவவிட்டான். ஆனாலும் அருவாளை எடுக்கவந்தவனை அவன் எட்டி உதைத்த காட்சியைப் பார்க்க வேண்டுமே! பாவம், ஆசாமி யின் மேல்தாடையும், கீழ்த்தாடையும் தட்ட, வாயில் ரத்தம் கசிய, திரும்ப முயன்று குப்புற விழுந்தான். அதற்குள்ளாக மற்றொருவன் கீழே கிடந்த அருவாளை எடுத்து வெள்ளைய னின் வலது தோளில் ஒரு வெட்டு வெட்டினான். கடப்பாரை வைத்திருந்தவன் வெள்ளையனது மண்டையைப் பிளக்கப் பார்த்தான். ஆனால் வெள்ளையன் போட்ட ஆர்ப்பாட்டத்தில் அவனால் வெள்ளையனை நெருங்க முடியவில்லை. இரண்டு தடவைகள் வெள்ளையன் தன் தலைக்கு நேர் மேலாக வந்த கடப்பாரையை இடது கையால் தடுத்துக்கொண்டான். கடைசியில் கடப்பாரைக்காரன் வெறித்தனமாக கடப்பாரையை வெள்ளையன்மீது வீசியெறிந்தான். அதுமட்டும் வெள்ளை யனைத் தாக்காமல், வெள்ளையனின் கையில் சிக்கியிருந்தால், அன்று ஆலமரத்தடியில், ஒரு கொலைக்குப் பதிலாக மூன்று கொலைகள் விழுந்திருக்கும். ஆனால் கடப்பாரையோ வெள்ளையனது வலது முழங்காலைத் தாக்கியது. முழங்கால் முட்டு ஒடிந்தது. வெள்ளையன் அப்படியே மரத்தின்மீது சாய்ந்தான். சாய்ந்தவன் அப்படியே இருந்திருக்கக் கூடாதா? எழுந்து நிற்க முயன்றான். முழங்கால் முட்டுதான் ஒடிந்திருந்ததே! பாவம். வெள்ளையன் தள்ளாடி முன்வந்து குப்புறச் சரிந்தான். அருவாட்காரன் ஒரே வெட்டில் வெள்ளையனின் கழுத்தில் முக்கால் பாகத்தை அரிந்து விட்டான்! அந்த நேரத்திலும்கூட

வெறிகொண்டு எழுபவனைப்போல் எழுந்தான் வெள்ளையன். மறுகணம் மல்லாந்து விழுந்தான்.

வெள்ளையனின் கழுத்தின் பின்புறத்தில் விழுந்த வெட்டைப் பயங்கரமான வெட்டு என்றேன். அதற்கு அடுத்த படியாக பயங்கரமான வெட்டு வெள்ளையனின் நெற்றியில் விழுந்திருந்ததோர் வெட்டு. அருவாளின் வளைந்த நுனியைக் கொண்டு வளைக்கப்பட்ட வெட்டாதலால், வெட்டு விழுந்த இடத்திற்கு நேர் கீழாக இருந்த வெள்ளையனின் வலது கண் பிதுங்கி வெளிவந்தது. அதற்குப் பிறகு வெள்ளையனுக்கு வலது கண் பிரயோசனப்படவில்லை. அதனால்தான் அவனது வலது தோள், வலது விலா, வலது தொடையில் அதிகம் வெட்டுகள் காணப்படுகின்றன. செத்த பிறகும் அவனது இடதுகண் மூடவில்லை. ஆனால் அதில் கொஞ்சமாவது பீதியைக் காண வேண்டுமே! நான் சொன்னால் நம்ப மாட்டீர்கள். செத்த பிணத்தின் விழியில் பீதியையோ, பீதி யின்மையையோ எப்படிக் காணமுடியும் என்பீர்கள். நியாயந் தான். ஆனால் நீங்களே வந்து வெள்ளையனின் பிணத்தைப் பார்த்தாலும் அவன் சிரித்துக்கொண்டிருப்பது போன்று தோன்றுவதை மறுக்கமாட்டீர்கள். வாயில் அப்படி ஒரு வெட்டு. திறந்திருக்கும் உதடுகளின் ஊடே காதளவுக்கு எட்டியுள்ளது அந்த வெட்டு.

வெள்ளையனது பற்கள் நொறுக்கப்பட்டிருக்கும் நிலையில், அவனது பொக்கைவாய்ச் சிரிப்பில் பெருமிதமும், அலட்சியமும் மாறிமாறித் தோன்றுகின்றன. வென்றவர் ஓடிவிட்டனர்; ஆனால் வெள்ளையன் மட்டும் இரண்டு கைகளையும் இரண்டு கால்களையும் அகல விரித்து வானையே கட்டியணைக்க விரும்புபவன் போலக் கிடக்கிறான். ஆலமரத் தடியில் நிலவொளி மங்கலாக இருக்கிறது. ஆலமரத்தின் பழுத்த இலைகள் செவந்தி மலர்களைப் போன்று வெள்ளையனைச் சுற்றிலும் சிதறிக்கிடக்கின்றன. அந்தக் குங்குமச் சேற்றில், மல்லுக்கட்டி நிற்கும் தோரணையில் கிடக்கும் வெள்ளையனைக் காணக் கோடிக்கண்கள் வேண்டுமே!

காலையில் ஆண்களும், பெண்களும், பெரியவர்களும், சிறுவர்களும் வெள்ளையனைத் தரிசிக்க வருகின்றனர். சாவு என்றால் இதுவல்லவா சாவு! ஆண்கள் பொறாமைப்பட்டு நிற்கின்றனர்; பெண்கள் பெருமூச்செறிந்து நிற்கின்றனர். அதிகாலையில் அடிக்க ஆரம்பித்த இளங்காற்று இன்னும் நின்றபாடில்லை. ஆலமரத்திலிருந்து பழுத்து முதிர்ந்த இலைகள் நழுவி, இறங்கி, ஆடியசைந்து வெள்ளையனின் மீது விழு கின்றன... இன்னும் சிறிது நேரத்தில் பிறந்த வீடு சென்றிருக்கும்

வெள்ளையனின் பெண்சாதிக்கு செய்தி எட்டி விடும். ஓடோடியும் வந்து வெள்ளையனின் மீது விழுந்து புரண்டு அழ வருவாள். ஆனால் கருப்பாயிக்கு அந்த உரிமை ஏது? அப்படியே அவளுக்கு அந்த உரிமை இருந்தாலும் அவள் ஊரார்முன் விழுந்து புரண்டு அழுவாளா என்பது சந்தேகம் தான். தெய்வச்சிலைமுன் நிற்கும் அடியாரைப் போன்று மெய்ம்மறந்து பக்தி பரவசத்தில் நிற்பாளே தவிர வேறெதுவும் செய்யமாட்டாள். "இந்தா, ராசாத்தி! இந்த நல்லசிவம் இருக்கானே, அவன் வெவரந்தெரியாத பொடிப்பய. எதுவும் காட்டு மோட்டுக்கு செய்தாலும் செய்வான். நா மண்டையைப் போட்டா யார்கிட்டேயும் சொல்லிக்காம ஊரெவிட்டேப் போயிடு. குய்யோ முறையோன்ட்டு அளுதுகிட்டு பொளுதெப் போக்காதே" என்று வெள்ளையன் அவளிடத்துச் சொல்லி யிருந்தான். வெள்ளையன் சொன்னது சரிதான். ஊரெவிட்டேப் போயிடத்தான் வேணும். ஆனா இந்தப் போலீசுக்காரங்க சும்மா விடமாட்டாங்களே! கருப்பாயி உறங்கிக்கொண்டிருந்த மொட்டையனைப் பார்த்தாள். வீங்கியிருந்த கண்களில் அமைதி நிலவியது. உதட்டில் ஒரு புன்முறுவல். அதில் வெள்ளையனின் அதே அலட்சியச் சிரிப்பின் இளஞ்சாயல் கணநேரம் தோன்றி மறைந்தது.

தொ. மு. சி. ரகுநாதனின் சேகரிப்பிலிருந்து கையெழுத்துப் பிரதியாக பெறப்பட்ட கதை இது. கையெழுத்துப் பிரதியில் தேதி இல்லை. இக்கதையை ஜி. நாகராஜன் *கல்கி* இதழுக்கு அனுப்புவதற்காக முகவரி குறித்து வைத்துள்ளார். அனுப்பப்பட்டதா என்பது தெரியவில்லை. பிரசுர விபரமும் தெரியவில்லை. இக்கதையைப் பின்னர் விரிவுபடுத்தி 'அப்படி ஒரு காலம் அப்படி ஒரு பிறவி' என்ற தலைப்பில் எழுதியுள்ளார்.

கவிதைகள்

மாடர்ன் காதல்

கூடலிலே பிரிவு எனில்
பிரிவினில் கூடல் இல்லை.
காண்டலிலே மறைவு எனில்
மறைவினில் காண்டல் இல்லை.
தீண்டலிலே வெறுமை எனில்
வெறுமையில் தீண்டல் இல்லை.
பேச்சினிலே அமைதி எனில்
அமைதியில் பேசல் இல்லை.
மூச்சினிலே 'குளிர்வு' எனில்
'குளிர்வினில்' மூச்சு இல்லை
மாயமிது உறவு எனில்
உறவிதில் 'காதல்' உண்டு!

ஞானரதம், ஆகஸ்ட் 1972

'சுய விருந்து'

அவன்
அல்லற் படுகின்றான்;
இரங்காதே.
அவள்
தொல்லைப் படுகின்றாள்;
கசியாதே.
அவர்
இம்சைப் படுகின்றார்;
உருகாதே.
கசிதலும்,
உனக்கு நீ
ஊட்டும் விருந்தே!
ஆவன இருப்பின்
ஆவன செய்;
செய்வன இலையேல்
செல்லுக மேல்!

ஞானரதம், ஜூன் 1972

'அரசியல்வாதியின் மரணம்'

குறை கூறல் பெருமையென எண்ணி
கூவிநின்று கூட்டமிட்டு
அறைகூவல் அருமைபல கொட்டி
'சாவி'யொன்றே காட்டி விட்டு
மறை போதல் வழியெனவே செப்பி
ஆவியஃதைப் பூட்டி விட்டு
நிறைகூடும் நிணக்கழுகாம் - வெட்டிப்
பாவியவன் சாகலியோ!

ஞானரதம், ஏப்ரல் 1973

உரைநடை

கோவாபுரியின் எழுச்சி

கோவாபுரி!

ஏதோ புதிய பெயர் என்று நினைக்கிறீர்களா? இல்லை. இன்று இந்திய மக்களின் கவனத்தையெல்லாம் கவர்ந்திருக்கும், கீழ்த்திசையின் ரோமாபுரி என்று கத்தோலிக்கர்களால் போற்றப்படும் கோவாவின் தொன்மையான பெயர்தான் கோவாபுரி! கோவாபுரி ஏதோ சமீப காலத்தில் தோன்றிய நகரம் அல்ல. நீண்டுயர்ந்த தேவாலயங்களும், செவி நிறைந்த கண்டா மணியோசையும், குறுகிய கடைவீதிகளும் நிறைந்து விளங்கும் புதிய கோவாவுக்கு அருகே, புராதனமான கோவாபுரி செத்துச் சுண்ணாம்பாகி, சரித்திரச் சான்றின் எச்சமிச்சமாகக் கிடப்பதை இன்றும் பார்க்கலாம். சென்றதை நினைத்துப் புலம்பாது, நிகழ்வதையும் வருவதையுமே சிந்தித்து அமைதியற்று அலகைகள்போல் திரிந்தலையும் வாழ்வின் வேட்கைகொண்ட மனிதர் களின் புறக்கணிப்பை எண்ணி எண்ணி, ‘என்னைப் பார்; நான் இருந்த நிலையைப் பார்!’ என்று சொல்லாமற் சொல்லிச் சோர்ந்துகிடக்கிறது பண்டைய கோவா.

ஆம். கடம்ப வம்சத்தினர் வாழ்ந்துவந்த அரண்மனை யின் அழகுச் சின்னங்களை அங்கு இன்றும் காணலாம். பண்டைக் கட்டிடங்களின் இடிபாடுகளுக்கிடையே விஜயநகரப் பேரரசின் கலா சொரூபங்களின் மிச்ச சொச்சங்களை இனம் கண்டு கொள்ளலாம். சதங்கை மணிகள் கிணுகிணுக்க நாட்டிய மங்கைகள் சதிராடிய பளிங்குத் தரையும், கானாமுத மயக்கத்திலே கல்லாய்ச் சமைந்து இறுமாந்து நின்ற வண்ணப் பெருந்தூண்களும் என்றோ மறைந்து மண்ணோடு மண்ணாய்விட்டன. அதோ அங்கு தெரிகிறதே, அதுதான் பீஜபூர் அரசன் யூசப் அதில் ஷாவின் நினைவுச் சின்னம். அவன்

ஆண்ட காலத்தில், அங்கு நாட்டின் பல பாகங்களிலிருந்தும் முகம் மதியர்கள் ஒன்றுகூடினார்கள்; ஒருவரையொருவர் கட்டித் தழுவி தங்கள் சகோதர உணர்ச்சியைப் பிரதிபலித்தார்கள்; மெக்காவுக்குத் தங்கள் புனித ஹஜ் யாத்திரையை அங்கிருந்தே தொடங்கினார்கள். ஒரு காலத்தில் இந்நகரத்தின் எல்லைப் புறங்களில் எல்லாம் குதிரை லாயங்கள் வரிசை வரிசையாகக் காணப்பட்டன. நகரின் நடுவிலுள்ள சந்தையில்தான் அகன்ற மார்பும், நிமிர்ந்த நடையும், செம்பொன்னிறத்துத் தாடியும், தீக்ஷண்ய சக்தி நிறைந்த கண்களும், குறும்புச் சிரிப்பும் கொண்ட அராபிய நாட்டு வணிகர்கள் கம்பீரமான தம் நாட்டு ஜாதிக் குதிரைகளை விலைபேசி விற்றனர்.

பதினாறாம் நூற்றாண்டின் முற்பகுதியில் ஆல்புகர்க் என்னும் போர்த்துகீசிய நாட்டுக் கடற்கொள்ளைக்காரன் இந்த நகரைக் கைப்பற்றிக் கொள்ளையடித்தான். அது கடற்கொள்ளைக்காரர்கள் நாடு பிடித்து 'ஆட்சி புரிய' ஆரம்பித்த காலம். 'வாளெடுத்தவன் வாளாலேயே மடிவான்' என்று போதித்த மகாபுருஷனின் போதனையை 'அநாகரிக'க் கீழ்நாட்டவருக்கு வாளின் முனையிலேயே கற்பிக்கும் தொழிலில் மேல்நாட்டவர் முற்பட்டு நின்ற விசித்திரமான காலம்...

ஆனால் இன்றோ...

நானூறு வருட கால 'நாகரிகப்'படுத்தும் படலத்துக்குப் பிறகு, கோவாபுரியும் அதைச் சுற்றியுள்ள சிறிய பிரதேசமும் கள்ளச் சாராயக் கிடங்காக, நாற்பது பேர்களுக்கு ஒரு ஆயுதந் தாங்கிய போர்வீரன் 'பாதுகாப்பு' அளிக்கும் காருண்ய ஆட்சி நாடாக, சுற்றுப்புறத்தில் இரும்பும் மாங்கனீசும் தோண்டி யெடுப்பாரற்றுத் தூங்கிக் கிடக்க, தொழில் வளர்ச்சியற்று 'பூமியைச் சுவீகரித்த' கத்தோலிக்கர்களும், 'அஞ்ஞான' இந்துக்களும் பேதாபேதமின்றி வறுமையில் உழலும் 'சுவர்க்க பூமி'யாக, நூற்றுக்குநூறு பேர்கள் கொங்கண பாஷையைப் பேசும் போர்த்துகீசியர் நாடாக, நாலாயிரம் மைல்களுக்கு அப்பாலுள்ள போர்த்துகல் நாட்டின் இந்திய மண்ணில் உள்ள ஒரு போர்த்துகல் பகுதியாக, கடற்கொள்ளைக் காரர்களின் காலம் மலையேறிவிட்டதென்பதை உணராத சாலாசாரின் சர்வாதிகாரத் திட்டாக விளங்குகிறது, இன்றைய கோவா. ஏகாதிபத்தியக் கொள்கையின் விசித்திர சிருஷ்டி தான் இந்த விநோத நிலைமைக்குக் காரணம்.

அடிமைப்பட்ட கோவாப் பகுதியில் விடுதலைக் கிளர்ச்சி தோன்றியது இன்று நேற்றல்ல. 1787ஆம் ஆண்டிலேயே அங்குள்ள இந்தியக் கிறிஸ்தவர்கள் தம் பிரதேசத்தை அந்நிய ஆட்சியிலிருந்து மீட்டு, ஒரு குடியரசை ஏற்படுத்த முயன்றனர். பத்தொன்பதாம் நூற்றாண்டில் மட்டும் இருபது முறை

கிளர்ச்சிகள் நடந்தன. 1928இல் கோவா தேசீய காங்கிரஸ் அமைக்கப்பட்டதோடு கோவாபுரி விடுதலைக்காக பல்வேறு ஸ்தாபனங்களும் அமைக்கப்பட்டன. இந்தப் பல்வேறு ஸ்தாபனங்களும் கோவா மக்களின் தலைவரான டாக்டர் டி.பி. குன்ஹா அவர்களின் தலைமையில் இயங்கும் கோவா செயல்முறை கமிட்டியின் கீழ் ஒன்றுபடுத்தப்பட்டுள்ளன. கோவாபுரி வாலிபர்கள் பலர் இருபது வருடத்திற்கு மேல் தண்டனை பெற்று சிறைக்குள் வாடிக்கொண்டிருக்கின்றனர். பலர் ஆப்பிரிக்காவுக்கு நாடு கடத்தப்பட்டுள்ளனர். இன்றும் கோவா சிறைகளிலே 2000க்கும் மேற்பட்டவர்கள் தண்டனை அனுபவித்துக்கொண்டிருக்கின்றனர். கோவாப் பகுதிகளின் மொத்த ஜனத்தொகையே ஆறு லட்சத்து நாற்பதினாயிரம் தான் என்பதை நினைவிலிருத்திக்கொண்டால் இப்பகுதி களில் விடுதலைக் கிளர்ச்சி எவ்வளவு தீவிரமாக நடந்து கொண்டிருக்க வேண்டும் என்பதை லகுவில் ஊகிக்கலாம். கோவாபுரியின் விடுதலைக் கிளர்ச்சி, கோவாப் பகுதிகளுக்கு வெளியில் உள்ளவர் கிளப்பிவிடும் இல்லாத பொல்லாத பிரச்சனையல்ல; மகத்தான ஒற்றுமையாலும், தியாகத்தாலும் அங்குள்ள மக்கள் கூட்டமே ஒன்றுகூடி நின்று தீர்க்க முயலும் வாழ்க்கைப் பிரச்சனை; தேசியப் பிரச்சனை.

1947இல் வெள்ளையர்கள் இந்தியாவைவிட்டு வெளியேறிய பிறகும், சமீபகாலத்தில் பாண்டிச்சேரியை விட்டு பிரெஞ்சுக்காரர்கள் வெளியேறிய பிறகும், ஐரோப்பா விலே ராணுவ ரீதியில் பலம் குன்றிய நாடுகளில் ஒன்றைச் சேர்ந்த போர்த்துகீசியர் கோவாப் பகுதிகளிலிருந்து விடாப் படியாக வெளியேற மறுப்பதற்கும், முப்பத்தாறு கோடி இந்தியர்களின் விருப்பத்தைப் புறக்கணித்து எதிர்ப்பதற்கும் காரணம் இல்லாமல் இல்லை. போர்த்துகல் ஏகாதிபத்தியம் அமெரிக்கா உருவாக்கியுள்ள 'வட அட்லாண்டிக் ஒப்பந்த ஸ்தாபனம்' என்னும் ராணுவக் கூட்டணியில் அங்கம் வகிக்கிறது. திக்குத் திசாந்திரங்களிலெல்லாம் விடுதலைக் கிளர்ச்சி ஓங்கி வளரும் ஆசிய நாடுகளில் தங்கள் ஆட்சியைப் பலப்படுத்திக் கொள்ளவும், சுதந்திர ஆசிய நாடுகளை மீண்டும் தங்கள் ஆதிக்கத்தின் கீழ் கொண்டுவரவும், இங்கிலாந்து, அமெரிக்கா போன்ற நாடுகள் இந்த ராணுவக் கூட்டமைப்பை ஏற்படுத்தி யுள்ளன. அறுபத்திரண்டு மைல்கள் நீளமான கடற்கரையைக் கொண்டுள்ள கோவாப் பகுதி ஆசிய மண்ணில் கேந்திர ஸ்தானத்தை வகிக்கிறது என்ற உண்மையையும் ஏகாதிபத்திய அரசாங்கங்கள் உணர்ந்துள்ளன. கோவாப் பகுதியிலுள்ள மார்மா – கோவா துறைமுகத்தைத் திருத்தியமைப்பதில் அமெரிக்க அரசாங்கம் ஏராளமான டாலர்கள் செலவு செய்திருக்கிறதென்றால், அது அமெரிக்க ஏகாதிபத்தியத்தின்

கருணா கடாட்சத்தாலோ அல்லது தரும சிந்தையாலோ அல்ல. கோவாப் பகுதிக்கு அமெரிக்க அரசாங்கம் ஏராள மான ராணுவ தளவாடங்களை அனுப்பியிருக்கிறதென்றால் கோவாப் பகுதி மக்களுக்கு சுய ஆட்சி கொடுக்க வேண்டும் என்ற சிஷ்ட பரிபாலன சித்தத்தினாலா? அதுவும் அல்ல.

கோவாப் பகுதி மக்களின் விடுதலைக் கிளர்ச்சி கோவா மக்களுடைய பிரச்சனை மட்டும் அல்ல; அது இந்திய மக்களின் உள்நாட்டுப் பிரச்சனை. இதை உணர்ந்துதான் நாட்டில் உள்ள சகல கட்சிகளும் அரசியல் வேற்றுமைகளைப் பாராட்டாது, கோவா விடுதலைக் கமிட்டி ஒன்றை அமைத்து, கோவாவுக்குள் அறப்போர் நடத்தத் தொண்டர் படைகளை அனுப்பி வருகின்றன. இத்தொண்டர் படைகளில் நாட்டின் பல்வேறு பகுதிகளில் உள்ள மக்களும் பங்குகொண்டு வருகின்றனர். நம் நாட்டுச் சரித்திரம் நமக்குக் கற்பித்துள்ளபடி விடுதலைப் பாதை என்பது மென் மலர்களின் நறுமணமும் தென்றலும் தவழும் சிங்காரப் பூஞ்சோலை வழியல்ல. விடுதலைக் கிளர்ச்சியில் ஈடுபட்டுள்ளவர்கள் அந்நியரின் அந்திம கால வெறித்தனத்துக்கும், மூர்க்கத்தனத்துக்கும் ஆளாகி, விடுதலைக் கிளர்ச்சி வேள்வியில் தமது ரத்தத்தையே ஆகுதியாக வார்த்து வருகின்றனர். அவர்தம் செவிகளில் பாண்டூங் மகா நாட்டின் சுதந்திர கீதம் இசைத்துக்கொண்டிருக்கும் மட்டும் அவர்கள் எதைத்தான் சகித்துக்கொள்ள மாட்டார்கள்! இருபதாம் நூற்றாண்டின் ஒப்பற்ற தாரக மந்திரமான 'விழிப்படைந்த ஆசியா' என்ற வேதவாக்கு செத்த பிணத்தையும் உயிர் பெற்றெழுந்துவிடச் செய்யாதா? தேங்கிக் குழம்பிக் கிடந்த ஆசிய நாடுகள் அடிமைத்தளைகளைத் தவிடுபொடி யாக்கி, கட்டுக்கடங்காது காட்டு வெள்ளம்போல் முன்னேற் றத்தை, சுபிட்சத்தை நோக்கிப் பாய்ந்தோடும் பொற்காலத்தின் பிரவேச வாயிலில் இருக்கிறோம் என்ற உணர்வைப் பெற்ற ஆசிய வாலிபர்கள் எதைத்தான் சாதிக்கமாட்டார்கள்? கோவா விடுதலைக் கிளர்ச்சியில் ஒவ்வொரு இந்தியனுக்கும் பங்கு உண்டு. குறிப்பாக ஆண்மையாளர் தம் உழைப்பினை நல்கி, போர்த்து கீசியர் முதன்முதலாக ஆசியாவில் பெற்ற தளத்திலிருந்து அவர்களை விரட்டி, ஆசியாவில் ஏகாதிபத்திய சூழ்ச்சிகளுக்குச் சாதகமான ஒரு திட்டை மீட்பதன் மூலம் உலக சமாதானத்தை, ஆசிய சுதந்திரத்தை, இந்திய நாட்டின் உரிமையைப் பாதுகாக்க முன்வர வேண்டும். அது நமது தவிர்க்க முடியாத, தள்ளிப்போட முடியாத, உடனடியான கடமையாகும்.

***சாந்தி*, ஆகஸ்டு 1955**

இன்புளுயன்சா

இன்புளுயன்சா ஒரு தொத்து நோய். இது வெகுவேகமாக ஒரு பிரதேச மக்களிடம் பரவக்கூடியது. சமயங்களில் இது ஒரு பிரதேச மக்களிடையே 25 சதவீதத்திலிருந்து 40 சதவீதம்வரை பரவிவிடும். இது ஒரே காலத்தில் உலகம் பூராவும் விரவிப் பரவிவிடவும் கூடியது. இதைக் குறிப்பிடுவதன் காரணம் இந்நோயைப் பற்றி நீங்கள் பீதி அடைந்துவிட வேண்டும் என்பதல்ல; உண்மையில் நீங்கள், இவ்வியாதி வேகமாகப் பரவும் தன்மை பெற்றிருப்பதால், இதைப் பற்றி சற்றும் பீதி அடையக் கூடாது என்பதே. இம்மாதிரியான நோய்கள் நடமாடும்போது மக்கள் பீதி அடைவது, நிலைமையை இன்னும் மோசப்படுத்திவிடும் என்பதே வைத்தியர்களது அனுபவம்.

வயது வந்தவர்களுக்கு, இன்று இன்புளுயன்சா நாட்டில் நடமாடுவதைப் பார்த்ததும், நினைவு 1918ஆம் ஆண்டுக்குச் செல்வது இயற்கைதான். 1918ஆம் ஆண்டில் நாட்டில் இன்புளுயன்சா பரவி அதனால் ஒரு கோடி மக்கள் இறந்தது ஞாபகத்துக்கு வரலாம். அது அசாதாரண மான ஒரு நிகழ்ச்சி. இந்தத் தொத்து நோயைப் பற்றிச் சென்ற நூற்றாண்டுக் காலமாகச் செய்துவந்த ஆராய்ச்சியி லிருந்து, இந்நோய் வெகுவேகமாகவும், எளிதாகவும் பரவினால்கூட இதனால் பெருத்த அளவுக்குச் சாவுகள் விளையும் என்று நினைக்க இடமில்லை என்று தெரிய வருகிறது. இதற்கு வேறு ஒரு பெயர் 'மூன்று நாள் சுரம்' என்பதாகும். சாதாரணமாக இதனால் உயிருக்கு ஆபத்தில்லை. ஆனால் இது பீடித்தவர்கள் அசாக்கிரதை

யாக இருந்தாலோ அல்லது மிகவும் பலவீனர்களாக இருந்தாலோ நிமோனியா என்னும் கொடிய வியாதி ஏற்பட்டுவிடும். அது மட்டுமல்ல, கர்ப்பவதிகளுக்கு இவ்வியாதி ஏற்பட்டால் சீக்கிரப் பிரசவம், கருச்சிதைவு முதலியன நிகழலாம்.

இந்நோய்க்கு அறிகுறிகளாவன : திடீரெனக் குளிருதல், களைப்பு உணர்ச்சி, கொடிய தலைவலி, உடல் வலி முதலியன. பனிரெண்டு மணியிலிருந்து இருபத்து நான்கு மணிக்குள் உஷ்ண நிலை 3°F யிலிருந்து 6°F வரை உயரலாம். அடுத்த இருபத்து நான்கு மணி நேரத்துக்குள் உஷ்ணநிலை மேலும் உயர்வது நின்று ஒரே மட்ட நிலைக்கு வருகிறது. வியாதி நீடிக்கும் வரையிலும் வலியும் நோவும் இருந்துகொண்டே இருக்கும் (வலியும் நோவும் இல்லாமல் சுரம் மட்டும் இருந்தால் அது இன்புளுயன்சா ஆகாது) தொண்டை கட்டி தொண்டையிலே புகைச்சல் ஏற்படுவதும் உண்டு. சில சமயங்களில் வியாதியஸ்தர் மயங்கிக் கீழே விழுந்துவிடுவதும் ஏற்படலாம். மூன்று அல்லது நான்கு நாட்களிலே உஷ்ண நிலை தாழ ஆரம்பிக்கும். எந்த சந்தர்ப்பத்திலும் இந்நோய் மூன்று நாட்களுக்கு மேல் நீடிக்காது. நோய் நான்கு அல்லது ஐந்து நாட்களுக்கு மேல் நீடித்தால், உடலில் புதியதொரு சிக்கல் ஏற்பட்டிருக்கிறதென்று முடிவு செய்துவிடலாம்.

இந்நோய்க்கு ஒரு குறிப்பிட்ட சிகிச்சை முறை இருக்கிறதென்று சொல்ல முடியாது. வியாதியஸ்தரின் வலி, நோவு இவற்றைப் போக்கவும், சுரத்தைக் கட்டுப்படுத்தவுமே மருந்து கொடுக்கப்படுகிறது. இந்நோய்க்கான அறிகுறிகள் தென்பட்டவுடன் பேதி மருந்து சாப்பிட்டு, வயிற்றைச் சுத்தமாக வைத்துக் கொள்வதுடன், உணவைக் கட்டுப்படுத்தி, பூர்ண ஓய்வு எடுத்துக் கொள்வது அவசியம். அம்மை, காலரா போன்ற வியாதிகளுக்குத் 'தடுப்பு ஊசி' கண்டுபிடிக்கப்பட்டிருப்பதுபோல், இந்நோய் வராமல் தடுக்கவும் ஒரு 'தடுப்பு ஊசி' கண்டுபிடித்திருக்கிறார்கள். ஆனால் இன்று சாதாரண உபயோகத்துக்கு வருமளவுக்கு அது சீர்திருத்தப்படவில்லை.

இந்நோய் வேகமாக ஒரு நகரில் பரவுவதை மட்டுப்படுத்த மக்கள் பெருத்த அளவில் கூட்டமாகக் கூடுவது தடுக்கப்பட வேண்டும். பள்ளிக்கூடங்கள், தொழிற்சாலைகள், சினிமா கொட்டகைகள் இவற்றை இரண்டு மூன்று நாட்களுக்கு அடைத்திருப்பது நல்லது. ஆனால் மிகவும் அவசரப்பட்டு, மக்களிடத்து வீண் பீதியை ஏற்படுத்தும் எந்த நடவடிக்கையையும் மேற்கொள்ளக் கூடாது.

***ஜனசக்தி*, ஜூன் 1957**

போர்முறைப் புரட்சியும் புதிய நிலையும்

1792 ஆம் ஆண்டு, வெள்ளைத் துருப்புகள் மைசூரிலுள்ள ஸ்ரீரங்க பட்டணத்தைக் கைப்பற்ற முயற்சி செய்துகொண்டிருந்தன. வாளும் வில்லும் கொண்ட இந்திய வீரர்களைத் தங்களது நவீன ஆயுதங்களைக் கொண்டு எளிதில் அடிபணிய வைத்துவிடலாம் என்று வெள்ளையர்கள் இறுமாப்புகொண்டிருந்தனர். ஆனால் சற்றும் எதிர்பாராதது ஒன்று நிகழ்ந்து, அவர்களுக்கு அதிர்ச்சியையும் திகிலையும் ஏற்படுத்தியது. அவர்கள் முற்றுகை நகருக்கு ஒன்றரை மைல் தூரத்திலிருக்கும் போதே, கண்காணாத இடத்திலிருந்து, காற்றைக் கிழித்துக்கொண்டு, வெடிமருந்து பொருத்திய வினோத ஆயுதங்கள் பறந்து வந்து வெள்ளை வீரர்களை நூற்றுக் கணக்கில் கொன்று குவித்து அவர்களது கூடாரங்களை நாசப்படுத்தின. எங்கிருந்தோ வந்து இடிமுழக்கம் செய்த பனிரெண்டு ராத்தல் நிறையுள்ள இவ்வாயுதங்களைக் கண்ட வெள்ளையர் சைனியத்தின் மத்தியில் பீதியும் அவநம்பிக்கையும் பரவியது. மீண்டும் 1794 இல் வெள்ளையர்களுக்கு இதே அனுபவம். இந்தியர்கள் தற்காப்புக்காகக் கையாண்ட இப்புதுப் போர்க்கருவியை வெள்ளை ராணுவத் தலைவர்கள் ஆராயத் தொடங்கினர். அது வேறொன்றுமில்லை – இந்தியர்கள் நூற்றுக் கணக்கான வருடங்களாகத் திருவிழாக்காலங்களில் வேடிக்கைக்காக வானத்தில் பறக்கவிட்ட வாணத்தின் விசுவ உருவம்தான் அது. உலக ராணுவ சரித்திரத்தில் முதன்முதலாக பெருத்த அளவுக்கு பயன்படுத்தப்பட்ட

நெடுந்தொலை வாணம் அதுதான். இந்நெடுந்தொலை வாணங்களைக் கையாளுவதற்கென்றே இந்திய ராணுவம் 5000 பேர்களைக் கொண்ட படையொன்றை தகுந்த பயிற்சி கொடுத்து வைத்திருந்தது!

நெடுந்தொலை வாணங்கள்

நெடுந்தொலை வாணங்கள் இந்தியாவிலிருந்து மேனாட்டுக்குச் சென்றன. ஆங்கிலேயர்களும், ஜெர்மானியர்களும், அமெரிக்கரும், ருஷ்யர்களும் போட்டி போட்டுக்கொண்டு நெடுந்தொலை வாணங்களுக்கு அதிக வேகம் கொடுக்கவும், அவற்றைக் குறி தப்பாமல் இயங்க வைக்கவும் அதிக வெடி மருந்தைச் சுமந்து செல்ல வைக்கவும் முயன்றனர். 1792க்குப் பிறகு 150 ஆண்டுகள் பறந்தோடின. இரண்டாவது உலகப் போர் நடந்துகொண்டிருந்தது. 1942இல் ஒரு டன் நிறையுள்ள வெடிமருந்தைச் சுமந்து, அறுபது மைல் உயரக் கிளம்பி, 400 மைல் தூரத்தை அதிகபட்சம் மணிக்கு 3460 மைல் வேகத்தில் கடந்து மணிக்கு 1800 மைல் வேகத்தில் குறியிடத்தில் இறங்கும் v-2 என்றும் நெடுந்தொலை வாணங்கள் இலண்டன் மாநகரத்தில் விழுந்தன. இவ்வாணங்களைத் தடுத்து நிறுத்த முடியாதென இங்கிலாந்து நாட்டின் கடற்படையும், விமானப் படையும் கையை விரித்தன. ஆனால் தொடர்ந்து இவ்வாயுதங்களை உபயோகிப்பதை ஜெர்மானியர் நிறுத்தவேண்டிய அவசியம் ஏற்பட்டது. காரணம் இவற்றைக் குறி தவறாமல் செலுத்துவதில் அவர்கள் அதிகம் வெற்றி காண முடியவில்லை. மேலும் இவ்வாணங்களை இயக்க அவர்கள் பயன்படுத்திய எரிபொருள் போதுமான சக்தி வாய்ந்ததாக இல்லை. எனவே ஒரு டன் வெடிமருந்தை ஏற்றிச் செல்ல அவர்கள் எட்டரை டன் எரிபொருளை வீணாக்க வேண்டியிருந்தது.

அணு, நீர்வாயுக் குண்டுகள்

இரண்டாவது உலகப் போர் முடிவடையும் தறுவாயில் அணுகுண்டு தோன்றியது. ஹிரோஷிமா நகரின்மீது வீசப்பட்ட ஒரே அணுகுண்டு 80,000 பேர்களைக் கொன்று, ஒரு பெரும் நகரத்தையே பாழ்படுத்தி, ஆயிரக்கணக்கானவர்களை முடமாக்கியதோடு, அவர்களது வருங்கால சந்ததியினரையும் பல தலைமுறைகளுக்குப் பாதித்து, தற்காலப் போர்க் கொடுமையை நிதரிசனப்படுத்தியது. அணுகுண்டு பொருத்தப்பட்ட நெடுந் தொலை வாணங்களுக்கு எதிராகப் பாதுகாப்பே இல்லை என்ற நிலை ஏற்பட்டது. ஆனால் அணுகுண்டு ஒரு குறிப்பிட்ட அளவினதாக இருக்க முடியுமே தவிர, அதன் அளவையும்

நாச சக்தியையும் இஷ்டப்படி அதிகப்படுத்த முடியாது. அணுகுண்டுக்கு அடுத்து கண்டுபிடிக்கப்பட்ட நீர்வாயுக் குண்டுக்கு இந்தக் குறைபாடு இல்லை. ஹிரோஷிமாவில் எறியப்பட்ட அணுகுண்டைப் போன்று 500 மடங்கு அழிவு ஏற்படுத்தக் கூடிய நீர்வாயுக் குண்டுகள் இன்று வல்லரசுகள் வசம் உள்ளன. இக் குண்டுகளின் அழிவுத் திறனை இன்னும் இரு மடங்கோ மும்மடங்கோ உயர்த்துவதுகூட முடியாத காரியமல்ல. எனவே நீர்வாயுக் குண்டுகள் கண்டுபிடிக்கப் பட்ட பிறகு, அவற்றை எள்ளளவும் குறி பிசகாமல், தடுக்க முடியாத வேகத்தில் அனுப்பும் சாதனங்களான நெடுந்தொலை வாணங்களை விருத்தி செய்வதில் வல்லரசுகள் மும்முரமாக ஈடுபட்டதில் ஆச்சரியமில்லை.

ஜெர்மன் விஞ்ஞானிகள்

இரண்டாவது உலகப் போர் முடிந்தவுடன், அமெரிக்க அரசாங்கம் ஜெர்மானிய விஞ்ஞானிகளைத் தங்கள் நாட்டுக்கு இழுத்துச்சென்று, அவர்களை அதிவேக நெடுந்தொலை வாணங்களை உற்பத்தி செய்வதில் ஈடுபடுத்தியது. 1951இல் மணிக்கு 4100 மைல் வேகத்தில் 135 மைல் உயரக் கிளம்பும் வாணம் ஒன்றை உற்பத்தி செய்து அதைப் பெரிய சாதனை யாகப் பறைசாற்றியது அமெரிக்க அரசாங்கம். 1956இல் மணிக்கு 8000 மைல் வேகத்தில் செல்லும் வாணத்திற்குத் திட்டமிட்டுக் கொண்டிருப்பதாக அறிவித்தது. ஜெர்மனியின் நெடுந்தொலை வாணத் திட்டத்திற்குத் தலைவராக இருந்து, பின்னர் அமெரிக்காவுக்குக் கொண்டுசெல்லப்பட்ட வால்டர் டார்ன் பெர்ஜர் 1962க்குள் அமெரிக்கா மணிக்கு 3000 மைல் வேகத்தில் தாக்கவரும் எந்த நெடுந்தொலை வாணத்தையும் தடுத்து நிறுத்தக்கூடிய பதில் வாணங்களை உற்பத்தி செய்துவிடும் என்று பெருமை அடித்துக்கொண்டார். அதே நேரத்தில் 1949இலேயே மணிக்கு 30000 மைல் வேகத்தில் பெரும் நெடுந்தொலை வாணங்களை இயக்கவைக்கும் புதிய எரி பொருள் ஒன்றைக் கண்டுபிடித்திருப்பதாக சோவியத் அரசாங்கம் அறிவித்தபோது அது வீண் பிரச்சாரம் என்று அமெரிக்க அரசாங்கம் தன் நாட்டு மக்களுக்கு வருணித்தது.

முதல் ஸ்புட்னிக்

1957ஆம் ஆண்டு அக்டோபர் நான்காம் தேதியன்று, அமெரிக்க அரசாங்கத்திற்கு இன்னும் அமெரிக்க மக்களையும் 'நேசநாட்டு' மக்களையும் ஏமாற்ற முடியாதென்ற உண்மையைப் புலப்படுத்தும் நிகழ்ச்சி ஒன்று நடந்தது. 184 ராத்தல் நிறையுள்ள செயற்கைச் சந்திரன் ஒன்றைத் தயாரித்து அதற்கு 'பிரயாணத்

தோழன்' (Sputnik) என்னும் பொருத்தமான பெயரிட்டு சோவியத் ருஷ்யா அதனைப் பூமியிலிருந்து 560 மைல் தூரத்தில், செகண்டுக்கு 5 மைல் வேகத்தில் பூமியைச் சுற்றிச் சுழல வைத்தது. இது போதாதென்று ஒரு மாத காலத்துக்குள் 1100 ராத்தல் நிறையுள்ள மற்றொரு 'பிரயாணத் தோழனை' பூமியிலிருந்து 900 மைல் தூரத்தில் சுற்றிவரச் செய்தது. சோவியத் அரசாங்கத்தின் இந்த அசுர சாதனைகளைக் கண்ட பிறகுதான் அமெரிக்க அரசாங்கம் சில உண்மைகளை அமெரிக்க மக்கள் முன்பும் 'நேசநாட்டு' மக்கள் முன்பும் ஒப்புக்கொள்ள வேண்டிய நிர்ப்பந்தம் ஏற்பட்டது. அமெரிக்க அரசாங்கம் இன்று ஒரு 'குறைந்தபட்சக் கணக்கை'ப் போட்டுள்ளது. குறைந்தபட்சம் மணிக்கு 18000 மைல் வேகத்தில் குறைந்தபட்சம் 300 மைல்கள் உயரக்கிளம்பி, குறைந்தபட்சம் 5500 மைல்கள் கடந்து குறி தப்பாமல் தாக்கும் அதிவேக நெடுந்தொலை வாணங்கள் ருஷ்ய ராணுவத்தின் வசம் உள்ளன என்பதுதான் அக்குறைந்தபட்சக் கணக்கு.

சமாதான வாழ்வு

வல்லரசுகள் மத்தியில் நடந்துவரும் 'ராணுவப் போட்டி'யைக் கொஞ்சமும் வரவேற்கும் முறையில் மேற்கண்ட செய்திகள் கொடுக்கப்படவில்லை. ஆனால் தற்காலப் போர் முறையில் ஏற்பட்டிருக்கும் புரட்சி சமாதான சகவாழ்வை எந்த அளவுக்கு அவசியப்படுத்தியுள்ளது என்பதைச் சுட்டிக் காட்டவே மேலே கண்ட விவரங்கள் கொடுக்கப்பட்டுள்ளன. அமெரிக்க அரசாங்கத்துக்கு 'ஒத்து ஊதும்' சில விஞ்ஞானிகள் என்ன நினைத்தாலும் சரி, உலகில் உள்ள பெரும்பாலான விஞ்ஞானிகள், நீர்வாயுக் குண்டுகள் பொருத்தப்பட்ட அதிவேக நெடுந்தொலை வாணங்களைத் தடுத்து நிறுத்தி ஒரு நாட்டைப் பாதுகாக்க இயலாதென்ற கருத்தையே கொண்டுள்ளனர். ஆக, இன்றைய நிலைமை என்ன? பலம் வாய்ந்த ஆகாய விமானப் படையைக் கொண்டிருப்பதோடு ஐரோப்பாவி லிருந்து ஆயிரக்கணக்கான மைல்கள் கடலால் பிரிக்கப்பட் டிருக்கும் அனுகூலத்தைப் பெற்றிருக்கும் அமெரிக்காவும் இன்று பாதுகாப்பு அற்ற ஒரு நாடுதான். இவ்வுண்மையை அமெரிக்க மக்கள் புரிந்துகொண்டு, மணிக்கு கேவலம் 3000 மைல் வேகத்தில் வரும் வாணங்களைத் தடுக்க அமெரிக்க அரசாங்கம் அமைத்திருக்கும் சாதனங்களின் போலிப் பாது காப்புத் தன்மையை உணருவது அமெரிக்க அரசாங்கத்தின் வெளிநாட்டுக் கொள்கையைச் சமாதானப் பாதையில் திருப்ப உதவுவது உறுதி. அமெரிக்கா பாதுகாப்பு அற்றுப்போய்விட்டது என்றேன். உண்மை என்னவென்றால் இன்று உலகத்தில்

எல்லா நாடுகளுமே நிராயுதபாணிகள்தான் உலகம் சுருங்கி விட்டது; இதில் இனி யுத்தத்திற்கு இடமில்லை.

அமெரிக்க மக்களுக்கு உண்மை தெரிகிறது

ராணுவப் போட்டிமூலம் அகில உலகப் பிரச்சனை களுக்குத் தீர்வு காண முடியாதென்ற நற்கருத்து அமெரிக்காவில் பல இடங்களிலும் பரவ ஆரம்பித்துள்ளது. உதாரணமாக, தளபதி பிராட்லி அமெரிக்கா தனது அறிவையும் ஆற்றலையும் சோவியத் ருஷ்யாவோடு ஒரு சமாதான உடன்பாட்டுக்கு வர உபயோகிக்க வேண்டும் என்று வற்புறுத்தி உள்ளார். 'அணு விஞ்ஞானிகளின் சஞ்சிகை' என்ற பத்திரிகையின் பதிப்பாசிரியர் ருஷ்ய சமாதான உடன்பாட்டு நிபந்தனைகளை மேற்கு நாடுகள் ஏற்கவேண்டும் என்று வற்புறுத்தி உள்ளார். அமெரிக்கப் பெரும் தொழிலதிபர்களில் ஒருவரான ஏட்டன் என்பார் ருஷ்ய சமாதான ஆலோசனைகளை ஆதரித்து 'நியூயார்க் ஹெரால்டு டிரிபியூன்' என்னும் பத்திரிகையில் ஒரு கட்டுரை தீட்டியுள்ளார். அண்மையில் ருஷ்யா சென்று திரும்பிய ஹோஸ்டு என்னும் பல பத்திரிகைகளுக்கு உரிமை யாளராக விளங்குபவர், ஐசன்ஹோவர் உடனடியாக குருஷ் சேவைச் சந்திப்பது அவசியம் என்ற கருத்தைத் தெரிவித் திருப்பதோடு, ருஷ்ய அரசாங்கம் சமாதானத்தைத்தான் விரும்பு கிறது என்று தான் உறுதியாக நம்புவதாக ஆணித்தரமாகக் கூறியுள்ளார்.

மேற்கு நாடுகளின் கிலி

இந்நிலையில் பிரிட்டன், பிரான்ஸ் போன்ற நாடுகளில் என்ன கருத்து நிலவுகிறது? அதிவேக நெடுந்தொலை வாணங்கள் கண்டுபிடிக்கப்பட்ட பிறகு, அமெரிக்கா மேற்கு நாடுகளில் அமைத்துள்ள ராணுவத் தளங்களின் உபயோகம் சர்ச்சைக் கான விஷயம் என்று 'வால் ஸ்டிரீட்' சஞ்சிகையே ஒப்புக் கொண்ட பிறகு, இத்தளங்கள் தங்கள் நாடுகளில் இருப்பதனால் தங்களுக்கு ஆபத்து என்று மேற்கு நாடுகள் உணர ஆரம்பித் துள்ளன.

இங்கிலாந்து அரசாங்கத்தின் மாஜி மந்திரி நட்டிங் என்பவர், இனி கம்யூனிச எதிர்ப்புப் பிரச்சாரம் செத்த பிரச்சாரம், அதன் அடிப்படையில் மேற்கு நாடுகளை ஒன்று திரட்ட முடியாதென்று ஓலமிடுகிறார். இங்கிலாந்தில் பல பத்திரிகைகள் யுத்த வெறியைத் தணித்துக்கொண்டு அமெரிக்கா வும் பிரிட்டனும் ருஷ்யாவோடு சமாதான உடன்பாட்டுக்கு வர முயற்சிக்க வேண்டும் என்று ஆலோசனை கூறுகின்றன. செல்வாக்கு நிறைந்த எகிப்திய பத்திரிகை ஒன்று இன்றைய

உலகநிலையும், வல்லரசுகள் மத்தியில் நிலவும் ராணுவ பல தராதரமும் நடுநிலைமைக் கொள்கையின் மேம்பாட்டைக் கோடிட்டுக் காட்டுவதாக எழுதுகிறது.

டல்லசின் தலைவிதி

ஒருபுறம் அமெரிக்க மக்களும், மறுபுறம் மேற்கு நாடுகளின் தலைவர்களும் அமெரிக்க வெளிநாட்டுக் கொள்கையின் சூன்யத் தன்மையை உணர்ந்துவரும் நிலையில் டல்லஸ் புதுப்புது போர்த் தந்திரங்களைத் தீட்டுகிறார். உலகப் போர் சாத்தியமல்ல; அதனால் அமெரிக்காவுக்கு அழிவுதான் என்பதை உணர்ந்து, உலகப்போர் ஒன்றைத் துவக்காமல் கட்டுப்படுத்தப்பட்ட சிறு சிறு யுத்தங்களின் மூலம் கிழக்கு ஐரோப்பிய நாடுகளின் அரசாங்கங்களை மாற்றி அமைக்கவும், சீனாவின் இன்றுள்ள அரசாங்கத்தை ஒழித்துக் கட்டவும், சோவியத் அரசாங்கத்தைப் பலவீனப்படுத்தி அங்கு உள்நாட்டுக் கலகத்தை ஏற்படுத்தவும் முடியுமென்று கனவு காண்கிறார். ‘கட்டுப்படுத்தப்பட்ட யுத்தம்’ என்ற இந்தக் கொள்கையின் பிதாவான கிசின்ஜரும், அமெரிக்கா இத்தகைய போருக்குத் திட்டமிடும் நேரத்திலேயே ஒரு உலகப் போருக்குத் தயாராக இருக்க வேண்டும் என்று எச்சரிக்கிறார். ஆனால் பிரிட்டிஷ் மக்களோ, பிரெஞ்சு மக்களோ உலகப் போரில் ஈடுபடும் தியாகத்துக்கு என்றும் தயாராகமாட்டார்கள் என்பதோடு, தங்கள் அரசாங்கங்களையும் அமெரிக்காவுக்கு ‘வால்பிடிப்பதினின்றும்’ தடுத்துவிடுவர் என்பது உறுதி. பிரிட்டன், பிரான்ஸ் ஆகிய நாடுகளின் ஒத்துழைப்பின்றி அமெரிக்கா முழுப் போரோ, ‘அரைப் போரோ’ நடத்த முடியாது.

பாக்தாத் கூட்டம்

அண்மையில் அங்காரா நகரில் நடந்த பாக்தாத் ஒப்பந்த நாடுகளின் கூட்டத்தில்கூட, ஈராக் பிரதிநிதிகள் தங்கள் நாட்டில் அமெரிக்கா வாண ஆயுதத் தளங்களை அமைத்துக் கொள்வதற்கு எதிர்ப்புத் தெரிவித்தனர். வாணத் தளங்களுக்கு இடமளிக்காவிடில், பொருளாதார உதவியும் எதிர்பார்க்க முடியாதென்ற முரட்டுத்தனமான பதிலைத் தவிர டல்லசினால் அப்பிரதிநிதிகளுக்கு வேறு சமாதானம் கொடுக்க முடியவில்லை. இந்நிலையிலும் டல்லசின் யுத்த வெறி தணியவில்லை என்றால் அவர்தான் காட்டா குஸ்தியோ, குத்துச் சண்டையோ கற்றுக்கொண்டு கோதாவில் இறங்கவேண்டுமே தவிர, அமெரிக்க மக்களையோ, வேறு எந்த நாட்டு மக்களையோ அவரால் எத்தகைய போரிலும் ஈடுபடுத்த முடியாது.

வல்லரசுகளின் தலைவர்கள் சந்திக்கட்டும்

இன்றைய உலக நிலையை உள்ளபடி ஆராய்ந்த பிறகே உலக சமாதான இயக்கம் அமெரிக்கா, பிரிட்டன், பிரான்ஸ், ருஷ்யா போன்ற நாடுகளின் அரசியல் முறைப்படி இறுதி முடிவுகளை எடுக்கும் அதிகாரம் பெற்ற இந்நாட்டுத் தலைவர்கள் கூடிப் பேசுவதன் மூலம் அணு ஆயுதச் சோதனைகளைக் குறிப்பிட்ட காலத்துக்கு நிறுத்துவது, அணு ஆயுதங்களை முற்றிலும் தடை செய்வது, பல்வேறு படிகளில் படைகளைக் குறைத்துக்கொள்வது, ராணுவத் தளங்களைப் படிப்படியாக அகற்றுவது போன்ற அதிமுக்கிய பிரச்சனைகளில் ஓரளவு உடன்பாட்டுக்கு வந்து உலக மக்களின் யுத்த பயத்தையும் போர் ஆபத்தையும் குறைக்க முடியுமென்று கருதுகிறது. வல்லரசுகளின் அதிகாரம் வாய்ந்த தலைவர்கள் கூடிப்பேசுவது அவசியம். விரும்பத்தக்கது என்பது ஒருபுறம் இருக்க, இன்றைய அரசியல் நிலைமையும் ராணுவ பல தராதரமும் இத்தகைய மகாநாட்டைப் பெரிதும் சாத்தியப்படுத்துகின்றன.

ஜனசக்தி, மார்ச் 1958

யாரும் கேட்டுவிட்டால் . . . ?

முதலில் ஒரு சிறு கேள்வி. ஒரு உண்மையான முஸ்லீம் நாளொன்றுக்கு எத்தனை தடவைகள் தொழ வேண்டும்? இது தெரியாதா? ஐந்து தடவைகள். இது தவிர ஆயுட்காலத்தில் ஒரு முறையாவது ஒரு உண்மை யான முஸ்லீம் செய்ய வேண்டிய காரியம் என்ன? இதுகூடத் தெரியாதா? – மெக்காவுக்கு யாத்திரை செல்வது. மெக்கா என்றவுடன் நினைவுக்கு வருவது, நபிநாயகம் மெக்காவிலிருந்து மதீனா ஓடிய வருடந்தான் (கி.பி. 622). அது முகமதிய சகாப்தமான ஹெஜிரா ஆரம்பமாகும் வருடம், இல்லையா? அது சரி, 'ஹெஜிரா' என்றால் என்ன பொருள் தெரியுமா? கூறுங்கள் பார்க்கலாம். (1)

பொருள் ஆராய்ச்சி என்றதும் அத்தகைய மற்றொரு ஆராய்ச்சி மனதுக்கு வருகிறது. சமீபத்தில் ருஷ்யர்கள், வானவெளியில் பறக்கவிட்டனரே 'ஸ்புட்னிக்' என்ற செயற்கை நிலா – அந்த 'ஸ்புட்னிக்' என்ற சொல்லுக்குப் பொருள் என்ன? (2)

போகட்டும். வானத்தில் பறப்பது 'ஸ்புட்னிக்'குகள் மட்டுமல்ல. பறவைகளும் விமானங்களும்கூடப் பறக் கின்றன. பறவைகளை யார் எப்போது பறக்கவிட்டாரோ, நமக்குத் தெரியாது. ஆனால் முதன்முதலாக விமானத்தில் பறந்தவர்கள் ரைட் சகோதரர்கள் என்பது உங்களுக்குத் தெரியும். அந்தச் சரித்திர முக்கியத்துவம் வாய்ந்த நிகழ்ச்சி 1903ஆம் ஆண்டு டிசம்பர் 19ஆம் தேதியன்று நடந்தது என்றுகூட உங்களுக்குத் தெரிந்திருக்கலாம். இப்போது

ஒரு கேள்வி: அன்று அந்த அபூர்வ சகோதரர்கள் எவ்வளவு நேரம் தங்களது விமானத்தில் பறந்தார்கள்? (3)

ஆனால் ரைட் சகோதரர்கள் விமானத்தில் பறப்பதற்கு முன்னமே, ஒரு சிலர் வானத்தில் பறந்து வட்டமிட ஒரு சாதனத்தைக் கண்டுபிடித்திருந்தனர். *ஒருவகையில் அவர்கள் ரைட் சகோதரர்களைவிடக் கெட்டிக்காரர்கள்; தங்களது சாதனத்தை இயக்க பெட்ரோலோ வேறு எந்த எரி பொருளையோ உபயோகிக்கவில்லை. நீர்வாயு நிரப்பப்பெற்ற பலூன் என்று எண்ணிவிடாதீர்கள். அந்த சாதனத்தின் பெயர் என்ன என்று சொல்ல முடியுமா? (4)*

அதன் தற்கால உபயோகங்களில் ஒன்று தெரியுமா? (5)

இவ்வளவு தூரம் பறந்து சென்றுவிட்டோமே; இன்னும் ஒன்றையும் தெரிந்துகொள்வோம். முதன்முதலாக விமானங்கள் செய்யும் பிரச்சனையை விஞ்ஞானக் கண்கொண்டு ஆராய்ந் தவர் யார் தெரியுமா? லியா னார்டோ–டா–வின்சி என்ற பிரபல சைத்ரீகன்! இவர் 1519இல், தமது அறுபத்தேழாவது வயதில் இறந்தார். பார்த்தீர்களா! அறுபத்தேழு என்றவுடன் ஒரு பிரச்சனை குதித்துவிட்டது. *எனது நண்பர் ஒருவர் ஒரு ஜில்லா, மன்னிக்கவும் மாவட்டப் பூப்பந்தாட்டப் போட்டி நடத்தத் திட்டமிட்டிருக்கிறார். 67 டீம்கள் பெயர் கொடுத் துள்ளன. எத்தனை மேட்சுகள் நடத்த வேண்டியிருக்கும் என்று அவர் மண்டையைப் போட்டுக் குழப்பிக்கொண்டிருக் கிறார். அவருக்கு உங்களால் உதவ முடியுமா? வேண்டு மென்றால் எந்த மேச்சும், விளையாடும் டீம்களில் எதற்கும் வெற்றி தோல்வி இல்லாமல் முடியவில்லை என்று வைத்துக் கொள்ளுங்கள். (6)*

பத்திரிகை நிருபர்கள் கூட்டமொன்றில் ஒரு நிருபர் அவருக்கு ஒரு கேள்வி போட்டாராம் – "ஒலியின் வேகம் என்ன?" என்று. விஞ்ஞானி தமக்குப் பதில் தெரியாது என்றார். நிருபருக்குக் கொண்டாட்டம்தான். "ஏனைய்யா? கல்லூரியில் ஓராண்டு கழித்த மாணவனுக்கும் இது தெரியும்; பெரிய விஞ்ஞானி என்று சொல்லிக்கொள்ளும் தங்களுக்குத் தெரியாதா?" என்று விளாசினார் நிருபா. அதற்கு ஐன்ஸ்டைன், "புத்தகத்தைப் புரட்டி பார்த்தால் கிடைத்துவிடும் செய்திகளை எல்லாம் நினைவில் நிரப்பிக்கொள்வது ஒரு மடத்தனம் என்று கருதுகிறேன்" என்றார். நீங்களும் அக்கதையை நினைவு வைத்துக்கொள்ளுங்கள். யாரும் எதுவும் கேட்டுவிட்டால், விடை தெரியாமற் போனால், சமாளிக்க உதவும். ஆனால்

அந்தப் பூப்பந்தாட்டக் கேள்விக்கு மேற்படி சமாளிப்பு செல்லுபடியாகாதே!

விடைகள்:

1. வெளியேற்றம்
2. பிரயாணத் தோழன்
3. 12 செகண்டுகள்
4. கிளைடர்
5. விமான ஓட்டிக்குப் பயிற்சிக்காலத்தில் பயன்படுகிறது
6. 66

சரஸ்வதி, ஜூலை 1959

பொன் மொழிகள்

சில எழுத்தாளர்கள் தங்கள் 'பொன் மொழிகளை' தங்கள் கதைகளிலேயே புகுத்திவிடுகின்றனர். என் கதைகளில் 'பொன் மொழிகளே' இல்லை என்று ஒரு நண்பர் குறைபட்டுக்கொண்டார். எனவே உதிரி யாகவாவது சில 'பொன் மொழிகள்' உதிர்க்கிறேன்.

1. உண்மை நிலைத்திருக்கும் அளவுக்குத்தான் பொய்யும் நிலைத்திருக்க முடிகிறது. அதாவது இரண்டுக்கும் கிட்டத்தட்ட சம ஆயுள்.

2. மனிதர்களிடம் நிலவ வேண்டியது பரஸ்பர மதிப்பே தவிர, பரஸ்பர அன்பு அல்ல; அப்போதுதான் ஏமாற்றுக் குறையும்.

3. தன்மான உணர்வின் வெளிப்பாடாக விளங்கும் அளவுக்குத்தான் தேசபக்தியைப் பொறுத்துக்கொள்ள முடிகிறது.

4. தனிமனிதர்களை மதிக்கத் தெரியாதவர்கள்தான் மனிதாபிமானம் பேசுவார்கள்.

5. மனித குணங்களை மனிதர்கள் சிலாகித்துப் பேசுவதைவிட கேலிக்கூத்து கிடையாது. ஏனெனில், சிந்திக்கும நாய்கள் நாய்க் குணங்களையே உயர்வாகக் கருதுகின்றன.

6. எந்தச் சமுதாய அமைப்பிலும் சிறப்புச் சலுகை கள் அனுபவிக்கும் ஒரு சிறு கூட்டம் இருந்தே தீரும். இல்லையெனில் அவ்வமைப்பு சிதைந்துவிடும்.

7. 'மனிதாபிமான' உணர்வில் மட்டும் உயர்ந்த இலக்கியம் உருவாவதில்லை. மனித துவேஷ உணர்வும் சிறந்த இலக்கியத்தைப் படைக்கவல்லது. இல்லையெனில் 'மெக்பெத்' என்ற நாடகமோ 'கலிவரின் யாத்திரை' என்ற நாவலோ உருவாகியிருக்க முடியாது.

8. இயற்கையிலேயே பீறிட்டு வெடிக்கும் சமுதாயப் புரட்சியை வரவேற்க வேண்டிய நாம், கனதனவான்கள் பதவியில் இருந்துகொண்டு 'புரட்சி' பேசுவதைச் சகித்துக் கொண்டிருக்கிறோம்.

9. தனது கலைப்படைப்புகள் மூலம் சமுதாய மாற்றங் களை நிகழ்த்துவதாக நினைக்கும் கலைஞனுக்கு, பனம் பழத்தை வீழ்த்திய காக்கையின் கதையைச் சொல்லுங்கள்.

10. மனிதனைப் பற்றிப் பொதுவாக எதுவும் சொல்லச் சொன்னால் 'மனிதன் மகத்தான சல்லிப்பயல்' என்றுதான் சொல்வேன்.

இன்னும் தேங்காய் துவையல், பெண்ணின் கற்பு, உலக அமைதி, எள்ளுருண்டை, 'காலி சிந்த்' புடவை, பல்லாங்குழி ஆட்டம், பொய்ப் பல், இத்யாதி இத்யாதி பற்றியும் 'பொன் மொழிகள்' தர முடியும்.

ஞானரதம், மே 1972

கடிதங்கள்

'நாற்காலிக்காரர்' அப்பட்டமாகவும் மேலெழுந்த வாரியாகவும் உள்ளது. கேலிக்கூத்துத்தான். இருந்தாலும் அதிலும் ஒரு 'முறை' உள்ளது.

பிராங்களினின் உரையைப் பார்த்தேன். 'பித்தனை'ப் பற்றிய அவரது தற்காலிக அபிப்பிராயம் மனதுக்கு இதமாக உள்ளது.

***கசடதபற* 8, மே 1971**

○

மே மாதத்திய ரதம் கிடைத்தது. நன்றி. 32 பக்கங் களில் சுமார் 20 பக்கங்கள் திறனாய்வுகளுக்கும் விமர் சனங்களுக்கும் சென்றிருக்க வேண்டுமா? நான் எங்கள் ஊரில் உள்ள நூலகத்தைப் பற்றிச் சொல்வதுண்டு. இந்நூலகத்தில் சாமுவேல் பெக்கெடின் நாடகம் ஒன்று தானுண்டு. ஆனால் 'பெக்கெட்'டைப் பற்றி ஆய்வு நூல்கள் ஒரு டஜன் உள்ளன என்று. அதுபோல 'ரத'த்தையும் ஒரு விமர்சன சஞ்சிகையாக ஆக்கிவிடாதீர்கள். வேரூன்றி விட்ட எழுத்தாளர்கள் தங்கள் விமர்சன எழுத்துக்களை மட்டும் 'ரத'த்திற்கு அளித்து உதவும் நிலையை எப்படி மாற்றுவது என்பது பற்றி நீங்கள்தான் சிந்தித்து முடிவுக்கு வர வேண்டும்.

***ஞானரதம்*, ஜூன் 1972**

○

அரபு நாட்டுக் 'கறுப்பர்'களைக் கடுமையாகத் திட்டி யுள்ளீர்கள். உங்களது பேச்சில் அதிக நியாயமிருப்பினும் ஒரு விஷயத்தைக் கவனிக்க வேண்டும். அரபு நாடுகள் இஸ்ரேல் நாட்டுடன் சமாதான சகவாழ்வுக்குத் தயாராக இல்லாததாகக் குறிப்பிட்டிருக்கிறீர்கள். மிக வளர்ச்சியுற்ற யூத மக்கள் தங்கள் மத்தியில் ஒரு இடத்தைப் பெற்றிருக்கும்போது, அரபு மக்களுக்கு, ஒரு புதிய ஏகாதிபத்தியத்திற்கு இரையாகிவிடுவோமோ என்ற அச்சம் இருப்பதும் நியாயம்தானே. டில்லியில் இஸ்ரேல் நாட்டு கான்சலராக இருந்த ஒருவர் தலைமை தாங்கிய கூட்டமொன்றிலேயே நான் இந்தப் பிரச்சனையைக் கிளப்பிய போது, Mr. கான்சலர் பிரச்சனையை மழுப்பினார்.

'கலாப்ரியா'வின் கவிதைத் தொகுப்பு பற்றி இரண்டு விமரிசனங்கள் அல்லது பாராட்டுகள் வெளிவந்துள்ளன. 'வெள்ளம்' கவிதைத் தொகுப்பை நான் படித்திராததால் எனக்கு அதுபற்றி எந்தக் கருத்தும் தெரிவிக்க முடியாது. நீல. பத்மநாபனின் 'பொருத்தம்' நன்றாக உள்ளது. என்றாலும் அசோகமித்திரனின் 'விமோசனத்தில்' வரும் சாமியார் காட்சியின் 'திறம்' அருணகிரி ஜோசியரின் காட்சியில் இல்லை. ஒருவேளை இதற்குக் காரணம் இருவருடைய நோக்க வேறு பாடாக இருக்கலாம். 'ரசமட்டம்' சென்னை எழுத்தாளர்கள் விமர்சகர்கள் இவர்களுக்கிடையேயுள்ள பரஸ்பர, இலக்கியத் திற்கு அப்பாற்பட்ட, மோதுதல்களைத் தெரிவிப்பதாக இருக்கிறது.

உங்களுடைய 'நேருக்கு நேர்' சற்றுக் கடுமையான தாக்குத லாகப்படுகிறது. சிறந்த எழுத்தாளர்கள் எப்போதுமே சுய முரண்பாடுகளுக்கு அடிமையானவர்கள். அவர்கள் எப்போதுமே தங்களையோ பிறரையோ நேசிப்பவர்களாகவோ அல்லது எப்போதுமே தங்களையோ பிறரையோ வெறுத்துக் கொள்பவர் களாகவோ இருப்பதில்லை என்பதுதான் என்னுடைய கருத்து. சிறந்த இலக்கியக் கருத்தாக்களின் வாழ்க்கைகளைப் படித் திருக்கும் உங்களுக்கு இது எப்படி விளங்காமல் போகும்?. "*made him and therefore let him pass for a man*" என்ற 'போர்ஷியா'வின் சொற்களை விகல்பமில்லாமல் எடுத்துக்கொள்வதுதான் சரி.

ஞானரதம், மே 1973

(இஸ்ரேல் – பாலஸ்தீனியப் பிரச்சினையில் அரபு நாடுகள் சிலவற்றின் போராளிகள் மேற்கொண்ட தீவிரவாத நடவடிக்கைகளைக் குறித்துக் கடுமையாக விமர்சித்து 'ஞான ரதம்' ஏப். 1973 இதழ் 'முன்னோட்டம்' பகுதியில் அதன் ஆசிரியர் தேவ. சித்ரபாரதி எழுதிய கருத்துகள் குறித்தும்;

கலாப்ரியாவின் 'வெள்ளம்' கவிதைத் தொகுப்புக்கு அந்த இதழில் நகுலன், வா. மூர்த்தி இருவரும் எழுதிய 'இலக்கிய அனுபவ'க் கட்டுரைகள் குறித்தும்;

1972இல் நடைபெற்ற தமிழ் இலக்கிய வாசகர் பேரவை (அமைப்பாளர்: தேவ. சித்ரபாரதி), 1969–71இல் வெளியான படைப்புகளுள் சிறந்த படைப்பென்று ஜெயகாந்தனின் 'சில நேரங்களில் சில மனிதர்கள்' நாவலைத் தேர்ந்தெடுத்து, 'ரூ. 200 மதிப்புக்கு ஆசிரியர் விரும்பும் புத்தகங்களைப் பரிசாக அளிப்பதாக' அறிவித்தது. அதை விமர்சித்த ஜெயகாந்தன் பின்னர் அந்நாவலுக்கு சாகித்ய அகாதெமி விருது வழங்கப் பட்டபோது அதனை ஏற்றுக்கொண்டது குறித்து அந்த இதழில் சித்ரபாரதி 'நேருக்கு நேர்' பகுதியில் ஜெயகாந்தனைக் கடுமையாக விமர்சித்து எழுதியது குறித்தும் 'ரசமட்டம்' பகுதியில் ஜி. நாகராஜன் எழுதிய கடிதம்.)

○

'ஞானரதம்' இன்னும் இதே கோலத்தில்தான் நீடிக்க வேண்டுமா? ஆசிரியர்களது பொயர்களைத் தெரிவிக்காமல் எழுத்துக்களை வெளியிடுவது என்பது தேவைப்படாது வாசகர்களை Test பண்ணுவதாக அமைகிறது. பலரது ego இதனால் புண்ணுறும். மற்றது நீங்கள் பார்த்து முடிவு எடுக்கவும்.

ஞானரதம், ஏப்ரல் 1974

(1974 ஜனவரி இதழிலிருந்து 'ஞானரத'த்தில் வெளியான படைப்புகளில் அவற்றை எழுதிய படைப்பாளிகளின் பெயர்கள் இடம் பெறாமல், அடுத்து வந்த இதழ்களிலேயே அவர்களின் பெயர்கள் அறிவிக்கப்பட்டன. அதுகுறித்து 'ரசமட்டம்' பகுதியில் ஜி. நாகராஜன் எழுதிய கடிதம்.)

○

இலக்கிய அனுபவங்கள்

‘இன்னும் சில நாட்கள்’

“ஒரு கண நேரம் தன் சுய மதிப்பைக் காப்பாற்றிக் கொள்ள வேண்டும் என்று தூண்டப்பட்டதால், தன் கணவனை இழந்த அபலையின் கதைதான் விமோசனம்” என்னலாம் சில வாசகர்கள். அப்படியானால் பாம்பு என்றவுடன் சரஸ்வதிக்கு அன்று வாங்கிவந்த பிரசாதம் நினைவுக்கு வருவானேன்? அல்லது சுவரில் ஒரு எறும்புத் தொடர் ஊர்ந்து சென்று சுவற்றுப் பிறையில் முடிவடைவானேன்? அல்லது அந்தத் தெருவில் புதிதாக மரச் சாமான்கள் கடை ஒன்று திறக்கப்போவதை விளம்பரப்படுத்தும் காகிதம் ஒன்றை ஒரு பையன் கொடுத்துவிட்டுப் போவானேன்? ... இன்னும் அடுக்கிக் கொண்டே போகலாம். இல்லை, எந்த ‘உண்மையை’ நிலைநாட்டவோ, எந்தக் ‘கொள்கையையை’ப் புகுத்தவோ ‘கதை சொல்லுகிறவர்’ இல்லை அசோகமித்திரன். அவர் கதையின் ‘நோக்கம்’ எதுவென்று அவரையோ, அவர் கதைகளை அனுபவித்தவர்களையோ கேட்காதீர்கள். அவராலும் சொல்ல முடியாது, யாராலும் முடியாது. ‘ஜோக்’ அடிக்கின்றோம். நண்பர்கள் புரிந்துகொண்டால் சரி, புரிந்துகொள்ளாவிட்டால்? பீடியையோ சிகரெட்டையோ பற்றவைத்துக்கொண்டு வேறொரு ‘சப்ஜெக்ட்டு’க்குச் செல்ல வேண்டியதுதான். உருவம், உள்ளடக்கம் என்று ஏதாவது ஒரு சூத்திரத்தின் அடிப்

படையில் பிரித்து ஆராயவும் வேண்டாம். ஓவியத்திலுள்ள குடிசைக்குமுன் கிடப்பது உலர்ந்த புல்லுக்கட்டா, பாறையா என்று தெரிந்துகொள்ளக் கத்தியால் அதைக் கீறிப் பார்க்கவும் வேண்டாம். தெரிந்த மட்டிலும் சரி, தெரியாதது தெரியாதது தான் ... சாவியை எங்கேயோ போட்டுவிட்டோமோ என்று ஒரு கணம் பதைக்கிறாள் சரஸ்வதி. நல்லவேளை சாவி கிடைத்துவிடுகிறது. காணாமற் போனது பால் புகட்டும் புட்டி. குழந்தைக்குப் புட்டியில்தான் பால் சாப்பிட்டு வழக்கம். அலறுகிறது. கணவன் எழுகிறான். மனைவியை அடிக்கிறான் ... இப்படிக் கதை செல்கின்றது. மகான் தங்கியிருக்கும் வீட்டில் பால் புட்டி கிடைத்துவிடுகின்றது. ஆனால் அவள் நாடிச் சென்ற மகானின் அருள்தான் கிடைக்கவில்லை. அவளைத் தாண்டிச் செல்லும்போது புஷ்பங்களைத் தட்டில் கொண்டு சென்ற ஒருவர் தடுமாறி விழுகிறார். மகானின் முகத்தில் அதே புன்னகைதான். யாரிடமிருந்தோ ஏதோ நகையை வாங்கிக்கொண்டு மகான் உள்ளே போய்விடுகிறார். வீடு நிறைந்திருக்கிறது. சரஸ்வதி மட்டும் தனிமையில் இருக்கிறாள். தனது வீடு திரும்புகிறாள். ஆனால் அன்றைக்குப் பிறகு அவள் கணவனைக் காணவேயில்லை ... "எங்கே புரிந்து கொண்டுவிடப் போகிறார்களோ என்று பயந்துகொண்டு எழுதுகிறார்" என்று சொல்ல இதில் என்ன இருக்கிறது? உண்மையில் எங்கே புரிந்துகொள்ளாமல் இருந்துவிடுவார் களோ என்று ஓரிரு இடங்களிலாவது பயந்து விட்டதாகவே எனக்குப்படுகின்றது. இல்லாவிட்டால், பக்கம் 161ல் "சரஸ்வதிக்கு துக்கம் ...., வார்த்தைகள்தான் வெளிவந்தன" என்ற 'பாராவை' எழுதியிருக்கவேமாட்டார் அல்லது, கணவன் கோபித்து வெளியே சென்ற காலை, "அவள் குழம்பிப்போய் உட்கார்ந்திருந்தாள்" (அன்று கூத்தடித்துக்கொண்டா இருந் திருப்பாள்?) என்றெல்லாம் எழுதியிருக்கமாட்டார். இவற்றை யெல்லாம் ஆசிரியர் அவரே வாசகர்களுக்கு அளிக்கும் 'கன்செஷனா'கத்தான் கொள்ள வேண்டும். கணவனை 'மூர்க்கன்' என்று ஓரிடத்தில் குறிப்பிட்டிருப்பதுகூட இத்தகைய 'கன் செஷன்'தான். யார் எப்படி என்று யார் கூறுவது? அவன் அப்படி, அவ்வளவுதான். அவனுக்கு எத்தனை குவைகளோ எத்தனை கவலைகளோ, யார் கண்டது? ... 'விமோசனம்' அருமையான கதை. வாசகரின் உள்ளத்தில் அது ஒரு அகற்ற முடியாத பளுவை ஏற்றுகிறது. தெரியாத பளுவாக இருந்தாலும் பரவாயில்லை; ஏற்கனவே தெரிந்த பளு வேறு; சுமை கூடுகின்றது.

'விரிந்த வயல்வெளிக்கப்பால்' என்ற கதையில் என்ன இருக்கின்றது? மாணிக்கம் இருக்கிறான். அவனுடைய தனிமை

இருக்கிறது. அவனுடைய பழைய சைக்கிள் இருக்கின்றது. வயல்வெளிகள் இருக்கின்றன. அவனுக்கு முதலில் தோற்று விடுவதாகக் காட்டிக்கொண்டுவிட்டுப் பிறகு அநாயாசமாக அவனைத் தோற்கடித்துக் காட்டும் ரயில் வண்டி இருக்கிறது. 'கதை'யில் ஆசிரியரோடு ஒரு அனுபவத்தைப் பகிர்ந்து கொள்கிறோம்; அவ்வளவுதான். மாணிக்கம் ஒருமுறை ஃபைலாகிவிட்டான்; நாமும் ஒரு முறை ஃபைலாகிவிடுகிறோம். மாணிக்கம் உற்சாகத்தோடு ரயிலோடு போட்டிபோடுகிறான்; நாமும் போட்டியில் கலந்துகொள்கிறோம். மாணிக்கம் களைப்பால் பெருமூச்சு விட்டுக்கொண்டே திரும்பிப் பார்க் கிறான். அவனைப் போலவே நாமும் தோல்வியை சகஜ மனப்பான்மையோடு ஏற்றுக்கொள்கிறோம். அடுத்து மாணிக்கம் என்ன செய்யப் போகிறான் என்று நமக்குக் கேட்கத் தோன்று கிறது. இதுதான் ஆசிரியரது வெற்றி.

இன்னும் சில நாட்கள் சாமிநாதன் பொறுத்திருக்கலாம். பொறுக்கவில்லை. அழிந்துபோகிறான். அவன் எந்தக் குரு நாதரை மனப்பூர்வமாக நம்பினானோ அவராலேயே ஏமாற்றப் படுகிறான். திருவாரூர் சோசியனிடத்துச் சொல்லுமாறு அவனைப் பணித்தது வைத்தியலிங்கம்தானே? அப்படி முழுக்க முழுக்க ஒரு குருநாதரிடத்து நம்பிக்கைகொண்டிருந்தது அவன் குற்றமா? அல்லது தனக்கென்று ஒரு லட்சியத்தை உருவாக்கிக் கொள்ளத் தவறியதுதான் சாமிநாதனின் தவறா? வைத்தியலிங்கத்துக்கு வாழ்விலும் தோல்வி, சாவிலும் தோல்வியா? வாழ்வே ஒரு மகத்தான தோல்விதானா? அல்லது எந்தவித லட்சிய வெறியும் கடவுளர்களது சினத்தைத் தூண்டிவிட்டுவிடுகின்றதா? லட்சிய வெறியில்லாது வாழ்ந்த சுந்தரமும், அவன் தம்பியும் சென்னையில் பங்களா வாழ்க்கை வாழ்கிறார்கள். ஒன்றுமில்லாததற்கு அது எவ்வளவோ மேல் இல்லையா? வாழ்க்கையின் இரகசியங்களை அறிய வெறி பிடித்தலைபவன் கத்தி முனையில் நடந்துகொண்டிருக்கிறான். உள்ளத்தில் சிறிது தடுமாற்றமோ, லட்சியத்தை அடைய வேண்டுமே என்ற ஆத்திரமோ ஏற்பட்டால், ஒருபுறம் சாய வேண்டியதுதான். பிறகு அதலபாதாளத்தில்தான் முடிவு. நீரின் மேற்பரப்பில் நடந்துவந்த பீட்டருக்கு ஒரு கணம் சந்தேகம் தட்டிற்று அத்தோடு நீரில் அமிழ்ந்தார்... 'இன்னும் சில நாட்களை'ப் படித்த பிறகு எத்தனை எத்தனையோ எண்ணச் சுழிப்புகள் உள்ளத்தில் அலை மோதுகின்றன – தாகூரின் 'பசித்த கற்கள்' கதையைப் படித்தபின் ஏற்படுவது போல். 'பசித்த கற்களை'ப் படித்த யாரும், இது "... சொல்லப்பட்டதுக்கு மேல் பொருள், உணர்ச்சி, அறிவு சம்பந்தமாக நாம் ஊகிக்க

விடாதபடி அல்லது இடமே ஏற்படாதபடி மொண்ணையாகத் தகவல் அறிவிப்பது" போன்று இருக்கிறது என்று சொல்லியதாகத் தெரியவில்லை. அல்லது இதெல்லாம் "அறியாமை வழிபாடு" என்று ஒதுக்கித் தள்ளியதாகவும் தெரியவில்லை. 'அசோக மித்திரன்' நம்மவர்தானே, எதுவும் சொல்லலாம்!

'வரவேற்பறையில்' கச்சிதமாக அமைந்த சிறுகதை. ஒரு குறை தட்டுப்படுகின்றது. அந்த வரவேற்பாள குமாஸ்தா மிஸிஸ் ஆபிரகாமுக்கு ஏன் ஒரு ரூபாய் தர வேண்டும்? மாற்று ஆள்தான் வந்தாயிற்றே? வெறுமனே கான்டீனுக்குச் செல்ல வேண்டியதுதானே?...'காட்சி' சிறந்த நடையில் எழுதப்பட்டிருப்பினும், நாஜிக் கொடுமையைச் சித்திரிக்கும் ஹாலிவுட் படங்களை நினைவுறுத்திவிடுகின்றது. 'காத்திருத்த லில்' ஆசிரியர் அதிகம் பேசிவிடுகிறார். மற்றக் கதைகளோடு ஒப்பிட்டுப் பார்க்கையில், 'அவனுக்குப் பிடித்த நட்சத்திரம்', 'சார், சார்', 'தப்ப முடியாது' ஆகியவை சற்றுச் சாதாரணமாகவே படுகின்றன. வலுக்கட்டாயமாக ஆசிரியர் தனது சமுதாயப் பொறுப்புணர்ச்சிக்கு உருக்கொடுக்க முயன்றிருப்பதுபோல் கூடத் தோன்றுகின்றது. எந்த அசைவ ஓட்டலிலும் உள்ளான் குருவி வறுவல் ரூபாய்க்கு மூன்று அல்லது நான்கு கிடைக்கும் சூழ்நிலையில் 'குருவிக்கூடு' எடுபட நியாயமில்லை.

'விழா', ஆசிரியர் சற்றுப் பிரயாசைப்பட்டு எழுதிய கதையாகத் தெரிகின்றது. பாத்திரங்களில் பொரும்பாலானோர் அந்நிய நாட்டவர். தனிப்பட் குணாதிசயங்கள் இல்லாது 'டைப்பு'(*types*)களாகவே நிலைக்கின்றனர். ஒரு நாட்டின் பிரதமர், ஒரு தூதுக் குழுவின் தலைவராக மாற்றப்படும் நிகழ்ச்சி கதையோடு சரியாக ஒன்றவில்லை. தேவையற்றது என்பதோடல்லாமல், சற்றுப் புளித்துப்போன சங்கதியாகவும் படுகிறது. திரை மறைவில் நடப்பதைச் சொல்ல வந்தவர் அதற்கு மாறாகத் திரைக்கு வெளியே நடப்பதை இன்னும் அழுத்தமாகக் கொண்டு வந்திருக்கலாம்.

எந்த எழுத்தாளரைப் பற்றியும் அவர் முதல்தர எழுத்தாளரா, இரண்டாந்தர எழுத்தாளரா எனத் தீர்ப்பளிக்க முயல்வது சரியல்ல. அவரது எழுத்தில் எது முதல்தர எழுத்து, எது இரண்டாந்தர எழுத்து எனப் பகுத்துப் பார்ப்பதே சரி. பெரும்பாலான தமிழ்நாட்டு எழுத்தாளர்களில் அரிதே காணக்கூடிய சொற்செட்டு, புறநிலை உணர்வு, வலிந்து எதையுமே புகுத்தாத போக்கு, வாழ்க்கையின் சலனத்தை உள்ளபடியே பிரதிபலிக்கும் திறன், கலையுணர்வுக்கு அப்பாற் பட்ட 'நோக்கங்களி'லிருந்து பூர்ண விடுதலை இவையனைத்தும்

அசோகமித்திரனின் சிறப்புத் தன்மைகளாக எனக்குப் படுகின்றன.

ஞானரதம், ஜனவரி 1973

('ஞானரதம்' அக்டோபர் 1973 இதழில் வெளியான தர்மோ சீவராமின் 'சதுரச் சிறகு' பற்றிய இரு பதிவுகள்)

சென்ற இதழில் (ஞானரதம், டிசம்பர் 1973) நண்பர் ஆர். சாரல் ஒரு பிரச்சனையைக் கிளப்பியிருக்கிறார். புரியாத எழுத்தை எப்படி மதிப்பிடுவது என்பதுதான் அப்பிரச்சனை. சிறந்த எழுத்தாளர்களில் எளிதில் புரிந்துகொள்ளக்கூடிய முறையில் எழுதுபவர்களும் இருக்கின்றனர். படிப்பதற்குக் கஷ்டமாக இருக்கும் வகையில் எழுதுபவர்களும் இருக்கின்றனர். எளிதில் புரிவது என்பது ஒரு கலைப்பண்பாக சிலருக்குத் தோன்றலாம்; ஆனால் இத்தகைய எளிமை, இன்றியமையாத கலைப்பண்பு என்று சொல்ல முடியாது. எந்த எழுத்து படிக்கும்போது, அது புரிந்துகொள்வதற்குக் கடினமாக இருந்தாலும், 'இவ்வெழுத்து எனக்குச் சரியாக விளங்கவில்லை; என்றாலும் இதில் விலையுயர்ந்த ஏதோ ஒன்று இருப்பதாகவே எனக்குப் படுகிறது. இதைத் தொடர்ந்து படிக்க வேண்டாம் என்றோ அல்லது படித்த பகுதியையே மீண்டும் மீண்டும் படித்துப் பார்க்க வேண்டாம் என்றோ எனக்குத் தோன்ற வில்லை. எப்படியாவது இதனுள் பொதிந்து கிடப்பதைப் புரிந்துகொள்ள வேண்டுமே!' என்ற ஆர்வத்தையும் உறுதியையும் ஏற்படுத்துகிறதோ அவ்வெழுத்தை இலகுவில் புறக்கணித்துவிட முடியாது. சில எழுத்தாளர்களைப் படிப்பது ஆரம்பத்தில் எவ்வளவு கடினமாக இருந்தாலும், அவர்கள் பிரபலமானவர்களாக இருந்தால், இப்பொறுமைக் குணம் நமக்கு இயல்பாக வந்துவிடுகிறது. புதிய எழுத்தாளர்களைப் படிக்கும்போதுதான் சில சந்தேகங்கள் ஏற்படுகின்றன. 'உண்மையிலேயே ஆழமான ஏதாவது ஒன்றைப் பற்றித்தான் இவ்வெழுத்தாளர் பேசுகிறாரா அல்லது அவ்வாறு பேசுவதாக நினைத்துக்கொள்கிறாரா? அல்லது வேஷந்தான் போடுகிறாரா? கொஞ்சம் மண்டையை உடைத்துக்கொண்டு இவர் சொல்வதைப் புரிந்துகொண்டாலும், கிடைக்கிற நிறைவு உணர்ச்சி, பட்ட தொல்லைக்கு ஈடாக இருக்கப் போகிறதா?' என்பன போன்ற சந்தேகங்கள் இயற்கை. இருந்தாலும், எந்த எழுத்தாளனைப் படிக்கும்போதும், குறிப்பாக நமக்குப் பழக்கமில்லாத ஒரு எழுத்தாளனைப் படிக்கும்போது, அவ்வெழுத்தாளனிடத்துக் குறைந்தபட்ச அனுதாபமும், மரியாதையும், பொறுமைக் குணமும் கொண்டிருத்தல் அவசியம். இது ஒவ்வொரு

எழுத்தாளனுக்கும் நாம் ஆற்ற வேண்டிய பூர்வாங்கக் கடமை. இதனால் வாசகன் தனது விமர்சன நோக்கைத் தூக்கி எறிந்துவிட வேண்டும் என்று பொருளாகாது; எழுத்தாளனின் பாணி நம்முள் அழுந்திப் பிடிபடும்வரை வாசகன் தன் விமர்சன நோக்கை அரைத் தூக்கத்தில் கிடத்த வேண்டும் என்றுதான் பொருளாகும். அப்போதுதான் பிறகு வரும், வாசகனது விமர்சனம் மொண்ணையாக இல்லாது கூரிய விவரங்களைக் கொண்டதாக இருக்கும். நண்பர் ஆர். சாரல் 'சதுரச் சிறகுகள்' என்ற கதைக்கு, எந்த எழுத்துக்குமே செலுத்த வேண்டிய பூர்வாங்க மரியாதையைச் செலுத்தினாரா என்பது அவர் விமர்சனத்தில் விளங்கவில்லை. நான் அக்கதையை மூன்று தடவைகள் வாசித்தும், அது என்னுள் குறிப்பிடத்தக்க எந்தவித பாதிப்பையும் ஏற்படுத்தவில்லை. உண்மையில் ஆசிரியர் தான் படைத்த படைப்பைப் பிறர் பார்க்க வொண்ணாதவாறு அவரே அதை மறைத்துக்கொண்டு நிற்பது போன்ற எண்ணம்தான் எனக்கு ஏற்பட்டது. படைப்பாளிக்குத் தன் படைப்பைத் தன்னிலின்றும் முற்றும் துண்டித்துத் தூர நிறுத்தும் தார்மீக தைரியம் வேண்டும். 'சதுரச் சிறகுகளி'ன் ஆசிரியரோ, தானில்லாது தன் எழுத்து நிற்காது என்ற அவநம்பிக்கையில் தானே அதைச் சுற்றிச் சுற்றி வருகிறார். கதைக்கு ஆதாரமான ஆசிரியரின் அனுபவம், இன்னும் ஆசிரியரின் உள்மனதோடு கொண்டிருக்கும் தொப்புள் கொடி உறவை அறுத்து விடுதலை பெறவில்லை போல் தோன்றுகிறது.

ஞானரதம், ஜனவரி 1974

நன்றாகவே எழுத முயன்றுள்ளார். 'ஜன்னலின் சதுரம் வெளியேயும், உள்ளேயும், ஒரே சமயத்தில் பார்த்துக்கொண் டிருப்பது'ம், 'ஒரு சீக்கியன் ரயிலின் முரட்டுத் தாலாட்டில் கொண்ட தூக்கத்தை, அதே தாலாட்டினால் இழந் துட்கார்'வதும், விவசாயிகள், 'விளைவும் காரணமுமான வறுமை தோள்மீது குடிகொள்ள வெறிச்சிட்ட ஒரு சதுர உலகின்மீது, ரயிலின் வேகம் நிர்ணயித்த ஒரு சிறு கால எல்லையில் வாழ்ந்து மறை'வதும், இன்னும் பலவும் அழகாகவே சொல்லப்பட்டுள்ளன. எனினும் அழகுக்கு அழகுசெய்ய முற்படுவது ஆபத்தாகவே முடியலாம் மனம் 'கப்பிக் கனத்துக்கிட'ப்பதும், மனம் 'பழைய நினைவுகளை அசை போடுவதும்' அல்லது 'எங்கோ சுளுக்கிக் கொள்வதும்' பழக்கமாய்விட்ட செய்திகளாயினும், 'மனதில் ஒரு முதிர்ச்சி தனது தனிமையை ஒரு கண மௌனத்தில் நோக்கி உணர்ந்து ஒரு முட்பூவைப் போல மல'ரும் போது, வாசகனின் கற்பனையில் எந்தவிதக் காட்சியும் மலர மறுக்கிறது. இதே

போல் ஆசிரியர், பூமாவின் கூச்சத்தை ‘அவளது மோகத்தைப் புதிர்மயமாக்கிய இயற்கையின் வித்தை’யாக வருணிக்கும் போது, ‘கதை’க்கு முக்கியமான ஒரு செய்தியை வெறும் அலங்காரமாக ஆக்கிவிடும் ஆபத்தில் மாட்டிக்கொள்கிறார். ஆசிரியரின் அணிகல மோகத்தின் காரணமாகவே, ‘இயற்கையின் வீர்யத்தை இழந்த அவன் மனம் இந்த கவர்ச்சிகளை உதாசீனப்படுத்திற்று’ என்ற விஷயம், கழுத்துக்கு அழகாக மார்பில் புரளுவதற்குப் பதிலாக, கழுத்தையே நெரிக்கும் வளையமாக மாறிவிடுகிறது.

புற உலக நிகழ்ச்சிகளுக்குக் குறைந்தபட்ச இடமே ஒதுக்கி விட்டு, அந்நிகழ்ச்சிகளின் விளைவுகளான மனநிலைகளையும், உணர்ச்சிகளையும், வாசகன் உள்ளத்தில் நேரிடையாகப் படும்படி எழுத முயலுவது, தர்மோ சிவராமை மட்டுமின்றி, ஏனைய பல எழுத்தாளர்களையும் தொற்றியுள்ள வியாதியாகப் படுகிறது. இதில் திறமை இருக்கலாம்; ஆனால் வாசகனைப் பொறுத்தமட்டிலும், இது பஸ்சைக் கோட்டைவிட்டு ஏற் படுகிற ஏமாற்ற உணர்வைத்தான் தருகிறது; அரைகுறைவானதோ அல்லது முழுமையானதோ ஆன நிறைவைத் தருவதில்லை. புலன்களின் மூலம்தான் உள்ளத்தை அணுக முடியும் என்பது கலையின் குணம் என்று ஒத்துக்கொள்ளா விட்டாலும், அது கலையின் தவிர்க்க முடியாத குறைபாடு என்றாவது ஒத்துக் கொள்ளவேண்டும். இக்குறைபாட்டுக்கு எழுத்தாளன் உவந்து அளிக்கும் உடன்பாடு அவனிடத்து அவசியமான ஆக்க விரைப்பை ஏற்படுத்த இயலும். ‘புலன்கள் மெய்ப்பிக்கும் உலகுக்குக் கலைஞன் முழு மதிப்புத் தருகிறான்’ என்ற கூற்றை இந்த அடிப்படையில்தான் புரிந்துகொள்ள முடியும் . . .

என்னைப் பொறுத்தமட்டில் எந்த உணர்ச்சியையும் ‘வாய்விட்டு’ ஒரு வரியில்கூடச் சொல்லாது, பார்ப்பதற்கும் கேட்பதற்கும் முடியுமானால், நுகரவும் தொட்டுணரவும் வேண்டியதை மட்டும் அளவோடு தருவதே சிறந்த எழுத்து என்று இருப்பினும், உணர்வுக்கும் ‘புலன் கூடான’வற்றுக்கும் இடையே இருக்கவேண்டிய விகித அளவு இன்றைய புதுமுறை எழுத்தாளர்களைச் சார்ந்த மட்டிலும் ஒரு கேந்திரப் பிரச்சனை யாகிவிட்டது. இம்முயற்சியில் குறிப்பிடத்தகுந்த வெற்றியை அடைந்துள்ள ஒருவராக அசோகமித்திரன்தான் உடனடியாக எனக்குத் தெரிகிறார். இவ்வாறு கூறுவதன் நோக்கம் அசோக மித்திரனுக்குப் ‘பாராட்டு’த் தெரிவிக்கவல்ல; அவர் எழுத்தை வைத்துப் பார்க்கும்போது இவ்விலக்கியப் பிரச்சனையின் தன்மையில் சற்றுத் தெளிவு கிடைக்கும் என்பதுதான்.

***ஞானரதம்*, பிப்ரவரி 1974**

'கண்டதும் கேட்டதும்' - ஒரு சுய விமர்சனம்

இத்தொகுப்பில் அடங்கியுள்ள என் கதைகளில் முழுமையாக சிறுகதை இலக்கணத்தைப் பெற்றிருக்கும் ஒரே கதை 'யாரோ முட்டாள் சொன்ன கதை'. மற்றவை எல்லாம் ('மிஸ் பாக்கியம்' தவிர) வெறும் முயற்சிகளே. ஆங்கிலத்தில் சொல்வதென்றால் அவற்றை *sketches*, *vignettes* என்று கூறலாம். இம்முயற்சிகளிலும் என்னுடைய ஆற்றலையும் பல்வேறு குறைபாடுகளையும் காணலாம் என்பது வேறொரு விஷயம். இந்த அடிப் படையில்தான் நண்பர் சுந்தர ராமசாமியின் முன்னுரை அமைந்தது என்று நம்புகிறேன்.

'தீராக்குறை' வாசகர்களிடத்து எந்த ஆழமான பாதிப்பையும் ஏற்படுத்தக் கூடியதல்ல. அது நமது உள்ளத்தில் ஏதோ மூலையை இலேசாக நெருடுகிறது; அவ்வளவுதான். 'தீராக்குறை'யின் நடையிலுள்ள சிக்கனமும் எளிமையும் சிலருக்குப் பிடிக்கலாம். இதே விமர்சனம் 'தீராக்குறை'யை அடுத்து வருகிற 'அங்கும் இங்கும்' போன்ற கதைகளுக்கும் பொருந்தும். *sketch* முயற்சி போன்ற சால்ஜாப்புகளுக்கு இடம் கொடுக்காத எழுத்து 'வாழவும் எழுத்தும்.' இதைச் சிறுகதையாகவே ஆசிரியர் கற்பனை செய்துகொண்டார் என்பதை மறுக்க முடியாது. அதே நேரத்தில் அது மிகவும் கேலித்தனமான சிறுகதை முயற்சியாக ஆகிவிடுகிறது என்பதையும் ஆசிரியர் மறுக்க முடியாது. வாழ்க்கையின் விபரீதத்தை வலிந்து சொல்ல முயன்று ஆசிரியர் மிகவும் பரிதாப

கரமாகத் தோல்வி அடைகிறார். கதையைப் படித்து முடித்த பின்னர் கிணற்றில் கல்லைத் தூக்கிப் போட்டது போன்ற ஒரு உணர்வு; சாதனையோ, தெளிவோ, நிறைவோ கொடுக்காத ஒரு உணர்வு. ஆசிரியரது தோல்வி கண்ட சிறுகதையாக 'வாழ்வும் எழுத்தும்' இருக்குமானால் ஆசிரியரின் வெற்றிகண்ட சிறுகதையாக 'மிஸ் பாக்கிய'த்தைப் பார்க்கலாம். அதாவது சிறுகதையாக விமர்சிக்கப்படும் தகுதியைப் பெறுகிறது என்பதையே 'வெற்றி கண்ட சிறுகதை' என்பதன் மூலம் உணர்த்துகிறேன். அது குறைபாடில்லாத நல்ல சிறுகதை என்று கூற முடியாது. பள்ளி ஆசிரியர் என்ற முறையில் அதனைச் சிறுகதை என்று பார்த்தால் 40% தருவேன். 'கயிற்று நுனி' ஒரு சிறுகதை என யாரும் சொல்லமாட்டார்கள். ஆனால் அது எனக்குச் சற்று பிடித்தமான துணுக்கு. அதிலும் மிகவும் மோசமான பல வாக்கியங்கள் இருக்கின்றன. 'அப்படி ஒரு காலம்! அப்படி ஒரு பிறவி!' வெறும் ஏய்ப்பு. ஆசிரியருக்கு இருக்கிற அடங்கிய நகையுணர்வு அதில் பல இடங்களில் தென்படுகிறது.

விமர்சனத் தகுதி பெற்ற ஒரு சிறுகதை 'யாரோ முட்டாள் சொன்ன கதை' மட்டுமே. யாரும் அதைக் கூர்ந்து படித்த தாகவோ, அதைப் பற்றி சற்று விரிவாகப் பேசியதாகவோ நான் இதுவரை அறியவில்லை. நண்பர்கள் அதை விமர்சித் தால் எனக்கு உதவியாக இருக்கும்.

வைகை, ஆகஸ்டு - செப்டம்பர் 1978

மௌனமும் பித்தமும்

சொ. விருத்தாசலத்தின் எழுத்தில் புதுமையைக் காட்டிலும் பித்தம் அதிகம் இருப்பதாக முடிவு சொன்னார் ஒரு நண்பர். அதில் உண்மை இருக்கலாம். ஆனால் அந்நண்பரும் 'சொ.வி.'யின் எழுத்துக்கு மகிமை தருவதே அதன் பித்தம்தான் என்பதை மறுக்கமாட்டார். பாட்டாளி வர்க்க யதார்த்த நோக்கு ஒன்றுதான் தற்காலத்துக்குப் பயன்தரும் ஒரே நோக்கு என்று கொண்டால், சொ.வி.யின் எழுத்தில் புதுமையை மட்டுமே தேடிக் காண்பதும், அதில் தற்கால வரலாற்று வீச்சின் வன்மையை அளந்து பார்ப்பதும் நியாயமாக இருக்கலாம். ஆனால் அதே பார்வையின் அடிப்படையில் இலக்கியத்துக்கே புத்துரு தர விரும்பினால், கம்பன் இளங்கோ என்ன, பாரதிகூட உருத்தெரியாமல் மாற்றிப் புதுப்பிக்கப்பட வேண்டியவர்கள் ஆவார்கள். உண்மையில் அது பாசிசக் கலாச்சாரப் புரட்சியின் தன்மையைத் தான் பெற்றிருக்கும். சம காலத்தில் வாழும் எழுத்தாளர்களை பாட்டாளி வர்க்க யதார்த்தவாதக் கண்ணோட்டத்துக்குப் பயன்படுத்திக்கொள்வது ஒன்று. அவர்களது இலக்கியப் படைப்பு முழுமையுமே அக்கண்ணோட்டத்துக்குக் கட்டுப்பட்டதாகக் காண்பது வேறு. இப்பார்வை உண்மையில் கலை இலக்கியம், விஞ்ஞானம் போன்ற மேல்தள இயக்கங்களுக்கு அவையவற்றுக்கு உரித்தான பரிணாம வளர்ச்சியையும், அவ்வளர்ச்சியின் விதிகளையும் மறுக்க முயலும் எதிர் – இயக்கவியல்வாதமாகும். ஒரு கசப்பான உண்மையை மார்க்சிஸ்டு சிந்தனைவாதிகள் ஏற்றுக்கொள்ள வேண்டும். மார்க்சீய சிந்தனா முறை இன்றைய மனித வர்க்கம் அடைந்துள்ள மிகவும்

செழுமைப் படுத்தப்பட்ட சிந்தனை முறையாக இருப்பினும், குறிப்பிட்ட துறைகளில் அதனைச் செயல்படுத்த அந்தந்தத் துறைகளில் முறையான அனுபவ ஞானம் வேண்டும். எந்தத் தொழிலியல் துறையை எடுத்துக்கொண்டாலும் சரி, அதில் மார்க்சீயக் கண்ணோட்டம் எங்காவது ஒரு குறையை நினைவுபடுத்துவதாக இருக்கலாம்; ஆனால் அதை நடை முறையில் சாதிக்க விரும்பும் மார்க்சீய சிந்தனையாளன் அந்தக் குறிப்பிட்ட துறையில் கணிசமான அளவாவது தேர்ச்சி பெற வேண்டும். இவ்வுண்மையை மார்க்சீய சிந்தனையாளர் கள் கலை இலக்கியத் துறைகளில் புகும்போது நினைவு கொள்வது அவசியம்.

உரைநடை புனைகதை இலக்கியத்தை வெகுஜன அளவில் வளர்த்த பெருமை ஓரளவு பூர்ஷ்வா வர்க்கத்தைச் சாரும். பெருமை மட்டுமல்ல; சிறுமையும் கூடத்தான். இல்லாவிட்டால் தங்களது குறுகிய நலன்களுக்கும், கேவலம், மட்டரக விளம்பரங்களுக்கும், வேறு எந்தவித சமுதாய லட்சியமும் இல்லாமல் லாபத்துக்காக மட்டுமே அவ்வரிய இலக்கிய அமைப்பை அதே வர்க்கம் பயன்படுத்தி உள்ளதை, பயன்படுத்தி வருவதை மறுக்க முடியுமா? இவ்வுண்மைகளை மனத்தில் கொண்டு பூர்ஷ்வா சமுதாயத்தில் எழும் எல்லா இலக்கிய முயற்சிகளையும் நச்சுத்தன்மை கொண்டவையாகக் காண்பது ஒருவகை புனிதவாதம். எத்தனையோ உரிமைகளை பூர்ஷ்வா வர்க்கம் சுயநலத்தின் அடிப்படையில் பெற்றது என்றாலும் இன்று அவற்றில் பலவற்றை அதே வர்க்கம் நசுக்கப்பட்ட வர்க்கங்களோடு பகிர்ந்துகொள்ளும் நிலையில் இருக்கிறது. இது இன்னும் எத்தனையோ முற்போக்கான நலன்களுக்கும் பொருந்தும். கலை, இலக்கியம், ஓரளவுக்கு விஞ்ஞானம் இவற்றில் கண்கூடானவை.

தமிழில் உரைநடை புனைவதில் இலக்கியத்தின் பல்வேறு சாத்தியக் கூறுகளையும் நுட்பமாக ஆராய்ந்து வெளியிட்ட பெருமை சொ.வி.க்குத்தான் நிச்சயமாக உண்டு. அவர் தனது பரிசோதனைகளை மிகவும் விரிவான கட்டுக்கோப்புக்குள் அமைத்துக்கொண்டார். அந்தக் கட்டுக் கோப்புக்குள் திராவிட இயக்கப் பிரதிபலிப்புகள்கூட இடம்பெற்றிருந்தன. இப்பிரதி பலிப்புகளை முழுமையாக வெளியிடாதது சொ.வி.யின் தனிப்பட்ட பலவீனம். திராவிட இயக்கத்தின் மறுக்க முடியாத சொல் வளத்தை சொ.வி. பெரியதாக நினைக்கவில்லை. ஒரு துப்பாக்கிக் கதை எழுதி திருவள்ளுவரிடமும் கொஞ்சம் விஷமம் செய்து பார்த்த (கோபால அய்யங்காரின் மனைவியில் பாரதி யிடத்து கொஞ்சம் வம்பே துவக்குகிறார்.) சொ.வி. யாருடைய சொல்வளத்தாலும், சொன்னயத்தாலும் பரவசப்பட்டுப்

போகக்கூடியவரல்ல. அந்தத் தன்னிறைவு உணர்வு பலமா பலவீனமா என்பது உண்மையில் ஒரு இயக்கவியல் பிரச்சனை.

சொ.வி. எழுத்தாளரது எழுத்தாளர். அவர்தான் எழுத்தாளரின் எழுத்தாளரா அல்லது உண்மையில் மௌனியா என்பது இன்றைய சில எழுத்தாளரிடம் எழக்கூடிய நியாயமான சந்தேகம். மௌனியைப் படித்த யாரும் அவரைச் சூள் கொட்டி ஒதுக்கிவிட முடியாது. அவரது எழுத்தின் அழுக்கற்ற தன்மையால் தூண்டப்படாத எழுத்தாளன் இருக்க முடியாது. பாட்டாளி வர்க்க யதார்த்தவாதிகள் அவரைத் துணிந்து புறக்கணித்துவிடலாம். அவரது இலக்கியத் துடிப்புகள் உள்ளடக்கத்தில் இல்லை; உருவத்தில் மட்டுமே. வேறு வார்த்தைகளில் சொல்ல வேண்டுமானால், கருத்துகளைக் கொண்டு புரிந்து கொள்ள முடியாத எழுத்தாளர் அவர். கருத்துகளுக்கு மட்டுமே செவிகள் கொண்டவனுக்கு அவர் ஒரு மௌனி. சொ.வி. வேறுவிதம். அவரிடம் மௌனம் இல்லை என்று இல்லை. உண்மையில் மௌனத்தைக் கருத்துகளில் சாதிப்பதுதான் இலக்கியத்தின் உயர்ந்த இலக்காக அவர் கொள்கிறார். உள்ளடக்கத்திலிருந்து 'முழுவதும்' விடுபடுவது என்பது இலக்கியத்திற்குச் சாத்தியமாக இருக்கிறது. இசையின் வளர்ச்சிக்கே கூடத் தேவைப்படுகிறது. ஆனால் கருத்துகளை முற்றிலும் ஒதுக்கிவிடும் புனைகதை இலக்கியம் சாத்தியமா, விரும்பத்தக்கதா என்பன மிகவும் முக்கியமான பிரச்சனைகள். இதில் மௌனியிடமிருந்து மாறுபட்ட எண்ணத்தைக் கொண்டிருந்த சொ.வி. கூட அவரது மௌனக் கலைப்புகளைப் பித்த மயக்கம் என்று அவநம்பிக்கைப் பட்டாரோ என்று நினைக்க இடமிருக்கிறது. ஆனால் சொ.வி.யின் இயற்கையான வலு இந்த மாறுபாட்டை வெல்வதில் அபரிமிதமாக வெற்றிகொள்கிறது. எனவேதான் தேவதைகள் காலெடுத்து வைக்கத் தயங்கும் இடத்தில்கூட அவர் துணிந்து கூத்தடிக்கிறார். அவர் தாங்கமுடியாத வேதனையில் (அல்லது படைப்பு அழுத்தத்தில்) இருந்து மீள கைகளை அகல விரிக்கும்போது விசுவ உருவம் கொள்வதோடு, சூரியக்கதிர்கள்போல பல கரங்களாக விரிகின்றன.

சொ.வி.யில் எத்தனை விழுக்காடு புதுமை, எத்தனை விழுக்காடு பித்தம் என்று பார்க்க முயலுவது காலத்துக்குப் பொருந்தாத வேலை. அவரிடம் நூற்றுக்கு நூறு பித்தம் என்று ஒத்துக்கொண்டாலும் அவரின் வளர்ச்சியில் ஒன்றுபடுவது தமிழ் எழுத்தாளனுக்குத் தரக்குறைவான செயல் ஆகாது.

***விழிகள்*, 9,10,11 - 1979**

பரத்தையர் பற்றி

'அடுத்து வருபவன் ஆணா, அலியா, கிழவனா, வாலிபனா, அழகனா, குரூபியா, முரடனா, சாதுவானவனா என்றெல்லாம் கவலைப்படாது அவனிடத்துத் தன்னைத் தானே ஒப்படைத்துக்கொள்கிறாளே அந்தச் சிறுமியிடத்து யாரும் ஒரு தெய்வீக உணர்வைச் சந்திக்காமல் இருக்க முடியாது. சமுதாயம் அவ்வப்போது கற்பிக்கும் போலி ஏற்றத்தாழ்வு உணர்ச்சிகளுக்கு இரையாகாமல் இருப்பவன் ஒருவனே இதைப் புரிந்துகொள்ள முடியும். எது எப்படி இருப்பினும் 'தேவடியாள்' என்பதை ஒரு வசைச் சொல்லாகப் பயன்படுத்த நியாயமே இல்லை. வேண்டுமென்றால் தி.ஜானகி ராமனது 'கோவில் விளக்கு' என்ற சிறுகதையையோ அல்லது ஈஜின் ஓனீலின் 'அன்னா கிறிஸ்டி' நாடகத்தையாவது படித்துப் பாருங்கள்... பரத்தை மாதவியின் நல்லியல்புகள்தானே மணிமேகலையிடத்துக் குடிகொண்டன.

சதங்கை, ஏப்ரல் 1984

சுந்தர ராமசாமிக்கு எழுதிய கடிதங்கள்

G. Nagarajan
59, SLC Housing Colony
Annanagar
Madurai : 625020

அன்புள்ள நண்பர் சுந்தர ராமசாமிக்கு:
வணக்கம். வந்து பார்க்கத்தான் எனக்கு வாய்ப்பு இல்லை போலும்;

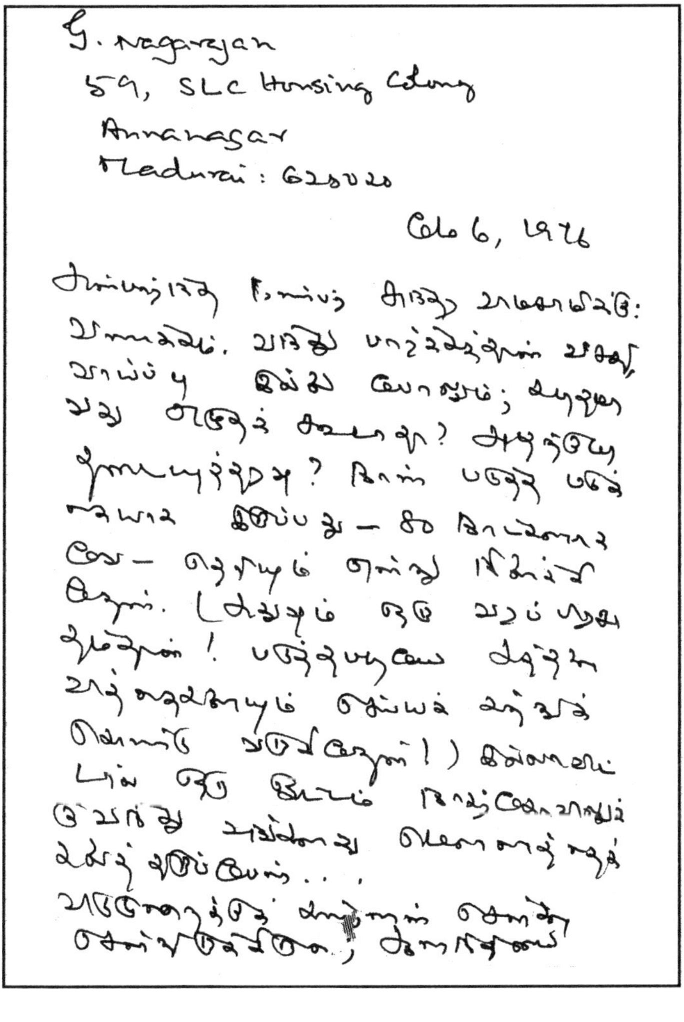

எஸ்.டி.சி.
மதுரை,
ஆகஸ்டு 3, 1968

நண்பர் சுந்தர ராமசாமிக்கு;

வணக்கம். சில நாட்களாகவே உங்களுக்கு எழுதலாம் என்ற யோசனை. சில நாட்களென்ன, 'தமிழ்நாடு வாசகர் பேரவை' தேர்வு நடத்த உங்களது 'ஒ.பு.ம.க.'யை என்னிடம் கொடுத்ததிலிருந்து. 'அம்மா வந்தா'ளுக்கு முதலிடம் தந்தேன் – தமிழ் வாத்தியாரையும் அவரது பெண்ணையும் கண நேரம் மறந்து. இரண்டாவது இடம் 'ஒ.பு.ம.க'வுக்கா, 'தயா'வுக்கா என்று தடுமாறினேன். இசக்கி – காதர் உரையாடல், தாமோதர ஆசான் – பூசாரி encounter இவற்றை நினைத்து 'ஒ.பு.ம.க.'வுக்கு இரண்டாவது இடம் தந்தேன். உங்கள் புத்தகத்தின் முதற் பகுதியைவிட இரண்டாம் பகுதி எனக்குப் பிடித்திருந்தது. முதற்பகுதியில் சில பகுதிகள் (உதாரணம்: நந்தவனம்) கட்டுரைகள் போல் இருக்கின்றன. முனிசிபல் விவகாரங்கள், பால் சப்ளை எல்லாம் பிரமாதம். Neon sign, கழுகு – இவையும் பிரமாதமே.

இந்த மாதவன், தி.சா. ராஜு இவர்கள் எல்லாம் யார்? நன்றாக எழுதுகிறார்கள். 'சினிமாவுக்குப் போன சித்தா'ளிலிருந்து, பழைய ஜெயகாந்தன் மீளுவார்போல் தெரிகிறது. அவரிடம் புதுப் படிப்பாளிப் போக்கும், அரசியல் நோக்கும் மட்டும் இல்லாதிருந்தால், அவர் மிக அழகாக எழுத முடியும். நீங்கள் காணாமற்போன தாமோதர ஆசானைக் கண்டுபிடித்து முதுமை – இளமை என்ற போலித்தனமான முரண்பாட்டைத் தீர்த்தாக வேண்டும். ஜெயகாந்தனும், வல்லிக்கண்ணனும் முதுமையைப் பற்றி எழுதியதை வாசித்தேன். முதுமை வயதோடு வருவதாக நினைக்கிறார்கள். அப்படியா?

நீங்கள் மதுரைக்கு வருதுண்டா? வருவதுண்டு என்று ஒருமுறை ரகுநாதன் சொன்னதாக நினைவு. அடுத்த முறை வரும்போது சந்திக்கலாம் என்று நினைக்கிறேன். ரயில் நிலையத்துக்கருகே உள்ள எஸ்.டி.சி. அலுவலகம் சென்றால், என்னைத் தொடர்புகொள்ளலாம்.

நன்றி.

இப்படிக்கு
அன்பன்,
ஜி. நாகராஜன்

○

November 6, 1973
Gandhi Memorial Museum
Madurai 625 020

அன்பார்ந்த நண்பர் சுந்தர ராமசாமிக்கு ஜி. நாகராஜன் எழுதுவதாவது:

வணக்கம். *J.K.*யைப் படிக்கச் சொல்லி எழுதியிருந்தீர்கள். *J.K.*யின் புத்தகங்கள் பல இங்கு நூல் நிலையத்தில் உள்ளன. இருந்தாலும் *Philosophy*யிடத்து எனக்கிருக்கும் அவநம்பிக்கை காரணமாக நான் இதுவரை எந்த *Philosophy* புத்தகத்தையும் படித்ததில்லை. விதிவிலக்கு மார்க்ஜின் சில நூல்களும், எப்போதோ படித்த *John Dewey*ன் *'Reconstruction of Philosophy*யும் தான். அரவிந்தர், ஜே.கே. போன்ற இந்துமத Philosophers வேறு வகையானவர் என்று நீங்கள் கூறலாம். உண்மைதான். *Intellect*க்கு *survival value*தான் உண்டு; அதைக்கொண்டு நுண்பொருளான உண்மையை (*Reality*) அறிய முடியாதென்ற *Hindu Philosophers*ன் கருத்தை என்னால் புரிந்துகொள்ள முடிகிறது. அவ்'வுண்மை'யை அறிய அவர்கள் வலியுறுத்தும் *transcendental experience* ஒன்று இருக்கலாம் என்று நான் ஏற்றுக்கொண்டாலும், அவ்வனுபவத்துக்கு இட்டுச் செல்லும் வழிமுறைகளைப் பின்பற்ற எனக்குக் கொஞ்சம்கூட கட்டுப் பாடு இல்லை என்பதைத்தான் என்னால் பார்க்க முடிகிறது. ஒரு காலத்தில் அவ்வழிமுறைகளைப் பின்பற்ற வீடு, வாசலை விட்டுவிட்டு, மலை, காடு என்று போக வேண்டும் என்று நினைத்துக்கொண்டிருந்தேன்; இப்போது அதெல்லாம் ஒருவகை *Psychic training* என்ற முடிவுக்கு வந்திருக்கிறேன். இருந்தாலும் கோபப்படுவதிலும், வெறுப்படைவதிலும், எதிர் பார்ப்பதிலும், ஏமாற்றம் அடைவதிலும், திருப்திப்படுவதிலும், சந்தோஷப்பட்டுக்கொள்வதிலும் இன்னும் சுகம் காணத்தான் செய்கிறேன். பெரியாவாள் பாஷையில் 'அஞ்ஞானம்' தீர வில்லை; கம்பன் வாக்கிலே 'பிள்ளைமை தீர்ந்தானில்லை' . . .

கதை என்றும் கவிதை என்றும் எழுதித் தீர்த்துக்கொண் டிருக்கிறீர்கள். பேரும் ரொம்பவும் அடிபடுகிறது. மகிழ்ச்சியாகத் தான் இருக்க வேண்டும்.

எனக்குக் கவிதை இன்னும் பிடிபடவில்லை. கவிதை பற்றி *T.S. Eliot*, இன்னும் அந்த அமெரிக்கக் கவிஞன், அவன் பேரென்ன, இறுதியில் பாஸிஸ்டாக மாறி ரோம் நகரில் சிலவாண்டுகளுக்குமுன் இறந்து போனானே, அவன், ஆகியோர் கவிதை பற்றி எழுதியுள்ளதைப் படிக்க வேண்டும் என்று சில சமயங்களில் நினைப்பதுண்டு. கவிதையின் தனித்தன்மை என்ன? – *economy of expression* என்கலாமா?

அவசரத்தில் *Inland letter*ஐ எடுத்துவிட்டேன். முழுக்காகித மாக இருந்தால் இன்னும் கொஞ்சம் ஏதாவது சொல்லலாம். தீபாவளி 'நெருக்கடி' முடிந்துவிட்டது; ஆனால் கிறிஸ்துமஸ்

'நெருக்கடி' துவங்கிவிட்டதோ? அசோகமித்திரன் அமெரிக்கா சென்றிருப்பது மகிழ்ச்சிக்குரியதல்லவா?

இப்படிக்கு
அன்பன்,
ஜி. நாகராஜன்

❍

G. Nagarajan
Gandhi Memorial Museum
Madurai 625 020
பிப்ருவரி 5, 1974

அன்பார்ந்த நண்பர் சுந்தர ராமசாமிக்கு:

வணக்கம். நானும் உங்களுக்கு இயற்கையிலேயே எழுத வேண்டுமென்றிருந்தேன்; இப்போது 'ஞானரத'மும் கைக்கு வந்துள்ளது! 'சதுரச் சிறகு' என்ற கதைக்கு இரு வேறு விமர்சனங்களை வெவ்வேறு சந்தர்ப்பங்களில் அனுப்பி யிருந்தேன், – இரண்டுமே 'அப்பாவி' என்ற பெயரில் என்று தான் நினைக்கிறேன். அவற்றில் பிந்தி அனுப்பியது 'ஞா.ர.' ஜனவரி இதழில் வெளிவந்தது; முந்தி அனுப்பியது பெப்ருவரி இதழில் வந்திருக்கிறது. நண்பர் இபுரகீம் என்ன, ஒரே நபர், ஒரே கதையைப் பற்றித் தெரிவித்துள்ள இருவேறு 'அனுபவங் களி'லிருந்து, இலக்கியப் படிப்பினைகள் பெற்று அவற்றைப் பற்றி இலக்கிய உபதேசம் நிகழ்த்தப் போகிறாரோ என்னவோ!

. . . . . . 'சென்றவிதழ் உள்ளடக்க'ததில் உங்கள் பெயரோ அல்லது பசுவய்யா பெயரோ காணவில்லையே1 ஜனவரி இதழில் வாசகர்கள் உங்களுக்கென்று ஒரு சிறுகதையையும் சில கவிதைகளையும் ஒதுக்கி வைத்துவிட்டு, பின்பு ஏமா றட்டும் என்று நினைத்தாரா சித்ரபாரதி, அல்லது ஏதாவது புனைபெயரில் நீங்கள் ஒளிந்திருக்கிறீர்களா?

எப்படி இருக்கிறீர்கள்? இப்போது வர்த்தக நெருக்கம் அதிகம் இராது; இல்லையா? அல்லது கல்யாண சீசன் ஆதலால், உண்மையிலேயே வேலையழுத்தம் கூடிவிட்டதா? மதுரை வந்துபோக வாய்ப்பிருக்கிறதா, இல்லையா?... அண்மையில் படித்த ரெண்டு புத்தகங்களைப் பற்றி நாலு வார்த்தைகள் சொல்லட்டுமா? சுஜாதா ராமானுஜம்(?)ன்ட்டு நினைக்கிறேன், அவளுடைய ஒரு ஆங்கிலச் சிறுகதைத் தொகுப்புப் படித்தேன். மிகவும் நன்றாகவே எழுதியுள்ளதாகத் தெரிகின்றது. 'Modern sex Techniques' என்றொரு புத்தகத்தின் பெரும்பகுதியைப்

படித்தேன். *sex* பற்றி உள்ள பல *myth*களை உடைத்து எழுதியிருக்கிறார். எனக்குக்கூட ஓரிரு சமயங்களில், ஆசிரியன் நம்மை முந்திக்கொண்டுவிட்டானே என்று வருத்தமேற்பட்டது. ஆசிரியர் பெயர்தான் முற்றிலும் புதிது – *Richard Street* என நினைக்கிறேன். அவர் பெயரைத் தவிர அவரைப் பற்றி மிகச் சிறிய குறிப்புக்கூட கிடைக்கவில்லை. மூன்றே மூன்று படங்கள் தாம்; – மூன்றும் ஏற்கெனவே பார்த்தவைதான். அதுமாதிரிப் புததகம் ஒன்றைத் தமிழில் போட்டால்? – பலருக்குப் பயம் தெளியும்!

இப்படிக்கு
அன்பன்
ஜி. நாகராஜன்

○

Gandhi Memorial Museum
Madurai 625 020
மே 7, 1974

அன்பார்ந்த நண்பர் சுந்தர ராமசாமிக்கு:

வணக்கம். நானும் எழுத வேண்டுமென்றிருந்தேன்; உங்களது 'கார்டு'ம் கிடைத்தது.... காந்தியும் டாக்டர் அம்ருத சௌரியும் *Vivisection*யைப் பற்றி விவாதித்துக்கொண்டிருக்கின்றனர். மனித உயிரைக் காப்பாற்ற *Vivisection* எந்த அளவுக்குப் பயன்படுகிறது என்பதை விளக்குகிறார் டாக்டர். அதற்கு காந்தியின் பதில் என்ன தெரியுமா? *'Is human life of such great value that all other life must be subservient to it? I shudden to think of it!'* ஆம், இப்போதெல்லாம் கொஞ்சம் காந்திப் பித்து அதிகம்தான். அய்யகோ1 'நா.பா.', 'க.அ.' போன்ற பேர்வழிகளின் – அல்லது இன்னும் மட்டமாகச் சொல்ல வேண்டுமெனில், கொத்தமங்கலம் சுப்பு, மு.வ. போன்றவர்களின் – பித்து இல்லை. சற்று வேறு வகைப்பட்டது (ஓகோ! இதில் ஒரு பெருமையோ!). உளவியல் முறைப்படி சற்று நுட்பமாக காந்தியைப் பார்த்துக் கொண்டிருக்கிறேன்....

அதோடு 'நாளை மற்றுமொரு நாளை'யையும் தனிப் புத்தகமாக அ–ச்–சா–க்–கி–க்–கொ–ண்–டி–ரு–க்–கி–றே ன். புத்தகம் இம்மாத முடிவுக்குள் த–யா–ரா–கி–வி–டு–ம். அசட்டுத்தனமாகவோ, புத்திசாலித்தனமாகவோ நண்பர் சித்ரபாரதியை முன்னுரை எழுதித் தருமாறு கேட்டுள்ளேன்... ஆம், நினைவிருக்கிறது நீங்கள் சொன்னது. நீங்கள் குறிப்பிடும் பதிப்பகங்கள் இரண்டு துடைப்பான்களைக் கொண்டுகூட

என் எழுத்தைத் தொட மாட்டா!... புத்தகம் தயாராகிக்கொண்டிருக்கும்போதே, போது போகாத நேரங்களில் இனிய தவிப்புக்கள்: ஏதாவது சொல்லி இருக்கிறோமா, இல்லை, வெறுங் குப்பையா?...

...மௌனியைப் படித்தேன். விரிவாக எனது கருத்துக்களை 'மௌனியின் நிழல்கள்' எனத் தலைப்பிட்டு ஞானரதத்துக்கு அனுப்பினேன். பேச்சுமூச்சில்லை. மௌனி ஒரு சிறந்த கவியே தவிர, சிறந்த சிறுகதை அல்லது புனைந்துரை எழுத்தாளர் அல்ல என்பது என்னுடைய நோக்கு. கட்டுரை சற்று 'ஆழமாக'வே இருந்ததாக எண்ணம். 'காபி' இருக்கிறதோ, என்னவோ?

இப்படிக்கு
அன்பன் **ஜி. நாகராஜன்**

○

பின்னிணைப்பு

வாழ்க்கைக் குறிப்பு

ஜி. நாகராஜன் 1929 செப்டம்பர் 1ஆம் தேதி அவரது பெற்றோர்களின் சொந்த ஊரான மதுரையில் ஏழாவது குழந்தையாகப் பிறந்தார். தந்தை கணேச அய்யர் வக்கீல். பழனியில் வக்கீல் தொழிலை மேற்கொண்டுவந்தார். ஜி.என்.னின் நான்காவது வயதில் அவரது தாயார் தமது ஒன்பதாவது பிரசவத்தின்போது மரணமடைந்தார். நான்கு குழந்தைகள் பிறப்பின்போதும், பிறந்த சில மாதங்களுக்குள்ளாகவும் இறந்து விட்ட நிலையில் ஐந்து குழந்தைகள் கொண்ட இக்குடும்பத்தில் ஜி.என்.னுக்கு இரண்டு சகோதரிகள், ஒரு அண்ணன், ஒரு தம்பி.

ஜி.என். மதுரையில் தாய்வழிப்பாட்டி வீட்டில் சகோதர சகோதரிகளுடன் வளரத் துவங்கினார். பின்னர் மதுரைக்கு அருகில் உள்ள திருமங்கலத்தில் தாய் மாமன் வீட்டில் தங்கி நான்காம் வகுப்புவரை படித்தார். தாய்வழிக் குடும்பம் சற்று வசதியானது என்பதால் குழந்தைகள் அவர்களுடைய பராமரிப்பிலேயே வளர்ந்திருக்கின்றன. ஜி.என். நான்காம் வகுப்பில் தேறிய சமயத்தில் அவரது தந்தை குழந்தைகளைப் பழனிக்கு அழைத்துக்கொண்டார். தமிழ், ஆங்கிலம், கணிதம் ஆகியவற்றில் தேர்ச்சி பெற்ற அவர் ஜி.என்.னைப் பள்ளியில் சேர்க்காமல் தானே பயிற்றுவித்திருக்கிறார். பின்னர் மீண்டும் மாமா வீட்டில் தங்கி எட்டாம் ஒன்பதாம் வகுப்புகளைத் திருமங்கலம் பி.கே. நாடார் உயர் நிலைப்பள்ளியிலும், மறுபடியும் தந்தை பழனிக்கு அழைத்துக்கொள்ள, பத்து பதினொன்றாம் வகுப்புகளைப் பழனி எம்.ஹெச். பள்ளியிலும் பயின்றிருக்கிறார். இன்டர்மீடியட்டை மதுரையில் உள்ள மதுரைக் கல்லூரியில் படித்து சிறப்பான முறையில் தேறினார். அப்போது கணிதத்தில் நூற்றுக்கு நூறு மதிப்பெண்கள் பெற்று சி.வி. ராமனிடமிருந்து தங்கப் பதக்கம் பெற்றார். அதே கல்லூரியில் பி.ஏ. படித்து முதல் வகுப்பில் தேறினார். கல்லூரி நாட்களில் பாடப் புத்தகங்களோடு பல்வேறு வகையான புத்தகங்களையும் ஈடுபாட்டோடு வாசித் திருக்கிறார்.

பட்டம் பெற்றதும் ஜி.என். காரைக்குடி கல்லூரியில் டியூட்டராக ஒரு வருடம் பணியாற்றினார். பின்னர் சென்னை அக்கவுண்டண்ட் ஜெனரல் அலுவலகத்தில் ஓராண்டு பணி

புரிந்தார். அங்கிருந்து விலகி மதுரை அமெரிக்கன் கல்லூரியில் விரிவுரையாளராகச் சேர்ந்தார். இங்கு கம்யூனிச இயக்கத்தோடும் இலக்கியத்தோடும் அவருக்கு முதல் தொடர்பு ஏற்பட்டது. இவருடைய அறிவாற்றலும் கற்பிக்கும் முறையும் மாணவர் களையும் சக ஆசிரியர்களையும் நிர்வாகத்தையும்கூட வெகுவாக ஈர்த்திருக்கின்றன. கல்லூரி நிர்வாகம் இவரை அமெரிக்கா அனுப்ப எண்ணியிருந்ததாகத் தெரிகிறது. ஜி.என். கட்சிப் பணியில் தீவிரமாக இறங்கியதை அடுத்து நிர்வாகம் அவரை வேலை நீக்கம் செய்தது. இதன் பின்னர் ஜி.என். கட்சிப் பணிகளில் ஈடுபட்டபடியே மாணவர்களுக்குத் தனியாகப் பாடம் கற்பித்துச் சில மாதங்களை நகர்த்தியிருக்கிறார்.

1952ஆம் ஆண்டின் பிற்பாதியில் பேராசிரியர் நா. வானமா மலை திருநெல்வேலியில் நடத்திக்கொண்டிருந்த தனிப்பயிற்சிக் கல்லூரியில் ஆசிரியராகச் சேர்ந்தார். அடுத்த நான்கு ஆண்டுகள் இவரது வாழ்வையும் ஆளுமையையும் அனைத்துத் தளங்களிலும் தீர்மானித்தவை என்று கருதலாம். கே. பாலதண்டாயுதம், ப. மாணிக்கம், ஏ. நல்லசிவம், முருகானந்தம் போன்றோர் திருநெல்வேலி பிராந்தியத்தில் கட்சிப் பணியாற்றிக்கொண் டிருந்த காலம் அது. தொ.மு.சி. ரகுநாதன் 'சாந்தி' இலக்கிய இதழைத் துவக்கியிருந்தார். இவ்விதழுடன் தொடர்புகொண் டிருந்த சுந்தர ராமசாமி, கிருஷ்ணன் நம்பி, டி. செல்வராஜ், நெல்லை எஸ். வேலாயுதம் போன்றோருடன் ஜி.என்.னுக்கு இக்காலத்தில் தொடர்பு ஏற்பட்டது. இங்கு கட்சியில் தீவிரமாகப் பணியாற்றி நெல்லை நகரக் கமிட்டி செயலாளரானார். நெல்லையை அடுத்த மேலப்பாளையத்தில் கடுமையான பஞ்சம் ஏற்பட்ட நிலையில், மக்கள் வரி கொடுக்கவில்லையென நகரசபை ஜப்தி நடவடிக்கை எடுத்தபோது, ஜி.என். மக்களை அணி திரட்டிப் போராட்டம் நடத்திச் சிறை சென்றார். இது தவிரவும் வேறு பல போராட்டங்களை முன்னின்று நடத்தியிருக்கிறார்.

உத்வேகமூட்டும் ஆசிரியப் பணி, எழுச்சியூட்டும் கட்சிப் பணியென இளமையின் மிடுக்கோடு ஜி.என். செயல்பட்ட காலமிது. எழுத்தார்வம் வேர் பிடித்தது இங்குதான். கட்சியுடன் ஏற்பட்ட சில வேறுபாடுகள் காரணமாக ஜி.என். கட்சிப் பேரவையைக் கூட்டித் தன்னைப் பொறுப்பிலிருந்து விடுவிக்கக் கோரி ராஜினாமா செய்தார். அவர் ராஜினாமாவைத் திரும்பப் பெற்றுக்கொள்ள வேண்டுமென்று பேரவை கேட்டுக்கொண்டதை ஜி.என். ஏற்கவில்லை. அடுத்த சில மாதங்களில் நா. வானமா மலையின் தனிப் பயிற்சிக் கல்லூரியிலிருந்தும் விலகினார்.

1956ஆம் ஆண்டு செப்டம்பர் மாதம் நெல்லையிலிருந்து மதுரைக்குத் திரும்பிய ஜி.என்., அவருடன் அமெரிக்கன் கல்லூரியில் பணிபுரிந்தவரும் கட்சித் தோழருமான சங்கர

நாராயணன் நடத்திய தனிப்பயிற்சிக் கல்லூரியில் சேர்ந்தார். 70களின் தொடக்கம் வரை தனிப்பயிற்சிக் கல்லூரிகளில் பணியாற்றியே இவருடைய வாழ்க்கை நகர்ந்திருக்கிறது. இவருடைய கற்பிக்கும் திறனும் முறையும் அத்துறையில் நட்சத்திர மதிப்பை இவருக்கு ஏற்படுத்தின. திரையரங்குகளில் 'ஜி. நாகராஜன் எங்கள் கல்லூரியில் வகுப்பு எடுக்கிறார்' என்று தனிப்பயிற்சிக் கல்லூரிகள் விளம்பர ஸ்லைடு காட்டும் அளவிற்கு அவரது புகழ் உச்ச நிலையில் இருந்தது.

1959ஆம் ஆண்டு ஆனந்தாவை மணந்தார். கலப்புத் திருமணம். காதல் திருமணமல்ல. மணமான நான்காவது மாதம் ஆனந்தி ஸ்டவ் வெடித்து மருத்துவமனையில் மரண மடைந்தார். 1962ஆம் ஆண்டு மதுரையில் பள்ளி ஆசிரியை நாகலட்சுமியை மணந்துகொண்டார். ஜி.என்.னின் தமக்கையின் ஏற்பாட்டில் இத்திருமணம் நடந்தது. நாகலட்சுமிக்கு இரண்டு குழந்தைகள். மகள் ஆனந்தி, மகன் கண்ணன்.

1957ஆம் ஆண்டு ஜனசக்தி வாரமலரில் இவருடைய அணுயுகம் கதை பிரசுரமாவதிலிருந்து இவருடைய படைப்புலகம் விரியத் தொடங்குகிறது. இவருடைய எழுத்துகள் சரஸ்வதி, சாந்தி, ஜனசக்தி, இரும்புத்திரை, ஞானரதம், கண்ணதாசன், கணையாழி, சதங்கை, இல்லஸ்டிரேட்டட் வீக்லி ஆஃப் இந்தியா போன்ற இதழ்களில் வெளிவந்திருக்கின்றன. தன் படைப்புகளைப் 'பித்தன் பட்டறை' வெளியீடுகளாகப் பிரசுரித்ததும் இக்காலத்தில்தான். குறத்தி முடுக்கு (குறுநாவல்), நாளை மற்றுமொரு நாளே (நாவல்), கண்டதும் கேட்டதும் (சிறுகதைத் தொகுதி) ஆகியவை இவ்வாறு வெளிவந்தன.

ஆங்கிலத்தில் சில சிறுகதைகள் எழுதியிருக்கிறார். *With Fate Conspires* என்றொரு ஆங்கில நாவலும் எழுதியிருக்கிறார். இவை கைப்பிரதியாக இருக்கின்றன. கல்லூரிப் பாட நூலாக்கும் நோக்கத்துடன் டார்வின், கலிலியோ, மார்க்ஸ் ஆகிய மூவரைப் பற்றியும் 'Three Great Scientists' என்ற தலைப்பில் எழுதியிருக்கிறார். இதுவும் நூலாகவில்லை. காந்தியின் நெருங்கிய நண்பரும் காங்கிரசின் பொருளாளருமான பஜாஜ் பற்றிய நாடகம் ஒன்றையும் எழுதியிருப்பதாகத் தெரிகிறது. இதுவும் புத்தக வடிவம் பெறவில்லை. 'தீரன் மார்க்ஸ்' என்ற கூலி விவசாயியைப் பற்றிய நாடகம் ஒன்றையும் எழுதியிருக்கிறார். இதன் கைப்பிரதி தொலைந்துவிட்டது. மாணவர்களுக்கு ஏற்ற வகையில் காந்தியின் வாழ்க்கை பற்றி எழுத முயன்றிருக்கிறார்.

தந்தையுடன் ஜி.என். இருந்தது கொஞ்ச காலமே என்றாலும் அவரிடமிருந்து வாசிப்புப் பழக்கம் இளம் வயதிலேயே இவருக்கு வந்திருக்கிறது. இரவில் ஜி.என்.னை அருகில் படுக்க வைத்துக் கொண்டு தான் படித்ததைப் பற்றிக் கூறும் வழக்கமும் அவரது

தந்தைக்கு இருந்திருக்கிறது. கணேச அய்யருக்குத் தெய்வ நம்பிக்கையோ சடங்குகளில் பற்றோ இருக்கவில்லை. பந்த பாசங்களில் அதிகம் பட்டுக்கொள்ளாதவர் அவர். தந்தையின் இக்குணங்கள் இளம் வயதிலேயே ஜி.என்.னிடம் படிந்துவிட்டன. தந்தையுடன் நட்பு ரீதியான நெருக்கத்தை உணர்ந்திருக்கிறார். எழுபது வயது கடந்துவிட்ட நிலையில் அவரது தந்தை தன் இறுதிக் காலத்தில் முடியாமல் இருந்தபோது, மதுரைக்கு அவரை வரவழைத்துத் தனி வீடும் பராமரிக்க ஒரு உதவியாளரையும் நியமித்து நன்கு கவனித்திருக்கிறார் ஜி.என். கணேச அய்யர் 1961 நவம்பரில் இறந்தார்.

மார்க்சியப் பிடிப்போடு கட்சியில் பணியாற்றிய ஜி.என். 60களின் துவக்கத்தில் கட்சியில் நம்பிக்கை இழக்கத் துவங்கினார். பின்னர் மார்க்சிய எதிர்ப்பு நிலைப்பாட்டை எடுத்தார். இக்காலத்தில் அரவிந்தர் மீது அலாதியான ஈடுபாடுகொண்டார். காந்தியிடமும் பற்று ஏற்பட்டது.

ஒரு முறை "சாவும் அதை எதிர்கொள்ள மனிதன் தன்னைத் தயார்படுத்திக் கொள்ளும்போதே வரும்" என்றார். சாவை எதிர்கொள்ள அவர் தன்னைத் தயார்படுத்திக்கொண்ட தருணமும் வந்தது. 1981ஆம் ஆண்டு பிப்ரவரி மாதம் 19ஆம் தேதி நள்ளிரவிலிருந்து அதிகாலைக்கிடையில் மதுரை அரசு மருத்துவமனையில் உயிர் பிரிந்தது. மனித இனம் போரில் மாண்டுகொண்டிருப்பது பற்றி அன்றிரவு வேதனையுடன் பேசினார். அந்த இரவில் குளிர் அவரை மிகவும் வாட்டியது. "குளிருது, ரொம்பக் குளிருது" என்றவர், "சிதைக்குள் பதுங்கிக் கொண்டு அந்த நெருப்பில்தான் இந்தக் குளிரைப் போக்க வேண்டும்" என்றார்.

நாகராஜனின் உலகம்

சுந்தர ராமசாமி

நாகராஜனின் அச்சேறிய உலகம் 200 கிராம்தான் இருக்கும். வருடத்திற்கு அரை டன் கழித்துக்கொண் டிருக்கும் பட்டாளத்தின் மத்தியில், பாவம் நாகராஜன்! மூன்று லட்சத்திச் சொச்சம் விற்பனைப் பத்திரிகை களில் இவர் உருப்படி ஒன்றுகூட வெளியானதில்லை. அவருடைய மாணவர்களுக்குக்கூட, கணக்கு வாத்தி யாரின் இந்த விஷமங்கள் தெரிந்திருக்க நியாயமில்லை. புரட்டிப் பார்த்த உறவுப் பெண்களோ 'சீ! அசிங்கியம்!' என்று சொல்லிவிட்டார்களாம்!

அவர்மீது இந்த உலகம் காட்டிய அக்கறை ஒருபுற மிருக்கட்டும்.

தன்னுடைய அனுபவ உலகத்தின்பால் நாகராஜனுக்கு ஏற்பட்ட தீவிர அக்கறையின் விளைவுகள் இக்கதைகள்.

கதைகள் என்றால் அவை எத்தனையோ விதங்களில் இல்லையா?

உய்விக்க வந்த கதைகள், கிழித்துக் காட்டப் பீறிட்ட கதைகள், சுத்திகரிக்கப் பிறந்த கதைகள்; இன்னும் பண்பாடுகளைக் காக்க, தர்மங்களை நிலைநிறுத்த, சிதில மடைந்த கற்புகளைப் புனருத்தாரணம் செய்ய...

இப்படி ஏதாவது கொஞ்சம் 'பெரிசாய்' இவர் கதைகளைப் பற்றிச் சொல்ல முடியுமா?

மன்னிக்கணும் ஸார். இவை கதைகள்தான்.

கதைகள் மட்டும்தானா?

மட்டும்தான்.

நோக்கம் என்னவாம்?

தெரியவில்லை. அக்கறையாக இருக்கலாம். அனுபவங் களைப் பற்றிய அக்கறையாக இருக்கலாம்.

இட்டுச் செல்ல வேண்டாம். வழிகாட்ட வேண்டாம். கோடியாவது காட்ட வேண்டாமா?

இட்டுச் செல்லலாம். தலைமை தாங்கி நடத்திச் செல்லலாம். செய்து காட்டியிருக்கிறார்கள், மகான்கள். செய்துகாட்டிவரு கிறார்கள், பெரியவர்கள். இவருக்குக் கொடுத்துவைக்கவில்லை. கதைகள்தான் எழுதியிருக்கிறார். ஆனால்...

என்ன ஆனால்?

ரொம்பவும் அருமையாக எழுதியிருப்பது மாதிரிப் படுகிறது. மகான்களுக்கு இன்னும் கிடைக்காத தரிசனங்கள் எல்லாம் இவருக்குக் கொஞ்சம் கிடைத்துவிட்டது மாதிரிப் படுகிறது.

ஓஹோ.

2

நாகராஜனை நான் சந்தித்தது பதினைந்து வருடங் களுக்கும் முன்னால். வஸ்தாதுகளின் உடலமைப்பில் எனக்கு ஒருவித ஆசையும் சலிப்பும் உண்டு. இதனால் நாகராஜனின் உடலமைப்பு என்னைக் கவர்ந்து, நெருங்கிப் பழகவிடாமல் தடுத்துக்கொண்டிருந்தது. ஸ்டாலின் மீசை வேறு; முரட்டு ஆத்மா என்ற என்னுடைய கற்பனை கலந்த பயம் வேறு.

நாகராஜனின் கலையோ பேதைமையும் ஜாலமும் நளினமும் கொண்டது. எதிர் வீட்டு ஜன்னலில் தோன்றி சில கணங்கள் முகச் சேட்டைகள் காட்டி, நாம் மயங்கி நெகிழும் போது மறைந்து வெற்று ஜன்னலில் நம் பார்வையைப் பதிய வைத்துத் தவிக்கவைக்கும் குழந்தை போன்றது.

நாம் மதிக்கத்தக்க இளம் கலைஞர்களுக்கும் மேடைகள் இல்லை. சீர்கெட்டுப்போன ரசனையின் புறக்கணிப்பில் அவர்கள் அங்கொன்றும் இங்கொன்றுமாகத் தம் முகங்களைக் காட்டிக்கொண்டுவருகிறார்கள். இவர்கள் எழுத்தில் எப்போதும் என்னைக் கவனப்படுத்திவந்திருப்பவர் என் நண்பர் கிருஷ்ணன் நம்பி. நாகராஜனிடம் என் பார்வையைப் பதியவைத்தவரும் அவர்தான். குப்பைகளை மேயாமல், தெரிந்துகொள்ள வேண்டியவர்களைத் தெரிந்துகொள்ளாத நஷ்டத்திற்கு ஆளாகாமலிருக்கும் சௌகரியத்தை நான் இவரால் அனுப வித்துவருகிறேன்.

இந்த எழுத்தாளர்கள் வரிசையில் நாகராஜன் மிகவும் முக்கியமானவர்.

3

இலக்கிய வித்தைகளை யார் சுற்றுத்தர இயலும்? அதன் நயங்கள் சொல்லப்படுகையில் பாழ்பட்டுப்போகின்றன, பின் பற்றப்படுகையில் காலை வாரிவிடுகின்றன. தன்னுடைய சுனை களைத் தானே தேடும் முயற்சி அது. நாகராஜனின் கதைகள், இக்கதைகள் பிறப்பதற்கு முன்னரும், பிறந்த காலங்களிலும், அவர் மேற்கொண்டிருக்க வேண்டிய தவத்தையும், ஏக்கத்தையும், கட்டுப்பாட்டையும், உந்துதலையும் நமக்குக் காட்டுகின்றன. கலையின் நியதியை மதிக்கத் தெரிந்த எந்த ஆத்மாவுக்கும் இதை உணர முடியாமல்போகாது.

இவர் உலகம் வாழ்க்கையின் பின்கட்டு. முன்கட்டுக்கு என்ன என்று கேட்கலாம். திண்ணையில் பண்பாடு கொலு வீற்றிருக்கிறதே! நாம் பிறருக்குக் காட்ட ஜோடித்து வைத் திருக்கும் வேஷங்களில் கலைஞனுக்கு என்ன அக்கறை? அங்கே மடிப்புக் கலையாத அங்கவஸ்திரங்கள், புன்முறுவல்கள், தாம் பூலத் தட்டுக்கள், ஆண் சாமி படங்கள், பெண் சாமி படங்கள், வாங்கோ, வாங்கோக்கள்.

கதைகளைச் சொல்லிச் சொல்லிக் கொல்ல வந்தவர் அல்ல இவர். விளக்கங்களும் உரைகளும் விரவிவரும் உபந்நியாசம் இலக்கியக் கலை ஆகாது என்பது இவருக்குத் தெரியும். பின் கட்டின் சாளரம் ஒன்றைத் திறந்துவிட்டு கம்மென்று வாயை மூடிக்கொண்டு நம்முடன் நின்றபடி உள்ளே எட்டிப்பார்க்கிறார்; இந்தத் தருணத்தில் சாளரத்தைத் திறந்ததுதான், தான் செய்த ஒரே காரியம் என்ற பாவத்துடன். கெட்டிச் சாயங்கள் என்று நாம் நம்பிவரும் சில உருப் படிகள் சலவைக்கு ஆளாகின்றன. சோமுப் பிள்ளை கட்டிலில் விழுந்துவிட்டார் (தீராக் குறை). ஒரு பெருங்கூட்டம் சுயகணக்கு களைப் புரட்டுகிறது. சொத்து சுகம், உரிமை, அன்பு, முக்கியத்துவம், சுதந்திரம், செல்லம் இவற்றின் பங்கீடு சரி சமமாகக் கணக்கில் வரவு வைக்கப்பட்டுள்ளதா? சாயங்கள் கரைகின்றன. யதார்த்த சொரூபங்கள் சருமங்களைக் கிழித்துக்கொண்டு வெளியே துருத்துகின்றன. தாய், தந்தை, மூன்று பிள்ளைகள், மூன்று புதல்விகள், பேரன், பேத்தி. பெரிய ஆல விருட்சம் இது. உபந்நியாச எழுத்தாளருக்கு இத்தனை நபர்களையும் அறிமுகம் செய்துவைக்கவே பேனாவில் இருமுறை மை நிரப்பிக்கொள்ள வேண்டியிருக்கும். ஆசிரியரின் தேர்ந்த கேமரா மனம், திரை விலகியதுமே தன் கோணத்திலிருந்து பதிவுசெய்துவர

பாத்திரங்கள் தங்கள் இயக்கங்களிலேயே தங்கள் முகங்களையும், தங்கள் மனங்களையும், உறவுகளையும் காட்டிக்கொண்டு வருகிறார்கள்.

நாடகம் நிகழ்ந்து முடிந்துவிட்டது. சாளரத்தை மூடுகிறார் ஆசிரியர். முகத்தைப் பார்க்கிறோம். 'மனைவிதான் களங்க மற்ற துணையா?' இத்தனை பேர்களிலும் வாயைத் திறக்காத அந்தப் பூச்சிதான் நம் மனத்தை நெகிழவைக்கிறது. 'எனக்கு என்ன தெரியும்? இந்த இடத்தில் அப்படித்தான் தோன்று கிறதோ?' என்று சந்தேகப்பட்டுக்கொள்கிறார் ஆசிரியர்.

முத்தாய்ப்பு வைத்து முடிவு சொல்ல ஆசிரியர் காட்டும் தயக்கம் அல்லது பரிபூர்ண விலகல் கலைபூர்வமானது. வாழ்க்கை யின் பரப்பையும், விசித்திரங்களையும், சிக்கல்களையும் அனுபவ பூர்வமாக மனத்தில் ஏற்றுக்கொண்டுவிட்ட கலைஞனின் பொறுப்புணர்ச்சி அது. கதை 'பண்ணு'கிறவர்களோ முடிவுகளையும் தீர்மானங்களையும் பாராவுக்குப் பாரா செங்கல் வண்டிகளாய்ச் சரித்துக்கொண்டிருக்கிறார்கள்.

கதை படுத்தும் பாட்டை இவர் எழுத்தில் தெரிந்து கொள்வது சுலபம். சதைக்கும் இளமை முறுக்குக்கும் ஏய்ப்புக் காட்டும் காதல், எலும்பு துருத்திய தோலுக்கும் வயோதிகத்துக்கும் மத்தியில் கொஞ்சி விளையாடும் (அங்கும் இங்கும்) உண்மையும் இவருக்குத் தெரியும் என்பதை ஏற்றுக்கொள்ளும் பொறுப் புணர்ச்சியும் நமக்கு இருக்க வேண்டும். முரட்டுத்தனமான உலகம் இவரைக் கவருவதைப் போலவே (அப்படி ஒரு காலம்! அப்படி ஒரு பிறவி!) ஒரு குழந்தையின் மென்மை யான உலகமும் (பச்சக்குதிரை) இவரைக் கவரத்தான் செய்கிறது. அந்த அந்த உலகங்களுக்கு உரித்தான விசுவாசத்தைச் செலுத்தி, அந்த அந்த உலகங்களுக்கு உரித்தான நாதங்களை எழுப்பி, இந்த இரு உலகுகளையும் நாம் அனுபவித்து ரசிக்கும்படியாக எழுதிவிடுவது எல்லாவற்றிற்கும் மேலாக இவர் கலைஞர் என்பதால்தான் என்பதையும் நாம் உணர வேண்டும்.

மிகுந்த சொற் சிக்கனத்தோடு எழுதும்போதும் சித்திரங் களும் பாத்திரங்களும் எத்தனை முழுமையாக உருப்பெறு கின்றன! ஒரு உரையாடலில், ஒரு சில வாக்கியங்களில், ரங்கநாயகியின் முகமும் அகமும் எத்தனை தெளிவாய் மலர் கின்றன (மிஸ் பாக்கியம்)! லக்ஷ்மி அம்மாளுடன், அவள் பெண் அரவிந்தா (எங்கள் ஊர்) பேசும் நிமிஷங்கள் மிகச் சொற்பமே. ஒரு குடும்பத்தின் சோக வரலாறே விவரணங் களோடு அதில் துலங்கி வெளிப்படுகிறது.

'எங்கள் ஊர்' என்ற கதை மிகவும் அழகாக உருவாகி யிருக்கிறது. ஒரு நவீன கவிதைபோல் நாம் மீண்டும் மீண்டும் படித்து ரசிக்கும்படி அமைந்துவிட்ட கதை அது. கோள் மூட்டும் ஜாலக்காரி பொதுப்படையாகப் பேசுவதுபோல் பாவனை காட்டி 'குண்டுணி'யை இடையே செருகுவதுபோல், ஊர் வனப்பின் லயிப்பினூடே சோகத்தை மீட்டுகிறார் ஆசிரியர்.

'யாரோ முட்டாள் சொன்ன கதை'யை அவர் நிகழ்த்திக் கொண்டு போகும் முறையும் ரசிக்கும்படியாக இருக்கிறது. நிகழ்காலத்தில் இரண்டு கீற்று, நிகழ்ந்து முடிந்தவை இரண்டு கீற்று, இப்படி முடைகிறார் ஆசிரியர். மேற்பரப்பில் இது சாதாரணமாகத் தெரியலாம். எளிது என்றுகூடப் படலாம். கைவந்த வித்தைகளில் – பானை வனைவதிலிருந்து பல்லாங் குழி ஆடுவது வரையிலும் – அவற்றின் நேர்த்தி அவற்றைச் சாதாரணம் போல் காட்டுகிறது.

இந்தக் கலைஞரின் உலகத்திற்குள் உங்களை மகிழ்ச்சியுடனும் மிகுந்த நம்பிக்கையுடனும் அழைக்கிறேன்.

12 ஏப்ரல் 1971

'கண்டதும் கேட்டதும்' சிறுகதைத் தொகுப்பில் இடம்பெற்ற முன்னுரை.

'ஜி. நாகராஜன் படைப்புகள்' [1997] நூலின் தொகுப்பாசிரியர் சி. மோகன் எழுதிய முன்னுரையின் ஒரு பகுதி

ஜி. நாகராஜனின் முதல் புத்தகமாக வெளிவந்தது 'குறத்தி முடுக்கு' என்ற குறுநாவல். இது நேரடியாகப் புத்தக வடிவம் பெற்றது. ஜி.என். 'பித்தன் பட்டறை' என்ற பெயரில் பதிப்பகமொன்றை ஆரம்பித்து 1963இல் அதன் முதல் புத்தகமாக இக்குறுநாவலைக் கொண்டு வந்தார். இப்புத்தகம் முறையாக விநியோகிக்கப்படாமல் முடங்கிய நிலையில் சரியான கவனிப்புக்கு ஆளாக வில்லை. பின்னர் 1991 ஆகஸ்டில் *காலம்* என்ற சிற்றிதழில் இக்குறுநாவல் பிரசுரிக்கப்பட்டது. அதனைத் தொடர்ந்து மதுரை வர்ஷா பதிப்பகம் 1994இல் இப்படைப்பின் இரண்டாம் பதிப்பைக் கொண்டுவந்தது. பித்தன் பட்டறை வெளியிட்ட முதல் பதிப்பையே இத்தொகுப்பில் பின்பற்றியுள்ளோம்.

ஞானரதம் என்ற மாதாந்திரச் சிற்றிதழில் 1973 ஜனவரியிலிருந்து டிசம்பர் வரையான 12 இதழ்களில் 'நாளை மற்றுமொரு நாளே' நாவல் தொடராக வெளி வந்தது. பின்னர் பித்தன் பட்டறை வெளியீடாக ஜி. நாகராஜன் அதை 1974இல் புத்தகமாக்கினார். இப்புத்தகத்தின் இரண்டாம் பதிப்பை 1983இல் 'க்ரியா' வெளியிட்டது. க்ரியாவின் பதிப்பையே இத்தொகுப்பில் பின்பற்றியுள்ளோம்.

1957இலிருந்து ஜி.நாகராஜன் கதைகள் எழுதியிருக் கிறார். 8.6.1957 ஜனசக்தி வாரமலரில் அணுயுகம் என்ற சிறுகதை வெளிவருவதிலிருந்து இவருடைய எழுத்துலகப் பிரவேசம் நிகழ்கிறது. 1971இல் அதுவரை எழுதிய கதைகளின் தேர்ந்தெடுக்கப்பட்ட தொகுப் பொன்றை பித்தன் பட்டறை வெளியீடாகக் கண்டதும் கேட்டதும் என்ற பெயரில் கொண்டு வந்திருக்கிறார். அத்தொகுப்பில் 14 கதைகள் இடம் பெற்றன. அக்கதைத்

தொகுப்பு அதற்குப் பின்னர் மறுபதிப்பு பெறவில்லை. 'கண்டதும் கேட்டதும்' தொகுப்பிலுள்ள சிறுகதைகளை அத்தொகுப்பிலிருந்தே எடுத்துக்கொண்டோம். தொகுப்பில் வெளிவந்த தேதிகள் இல்லை. அவற்றை இயன்றவரை மூல இதழ்களிலிருந்து எடுத்துச் சேர்த்துள்ளோம்.

ஜி. நாகராஜன் படைப்புகளின் முழுமையான இத் தொகுப்பில் 33 கதைகள் இடம் பெற்றிருக்கின்றன. இக்கதை களை இயன்றவரை கால வரிசையில் தந்துள்ளோம். 1971க்கு முன்னரே இதழ்களில் பிரசுரமாகி 'கண்டதும் கேட்டதும்' தொகுப்பில் இடம் பெறாதாவை: 'அணுயுகம்', 'வெகுமதி', 'போலிஸ் உதவி', 'பூர்வாசிரமம்', 'நடிகன்', 'அக்கினிப் பிரவேசம்', 'நான் புரிந்த நற்செயல்கள்', 'இளிந்த சாதி' ஆகிய 8 கதைகள். மேலும் 'நிமிஷக் கதைகள்' என்ற தலைப்பில் வெளிவந்த 4 குட்டிக் கதைகளும் அத்தொகுப்பில் இடம் பெறாதவை. 'கிழவனின் வருகை' முதல் 'ஓடிய கால்கள்' வரை 11 கதைகள் 'கண்டதும் கேட்டதும்' தொகுப்புக்குப்பின் எழுதியவை. இவற்றுள் 10 கதைகள் 1972–74 காலப்பகுதியிலேயே வெளிவந்திருக்கின்றன. கடைசி ஆறேழு வருடங்களில் அவர் எழுதிய ஒரே கதையான 'ஓடிய கால்கள்' அவருடைய மறைவுக்குப் பின் விழிகள் சிற்றிதழில் பிரசுரமாகியது.

'மோகம்' என்றொரு சிறுகதை சதங்கை ஏப்ரல் 72 இதழில் வெளியாகியிருக்கிறது. அக்கதை, 'நாளை மற்றுமொரு நாளே' நாவலில் சுப்பையா செட்டியார் பற்றிய கிளைக்கதை யாக அப்படியே இடம் பெற்றிருப்பதால் இத்தொகுப்பில் சேர்க்கப்படவில்லை.

ஞானரதத்தில் வெளியான தர்மோ சீவராமின் 'சதுரச் சிறகுகள்' என்ற சிறுகதைக்கு 'சாரல்' என்பவர் எழுதிய விமர்சனத்துக்கான எதிர்வினையும் (ஜனவரி 74 – 'அப்பாவி' என்ற பெயரில் எழுதியது) அக்கதை பற்றிய ஜி. நாகராஜ னுடைய பார்வையும் (பிப். 74 – சொந்தப் பெயரில் எழுதியது) ஞானரதத்தில் இலக்கிய அனுபவம் என்ற பிரிவில் வெளியாகின. அவை இத்தொகுப்பின் உரைநடைப் பகுதியில் இடம் பெற்றிருக் கின்றன. இரண்டையும் – ஒன்றைப் புனைபெயரிலும் ஒன்றைத் தன் பெயரிலுமாக – எழுதி ஒரே சமயத்தில் ஞானரதத்துக்கு அனுப்பியிருக்கிறார். சுந்தர ராமசாமிக்கு எழுதிய கடித மொன்றில் (5.2.74) இது பற்றி ஜி.என். குறிப்பிட்டிருக்கிறார். அக்குறிப்பின் அடிப்படையிலேயே 'அப்பாவி' என்ற பெயரில் ஜி.என். எழுதிய 'இலக்கிய அனுபவம்' இத்தொகுப்பில் சேர்க்கப் பட்டுள்ளது.

சி. மோகன் முன்னுரையின் ஒரு பகுதி

இத்தொகுப்பு முழுமைபெறத் துணைநின்றவர்களை நன்றியோடு நினைவுகூர்ந்தாக வேண்டும். திருமதி நாகலட்சுமி நாகராஜன் இப்பதிப்பிற்கான உரிமையும் ஒத்துழைப்பும் அளித்தார். 'வர்ஷா' விஜயகுமார் தான் சேகரித்து வைத்திருந்த இரண்டொரு கதைகளைக் கொடுத்து உதவினார். அதனை அடுத்து புதுக்கோட்டை தம்பதியர் கிருஷ்ணமூர்த்தி – டோரதி கிருஷ்ணமூர்த்தி இல்ல நூலகத்தின் இதழ்களிலிருந்து கதைகளைத் தேடி எடுத்துப் பிரதி செய்து தந்தவர் எம். சிவ சுப்ரமணியன் (எம்.எஸ்.). இவர்கள் பங்களிப்பு மிக முக்கிய மானது. அதனைத் தொடர்ந்த நிலைகளில் ராஜமார்த்தாண்டன், காஞ்சனை சீனிவாசன், மீரா, கர்ணன், அ.கா. பெருமாள், சுரேஷ்குமார இந்திரஜித், எஸ்.டி. லக்ஷ்மணன், ஆ.இரா. வேங்கடாசலபதி ஆகியோர் பங்களித்தனர்.

அதுவரை சேகரிக்கப்பட்ட கதைகள், கட்டுரைகள் பற்றிய தகவல்களை முன்வைத்து எவையேனும் விடுபட்டிருந்தால் கவனப்படுத்தும்படி *புதிய பார்வை* மற்றும் *காலச்சுவடு* இதழ்களில் வேண்டுகோள் விடுக்கப்பட்டது. இதன் தொடர்ச்சியாக தலைஞாயிறு கருணாநிதியிடமிருந்து 'நான் புரிந்த நற்செயல்கள்' கதை கிடைத்தது. அவருடைய உதவி நன்றியோடு நினைவுகூரத் தக்கது.

இறுதியாக, *தாமரை* ஆசிரியர் மகேந்திரன், அமரர் ப. சிங்கார வேலர் நினைவு நூலகப் பொறுப்பாளர் மு. வெங்கடா சலபதி ஆகியோர் உறுதுணையோடு ஜனசக்தியிலிருந்து ஜி.என்.னின் ஆரம்பகாலச் சிறுதைகள் மூன்றும் இரண்டு கட்டுரைகளும் கிடைத்ததில் இத்தொகுப்பு நிறைவடைந் திருக்கிறது. சென்னையிலிருக்கும் ரோஜா முத்தையா ஆய்வு நூலகத்தின் இயக்குனர் சங்கரலிங்கம் அங்குள்ள இதழ்களைப் பார்வையிட்டு சில தகவல்கள் தந்தார். இம்முயற்சி மூலம் புதிதாக ஏதும் கிடைக்கவில்லையென்றாலும் சேகரிப்பு அநேகமாக முழுமையடைந்திருக்கிறது என்று நம்பிக்கை கொள்ள இது உதவியது.